നാദിയാ മുറാദ്

മനുഷ്യാവകാശപ്രവർത്തക. വക്ലേവ് ഹാവെൽ ഹ്യൂമൻ റൈറ്റ്സ് പ്രൈസ്, സഖറോവ് പ്രൈസ് തുടങ്ങിയ പുരസ്കാരങ്ങൾ നേടിയിട്ടുണ്ട്. ഐക്യരാഷ്ട്രസഭയുടെ 'ഡിഗ്നിറ്റി ഓഫ് സർവൈവേഴ്സ് ഓഫ് ഹ്യൂമൻ ട്രാഫിക്കിങ്ങി'ന്റെ ആദ്യ ഗുഡ്‌വിൽ അംബാസഡറാണ്. മനുഷ്യവംശത്തിനെതിരെയുള്ള കുറ്റകൃത്യങ്ങളുടെപേരിലും വംശഹത്യയുടെപേരിലും ഇസ്ലാമിക് സ്റ്റേറ്റിനെ ഇന്റർനാഷണൽ ക്രിമിനൽ കോർട്ടിനുമുന്നിൽ കൊണ്ടുവരുന്നത് ലക്ഷ്യമാക്കിക്കൊണ്ട്, യസീദി അവകാശങ്ങൾക്കായി പ്രവർത്തിക്കുന്ന *യസ്ദ* എന്ന സംഘടനയുമായി ഇപ്പോൾ സഹകരിച്ചു പ്രവർത്തിച്ചുകൊണ്ടിരിക്കുന്നു. വംശഹത്യ, മനുഷ്യക്കടത്ത് തുടങ്ങിയ ദുരന്തങ്ങൾ അനുഭവിച്ചവരുടെ ദുരിതങ്ങൾ മാറ്റാനും അവരുടെ സമൂഹങ്ങൾ പുനർനിർമ്മിക്കാനും പ്രതിജ്ഞാബദ്ധമായ *നാദിയാസ് ഇനിഷ്യേറ്റീവ്* എന്ന പ്രോഗ്രാമിന്റെ സ്ഥാപകയാണ്.

ജെന്ന ക്രാജെസ്കി

ന്യൂയോർക്ക് കേന്ദ്രമാക്കി പ്രവർത്തിക്കുന്ന പത്രപ്രവർത്തകയാണ്. ടർക്കി, ഈജിപ്റ്റ്, ഇറാക്ക്, സിറിയ തുടങ്ങിയയിടങ്ങളിൽ നിന്നുള്ള ഇവരുടെ ലേഖനങ്ങൾ പ്രിന്റിലും ഓൺലൈനിലുമായി *ന്യൂയോർക്കർ, സ്ലേറ്റ്, ദ നേഷൻ, വിർജീനിയ ക്വാർട്ടർലി റിവ്യൂ* തുടങ്ങിയ പ്രസിദ്ധീകരണങ്ങളിലും മറ്റ് മാധ്യമങ്ങളിലും പ്രസിദ്ധീകരിച്ചുവരുന്നു.

nadiamurad.org

'യസീദികളനുഭവിച്ച മൃഗീയതകളിലേക്കും അവരുടെ ആത്മീയ നിഗൂഢതകലർന്ന സംസ്കാരത്തിലേക്കും ശക്തമായ ഉൾക്കാഴ്ച നൽകുന്ന കൃതിയാണ് *അവസാനത്തെ പെൺകുട്ടി*... ഒരു ധീരവനിത രചിച്ച സുപ്രധാന പുസ്തകമാണിത്. മനുഷ്യവംശത്തിന്റെ അന്തർലീനശക്തിയുടെ മരവിപ്പിക്കുന്നതും വ്യാഖ്യാനങ്ങൾക്കപ്പുറത്തുള്ളതുമായ തിന്മയുടെ, പൊരുളറിയിക്കുന്ന വേദപുസ്തകം.'

ഇയാൻ ബിറെൽ, *ദ ടൈംസ്*

'സുധീരം... ഇസ്ലാമിക് സ്റ്റേറ്റ് എന്നുപറയപ്പെടുന്നതിനെപ്പറ്റി മനസ്സിലാക്കാൻ ആഗ്രഹിക്കുന്ന ആരും ഈ പുസ്തകം വായിച്ചിരിക്കണം.' *ദ എക്കണോമിസ്റ്റ്*

'ഞെട്ടിപ്പിക്കുന്ന ഈ ഓർമ്മക്കുറിപ്പ് സ്ഥൈര്യത്തോടെ അവളുടെ അനുഭവങ്ങളെ വിശദീകരിക്കുകയും, മറ്റുള്ളവരുടെ ദുരിതങ്ങളെ നിശ്ശബ്ദമായി അനുവദിച്ച സാക്ഷികളുടെ അപരാധിത്വത്തെ ചോദ്യം ചെയ്യുകയും ചെയ്യുന്നു.'

ന്യൂയോർക്കർ

'ലോകത്തിലെ ഏറ്റവും സങ്കീർണമായതും മയമറ്റതുമായ സംഘർഷങ്ങളുടെ നേർക്ക് മനുഷ്യമുഖത്തെ തിരിച്ചുവെക്കുകയാണ് നാദിയാ മുറാദ്.'

സൺഡേ ബിസിനസ് പോസ്റ്റ്

നിഷാ പുരുഷോത്തമൻ

മലയാള ദൃശ്യമാധ്യമരംഗത്തെ സജീവസാന്നിധ്യം. മനോരമ ന്യൂസ് ചാനലിൽ അവതാരക. സിറിയൻ ആഭ്യന്തരയുദ്ധം, മാലദ്വീപ് അടിയന്തരാവസ്ഥ, യു.എസ്. തിരഞ്ഞെടുപ്പുകൾ തുടങ്ങി നിരവധി രാജ്യാന്തരസംഭവങ്ങൾ റിപ്പോർട്ട് ചെയ്തു. മികച്ച മാധ്യമ പ്രവർത്തകയ്ക്കുള്ള സംസ്ഥാന സർക്കാരിന്റെ പുരസ്കാരം നേടി. ഇടുക്കി ജില്ലയിലെ അണക്കര സ്വദേശി. ടി.ജി. പുരുഷോത്തമന്റെയും കെ.ജെ. അച്ചാമ്മയുടെയും മകൾ.

അവസാനത്തെ പെൺകുട്ടി

**എന്റെ തടങ്കലിന്റെയും
ഇസ്ലാമിക സ്റ്റേറ്റ് വിരുദ്ധ പോരാട്ടത്തിന്റെയും കഥ**

നാദിയ മുറാദ്

ജെന്ന ക്രാജെസ്കി

പരിഭാഷ

നിഷാ പുരുഷോത്തമൻ

MANJUL

മഞ്ജുൾ പബ്ലിഷിങ് ഹൗസ്

First published in India by

MANJUL

Manjul Publishing House
Corporate and Editorial Office
• 2nd Floor, Usha Preet Complex,
42 Malviya Nagar, Bhopal 462003 – India

Sales and Marketing Office
• C-16, Sector 3, Noida, Uttar Pradesh 201301 - India
Website: www.manjulindia.com

Distribution Centres
Ahmedabad, Bengaluru, Kochi, Kolkata, Chennai,
Hyderabad, Mumbai, New Delhi, Pune

Original English edition first published by 2017 by Tim Duggan Books, USA

Malayalam translation of
The Last Girl by *Nadia Murad & Jenna Krajeski*

This edition first published in India in 2020
Eighth impression 2025

ISBN 978-93-89647-69-3

Translation by Nisha Purushothaman
Cover design by Christopher Brand
Cover photograph by Fred R. Conrad/Redux
Map by Mapping Specialists, Ltd.

Printed and bound in India by Gopsons Papers Pvt. Ltd.

എല്ലാ യസീദികൾക്കുംവേണ്ടി
എഴുതിയ പുസ്തകം

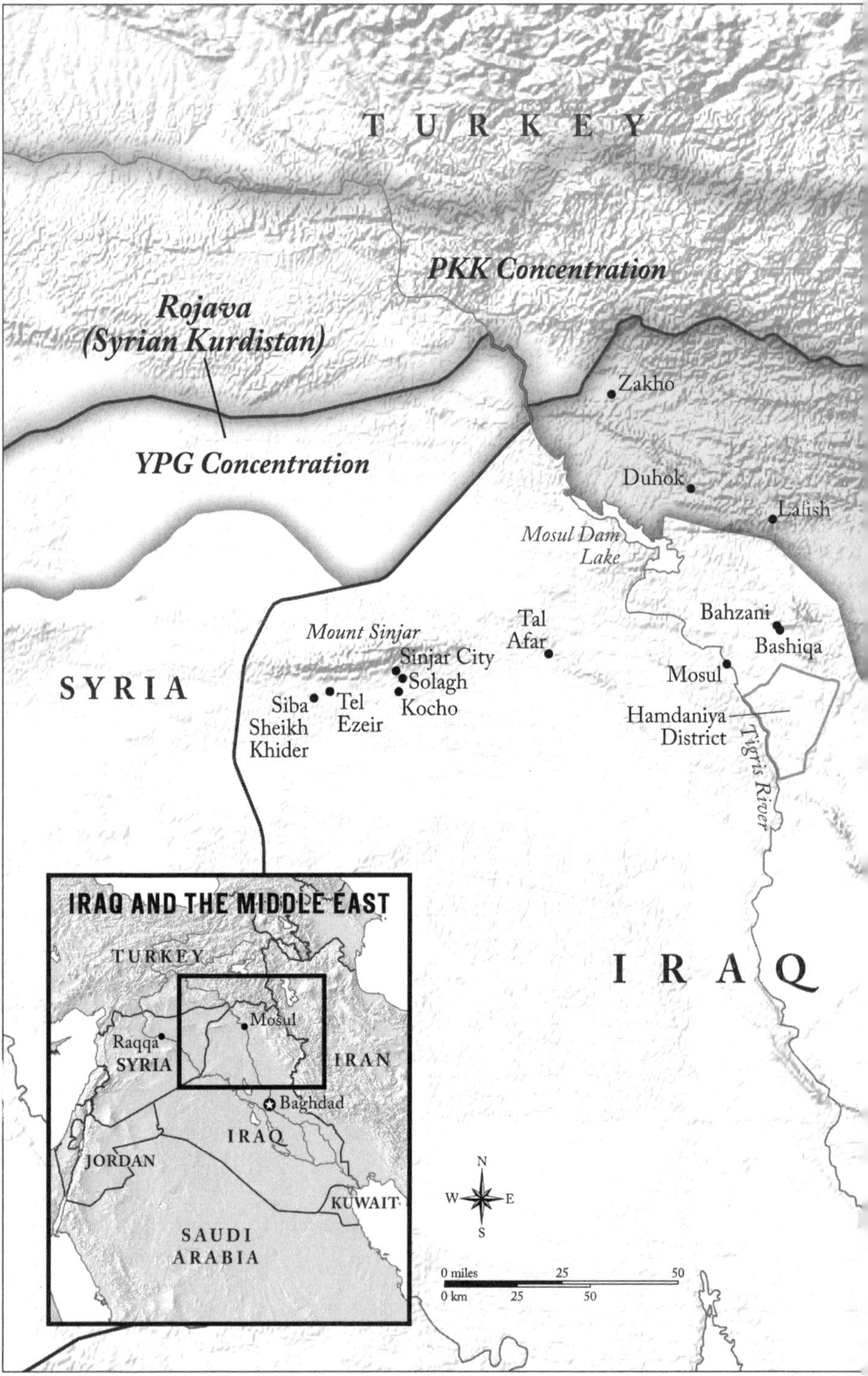

TURKEY
PKK Concentration
Rojava (Syrian Kurdistan)
YPG Concentration
Zakho
Duhok
Lalish
Mosul Dam Lake
Bahzani
Bashiqa
Tal Afar
Mount Sinjar
Sinjar City
Solagh
Kocho
Siba Sheikh Khider
Tel Ezeir
SYRIA
Mosul
Hamdaniya District
Tigris River
IRAQ
IRAQ AND THE MIDDLE EAST
TURKEY
Mosul
Raqqa
SYRIA
IRAN
Baghdad
IRAQ
JORDAN
KUWAIT
SAUDI ARABIA
N
W
E
S
0 miles 25 50
0 km 25 50

NORTHERN IRAQ
AUGUST-SEPTEMBER 2014
IRAN
DP Concentration
Iraqi
Kurdistan
Erbil
Sulaymaniyah
Kirkuk
PUK Concentration

മുൻവാക്ക്

നാദിയ മുറാദ് എനിക്ക് വെറുമൊരു കക്ഷി മാത്രമല്ല, അതിനപ്പുറം അവൾ എന്റെ സുഹൃത്താണ്. ലണ്ടനിൽവെച്ച് ആദ്യമായി കണ്ടപ്പോൾ, കോടതിയിൽ തനിക്കുവേണ്ടി ഹാജരാകാമോ എന്നവൾ ചോദിച്ചു. തനിക്ക് ഒരുപക്ഷേ, പണം തരാനാകില്ലെന്ന് അവൾ വിശദീകരിച്ചു. കേസ് ഏറെക്കാലം നീണ്ടേക്കാം. വിജയിക്കാത്ത ഒന്നുമാകാം. ഒപ്പം ഒന്നുകൂടി അവൾ പറഞ്ഞു: ഒരു തീരുമാനമെടുക്കും മുൻപ് നിങ്ങൾ എന്റെ കഥയൊന്നു കേൾക്കൂ.

2014-ൽ ഐസിസ് ഇറാഖിൽ നാദിയയുടെ ഗ്രാമം ആക്രമിച്ചു. ഇരുപത്തിയൊന്ന് വയസ്സുള്ള ഒരു വിദ്യാർഥിനി എന്ന നിലയിലുള്ള അവളുടെ ജീവിതം അതോടെ ശിഥിലമായി. അമ്മയും പ്രിയപ്പെട്ട സഹോദരങ്ങളും മരണത്തിലേക്ക് നടന്നടുക്കുന്നത് അവൾക്കു കണ്ടുനില്ക്കേണ്ടിവന്നു. ഒപ്പം നാദിയ ഒരു ഐസിസ് പോരാളിയിൽനിന്ന് അടുത്തയാളിലേക്ക് കച്ചവടം ചെയ്യപ്പെട്ടുകൊണ്ടിരുന്നു. പ്രാർഥിക്കാനും ബലാത്സംഗത്തിന് മുന്നോടിയായി അവരുടെ ഇഷ്ടത്തിന് വസ്ത്രങ്ങൾ ധരിക്കാനും ചമഞ്ഞൊരുങ്ങാനും നിർബന്ധിക്കപ്പെട്ടു. ഒരു രാത്രി ഒരുകൂട്ടം പുരുഷന്മാർ അവളെ ബോധം മറയുന്നതുവരെ അതിക്രൂരമായി പീഡിപ്പിച്ചു. സിഗരറ്റുവെച്ച് പൊള്ളിച്ചതിന്റെയും അടിച്ചതിന്റെയും പാടുകൾ അവൾ എനിക്കു കാണിച്ചുതന്നു. ഈ കഠിനപരീക്ഷണകാലത്ത് ഉടനീളം അവർ അവളെ വൃത്തികെട്ട അവിശ്വാസിയെന്ന് വിളിച്ചുകൊണ്ടിരുന്നു. യസീദി പെണ്ണുങ്ങളെ കീഴടക്കുന്നതിനെക്കുറിച്ചും ആ മതത്തെ ഭൂമുഖത്തുനിന്ന് ഇല്ലായ്മ ചെയ്യുന്നതിനെക്കുറിച്ചും അവർ വീമ്പുപറഞ്ഞുകൊണ്ടിരുന്നു.

ചന്തകളിലും ഫെയ്സ്ബുക്കിലും വില്പനച്ചരക്കാക്കപ്പെട്ട ആയിരക്കണക്കിന് യസീദി വനിതകളിൽ ഒരാളായിരുന്നു നാദിയ. ചിലപ്പോഴെങ്കിലും വെറും ഇരുപത് ഡോളറിനു പോലും അവർ വിൽക്കപ്പെട്ടു. വാർധക്യത്തിൽ എത്തിയതിനാൽ വധശിക്ഷ നടപ്പാക്കപ്പെടുകയും തിരിച്ചറിയാനാകാത്ത ഏതോ ശവക്കുഴിയിൽ അടക്കംചെയ്യപ്പെടുകയും ചെയ്ത എൺപതു പേരിൽ ഒരാളായിരുന്നു നാദിയയുടെ അമ്മ. ഒറ്റ ദിവസം കൊല ചെയ്യപ്പെട്ട ആയിരക്കണക്കിന് മനുഷ്യരിൽ അവളുടെ ആറ് സഹോദരങ്ങളും ഉണ്ടായിരുന്നു.

വംശഹത്യയെപ്പറ്റിയാണ് നാദിയ എന്നോടു പറഞ്ഞുകൊണ്ടിരുന്നത്. ഒരു വംശഹത്യയും യാദൃച്ഛികമായി നടക്കുന്നതല്ല. നിങ്ങൾക്ക് അത് ആസൂത്രണം ചെയ്തേപറ്റൂ. വംശഹത്യ ആരംഭിക്കുന്നതിനുമുൻപ് ഐസിസിന്റെ ഗവേഷണ-ഫത്വവിഭാഗം യസീദികളെ വിശദമായി പഠിച്ച് ചില നിഗമനങ്ങളിൽ എത്തി. അതിങ്ങനെ: കുർദിഷ് സംസാരിക്കുന്ന യസീദികൾക്ക് ഒരു വിശുദ്ധഗ്രന്ഥം ഇല്ല. അവർ അവിശ്വാസികളാണ്. അവരെ അടിമകളാക്കുകയെന്നത് ശരീഅത്തിന്റെ കാഴ്ചപ്പാടിൽ കൃത്യമായി കെട്ടിപ്പടുക്കപ്പെട്ടതാണ്. ഐസിസിന്റെ വികൃതമായ സദാചാരത്തിൽ, ക്രിസ്ത്യാനികളും ഷിയാക്കളും അടക്കമുള്ളവരിൽ നിന്ന് വ്യത്യസ്തമായി, യസീദികളെ വ്യവസ്ഥാപിതമായി ബലാത്സംഗം ചെയ്യാം എന്നായിരുന്നു. തീർച്ചയായും യസീദികളെ ഇല്ലാതാക്കാനുള്ള ഏറ്റവും പ്രായോഗികമായ വഴികളിലൊന്നായിരുന്നു അവർക്കത്.

പിന്നാലെ കൊടുംതെറ്റുകളുടെ ഒരു സ്ഥാപനമായി വ്യാവസായികാടിസ്ഥാനത്തിൽ തന്നെ അത് നിലവിൽ വരികയായിരുന്നു. 'അടിമകളാക്കുന്നത് സംബന്ധിച്ച ചോദ്യങ്ങളും ഉത്തരങ്ങളും' എന്ന തലക്കെട്ടിൽ മാർഗ്ഗനിർദേശങ്ങളുമായി ലഘുലേഖ പുറത്തിറക്കാൻ പോലും അവർ മടിച്ചില്ല.

ചോദ്യം: ഋതുമതി ആകാത്ത പെണ്ണ് അടിമയുമായി ലൈംഗികബന്ധം അനുവദനീയമാണോ?

ഉത്തരം: അത്തരമൊരു ലൈംഗികബന്ധത്തിന് ഋതുമതിയാകാത്ത പെൺകുട്ടി പാകപ്പെട്ടുവെങ്കിൽ അത് അനുവദനീയമാണ്.

ചോദ്യം: ഒരു പെണ്ണ് അടിമയെ വില്ക്കുന്നത് അനുവദനീയമാണോ...?

ഉത്തരം: അവർ ഒരു വസ്തു മാത്രമാകയാൽ വില്ക്കുകയോ വാങ്ങുകയോ സമ്മാനമായി നല്കുകയോ ചെയ്യുന്നത് അനുവദനീയമാണ്.'

ലണ്ടനിൽവച്ച് നാദിയ അവളുടെ കഥ എന്നോടു പറയുമ്പോൾ, യസീദികൾക്കെതിരായ വംശഹത്യ ഐസിസ് ആരംഭിച്ചിട്ട് ഏകദേശം രണ്ടുവർഷം കഴിഞ്ഞിരുന്നു. ആയിരക്കണക്കിന് യസീദി സ്ത്രീകളും കുട്ടികളും ഇപ്പോഴും ഐസിസിന്റെ പിടിയിലാണ്. ഈ കൊടുംകുറ്റങ്ങൾക്ക് ലോകത്ത് എവിടെയും ഒരു കോടതിയിലും ഒരു ഐസിസുകാരനും ഇതുവരെ വിചാരണ ചെയ്യപ്പെട്ടിട്ടില്ല. തെളിവുകൾ നഷ്ടപ്പെടുകയോ നശിപ്പിക്കപ്പെടുകയോ ചെയ്യപ്പെട്ടു. വരുംകാലത്തും നീതിയെന്നത് പ്രതീക്ഷയറ്റ ഒന്നായിരിക്കുന്നു.

തീർച്ചയായും ഞാൻ ആ കേസ് ഏറ്റെടുത്തു. ഞാനും നാദിയയും ഒരു വർഷത്തിലേറെക്കാലം നീതിക്കായി ഒരുമിച്ച് പോരാടി. ഇറാഖി സർക്കാരിനെ, യു.എൻ. പ്രതിനിധികളെ, യു.എൻ. സുരക്ഷാസമിതി

അംഗങ്ങളെ, ഐസിസിന്റെ ഇരകളെയൊക്കെയും ഞങ്ങൾ ഇരുവരും കണ്ടുകൊണ്ടേയിരുന്നു. ഞാൻ റിപ്പോർട്ടുകൾ തയ്യാറാക്കി, കരടുരൂപങ്ങൾ നല്കുകയും നിയമപരമായ വിലയിരുത്തലുകൾ നടത്തുകയും ചെയ്തു. നടപടിക്കായി യു.എന്നിനോട് കെഞ്ചി പ്രസംഗങ്ങൾ തയ്യാറാക്കി. ഞങ്ങൾ സംസാരിക്കുന്നവരിൽ അധികംപേരും ഇത് അസാധ്യമാണെന്ന് പറഞ്ഞുകൊണ്ടിരുന്നു: സുരക്ഷാ കൗൺസിൽ രാജ്യാന്തരനീതിക്കായി വർഷങ്ങളായി ഒന്നും ചെയ്തിട്ടില്ല.

പക്ഷേ, ഞാൻ ഈ മുഖവുര എഴുതുന്ന വേളയിൽ, യു.എൻ. സുരക്ഷാസമിതി ഒരു നിർണായക പ്രമേയം കൈക്കൊണ്ടു. ഇറാഖിൽ ഐസിസ് ചെയ്ത കുറ്റകൃത്യങ്ങളുടെ തെളിവുകൾ ശേഖരിക്കാൻ ഒരു അന്വേഷണസംഘത്തെ നിയോഗിച്ചു. നാദിയയ്ക്കും ഒപ്പമുള്ള മറ്റനേകം ഐസിസ് ഇരകൾക്കും അത് സുപ്രധാനമായ ഒരു വിജയമായിരുന്നു. തെളിവുകൾ പരിപാലിക്കപ്പെടുമെന്നും വ്യക്തിപരമായി ഐസിസ് അംഗങ്ങൾ വിചാരണ ചെയ്യപ്പെടുമെന്നുമുള്ള സൂചനയായിരുന്നു അത്. ഈ പ്രമേയം ഏകകണ്ഠമായി കൈക്കൊള്ളുമ്പോൾ സുരക്ഷാകൗൺസിലിൽ നാദിയയ്ക്ക് തൊട്ടരികെ ഞാൻ ഇരിക്കുന്നുണ്ട്. പതിനഞ്ച് കൈകൾ ഒരുമിച്ച് ഉയരുന്നത് കണ്ടപ്പോൾ നാദിയയും ഞാനും മുഖാമുഖം നോക്കി ചിരിച്ചു.

മനുഷ്യാവകാശത്തിനായി പ്രവർത്തിക്കുന്ന ഒരു അഭിഭാഷക എന്ന നിലയിൽ നിശ്ശബ്ദമാക്കപ്പെട്ടവരുടെ ശബ്ദമാവുക എന്നതാണ് എപ്പോഴും എന്റെ ജോലി: അഴികൾക്കുള്ളിലാക്കപ്പെട്ട മാധ്യമപ്രവർത്തകരോ നീതിക്കായി പോരാടുന്ന യുദ്ധകുറ്റകൃത്യത്തിന്റെ ഇരകളോ ആവാം അത്. ഐസിസ് നാദിയയെ നിശ്ശബ്ദയാക്കാനാണ് ശ്രമിച്ചത് എന്നതിൽ ഒരു സംശയവുമില്ല. തട്ടിയെടുത്ത് അടിമയാക്കി ക്രൂരമായി ബലാത്സംഗം ചെയ്യുകയും പീഡിപ്പിക്കുകയും ചെയ്തപ്പോഴും, ഒറ്റനാളുകൊണ്ട് അവളുടെ കുടുംബത്തിലെ ഏഴുപേരെ കൊല ചെയ്തപ്പോഴും അവർ ലക്ഷ്യമിട്ടത് മറ്റൊന്നല്ല.

പക്ഷേ, നിശ്ശബ്ദയാക്കാനുള്ള ശ്രമത്തിന് നാദിയ വഴങ്ങിയില്ല. അനാഥ, ബലാത്സംഗ ഇര, അടിമ, അഭയാർഥി. ഇങ്ങനെ ജീവിതം അവൾക്ക് നല്കിയ എല്ലാ മേൽവിലാസങ്ങളെയും അവൾ ധിക്കരിച്ചു. പകരം മറ്റുചില പേരുകൾ അവൾ സ്വയം സൃഷ്ടിച്ചു: അതിജീവിച്ചവൾ. യസീദി നേതാവ്. സ്ത്രീകളുടെ വക്താവ്. സമാധാനത്തിനുള്ള നൊബേൽ സമ്മാനത്തിന് നാമനിർദേശം ചെയ്യപ്പെട്ടയാൾ. യു.എന്നിന്റെ ഗുഡ്‌വിൽ അംബാസിഡർ, പിന്നെ ഇപ്പോഴിതാ എഴുത്തുകാരിയും.

എനിക്കറിയാവുന്ന ഈ കാലത്തിനിടയ്ക്ക് നാദിയ അവളുടെ ശബ്ദം മാത്രമല്ല കേൾപ്പിച്ചത്. അതിക്രൂരമായ വംശഹത്യയ്ക്ക് ഇരയായ ഓരോ യസീദിയുടെയും ശബ്ദമായി അവൾ മാറി. ഒപ്പം, അപമാനിക്ക

പ്പെടുകയും നിന്ദിക്കപ്പെടുകയും ചെയ്ത ഓരോ സ്ത്രീയുടെയും, ഉപേക്ഷിക്കപ്പെട്ട ഓരോ അഭയാർത്ഥിയുടെയും പ്രതീകമായി അവൾ.

സ്വന്തം ക്രൂരതയാൽ അവളെ നിശ്ശബ്ദയാക്കാമെന്ന് ചിന്തിച്ചവർക്കു തെറ്റി. നാദിയ മുറാദിന്റെ മനോവീര്യം തകർന്നില്ല, അവളുടെ ശബ്ദം ഇല്ലാതായില്ല. പകരം, ഈ പുസ്തകത്തിലൂടെ, അവളുടെ ശബ്ദം കൂടുതൽ ഉച്ചത്തിൽ മുഴങ്ങുകയാണ്.

അമൽ ക്ലൂണി
അഭിഭാഷക

സെപ്തംബർ 2017

ഭാഗം ഒന്ന്

ഒന്ന്

2014. വേനൽക്കാലം. എന്റെ ഹൈസ്കൂൾ കാലത്തിന്റെ അവസാന വർഷ തിരക്കുകളിലായിരുന്നു ഞാൻ. അന്നാണ് കൊച്ചോയിലെ രണ്ടു കർഷകരെ കാണാതായത്. കൊച്ചോ ഞങ്ങളുടെ ഗ്രാമമാണ്. ഞാൻ ജനിച്ചുവളർന്ന, ഒരുപക്ഷേ, ജീവിതാന്ത്യം വരെ കഴിയുമെന്ന് കരുതിയ വടക്കൻ ഇറാഖിലെ യസീദി ഗ്രാമം. കാണാതായ കർഷകരെക്കുറിച്ചാണ് പറഞ്ഞുവന്നത്. വീട്ടുമുറ്റത്തെ പരുക്കൻ ടാർപോളിൻ ഷീറ്റുകളുടെ തണലിൽ വിശ്രമിക്കുകയായിരുന്ന അവർ, ആ രാത്രി ഇരുട്ടി വെളുത്തപ്പോൾ അടുത്ത ഗ്രാമത്തിലെ ഒറ്റമുറി വീട്ടിൽ തടങ്കലിലായി. അതൊരു സുന്നി മുസ്ലിം ഗ്രാമമായിരുന്നു. കർഷകരെ മാത്രമല്ല, അവരുടെ പിടക്കോഴികളെയും കുഞ്ഞുങ്ങളെയും തട്ടിക്കൊണ്ടു പോയി എന്ന് കൂടി മനസ്സിലായതോടെ ഞങ്ങൾ ആശയക്കുഴപ്പത്തിലായി. ആരെങ്കിലും വിശന്നിട്ടു ചെയ്തതാവാമെന്ന് എല്ലാവരും പരസ്പരം പറഞ്ഞു. ഇത്തരം വിശദീകരണങ്ങളൊന്നും പക്ഷേ, ഗ്രാമവാസികളുടെ മനസ്സിനെ ശാന്തമാക്കിയതേയില്ല.

പൂർണമായും ഒരു യസീദി ഗ്രാമമായിരുന്നു കൊച്ചോ. നാടോടി കർഷകരും ആട്ടിടയന്മാരുമായിരുന്ന പൂർവികർ കെട്ടിപ്പൊക്കിയ ഗ്രാമം. ആണുങ്ങൾ ആടു മേയ്ക്കാൻ പോകുമ്പോൾ മരുഭൂമിയിലെ കൊടും ചൂടിൽനിന്ന് വീട്ടിലെ പെണ്ണുങ്ങളെ രക്ഷിക്കാൻ അവർ കൊച്ചോയിൽ കൊച്ചു വീടുകൾ ഉണ്ടാക്കി. ഫലഭൂയിഷ്ഠമായ മണ്ണായത് ഈ നാട് തിരഞ്ഞെടുക്കാൻ കാരണമായി. പക്ഷേ, അതൽപം കുഴപ്പം പിടിച്ച തിരഞ്ഞെടുപ്പ് ആയിപ്പോയി. ഇറാക്കിലെ യസീദി ഭൂരിപക്ഷ മേഖലയായ സിൻജാറിന്റെ തെക്കേ അറ്റത്തായിരുന്നു കൊച്ചോ. യസീദികളല്ലാത്തവർ തിങ്ങിപ്പാർക്കുന്ന പ്രദേശങ്ങളോട് തൊട്ടുചേർന്ന്. 1950–കളിലാണ് ആദ്യ യസീദി കുടുംബം കൊച്ചോയിലെത്തുന്നത്.

അന്നത് സുന്നി മുസ്ലിം കർഷകത്തൊഴിലാളികളുടെ ഗ്രാമമായിരുന്നു. മൊസൂളിലെ വൻകിട ഭൂവുടമകളുടെ തൊഴിലാളികളായിരുന്നു അവർ. സുന്നി കർഷകരിൽനിന്ന് യസീദികൾ ആ ഭൂമി വിലകൊടുത്തു വാങ്ങുകയായിരുന്നു.

അതിന് ഇടനിലക്കാരനായ മുസ്ലിം അഭിഭാഷകന് കൊച്ചോയിൽ എന്നും വീരപരിവേഷം ആയിരുന്നു. ഞാൻ ജനിക്കുമ്പോഴേയ്ക്കും ഏതാണ്ട് 200 യസീദി കുടുംബങ്ങൾ കൊച്ചോയിലെ അന്തേവാസി

കളായിക്കഴിഞ്ഞിരുന്നു. ഒരു ഗ്രാമമായല്ല വലിയ ഒരു കൂട്ടുകുടുംബം പോലെയായിരുന്നു ഞങ്ങളുടെ നാട്.

ഞങ്ങൾക്ക് ഏറെ പ്രിയപ്പെട്ടവളെങ്കിലും അപകടകാരികൂടിയായിരുന്നു കൊച്ചോ. മതവിശ്വാസത്തിന്റെ പേരിൽ നൂറ്റാണ്ടുകളായി പീഡിപ്പിക്കപ്പെട്ടവരാണ് യസീദികൾ. തലമുറകളായി ശത്രുക്കളിൽനിന്ന് യസീദികളെ കാത്തുരക്ഷിച്ച സിൻജാർ മലനിരകളിൽ നിന്ന് ഒരുപാട് ദൂരെയായിരുന്നു ഈ നാട്. കൂറ്റൻ കോട്ടപോലെ യസീദികളുടെ കാവലാളായി തല ഉയർത്തിപ്പിടിച്ചു നിന്നു ഇടുങ്ങിയ ഈ സിൻജാർ മലനിരകൾ. ഇറാക്കിലെ സുന്നി അറബികൾക്കും കുർദുകൾക്കുമിടയിലെ ചേരിപ്പോരിൽ അങ്ങോട്ടും ഇങ്ങോട്ടും വലിച്ചിഴയ്ക്കപ്പെട്ടു കൊച്ചോവാസികൾ. യസീദി പാരമ്പര്യം തള്ളിപ്പറഞ്ഞ് അറബ് അല്ലെങ്കിൽ കുർദിഷ് സ്വത്വം അംഗീകരിക്കാൻ ഞങ്ങളുടെ മേൽ കടുത്ത സമ്മർദ്ദം ഉണ്ടായിരുന്നു. 2013-ൽ കൊച്ചോ സിൻജാർ പാത യാഥാർഥ്യമായതോടെയാണ് അല്പമെങ്കിലും ആശ്വാസമായത്. ഇതോടെ ഒറ്റ മണിക്കൂർ കൊണ്ട് സിൻജാറിൽ എത്താമെന്നായി. ഞങ്ങളുടെ വെള്ള ഡാറ്റ്സൺ പിക് അപ്പ് വാനിൽ സിൻജാർ നഗരത്തിലെ പൊടി നിറഞ്ഞ നിരത്തുകൾ പിന്നിട്ട് താഴവ്രയിലെത്താം. പക്ഷേ, സിൻജാറിലെ യസീദി പുണ്യസ്ഥലങ്ങളെക്കാൾ സിറിയയിലെ അപകടകാരികളായ അപരിചിതരായിരുന്നു കൊച്ചോക്കാരുടെ അയൽക്കാർ.

സിൻജാർ യാത്ര എന്നും ആഹ്ലാദകരമായിരുന്നു. പട്ടണത്തിൽ മാത്രം കിട്ടുന്ന ആട്ടിറച്ചി സാൻഡ്‌വിച്ചും മധുരപലഹാരങ്ങളും ഞങ്ങളെ വല്ലാതെ പ്രലോഭിപ്പിച്ചു. ഞങ്ങളുടെ കൊതി അറിയാവുന്ന അച്ഛൻ പട്ടണത്തിലെത്തിയാൽ ഇത് രണ്ടും വാങ്ങാൻ അയയ്ക്കും. പൊടിപടലങ്ങൾ ആകാശത്തോളം ഉയർത്തി ഞങ്ങളുടെ വണ്ടി പാഞ്ഞു. അതിന്റെ പിന്നിൽ തുറന്ന ആകാശവും നോക്കിക്കിടന്നു യാത്ര ചെയ്യാനായിരുന്നു എനിക്കിഷ്ടം.

കാറ്റടിച്ചു പാറിപ്പറക്കുന്ന തലമുടിയും വഴിയിലൂടെ നടന്നുപോകുന്ന ആട്ടിൻകൂട്ടങ്ങളും എല്ലാം ഞാൻ ആവോളം ആസ്വദിച്ചു. കൊച്ചോയെത്തുന്നതിനു തൊട്ടുമുൻപ് മാത്രമാണ് ഞാൻ മര്യാദക്കാരിയാവുക. വണ്ടിയുടെ പിന്നിൽ എഴുന്നേറ്റു നിന്നുള്ള അഭ്യാസപ്രകടനങ്ങൾ അച്ഛനെയും എന്റെ വല്യേട്ടൻ ഏലിയാസിനെയും ശുണ്ഠി പിടിപ്പിച്ചിരുന്നു. ശ്രദ്ധിച്ചില്ലെങ്കിൽ കാറ്റടിച്ചു ഞാൻ പറന്നു പോകുമെന്ന് പറഞ്ഞ് അവർ ഒച്ചവയ്ക്കും.

കൊച്ചോയുടെ ഒരു വശത്തു സിൻജാർ നൽകുന്ന സൗഭാഗ്യങ്ങളെങ്കിൽ, മറുവശത്തു ഇറാഖിന്റെ ബാക്കി ഭാഗങ്ങൾ പരന്നു കിടന്നു. നല്ല സമയത്ത് പതിനഞ്ചു മിനിട്ടുകൊണ്ടു കൊച്ചോയിൽ നിന്നുള്ള ഒരു കച്ചവടക്കാരന് തൊട്ടടുത്ത സുന്നി ഗ്രാമത്തിൽ സാധനങ്ങളുമായി

എത്താമായിരുന്നു. അവിടെ ഞങ്ങൾക്ക് നിരവധി സുഹൃത്തുക്കളും ഉണ്ടായിരുന്നു. വിവാഹവീടുകളിൽവച്ച് പരിചയപ്പെട്ട പെൺകുട്ടികൾ, കൊച്ചോയിലെ സ്കൂളുകളിൽ താമസിച്ചു പഠിപ്പിക്കുന്ന അധ്യാപകർ, യസീദി ആൺകുഞ്ഞുങ്ങളുടെ ലിംഗാഗ്രചർമ്മം മുറിക്കുന്ന കർമത്തിൽ സഹായികളാവുന്നവർ തുടങ്ങി നിരവധി പരിചയക്കാരും സുഹൃത്തുക്കളും. ആ ചടങ്ങിൽ കുട്ടികളെ കയ്യിലേന്താനായി ക്ഷണിച്ചിരുന്നത് അതത് കുടുംബവുമായി അടുപ്പമുള്ള പുരോഹിതനെയായിരുന്നു. സുന്നി ഡോക്ടർമാരായിരുന്നു കൊച്ചോയിലെയും സിൻജാറിലെയും യസീദികൾക്ക് ആശ്രയം. കൊച്ചോയിൽ കിട്ടാത്ത വസ്ത്രങ്ങളും പലഹാരങ്ങളുമായി വരുന്ന സുന്നി കച്ചവടക്കാർ ഞങ്ങൾക്ക് ഏറെ പ്രിയപ്പെട്ടവരായിരുന്നു. കൊച്ചോയിലെ കൊച്ചു കടകളിൽ അത്യാവശ്യ സാധനങ്ങൾ മാത്രമാണ് ലഭിച്ചിരുന്നത്. എന്റെ സഹോദരന്മാർ മുതിർന്നപ്പോൾ സുന്നി ഗ്രാമങ്ങളിൽ ചെറിയ ജോലികൾക്കു പോയി തുടങ്ങി. പക്ഷേ, ഇതൊക്കെയാണെങ്കിലും നൂറ്റാണ്ടുകളായി നിലനിന്നിരുന്ന അവിശ്വാസത്തിന്റെ വേലിക്കെട്ട് യസീദികൾക്കും സുന്നി മുസ്ലിമുകൾക്കുമിടയിൽ നിലനിന്നു. വിവാഹസൽക്കാരത്തിനെത്തിയാൽ സുന്നികൾ ഞങ്ങളുടെ വീടുകളിൽനിന്ന് ഭക്ഷണം കഴിക്കില്ല. വളരെ വിനയത്തോടെയും സ്നേഹത്തോടെയും ആണ് അവർ ഭക്ഷണത്തിനുള്ള ക്ഷണം നിരസിച്ചിരുന്നതെങ്കിലും അത് വേദനിപ്പിക്കുന്നതായിരുന്നു. പക്ഷേ, ആത്മാർത്ഥമായ സൗഹൃദവും അടുപ്പവും ഞങ്ങൾക്കിടയിൽ നിലനിന്നിരുന്നു. ഈ ബന്ധം ഓട്ടോമൻ ഭരണകാലം മുതൽ തുടങ്ങി ബ്രിട്ടീഷ് ഭരണത്തിലും സദ്ദാമിന്റെ കാലത്തും അമേരിക്കൻ അധിനിവേശകാലത്തും എല്ലാം മാറ്റമില്ലാതെ തുടർന്നു.

സുന്നികളുമായി ഏറ്റവും അടുപ്പമുണ്ടായിരുന്ന യസീദികളും കൊച്ചോ നിവാസികൾതന്നെയായിരുന്നു. പക്ഷേ, ഇറാഖിൽ ആഭ്യന്തര കലാപം തുടങ്ങിയതോടെ ആ ബന്ധത്തിന് മങ്ങലേറ്റുതുടങ്ങി. പഴയകാല മുൻവിധികൾ വെറുപ്പിന് വഴിമാറി, വെറുപ്പ് അക്രമത്തിനും. കഴിഞ്ഞ പത്തുവർഷത്തിനിടെ, അതായത് 2003-ലെ അമേരിക്കൻ അധിനിവേശകാലം മുതൽ പിന്നീടുണ്ടായ ആഭ്യന്തരകലാപകാലത്തും അത് തീവ്രവാദത്തിനു വഴി മാറിയപ്പോഴും ഞങ്ങൾക്കിടയിലെ അകലം ഏറിയേറി വന്നു. ക്രിസ്ത്യാനികളെയും സുന്നികളല്ലാത്ത മുസ്ലീങ്ങളെയും യസീദികളെയും തള്ളിപ്പറയുന്ന തീവ്രവാദികൾ ഞങ്ങളുടെ അയൽഗ്രാമങ്ങളിൽ അന്തേവാസികളായി എത്തി. യസീദികളെ കാഫിറുകൾ അഥവാ കൊല്ലപ്പെടേണ്ട അവിശ്വാസികളായി കണക്കാക്കുന്നവരായിരുന്നു സുന്നി തീവ്രവാദികൾ. 2007-ൽ ഇവരിൽ ചിലർ കൊച്ചോയുടെ വടക്കു കിഴക്കുഭാഗത്തെ ഒരു തിരക്കേറിയ യസീദി നഗരത്തിലേക്ക് എണ്ണ ടാങ്കറും 3 കാറുകളും ഓടിച്ചു കയറ്റിയുണ്ടാക്കിയ വൻ

സ്ഫോടനത്തിൽ നൂറുകണക്കിനാളുകൾക്ക് ജീവൻ നഷ്ടപ്പെട്ടു. ചന്തയിൽ സാധനങ്ങളിറക്കാൻ വരുന്നതാണെന്ന് കരുതിയാണ് നിഷ്കളങ്കരായ ആ മനുഷ്യർ ആ വാഹനങ്ങൾക്കരികിലേക്ക് ഓടി എത്തിയത്.

ഏകദൈവവിശ്വാസത്തിലധിഷ്ഠിതമായ ഒരു പുരാതന മതമാണ് യസീദിസം. പുണ്യാത്മാക്കൾ വായ്മൊഴികളായി പകർന്നു തന്ന കഥകളിലൂടെയാണ് യസീദി വിശ്വാസം തലമുറകളിലേക്ക് പടർന്നത്. മധ്യപൂർവദേശത്തെ പല മതങ്ങളുടെയും അംശങ്ങൾ യസീദിസത്തിൽ കാണാം. മിത്രയിസം മുതൽ സൊറോസ്ട്രിയാനിസം വരെയും ഇസ്ലാം മുതൽ ജൂദായിസം വരെയും അതിൽ ഉൾചേർന്നുകിടക്കുന്നു. സമാനതകളില്ലാത്ത മതമാണത്. ഞങ്ങളുടെ പുരാണങ്ങൾ സ്വായത്തമാക്കുകയും പഠിപ്പിക്കുകയും ചെയ്യുക എന്നത് പുണ്യപുരുഷന്മാർക്കുപോലും കഠിനമായിരുന്നിരിക്കണം. ആയിരക്കണക്കിന് ശിഖരങ്ങളുള്ള ഒരു വടവൃക്ഷംപോലെയാണ് യസീദിസമെന്ന് ഞാൻ പറയും. ഓരോ ശിഖരത്തിനും പറയാൻ ഒരു നീണ്ട പുരാണകഥയുണ്ടാവും. ഈ കഥകളിൽ ഭൂരിഭാഗവും ദുഃഖപര്യവസായിയും.

ഒരു ദശലക്ഷം യസീദികൾ മാത്രമാണ് ഇന്ന് ലോകത്തുള്ളത്. ഒന്നെനിക്കറിയാം, ഞങ്ങളുടെ സ്വത്വം നിർണയിച്ചിരുന്നതും സമുദായത്തെ ഒറ്റക്കെട്ടായി നിലനിർത്തിയിരുന്നതും യസീദി വിശ്വാസം തന്നെയായിരുന്നു. പക്ഷേ, ആ വിശ്വാസം ഞങ്ങളെ കൊടിയ പീഡനങ്ങൾക്കും ഇരയാക്കി. ഓട്ടോമൻ ഭരണാധികാരികൾ മുതൽ സദ്ദാം ഹുസൈന്റെ ബാത്ത് പാർട്ടിവരെ ഞങ്ങളെ ആക്രമിക്കുകയോ അവർക്ക് വഴങ്ങാൻ ഭീഷണിപ്പെടുത്തുകയോ ചെയ്തു കൊണ്ടിരുന്നു. യസീദി വിശ്വാസത്തെ ഇകഴ്ത്താൻ ഇവരെല്ലാവരും ശ്രമിച്ചു. ഞങ്ങൾ സാത്താൻ സേവകരാണെന്നായിരുന്നു മുഖ്യപ്രചാരണം. അശുദ്ധമായ യസീദി വിശ്വാസം ഉപേക്ഷിക്കണം എന്നായിരുന്നു എല്ലാവരുടെയും ആവശ്യം. തലമുറകളായി ഈ ഭൂമുഖത്തുനിന്ന് തങ്ങളെ തുടച്ചു മാറ്റാനുള്ള ശ്രമം അതിജീവിച്ചവരാണ് യസീദികൾ. കൊന്നൊടുക്കിയോ നിർബന്ധിത മതപരിവർത്തനം നടത്തിയോ നാടുകടത്തിയോ സ്വത്തുവകകൾ കൊള്ളയടിച്ചോ യസീദി വിശ്വാസത്തെ നിഷ്കാസനം ചെയ്യാൻ ശത്രുക്കൾ ശ്രമിച്ചുകൊണ്ടിരുന്നു. യസീദികൾക്കെതിരായ ആക്രമണങ്ങൾ 'ഫിർമാൻ' എന്നാണ് വിശേഷിപ്പിക്കപ്പെട്ടത്, ഞങ്ങൾ വംശഹത്യ എന്ന വാക്ക് അറിയുന്നതുവരെ.

തട്ടിയെടുക്കപ്പെട്ട കർഷകരെ വിട്ടുകിട്ടാനുള്ള മോചനദ്രവ്യം കേട്ട് കൊച്ചോ ശരിക്കും ഞെട്ടി. നാൽപതിനായിരം ഡോളറാണ് തട്ടിക്കൊണ്ടുപോയവർ കർഷകരുടെ കുടുംബത്തോട് ഫോണിലൂടെ ആവശ്യപ്പെട്ടത്. പണം നൽകുന്നില്ലെങ്കിൽ കുടുംബം ഒന്നടങ്കം ഇസ്ലാമിലേക്ക് മതപരിവർത്തനം ചെയ്യണമത്രെ. ഇല്ലെങ്കിൽ അവർ രണ്ടുപേരെയും കൊന്നുകളയുമെന്നായിരുന്നു ഫോൺ സന്ദേശം.

നാൽപതിനായിരം ഡോളർ ഒരു വലിയ തുകയാണ്. പക്ഷേ, ഗ്രാമത്തലവൻ അഹമ്മദ് ജാസോയ്ക്ക് മുന്നിൽ വിങ്ങിപ്പൊട്ടിയ കുടുംബാംഗങ്ങളെ ആശങ്കപ്പെടുത്തിയത് മറ്റൊന്നായിരുന്നു. യസീദി വിശ്വാസം പണയപ്പെടുത്തുന്നതിനേക്കാൾ മരണത്തെ പുൽകാൻ തട്ടിയെടുക്കപ്പെട്ടവർ തീരുമാനിക്കുമെന്ന് കുടുംബാംഗങ്ങൾക്ക് ഉറപ്പായിരുന്നു. പക്ഷേ, ഒന്നും സംഭവിച്ചില്ല. തടവിൽ പാർപ്പിച്ചിരുന്ന മുറിയുടെ തകർന്ന ജനാലയിലൂടെ ചാടി രക്ഷപ്പെട്ട കർഷകർ ബാർലി പാടങ്ങളിലൂടെ കിലോമീറ്ററുകൾ ഓടി ഗ്രാമത്തിൽ തിരിച്ചെത്തി. മുട്ടുവരെ ചെളിയിൽ പുതഞ്ഞ് ശരീരമാസകലം വിറച്ച് മടങ്ങിയെത്തിയ അവരെ കണ്ട് ഗ്രാമീണർ ആനന്ദക്കണ്ണീർ പൊഴിച്ചു. പക്ഷേ, തട്ടിയെടുക്കലുകൾ അവസാനിച്ചിട്ടില്ലായിരുന്നു.

ഞങ്ങളുടെ താഹ കുടുംബത്തിലെ ജോലിക്കാരൻ ദിഷാനെയും അധികം വൈകാതെ സുന്നികൾ തട്ടിക്കൊണ്ടുപോയി. സിൻജാർ താഴ്വരയിലെ പാടത്ത് ഞങ്ങളുടെ ചെമ്മരിയാടുകളെ മേയ്ക്കുകയായിരുന്നു ദിഷാൻ. എന്റെ അമ്മയുടെയും സഹോദരന്മാരുടെയും വർഷങ്ങൾ നീണ്ട കഠിനാധ്വാനത്തിന്റെ ഫലമായിരുന്നു ആ ആട്ടിൻ കൂട്ടം. ഓരോ ആടിനെയും വാങ്ങുന്നതും വളർത്തിയെടുക്കുന്നതും അവരുടെ ജീവിതവിജയത്തിന്റെ സൂചികകളായിരുന്നു. മൃഗസമ്പത്ത് എന്നും ഞങ്ങളുടെ അഭിമാനമായിരുന്നു. മേയാൻ വിടാത്തപ്പോൾ ഞങ്ങളുടെ വീട്ടുമുറ്റത്ത് അവ ഓമനകളായി കഴിഞ്ഞുപോന്നു. വർഷത്തിലൊരിക്കലുള്ള ആടുകളുടെ രോമം മുറിക്കൽ ഞങ്ങൾക്ക് ആഘോഷം തന്നെയായിരുന്നു. പഞ്ഞിക്കെട്ടുകൾ പോലെയുള്ള അവയുടെ രോമം നിലത്തു വീഴുന്നത് എനിക്ക് പ്രിയപ്പെട്ട കാഴ്ചയും. അവ വീട്ടിലാകെ കസ്തൂരി മണം പടർത്തി. പതിഞ്ഞ ശബ്ദത്തിൽ കരയുന്ന ആടുകൾ മെല്ലെ ചടങ്ങിനോട് ഇഴുകിച്ചേരും.

ചെമ്മരിയാടിന്റെ രോമങ്ങൾകൊണ്ട് എന്റെ അമ്മ ഷാമി കമ്പിളി പുതപ്പുകൾ ഉണ്ടാക്കുമായിരുന്നു. വർണനൂലുകളും മറ്റും ഇഴചേർത്തുണ്ടാക്കുന്ന അവയുടെ കീഴിൽ ഉറങ്ങാൻ നല്ല സുഖമായിരുന്നു. ആട്ടിൻ കുഞ്ഞുങ്ങളെ അറുക്കാൻ കൊടുക്കുന്ന ദിവസം സങ്കടംകൊണ്ട് ഞാൻ വീട്ടിൽനിന്ന് മാറിനിൽക്കും. ദിഷാനെ തട്ടിയെടുത്ത സമയത്ത് ഞങ്ങൾക്ക് നൂറിലേറെ ആടുകളുണ്ടായിരുന്നു. ഞങ്ങളുടെ കൊച്ചു സൗഭാഗ്യം.

കർഷകർക്കൊപ്പം കോഴിയെയും കുഞ്ഞുങ്ങളെയും കടത്തിക്കൊണ്ടു പോയവർ ദിഷാനൊപ്പം ആടുകളെയും കടത്തിക്കാണുമെന്ന് ഞങ്ങൾ സ്വാഭാവികമായും ഭയന്നു. 'നമ്മുടെ ആകെയുള്ള സമ്പാദ്യവും അവർ കൊണ്ടുപോയിക്കാണും.' ഞങ്ങൾ പരസ്പരം പറഞ്ഞു. എന്റെ സഹോദരൻ സയീദ് പിക് അപ് ട്രക്കുമായി ആടുകളെ തിരക്കി സിൻജാറിലേക്ക് പോയി. പക്ഷേ, ഞങ്ങളുടെ ആശങ്കകൾ അസ്ഥാന

ത്തായി. രണ്ട് ആടുകളെ മാത്രമേ കാണാതായുള്ളൂ എന്ന് സയീദ് അമ്മയെ വിളിച്ചറിയിച്ചു. അതും ഒരു കിഴവൻ ആടും പെണ്ണാട്ടിൻ കുഞ്ഞും മാത്രം. ബാക്കിയുള്ളവ അവിടെത്തന്നെ മേയുന്നുണ്ടായിരുന്നു. ആടുകൾ സയീദിനൊപ്പം വീടണഞ്ഞപ്പോൾ ഞങ്ങൾ സന്തോഷിച്ചു. പക്ഷേ, അപ്പോഴും മൂത്ത സഹോദരൻ ഏലിയാസ് ആശയക്കുഴപ്പത്തിലായിരുന്നു. 'എന്താവാം അവർ ആടുകളെ കൊണ്ടുപോകാതിരുന്നത്? സുന്നികൾ അത്ര ധനികരൊന്നുമല്ല. എന്നിട്ടും...' അതിനു പിന്നിൽ മറ്റെന്തോ ഉണ്ടെന്ന് ഏലിയാസ് സംശയിച്ചു.

ദിഷാനെ തട്ടിയെടുത്തത് ഗ്രാമത്തെയാകെ പരിഭ്രാന്തിയിലാക്കി. വീടുകൾക്ക് മുന്നിൽ ആളുകൾ കൂട്ടം കൂടി നിന്നു. ഗ്രാമാതിർത്തിയിൽ പുരുഷൻമാർ മാറി മാറി കാവൽനിന്നു. അപരിചിത വാഹനങ്ങൾ കർശനപരിശോധനയക്കു വിധേയമാക്കി. എന്റെ സഹോദരൻ ഹെസ്നി പൊലീസിലായിരുന്നു. സിൻജാറിലെ ഡ്യൂട്ടിക്കിടെ വീട്ടിലെത്തിയ ഹെസ്നിയും അതിർത്തി കാവൽ ജോലി ഏറ്റെടുത്തു. പക്ഷേ, കൃത്യമായി എന്തുവേണമെന്ന് ആർക്കും ഒരു ഊഹവും ഇല്ലായിരുന്നു. പ്രതികാരം ചെയ്യണമെന്നായിരുന്നു ദിഷാന്റെ അമ്മാവന്റെ പക്ഷം. നമുക്ക് അവരുടെ ആട്ടിടയന്മാരെ തട്ടിയെടുക്കാം. എന്നിട്ട് ദിഷാനെ വിട്ടുതരാൻ ആവശ്യപ്പെടാം. അദ്ദേഹം നിർദേശിച്ചു. അവരുടെ എന്നുദ്ദേശിച്ചത് കൊച്ചോയുടെ കിഴക്കുള്ള പരമ്പരാഗത സുന്നി ഗ്രാമത്തിലെ ആളുകളെക്കുറിച്ചാണ്.

അത് അൽപം അപകടം നിറഞ്ഞ മാർഗ്ഗമായതിനാൽ ദിഷാന്റെ അമ്മാവനെ ആരും പിന്തുണച്ചില്ല. എന്റെ സഹോദരന്മാർക്കും അക്കാര്യത്തിൽ ഭിന്നാഭിപ്രായമായിരുന്നു. അവർ ഞങ്ങളുടെ അച്ഛനെപോലെ ധൈര്യശാലികളും എന്തിനും പോന്നവരുമായിരുന്നു. എന്റെ നേരെ മൂത്ത സഹോരൻ സയീദ് എപ്പോഴും സ്വയം ഒരു സൂപ്പർ ഹീറോയെപ്പോലെ സങ്കൽപ്പിച്ചു നടക്കും. തന്റെ കഴിവ് തെളിയിക്കാൻ ഒരു അവസരം കാത്തിരിക്കുകയായിരുന്നു അവൻ. ദിഷാന്റെ അമ്മാവന്റെ പദ്ധതിയോട് സയീദിന് യോജിപ്പായിരുന്നു. പക്ഷേ, അവനെക്കാൾ പത്തു വയസ്സിനു മൂത്തതും ഞങ്ങളെക്കാളെല്ലാം തന്മയീഭാവശേഷിയുള്ള ആളുമായ ഹെസ്നി അവനോടു വിയോജിച്ചു. തട്ടിയെടുക്കൽ പദ്ധതി അപകടമാണെന്ന് ഹെസ്നി വാദിച്ചു. പക്ഷേ, ദിഷാന്റെ അമ്മാവൻ വെറുതെ ഇരുന്നില്ല. കൂടെ നില്ക്കാൻ തയ്യാറായവരുമായി ചേർന്ന് അദ്ദേഹം രണ്ടു സുന്നികളായ ആട്ടിടയന്മാരെ തട്ടിയെടുത്തു. അവരെ കൊച്ചോയിലെ ഒരു വീട്ടിൽ പൂട്ടിയിട്ടു കാത്തിരുന്നു.

ഗ്രാമത്തിലെ തർക്കങ്ങൾക്കെല്ലാം പരിഹാരം കണ്ടിരുന്നത് അഹമ്മദ് ജാസോ ആയിരുന്നു. ഞങ്ങളുടെ ഗ്രാമത്തലവൻ. എല്ലാ തർക്കങ്ങൾക്കും നയതന്ത്രത്തിലൂന്നി പ്രായോഗികമായ പരിഹാരം നിർദേശിക്കാൻ ജസോയ്ക്കായിരുന്നു. തട്ടിയെടുക്കലിന്റെ കാര്യത്തിൽ അദ്ദേഹം ഹെസ്നിയുടെ പക്ഷത്തായിരുന്നു. സുന്നികളുമായുള്ള നമ്മുടെ ബന്ധം ഇപ്പോൾ തന്നെ വഷളായിരിക്കുകയാണ്. ഇനി നമ്മൾ പോരിനു പോയാൽ അവർ എങ്ങനെ പ്രതികരിക്കുമെന്നറിയില്ല. ജാസോ ആശങ്കപ്പെട്ടു. കൊച്ചോയ്ക്ക് പുറത്തെ സ്ഥിതി ഞങ്ങൾ മനസ്സിലാക്കുന്നതിനേക്കാൾ മോശമാണെന്ന് അദ്ദേഹം മുന്നറിയിപ്പ് നൽകി. ഇറാഖിൽ രൂപംകൊണ്ട ഇസ്ലാമിക് സ്റ്റേറ്റ് അഥവാ ഐസിസ് എന്ന് സ്വയം വിളിക്കുന്ന ഒരു സംഘം ഇപ്പോൾ സിറിയയിലേക്കും പ്രവർത്തനം വ്യാപിപ്പിച്ചിരിക്കുന്നു. അവരാണ് നമ്മുടെ ആളുകളെ തട്ടിക്കൊണ്ടുപോയത്. തൊട്ടടുത്ത ഗ്രാമങ്ങൾ അവരുടെ കീഴിലായിക്കഴിഞ്ഞു. കറുപ്പ് വസ്ത്രധാരികളായ അവരെ നിരവധി വാഹനങ്ങളിൽ കാണുന്നുണ്ട്. ജാസോ പറഞ്ഞു. നിങ്ങൾ കാര്യങ്ങൾ കൂടുതൽ വഷളാക്കും, അദ്ദേഹം ദിഷാന്റെ അമ്മാവനെ കുറ്റപ്പെടുത്തി. അതോടെ സുന്നി ആട്ടിടയന്മാരെ ഉടൻ തന്നെ സ്വതന്ത്രരാക്കി. പക്ഷേ, ദിഷാൻ അപ്പോഴും തടവിൽ തുടർന്നു.

അഹമ്മദ് ജാസോ സമർത്ഥനായ നേതാവായിരുന്നു. ജാസോ കുടുംബത്തോട് ഗ്രാമത്തിൽ എല്ലാവർക്കും വലിയ ബഹുമാനവും ആയിരുന്നു. തലമുറകളായി സുന്നികളുമായുള്ള തർക്കത്തിൽ എന്നും മാധ്യസ്ഥം വഹിച്ചിരുന്നത് അവരായിരുന്നു. ഗ്രാമവാസികളുടെ എല്ലാത്തരം പ്രശ്നങ്ങൾക്കും ജാസോ കുടുംബത്തിന്റെ പക്കൽ പരിഹാരമുണ്ടാകും. അവരുടെ നയതന്ത്ര വൈദഗ്ദ്ധ്യം ഗ്രാമത്തിനു പുറത്തും പ്രശസ്തമായിരുന്നു. പക്ഷേ, ഇത്തവണ അഹമ്മദ് ജാസോയുടെ നിലപാടുകളിൽ ഞങ്ങളിൽ ചിലർക്ക് സംശയമുണ്ടായിരുന്നു. യസീദികൾ കഴിവുകെട്ടവരാണെന്നും സ്വയം സംരക്ഷിക്കാൻ കഴിവില്ലാത്തവരാണെന്നും സുന്നി തീവ്രവാദികളോട് പറയുകയാണോ ജാസോ? ഞങ്ങൾ സംശയിച്ചു.

ഐസിസ് ഭീകരന്മാരിൽനിന്ന് ഞങ്ങളെ രക്ഷിക്കാൻ ആകെയുള്ളത് കുർദിഷ് പോരാളികൾ മാത്രമാണ്. പെഷ്മർഗ എന്നാണ് അവർ അറിയപ്പെടുന്നത്. മൊസൂൾ നഗരം തീവ്രവാദികൾ പിടിച്ചെടുത്ത ശേഷമാണ് കുർദിസ്താൻ പ്രവിശ്യാസർക്കാർ കൊച്ചോയുടെ സംരക്ഷണത്തിന് പെഷ്മർഗയെ അയച്ചത്. പെഷ്മർഗ സൈനികർ ഞങ്ങൾക്ക് ഏറെ ബഹുമാനിതരായ അതിഥികൾ ആയിരുന്നു. സ്കൂളിലെ വൈക്കോൽ കിടക്കകളിൽ അവർ കിടന്നുറങ്ങി. ഓരോ ആഴ്ചയും ഓരോ കുടുംബം ആടിനെ കൊന്ന് അവർക്കു രുചികരമായ വിഭവമൊരുക്കി. പാവപ്പെട്ട ഗ്രാമവാസികൾക്ക് താങ്ങാൻ കഴിയുന്നതല്ലായിരുന്നു

ഈ സൽക്കാരം. സിറിയയിലും തുർക്കിയിലുമൊക്കെ യുദ്ധമുഖത്തു പോരാടുന്ന കുർദിഷ് പെൺപോരാളികളെക്കുറിച്ചു ഞാൻ കേട്ടിട്ടുണ്ടായിരുന്നു. അവരെക്കുറിച്ചുള്ള ചിന്ത എന്നെ കൂടുതൽ ധീരയാക്കി.

എന്റെ സഹോദരന്മാരിൽ ചിലരുൾപ്പെടെ ഏതാനും ഗ്രാമവാസികൾ യസീദികൾക്കു സ്വയം സംരക്ഷിക്കാൻ കഴിയണം എന്ന പക്ഷക്കാരായിരുന്നു. ഗ്രാമാതിർത്തികളിൽ കാവലിന് ആളെ നിയോഗിക്കണം എന്ന പക്ഷക്കാരായിരുന്നു അവർ. അഹമ്മദ് ജാസോയുടെ സഹോദരൻ നായിഫ് ഇക്കാര്യം കുർദിഷ് ഭരണാധികാരികളെ ബോധ്യപ്പെടുത്താൻ ശ്രമിച്ചു. യസീദികളുടെ സ്വന്തം സേന എന്ന ആശയത്തെ പക്ഷേ, സർക്കാർ മുഖവിലയ്ക്കെടുത്തില്ല. തീവ്രവാദവിരുദ്ധ പോരാട്ടത്തിൽ യസീദി പുരുഷന്മാരെ പരിശീലിപ്പിക്കാനോ പങ്കെടുപ്പിക്കാനോ ആരും തയ്യാറായില്ല. തങ്ങൾ ഉള്ളിടത്തോളം ഒന്നും ഭയക്കാനില്ലെന്നു പെഷ്മർഗ സൈനികരും പറഞ്ഞുകൊണ്ടിരുന്നു. എന്തു വില കൊടുത്തും യസീദികളെ സംരക്ഷിക്കുമെന്ന് അവർ ഉറപ്പുനൽകി. ഇറാഖി കുർദിസ്താന്റെ അവിഭാജ്യ ഘടകമായ യസീദികളെ കൈവിടില്ലെന്ന് സൈനികർ ആവർത്തിച്ചു. എർബിൽ വീണാലും സിൻജാർ വീഴാൻ അനുവദിക്കില്ല, അവർ പറഞ്ഞു. അവരെ വിശ്വസിക്കുകയല്ലാതെ ഞങ്ങൾക്ക് വേറെ മാർഗം ഉണ്ടായിരുന്നില്ല.

എങ്കിലും കൊച്ചോയിലെ മിക്ക വീട്ടുകാരും അരികിൽ ആയുധങ്ങളുമായാണ് ഉറങ്ങിയിരുന്നത്. നല്ല ഭാരമുള്ള പഴഞ്ചൻ കലാഷ്നിക്കോവ് തോക്കുകൾ, മൃഗങ്ങളെ അറുക്കാൻ ഉപയോഗിക്കുന്ന കത്തി തുടങ്ങിയവയൊക്കെയായിരുന്നു ഞങ്ങളുടെ ആയുധങ്ങൾ. എന്റെ സഹോദരന്മാരുൾപ്പെടെ കൊച്ചോയിലെ നിരവധി ആണുങ്ങൾ 2003-ലെ ഇറാക്ക് അധിനിവേശ കാലത്തു അതിർത്തിരക്ഷാസേനയിലോ പൊലീസിലോ ജോലി ചെയ്തിട്ടുള്ളവരായിരുന്നു. അതുകൊണ്ടുതന്നെ സൈനികർ അതിർത്തി കാക്കുമ്പോൾ കുടുംബങ്ങളെ സംരക്ഷിക്കാൻ ഞങ്ങളുടെ പുരുഷന്മാർക്കാവുമെന്നു ഉറപ്പുണ്ടായിരുന്നു. 2007-ൽ യസീദികൾ തന്നെയാണ് ഗ്രാമത്തിനു ചുറ്റും ചെളികൊണ്ടുള്ള സംരക്ഷണ ഭിത്തി നിർമ്മിച്ചത്. ഒരു വർഷം മുഴുവൻ അതിർത്തി കാവൽ ജോലി ഏറ്റെടുത്തതും കൊച്ചോയിലെ ആണുങ്ങൾതന്നെയായിരുന്നു. രാത്രികാവലും വാഹന പരിശോധനയുമായി ഒറ്റ അപരിചിതനും ഗ്രാമത്തിൽ പ്രവേശിക്കാതെ അവർ കാത്തു. എല്ലാം സാധാരണ നിലയിൽ ആയ ശേഷമാണ് ആ പതിവ് അവസാനിപ്പിച്ചത്.

ദിഷാനെ തട്ടിയെടുത്തത് ഞങ്ങളെ നല്ലപോലെ പരിഭ്രാന്തരാക്കി. പക്ഷേ, പെഷ്മർഗ ഒന്നും ചെയ്തില്ല. ഗ്രാമവാസികൾ തമ്മിലുള്ള ചെറിയ തർക്കമാവണം ദിഷാൻ സംഭവത്തിലെന്നാണ് അവർ ധരിച്ചത്. ഇത്തരം ചെറിയ പ്രശ്നങ്ങളിൽ ഇടപെടാനല്ലല്ലോ മസൂദ് ബർസാനി

(കുർദിസ്താൻ പ്രവിശ്യ തലവൻ) അവരെ അതിർത്തിക്കപ്പുറത്തെ അപകടം നിറഞ്ഞ പ്രദേശത്തേക്ക് അയച്ചത്. ചിലപ്പോൾ അവരും ഞങ്ങളെപ്പോലെ ഭയന്നതാവണം. അവരിൽ ചിലരെങ്കിലും എന്റെ ഏറ്റവും ഇളയ സഹോദരൻ സയീദിന്റെ പ്രായക്കാരായിരുന്നു. സംഘർഷങ്ങൾ എത്ര പെട്ടന്നാണ് ആളുകളെ മാറ്റുന്നത്, പ്രത്യേകിച്ച് പുരുഷന്മാരെ? അടുത്ത കാലം വരെ സയീദ് എന്റെയും ഞങ്ങളുടെ മരുമകൾ കാതറീന്റെയും കൂടെ വീട്ടുമുറ്റത്തു കളിക്കുമായിരുന്നു. ആൺകുട്ടികൾ പാവയെവച്ച് കളിക്കരുതെന്നുപോലും തിരിച്ചറിയാത്തവനായിരുന്നു സയീദ്. പെട്ടെന്നാണ് അവന്റെ ശ്രദ്ധ ഇറാഖിലെയും സിറിയയിലെയും സംഘർഷങ്ങളിലേക്കു തിരിഞ്ഞത്. ഇസ്ലാമിക് സ്റ്റേറ്റ് ആളുകളുടെ തലയറുക്കുന്ന വീഡിയോ അവൻ കാണുന്നത് ഞാൻ കണ്ടുപിടിച്ചു. പക്ഷേ, എന്നെ അത്ഭുതപ്പെടുത്തി എനിക്ക് കൂടി കാണാവുന്ന തരത്തിൽ അവൻ മൊബൈൽ ഫോൺ ഉയർത്തിപ്പിടിച്ചു. ഇതു കണ്ടു വന്ന മൂത്ത ചേട്ടൻ മസൂദ് കലിതുള്ളി. അത് നാദിയയെ കാണിക്കാൻ നിനക്ക് എങ്ങനെ തോന്നി? മസൂദിന്റെ അലർച്ചയിൽ സയീദ് വിറച്ചുപോയി. അവനു കുറ്റബോധമുണ്ടെന്ന് എനിക്ക് മനസ്സിലായി. പക്ഷേ, ഞങ്ങളുടെ തൊട്ടടുത്ത് നടക്കുന്ന ഭയാനക ദൃശ്യങ്ങളിൽനിന്ന് മുഖം തിരിക്കുക അസാധ്യമായിരുന്നു.

ദിഷാനെക്കുറിച്ചു ചിന്തിക്കുമ്പോഴെല്ലാം തലയറുക്കലിന്റെ ഭീകരദൃശ്യങ്ങൾ എന്നെ വേട്ടയാടി. പെഷ്മർഗ ഒന്നും ചെയ്യുന്നില്ലെങ്കിൽ ദിഷാനുവേണ്ടി എന്തെങ്കിലും ചെയ്യണമെന്ന് ഞാൻ തീരുമാനിച്ചു. പതിനൊന്നു മക്കളിൽ ഏറ്റവും ഇളയവളായ ഞാൻ അപ്പോഴും വീട്ടിലെ കുഞ്ഞായിരുന്നു. പോരാത്തതിന് പെൺകുട്ടിയും. ആ ഞാനാണ് സാഹസികതയ്ക്ക് ഇറങ്ങുന്നത്..! പക്ഷേ, ഭയങ്കര ദേഷ്യക്കാരിയും വായാടിയുമായിരുന്നു ഞാൻ. ഗ്രാമത്തിന്റെ വടക്കേ അറ്റത്തായിരുന്നു ഞങ്ങളുടെ വീട്. മാലമുത്തു കോർത്തതുപോലെ നിരനിരയായി മൺകട്ട അടുക്കിവച്ചുണ്ടാക്കിയ ഒറ്റനില വീട്. വാതിൽപ്പാളികളില്ലാത്ത എല്ലാ വാതിൽപ്പടിയും മുറ്റത്തേക്ക് മുഖം തിരിച്ചിരുന്നു. പച്ചക്കറി തോട്ടവും തന്തൂരി അടുപ്പും ആടും കോഴിയും എല്ലാം നിറഞ്ഞ മുറ്റം. അമ്മ, ഞാൻ, എന്റെ എട്ടു സഹോദരന്മാരിൽ ആറു പേർ, രണ്ടു സഹോദരിമാർ, രണ്ട് നാത്തൂന്മാർ, അവരുടെ മക്കൾ എന്നിവരായിരുന്നു വീട്ടിലെ അന്തേവാസികൾ. തൊട്ടടുത്തുതന്നെ മറ്റു സഹോദരന്മാരും അർദ്ധസഹോദരന്മാരും ബന്ധുക്കളും. മഴക്കാലത്ത് മേൽക്കൂര ചോർന്നൊലിക്കുന്ന വീടായിരുന്നു ഞങ്ങളുടേത്. വേനൽക്കാലത്തു വീടിനുള്ളിൽ ഇരുന്നാൽ അടുപ്പിൽവച്ച് പുഴുങ്ങുന്നതുപോലെ തോന്നും. കോണിപ്പടി വച്ച് വീടിനു മുകളിൽ കയറിക്കിടന്നാണ് വേനൽക്കാലത്തെ ഞങ്ങൾ അതിജീവിച്ചത്. മസൂദിന്റെ യന്ത്രപ്പണിക്കടയിൽ നിന്നുള്ള ലോഹങ്ങൾ

കൊണ്ടുവന്നു മേൽക്കൂരയിലെ ഓട്ടയടയ്ക്കും. പുതിയ വീടിനായി പണം സ്വരുക്കൂട്ടിവയ്ക്കുകയായിരുന്നു ഞങ്ങൾ. സിമന്റുകട്ടകൊണ്ടുള്ള പുതിയ വീടെന്ന സ്വപ്നത്തിന് അടുത്തെത്തിയിരുന്നു ഞങ്ങൾ.

മുൻവാതിലിൽക്കൂടി വീടിനകത്തു കയറിയ ഞാൻ പെൺകുട്ടികളുടെ മുറിയിലേക്കോടി. ഒരു നരച്ച സ്കാർഫ് എടുത്തു തലയിൽ ചുറ്റി. സാധാരണ പച്ചക്കറി അരിയുമ്പോൾ മുടി കണ്ണിൽ വീഴാതിരിക്കാനാണ് ഇങ്ങനെ കെട്ടിവയ്ക്കാറ്. കണ്ണാടിയുടെ മുന്നിൽ നിന്ന ഞാൻ യുദ്ധത്തിനൊരുങ്ങുന്ന പോരാളിയെപ്പോലെ സ്വയം ഭാവിച്ചു. വർഷങ്ങൾ പാടത്തു പണിയെടുത്ത എനിക്ക് കാണുന്നതിലും ആരോഗ്യമുണ്ടായിരുന്നു. പക്ഷേ, തീവ്രവാദികളെയോ മറ്റു സുന്നികളെയോ കണ്ടാൽ എന്തു ചെയ്യണമെന്ന് ഒരു ഊഹവും ഇല്ലായിരുന്നു. എന്താണ് അവരോടു പറയേണ്ടത്? തീവ്രവാദികൾ ഞങ്ങളുടെ ആട്ടിടയനെ തട്ടിയെടുത്ത് നിങ്ങളുടെ ഗ്രാമത്തിലേക്ക് കൊണ്ടുപോയി, നിങ്ങൾക്ക് തടയാമായിരുന്നു, ചുരുങ്ങിയത് അയാളെ എവിടെയാണ് സൂക്ഷിച്ചിരിക്കുന്നത് എന്നെങ്കിലും പറയാമായിരുന്നു. മുറിയിലെ കണ്ണാടിക്കു മുന്നിൽ ഞാൻ പരിശീലനം തുടങ്ങി. മുറ്റത്തിന്റെ മൂലയിൽനിന്ന് ആട്ടിടയന്മാരുടേതുപോലുള്ള ഒരു വടി ഞാൻ കൈക്കലാക്കി. അമ്മയും സഹോദരന്മാരും വീടിനുമുന്നിലിരുന്നു സംസാരിക്കുന്നുണ്ടായിരുന്നു. അവർ എന്നെ ശ്രദ്ധിച്ചതേയില്ല.

സുന്നി ഗ്രാമത്തിൽനിന്നുള്ള ഒരു പിക്ക് അപ്പ് വാൻ കൊച്ചോയിലേക്ക് കടന്നുവന്നു. രണ്ടു പുരുഷന്മാർ മുൻസീറ്റിലും രണ്ടുപേർ പിറകിലും. ദിഷാനെ കടത്തിക്കൊണ്ടുപോയ സുന്നി അറബ് വംശജരിൽപ്പെട്ടവരാണ് അവരെന്ന് എനിക്ക് മനസ്സിലായി. ഗ്രാമത്തിലെ പ്രധാന പാതയിലൂടെ ഒരു ഭയവും കൂടാതെ അവരുടെ വാഹനം കടന്നുപോകുന്നു. കൊച്ചോയുടെ ഉള്ളിലൂടെ വരേണ്ട കാര്യം അവർക്കില്ല. ഗ്രാമത്തിനു പുറത്തുള്ള വഴികളിലൂടെ സിൻജാറിലേക്കും മൊസൂളിലേക്കും പോകാവുന്നതാണ്. അതുകൊണ്ടുതന്നെ ആ വരവിൽ ഒരു ധിക്കാരം ഉണ്ടായിരുന്നു. മുറ്റത്തു നിന്നിറങ്ങി ഓടിയ ഞാൻ റോഡിനു നടുവിൽ കയറി നിന്നു. കയ്യിലുണ്ടായിരുന്ന വടി തലയ്ക്കു മുകളിൽ കറക്കി ഞാൻ ആജ്ഞാപിച്ചു: 'നിർത്തൂ, ദിഷാൻ എവിടെയുണ്ടെന്ന് പറ,' ഞാൻ അലറി.

എന്നെ തടയാൻ വീട്ടിലുള്ളവർ ഓടിയെത്തി. നീ എന്താണ് ഈ കാണിക്കുന്നത്? ഏലിയാസ് ഉച്ചത്തിൽ ശകാരിച്ചു. അവരെ ആക്രമിക്കാൻ പോകുന്നോ? വണ്ടിയുടെ ഗ്ലാസ് തല്ലിപ്പൊട്ടിക്കുമോ? സവാള വിളവെടുപ്പ് നടക്കുന്ന പാടത്തുനിന്ന് വിയർത്തു കുളിച്ചെത്തിയതായിരുന്നു ഏലിയാസും മറ്റു സഹോദരന്മാരും. ദിഷാനെ കണ്ടെത്താ

നുള്ള എന്റെ ശ്രമം കുട്ടിത്തമായേ അവർക്കു തോന്നിയുള്ളൂ. അമ്മയ്ക്ക് വല്ലാതെ അരിശം വന്നു. സാധാരണ എന്റെ ദേഷ്യപ്രകടനങ്ങൾ അമ്മ കാര്യമായെടുക്കാറില്ല. പക്ഷേ, ഇപ്പോൾ എല്ലാവരുടെയും രീതികൾ മാറി. ആളുകളുടെ ശ്രദ്ധാകേന്ദ്രമാവുന്നത്, പ്രത്യേകിച്ചും അവിവാഹിതരായ പെൺകുട്ടികൾക്ക് അങ്ങേയറ്റം അപകടകരമായി. അകത്തു കയറി വാ... അമ്മ ഒച്ചയെടുത്തു. 'നിനക്ക് നാണമില്ലേ നാദിയാ, ഇതൊന്നും നിന്റെ പണിയല്ല. അതൊക്കെ ആണുങ്ങൾ നോക്കിക്കോളും', അമ്മ വഴക്കു പറഞ്ഞു.

ജീവിതം മുന്നോട്ടു പൊയ്ക്കൊണ്ടിരുന്നു. ഇറാഖികൾ, പ്രത്യേകിച്ച് യസീദികളും മറ്റ് ന്യൂനപക്ഷങ്ങളും പുതിയ ഭീഷണികളുമായി പൊരുത്തപ്പെട്ടുകഴിഞ്ഞു. തകർന്നടിയുന്ന ഒരു രാജ്യത്ത് സാധാരണ ജീവിതം നയിക്കാൻ ആ പൊരുത്തപ്പെടൽ അനിവാര്യമായിരുന്നു. ചെറിയ ഒത്തുതീർപ്പുകൾക്ക് വഴങ്ങിയുള്ള ജീവിതം. പഠനം പൂർത്തിയാക്കൽ, അധ്വാനം കുറവുള്ള തൊഴിൽ കണ്ടെത്തൽ, വിവാഹം തുടങ്ങിയ ജീവിതസ്വപ്നങ്ങളെയെല്ലാം ഞങ്ങൾ കുഴിച്ചുമൂടി. ഇതൊന്നും സാധ്യമാവാത്ത ആഗ്രഹങ്ങളാണെന്ന് വളരെപ്പെട്ടെന്ന് സ്വയം ബോധ്യപ്പെടുത്താൻ ഞങ്ങൾക്കായി. ആരുമറിയാതെ ഇത്തരം പൊരുത്തപ്പെടലുകൾ സാധ്യമായി എന്നതാണ് വാസ്തവം. സ്കൂളിലെ മുസ്ലിം കുട്ടികളോട് ഞങ്ങൾ സംസാരിക്കാതെയായി. ഗ്രാമത്തിലെവിടെയെങ്കിലും ഒരു അപരിചിതന്റെ നിഴൽ കണ്ടാൽ വീടിനുള്ളിലേക്ക് വലിയാൻ ശീലിച്ചു. ആഭ്യന്തരസംഘർഷങ്ങളുടെ ദൃശ്യങ്ങൾ ടെലിവിഷനിൽ കണ്ട ഞങ്ങൾ രാജ്യത്തെ രാഷ്ട്രീയ അസ്ഥിരതയോർത്ത് ആശങ്കപ്പെട്ടു. ചിലസമയത്ത് രാഷ്ട്രീയത്തോട് പൂർണമായും മുഖംതിരിച്ച ഞങ്ങൾ നിശ്ശബ്ദതയാണ് സുരക്ഷിതം എന്ന തിരിച്ചറിവിലേക്കെത്തി. ഓരോ ആക്രമണശേഷവും കൊച്ചോയുടെ അതിർത്തി ഭിത്തി കൂടുതൽ ശക്തമാക്കാൻ ആണുങ്ങൾ ശ്രമിച്ചുപോന്നു. സിറിയൻ അതിർത്തിയായ കിഴക്കേ അറ്റത്തുനിന്ന് തുടങ്ങുന്ന സംരക്ഷണഭിത്തി പതിയെ ഗ്രാമത്തിനുചുറ്റും ഉയർന്നുവന്നു. എന്നിട്ടും സുരക്ഷിതമല്ലെന്ന് തോന്നിയതിനാൽ കൊച്ചോയ്ക്ക് ചുറ്റും കിടങ്ങും തീർത്തു.

നീതിനിഷേധത്തിന്റെ വേദന തലമുറകളായി അനുഭവിക്കുന്നവരായതുകൊണ്ട് യസീദികൾക്ക് പലതും വേഗത്തിൽ ഉൾക്കൊള്ളാനായി. ഞങ്ങളുടെ ഭക്ഷണം മറ്റുള്ളവർ നിഷേധിക്കുന്നതടക്കം, ആദ്യം കാണുന്നയാൾക്ക് കുറ്റകരമായി തോന്നുമെങ്കിലും, ഞങ്ങൾക്ക് അങ്ങനെയായിരുന്നില്ല. മറ്റൊരു വംശഹത്യാഭീഷണിയുടെ നിഴലിലായിരുന്നു യസീദികൾ എല്ലാക്കാലവും കഴിഞ്ഞത്. ഈ തിരിച്ചറിവുകളെല്ലാം കൊല്ലുന്ന വേദനയും ആഴത്തിലുള്ള മുറിവുകളും സമ്മാനിക്കുന്നവയും ആയിരുന്നു.

ദിഷാൻ തടവറയിൽ തുടർന്നു. ഞാനും സഹോദരങ്ങളും പതിവുപോലെ സവാളപ്പാടങ്ങളിലെ ജോലിയിലേക്ക് മടങ്ങി. ഒന്നും മാറിയില്ല. പച്ചക്കറികൾ വിളവെടുപ്പിന് പാകമായി. ഞങ്ങളല്ലാതെ അവ ശേഖരിക്കാൻ മറ്റാരുമില്ല. അവ വിറ്റഴിക്കാതെ ഞങ്ങൾക്ക് മറ്റ് വരുമാനമില്ല. പടർന്നുകിടന്ന വള്ളിച്ചെടികൾക്കിടയിൽ മുട്ടുകുത്തിനിന്ന് ഞങ്ങൾ സവാളപറിച്ചെടുത്ത് പ്ലാസ്റ്റിക് സഞ്ചികൾക്ക് ഉള്ളിലാക്കി. സഞ്ചിക്കുള്ളിലിരുന്ന് പാകമായിട്ട് വേണം ചന്തയിൽ വില്ക്കാൻ. പക്ഷേ, ഇക്കുറി മുസ്ലീം ഗ്രാമങ്ങളിൽ ഇവ വില്പനയ്ക്ക് കൊണ്ടുപോകാൻ കഴിയുമോ...? ആ ചോദ്യത്തിന് ആർക്കും ഉത്തരമുണ്ടായിരുന്നില്ല. ആരോ അഴുകിയ സവാള പറിച്ചെടുത്തു. അതിന്റെ രൂക്ഷഗന്ധത്തിൽ ഞങ്ങൾ മൂക്കുപൊത്തി.

പതിവുപോലെ പരദൂഷണം പറഞ്ഞും പരസ്പരം കളിയാക്കിയും പലതവണ പറഞ്ഞ കഥകൾ ആവർത്തിച്ചുമെല്ലാമാണ് ഞങ്ങൾ ജോലിയെടുത്തത്. എന്റെ സഹോദരി അഡ്കിയായിരുന്നു വലിയ തമാശക്കാരി. കാർ തടയാനുള്ള എന്റെ പോക്കും ഭാവവുമെല്ലാം അഭിനയിച്ചുകാണിച്ച അഡ്കിയുടെ പ്രകടനത്തിൽ ഞങ്ങൾ ചിരിച്ചു മറിഞ്ഞു. ജോലി രസകരമാക്കാൻ ചില മത്സരങ്ങളും നടത്തും. ആരാണ് കൂടുതൽ വിത്തിടുന്നത്, ആരാണ് കൂടുതൽ സവാള പറിക്കുന്നത് എന്നിങ്ങനെ. സൂര്യൻ അസ്തമിക്കാറാകുമ്പോൾ വീട്ടിലേയ്ക്ക് മടങ്ങും. അമ്മയ്ക്കൊപ്പം മുറ്റത്തിരുന്ന് അത്താഴം, പിന്നെ മട്ടുപ്പാവിൽ തോളോടുതോൾ ചേർന്ന് കിടന്നുറങ്ങും. ചന്ദ്രനെ നോക്കിയുള്ള കിടത്തത്തിൽ ഉറക്കം കണ്ണുകളെ കീഴ്പ്പെടുത്തുംവരെ എല്ലാവരും എന്തെങ്കിലും കുശുകുശുത്തുകൊണ്ടിരിക്കും.

തട്ടിയെടുപ്പുകാർ എന്തിനാണ് ഞങ്ങളുടെ മൃഗങ്ങളെ, അതും കോഴിയെയും കോഴിക്കുഞ്ഞുങ്ങളെയും പിന്നെ രണ്ട് ആടുകളെയും മാത്രം കൊണ്ടുപോയത് എന്ന സംശയത്തിന് ഉത്തരമുണ്ടായില്ല. ഐസിസ് തീവ്രവാദികൾ സിൻജാറും കൊച്ചോയും കീഴടക്കിയ ശേഷമാണ് ആ ഉത്തരം ഞങ്ങൾക്ക് കിട്ടിയത്. കൊച്ചോ നിവാസികളെ മുഴുവൻ സ്കൂൾ മൈതാനത്ത് അണിനിരത്തിയവരിൽ ഒരു തീവ്രവാദിയാണ് സ്ത്രീകൾക്ക് അക്കാര്യം വിശദീകരിച്ചു നല്കിയത്. തോക്ക് തോളത്തുവച്ച് അയാൾ പറഞ്ഞു. ഞങ്ങൾ പെട്ടെന്നൊരുദിവസം ഇങ്ങോട്ട് വന്നതല്ല. കൃത്യമായ സൂചനകൾ സമയാസമയങ്ങളിൽ തന്നിട്ടുണ്ട്. കോഴിയെയും കോഴിക്കുഞ്ഞുങ്ങളെയും കൊണ്ടുപോയത് സ്ത്രീകളെയും കുട്ടികളെയും തട്ടിയെടുക്കും എന്ന മുന്നറിയിപ്പായിരുന്നു. കിഴവനാടിനെ കടത്തിയതിലൂടെ ഞങ്ങൾ പറഞ്ഞത് നിങ്ങളുടെ നേതാക്കളെ ലക്ഷ്യംവച്ചിട്ടുണ്ടെന്നായിരുന്നു. അതിനെ കൊന്നതിലൂടെ അവരെയും കൊല്ലുമെന്നും. തട്ടിക്കൊണ്ടുപോയ പെണ്ണാട്ടിൻകുട്ടി നിങ്ങളുടെ പെൺമക്കളുടെ പ്രതീകവും.

രണ്ട്

അമ്മയ്ക്ക് എന്നെ ഇഷ്ടമായിരുന്നു. പക്ഷേ, അവർ ആഗ്രഹിക്കാതെ ഉണ്ടായ കുട്ടിയാണ് ഞാൻ. എന്നെ ഗർഭം ധരിക്കുന്നതിനുമുമ്പ് ഗർഭ നിരോധനഗുളികകൾക്കായി അമ്മ പണം സ്വരുക്കൂട്ടി വരികയായിരുന്നു. ചന്തയിൽപ്പോക്ക് ഒഴിവാക്കിയും തക്കാളി വിറ്റുമെല്ലാം ഇങ്ങനെ പണം സൂക്ഷിച്ചുവച്ചെങ്കിലും അക്കാര്യം അച്ഛനോട് പറയാൻ അമ്മയ്ക്ക് ഭയമായിരുന്നു. യസീദികൾക്ക് മറ്റുമതക്കാരുമായുള്ള വിവാഹം അനുവദിച്ചിരുന്നില്ല. മതപരിവർത്തനം നടത്തി യസീദിയാവുക എന്നതും സാധ്യമല്ല. അതുകൊണ്ടുതന്നെ കുടുംബങ്ങളിലെ അംഗസംഖ്യ ഏറുക എന്നതായിരുന്നു യസീദിസത്തിന്റെ നിലനില്പ്പിന്റെ അടിസ്ഥാനം. കുട്ടികളുടെ എണ്ണം കൂട്ടുകയെന്നാൽ പാടത്തെപ്പണിക്ക് ആളെക്കൂട്ടുക എന്നുമാണ്. മൂന്നുമാസം വരെ ഗർഭനിരോധന ഗുളികകൾ വാങ്ങാൻ അമ്മയ്ക്കായി. കയ്യിലുണ്ടായിരുന്ന പണം തീർന്നതോടെ അവർ ഗർഭിണിയായി. അങ്ങനെയാണ് ഞാൻ, അമ്മയുടെ പതിനൊന്നാമത്തെയും അവസാനത്തെയും കുട്ടി, ഉണ്ടാകുന്നത്.

അമ്മ അച്ഛന്റെ രണ്ടാം ഭാര്യയായിരുന്നു. നാലു കുഞ്ഞുങ്ങളെ നല്കിയ ആദ്യഭാര്യ ചെറുപ്പത്തിലേ മരിച്ചുപോയി. മക്കളെ നോക്കാൻ ഒരാളെന്ന നിലയിൽക്കൂടിയാണ് അച്ഛൻ അമ്മയെ വിവാഹം ചെയ്തത്. എന്റെ അമ്മ സുന്ദരിയായിരുന്നു. ഉറച്ച മതവിശ്വാസികളും സാമ്പത്തികമായി പിന്നാക്കം നില്ക്കുന്നവരുമായിരുന്നു അമ്മയുടെ കുടുംബക്കാർ. സാമ്പത്തിക പരാധീനതകൊണ്ടാവണം മുത്തശ്ശൻ സന്തോഷത്തോടെ അമ്മയെ അച്ഛന്റെ രണ്ടാംഭാര്യയായി നല്കിയത്. സ്വന്തമായി ഭൂമിയും മൃഗങ്ങളുമെല്ലാമുള്ള അച്ഛൻ കൊച്ചോ നിവാസികൾക്കിടയിൽ സാമാന്യം സമ്പന്നനായിരുന്നു. അങ്ങനെ ഇരുപത് വയസ്സ് തികയും മുമ്പ്, പാചകം പോലും അറിയാത്ത അമ്മ, നാലുകുട്ടികളുടെ ചിറ്റമ്മയും അച്ഛന്റെ ഭാര്യയുമായി. സ്കൂളിൽ പോയിട്ടില്ലാത്ത അമ്മയ്ക്ക് എഴുത്തും വായനയും അന്യമായിരുന്നു. മിക്ക യസീദികളെയുംപോലെ കുർദിഷായിരുന്നു അവരുടെ മാതൃഭാഷ. അറബി അറിയാത്തതുകൊണ്ട് സുന്നി ഗ്രാമങ്ങളിൽനിന്ന് കല്യാണത്തിനോ കച്ചവടത്തിനോ എത്തുന്നവരുമായി അമ്മയ്ക്ക് ആശയവിനിമയം സാധ്യമായിരുന്നില്ല. ഞങ്ങളുടെ മതപാഠപുസ്തകങ്ങളിലെ കഥകൾപോലും അമ്മയ്ക്ക് അറിയുമായിരുന്നില്ല. എന്നാൽ കഠിനാധ്വാനിയായിരുന്നു അവർ. കർഷകന്റെ ഭാര്യയെന്ന നിലയിൽ ഒരേസമയം നിരവധി ഉത്തരവാദിത്തങ്ങൾ

അവർക്ക് നിറവേറ്റേണ്ടിയിരുന്നു. പതിനൊന്നു മക്കളെ പ്രസവിക്കുക എന്നതിനൊപ്പം എല്ലുമുറിയെ പണിയെടുക്കുകയും വേണം. വിറകു ശേഖരിക്കുക, കാർഷിക വിളകൾ പരിപാലിക്കുക, ട്രാക്ടർ ഓടിക്കുക എന്നിങ്ങനെ കടുത്ത ജോലികളെല്ലാം പ്രസവത്തിന് തൊട്ടുമുമ്പുവരെ ചെയ്യണം.

പ്രസവം കഴിഞ്ഞാൽ കുഞ്ഞിനെയുമെടുത്ത് അതെല്ലാം ചെയ്യണം. എന്റെ ഇരട്ട സഹോദരന്മാരെ, സവൂദിനെയും മസൂദിനെയും വയറ്റിലുണ്ടായിരുന്നപ്പോൾ മാത്രമാണ് ഗർഭകാലത്തെ പ്രയാസങ്ങൾ മൂലം അമ്മ അല്പമെങ്കിലും വിശ്രമിച്ചത്.

പരമ്പരാഗത യസീദി മൂല്യങ്ങൾ കാത്തുസൂക്ഷിക്കുന്നയാളായിരുന്നു അച്ഛൻ. മെടഞ്ഞിട്ട നീണ്ട മുടിയും വെള്ളശിരോവസ്ത്രവുമെല്ലാം ഇതിന്റെ ഭാഗമായിരുന്നു. സ്തോത്രഗീതങ്ങൾ പാടി ഗ്രാമത്തിലേക്ക് കടന്നുവരുന്ന *കവ്വാലുകൾ* എന്നറിയപ്പെടുന്ന സഞ്ചാരി മതപണ്ഡിതരെ ഏറെ സ്നേഹത്തോടെയും ആദരവോടെയും അച്ഛൻ വരവേറ്റിരുന്നു. ഗ്രാമത്തിലെ മുതിർന്ന ആണുങ്ങളുടെ യോഗങ്ങളിൽ മുഖ്യനായിരുന്നു അദ്ദേഹം. ഇത്തരം യോഗങ്ങളിലാണ് സമുദായം നേരിടുന്ന വിവിധ പ്രശ്നങ്ങൾ ചർച്ചയായിരുന്നത്.

അനീതി പൊറുക്കാൻ അച്ഛൻ തയ്യാറായിരുന്നില്ല. ശാരീരിക മുറിവുകളെക്കാൾ വലുതായിരുന്നു അദ്ദേഹത്തിന് ആത്മാഭിമാനത്തിനേല്ക്കുന്ന ക്ഷതം. അച്ഛന്റെ സുഹൃത്തുക്കൾ അദ്ദേഹത്തിന്റെ ധീരസാഹസിക കഥകൾ പറയുമായിരുന്നു. അഹമ്മദ് ജാസോയെ ശത്രുക്കളുടെ വധശ്രമത്തിൽനിന്ന് രക്ഷപ്പെടുത്തിയത്, സുന്നി ഗ്രാമത്തിലെ കുതിരാലയത്തിൽ നിന്ന് ചാടി വന്ന കുതിരയെ സ്വന്തമാക്കിയ കൊച്ചോക്കാരൻ ഖലാഫിനെ കൈത്തോക്കുകാട്ടി വിരട്ടിയത്... അങ്ങനെയങ്ങനെ. 'ശരിയുടെ ഭാഗത്ത് നില്ക്കാനായിരുന്നു നിങ്ങളുടെ അച്ഛനിഷ്ടം...', അദ്ദേഹത്തിന്റെ മരണശേഷം സുഹൃത്തുക്കൾ പറഞ്ഞു. ഇറാഖി പട്ടാളത്തിന്റെ കയ്യിൽ നിന്ന് രക്ഷപ്പെട്ടോടി വന്ന ഒരു വിമതന് അച്ഛൻ വീട്ടിൽ അഭയം നല്കി. പട്ടാളം തൊട്ടടുത്തെത്തിയിട്ടും അച്ഛൻ അയാളെ പുറത്താക്കിയില്ല. വിമതനെ പിടികൂടിയ പട്ടാളം അച്ഛനെയും ശിക്ഷിക്കാനൊരുങ്ങി. അച്ഛൻ പറഞ്ഞു, ഞാൻ സംരക്ഷിച്ചത് ഇയാളുടെ രാഷ്ട്രീയത്തെയല്ല, ഒരു മനുഷ്യൻ മറ്റൊരു മനുഷ്യന് നല്കേണ്ട സഹായം മാത്രമാണ് ചെയ്തത്. അച്ഛനെ പട്ടാളം വെറുതെ വിട്ടു. മസൂദ് ബർസാനിയുടെ അടുത്ത സുഹൃത്തായിരുന്നു ആ വിമതൻ.

അച്ഛൻ വഴക്കാളിയായിരുന്നില്ല, പക്ഷേ, ആവശ്യമുള്ളിടത്ത് അദ്ദേഹം വഴക്കുണ്ടാക്കുക തന്നെ ചെയ്യും. കൃഷിസ്ഥലത്തുണ്ടായ ഒരു അപകടത്തിൽ അദ്ദേഹത്തിന് ഒരു കണ്ണ് നഷ്ടമായിരുന്നു. ഞാൻ കളിക്കാനുപയോഗിച്ചിരുന്ന മാർബിൾ കഷണം പോലെ വെളുത്ത ഒരു

ഗോളം മാത്രമാണ് കൺകുഴിയിൽ ഉണ്ടായിരുന്നത്. ഞാനോർക്കുകയായിരുന്നു, ഐസിസ് കൊച്ചോയിൽ വരുമ്പോൾ അച്ഛനുണ്ടായിരുന്നെങ്കിൽ തീവ്രവാദികൾക്കെതിരെ സായുധപോരാട്ടം തന്നെ അദ്ദേഹം നയിക്കുമായിരുന്നു.

1993-ൽ ഞാൻ ജനിച്ചവർഷം, അച്ഛനും അമ്മയ്ക്കുമിടയിൽ പ്രശ്നങ്ങൾ തുടങ്ങി. അമ്മ ഒരുപാടു സഹിക്കുന്നുണ്ടായിരുന്നു. അച്ഛന്റെ ആദ്യവിവാഹത്തിലെ മൂത്ത മകൻ ഇറാൻ-ഇറാഖ് യുദ്ധത്തിൽ കൊല്ലപ്പെട്ടിരുന്നു.

അന്നുമുതൽ എല്ലാം താളംതെറ്റിയെന്ന് അമ്മ പറയും. അച്ഛൻ സാറയെന്ന് പേരുള്ള മറ്റൊരു സ്ത്രീയെ വീട്ടിലേക്ക് കൂട്ടിക്കൊണ്ടുവന്നു. അവരും മക്കളും ഞങ്ങളുടെ വീടിന്റെ ഒരറ്റത്ത് താമസം തുടങ്ങി. അമ്മ സ്വന്തമെന്ന് കരുതിയിരുന്ന വീടിന് മറ്റൊരു അവകാശികൂടി. ബഹുഭാര്യാത്വം യസീദികൾക്ക് വിലക്കിയിട്ടില്ലെങ്കിലും അപൂർവ്വമായേ ആളുകൾ അതിന് തയ്യാറായിരുന്നുള്ളൂ. പക്ഷേ, അച്ഛനെ ആരും ചോദ്യംചെയ്തില്ല. സാറയെ വിവാഹം ചെയ്യുമ്പോൾ അച്ഛന് വലിയ ഭൂസ്വത്തും ആട്ടിൻകൂട്ടങ്ങളുമുണ്ടായിരുന്നു. ഇറാനുമായുള്ള യുദ്ധവും ഉപരോധങ്ങളും മൂലം ഇറാഖികൾ നിലനില്പിന് പാടുപെടുന്ന സമയം. തന്നെ സഹായിക്കാൻ വലിയ കുടുംബം അച്ഛന് ആവശ്യമായിരുന്നു, ഒരുപക്ഷേ, അമ്മയ്ക്ക് നല്കാൻ കഴിയുന്നതിലും വലുത്.

സാറയുമായുള്ള വിവാഹത്തിന് അച്ഛനെ കുറ്റപ്പെടുത്താൻ എനിക്കാവില്ല. തക്കാളിപ്പാടങ്ങളിലെ വിളവിനെയും ആട്ടിൻപറ്റങ്ങളുടെ തീറ്റയെയും ആശ്രയിച്ച് ജീവിക്കുന്നയാൾക്കേ എന്തിനാണ് വലിയ കുടുംബം എന്ന് മനസ്സിലാവൂ. വെറും സ്വകാര്യതയുടെ മാത്രം കാര്യമായിരുന്നില്ല അത്. എന്നാൽ പിന്നീട് അമ്മയെ അച്ഛൻ പൂർണ്ണമായും ഉപേക്ഷിച്ചു. അമ്മയും ഞങ്ങളും തറവാടിനടുത്തുള്ള ചെറിയ വീട്ടിലേക്ക് താമസം മാറ്റേണ്ടി വന്നു.

കയ്യിൽ ഒറ്റപ്പൈസയില്ലാതെ ബുദ്ധിമുട്ടിയപ്പോഴാണ് രണ്ടാം ഭാര്യയുണ്ടാകുമ്പോഴുള്ള പ്രായോഗിക ബുദ്ധിമുട്ടുകൾ എനിക്ക് മനസ്സിലായത്. അച്ഛന് അമ്മയെക്കാൾ ഇഷ്ടം സാറയോടായിരുന്നു. ഞാനത് ഉൾക്കൊണ്ടു.

പൊട്ടിത്തകരുന്ന അമ്മയുടെ ഹൃദയവേദനയും ഉൾക്കൊണ്ടു. 'എനിക്കുണ്ടായ ദുര്യോഗം നിങ്ങൾക്കുണ്ടാകാതിരിക്കട്ടെ...', അമ്മ എന്നോടും സഹോദരിമാരോടും പറയും. പല കാര്യങ്ങളിലും അമ്മയെപ്പോലെയാകണമെന്ന് ഞാൻ ആഗ്രഹിച്ചിട്ടുണ്ട്. പക്ഷേ, ഇങ്ങനെ ഉപേക്ഷിക്കപ്പെടുന്നത് എനിക്ക് ചിന്തിക്കാനാവില്ല.

എന്നെപ്പോലെയായിരുന്നില്ല അമ്മയുടെ ആൺമക്കൾ. 'ഈ ചെയ്തതിന് നിങ്ങളോട് ദൈവം ചോദിക്കും', മസൂദ് അച്ഛനോട്

കയർത്തു. എങ്കിലും മാറിത്താമസിച്ചത് നന്നായെന്ന് അവരും പറയും. അച്ഛന്റെ ശ്രദ്ധയ്ക്കായി അമ്മയും സാറയും തമ്മിലുള്ള മത്സരവും വഴക്കും ഒഴിവാകുമല്ലോ. കുറേക്കാലംകൊണ്ട് സാറയുടെയും മക്കളുടെയും അവകാശങ്ങൾ ഞങ്ങൾ ഉൾക്കൊണ്ടു. കൊച്ചോ വളരെ ചെറുതായിരുന്നതുകൊണ്ട് പലപ്പോഴും അവരുമായി മുഖാമുഖം കാണേണ്ടിവരും. അവരുടെ വീടിന്റെ, അതായത് ഞാൻ ജനിച്ചുവളർന്ന വീടിന്റെ മുന്നിലൂടെയായിരുന്നു സ്കൂളിലേക്ക് പോയിരുന്നത്. അവരുടെ നായയ്ക്ക് എന്നെ തിരിച്ചറിയുമായിരുന്നു, അത് എന്നെ നോക്കി കുരച്ചില്ല. അവധിക്കാലത്ത് സാറയും മക്കളും ഞങ്ങളോടൊപ്പം ചില വിട്ടു. അച്ഛൻ ഞങ്ങളെയെല്ലാം കൂട്ടി സിൻജാറിൽ പോകും. 2003-ലുണ്ടായ ഹൃദയാഘാതം അച്ഛനെ വല്ലാതെ തളർത്തി. വളരെപ്പെട്ടന്ന് വൃദ്ധനായ അദ്ദേഹത്തിന് ആശുപത്രിയിൽ ചക്രക്കസേരപോലും വേണ്ടിവന്നു. ഏതാനും ദിവസങ്ങൾക്കുള്ളിൽ അച്ഛൻ ഈ ലോകത്തോട് വിടപറഞ്ഞു. താൻ ദുർബലനായി എന്നതിലുള്ള അപമാനമാണ് അച്ഛന്റെ ഹൃദയത്തെ കൂടുതൽ തളർത്തിയതെന്ന് തോന്നുന്നു. അച്ഛനോട് വഴക്കിട്ടതിൽ മസൂദിന് ദുഃഖമുണ്ടായിരുന്നു. അച്ഛന് എന്തും സഹിക്കാനുള്ള കരുത്തുണ്ടെന്നായിരുന്നു അവന്റെ വിശ്വാസം.

അമ്മ തികഞ്ഞ ഈശ്വരവിശ്വാസിയായിരുന്നു. സ്വപ്നങ്ങളെ വ്യാഖ്യാനിച്ച് ഭൂതവും ഭാവിയും വർത്തമാനവും പറയുക എന്നത് യസീദി വിശ്വാസത്തിന്റെ ഭാഗമായിരുന്നു. ആകാശത്ത് ചന്ദ്രക്കല തെളിയുമ്പോൾ അമ്മ മുറ്റത്ത് മെഴുകുതിരികൾ കത്തിക്കും. ആ സമയത്ത് കുട്ടികൾക്ക് രോഗമോ അപകടമോ ഉണ്ടാകാനിടയുണ്ടെന്നാണ് വിശ്വാസം. കുട്ടികളുടെ സുരക്ഷ ഉറപ്പാക്കാനുള്ള പ്രാർഥനയുടെ ഭാഗമാണ് ഈ മെഴുകുതിരി തെളിക്കൽ. എനിക്ക് വയറുവേദന പതിവായിരുന്നു. അമ്മയെന്നെ യസീദി വൈദ്യന്മാരുടെയടുത്ത് കൊണ്ടുപോകും. അവർ തരുന്ന ഔഷധച്ചെടികളും തേയിലയുമെല്ലാം ഇട്ടുതിളപ്പിച്ച കയ്പ്പുള്ള വെള്ളം എന്നെ നിർബന്ധിച്ച് കുടിപ്പിക്കും. ആരെങ്കിലും മരിച്ചാൽ കൊച്ചെക് എന്ന യസീദി സന്ന്യാസിയുടെ അടുത്തുപോകും അമ്മ. മരിച്ചയാൾ മരണാനന്തരജീവിതം നേടിയെന്ന് ഉറപ്പിക്കാനാണത്. വടക്കൻ ഇറാഖിലെ ലാലിഷ് ആണ് യസീദികളുടെ പ്രധാന പുണ്യസ്ഥലം.

ലാലിഷിൽനിന്ന് മടങ്ങുമ്പോൾ വിശ്വാസികൾ ചെറിയ തുണിക്കിഴികൾക്കകത്ത് മണ്ണ് ശേഖരിക്കുക പതിവാണ്. ത്രികോണാകൃതിയിൽ മടക്കിയ ആ തുണിക്കിഴി പേഴ്സിലോ പോക്കറ്റിലോ മാന്ത്രിക ഏലസെന്നതുപോലെ സൂക്ഷിക്കും. അമ്മയുടെ പക്കൽ എപ്പോഴും ആ മൺകിഴി ഉണ്ടാകുമായിരുന്നു. പ്രത്യേകിച്ചും എന്റെ സഹോദരന്മാർ

സൈന്യത്തിൽ ചേരാൻപോയതുമുതൽ. അവർ അപകടകരമായ ജോലിയാണ് ചെയ്യുന്നത്, അമ്മ പറയും.

പ്രായോഗികതയുടെയും കഠിനാധ്വാനത്തിന്റെയും ആൾരൂപമായിരുന്നു അമ്മ. ഇല്ലായ്മകൾക്കിടയിലും ജീവിതം സന്തോഷമുള്ളതാക്കാൻ അവർ പരിശ്രമിച്ചു. ഇറാഖിലെ ദരിദ്രവിഭാഗമാണ് യസീദികൾ. അച്ഛനും അമ്മയും വേർപിരിഞ്ഞശേഷം കൊച്ചോയിലെ ഏറ്റവും ദരിദ്രകുടുംബങ്ങളിലൊന്നായി ഞങ്ങളുടേത്. വർഷങ്ങളോളം എന്റെ സഹോദരന്മാർ കൈകൊണ്ട് കിണർ കുഴിക്കുമായിരുന്നു. ഗന്ധകം നിറഞ്ഞതും നനവുള്ളതുമായ ഇടുങ്ങിയ മൺകുഴികളിലിറങ്ങുന്ന ആ ജോലി അത്യന്തം ദുഷ്ക്കരമായിരുന്നു. അസ്ഥികൾ ഒടിയാതിരുന്നാൽ ഭാഗ്യം. അമ്മയും എന്റെ സഹോദരങ്ങളും മറ്റുള്ളവരുടെ പാടത്ത് കൃഷിയിറക്കി. വിളവിന്റെ ഒരു ചെറിയ ശതമാനം മാത്രമാണ് കൂലിയായി കിട്ടുക. എനിക്ക് പത്തുവയസ്സാവുന്നതുവരെ അത്താഴത്തിന് മാംസാഹാരം എന്നത് ഞങ്ങൾക്ക് ചിന്തിക്കാൻപോലും ആവുമായിരുന്നില്ല. വേവിച്ച പച്ചക്കറികളായിരുന്നു ആഹാരം. പഴയവ കീറി അതിനിടയിലൂടെ ശരീരം കാണാറാകുമ്പോഴാണ് ചേട്ടന്മാർ പുതിയ പാന്റ്സ് വാങ്ങുക.

അമ്മയുടെ കഠിനാധ്വാനത്തിന്റെയും ഇറാഖിന് ആകെയുണ്ടായ സാമ്പത്തിക വളർച്ചയുടെയും ഫലമായി 2003-നുശേഷം സ്ഥിതിഗതികൾ മെച്ചപ്പെട്ടു. ഞങ്ങളടക്കം മിക്ക യസീദി കുടുംബങ്ങളും സാമ്പത്തികമായി നല്ല നിലയിലെത്തി. കേന്ദ്ര, പ്രവിശ്യാ സർക്കാരുകൾ യസീദികളെയും സർക്കാർ ജോലികളിൽ ഉൾപ്പെടുത്തിത്തുടങ്ങി. എന്റെ സഹോദരന്മാർ അതിർത്തി രക്ഷാസേനയിലും പൊലീസിലും ചേർന്നു. അപകടകരമായ ജോലിയായിരുന്നു അത്. എന്റെ സഹോദരൻ ജാലോ, തൽഅഫാർ വിമാനത്താവളത്തിന്റെ സുരക്ഷാപൊലീസ്സേനയിലാണ് ജോലി ചെയ്തിരുന്നത്. തൽഅഫാറിലെ നിരവധി പൊലീസുകാർ ആദ്യവർഷംതന്നെ ഏറ്റുമുട്ടലിൽ കൊല്ലപ്പെട്ടതാണ്. പക്ഷേ, അവിടെ നല്ല ശമ്പളമുണ്ടായിരുന്നു. അച്ഛന്റെ പിന്തുണയില്ലാതെ സ്വന്തമായി വീടും സ്ഥലവും വാങ്ങാൻ ഞങ്ങൾക്കായി.

മതവിശ്വാസിയും കഠിനാധ്വാനിയുമെന്ന് ആളുകൾ പറഞ്ഞിരുന്ന അമ്മ നല്ല തമാശക്കാരിയായതിൽ എല്ലാവരും അത്ഭുതപ്പെട്ടു. ജീവിതത്തിലെ കഷ്ടപ്പാടുകളെപ്പോലും തമാശയായി ചിത്രീകരിക്കാൻ അങ്ങനെ അമ്മയ്ക്കായി. എപ്പോഴും തമാശകളും കളിയാക്കലുകളും ചിരിയും മാത്രം. തനിക്ക് മറ്റൊരു വിവാഹജീവിതമില്ല എന്നതുപോലും അവരെ ദുഃഖിപ്പിച്ചില്ല. അച്ഛനുപേക്ഷിച്ചശേഷം ഒരു മനുഷ്യൻ അമ്മയുടെ പിന്നാലെ നടന്നിരുന്നു. അമ്മ വലിയൊരു വടിയെടുത്ത് അയാളെ ആട്ടിപ്പായിച്ചു. താൻ ഇനി വിവാഹം കഴിക്കില്ലെന്നു പറഞ്ഞ് അയാളെ

ഓടിച്ചു അമ്മ. തിരികെ വന്ന് ചിരിച്ചുമറിഞ്ഞ് ഞങ്ങളോട് പറഞ്ഞു, അയാളുടെ ഓട്ടം കാണേണ്ടതായിരുന്നുവെന്ന്. അയാളുടെ ഓട്ടം അമ്മ അനുകരിച്ച് കാണിച്ചു. ഒരു പ്രായമായ സ്ത്രീ വടിയെടുക്കുമ്പോൾ ഓടുന്നവനെ ആര് കല്യാണം കഴിക്കും...? അമ്മ പുച്ഛിച്ചു ചിരിച്ചു.

എല്ലാത്തിനെയും അമ്മ കളിയാക്കും. അച്ഛൻ അവരെ ഉപേക്ഷിച്ചതിനെ, എന്റെ മേക്കപ്പ് ഭ്രമത്തെ, സ്വന്തം പരാജയങ്ങളെ... എല്ലാം. ഞാനുണ്ടാകുന്നതിനുമുമ്പേ മുതിർന്നവർക്കായുള്ള സാക്ഷരതാ ക്ലാസിൽ പോകുന്നുണ്ടായിരുന്നു അമ്മ. മുതിർന്നപ്പോൾ ഞാനായി അമ്മയുടെ അധ്യാപിക. അമ്മ വേഗം പഠിക്കുമായിരുന്നു, ചിലപ്പോൾ സ്വന്തം തെറ്റുകളെ തമാശയാക്കുന്നതുകൊണ്ടാവാം.

താൻ വളരെ മുമ്പ് ഒരു കഥാപുസ്തകത്തിൽ വായിച്ചതുപോലെയാണ് ഞാൻ ഉണ്ടാവുന്നതിനുമുമ്പുള്ള ഗർഭനിരോധനശ്രമങ്ങളെക്കുറിച്ച് പറയുന്നത്. കഥയിലെ തട്ടുപൊളിപ്പൻ അംഗങ്ങൾ മാത്രമാണ് ഓർമ്മയുള്ളതെന്ന് തോന്നും. എന്നെ ഗർഭം ധരിക്കാനുണ്ടായ അമ്മയുടെ മടി ഇപ്പോൾ നല്ല തമാശയാണ്. കാരണം ഞാനില്ലാതെ ഇപ്പോൾ അവർക്ക് ജീവിതമില്ല. ഞാൻ ഉണ്ടായപ്പോൾ മുതൽ അമ്മയ്ക്ക് ഞാൻ പ്രാണനായിരുന്നു. അടുപ്പിന്റെ ചുവട്ടിൽ കുത്തിയിരുന്ന് തീ കാഞ്ഞുകൊണ്ട് ഞാൻ അമ്മയോട് സംസാരിച്ചുകൊണ്ടിരിക്കും. ചേച്ചിമാരെയോ മരുമക്കളെയോ അമ്മ ലാളിച്ചാൽ ഞാൻ വഴക്കുണ്ടാക്കുന്നതും വീടുവിട്ട് എങ്ങോട്ടും പോവില്ലെന്ന് ആണയിടുന്നതുമെല്ലാം ഓർത്ത് ഞങ്ങൾ ചിരിക്കും. ജനിച്ച അന്നുമുതൽ ഐസിസ് വേർപിരിക്കുംവരെ ഞാൻ അമ്മയ്ക്കൊപ്പമാണ് ഉറങ്ങിയിരുന്നത്. ഞങ്ങൾക്ക് അച്ഛനും അമ്മയും അവരായിരുന്നു. ഞങ്ങളെ വളർത്താൻ അവർ എത്ര കഷ്ടപ്പെട്ടുവെന്ന തിരിച്ചറിവ് അമ്മയോടുള്ള ഞങ്ങളുടെ സ്നേഹം ഇരട്ടിയാക്കി.

വീടിനോട് വല്ലാത്ത അടുപ്പമായിരുന്നു എനിക്ക്. മറ്റെവിടെയെങ്കിലും പോകുന്നത് എനിക്ക് ചിന്തിക്കാൻപോലും ആകുമായിരുന്നില്ല. പുറമേനിന്ന് നോക്കുന്നവർക്ക് കൊച്ചോ ഒരു ദരിദ്രഗ്രാമമായിരുന്നു. ഒറ്റപ്പെട്ട, തരിശായ പ്രദേശം. അമേരിക്കൻ സൈനികർക്കും അത്തരമൊരു ചിത്രമാണ് കൊച്ചോയെക്കുറിച്ച് കിട്ടിയത്. പേനയും മിഠായിയും ചോദിച്ച് തേനീച്ചക്കൂട്ടംപോലെ അവരെ വളയുന്ന കൊച്ചോയിലെ കുട്ടികൾ തീർച്ചയായും അവരെ അങ്ങനെ ചിന്തിപ്പിച്ചിരിക്കണം. ഞാനും അത്തരമൊരു കുട്ടിയായിരുന്നു. കുർദ് രാഷ്ട്രീയനേതാക്കൾ വല്ലപ്പോഴുമേ കൊച്ചോയിൽ വന്നിരുന്നുള്ളൂ. അത് മിക്കപ്പോഴും തിരഞ്ഞെടുപ്പ്

കാലത്താവും. ബർസാനിയുടെ കുർദിസ്ഥാന് ഡെമോക്രാറ്റിക് പാർട്ടി (കെഡിപി) 2003-ൽ കൊച്ചോയിൽ അവരുടെ ഓഫീസ് തുറന്നു. പക്ഷേ, അത് പ്രാദേശികപാർട്ടി നേതാക്കൾക്കുള്ള ഉല്ലാസകേന്ദ്രം മാത്രമായിരുന്നു. പിന്തുണയാവശ്യപ്പെട്ട് കെഡിപി സമ്മർദ്ദത്തിലാക്കുന്നതായി പലരും അടക്കം പറയുമായിരുന്നു. യസീദികൾ കുർദുകളാണെന്നും സിൻജാർ കുർദിസ്ഥാന്റെ ഭാഗമാണെന്നും അവർ പ്രചരിപ്പിച്ചു. ഇറാക്കി രാഷ്ട്രീയനേതാക്കൾ പലപ്പോഴും ഞങ്ങളെ അവഗണിച്ചു.

സദ്ദാം ഹുസൈൻ ഞങ്ങളെ അറബികളാക്കാൻ ശ്രമിച്ചു. ഞങ്ങളുടെ യസീദി സ്വത്വം എന്നെന്നേക്കുമായി നഷ്ടപ്പെട്ടേക്കുമെന്ന പ്രതീതി പലപ്പോഴും ഉണ്ടായി.

കൊച്ചോയിലെ ജീവിതം തന്നെ ഒരു വെല്ലുവിളിയായിരുന്നു. 1970-കളുടെ പകുതിയിൽ സദ്ദാം യസീദികളും കുർദുകളുമുൾപ്പടെ എല്ലാ ന്യൂനപക്ഷങ്ങളെയും അവരവരുടെ പ്രദേശങ്ങളിൽനിന്ന് ബലമായി പുറത്താക്കാൻ തുടങ്ങി.

സർക്കാരിന്റെ പ്രത്യേക പാർപ്പിട പദ്ധതികളിലേക്കാണ് അവരെ മാറ്റിയത്. ഇവിടെ സർക്കാരിന് ജനങ്ങളുടെമേൽ കുറേക്കൂടി നിയന്ത്രണം സാധ്യമായി. വടക്കിന്റെ 'അറബിവൽക്കരണം' എന്നാണ് ഇത് അറിയപ്പെട്ടത്. പക്ഷേ, സിൻജാറിൽനിന്ന് ഏറെ ദൂരെയായിരുന്നതു കൊണ്ട് കൊച്ചോ രക്ഷപ്പെട്ടു.

പുതിയ സമൂഹങ്ങളിൽ പരമ്പരാഗത യസീദി പാരമ്പര്യങ്ങൾ അന്യം നിന്നപ്പോൾ കൊച്ചോയിൽ അവ തഴച്ചുവളർന്നു. വെള്ളപ്പട്ടു തുണികൊണ്ടുള്ള വസ്ത്രങ്ങളും മുത്തശ്ശിമാരുടെ ശിരോവസ്ത്രവുമണിഞ്ഞ സ്ത്രീകൾ.

പരമ്പരാഗത യസീദി സംഗീതവും നൃത്തവും നിറഞ്ഞ വിവാഹാഘോഷങ്ങൾ, ഇതെല്ലാം കൊച്ചോയിലുണ്ടായിരുന്നു. പാപപരിഹാരാർഥം നോമ്പെടുക്കുന്ന രീതി മിക്ക യസീദി സമൂഹങ്ങളും അവസാനിപ്പിച്ചെങ്കിലും കൊച്ചോയിൽ അത് തുടർന്നു. ഇതെല്ലാം ഞങ്ങളുടെ പരസ്പരബന്ധത്തെയും ഊട്ടിയുറപ്പിച്ചു. ഭൂമി തർക്കങ്ങളൊക്കെ പതിവായിരുന്നെങ്കിലും അതൊന്നും ഞങ്ങളുടെ സ്നേഹത്തിന്റെ ഊഷ്മളതയ്ക്ക് കോട്ടം വരുത്തിയില്ല. ഏത് രാത്രിയിലും കൊച്ചോയിൽ ഇറങ്ങി നടക്കാമായിരുന്നു, അയല്പക്കസന്ദർശനം നടത്താമായിരുന്നു. രാത്രി ഏറെ വൈകിയും കൊച്ചോ തിളങ്ങിനില്ക്കുമെന്ന് പുറത്തുനിന്ന് വരുന്നവർ പറയുമായിരുന്നു. ആരോ സിൻജാറിലെ പാരിസാണ് കൊച്ചോയെന്ന് വിശേഷിപ്പിച്ചെന്ന് അഡ്കി അവകാശപ്പെട്ടിരുന്നു.

യുവത്വം തുളുമ്പുന്ന ഗ്രാമമായിരുന്നു കൊച്ചോ. ബഹുഭൂരിപക്ഷവും കുട്ടികൾ. ആദ്യകാല വംശഹത്യകൾ കണ്ടവർ വളരെ കുറവായി

രുന്നു കൊച്ചോയിൽ. അതുകൊണ്ടു തന്നെ അതെല്ലാം പഴങ്കഥകളായേ ഞങ്ങൾ കരുതിയിരുന്നുള്ളൂ. ഞങ്ങൾ ജീവിക്കുന്ന പരിഷ്കൃതലോകം മതത്തിന്റെ പേരിൽമാത്രം ഒരു കൂട്ടമാളുകളെ കൊന്നൊടുക്കുമെന്ന് പുതിയ തലമുറ വിശ്വസിച്ചതേയില്ല. ഞാനും അങ്ങനെ തന്നെയാണ് വിശ്വസിച്ചിരുന്നത്. ഞങ്ങളെ ചേർത്തു നിർത്തുന്ന നാടോടിക്കഥകൾ മാത്രമായിരുന്ന പഴയകൂട്ടക്കൊലകൾ. യസീദികൾ ധാരാളമുണ്ടായിരുന്ന തുർക്കിയിൽനിന്ന് പീഡനം സഹിക്കാതെ ഓടിപ്പോന്ന കഥ അമ്മയുടെ കൂട്ടുകാരി പറഞ്ഞ് കേട്ടിട്ടുണ്ട്. അവരുടെ അമ്മയ്ക്കും സഹോദരിക്കുമൊപ്പം മുഴുപ്പട്ടിണിയിൽ ഒരു ഗുഹയിൽ കഴിയേണ്ടിവന്ന കഥ. വിശപ്പുസഹിക്കാനാവാതെ അവർ തുകൽ ഭക്ഷിച്ചത്രെ. കേൾക്കുമ്പോൾ എനിക്ക് മനംമറിയും. പട്ടിണി കിടന്ന് മരിച്ചാലും തുകല് തിന്നാനാവില്ലെന്ന് ഞാനോർത്തു. പക്ഷേ, അതെല്ലാം വെറും കഥകൾ മാത്രമായിരുന്നു ഞങ്ങൾക്ക്.

സത്യത്തിൽ കൊച്ചോയിലെ ജീവിതം ഏറെ ദുഷ്കരമായിരുന്നു. കുട്ടികൾ മാതാപിതാക്കൾക്ക് വലിയ ഭാരമായിരുന്നു. ഇവരെയെല്ലാം തീറ്റിപ്പോറ്റാൻ അച്ഛനമ്മമാർ രാപ്പകൽ അധ്വാനിക്കേണ്ടിയിരുന്നു. മിക്കപ്പോഴും അസുഖങ്ങൾ. പച്ചമരുന്നുകൾക്കൊന്നും കുട്ടികളുടെ അസുഖങ്ങൾ ഭേദമാക്കാൻ കഴിയില്ല. അതിന് സിൻജാറിലെയോ മൊസൂളിലെയോ ഡോക്ടറുടെ അടുത്തുതന്നെ പോവണം. പണ്ടൊക്കെ ഞങ്ങളുടെ വസ്ത്രങ്ങൾ അമ്മ തുന്നുകയായിരുന്നു. സാമ്പത്തിക സ്ഥിതി അല്പം മെച്ചപ്പെട്ടപ്പോൾ വർഷത്തിലൊരിക്കൽ പണംകൊടുത്ത് വാങ്ങലായി. സദ്ദാം ഭരണത്തിൽ ഐക്യരാഷ്ട്രസഭ ഉപരോധം ഏർപ്പെടുത്തിയതോടെ ജീവിതം വലിയ പ്രയാസത്തിലായി. പഞ്ചസാര കിട്ടാതെ ഞങ്ങൾ കുട്ടികൾ കരയുമായിരുന്നു. ആദ്യം പ്രൈമറി സ്കൂളും പിന്നീട് സെക്കൻഡറി സ്കൂളുമാണ് ഗ്രാമത്തിൽ പണിതത്. അപ്പോഴും കുട്ടികളെ സ്കൂളിൽ വിടുന്നതാണോ പാടത്ത് പണിക്കിറക്കുന്നതാണോ കൂടുതൽ മെച്ചമെന്നത് മാതാപിതാക്കളുടെ മുന്നിൽ വലിയ ചോദ്യചിഹ്നമായിരുന്നു. മിക്ക യസീദികൾക്കും വിദ്യാഭ്യാസം നിഷിദ്ധമായിരുന്നു. പ്രധാന വിലങ്ങുതടി മതപുരോഹിതരായിരുന്നു.

വിദ്യാഭ്യാസം മതേതരവിവാഹങ്ങൾക്ക് വഴിവയ്ക്കുമെന്നും അത് യസീദി സ്വത്വബോധം നശിപ്പിക്കുമെന്നും അവർ ഭയന്നു. മാതാപിതാക്കൾക്ക് കൂലികൊടുക്കാതെ കിട്ടുന്ന ജോലിക്കാരെ (കുട്ടികൾ) വിട്ടുകളയാനും മടിയായിരുന്നു.

അല്ലെങ്കിൽതന്നെ പഠിച്ചിട്ട് എന്ത് ജോലി ചെയ്യാനാണ്? അവർ ചിന്തിച്ചു. കൊച്ചോയിൽ തൊഴിലവസരങ്ങൾ ഒന്നുമില്ല. പിന്നെ പുറത്ത് പോവുക എന്നാൽ അത് അത്രമാത്രം അതിമോഹമുള്ളവർ മാത്രം ചെയ്യുന്നതായിരുന്നു.

മാതാപിതാക്കളുടെ സ്നേഹം ചിലസമയത്ത് കൊടിയവേദനയ്ക്കും വഴിമാറി. പാടത്തെ പണി അപകടം നിറഞ്ഞതായിരുന്നു. പലപ്പോഴും അപകടങ്ങളുണ്ടായി. അമ്മയുടെ ചെറുപ്പത്തിൽ അവരുടെ മൂത്ത സഹോദരി ഇത്തരമൊരു അപകടത്തിലാണ് കൊല്ലപ്പെട്ടത്. വേഗതയേറിയ ട്രാക്ടറിൽനിന്ന് തെറിച്ചുവീണ വല്യമ്മയുടെ ദേഹത്ത് ട്രാക്ടർ കയറിയിറങ്ങി. രോഗചികിത്സ ചിലവേറിയതായിരുന്നു. എന്റെ സഹോദരൻ ജാലോയ്ക്കും ഭാര്യ ജെനാനുമുണ്ടായ കുഞ്ഞുങ്ങൾ ഒന്നിനു പിറകെ ഒന്നായി മരിച്ചുപോയി. ജെനാന്റെ കുടുംബത്തിൽ നിന്ന് പാരമ്പര്യമായി കിട്ടിയ ഒരു രോഗമാണ് കുഞ്ഞുങ്ങളുടെ ജീവനെടുത്തത്. മരുന്നുവാങ്ങാനോ ഡോക്ടറെ കാണാനോ അവർക്ക് നിവൃത്തിയുണ്ടായിരുന്നില്ല. എട്ടുകുട്ടികളുണ്ടായതിൽ നാലും മരിച്ചു.

വിവാഹമോചനത്തെത്തുടർന്ന് സഹോദരി ദിമലിന് കുട്ടികളെ നഷ്ടമായി. ഇറാഖിലെ മറ്റ് സമുദായങ്ങളിലെന്നതുപോലെ യസീദികളിലും വിവാഹമോചിതയായ സ്ത്രീക്ക് അവകാശങ്ങൾ തുലോം കുറവാണ്. എന്തുകാരണംകൊണ്ടാണ് വിവാഹബന്ധം അവസാനിച്ചത് എന്നത് ആരും കണക്കിലെടുക്കില്ല. മറ്റുകുട്ടികൾ യുദ്ധത്തിൽകൊല്ലപ്പെട്ടിരുന്നു. ഒന്നാം ഗൾഫ് യുദ്ധം കഴിഞ്ഞ് രണ്ടുവർഷവും ഇറാൻ-ഇറാഖ് യുദ്ധം കഴിഞ്ഞ് അഞ്ചു വർഷവും കഴിഞ്ഞപ്പോഴായിരുന്നു എന്റെ ജനനം. എട്ടു വർഷം നീണ്ട ഇറാൻ-ഇറാഖ് യുദ്ധത്തിലൂടെ സ്വന്തം ജനതയെ ഒരു പ്രയോജനവുമില്ലാത്ത കഷ്ടപ്പാടുകളിലേക്ക് തള്ളിവിടുകയാണ് സദ്ദാം ഹുസൈൻ ചെയ്തത്.

യുദ്ധത്തിൽ കൊല്ലപ്പെട്ട കുട്ടികളെക്കുറിച്ചുള്ള ഓർമ്മകൾ എല്ലാക്കാലവും ഞങ്ങളുടെ കുടുംബത്തെ വേട്ടയാടി. മൂത്തമകൻകൊല്ലപ്പെട്ടതറിഞ്ഞ ഞങ്ങളുടെ അച്ഛൻ അദ്ദേഹത്തിന്റെ മെടഞ്ഞിട്ട മുടിമുറിച്ചുകളഞ്ഞു.

പിന്നീടുണ്ടായ ഒരു മകന് അതേ പേരിട്ടെങ്കിലും അച്ഛൻ അവനെ ദുഃഖം എന്നർഥമുള്ള ഹെസ്നി എന്ന് വിളിക്കാനാണ് ഇഷ്ടപ്പെട്ടത്.

വിളവെടുപ്പും യസീദി അവധിദിനങ്ങളുമായിരുന്നു ഞങ്ങളുടെ ജീവിതത്തിന്റെ അളവുകോൽ. കാലാവസ്ഥ പലപ്പോഴും അസഹനീയമായിരുന്നു. ശൈത്യകാലത്ത് കൊച്ചോയിലെ ഊടുവഴികളിലെ മണ്ണ് സിമന്റുപോലെ കിടക്കും.

കാലിലെ ചെരുപ്പ് ഊരിപ്പോവുന്ന സ്ഥിതിയാവും. വേനൽക്കാലത്ത് സൂര്യതാപമേറ്റ് മരിക്കാതിരിക്കാൻ പാടത്തെ പണികൾ രാത്രി ചെയ്യേണ്ടിവരും. ചിലപ്പോൾ വിള മോശമാവും. അത് മാസങ്ങളോളം വീട്ടിലെ അന്തരീക്ഷത്തെയാകെ ബാധിക്കും. അടുത്ത വിളയിറക്കൽ വരെ ഈ അസ്വസ്ഥത തുടരും. ചില സമയത്ത് വിളവെത്ര നന്നായാലും അതിനനുസരിച്ച് വരുമാനം ലഭിക്കില്ല. ചാക്കിൽ നിറയെ പച്ച

ക്കറികളുമായി കഷ്ടപ്പെട്ട് ചന്തയിൽപോകുന്ന ഞങ്ങൾക്ക് തീരെ കുറഞ്ഞവിലയിൽ അവയുമായി ആളുകൾ പോകുന്നത് നോക്കി നില്ക്കേണ്ടി വന്നിട്ടുണ്ട്. ഗോതമ്പും ബാർലിയും ലാഭകരമായിരുന്നു. സവാളയ്ക്ക് വലിയ ആവശ്യക്കാരില്ലായിരുന്നു.

വില്ക്കാതെ കിടന്ന തക്കാളി പലപ്പോളും കന്നുകാലികൾക്ക് കൊടുക്കേണ്ടി വന്നിട്ടുണ്ട്. പക്ഷേ, എന്തൊക്കെ കഷ്ടപ്പാടുകളുണ്ടായാലും കൊച്ചോ വിട്ടൊരു ജീവിതം എനിക്ക് ചിന്തിക്കാനാവുമായിരുന്നില്ല. ചെളി നിറഞ്ഞ ഊടുവഴികളാവാം. പക്ഷേ, പ്രിയപ്പെട്ടവരെ കാണാൻ അധികദൂരം സഞ്ചരിക്കേണ്ടതില്ലല്ലോ.

കൊല്ലുന്ന ചൂടായിരുന്നു വേനലിൽ. അതും പക്ഷേ ഞങ്ങൾക്ക് ആഹ്ലാദത്തിന് കാരണമായിരുന്നു. ടെറസിനുമുകളിൽ സൊറ പറഞ്ഞുള്ള കിടപ്പിനപ്പുറം സന്തോഷകരമായ എന്തുണ്ട്? അയൽപക്കത്തെ ടെറസിലുള്ളവരുമായും സംസാരിച്ചിരിക്കാം. പാടത്തെ പണി കഷ്ടപ്പാടായിരുന്നു. എങ്കിലും ഞങ്ങളുടെ ചെറിയ ജീവിതത്തിൽ സന്തോഷം പകരാനുള്ളത് അവിടെനിന്നും കിട്ടിയിരുന്നു. എന്റെ നാട് എനിക്ക് ഏറെ പ്രിയപ്പെട്ടതായിരുന്നു. കുട്ടിക്കാലത്ത് പഴന്തുണികളും കാർഡ്ബോർഡുമുപയോഗിച്ച് കൊച്ചോയുടെ ചെറുരൂപം ഉണ്ടാക്കലായിരുന്നു എന്റെ പ്രധാനവിനോദം. ഞാനും കാതറീനും ചേർന്ന് ആ കുഞ്ഞുവീടുകളിൽ പാവകളെവയ്ക്കും. അവരുടെ കല്യാണം നടത്തും. കല്യാണത്തിനുമുമ്പ് പാവപ്പെട്ട പെൺകുട്ടികൾ തക്കാളിക്കൊട്ടയും പ്ലാസ്റ്റിക്കും ഉപയോഗിച്ച് ഞാനുണ്ടാക്കിയ വീട്ടിൽ വരണം. അത് ബ്യൂട്ടി പാർലറാണ്.

എന്റെ കുടുംബം മുഴുവൻ കൊച്ചോയിലായതുകൊണ്ടാണ് അവിടെ വിട്ടുപോരാൻ എനിക്ക് തീരെ താല്പര്യമില്ലാതിരുന്നത്. ഞങ്ങളുടെ കുടുംബം തന്നെ ഒരു കൊച്ചുഗ്രാമമായിരുന്നു. എട്ടു സഹോദരന്മാർ. മൂത്ത ചേട്ടൻ ഏലിയാസ് അച്ഛന്റെ സ്ഥാനത്താണ്. അതിർത്തി സേനയിൽ ജോലിയെടുക്കുമ്പോൾ ഈ ലോകത്തോട് വിടപറഞ്ഞ ഖെയ്‌റിയുടേതായിരുന്നു ആദ്യ വേർപാട്. പിസെയ്ക്ക് ഭയങ്കര സ്നേഹവും ധൈര്യവും ഉണ്ടായിരുന്നു.

ഞങ്ങൾക്ക് ഒന്നും സംഭവിക്കാൻ അവൻ സമ്മതിക്കില്ല. മസൂദ് നല്ല യന്ത്രപ്പണിക്കാരനും ഫുട്ബോൾ കളിക്കാരനും. അവന്റെ ഇരട്ടയായ സവൂദ് കൊച്ചോയിൽ ചെറിയൊരു കട നടത്തുകയായിരുന്നു. അപരിചിതരോടുപോലും തുറന്നു സംസാരിക്കുന്ന ആളായിരുന്നു ജാലോ. ഊർജ്ജസ്വലനും കുസൃതിയുമായ സയീദിന് ഒരു വീരപുരുഷനാവണം എന്നായിരുന്നു ആഗ്രഹം. സ്വപ്നജീവിയെങ്കിലും ഹെസ്നിയുടെ സ്നേഹംകിട്ടാൻ ഞങ്ങൾ മത്സരിച്ചു.

സഹോദരിമാരായ ദിമലും അഡ്കിയും പാവങ്ങളും സ്നേഹസമ്പന്നരുമായിരുന്നു. ട്രക്കോടിക്കാൻ കിട്ടാൻ ആങ്ങളമാരോട് വഴക്കിട്ടും ആട്ടിൻകുട്ടി ചത്തതിന് ഉറക്കെ കരഞ്ഞും അവരും വീടിനെ സജീവമാക്കി. എന്റെ അർധ സഹോദരന്മാരായ ഖാലിദ്, വാലിദ്, ഹാജി, നവാഫ്, അർധ സഹോദരിമാരായ ഹലാം, ഹെയാം എന്നിവരും അടുത്തുതന്നെയാണ് താമസിച്ചിരുന്നത്.

കൊച്ചോയിലായിരുന്ന ഏത് നല്ല അമ്മമാരെയും പോലെ എന്റെ അമ്മയും മക്കളെ തീറ്റിയും പരിപാലിച്ചുമാണ് ജീവിച്ചത്. കൊച്ചോയിലല്ല അമ്മയെ ഞാൻ അവസാനമായി കണ്ടത്. പക്ഷേ, അവരെക്കുറിച്ച് ചിന്തിക്കുമ്പോഴെല്ലാം കൊച്ചോയിലുള്ള അമ്മയുടെ ചിത്രമേ എന്റെ മനസ്സിൽ തെളിയൂ. ഉപരോധത്തിന്റെ കടുത്ത നാളുകളിൽ പോലും ഞങ്ങൾക്ക് വേണ്ടതെല്ലാം കിട്ടുന്നുണ്ടെന്ന് ഉറപ്പാക്കി അമ്മ. ഉല്ലാസത്തിന് പണിമില്ലാതെ വരുമ്പോൾ ച്യൂയിംഗം വാങ്ങാൻ ബാർലി വിറ്റോളൂവെന്ന് അമ്മ വാത്സല്യത്തോടെ പറയും. ഞങ്ങൾക്ക് ഇഷ്ടപ്പെട്ട വസ്ത്രം കച്ചവടക്കാരനോട് കടംപറഞ്ഞ് വാങ്ങിത്തന്നു അമ്മ. അയാൾ ഇനി എന്നും ആദ്യം നമ്മുടെ വീട്ടിൽ വന്നോളും. കടം വാങ്ങിയതിനെ കുറ്റപ്പെടുത്തിയ സഹോദരന്മാരോട് അമ്മ ചിരിയോടെ പറഞ്ഞു.

അമ്മ ദരിദ്രകുടുംബത്തിലാണ് ജനിച്ചുവളർന്നത്. അതുകൊണ്ടുതന്നെ ഞങ്ങൾക്ക് ആ ഗതി വരരുതെന്ന് അവർക്ക് നിർബന്ധമുണ്ടായിരുന്നു. അരിപ്പൊടിയും കസ്കസുമൊക്കെ തന്ന് തരംപോലെ അയല്ക്കാരും ഞങ്ങളെ സഹായിച്ചിരുന്നു. ഒരു ദിവസം അമ്മ മില്ലിൽനിന്ന് ധാന്യപ്പൊടിയുമായി വരികയായിരുന്നു. വളരെ കുറച്ച് ധാന്യപ്പൊടി മാത്രമേ സഞ്ചിയിലുണ്ടായിരുന്നുള്ളൂ. വഴിക്കുവച്ച് അമ്മയുടെ അമ്മാവൻ സുലൈമാൻ വിളിച്ചു. നിനക്ക് ബുദ്ധിമുട്ടാണെന്ന് എനിക്കറിയാം, എന്നോടെന്താണ് പറയാത്തത്? അദ്ദേഹം ചോദിച്ചു. കുഴപ്പമില്ല അമ്മാവാ, അമ്മ തലയാട്ടി. ആവശ്യത്തിനുള്ളതൊക്കെ ഉണ്ട്. അവർ പറഞ്ഞു. പക്ഷേ, അമ്മാവൻ വിട്ടില്ല. വീട്ടിൽ ഗോതമ്പ് ആവശ്യത്തിലധികമുണ്ട്. വന്ന് എടുത്തുകൊണ്ടു പോകൂ, അദ്ദേഹം നിർബന്ധിച്ചു. തൊട്ടടുത്ത ദിവസം നാല് വലിയ വീപ്പകളിൽ ഗോതമ്പ് വീട്ടിലെത്തി. ഞങ്ങൾക്ക് രണ്ട് മാസത്തേക്ക് അത് ധാരാളമായിരുന്നു. പക്ഷേ, അത് അമ്മയ്ക്ക് വലിയ അപമാനമായി. അമ്മാവന്റെ സഹായം സ്വീകരിക്കേണ്ടി വന്നതിനെക്കുറിച്ച് പറഞ്ഞപ്പോൾ അവരുടെ കണ്ണുകൾ നിറഞ്ഞൊഴുകി. ഞങ്ങൾക്കുവേണ്ടി കഠിനാധ്വാനം ചെയ്യുമെന്ന് അമ്മ പ്രതിജ്ഞയെടുത്തു. ദിവസവും അതിനായി അവർ പരിശ്രമിച്ചു. അമ്മയുടെ സാന്നിധ്യം ഞങ്ങൾക്ക് വലിയ ആത്മവിശ്വാസമാണ് നല്കിയിരുന്നത്. തൊട്ടടുത്ത് തീവ്രവാദികൾ ഉള്ളപ്പോൾപോലും. ദൈവം യസീദികളെ കാക്കും. അമ്മയ്ക്ക് സംശയമുണ്ടായിരുന്നില്ല.

അമ്മയുടെ ഓർമ്മകൾ സമ്മാനിക്കുന്ന നിരവധി വസ്തുക്കൾ ചുറ്റിലുമുണ്ട്. പ്രത്യേകിച്ചും വെള്ളനിറം. നല്ലതും ഒരുപക്ഷേ, അസ്ഥാനത്തുള്ളതുമായ തമാശയാവാം. യസീദികളുടെ പുണ്യപക്ഷിയായ മയിൽ, ചിത്രം കാണുമ്പോൾ ഞാൻ ഉള്ളിൽ ചൊല്ലുന്ന ചെറുപ്രാർഥനകളിൽ എല്ലാം. ഇരുപത്തിയൊന്നു വർഷം അമ്മയായിരുന്നു ജീവിതത്തിന്റെ കേന്ദ്രബിന്ദു. അതിരാവിലെ എഴുന്നേറ്റ് അമ്മ റൊട്ടിയുണ്ടാക്കൽ തുടങ്ങും. അടുപ്പിനുമുന്നിലിട്ട പലകയിലിരുന്നാണ് പണി. കുഴച്ച മാവുണ്ടകളുടെ ഇരുവശവും അടിച്ചുപരത്തി പൊള്ളിവരുംവരെ അവയെ അടുപ്പിന് മുകളിൽവച്ച് ഉണ്ടാക്കുന്ന റൊട്ടിയും അത് മുക്കിക്കഴിക്കാനുള്ള വെണ്ണയും. മാവ് അടിച്ചു പരത്തുന്ന ടിം ടിം ശബ്ദം കേട്ടാണ് ഞാൻ എല്ലാ ദിവസവും ഉണർന്നെണീക്കുക. പച്ചവെണ്ണയുടെ മണത്തിൽ നിന്നറിയാം അമ്മയുടെ സാന്നിധ്യം. ഉറക്കച്ചടവോടെ ഞാനും അമ്മയെ സഹായിക്കാനിരിക്കും.

ശൈത്യകാലത്ത് അടുപ്പിൽ കയ്യും ചൂടാക്കി വാതോരാതെ അമ്മയോട് സംസാരിച്ചിരിക്കും. സ്കൂളിലെ വിശേഷങ്ങൾ, നാട്ടിലെ കല്യാണങ്ങൾ, സഹോദരങ്ങളുമായുള്ള വഴക്ക് ഇങ്ങനെ അമ്മയോട് പറയാത്തതൊന്നുമില്ല. പുറത്തെ കുളിമുറിയുടെ മേൽക്കൂരയിൽ പാമ്പ് അടയിരിക്കുന്നുണ്ടെന്ന് ഞാൻ പറയും. 'ഞാൻ ശബ്ദം കേട്ടു അമ്മേ', എന്റെ വിശ്വാസം അമ്മയെ ബോധ്യപ്പെടുത്താനുള്ള ശ്രമം. അമ്മ ചിരിച്ചുകൊണ്ട് മൂത്തവരോട് പറയും, നാദിയയ്ക്ക് തനിച്ച് കുളിക്കാൻ പേടിയാണ്. ചേച്ചിമാരും ചേട്ടന്മാരും എന്നെ കളിയാക്കി ചിരിക്കും. പക്ഷേ ഒരുദിവസം പാമ്പിൻകുഞ്ഞ് എന്റെ തലയിൽ വീണതോടെ കുളിമുറി പൊളിച്ചു പണിയേണ്ടിവന്നു. പക്ഷേ, അവരെല്ലാം പറഞ്ഞ ഒരു കാര്യം ശരിയായിരുന്നു. തനിച്ചാവുന്നത് എനിക്ക് ഒട്ടും ഇഷ്ടമായിരുന്നില്ല.

റൊട്ടിയുടെ കരിഞ്ഞഭാഗങ്ങൾ ഒടിച്ചെടുത്ത് തിന്നുകൊണ്ട് എന്റെ ജീവിതപദ്ധതികൾ ഞാൻ അമ്മയ്ക്ക് മുന്നിൽ നിരത്തും. വീട്ടിൽ ഞാൻ തുടങ്ങുന്ന ബ്യൂട്ടി പാർലറിൽ കേശാലങ്കാരം മാത്രമായിരിക്കില്ല. നഗരവാസികളുടേതുപോലെ കൺമഷിയും ഐ ഷാഡോയും വാങ്ങിവയ്ക്കും. അതുകൊണ്ട് മേക്കപ്പും ചെയ്യാം. ഹൈസ്കൂളിൽ ചരിത്രാധ്യാപികയാവുകയാണ് പ്രഥമ ലക്ഷ്യം. സ്കൂൾ വിട്ടുവന്നാൽ മേക്കപ്പ് ചെയ്തുകൊടുക്കും. അമ്മ തലയാട്ടി സമ്മതിക്കും, എന്നിട്ട് പറയും: നീ എന്നെ വിട്ടുപോകുംവരെ ആയിക്കോളൂ നാദിയ. ഞാനൊരിക്കലും അമ്മയെ വിട്ടുപോവില്ല, ഞാൻ മറുപടി പറഞ്ഞു.

മൂന്ന്

യസീദി വിശ്വാസമനുസരിച്ച് മനുഷ്യസൃഷ്ടിക്കുമുമ്പ് ദൈവം ഏഴ് മാലാഖമാരെ സൃഷ്ടിച്ചു. ദൈവത്തിന്റെ അവതാരങ്ങളാണ് ഈ മാലാഖ മാർ. പൊട്ടിയ മുത്തുപോലുള്ള ഗോളങ്ങളിൽനിന്ന് പ്രപഞ്ചത്തെ സൃഷ്ടിച്ച ദൈവം തന്റെ പ്രധാന മാലാഖയായ താവൂസി മെലെക്കിനെ ഭൂമിയിലേക്ക് അയച്ചു. മയിലിന്റെ രൂപത്തിൽവന്ന താവൂസി മെലെക് തന്റെ പീലികളിലെ വർണങ്ങൾകൊണ്ട് ഭൂമിയെ അലങ്കരിച്ചു. ഭൂമിയി ലെത്തിയ താവൂസി മെലെക് ആദിമ മനുഷ്യനായ ആദമിനെ കണ്ടു മുട്ടുന്നു. അനശ്വരനും പൂർണ്ണനുമായി ദൈവം സൃഷ്ടിച്ച ആദത്തിന്റെ സൃഷ്ടിയെ താവൂസി മെലെക് വെല്ലുവിളിച്ചു. പ്രത്യുദ്പാദനം നടത്താ നാണ് ഉദ്ദേശ്യമെങ്കിൽ ആദം അനശ്വരനും പൂർണ്ണനും അല്ലാതാവണ മെന്ന് മാലാഖ പറഞ്ഞു. ദൈവം വിലക്കിയ ഗോതമ്പ് കഴിക്കേണ്ടി വരുമെന്നും മുന്നറിയിപ്പ് നല്കി. ഭൂമിയുടെ ഭാവി ദൈവം താവൂസി മെലെക്കിനെ ഏല്പിച്ചു. ഗോതമ്പുകഴിച്ച ആദം പറുദീസയ്ക്ക് പുറ ത്തായി. അങ്ങനെ യസീദികളുടെ രണ്ടാംതലമുറ ലോകത്ത് സൃഷ്ടിക്ക പ്പെട്ടു.

തന്റെ വില ദൈവത്തിനുമുന്നിൽ തെളിയിച്ച് അങ്ങനെ മയിൽ മാലാഖ ദൈവത്തിന് ഭൂമിയിലേക്കും തിരിച്ചുമുള്ള ബന്ധത്തിന്റെ ഇട നിലക്കാരനായി. യസീദികൾ പ്രാർഥിക്കുന്നത് താവൂസി മെലെക്കി നോടാണ്. മാലാഖ ഭൂമിയിൽ അവതരിച്ച ദിവസമാണ് ഞങ്ങൾ പുതു വർഷമായി ആഘോഷിക്കുന്നത്. മയിലിന്റെ മനോഹരമായ വർണ ചിത്രം എല്ലാ യസീദി വീടുകളിലുമുണ്ടാവും. മാലാഖയുടെ ദൈവി കജ്ഞാനമാണ് ഞങ്ങളുടെ നിലനില്പ്പിന് അടിസ്ഥാനമെന്ന് ഓർമ്മ പ്പെടുത്തുന്നവയാണ് ഈ ചിത്രങ്ങൾ. ദൈവഭക്തിയിൽ അടിയുറ ച്ചതും മനുഷ്യനെ ദൈവവുമായി ബന്ധിപ്പിക്കുന്നതുമായ താവൂസി മെലെക് മാലാഖയെ യസീദികൾക്ക് ഏറെ ഇഷ്ടമാണ്. എന്നാൽ ഇറാഖിലെ മുസ്ലീങ്ങൾ ഒരു കാരണവുമില്ലാതെ താവൂസി മെലെക്കിനെ നിന്ദിക്കുകയും മാലാഖയോട് പ്രാർഥിക്കുന്നതിന് ഞങ്ങളെ പഴിക്കു കയും ചെയ്യും.

പറയാൻ വേദനയുണ്ട്. എങ്കിലും ഇറാഖിലെ പലരും മാലാഖ മയിലിനോടുള്ള ഞങ്ങളുടെ ഭക്തിയെ സാത്താൻ സേവയെന്ന് വിശേ ഷിപ്പിക്കാറുണ്ട്. ഖുർആനിലെ ഇബ്ലീസിനെ പോലെ ദൈവത്തെ വഞ്ചിച്ച പ്രധാന മാലാഖയായാണ് താവൂസി മെലെക്കിനെ അവർ

കാണുന്നത്. ആദത്തെ വെല്ലുവിളിച്ച മാലാഖ അതുവഴി ദൈവത്തെ യാണ് വെല്ലുവിളിച്ചതെന്നാണ് അവരുടെ വിലയിരുത്തൽ. ഇരുപതാം നൂറ്റാണ്ടിന്റെ ആരംഭത്തിൽ ചില പണ്ഡിതരെഴുതിയ പുസ്തകങ്ങളാണ് ഇത്തരക്കാർ ഉദാഹരിക്കുന്നത്. യസീദി പാരമ്പര്യം അറിയാത്ത ഈ പണ്ഡിതർ എഴുതിവച്ചിരിക്കുന്നത് ആദത്തെ വണങ്ങാതിരുന്ന മാലാഖ മയിലിനെ ദൈവം നരകത്തിലേക്ക് അയച്ചുവെന്നാണ്. അത് ശരിയല്ല. ഈ ദുർവ്യാഖ്യാനം ദൂരവ്യാപക ഫലങ്ങളുമുണ്ടാക്കി. ഞങ്ങളുടെ വിശ്വാസസംഹിതയുടെ അടിസ്ഥാനമായ ഈ കഥ തന്നെ മറ്റുള്ളവർ ഞങ്ങളെ വംശഹത്യ ചെയ്യുന്നതിനും കാരണമായി. യസീദികളെ ക്കുറിച്ച് പ്രചരിപ്പിച്ചിട്ടുള്ള ഏറ്റവും വലിയ നുണയും ഇതാണ്. പക്ഷേ, ഇതുമാത്രമല്ല. യസീദിസം ഒരു മതമല്ലെന്ന് ചിലർ പറയും. അതിന്റെ കാരണമായി അവർ ചൂണ്ടിക്കാണിക്കുന്നത് ഞങ്ങൾക്ക് ബൈബിളോ ഖുർആനോ പോലൊരു വിശുദ്ധ ഗ്രന്ഥമില്ലെന്നതാണ്. താവൂസി മെലെക് ഭൂമിയിൽവന്നുവെന്ന് വിശ്വസിക്കുന്ന ബുധനാഴ്ചകളിൽ ഞങ്ങൾ കുളിക്കില്ല. അത് വിശ്രമത്തിനും പ്രാർഥനയ്ക്കുമുള്ള ദിവസ മാണ്. ബുധനാഴ്ച കുളിക്കാത്തതിന്റെ പേരിൽ ഞങ്ങൾ വൃത്തികെട്ട വരാണെന്ന് ചിലർ പറയും. സൂര്യന് ദർശനമായി നിന്ന് പ്രാർഥിക്കു ന്നതിനാൽ ഞങ്ങളെ വിഗ്രഹാരാധകരാക്കി. മരണത്തെ അഭിമുഖീ കരിക്കാൻ കരുത്തുപകരുന്നതും സമുദായത്തെ ഒറ്റക്കെട്ടായി നിർ ത്തുന്നതുമാണ് പുനർജന്മത്തെക്കുറിച്ചുള്ള ഞങ്ങളുടെ വിശ്വാസം. അബ്രഹാമിന്റെ പിന്മുറക്കാരാരും പുനർജന്മത്തിൽ വിശ്വസിക്കുന്നില്ല എന്നതുകൊണ്ട് മുസ്ലീങ്ങൾ ഇതിനെ പൂർണ്ണമായും തള്ളിപ്പറയും. പച്ചടിച്ചീര (ലെറ്റ്യൂസ്) പോലുള്ള ചില ഭക്ഷണങ്ങൾ ചില യസീദികൾ ഒഴിവാക്കും. അതിന്റെ പേരിലും അപമാനം നേരിടേണ്ടിവരാറുണ്ട്. ചിലർ നീലവസ്ത്രമൊഴിവാക്കും. താവൂസി മെലെക്കിന്റെ നിറമായ നീല വിശുദ്ധമായി കണക്കാക്കുന്നതിനാലാണ് ഈ ഒഴിവാക്കൽ. ഇതിന്റെയെല്ലാം പേരിൽ യസീദികൾ പരിഹാസ്യരാക്കപ്പെടാറുണ്ട്.

കൊച്ചോയിൽ ജനിച്ചു വളർന്ന എനിക്ക് ഞങ്ങളുടെ മതത്തെ ക്കുറിച്ച് ആഴത്തിലുള്ള അറിവൊന്നും ഇല്ലായിരുന്നു. മതപഠനം സാധ്യ മാവുന്ന യസീദിവിഭാഗങ്ങൾ വളരെ കുറവായിരുന്നു. പുരോഹിതരോ ഗുരുക്കന്മാരോ ആണ് മതപാഠങ്ങൾ പകർന്നു നല്കുന്നത്. ലാലിഷിൽ (യസീദി പുണ്യസ്ഥലം) പോയി മാമോദീസ മുങ്ങുമ്പോളേക്കും ഞാൻ കൗമാരക്കാരിയായിരുന്നു. അപ്പോഴാണ് സാമ്പത്തികമായി ഞങ്ങൾക്കത് സാധ്യമായത്. പക്ഷേ, മുടങ്ങാതെ ലാലിഷിൽ മതപഠനത്തിനുപോ വുക പ്രയാസമായിരുന്നു. ആക്രമണങ്ങളും പീഡനങ്ങളും ഞങ്ങളെ ചിന്നിച്ചുകളഞ്ഞിരുന്നു. എണ്ണം കുറഞ്ഞതോടെ ആധ്യാത്മിക കഥകൾ വായ്മൊഴിയായി കൈമാറുന്നതും കുറഞ്ഞു. എന്നിട്ടും ഞങ്ങളുടെ

മതമേലധ്യക്ഷന്മാർ യസീദിസത്തെ കാത്തുപരിപാലിച്ചു. തെറ്റായ കൈകളിൽ എത്തിയിരുന്നെങ്കിൽ മതം ഞങ്ങൾക്ക് വിനയാകുമായിരുന്നു.

ചെറുപ്പം മുതൽ ഓരോ യസീദിയെയും പഠിപ്പിക്കുന്ന ചില കാര്യങ്ങളുണ്ട്. യസീദി അവധി ദിവസങ്ങളെക്കുറിച്ച്, പ്രത്യേകിച്ചും ഓരോ ദിവസത്തെയും ആഘോഷങ്ങളെക്കുറിച്ച് എനിക്ക് നന്നായി അറിയാം. പക്ഷേ, പലതിന്റെയും ദൈവശാസ്ത്രപരമായ അടിത്തറ വലിയ ബോധ്യവുമില്ല. ഉദാഹരണത്തിന് യസീദി പുണ്യദിനത്തിൽ മുട്ടകൾക്ക് നിറം കൊടുക്കണം, ശവക്കല്ലറകൾ സന്ദർശിച്ച് മരിച്ചുപോയ ബന്ധുക്കൾക്കായി പ്രാർഥിക്കണം, ദേവാലയങ്ങളിൽ തിരി തെളിക്കണം. ഒക്ടോബറിലാണ് യസീദി പുണ്യഭൂമിയായ ലാലിഷിൽ പോകേണ്ടത്. ഷെയ്ഖാൻ ജില്ലയിലെ ലാലിഷിലാണ് ഞങ്ങളുടെ ഏറ്റവും പ്രധാനപ്പെട്ട ആധ്യാത്മികാചാര്യൻ ബാബാ ഷെയ്ഖും പുണ്യസ്ഥലങ്ങളുടെ അധികാരിയായ ബാബ ചോയിഷുമുള്ളത്. ഡിസംബറിൽ പാപപരിഹാരാർഥം ഞങ്ങൾ മൂന്നുദിവസം ഉപവസിക്കും. യസീദികളല്ലാത്തവരുമായി വിവാഹം അനുവദനീയമല്ല. യസീദിസത്തിലേക്ക് മതപരിവർത്തനവും സാധ്യമല്ല. യസീദികൾക്ക് നേരെ നടന്നിട്ടുള്ള എഴുപത്തിമൂന്ന് വംശഹത്യകളെക്കുറിച്ച് ഞങ്ങളെ പഠിപ്പിക്കും. ഈ പുണ്യപുരാണങ്ങൾ ഞങ്ങളുടെ സ്വത്വബോധവുമായി ഇഴചേർന്ന് കിടന്നു. വിശ്വാസസംരക്ഷണത്തിനായി ജനിക്കുന്ന ഓരോ സ്ത്രീയിലും പുരുഷനിലുമാണ് യസീദിസത്തിന്റെ നിലനില്പ്. ഞാനും അവരിലൊരാളാണ്.

ഓരോ സമയത്തും എങ്ങോട്ടുനോക്കി പ്രാർഥിക്കണമെന്ന് അമ്മയാണ് പഠിപ്പിച്ചത്. രാവിലെ സൂര്യനെ നോക്കി, പകൽ ലാലിഷിന്റെ വശത്തേയ്ക്ക്, രാത്രി ചന്ദ്രനെ നോക്കി. ഓരോന്നിനും അതിന്റേതായ രീതിയുണ്ടെങ്കിലും ചിട്ടകൾക്ക് അയവുമുണ്ട്. പ്രാർഥന തികച്ചും വ്യക്തിപരമാണ്. വെറും സംഘം ചേരലോ അനുഷ്ഠാനമോ മാത്രമല്ല അത്. നിങ്ങൾക്ക് ശാന്തമായി മനസ്സിൽ പ്രാർഥിക്കാം, ഉറക്കെയും പ്രാർഥിക്കാം. ഒറ്റക്കോ സംഘമായോ പ്രാർഥിക്കാം. സംഘത്തിൽ എല്ലാവരും യസീദിയായിരിക്കണമെന്നുമാത്രം. പ്രാർഥനയിൽ പലതരം അംഗവിക്ഷേപങ്ങളുണ്ട്. ഉദാഹരണത്തിന് യസീദികൾ കൈയിലണിയുന്ന ചുവപ്പും വെള്ളയും നിറമുള്ള വള ചുംബിക്കുക, ആണുങ്ങൾ അവരുടെ പരമ്പരാഗത വെള്ള അടിയുടുപ്പിന്റെ കോളറിൽ ചുംബിക്കുക എന്നിങ്ങനെ.

ഞാൻ കണ്ടുവളർന്ന യസീദികളെല്ലാവരും മൂന്നുനേരം പ്രാർഥിക്കും. എവിടെനിന്ന് വേണമെങ്കിലും പ്രാർഥിക്കാം. ദേവാലയങ്ങളെക്കാൾ പാടത്തോ പുരപ്പുറത്തോ അല്ലെങ്കിൽ അമ്മയെ സഹായിക്കുന്നതിനിടെ അടുക്കളയിൽ നിന്നോ എല്ലാമായിരുന്നു എന്റെ പ്രാർഥന.

ദൈവത്തെയും താവൂസി മെലെക്കിനെയും പുകഴ്ത്തുന്ന ഏതാനും വരികൾ ചൊല്ലിയശേഷം എന്തും പ്രാർഥിക്കാം. നിന്റെ സങ്കടങ്ങ ളെല്ലാം താവൂസി മെലെക്കിനോട് പറയാം, അംഗവിക്ഷേപങ്ങളോടെ അമ്മ ഓർമ്മിപ്പിക്കും. നിങ്ങൾക്ക് സ്നേഹമുള്ള ആരെയെങ്കിലും കുറിച്ച് ദുഃഖമുണ്ടെങ്കിൽ, എന്തെങ്കിലും ഭയമുണ്ടെങ്കിൽ എല്ലാം മാലാഖയോട് പറയൂ. അതിലെല്ലാം താവൂസിമെലെക്കിന് നിങ്ങളെ സഹായിക്കാനാവും, അമ്മ ഉറപ്പുനല്കി. സ്കൂൾപഠനം പൂർത്തിയാ ക്കുക, ബ്യൂട്ടിപാർലർ തുറക്കുക, സഹോദരങ്ങളുടെയും അമ്മയുടെ യും ഭാവി ഇതെക്കുറിച്ചെല്ലാമാണ് എനിക്ക് പ്രാർഥിക്കാനുണ്ടായിരു ന്നത്. ഇപ്പോൾ ഞാൻ എന്റെ മതത്തിന്റെയും ആളുകളുടെയും നില നില്പിനെക്കുറിച്ചാണ് പ്രാർഥിക്കുന്നത്.

യസീദികൾ എന്നും അവരുടെ മതവിശ്വാസത്തിൽ അഭിമാനിച്ചു. മറ്റുള്ളവർ അകറ്റി നിർത്തുന്നതിലും ഞങ്ങൾക്ക് കുറവുതോന്നിയിട്ടില്ല. കൂടുതൽ സ്വത്തോ അധികാരമോ ഒന്നും ഞങ്ങൾ ആഗ്രഹിച്ചിട്ടില്ല. മറ്റ് മതസ്ഥരെ കീഴടക്കി മതം പ്രചരിപ്പിക്കണമെന്നും ഞങ്ങളെ പഠിപ്പി ച്ചിട്ടില്ല. ആർക്കും യസീദിസത്തിലേക്ക് മതപരിവർത്തനം നടത്താ നുമാവില്ലല്ലോ. പക്ഷേ, ഞാൻ ജനിച്ചപ്പോഴേക്കും എന്റെ സമുദായം മാറ്റത്തിന്റെ പാതയിലായിരുന്നു. ഗ്രാമത്തിൽ ടെലിവിഷൻ വന്നു. ആദ്യം സർക്കാർ ഉടമസ്ഥതയിലുള്ള ചാനൽ മാത്രമായിരുന്നു. ഡിഷ് ടിവി വന്നതോടെ തുർക്കിഭാഷയിലുള്ള തട്ടുപൊളിപ്പൻ പരിപാടികളും കുർദിഷ് വാർത്തയുമെല്ലാം കാണാമെന്നായി. ആദ്യം വാഷിങ് മെഷീൻ കണ്ടത് മന്ത്രവിദ്യ കാണുംപോലെയായിരുന്നു. വാഷിങ് മെഷീനെത്തി യിട്ടും അമ്മ നല്ല വസ്ത്രങ്ങളൊക്കെ കൈകൊണ്ടു തന്നെ കഴുകി. നിരവധി യസീദികൾ അമേരിക്ക, ജർമനി, കാനഡ തുടങ്ങി പാശ്ചാത്യ രാജ്യങ്ങളിലേക്ക് കുടിയേറി. ഞങ്ങളുടെ മാതാപിതാക്കൾക്ക് സ്വപ്നം കാണാൻ കഴിയാതിരുന്ന ഒരു സൗഭാഗ്യം, വിദ്യാഭ്യാസം അത് ഞങ്ങൾക്ക് പ്രാപ്യമായി.

1970-കളിൽ സദ്ദാം ഭരണകാലത്താണ് കൊച്ചോയിലെ ആദ്യ സ്കൂൾ പണിയുന്നത്. അത് അഞ്ചാംക്ലാസ് വരെയെ ഉണ്ടായിരുന്നുള്ളൂ. കടുത്ത ദേശീയവാദത്തിലൂന്നിയ പാഠങ്ങൾ അറബിക് ഭാഷയിലാ യിരുന്നു. കുർദിഷ് പുസ്തകങ്ങൾ ഇല്ലായിരുന്നു. സർക്കാർ പാഠ്യ പദ്ധതി ആരാണ് രാജ്യത്തെ പ്രമുഖർ, അവരുടെ മതം ഇതെല്ലാമാണ് പഠിപ്പിച്ചിരുന്നത്. സ്കൂളിൽ പഠിപ്പിച്ച ഇറാഖി ചരിത്രത്തിൽ യസീദികൾ എന്നൊരു വംശത്തെക്കുറിച്ച് പരാമർശമേ ഉണ്ടായിരുന്നില്ല. എന്നാൽ കുർദുകളെ രാജ്യത്തിന്റെ ശത്രുക്കളായി അവതരിപ്പിച്ചിരുന്നു. യുദ്ധ പരമ്പരകളായിരുന്നു ഇറാഖ് ചരിത്രം. തങ്ങളുടെ ഭൂമി പിടിച്ചെടുക്കാൻ വന്നവരെ വിരട്ടിയോടിക്കുന്നതായിരുന്നു എല്ലാക്കാലത്തും പട്ടാളം

ചെയ്തിരുന്നത്. രക്തരൂഷിതമായ ആ ചരിത്രം ശരിക്കും ഏതൊരു ഇറാഖിയെയും അഭിമാനിതനാക്കേണ്ടതാണ്. ബ്രിട്ടീഷ് സാമ്രാജ്യത്വ ശക്തികളെ പുറത്താക്കിയ, രാജഭരണത്തെ തൂത്തെറിഞ്ഞ ഞങ്ങളുടെ നേതാക്കളുടെ കഥകൾ. പക്ഷേ, ഇതൊന്നും എനിക്ക് അഭിമാനം പകർന്നില്ല. ഈ പുസ്തകങ്ങളാണ് ഞങ്ങളുടെ അയൽക്കാരെ ഐസിസിൽ ചേരാൻ പ്രേരിപ്പിച്ചത്, അല്ലെങ്കിൽ ഞങ്ങൾക്കുനേരെയുണ്ടായ അതിക്രമങ്ങളോട് മുഖം തിരിക്കാൻ പ്രേരിപ്പിച്ചത് എന്നാണ് ഞാൻ കരുതുന്നത്. ഇറാഖിലെ സ്കൂളുകളിൽ പഠിച്ച ആർക്കും യസീദിസം സംരക്ഷിക്കപ്പെടേണ്ടതാണെന്ന് തോന്നില്ല, അന്തമില്ലാത്ത രക്തം ചീന്തൽ അവസാനിക്കേണ്ടതാണെന്ന വിചാരമുണ്ടാവില്ല. സ്കൂളിലെ ആദ്യദിനം മുതൾ അക്രമങ്ങളെക്കുറിച്ചാണ് ഞങ്ങളെ പഠിപ്പിച്ചിട്ടുള്ളത്.

കുട്ടിയായിരുന്ന എന്നെ ഇറാഖ് അമ്പരപ്പിച്ചു. ഒരു പ്രത്യേക ഗ്രഹം പോലെയായിരുന്നു അത്. ദശകങ്ങൾനീണ്ട ഉപരോധങ്ങൾ, യുദ്ധം, അധിനിവേശം, വൃത്തികെട്ട രാഷ്ട്രീയം, അധിനിവേശം വേർപെടുത്തിയ അയല്ക്കാർ, വടക്കേയറ്റത്ത് സ്വാതന്ത്ര്യമോഹികളായ കുർദുകൾ. തെക്കേയറ്റത്തായിരുന്നു രാജ്യത്തെ സാമുദായിക, രാഷ്ട്രീയ ഭൂരിപക്ഷമായ ഷിയാക്കൾ. മധ്യഭാഗത്തായിരുന്നു സുന്നികൾ. സദ്ദാമിന്റെ നേതൃത്വത്തിൽ ഒരുകാലത്ത് രാജ്യം ഭരിക്കുകയും ഇപ്പോൾ രാജ്യവിരുദ്ധപോരാട്ടം നടത്തുകയും ചെയ്യുന്നവർ.

ഇതാണ് ഇറാഖിന്റെ ലഘുഭൂപടം. ത്രിവർണപതാകയിലെ നിറങ്ങൾപോലെ സമാന്തരമായ മൂന്ന് വിഭാഗങ്ങൾ. യസീദികൾ മറ്റുള്ളവരിൽ ആണ് ഉൾപ്പെട്ടിരുന്നത്. വിവരണാതീതമാണ് ഈ രാജ്യത്തെക്കുറിച്ചുള്ള യാഥാർഥ്യങ്ങൾ.

ഇവിടെ ജനിച്ചുവളർന്നവരെപ്പോലും സംഭ്രമത്തിലാഴ്ത്തുന്നവയാണവ. എന്റെ ചെറുപ്പത്തിൽ കൊച്ചോക്കാർ അധികം രാഷ്ട്രീയം പറയാറുണ്ടായിരുന്നില്ല. വിളയിറക്കലും വിളവെടുപ്പും, വിവാഹങ്ങൾ, ആട് പാല് തരുന്നുണ്ടോ, ഇതൊക്കെയായിരുന്നു ഞങ്ങളുടെ വിഷയങ്ങൾ. ചെറുഗ്രാമവാസികൾക്ക് ചിരപരിചിതമായ കാര്യങ്ങൾ മാത്രം. പട്ടാളത്തിൽ ചേർക്കുന്നതിലോ ബാത്ത് പാർട്ടിയിൽ ചേർക്കുന്നതിലോ അപ്പുറം കേന്ദ്രസർക്കാരിനും യസീദികളെക്കുറിച്ച് താല്പര്യമുണ്ടായിരുന്നില്ല. ഇറാഖിലെ ന്യൂനപക്ഷമായിരിക്കുന്നത് ഞങ്ങൾക്ക് വിഷമമായിരുന്നു. മറ്റുള്ള വിഭാഗത്തിൽപ്പെടുന്ന യസീദികൾ ഉൾപ്പെടെയുള്ളവരെ ഉൾക്കൊണ്ടിരുന്നെങ്കിൽ മൂന്ന് ത്രിവർണപതാകയിലെ സമാന്തര നിറങ്ങളെ ചേർത്ത് മനോഹരമായ വെണ്ണക്കല്ലാക്കുമായിരുന്നു.

കൊച്ചോയുടെ വടക്കുകിഴക്ക് ഇറാഖി കുർദിസ്ഥാനോട് ചേർന്നാണ് ഇറാഖി തുർക്മെനികളുടെ പ്രദേശം. സുന്നികളും ഷിയാക്കളുമുണ്ടിവിടെ. അസീറിയൻസ്, കല്ദായർ, അർമേനിയൻസ് എന്നിങ്ങനെ

വിവിധ വിഭാഗം ക്രിസ്ത്യാനികളുമുണ്ട് ഇറാഖിൽ. നിനെവെ മേഖലയിലാണ് ക്രിസ്ത്യാനികൾ കൂടുതൽ. മറ്റ് ചെറുപൊട്ടുകൾപോലെ കാണുന്ന പ്രദേശങ്ങളിലായി, ഷബാക്, റോമ നാടോടികൾ, മാൻഡിയനുകൾ, ആഫ്രിക്കൻ വംശജർ, കാട്ടറബികൾ എന്നിങ്ങനെ വ്യത്യസ്ത വംശജർ ചിതറിക്കിടക്കുന്നു. ബാഗ്ദാദിന് അടുത്തെവിടെയോ ഇറാഖി ജൂതന്മാരുടെ ചെറുസമുദായവും ഉണ്ടെന്ന് കേട്ടിട്ടുണ്ട്. മതവും വംശവും ഇഴചേർന്ന് കിടക്കുന്നവയാണ്. ഉദാഹരണത്തിന് കുർദുകളിൽ നല്ല പങ്കും സുന്നി മുസ്ലീങ്ങളാണ്. പക്ഷേ, അവർക്ക് മുഖ്യം കുർദിഷ് സ്വത്വമാണ്. യസീദിസത്തെ മതമായും വംശമായും കാണുന്നവരാണ് കൂടുതലും. ഇറാഖി അറബികളിൽ നല്ല പങ്കും ഷിയാ അല്ലെങ്കിൽ സുന്നി മുസ്ലീങ്ങളാണ്. ഈ വേർതിരിവ് കാലങ്ങളായുള്ള സംഘർഷങ്ങൾക്കും കാരണമായി. ഇതിൽ ചിലതെല്ലാം ഞങ്ങളുടെ ചരിത്ര പുസ്തകങ്ങളിലുണ്ട്.

നഗരാതിർത്തിയെ ചുറ്റിയുള്ള പാത പിന്നിട്ട് വേണമായിരുന്നു എനിക്ക് സ്കൂളിലെത്താൻ. പോകുന്ന വഴിയാണ് ബഷാറിന്റെ വീട്. അയാളുടെ അച്ഛനെ അൽഖായിദ കൊലപ്പെടുത്തിയതാണ്. പിന്നെ ഞാൻ ജനിച്ചുവളർന്ന വീട്. അവിടെയാണ് സാറയ്ക്കൊപ്പം അച്ഛൻ താമസിക്കുന്നത്. അതുകഴിഞ്ഞാൽ എന്റെ കൂട്ടുകാരി വാലായുടെ വീട്. വിളറിയ വെളുത്ത മുഖമുള്ള വാല സുന്ദരിയായിരുന്നു. ശാന്ത പ്രകൃതിയായ വാല പെരുമാറ്റത്തിൽ എന്നെപ്പോലെ വില്ലത്തി അല്ലായിരുന്നു. എല്ലാ ദിവസവും രാവിലെ എന്റെ കൂടെ സ്കൂളിൽ പോകാൻ അവൾ ഓടി വരും. ഒറ്റയ്ക്കു നടക്കുന്നത് സുഖകരമല്ലായിരുന്നു. എല്ലാ വീട്ടിനു മുന്നിലും നായ്ക്കളുണ്ടാവും. പോകുന്നവരെയെല്ലാം നോക്കി കുരച്ച് ആ ഭീകരന്മാരിങ്ങനെ നില്ക്കും. ഗേറ്റ് തുറന്നുകിടക്കുകയാണെങ്കിൽ ഒച്ചയുണ്ടാക്കി അവ പിറകേ കൂടും. അപകടകാരികളായ ആ നായ്ക്കളുടെ രീതികൾ വളർത്തുമൃഗങ്ങളെപ്പോലെയായിരുന്നില്ല. നായ്ക്കളെ പേടിച്ചോടുന്ന ഞങ്ങൾ കിതച്ചും വിയർത്തുമാവും സ്കൂളിലെത്തുക. അച്ഛന്റെ നായ്ക്കൾക്ക് എന്നെ അറിയാമായിരുന്നതുകൊണ്ട് വെറുതേവിടും.

മങ്ങിയ നിറമുള്ള ഞങ്ങളുടെ സ്കൂൾ കെട്ടിടം മണ്ണിന്റെ നിറമുള്ള കോൺക്രീറ്റുകൊണ്ട് ഉണ്ടാക്കിയതായിരുന്നു. നിറം മങ്ങിയ ചുവർ ചിത്രങ്ങളും പൊക്കം കുറഞ്ഞ ഭിത്തികളും വരണ്ടുണങ്ങിക്കിടക്കുന്ന പൂന്തോട്ടവും. കാഴ്ചയ്ക്ക് എങ്ങനെയിരുന്നാലും സ്കൂളിൽ പോവാൻ കഴിയുക എന്നത് അത്ഭുതം തന്നെയായിരുന്നു. വാലയും ഞാനും കാതറീനും മറ്റ് പെൺകുട്ടികളും ചേർന്ന് സ്കൂൾ മുറ്റത്ത് ബിന്അബ്കി കളിക്കും. ബിന്അബ്കിയെന്നാൽ കുർദിഷ് ഭാഷയിൽ ചെളിക്കുള്ളിൽ എന്നർത്ഥം. ഒരു മാർബിൾ കഷണമോ നാണയമോ സോഡക്കുപ്പിയുടെ

അടപ്പോ എന്തെങ്കിലും മണ്ണിനുള്ളിൽ ഒളിപ്പിച്ചുവയ്ക്കും. എന്നിട്ട് ഓരോ കുഴിയും തോണ്ടി നോക്കി ഓടി നടക്കും. ടീച്ചർ ഒച്ചയെടുക്കും വരെ ഈ കളി തുടരും. കളി കഴിയുമ്പോഴേയ്ക്കും നഖത്തിനിടയിൽ ചെളി കട്ടിയായി ഇരിപ്പുണ്ടാവും. അതിന് വീട്ടിൽ ചെല്ലുമ്പോൾ അമ്മയുടെ ശകാരം ഉറപ്പാണ്. കളി മിക്കപ്പോഴും കരച്ചിലിലാണ് അവസാനിച്ചിരുന്നത്. അതൊരു പഴയതലമുറ കളിയായിരുന്നു. അമ്മയുടെ കുട്ടിക്കാലത്തും കളിച്ചിരുന്നത്.

പാഠഭാഗങ്ങളിൽ അനീതികളും വിട്ടുപോകലുകളും ഉണ്ടെങ്കിലും ചരിത്രം എന്റെ ഇഷ്ടവിഷയമായിരുന്നു. നല്ല മാർക്കും ലഭിച്ചിരുന്നു. ഇംഗ്ലീഷായിരുന്നു ഏറ്റവും മോശം. പഠനത്തിൽ ഞാൻ കഠിനാധ്വാനിയായിരുന്നു. കാരണം ഞാൻ പഠിക്കുമ്പോൾ എന്റെ സഹോദരങ്ങൾ പാടത്ത് പണിയെടുക്കുകയാണെന്ന ചിന്ത എനിക്കുണ്ടായിരുന്നു. കൂട്ടുകാരെപ്പോലെ പുറത്തുതൂക്കുന്ന ബാഗൊന്നും എനിക്കില്ലായിരുന്നു. വാങ്ങിത്തരാൻ അമ്മയ്ക്ക് നിവൃത്തിയില്ലായിരുന്നു. പക്ഷേ, ഞാൻ പരാതി പറഞ്ഞിട്ടില്ല. അമ്മയെ ഓരോന്ന് ആവശ്യപ്പെട്ട് ബുദ്ധിമുട്ടിക്കുന്നത് എനിക്കിഷ്ടമല്ലായിരുന്നു. രണ്ടു മൂന്നു ഗ്രാമങ്ങൾ അപ്പുറത്തുള്ള ഹൈസ്കൂളിൽ എന്നെ അയയ്ക്കാനുള്ള വണ്ടിക്കൂലി തരാൻ അമ്മയ്ക്ക് നിവൃത്തിയില്ലായിരുന്നു. അതുകൊണ്ട് ഞാൻ തൽക്കാലം പഠിത്തം നിർത്തി പാടത്തെ പണിക്കുപോയി, ഞങ്ങളുടെ ഹൈസ്കൂൾ വേഗം പൂർത്തിയാകണേ എന്ന പ്രാർഥനയോടെ. പരാതിപ്പെട്ടിട്ട് കാര്യമുണ്ടായിരുന്നില്ല, പണം വെറുതെയുണ്ടാകില്ലല്ലോ. ദൂരെ അയച്ച് പഠിപ്പിക്കാൻ മാതാപിതാക്കൾക്ക് നിവൃത്തിയില്ലാത്ത കൊച്ചോയിലെ ഏക കുട്ടിയായിരുന്നില്ല ഞാൻ.

1991-ൽ സദ്ദാം ഹുസൈൻ കുവൈറ്റിനെ ആക്രമിച്ചതിനെത്തുടർന്ന് ഐക്യരാഷ്ട്രസംഘടന ഇറാഖിനുമേൽ ഉപരോധമേർപ്പെടുത്തി. പ്രസിഡന്റിന്റെ ശക്തിക്ഷയിപ്പിക്കാനായിരുന്നു ഇത്. കുട്ടിയായ എനിക്ക് ഉപരോധങ്ങളുടെ കാരണമറിഞ്ഞുകൂടായിരുന്നു. മസൂദും ഹെസ്നിയും മാത്രമായിരുന്നു വീട്ടിൽ രാഷ്ട്രീയം പറഞ്ഞിരുന്നത്. അതും സർക്കാരിനെയോ അതിന്റെ പ്രചാരവേലകളെയോ ടെലിവിഷനിൽ നോക്കി ആരെങ്കിലും കുറ്റംപറഞ്ഞാൽ അവരെ നിശ്ശബ്ദരാക്കാൻ മാത്രം. കുർദുകൾക്കെതിരായ പോരാട്ടത്തിൽ യസീദികളെ ഒപ്പം നിർത്താൻ സദ്ദാം ശ്രമിച്ചിരുന്നു. പക്ഷേ, അതിന് ബാത്പാർട്ടിയിൽ ചേരുകയും സ്വയം അറബികളെന്ന് അംഗീകരിക്കുകയും വേണം. ചില സമയത്ത് ടിവിയിൽ സദ്ദാമിനെ മാത്രമേ കാണിക്കൂ. പുകവലിച്ചും ഇറാനെക്കുറിച്ച് പറഞ്ഞും ഇരിക്കുന്ന സദ്ദാം, പിറകിൽ ഒരു മീശക്കാരൻ അംഗരക്ഷകനും. ഇയാളെന്താണ് പറയുന്നത്? ഞങ്ങൾ പരസ്പരം ചോദിക്കും. അറിയില്ലെന്ന് എല്ലാവരും തോൾകുലുക്കും.

യസീദികളെക്കുറിച്ച് ഭരണഘടനയിലെവിടെയും പറയുന്നുണ്ടായിരുന്നില്ല. വിമതശബ്ദങ്ങളെ വേഗത്തിൽ അടിച്ചമർത്തുമായിരുന്നു. സദ്ദാമിന്റെ തൊപ്പി കാണുമ്പോൾ എനിക്ക് ചിരിവരുമായിരുന്നു. ഉറക്കെ ചിരിക്കുന്ന എന്നെനോക്കി മസൂദ് തടയും. അവർ നമ്മളെ നിരീക്ഷിക്കുന്നുണ്ട്. അവൻ പറയും. ശരിയാണ്, സദ്ദാമിന്റെ കണ്ണുകൾ എല്ലായിടത്തുമെത്തിയിരുന്നു. ഒന്നെനിക്കറിയാമായിരുന്നു ഇറാഖിലെ രാഷ്ട്രീയ ഉന്നതരോ സദ്ദാമോ അല്ല ഉപരോധത്തിന്റെ കഷ്ടപ്പാടുകൾ ഏറ്റുവാങ്ങിയത്. രാജ്യത്തെ സാധാരണക്കാരായിരുന്നു. ആശുപത്രികളും കച്ചവടസ്ഥാപനങ്ങളും തകർന്നടിഞ്ഞു. മരുന്നിന്റെ വില കുതിച്ചുകയറി. ധാന്യപ്പൊടിയിൽ സിമന്റുണ്ടാക്കാനുപയോഗിക്കുന്ന ജിപ്സം കലരാൻ തുടങ്ങി. തകർച്ച ഏറ്റവും പ്രകടമായിരുന്നത് വിദ്യാഭ്യാസരംഗത്തായിരുന്നു. ഒരുകാലത്ത് മധ്യപൂർവദേശത്തെ വിവിധ രാജ്യങ്ങളിൽ നിന്നുള്ളവർ പഠനത്തിന് ഇറാഖിലെ വിദ്യാഭ്യാസ സ്ഥാപനങ്ങൾ തിരഞ്ഞെടുത്തിരുന്നു. എന്നാൽ ഉപരോധങ്ങളോടെ അത് അവസാനിച്ചു. ശമ്പളം ഗണ്യമായി കുറഞ്ഞതോടെ അധ്യാപനവൃത്തിക്ക് ആളില്ലാതായി. 50 ശതമാനം ആളുകൾ തൊഴിൽ രഹിതരായിരുന്നിട്ടുകൂടി. ഞാൻ പഠനം തുടങ്ങിയ കാലത്ത് എന്റെ സ്കൂളിൽ അറബി മുസ്ലീം അധ്യാപകർ താമസിച്ചു പഠിപ്പിച്ചിരുന്നു. യസീദി അധ്യാപകർക്കൊപ്പം ജോലിചെയ്ത അവർക്ക് ഹീറോ പരിവേഷമായിരുന്നു. അവരെ സന്തോഷിപ്പിക്കാൻ ഞാൻ കഷ്ടപ്പെടുമായിരുന്നു.

സദ്ദാമിന്റെ കാലത്തെ സർക്കാർ പാഠ്യപദ്ധതിയുടെ ഒരു ലക്ഷ്യം പ്രകടമായിരുന്നു. ഞങ്ങളുടെ യസീദി സ്വത്വം ഇല്ലാതാക്കുക. ഓരോ പുസ്തകത്തിലും ഓരോ പാഠഭാഗങ്ങളിലും അത് വ്യക്തമായിരുന്നു. യസീദികളെക്കുറിച്ചോ ആ മതത്തെക്കുറിച്ചോ കുടുംബങ്ങളെക്കുറിച്ചോ വംശഹത്യകളെക്കുറിച്ചോ ഒന്നും പറയാത്തവ. നല്ല ശതമാനം യസീദികളും കുർദിഷ് ഭാഷയാണ് സംസാരിച്ചിരുന്നതെങ്കിലും പാഠങ്ങൾ അറബിയിലായിരുന്നു. വിമതഭാഷയായാണ് കുർദിഷിനെ കണക്കാക്കിയിരുന്നത്. പ്രത്യേകിച്ചും യസീദികൾ പറയുന്ന കുർദിഷിനെ രാജ്യസുരക്ഷയ്ക്ക് വലിയ വെല്ലുവിളിയായി കണക്കാക്കി. എന്നിട്ടും ഞാൻ എല്ലാ ദിവസവും വലിയ താല്പര്യത്തോടെ സ്കൂളിൽപോയി. വേഗത്തിൽ അറബി പഠിച്ചു. അപൂർണ്ണമായ ചരിത്രം പഠിക്കുന്നതിലൂടെ സദ്ദാമിന് വഴങ്ങുന്നതായോ യസീദികളെ വഞ്ചിക്കുന്നതായോ എനിക്ക് തോന്നിയിട്ടില്ല. മറിച്ച് ഞാൻ ശാക്തീകരിക്കപ്പെട്ടവളും മിടുക്കിയുമാവുകയായിരുന്നു. വീട്ടിലും പ്രാർഥനയ്ക്കും ഞാൻ കുർദിഷ് ഭാഷതന്നെ ഉപയോഗിച്ചു. ഉറ്റസുഹൃത്തുക്കളായ വാലയ്ക്കോ കാതറീനോ എന്തെങ്കിലും കുറിപ്പെഴുതിയാൽ അതും കുർദിഷിലായിരിക്കും. യസീദിയെന്നല്ലാതെ മറ്റൊരു വിശേഷണവും

ഞാൻ സ്വയം അംഗീകരിച്ചതും ഇല്ല. എന്തുതന്നെ പഠിച്ചാലും സ്കൂളിൽപ്പോവുക എന്നത് വളരെ പ്രധാനമായിരുന്നു. കുട്ടികൾ സ്കൂളിൽ പോയി തുടങ്ങിയതോടെ രാജ്യത്തെ മറ്റു ഭാഗങ്ങളോടും പുറം ലോകത്തോടുമുള്ള കൊച്ചോയുടെ ബന്ധം വളർന്നു. ഞങ്ങളുടെ ലോകം വലുതാവുകയായിരുന്നു, സമുദായവും. ചെറുപ്പക്കാരായ യസീദികൾ സ്വന്തം സമുദായത്തെ സ്നേഹിച്ചതോടൊപ്പം മറ്റുള്ളവരുമായി ഇഴുകിച്ചേരണമെന്നും ആഗ്രഹിച്ചു. ഞങ്ങൾ വലുതാവുമ്പോൾ അധ്യാപകരാവുമെന്ന് ഞാൻ ആശിച്ചു. യസീദിചരിത്രം എഴുതുക, പൊതുതിരഞ്ഞെടുപ്പിൽ മത്സരിക്കുക, യസീദി അവകാശങ്ങൾക്കായി ബാഗ്ദാദുമായി പോരാടുക എന്നിങ്ങനെ നിരവധി സ്വപ്നങ്ങളും. ഞങ്ങളെ ഇല്ലാതാക്കാനുള്ള സദ്ദാമിന്റെ ശ്രമം തിരിച്ചടിക്കുമെന്ന തോന്നൽ എനിക്കുണ്ടായിരുന്നു.

നാല്

2003-ൽ അച്ഛൻ മരിച്ച് ഏതാനും മാസങ്ങൾക്കുള്ളിൽ അമേരിക്ക ഇറാഖിനെ ആക്രമിച്ചു. സാറ്റലൈറ്റ് ചാനലുകളോ മൊബൈൽ ഫോണുകളോ ഇല്ലാതിരുന്നതിനാൽ യുദ്ധത്തിന്റെ ഗതി ഞങ്ങൾക്ക് വലിയ പിടിയില്ലായിരുന്നു. സദ്ദാമിന്റെ പതനം ഞങ്ങൾ ഏറെ വൈകിയാണ് അറിഞ്ഞത്. സഖ്യസേനയുടെ യുദ്ധവിമാനങ്ങൾ കൊച്ചോയ്ക്ക് മുകളിലൂടെ ബാഗ്ദാദിലേയ്ക്ക് ചീറിപ്പാഞ്ഞു. അവയുടെ ഉഗ്രശബ്ദത്തിൽ ഞങ്ങൾ ഉറക്കത്തിൽനിന്ന് ഞെട്ടിയുണർന്നു. അന്നാണ് ഒരു വിമാനം ഞാൻ നേരിൽ കാണുന്നത്. യുദ്ധം എത്രകാലം നീളുമെന്നോ ഏതെല്ലാം തരത്തിൽ രാജ്യത്തെ ബാധിക്കുമെന്നോ ഞങ്ങൾക്ക് ധാരണയുണ്ടായിരുന്നില്ല. ഏതായാലും സദ്ദാം പുറത്തായാൽ കുറഞ്ഞ വിലയ്ക്ക് പാചകവാതകം ലഭിക്കുമെന്ന് ഞങ്ങൾ കണക്കുകൂട്ടി.

അമേരിക്കൻ അധിനിവേശത്തിന്റെ ആദ്യനാളുകളിലെല്ലാം അച്ഛന്റെ മരണത്തെക്കുറിച്ചുള്ള ഓർമ്മകളിലായിരുന്നു ഞാൻ. മറ്റൊന്നും മനസ്സിൽ തങ്ങിയില്ല. യസീദി പാരമ്പര്യമനുസരിച്ച് ഒരാൾ മരിച്ചാൽ അതും പെട്ടന്നുള്ള മരണമാണെങ്കിൽ ദുഃഖാചരണം നീണ്ടുനില്ക്കും. ഗ്രാമം മുഴുവൻ അതിൽപങ്കാളികളാവും. മരിച്ചയാളുടെ കുടുംബക്കാർക്കൊപ്പം അയൽവാസികളും സാധാരണജീവിതത്തിൽനിന്ന് വിട്ടുനില്ക്കും. ഒരേപാത്രത്തിലെ പുളിച്ച പാല് കുടിച്ചവരെപ്പോലെ എല്ലാ വീടുകൾക്കും കടകൾക്കും നിരത്തുകൾക്കും ഒരേ വിഷാദഭാവം. വിവാഹങ്ങൾ മാറ്റിവയ്ക്കും. ആഘോഷങ്ങൾ വീടുകൾക്കുള്ളിലൊതുങ്ങും. സ്ത്രീകൾ വെളുപ്പിന്റെ സ്ഥാനത്ത് കറുത്ത വസ്ത്രമണിയും. സന്തോഷത്തെ ഞങ്ങൾ ഒരു കാതം അകലെ നിർത്തും. അല്ലെങ്കിൽ അത് വേർപെട്ടുപോയ പ്രിയപ്പെട്ടവരെക്കുറിച്ചുള്ള ഓർമ്മകളെ എളുപ്പത്തിൽ മായ്ച്ചുകളയും. മറ്റൊന്നിലേക്കും ശ്രദ്ധതിരിയാതിരിക്കാൻ ഞങ്ങൾ പ്രത്യേകം ശ്രദ്ധിക്കും. ബാഗ്ദാദിൽ എന്തുതന്നെ സംഭവിച്ചാലും ടിവിയും റേഡിയോയുമൊന്നും പ്രവർത്തിപ്പിക്കില്ല.

മരിക്കുന്നതിന് ഏതാനും വർഷങ്ങൾക്കുമുമ്പ് അച്ഛൻ എന്നെയും കാതറീനെയും പുതുവത്സരാഘോഷങ്ങൾക്ക് സിൻജാറിൽകൊണ്ടുപോയിരുന്നു. അദ്ദേഹത്തോടൊത്ത് സിൻജാറിലേക്കുള്ള എന്റെ അവസാന യാത്രയായിരുന്നു അത്. ഏപ്രിൽമാസത്തിലാണ് യസീദി പുതു

വർഷം വരുന്നത്. വടക്കൻ ഇറാഖിലെ മലനിരകൾ ഹരിതാഭമായി വിളങ്ങി നില്ക്കുന്ന സമയമാണത്. കൊടുംതണുപ്പ് സുഖകരമായ ശീതളിമയ്ക്ക് വഴിമാറുന്ന കാലം. വേനലിലെ കൊടുംചൂട് ഊളി യിട്ടെത്തുന്നതിനും മുമ്പ്. വിളവെടുപ്പിൽനിന്ന് വരുമാനമുണ്ടാകുന്ന മാസമാണ് ഏപ്രിൽ. കൊടുംതണുപ്പ് മാറിയതിനാൽ വീടിനുള്ളിലെ അസൗകര്യങ്ങളിൽനിന്ന് രക്ഷ നേടി ടെറസ്സിൽ ഉറങ്ങാൻ കഴിയുന്ന സമയം. യസീദികൾ പ്രകൃതിയുമായി ഇണങ്ങിച്ചേർന്ന് ജീവിക്കുന്ന വരാണ്. പ്രകൃതി ഭക്ഷണവും താമസവും നല്കുന്നു. മരിച്ചാലോ മണ്ണോട് മണ്ണാകുന്നു. ഇതാണ് പുതുവർഷം ഓർമ്മിപ്പിക്കുന്നതും.

വീട്ടിൽനിന്ന് ആടിനെ മേയ്ക്കാൻപോകുന്നവരെ സന്ദർശിക്കുന്ന പതിവുണ്ട് പുതുവർഷത്തിൽ. ആട്ടിൻകൂട്ടങ്ങളെ മലയടിവാരത്തേ യ്ക്കും തിരിച്ചും കൊണ്ടുനടന്ന് തീറ്റിക്കുന്നവർ. ആ ജോലിയിൽ രസകരമായ ഭാഗങ്ങളുമുണ്ട്. പുറത്ത് കൈകൊണ്ടു നെയ്തെടുത്ത കമ്പിളിയുടെ അടിയിലാണ് ആട്ടിടയന്മാർ കിടന്നുറങ്ങുക. ചിന്തിക്കാൻ ഏറെ സമയം. വേവലാതിപ്പെടാൻ ഒന്നുമില്ലതാനും. എന്നാൽ വീടു വിട്ടുനില്ക്കേണ്ടി വരുന്ന ആ ജോലി കഠിനവുമായിരുന്നു. അവർ വീടിനെക്കുറിച്ചോർത്ത് വേദനിക്കുമ്പോൾ ഞങ്ങൾ അവരെക്കുറി ച്ചോർത്തും സങ്കടപ്പെടും. അമ്മ ആടുമേയ്ക്കൽ ഏറ്റെടുത്ത വർഷം ഞാൻ മിഡിൽ സ്കൂളിലായിരുന്നു. സങ്കടംകൊണ്ട് ഞാൻ എല്ലാ വിഷയത്തിലും തോറ്റു. അമ്മയില്ലാതെ എനിക്ക് കണ്ണുകാണില്ല, മടങ്ങി യെത്തിയപ്പോൾ ഞാൻ പറഞ്ഞു.

അച്ഛനൊപ്പം അവസാനം സിൻജാറിൽപ്പോയപ്പോൾ ഞാനും കാത റീനും ട്രക്കിന്റെ പിന്നിലാണ് ഇരുന്നത്. മുൻസീറ്റിലിരുന്ന അച്ഛനും ഏലിയാസും കണ്ണാടിയിലൂടെ ഞങ്ങളെ നോക്കിക്കൊണ്ടിരുന്നു, കുരുത്തക്കേടൊന്നും കാണിക്കുന്നില്ല എന്ന് ഉറപ്പുവരുത്താൻ. നന വുള്ള പുൽച്ചെടികളും മഞ്ഞനിറത്തിലുള്ള ഗോതമ്പും നിറഞ്ഞു നില്ക്കുന്ന സുന്ദരിയായ പ്രകൃതി. കൈകോർത്തു പിടിച്ചിരുന്ന ഞങ്ങൾ പരദൂഷണവും കെട്ടുകഥകളും പറഞ്ഞു. യാത്രാവിശേഷങ്ങൾ വീട്ടിലുള്ള കുട്ടികളെ പറഞ്ഞുകേൾപ്പിക്കേണ്ടതാണ്. അവരെ സംബ ന്ധിച്ചിടത്തോളം പാഠങ്ങൾക്കും സ്കൂളിനുമപ്പുറത്തേയ്ക്ക് ഞങ്ങൾക്ക് ലഭിക്കുന്ന വലിയ സൗഭാഗ്യമാണ് ഈ യാത്ര.

വണ്ടി ഇറക്കമിറങ്ങുമ്പോൾ ഞാനും കാതറീനും പന്തുപോലെ മറുവശത്തേക്ക് മറിഞ്ഞുവീഴും. ഞങ്ങൾക്ക് പിന്നിൽ നല്ല വലുപ്പ മുള്ളൊരു കുഞ്ഞാടിനെ കെട്ടിയിട്ടുണ്ട്. ഞങ്ങൾ കുറേ മിഠായി തിന്നും. വീട്ടിലെത്തുമ്പോൾ അസൂയ നിറഞ്ഞ കുഞ്ഞുമുഖങ്ങളെ നോക്കി ഞങ്ങൾ പറയും. "ഞങ്ങൾ രാത്രി മുഴുവൻ നൃത്തം ചെയ്തു. നേരം പുലരായപ്പോഴാണ് കിടന്നത്. നിങ്ങൾ അതൊന്നു കാണേണ്ടതാ യിരുന്നു."

യഥാർഥത്തിൽ സിൻജാർ അനുഭവം ആവേശകരം തന്നെയായിരുന്നു. മിഠായി വാങ്ങാൻ അച്ഛൻ സമ്മതിക്കും. ആടുമേയ്ക്കാൻപോയവരുമായുള്ള പുനഃസമാഗമവും സന്തോഷകരം തന്നെ. വണ്ടിയിൽ കെട്ടിയിട്ടുകൊണ്ടുവന്ന ആട്ടിൻകുട്ടിയെ അച്ഛൻ അറുക്കും. സ്ത്രീകൾ അത് രുചികരമായ വിഭവമാക്കും. കൈകോർത്തുപിടിച്ച് വട്ടത്തിൽ നില്ക്കുന്ന ഞങ്ങൾ യസീദി ഗാനങ്ങളുമായി നൃത്തം ചെയ്യും. ആട്ടിൻകറിയും സംഗീതവും തീരുമ്പോൾ ഞങ്ങൾ കിടക്കാൻ ടെന്റുകളിലേക്ക് പോകും. ഈറ്റകൊണ്ടുള്ള ചെറുവേലികളായിരുന്നു ടെന്റുകളെ കാറ്റിൽനിന്ന് സംരക്ഷിച്ചുനിർത്തിയിരുന്നത്. കാലാവസ്ഥ അനുകൂലമാണെങ്കിൽ ആ വേലികളുടെ ആവശ്യം വരില്ല. വളരെ ലളിതമായ ജീവിതം. ആളുകളും അവരുടെ സാധനങ്ങളുമായി അടുത്തടുത്ത് കിടക്കണമെന്നു മാത്രം.

അമേരിക്കൻ അധിനിവേശവും സദ്ദാമിനെ സ്ഥാനഭ്രഷ്ടനാക്കിയതിനെയുമെല്ലാം അച്ഛൻ എങ്ങനെ കാണുമായിരുന്നുവെന്ന് എനിക്കറിയില്ല. എങ്കിലും ഇറാഖിലെ മാറ്റങ്ങൾ കാണാൻ അച്ഛൻ ജീവിച്ചിരിക്കണമായിരുന്നുവെന്ന് ഞാൻ ആഗ്രഹിച്ചു. കുർദുകൾ അമേരിക്കൻ സൈനികരെ സ്വാഗതം ചെയ്തു. സദ്ദാമിനെ പുറത്താക്കുക എന്ന ആശയത്തെ അവർ ഏറെ സന്തോഷത്തോടെയാണ് വരവേറ്റത്. കുർദുകളുടെ സർവനാശം ദശകങ്ങളായി ഏകാധിപതിയുടെ ലക്ഷ്യമായിരുന്നു. 1980–ന്റെ അവസാനം സദ്ദാമിന്റെ സേന കുർദുകളുടെമേൽ രാസായുധ പ്രയോഗം പോലും നടത്തി. അൻഫാൽപ്രചാരണം എന്നാണ് അത് അറിയപ്പെട്ടത്. വംശഹത്യ കുർദുകളെ ബാഗ്ദാദ് സർക്കാരിന്റെ സ്ഥിരം ശത്രുക്കളാക്കി. ഏതു മാർഗ്ഗം ഉപയോഗിച്ചും കേന്ദ്രസർക്കാരിനെ തകർക്കുക എന്നതായിരുന്നു അവരുടെ ലക്ഷ്യം. അൻഫാൽ വംശഹത്യയെ തുടർന്ന് അമേരിക്കയും ബ്രിട്ടണും ഫ്രാൻസും ചേർന്ന് വടക്ക് കുർദ് പ്രവിശ്യകളും തെക്ക് ഷിയാ ഭൂരിപക്ഷമേഖലയും വ്യോമ നിരോധിത മേഖലയാക്കി. അന്നുമുതൽ കുർദുകൾ സഖ്യസേനയ്ക്കൊപ്പമാണ്. 2003–ലെ അമേരിക്കൻ അധിനിവേശത്തെ വിമോചനം എന്നാണ് കുർദുകൾ വിശേഷിപ്പിക്കുന്നത്. അധിനിവേശത്തെ അവർ കാണുന്നത് കുർദുകളുടെ ജീവിതാവസ്ഥയിൽ വലിയ രൂപാന്തരമുണ്ടായ കാലമായാണ്. ദുർബലരായ ഗ്രാമവാസികളിൽനിന്ന് എണ്ണക്കമ്പനികളും ഹോട്ടലുകളും നിറഞ്ഞ സമ്പന്ന നഗരവാസികളിലേക്കുള്ള രൂപാന്തരം.

യസീദികളും അമേരിക്കൻസേനയെ സ്വാഗതം ചെയ്തു. പക്ഷേ, കുർദുകളെപ്പോലെ സദ്ദാമിന് ശേഷമുള്ള കാലത്തെക്കുറിച്ച് അവർക്ക് വലിയ ഉറപ്പൊന്നും ഉണ്ടായിരുന്നില്ല. ഉപരോധങ്ങൾ മറ്റ് ഇറാഖികളെപ്പോലെ ഞങ്ങളുടെ ജീവിതവും കഠിനമാക്കിയിരുന്നു. ഭയപ്പെടുത്തി ഭരിക്കുന്ന ഏകാധിപതിയാണ് സദ്ദാം എന്നതിൽ ഞങ്ങൾക്കും തർക്ക

മില്ലായിരുന്നു. ഞങ്ങൾ ദരിദ്രരായിരുന്നു, വിദ്യാഭ്യാസവുമില്ല. ഇറാഖിലെ ഏറ്റവും ദുഷ്കരവും കുറഞ്ഞവേതനം ലഭിക്കുന്നതുമായ ജോലികൾ യസീദികൾക്കുള്ളതായിരുന്നു. അതേസമയം ബാത്പാർട്ടി അധികാരത്തിലിരിക്കുമ്പോൾ കൊച്ചോയിൽ ഞങ്ങൾക്ക് കൃഷി ചെയ്യാനും വിശ്വാസപരമായ ആചാരാനുഷ്ഠാനങ്ങൾ നിറവേറ്റാനും കുടുംബമായി കഴിയാനും അനുവാദമുണ്ടായിരുന്നു. സുന്നി കുടുംബങ്ങളുമായി, പ്രത്യേകിച്ച് പരിച്ഛേദന കർമ്മം നടത്തുന്ന കിരിവിന്റെ കുടുംബവുമായി അടുത്ത ബന്ധമുണ്ടായിരുന്നു. ഒറ്റപ്പെടലിന്റെ ആശങ്കയിൽ ഈ ബന്ധങ്ങളെ ഞങ്ങൾ ഏറെ വിലമതിച്ചു. ദാരിദ്ര്യം ഞങ്ങളെ പ്രായോഗികതയുടെ വക്താക്കളുമാക്കി. ബാഗ്ദാദും കുർദ് തലസ്ഥാനമായ എർബിലും കൊച്ചോയിൽനിന്ന് ഏറെ അകലെയായിരുന്നു. പണക്കാരായ കുർദുകളും അറബികളും എടുത്ത ഒരേയൊരു തീരുമാനം, അതുമാത്രമാണ് ഞങ്ങളെ വേദനിപ്പിച്ചത്. യസീദികളെ തനിച്ചാക്കി രക്ഷപ്പെടാനുള്ള തീരുമാനം.

ജോലി, സ്വാതന്ത്ര്യം, സുരക്ഷ... അമേരിക്കയുടെ വാഗ്ദാനങ്ങൾ ഞങ്ങളെ വേഗത്തിൽ അവരുടെ പക്ഷത്തേക്കടുപ്പിച്ചു. ആരോടും പ്രത്യേക വിധേയത്വം ഇല്ലാത്ത ഞങ്ങളെ അമേരിക്കൻ സൈനികർക്കും വിശ്വാസമായിരുന്നു. പല യസീദികളും പരിഭാഷകരായോ മറ്റു ജോലികളുമായോ അമേരിക്കൻ, ഇറാഖി സേനകളുടെ ഭാഗമായി. സദ്ദാമിന് ഒളിവിൽ പോകേണ്ടിവന്നു. അമേരിക്കൻസൈന്യം പിടികൂടിയ അയാളെ പിന്നീട് തൂക്കിക്കൊന്നു. ബാത്പാർട്ടി ഓഫീസുകൾ നശിപ്പിക്കപ്പെട്ടു. സുന്നി അറബികൾക്ക്, കൊച്ചോയുടെ അയൽപക്കക്കാർക്കടക്കം, രാജ്യത്ത് മേല്ക്കൈ നഷ്ടപ്പെട്ടു. സിൻജാറുൾപ്പെടെ യസീദി മേഖലകളിൽ സുന്നി അറബികളായ പൊലീസുകാരെ മാറ്റി കുർദ് വംശജരെ നിയമിച്ചു.

സിൻജാർ തർക്കഭൂമിയായിരുന്നു. ബാഗ്ദാദ് സർക്കാരും കുർദ് പ്രവിശ്യാസർക്കാരും സിൻജാറിന്റെമേൽ അവകാശമുന്നയിച്ചു. മൊസൂളിനോടും സിറിയയോടും അടുത്തുസ്ഥിതി ചെയ്യുന്ന സിൻജാർ തന്ത്രപരമായി ഏറെ പ്രധാനപ്പെട്ടതും എണ്ണ സമ്പുഷ്ടവുമായിരുന്നു. കിഴക്കേ അറ്റത്തുള്ള കിർക്കുകുപോലെ കുർദ് രാഷ്ട്രീയ പാർട്ടികൾ കുർദിസ്ഥാന്റെ അവിഭാജ്യഘടകമായി സിൻജാറിനെയും കണക്കാക്കിയിരുന്നു.

എന്നെങ്കിലും പിറക്കുന്ന കുർദ്രാജ്യം സിൻജാറില്ലാതെ അപൂർണ്ണമായിരിക്കുമെന്ന് അവർ കരുതി. 2003-നുശേഷം സുന്നികളുടെ ശക്തി ക്ഷയിച്ചതോടെ അമേരിക്കൻ പിന്തുണയുള്ള കുർദിഷ് ഡമോക്രാറ്റിക് പാർട്ടി സിൻജാറിൽ സാന്നിധ്യമറിയിച്ചു. പാർട്ടി ഓഫീസുകൾ തുറന്നു, നേതാക്കൾ ചുമതലയേറ്റു. സുന്നി തീവ്രവാദം വളർന്നതോടെ

കെഡിപി ചെക്പോയന്റുകൾ സ്ഥാപിച്ചു. സദ്ദാം പറയുംപോലെ യസീദികൾ അറബികളല്ല കുർദുകളാണെന്ന് അവർ ഞങ്ങളോട് പറഞ്ഞു.

2003-നുശേഷം കൊച്ചോയുടെ മാറ്റം വളരെ വലുതായിരുന്നു. കുർദുകളാണ് കൊച്ചോയിൽ ആദ്യ മൊബൈൽ ടവർ സ്ഥാപിക്കുന്നത്. സ്കൂൾ വിട്ടു വരുന്ന ഞങ്ങൾ ആ വമ്പൻ നിർമ്മാണം കാണാൻ പോകുമായിരുന്നു. ഞങ്ങളുടെ പാടത്ത് അംബരചുംബിയായ ഒരു കെട്ടിടംപോലെ അത് തലയുയർത്തിനിന്നു. കൊച്ചോയ്ക്ക് പുറംലോകവുമായി ബന്ധമായി, എന്റെ സഹോദരന്മാർ ആഹ്ലാദത്തോടെ പറഞ്ഞു. അധികം വൈകാതെ മിക്കവാറും പുരുഷന്മാർ മൊബൈൽ ഫോൺ സ്വന്തമാക്കി. ഏതാനും സ്ത്രീകളും. ഡിഷ് ആന്റിന വന്നതോടെ സിറിയൻ, ഇറാക്കി സർക്കാർ ചാനലുകൾക്കും സദ്ദാമിന്റെ പ്രകടനങ്ങൾക്കുമപ്പുറത്തേയ്ക്ക് ഞങ്ങളുടെ ടിവി കാഴ്ച വളർന്നു. എന്റെ അമ്മാവനാണ് ആദ്യം ഡിഷ് ആന്റിന വച്ചത്. അത് കൊണ്ടുവന്നു വച്ചയുടൻ ഞങ്ങളെല്ലാവരും ആകാംക്ഷയോടെ അദ്ദേഹത്തിന്റെ വീട്ടിൽ ഒത്തുകൂടി. കുർദ് വാർത്താചാനലുകളാണ് എന്റെ സഹോദരന്മാർക്കു വേണ്ടിയിരുന്നത്. നായികാ നായകന്മാർ പ്രേമിക്കുകയും പിണങ്ങുകയും വീണ്ടും പ്രേമിക്കുകയും ചെയ്യുന്ന ടർക്കിഷ് പൈങ്കിളി സീരിയലുകളായിരുന്നു എനിക്ക് ഇഷ്ടം.

അറബികളെന്ന് വിളിക്കുന്നതിനോട് ഞങ്ങൾക്ക് എന്നും വിയോജിപ്പായിരുന്നു. എന്നാൽ ഞങ്ങൾ കുർദുകളാണെന്ന് പറയുന്നത് പലർക്കും സ്വീകാര്യമായിരുന്നു. കുർദിഷ് സ്വത്വബോധത്തോട് ചേർന്നുപോകുന്നവരായിരുന്നു. യസീദികൾ. ഭാഷയിലും വംശീയ പൈതൃകത്തിലുമെല്ലാം. കുർദുകളുടെ വരവോടെ സിൻജാറിലുണ്ടായ വികസനങ്ങളോടും മുഖംതിരിക്കാനാവുമായിരുന്നില്ല. ബർസാനി സർക്കാരിനെക്കാളും അമേരിക്കയായിരുന്നു വികസനങ്ങളുടെ ആസൂത്രകർ. സൈന്യത്തിലും മറ്റ് സുരക്ഷാ ഏജൻസികളിലും യസീദികൾക്കും ജോലി ലഭിക്കുമെന്നായി. എന്റെ സഹോദരന്മാരും ബന്ധുക്കളും എർബലിലെ ഹോട്ടലുകളിലും ഭക്ഷണശാലകളിലും ജോലിനേടി. ഓരോ ദിവസവും ഓരോ പുതിയ സ്ഥാപനങ്ങൾ തുറക്കപ്പെടുമായിരുന്നു. അവയെല്ലാം വളരെപ്പെട്ടെന്നുതന്നെ എണ്ണക്കമ്പനി ജീവനക്കാരെയും വിനോദസഞ്ചാരികളെയുംകൊണ്ട് നിറഞ്ഞു. നല്ല കാലാവസ്ഥയും മുടക്കമില്ലാത്ത വൈദ്യുതിയും ആഭ്യന്തരസംഘർഷങ്ങളില്ലാത്തതും എർബിലിനെ കൂടുതൽ ആകർഷകമാക്കി. എന്റെ സോദരൻ സവൂദ് പടിഞ്ഞാറൻ കുർദിസ്ഥാനിലെ ദുഹൊക്കിനു സമീപമുള്ള നിർമ്മാണമേഖലയിലാണ് ജോലി ചെയ്തിരുന്നത്. സിമന്റ് മിക്സർ ഓപ്പറേറ്ററായിരുന്നു. അറബികളെപ്പോലെ കുർദുകൾക്കും യസീദികളോട് അവജ്ഞയാണെന്ന് അവൻ പരാതിപറയും. പക്ഷേ, അപ്പോഴും ജീവിക്കാൻ പണം വേണമല്ലോ.

അതിർത്തി രക്ഷാസേനയിലായിരുന്നു ഖെയ്റി. ഹെസ്നി സിൻജാർ പൊലീസിൽ ജോലിക്കു കയറി. അവരുടെ ശമ്പളമായിരുന്നു ഞങ്ങൾക്ക് ലഭിച്ച ആദ്യ സ്ഥിരവരുമാനം. അതോടെ തൊട്ടടുത്ത ദിവസത്തെക്കുറിച്ച് മാത്രമല്ല ഭാവിയെക്കുറിച്ചുകൂടി ചിന്തിക്കുന്ന തരത്തിൽ ജീവിതം മാറി. സ്വന്തമായി ഭൂമിയും ആട്ടിൻപറ്റങ്ങളുമായി. അന്യന്റെ ഭൂമിയിൽ അധ്വാനിക്കുന്ന സ്ഥിതി മാറി. കൊച്ചോയ്ക്ക് പുറത്തെ കല്ലുപാകിയ റോഡുകൾ സിൻജാറിലേക്കുള്ള യാത്ര എളുപ്പമാക്കി. അടുത്ത ഗ്രാമങ്ങളിൽ ഞങ്ങൾ പിക്നിക്കിനുപോകും. വേവിച്ച ഇറച്ചിയും പച്ചക്കറികൾ അരിഞ്ഞതും തിന്നും ആണുങ്ങൾ ടർക്കിഷ് ബിയറും പെണ്ണുങ്ങൾ മധുരമുള്ള ചായയും നുണഞ്ഞും ഞങ്ങളുടെ വിവാഹവേളകൾ കൂടുതൽ വിപുലമായി ആഘോഷിച്ചുതുടങ്ങി. സ്ത്രീകൾ രണ്ടുതവണ സിൻജാറിൽപ്പോകും, വസ്ത്രം വാങ്ങാൻ. ആണുങ്ങൾ കൂടുതൽ ആട്ടിൻകുട്ടികളെ അറുക്കും. അല്പംകൂടി ധനികരാണെങ്കിൽ വലിയ പശുവിനെ തന്നെ അതിഥികൾക്കായി കാത്തുവച്ചിട്ടുണ്ടാവും.

ശക്തമായ പ്രാദേശിക സർക്കാരോടുകൂടി ഇറാഖിന്റെ ഭാഗമായി നില്ക്കണം സിൻജാറെന്നാണ് കുറേ യസീദികൾ ആഗ്രഹിച്ചത്. മറ്റുചിലരാവട്ടെ സ്വതന്ത്ര കുർദിസ്ഥാന്റെ ഭാഗമാകണമെന്ന് ആഗ്രഹിച്ചു. കൊച്ചോയിലെ കെഡിപി ഓഫീസും സിൻജാറിലെ പെഷ്മർഗ സാന്നിധ്യവും ഞങ്ങളുടെ ഭാവി കുർദിസ്ഥാനിലാണെന്ന് വിശ്വസിക്കാൻ എന്നെ പ്രേരിപ്പിച്ചു. സുന്നികളുമായി ഞങ്ങൾ കൂടുതൽ അകന്നു. കുർദിസ്ഥാൻ യാത്ര സുഗമമായപ്പോൾ തീവ്രവാദം ആഴത്തിൽ വേരോടിക്കഴിഞ്ഞ സുന്നി ഗ്രാമങ്ങളിലേക്കുള്ള പോക്ക് ദുഷ്കരമായി. സിൻജാറിലെ കുർദ്സാന്നിധ്യം സുന്നികളെ അലോസരപ്പെടുത്തിയിരുന്നു. അത് അവരുടെ നഷ്ടപ്രതാപത്തെ ഓർമ്മപ്പെടുത്തുന്നതായിരുന്നു. കുർദ് സാന്നിധ്യം സിൻജാറിൽ അവരെ അസ്വീകാര്യരാക്കിയെന്ന് സുന്നികൾ പരാതിപ്പെട്ടു. അടുപ്പമുള്ള യസീദി കുടുംബങ്ങളുമായിപ്പോലും ബന്ധം അസാധ്യമായെന്ന് അവർ പറഞ്ഞു. മുമ്പ് ബാത്പാർട്ടി അംഗങ്ങൾ നിന്നിരുന്ന ചെക്പോയന്റുകളിൽ കുർദ്സേന അവരെ ചോദ്യം ചെയ്തു. സദ്ദാമിന്റെ സ്ഥാപനങ്ങൾ അമേരിക്ക നശിപ്പിച്ചതോടെ സുന്നികളിൽ നല്ല പങ്കിലും തൊഴിലും ശമ്പളവും നഷ്ടമായി. അടുത്ത കാലംവരെ രാജ്യത്തെ ഏറ്റവും സമ്പന്നരും സംഘടിതരുമായ വിഭാഗമായിരുന്നു സുന്നികളെങ്കിൽ അമേരിക്കൻ നിയന്ത്രണത്തിലുള്ള ഷിയ സർക്കാർ അധികാരമേറ്റതോടെ അവരുടെ പ്രതാപം തകർന്നടിഞ്ഞു. ഒറ്റപ്പെട്ട ഗ്രാമങ്ങൾ പ്രതികാരത്തിന് കാത്തിരുന്നു. ആ വൈരാഗ്യം സൃഷ്ടിച്ച അസഹിഷ്ണുതയുടെ ഇരകളായത് യസീദികളാണ്. ഇറാഖിൽ ഒരു അധികാരവും ഇല്ലാത്തവരായിട്ടുകൂടി.

യസീദികൾ സുന്നികളിൽ നിന്നകലേണ്ടത് കുർദുകളുടെ ആവശ്യമാണെന്ന് എനിക്കറിയില്ലായിരുന്നു. ആ അകൽച്ച സിൻജാറിനുമേൽ അധികാരം സ്ഥാപിക്കുന്നതിന് കുർദുകളെ സഹായിച്ചു. സാധാരണ സുന്നികൾക്ക് അമേരിക്കൻ അധിനിവേശമുണ്ടാക്കിയ പ്രയാസങ്ങളെക്കുറിച്ചും എനിക്ക് ബോധ്യമുണ്ടായിരുന്നില്ല. ഞാൻ സ്കൂളിൽപോകുന്ന കാലത്തുതന്നെ പേരില്ലാത്ത ഒരു തീവ്രവാദസംഘടന സുന്നി ഗ്രാമങ്ങളിൽ വേരുമുളച്ചിരുന്നു. ആദ്യം അത് അൽഖായിദയും പിന്നീട് ഐെസിസുമായി മാറി. ബാഗ്ദാദിലെ ഷിയ സർക്കാരിനോടും അമേരിക്കയോടും രാജ്യത്താകമാനം സുന്നികൾ പോരാടിയെങ്കിലും പരാജയപ്പെട്ടിരുന്നു. അക്രമങ്ങളും നിഷ്ഠൂരമായ ഭരണവും അവർക്ക് ശീലമായി. എന്റെ പ്രായക്കാരായ സുന്നികൾക്ക് യുദ്ധമല്ലാതെ മറ്റൊന്നും അറിയില്ലായിരുന്നു. ഇസ്ലാമിക മതമൗലികവാദവും കാലക്രമേണ ഈ സംഘർഷങ്ങളുടെ ഭാഗമായി.

ഞങ്ങളുടെ തൊട്ടടുത്ത് ഗ്രാമങ്ങളിൽ ഐെസിസ് മെല്ലെ വളർന്നുവന്നു. പൊട്ടിത്തെറിക്കുംവരെ എന്റെ ശ്രദ്ധയിൽവരാതിരുന്ന ഒരു തീപ്പൊരി. അമേരിക്കക്കാരും കുർദുകളും വന്നശേഷം ജീവിതം മെച്ചപ്പെട്ടു എന്നല്ലാതെ മറ്റൊന്നും എന്നെപ്പോലൊരു കൊച്ചുയസീദി പെൺകുട്ടിക്ക് അറിയുമായിരുന്നില്ല. കൊച്ചോ വികസിച്ചു, എനിക്ക് സ്കൂളിൽപോകാനായി, ഞങ്ങൾ ദാരിദ്ര്യത്തിൽനിന്ന് കരകയറി. കുർദുകൾക്ക് കൂടുതൽ അധികാരം നല്കുന്ന ഭരണഘടനാഭേദഗതിയുണ്ടായി. ന്യൂനപക്ഷങ്ങളെ സർക്കാരിന്റെ ഭാഗമാക്കണമെന്ന ആവശ്യമുയർന്നു. രാജ്യത്ത് യുദ്ധമാണെന്ന് അറിയാമായിരുന്നു. പക്ഷേ, അതൊന്നും ഞങ്ങളെ ബാധിച്ചില്ല.

ആദ്യമൊക്കെ അമേരിക്കൻ സൈനികർ ആഴ്ചയിലൊരിക്കൽ ഭക്ഷണവിതരണത്തിനും ഗ്രാമമുഖ്യനുമായി സംസാരിക്കുന്നതിനുമായി കൊച്ചോയിൽ വരുമായിരുന്നു. സ്കൂൾ വേണോ, നല്ല റോഡുകൾ വേണോ, പൈപ്പുവെള്ളം വേണോ എന്നെല്ലാം അവർ അന്വേഷിക്കും. പലപ്പോഴും ടാങ്കറുകളിലെ വെള്ളം വലിയ വിലയ്ക്ക് വാങ്ങേണ്ടിരുന്നു. എല്ലാ ചോദ്യങ്ങളുടെയും ഉത്തരം തീർച്ചയായും 'വേണം' എന്നതായിരുന്നു. വിഭവസമൃദ്ധമായ ഭക്ഷണമുണ്ടാക്കി പട്ടാളക്കാരെ വിളിച്ച് സൽക്കരിക്കും അഹമ്മദ് ജാസോ. കൊച്ചോയിൽ ആയുധം താഴെവച്ച് ധൈര്യമായിരിക്കാമെന്ന് പട്ടാളക്കാർ പറയുമ്പോൾ ഞങ്ങൾക്ക് അഭിമാനം തോന്നും. യസീദികൾ സംരക്ഷിക്കുമെന്ന് അവർക്ക് ബോധ്യമുണ്ട്, അഹമ്മദ് ജാസോ പറയും.

അമേരിക്കൻ പട്ടാളം വരുമ്പോൾ കുട്ടികൾ ഓടിക്കൂടും. പൊടി പടർത്തിവരുന്ന അവരുടെ കവചിതവാഹനങ്ങളുടെ ശബ്ദം ഗ്രാമത്തിന്റെ ബഹളങ്ങളിൽ അലിഞ്ഞുചേരും. പുഞ്ചിരിയോടെ അവർ ഞങ്ങൾക്ക് മിഠായിയും ച്യൂയിംഗവും തരും, ഒപ്പംനിന്ന് ഫോട്ടോയെടുക്കും. അവരുടെ പരുപരുത്ത യൂണിഫോമും സ്നേഹത്തോടെയുള്ള സമീപനവും ഞങ്ങളെ ആശ്ചര്യപ്പെടുത്തി. ഇറാഖി പട്ടാളക്കാർ ഇങ്ങനെയായിരുന്നില്ല. കൊച്ചോയുടെ ആതിഥ്യമര്യാദയെയും പരിസരശുചിത്വത്തെയുമെല്ലാം പുകഴ്ത്തി അവർ ഞങ്ങളുടെ മാതാപിതാക്കളോട് സംസാരിക്കും. അമേരിക്കയാണ് സദ്ദാമിൽനിന്ന് ഞങ്ങളെ മോചിപ്പിച്ചതെന്ന് പറയാം. അമേരിക്കയ്ക്ക് യസീദികളെ ഇഷ്ടമാണ്. പ്രത്യേകിച്ചും കൊച്ചോ ഞങ്ങൾക്ക് സ്വന്തം നാടുപോലെയാണ്. പട്ടാളക്കാർ പറയും. മെല്ലെ അവരുടെ സന്ദർശനങ്ങൾ കുറഞ്ഞു കുറഞ്ഞുവന്ന് തീരെ ഇല്ലാതായെങ്കിലും അമേരിക്കയെ പുകഴ്ത്തുന്നത് ഞങ്ങൾക്ക് അഭിമാനമായിരുന്നു.

2006-ൽ പതിമൂന്നു വയസ്സുള്ളപ്പോൾ ഒരു അമേരിക്കൻ പട്ടാളക്കാരൻ എനിക്കൊരു മോതിരം സമ്മാനിച്ചു. ചുവന്ന കല്ലുപതിപ്പിച്ച ഒരു സാധാരണ മോതിരം. ജീവിതത്തിൽ എനിക്ക് ആദ്യം കിട്ടിയ ആഭരണമായിരുന്നു അത്. പതിയെ എന്റെ ജീവിത്തിലെ ഏറ്റവും വലിയ സമ്പാദ്യമായി മാറി അത്. ഊണിലും ഉറക്കത്തിലും ഞാനത് അണിഞ്ഞുനടന്നു. ഒരു വർഷം കഴിഞ്ഞപ്പോൾ മോതിരവിരലിന് അത് പാകമല്ലാതെയായി. അതോടെ ഞാനത് ചെറുവിരലിലേക്ക് മാറ്റിയിട്ടു. അത് ഉപേക്ഷിക്കാൻ ഞാൻ തയ്യാറല്ലായിരുന്നു. പക്ഷേ, ആ വിരലിൽ അത് അയഞ്ഞുതൂങ്ങി അങ്ങോട്ടുമിങ്ങോടും ഓടി നടന്നു. താഴെ പോവാതെ വിരൽമുട്ടുകൊണ്ട് മുറുകെ പിടിക്കും. അത് നഷ്ടപ്പെട്ടില്ലെന്ന് ഉറപ്പുവരുത്താൻ വിരൽ മടക്കുകയും നിവർക്കുകയും ചെയ്യും, അല്ലെങ്കിൽ ഇടയ്ക്കിടെ നോക്കിക്കൊണ്ടിരിക്കും.

ഒരുദിവസം സവാളപ്പാടത്ത് സഹോദരങ്ങൾക്കൊപ്പം ജോലി ചെയ്യവേ അത് നഷ്ടമായി. സവാള നടുന്നത് അല്ലെങ്കിലേ എനിക്ക് ഇഷ്ടമില്ലായിരുന്നു. ഓരോന്നും അങ്ങേയറ്റത്തെ ശ്രദ്ധയോടെ ചെളിയിൽ പതിപ്പിക്കണം. തൈകൾ നടുമ്പോൾ കൈ പൂർണ്ണമായും ചെളിയിൽ മുങ്ങും. മോതിരം പോയതോടെ എന്റെ ദേഷ്യം ഇരട്ടിയായി. ഭ്രാന്തിയെപ്പോലെ അവയ്ക്കിടയിൽ ഞാൻ എന്റെ പ്രിയപ്പെട്ട മോതിരത്തിനായി തിരഞ്ഞു. എന്റെ വിഷമംകണ്ട മറ്റുള്ളവരും മോതിരം തിരയാൻ സഹായിച്ചു. അത് എനിക്ക് എത്ര പ്രിയപ്പെട്ടതാണെന്ന് അവർക്കറിയാമായിരുന്നു.

പാടത്തെ കറുത്ത ചെളിമണ്ണിനിടയിൽ മുഴുവൻ ഞങ്ങൾ തിരഞ്ഞു നടന്നു. ആ ചെറിയ തിളക്കം എവിടെയെങ്കിലും കാണുന്നുണ്ടോ

യെന്നറിയാൻ ഞങ്ങളുടെ കണ്ണുകൾ പരതി. ഞാൻ എത്ര കരഞ്ഞിട്ടും ഞങ്ങൾ എത്ര കഷ്ടപ്പെട്ടിട്ടും അത് കണ്ടെത്താൻ ഞങ്ങൾക്കായില്ല. സന്ധ്യയായതോടെ തിരച്ചിലുപേക്ഷിച്ച് വീട്ടിലേക്ക് മടങ്ങുകയല്ലാതെ ഞങ്ങൾക്ക് വേറെ മാർഗ്ഗമുണ്ടായിരുന്നില്ല. നാദിയ, അതൊരു വലിയ സംഭവമല്ല, അതൊരു ചെറിയ മോതിരമല്ലേ. നിനക്ക് നിറയെ ആഭരണങ്ങൾ കിട്ടും, മടങ്ങുംവഴി ഏലിയാസ് എന്നെ ആശ്വസിപ്പിച്ചു. പക്ഷേ, ഞാൻ ദിവസങ്ങളോളം കരഞ്ഞു. മോതിരം സമ്മാനിച്ച സൈനികനെ ഇനി കണ്ടാൽ മനോഹരമായ സമ്മാനം കളഞ്ഞതിന് അദ്ദേഹമെന്നെ ശകാരിക്കുമെന്ന് ഞാൻ ഭയന്നു.

ഒരു വർഷം കഴിഞ്ഞപ്പോൾ ഒരു അത്ഭുതം സംഭവിച്ചു. പാകമായ സവാള പറിച്ചെടുക്കുകയായിരുന്നു ഖെയ്റിയുടെ കയ്യിൽ എന്തോ തടഞ്ഞു. ചെളിയിൽനിന്ന് അത് പൊക്കിയെടുത്ത് അവൻ പറഞ്ഞു, നാദിയ, ദാ നിന്റെ മോതിരം. ഓടിച്ചെന്ന് ഞാനത് പിടിച്ചുവാങ്ങി എന്നിട്ട് ഒരു സൂപ്പർ ഹീറോയെയെന്നപോലെ ഖെയ്റിയെ കെട്ടിപ്പിടിച്ചു. പക്ഷേ, എത്ര ശ്രമിച്ചിട്ടും അത് എന്റെ ചെറുവിരലിൽപ്പോലും കടക്കാതായി. ഒരു ദിവസം അത് എന്റെ വസ്ത്രങ്ങൾക്കിടയിൽ കിടക്കുന്നതുകണ്ട അമ്മ പറഞ്ഞു. നാദിയ നിനക്കത് ചേരില്ല, അത് വിൽക്കാൻ നോക്കൂ. അവരെ സംബന്ധിച്ച് ദാരിദ്ര്യം മാത്രമായിരുന്നു പ്രധാനപ്രശ്നം. അമ്മ പറഞ്ഞതനുസരിച്ച് ഞാൻ സിൻജാറിലെ ഒരു ജൂവലറിക്കാരന് ആ മോതിരം വിറ്റു.

മോതിരം വിറ്റതിൽ എനിക്ക് വല്ലാത്ത കുറ്റബോധമുണ്ടായിരുന്നു. ഒരാൾ സമ്മാനം തന്ന വസ്തു വില്ക്കുന്നത് ശരിയല്ലെന്ന് എനിക്കറിയാമായിരുന്നു. സൈനികനെ എന്നെങ്കിലും കണ്ടുമുട്ടിയാൽ എന്തു പറയണമെന്ന ആശങ്കയും എനിക്കുണ്ടായിരുന്നു. ഞാൻ വഞ്ചിച്ചുവെന്ന് അയാൾ വിചാരിക്കുമോ? എനിക്ക് മോതിരം ഇഷ്ടമല്ലെന്ന് കരുതുമോ? കവചിതവാഹനങ്ങൾ കൊച്ചോയിലേക്ക് വരാതായിരുന്നു. കാരണം രാജ്യത്തിന്റെ മറ്റുഭാഗങ്ങളിൽ പോരാട്ടം കനത്തിരുന്നു. അമേരിക്കൻ സൈനിക സാന്നിധ്യം കൊച്ചോയിൽ തീരെ കുറഞ്ഞുവന്നു. ഞാനാ സൈനികനെ മാസങ്ങളായി കണ്ടിരുന്നില്ല. അമേരിക്കക്കാർ യസീദികളെ മറന്നെന്ന് പലരും പരാതി പറഞ്ഞു. വീണ്ടും അരക്ഷിതരാവുന്നെന്ന തോന്നൽ ഞങ്ങളെ അലട്ടി. എന്തായാലും മോതിരം വിറ്റ കഥ പറയേണ്ടി വരില്ലല്ലോയെന്നോർത്ത് ഞാൻ ആശ്വസിച്ചു. എനിക്ക് മോതിരം തന്ന സൈനികൻ എത്ര നല്ലവനായാലും അദ്ദേഹത്തിന്റെ സമ്മാനം ഞാൻ വിറ്റുകളഞ്ഞു എന്നത് വേദനിപ്പിക്കുമെന്നുറപ്പ്. അമേരിക്ക പോലൊരു രാജ്യത്തുനിന്ന് വരുന്ന അദ്ദേഹത്തിന് ഒരുപക്ഷേ ചെറിയ തുകപോലും ഞങ്ങൾക്ക് എത്രവലുതാണെന്ന് മനസ്സിലാവില്ല.

അഞ്ച്

ഇറാഖിൽ സ്ഥിതിഗതികൾ മോശമായെങ്കിലും തുടർപ്രകമ്പനങ്ങൾ പോലെയാണ് കൊച്ചോയ്ക്ക് അവ അനുഭവപ്പെട്ടത്. ആഭ്യന്തരസംഘർഷങ്ങളുടെ ഏറ്റവും വഷളായ ഭാഗങ്ങളിൽനിന്ന് ഞങ്ങൾ ഒഴിവാക്കപ്പെട്ടിരുന്നു. അൻബാറിൽ തീവ്രവാദികളും അമേരിക്കൻ സൈന്യവും തമ്മിലുള്ള പോരാട്ടം, ബാഗ്ദാദിൽ ഷിയാ ഏകാധിപത്യ ഭരണവും ശക്തമാവുന്ന അൽഖായിദയും. ടിവിയിൽ പോരാട്ടവാർത്തകൾ കാണുന്ന ഞങ്ങൾ പൊലീസിലും പട്ടാളത്തിലുമെല്ലാം ജോലി ചെയ്യുന്ന കൊച്ചോക്കാരെയോർത്ത് വിഷമിച്ചു. പക്ഷേ, ചാവേർ ആക്രമണങ്ങളും മൈൻസ്ഫോടനങ്ങളും കൊച്ചോയെ ബാധിച്ചില്ല. ഇതെല്ലാം രാജ്യത്തെ മറ്റുഭാഗങ്ങളിൽ ദിനംപ്രതിയെന്നോണം ഉണ്ടായിക്കൊണ്ടിരുന്നു. നന്നാക്കാൻ കഴിയാത്തവിധം തകർക്കപ്പെട്ടു കഴിഞ്ഞിരുന്നു രാജ്യം. ഞങ്ങൾ ഇതിന്റെയെല്ലാം കാഴ്ചക്കാരായി.

ഖെയ്റിയും ഹെസ്നിയും ജാലോയും നീണ്ട ഡ്യൂട്ടികൾ കഴിഞ്ഞ് ആഭ്യന്തര സംഘർഷങ്ങളുടെ കഥകളുമായാണ് വീട്ടിൽ വരിക. ചിലപ്പോൾ തീവ്രവാദ ആക്രമണങ്ങളെക്കുറിച്ച് കേട്ടുകേൾവിപോലുമില്ലാത്ത കുർദിസ്ഥാനിലേക്കാവും അവർ പോവുന്നത്. ചിലപ്പോൾ പെഷ്മർഗ ഇല്ലാത്ത, ഇറാഖിലെ ചില അറിയപ്പെടാത്ത സ്ഥലങ്ങളിലാവും അവർക്ക് ഡ്യൂട്ടി. അത് ഞങ്ങളെ ആശങ്കപ്പെടുത്തിയിരുന്നു. ആ ജോലി അപകടകരമായിരുന്നു. നേരിട്ട് പോരാട്ടത്തിൽ പങ്കെടുത്തില്ലെങ്കിൽ പോലും അമേരിക്കൻ സൈനികരുടെ ദ്വിഭാഷിയായി ജോലി ചെയ്യുന്നവരും തീവ്രവാദികളുടെ നോട്ടപ്പുള്ളികളായി. പല യസീദി കുടുംബങ്ങളും ഈ ഭീഷണിമൂലം അമേരിക്കയിൽ കുടിയേറേണ്ടി വന്നു.

പ്രതീക്ഷിച്ചതിനേക്കാൾ ഏറെ നീണ്ടുപോയി യുദ്ധം. സദ്ദാം വീണയുടൻ ഉണ്ടായിരുന്ന ആ സുന്ദരദിനങ്ങൾ ആളുകൾ വേഗത്തിൽ മറന്നതുപോലെ തോന്നി. ബാഗ്ദാദ് ഫിർദോസ് ചത്വരത്തിൽ സദ്ദാം പ്രതിമ ജനം തച്ചുടച്ച ദിവസം, പുതിയ സ്കൂളുകൾ, രാഷ്ട്രീയ തടവുകാരെ വിട്ടയയ്ക്കൽ, തുടങ്ങി പുതിയ ഇറാഖെന്ന സുന്ദരസ്വപ്നം വാഗ്ദാനം ചെയ്ത അമേരിക്കൻ പട്ടാളം ഇറാഖിലെ സാധാരണ ജനത്തോടൊപ്പം ആഘോഷിച്ച ദിവസങ്ങൾ. എല്ലാം ഓർമ്മയായി. സദ്ദാമിന്റെ പതനത്തിന് ഏതാനും നാളുകൾക്കുള്ളിൽ, ഏതാണ്ട് രണ്ടായിരത്തി ഏഴോടെ ഇറാഖ് വീണ്ടും കലാപഭൂമിയായി. കലാപം

നേരിടാൻ അമേരിക്ക 20,000 സൈനികരെ അധികമായി വിന്യസിച്ചു. അൻബറും ബാഗ്ദാദുമായിരുന്നു കലാപഭൂമികൾ. അമേരിക്കൻ സൈനികവിന്യാസം തുടക്കത്തിൽ ഫലം കണ്ടു. ആക്രമണങ്ങൾ കുറഞ്ഞു. നഗരങ്ങളുടെ നിയന്ത്രണം ഏറ്റെടുത്ത സൈന്യം തീവ്രവാദ വിരുദ്ധ പോരാട്ടം ശക്തമാക്കി. പക്ഷേ, യസീദികളെ സംബന്ധിച്ചിടത്തോളം ഞങ്ങളുടെ പ്രദേശത്ത് യുദ്ധത്തിന്റെ കടന്നുവരവായിരുന്നു അത്.

2007 ഓഗസ്റ്റിൽ ഇറാഖിന്റെ ചരിത്രത്തിൽ ഏറ്റവും ശക്തമായ രണ്ട് തീവ്രവാദ ആക്രമണങ്ങൾ നടന്നു. സിബാ ഷെയ്ഖ് ഖൈദറിലും ടെൽ എസീറ്റിലും. കൊച്ചോയുടെ പടിഞ്ഞാറുള്ള രണ്ട് യസീദി പട്ടണങ്ങളായിരുന്നു ഇവ. ഓഗസ്റ്റ് പതിനാല് സന്ധ്യയോടെ ഒരു ഇന്ധന ടാങ്കറും മൂന്നു കാറുകളും നഗരമധ്യത്തിൽ പൊട്ടിത്തെറിച്ചു. നഗരത്തിലേക്കുള്ള അവശ്യവസ്തുക്കളുമായി വന്ന വാഹനങ്ങളെന്നാണ് ആളുകൾ ധരിച്ചത്. സ്ഫോടനത്തിലും കെട്ടിടങ്ങൾ തകർന്നുമായി 800 പേർക്കാണ് ജീവൻ നഷ്ടമായത്. 1000-ത്തിലധികം പേർക്ക് ഗുരുതരമായി പരിക്കേറ്റു. തീയും പുകയും കൊച്ചോയിൽ ദൃശ്യമാകുംവിധം വലുതായിരുന്നു സ്ഫോടനം. പരിഭ്രാന്തരായ ഞങ്ങൾ അപരിചിതരുടെ ഓരോ വാഹനത്തെയും സംശയത്തോടെ നോക്കാൻ തുടങ്ങി.

സുന്നികൾക്കും യസീദികൾക്കുമിടയിലെ സംഘർഷം വർധിച്ചുവരുന്ന സമയമായിരുന്നു അത്. സിൻജാറിലെ കുർദിഷ് സാന്നിധ്യവും സുന്നികൾക്കിടയിലെ ഉൽപതിഷ്ണുത്വവുമായിരുന്നു മുഖ്യ കാരണങ്ങൾ. ഇസ്ലാമിലേക്ക് മതപരിവർത്തനത്തിനൊരുങ്ങുന്നു എന്ന് കേട്ട യസീദി പെൺകുട്ടി ദുവാ ഖലിൽ അസ്വാദിനെ ബന്ധുക്കൾ കല്ലെറിഞ്ഞു കൊന്നത് കാര്യങ്ങൾ വഷളാക്കി. മുസ്ലീം യുവാവുമായി പ്രണയത്തിലായിരുന്നു ദുവ. അമേരിക്കയുടെ അധിക സൈനിക വിന്യാസത്തിന് തൊട്ടുമുമ്പ് ദുവയുടെ കൊലപാതകത്തിനുപകരം ചോദിക്കുമെന്ന് സുന്നികൾ ഉറപ്പിച്ചു. ദുവയുടെ കൊലപാതകത്തിൽ നല്ല ശതമാനം യസീദികൾക്കും അമർഷമുണ്ടായിരുന്നു. എന്നിട്ടും സമുദായമാകെ പ്രാകൃതരും ഇസ്ലാം വിരോധികളുമായി മുദ്രകുത്തപ്പെട്ടു.

ഇറാഖിലെ മറ്റ് സമുദായങ്ങളിലെന്ന പോലെ ദുരഭിമാനക്കൊല യസീദികൾക്കിടയിലും ഉണ്ടാവാറുണ്ട്. നൂറ്റാണ്ടുകളായി മതപരിവർത്തനത്തിന് നിർബന്ധിതരാവുന്നവരാണ് യസീദികൾ. അതുകൊണ്ടു തന്നെ ആരെങ്കിലും യസീദിവിശ്വാസം ഉപേക്ഷിച്ച് മറ്റൊരുമതത്തിന്റെ ഭാഗമാവുകയെന്നാൽ കുടുംബത്തോട് മാത്രമല്ല സമുദായത്തോട് ആകെയുള്ള വഞ്ചനയായാണ് കണക്കാക്കപ്പെടുക. പക്ഷേ, യസീദിസം ഉപേക്ഷിക്കുന്നവരെ കൊല്ലണമെന്ന് ആരും പറയില്ല. ദുവയുടെ കുടുംബം ചെയ്ത ക്രൂരതയോർത്ത് ഞങ്ങൾ ലജ്ജിച്ചു. ആളുകളുടെ

മുന്നിലാണ് ദുവയെ കല്ലെറിഞ്ഞു കൊന്നത്. ആരും തടഞ്ഞില്ലെന്ന് മാത്രമല്ല ക്രൂരതയുടെ ദൃശ്യങ്ങൾ മൊബൈലിൽ പകർത്തി സമൂഹ മാധ്യമങ്ങളിലൂടെ പ്രചരിപ്പിക്കുകയും ചെയ്തു. വാർത്താചാനലുകൾ സംഭവമേറ്റെടുത്തതോടെ യസീദികളെ പഴിക്കാൻ കാരണമായി. ദുവയോട് ചെയ്ത ക്രൂരതയിൽ ഞങ്ങൾക്കുള്ള പ്രതിഷേധമൊന്നും ആരും മുഖവിലയ്ക്കെടുത്തില്ല.

ദുവയുടെ കൊലപാതകം പുറത്തുവന്നതോടെ യസീദികൾ അവിശ്വാസികളും ജീവിക്കാൻ യോഗ്യത ഇല്ലാത്തവരുമെന്ന പ്രചാരണം മൊസൂളിലും പരിസരപ്രദേശങ്ങളിലും വ്യാപകമായി. ഇപ്പോൾ ഇസ്ലാമിക് സ്റ്റേറ്റ് ഉന്നയിക്കുന്ന അതേ ആരോപണങ്ങൾ. സുന്നി കുർദുകളും ഞങ്ങൾക്ക് എതിരായി. ലജ്ജയും ഭയവും ഞങ്ങളെ വേട്ടയാടി. സർവകലാശാലകളിലും സ്കൂളുകളിലുംനിന്ന് യസീദി കുട്ടികളുടെ കൊഴിഞ്ഞുപോക്ക് തുടങ്ങി. വിദേശത്ത് താമസമാക്കിയ യസീദികൾക്കും ഏറെ വിശദീകരണങ്ങൾ നല്കേണ്ടി വന്നു. യസീദിസത്തെക്കുറിച്ച് ആദ്യമായി കേട്ടവർപോലും അത് കൊലപാതകികളുടെ സമുദായമാണെന്ന് വിലയിരുത്തി.

യസീദികൾക്ക് കരുത്തരായ വക്താക്കളോ നേതാക്കളോ ഇല്ലായിരുന്നു. അതുകൊണ്ടുതന്നെ സുന്നികൾക്കിടയിൽ ഞങ്ങളോടുള്ള വൈരാഗ്യം വർധിച്ചുവന്നു. മുമ്പേ അടിഞ്ഞുകൂടിയിരുന്ന വൈരാഗ്യം ഇപ്പോൾ മറനീക്കി പുറത്തുവന്നെന്നും പറയാം. ദുവ കൊല്ലപ്പെട്ട് രണ്ടാഴ്ച കഴിഞ്ഞപ്പോൾ യസീദികൾ യാത്ര ചെയ്തിരുന്ന ഒരു ബസ് തടഞ്ഞുനിർത്തി 23 യാത്രക്കാരെ വെടിവച്ചുകൊന്നു. ദുവ കൊലപാതകത്തിനുള്ള പ്രതികാരമായായിരുന്നു ആക്രമണം. കൂടുതൽ ആക്രമണങ്ങൾ ഞങ്ങൾ പ്രതീക്ഷിച്ചു. എങ്കിലും സിബാ ഷെയ്ഖ് ഖിദറിലും ടെൽഎസിയറിലും സംഭവിച്ചതുപോലെ ഭയാനകമായ ഒന്ന് പ്രതീക്ഷിച്ചില്ല.

സ്ഫോടനങ്ങൾക്ക് തൊട്ടുപിന്നാലെ എന്റെ സഹോദരന്മാരും രക്ഷാപ്രവർത്തനത്തിൽ പങ്കാളികളായി. ഭക്ഷണവും കിടക്കകളും മരുന്നുമെല്ലാമായി ദുരന്തസ്ഥലത്തേക്ക് അവർ പോയി. ദുഃഖഭാരത്താൽ കുനിഞ്ഞ ശിരസ്സും തളർന്ന ശരീരവുമായാണ് അവർ രാത്രി മടങ്ങിയെത്തിയത്. സങ്കല്പ്പിക്കാൻ കഴിയുന്നതിലും വലുതാണ് ഉണ്ടായത്, ഏലിയാസ് പറഞ്ഞു. നഗരം പൂർണ്ണമായി തകർന്നു, എങ്ങും മൃതദേഹങ്ങൾ മാത്രം.

അവർ കൈകഴുകുമ്പോഴേയ്ക്കും അമ്മ ചായയുമായി വന്നു. പാതിമുറിഞ്ഞ ഒരു ശരീരം ഞാൻ കണ്ടു. നഗരം ചോരപ്പുഴയായി, ഹെസ്നി പറഞ്ഞു. അവൻ വിറയ്ക്കുന്നുണ്ടായിരുന്നു. ഉഗ്രസ്ഫോടനത്തിൽ മനുഷ്യശരീരങ്ങൾ ചിന്നിച്ചിതറിയിരുന്നു. ചില ശരീരാവ

ശിഷ്ടങ്ങൾ ഉയർന്നുപൊങ്ങി വൈദ്യുതലൈനുകളിൽ തൂങ്ങിക്കിടന്നു. ആശുപത്രികൾ മണിക്കൂറുകൾകൊണ്ട് നിറഞ്ഞു. മരുന്നിന് ക്ഷാമം നേരിട്ടു. രക്ഷാപ്രവർത്തകർ ഒരു മൃതദേഹം വലിച്ചിഴച്ചുകൊണ്ടു പോയതിനെക്കുറിച്ച് പറഞ്ഞപ്പോൾ ചേട്ടന്റെ കൂട്ടുകാരൻ ഷൗക്കത്തിന് രോഷമടക്കാനായില്ല. അത് സ്വന്തം കൈകളിലെടുത്ത് മൃതദേഹങ്ങൾ സൂക്ഷിക്കുന്നിടത്തേക്ക് മാറ്റി ഷൗക്കത്ത്. ആരുടെയോ അച്ഛനോ മകനോ ആണ്. പൊടിയിലൂടെ ഇങ്ങനെ വലിച്ചിഴയ്ക്കുന്നത് എന്തൊരു അനാദരവാണ്. ഷൗക്കത്ത് സങ്കടത്തോടെ പറഞ്ഞു.

സ്ഫോടനത്തിന് ഇരയായവരുടെ ബന്ധുക്കൾ പൊടിയും പുകയും നിറഞ്ഞ സംഭവസ്ഥലത്ത് സ്തബ്ധരായി നിന്നു. ചിലരെല്ലാം തങ്ങളുടെ പ്രിയപ്പെട്ടവരുടെ പേര് അലമുറയിട്ട് വിളിച്ചുകൊണ്ട് മൃത ദേഹങ്ങൾക്കിടയിലൂടെ പാഞ്ഞുനടന്നു. അവർ അന്വേഷിച്ചവരിൽ പലരും അപ്പോഴേയ്ക്കും മാംസക്കഷണങ്ങളായി മാറിയിരുന്നു. സ്ഫോ ടനസ്ഥലം വൃത്തിയാക്കുകയും പരമാവധി മൃതദേഹങ്ങൾ തിരിച്ചറിയു കയും ചെയ്തു കഴിഞ്ഞു. കൂട്ടക്കുഴിമാടങ്ങൾക്കരികെ വിലപിക്കുക യല്ലാതെ മറ്റ് മാർഗ്ഗമില്ല. അർധപ്രാണനായി രക്ഷപ്പെടാതിരിക്കുന്ന താണ് നല്ലത്, ഹെസ്നി പറഞ്ഞു.

ആ ആക്രമണത്തിനുശേഷം ഞങ്ങൾ മുൻകരുതൽ വർധിപ്പിച്ചു. ആണുങ്ങൾ ഊഴംവച്ച് കൊച്ചോയ്ക്ക് കാവൽനില്ക്കാൻ തുടങ്ങി. കലാഷ്നിക്കോവ് തോക്കുകളുമായി ഈരണ്ടു പേർവീതം കിഴക്കും പടിഞ്ഞാറും. അപരിചതരുടെ, പ്രത്യേകിച്ചും സുന്നികളുടെയും കുർദു കളുടെയും, വാഹനങ്ങൾ തടഞ്ഞുനിർത്തി ചോദ്യം ചെയ്യും. അക്രമി കൾ കടന്നുവരുന്നുണ്ടോയെന്ന് സാകൂതം വീക്ഷിച്ചുകൊണ്ടിരുന്നു. മറ്റ് യസീദി ഗ്രാമങ്ങളും പട്ടണങ്ങളും ചെളികൊണ്ടുള്ള കൂറ്റൻ സംര ക്ഷണഭിത്തികൾ നിർമ്മിച്ചു. ബോംബുകളുമായി വാഹനങ്ങൾ എളുപ്പ ത്തിൽ കടക്കാതിരിക്കാൻ അതിർത്തിയിൽ കിടങ്ങുകൾ നിർമ്മിച്ചു. കൊച്ചോ സുന്നി അറബികളുമായി അടുത്ത് കിടന്ന പ്രദേശമാണെങ്കിലും ഏറെക്കാലത്തിനുശേഷമാണ് ചെളിയുടെ സംരക്ഷണഭിത്തികളും കിടങ്ങുകളും നിർമ്മിച്ചത്. ഒരുപക്ഷേ, അയൽവാസികളുമായുള്ള ബന്ധത്തിൽ ഞങ്ങൾക്ക് അത്ര ആത്മവിശ്വാസം ഉണ്ടായിരുന്നതി നാലാവണം അത്. ഒറ്റപ്പെടൽ ഞങ്ങൾ ആഗ്രഹിച്ചിരുന്നില്ല. ഒരു വർഷം ശാന്തമായി കടന്നുപോയതോടെ അതിർത്തികാവലും അവസാനിപ്പിച്ചു.

ഹെസ്നി മാത്രമായിരുന്നു കുടംുബത്തിൽനിന്ന് ഇറാഖ് വിടാൻ ആഗ്രഹിച്ചത്. നേരത്തെ പറഞ്ഞ ആക്രമണത്തിന് രണ്ടു വർഷത്തിനു ശേഷം, അതായത് 2009-ലായിരുന്നു അത്. ഞങ്ങളുടെ അയൽ

വാസിയുടെ മകൾ ജിലാനുമായി അവൻ പ്രണയത്തിലായി. പക്ഷേ, ഞങ്ങൾ സാമ്പത്തികമായി പിന്നാക്കമായിരുന്നതിനാൽ ജിലാന്റെ മാതാപിതാക്കൾ അവരുടെ ബന്ധത്തെ എതിർത്തു. പക്ഷേ, ഹെസ്നി പിന്മാറിയില്ല. പരസ്പരം കാണുന്നതിന് വിലക്കേർപ്പെടുത്തിയതോടെ ടെറസിൽകയറി പിൻവശത്തുള്ള ഇടുങ്ങിയ ഊടുവഴിക്ക് മുകളിലൂടെയായി പ്രണയസല്ലാപം. ജിലാന്റെ കുടുംബം ടെറസിന്റെ ഭിത്തിയുടെ ഉയരം കൂട്ടി. ഇഷ്ടിക അടുക്കിവച്ച് മുകളിൽ കയറിനിന്ന് ജിലാനെ കാണാനായി ഹെസ്നിയുടെ ശ്രമം. എന്നെ തോല്പിക്കാൻ ആർക്കുമാവില്ല, ഹെസ്നി വെല്ലുവിളിച്ചു. പൊതുവേ അന്തർമുഖനായിരുന്നെങ്കിലും പ്രണയം തലയ്ക്കുപിടിച്ചതോടെ എന്തും ചെയ്യുമെന്ന സ്ഥിതിയിലായി അവൻ.

പരസ്പരം കണ്ടുമുട്ടാൻ പലതന്ത്രങ്ങളും കമിതാക്കൾപയറ്റി. ഹെസ്നി സഹോദരന്മാരെയും ബന്ധുക്കളെയുമൊക്കെ ജിലാന്റെ വീട്ടിലേക്ക് പറഞ്ഞുവിടും. മാതാപിതാക്കൾ അതിഥികളെ സൽക്കരിക്കുന്ന സമയത്ത് ജിലാൻ ഹെസ്നിയെ കാണാൻ ഓടിയെത്തും. ഹെസ്നിയെ ജീവനായിരുന്നു ജിലാന്. അവനെത്തന്നെ വിവാഹം കഴിക്കണമെന്ന് ജിലാൻ വാശിപിടിച്ചെങ്കിലും വീട്ടുകാർ സമ്മതിച്ചില്ല. അവരുടെ എതിർപ്പ് കണ്ട് എനിക്കും ദേഷ്യം വന്നു. ഹെസ്നിയെപ്പോലെ സ്നേഹമുള്ളൊരു ചെറുപ്പക്കാരനെ ആർക്കാണ് ഇഷ്ടമാവാത്തത്. പക്ഷേ, അമ്മ പതിവുപോലെ ചിരിച്ചുകൊണ്ടു പറയും. നമ്മൾ പാവപ്പെട്ടവരായതുകൊണ്ടാണ് അവർക്ക് ഇഷ്ടമില്ലാത്തത്. പാവപ്പെട്ടവരാവുക എന്നത് തെറ്റൊന്നുമല്ല.

പണമുണ്ടാക്കാതെ ജിലാനെ കിട്ടില്ലെന്ന് ഹെസ്നിക്ക് ബോധ്യമായി. പക്ഷേ, ഇറാഖിൽ അവന് ജോലിയൊന്നും കിട്ടിയതുമില്ല. മെല്ലെ അവൻ വിഷാദവാനായി. ജിലാനില്ലാതെ നാട്ടിലെ ജീവിതത്തിന് അർഥമില്ലാത്ത സ്ഥിതി. ഗ്രാമത്തിൽ ചിലർ ജർമനിയിലേക്ക് പോവാൻ തീരുമാനിച്ചപ്പോൾ ഹെസ്നിയും അക്കൂട്ടത്തിൽ ചേർന്നു. ഏതാനും യസീദികൾ ജർമനിയിലുണ്ടായിരുന്നു. അവൻ ബാഗ് പായ്ക്ക് ചെയ്തപ്പോൾ ഞങ്ങൾ കൂട്ടക്കരച്ചിലായി. എനിക്കായിരുന്നു ഏറ്റവും സങ്കടം. ഹെസ്നിയില്ലാത്ത വീട് എനിക്ക് സങ്കല്പിക്കാനാവുമായിരുന്നില്ല.

പോകുന്നതിന് തൊട്ടുമുമ്പ് ഹെസ്നി ജിലാനെ കൊച്ചോയ്ക്ക് പുറത്തുള്ള ഒരു കല്യാണപ്പാർട്ടിക്ക് വിളിച്ചു. അവിടെയാവുമ്പോൾ ആരുടെയും ശ്രദ്ധയിൽപ്പെടാതെ സംസാരിക്കാമല്ലോ. കല്യാണവീട്ടിൽ മറ്റുള്ളവരിൽനിന്നകന്ന് ഹെസ്നിയെ കാണാൻ ജിലാനെത്തി. അവൾ ഒരു വെള്ളവസ്ത്രമാണ് ഇട്ടിരുന്നത് എന്നുപോലും ഹെസ്നി ഇപ്പോളും ഓർത്തുവയ്ക്കുന്നു. രണ്ടോ മൂന്നോ വർഷത്തിനുള്ളിൽ ഞാൻ മടങ്ങിവരും. നമുക്ക് ജീവിക്കാനുള്ള പണവുമായി, അവൻ ജിലാന്

വാക്കുകൊടുത്തു. നോമ്പു തുടങ്ങുന്നതിന് ഏതാനും ദിവസങ്ങൾക്കു മുമ്പ് ഹെസ്നിയും കൂട്ടുകാരും കൊച്ചോ വിട്ടു.

ഇറാഖിന്റെ വടക്കേ അതിർത്തിവഴി നടന്നു തുർക്കി അതിർത്തിയിൽ പ്രവേശിച്ച് മെല്ലെ ഇസ്താംബൂളിലേക്ക്. ഇതായിരുന്നു അവരുടെ സഞ്ചാരപഥം. ഇസ്താംബൂളിൽ മനുഷ്യക്കടത്തുകാർക്ക് പണം കൊടുത്ത് ഒരു ട്രക്കിന്റെ പിന്നിൽകയറി ഗ്രീസിലേക്ക്. അതിർത്തി രക്ഷാസേനയോട് തങ്ങൾ പലസ്തീനികളാണെന്ന് പറയണമെന്ന് കടത്തുകാരൻ നിർദേശിച്ചു.

ഇറാഖികളാണെന്നറിഞ്ഞാൽ നിങ്ങളെ അറസ്റ്റ് ചെയ്യും. അയാൾ മുന്നറിയിപ്പു നല്കി. ട്രക്കിന്റെ വാതിൽ അടഞ്ഞു. കുറേ ദിവസങ്ങൾക്കു ശേഷം ഹെസ്നി ഞങ്ങളെ വിളിച്ചത് ജയിലിൽനിന്നായിരുന്നു. നോമ്പ് തുറക്കുന്ന സമയത്താണ് അമ്മയുടെ ഫോൺ ശബ്ദിച്ചത്. കൂടെപ്പോയ ഒരാൾ കള്ളം പറയാൻ മടിച്ചതിനെത്തുടർന്ന് അവർ പിടിയിലായി. ജയിലിലെ അവസ്ഥ ദയനീയമാണെന്ന് ഹെസ്നി പറഞ്ഞു. പൊട്ടിപ്പൊളിഞ്ഞ തറയും കോൺക്രീറ്റ് സ്ലാബുകൾക്ക് മുകളിൽ കനം കുറഞ്ഞ മെത്തയിലുള്ള ഉറക്കവും. എപ്പോൾ പുറത്തിറങ്ങാനാവുമെന്നോ എന്തു കുറ്റമാണ് ചുമത്തിയിരിക്കുന്നതെന്നോ അറിയില്ല. കാവൽക്കാരന്റെ ശ്രദ്ധയാകർഷിക്കാൻ ചിലർ മെത്തയ്ക്ക് തീവയ്ക്കുന്നത് ശ്വാസംമുട്ടലുണ്ടാക്കുമെന്ന് ഹെസ്നി ആശങ്കപ്പെട്ടു. നോമ്പിനെക്കുറിച്ച് ചോദിച്ച ഹെസ്നി പറഞ്ഞു, ഞാനും പട്ടിണിയാണ്. ഹെസ്നിയുടെ ശബ്ദം കേൾക്കുമ്പോൾ അമ്മ വാവിട്ട് നിലവിളിക്കും. ഇതോടെ സഹോദരന്മാർ ഫോൺ അമ്മയ്ക്ക് കൊടുക്കാതെയായി.

മൂന്നരമാസം കഴിഞ്ഞ് ഹെസ്നി കൊച്ചോയിൽ തിരിച്ചെത്തി. മെലിഞ്ഞുണങ്ങി, ലജ്ജിതനായി മടങ്ങിയെത്തിയ അവനെ കണ്ടപ്പോൾ ഞാനോർത്തു. എനിക്ക് ജർമനിയിൽ പോകാൻ തോന്നാത്തത് എത്ര നന്നായി. ഭയംമൂലം ജന്മനാട് ഉപേക്ഷിക്കാൻ നിർബന്ധിതരാവുന്നതാണ് ഈ ലോകത്തിൽ ഏറ്റവും വലിയ നീതികേടെന്ന് ഞാൻ വിശ്വസിക്കുന്നു. നിങ്ങൾക്ക് പ്രിയപ്പെട്ടതെല്ലാം നഷ്ടപ്പെട്ട് തികച്ചും അപരിചിതമായ രാജ്യത്ത് അരക്ഷിതാവസ്ഥയിൽ കഴിയേണ്ടി വരിക. യുദ്ധവും തീവ്രവാദവും നിറഞ്ഞ ഒരു രാജ്യത്ത് ജനിച്ചുപോയി എന്നതാണ് നിങ്ങളുടെ കുറ്റം. താല്ക്കാലിക അഭയകേന്ദ്രത്തിൽനിന്ന് ആട്ടിപ്പുറത്താക്കുമോയെന്ന ഭയവും പ്രിയപ്പെട്ടവരെ കാണാനുള്ള അഭിവാഞ്ഛയും ഒരേപോലെ വേട്ടയാടുന്ന ദിനങ്ങൾ. ഇറാഖിൽനിന്നുള്ള അഭയാർഥികൾ ജയിലിലടയ്ക്കപ്പെടുകയോ ജന്മനാട്ടിൽ മടങ്ങിയെത്തുകയോ ചെയ്യുമെന്നതിന്റെ ദൃഷ്ടാന്തമായിരുന്നു ഹെസ്നിയുടെ വരവ്.

ഹെസ്നിയുടെ പരാജയത്തിന് പക്ഷേ, ഗുണപരമായ മറ്റൊരു വശമുണ്ടായിരുന്നു. എങ്ങനെയും ജിലാനെ വിവാഹം ചെയ്യുമെന്ന്

നിശ്ചയിച്ചുറപ്പിച്ചായിരുന്നു അവന്റെ മടങ്ങിവരവ്. വേർപാടിന്റെ ദിനങ്ങൾ ജിലാനെയും കരുത്തയാക്കി. ജിലാന്റെ കുടുംബം എതിർപ്പു തുടർന്നു. പക്ഷേ, യസീദി പാരമ്പര്യമനുസരിച്ച് ഒരു സ്ത്രീയും പുരുഷനും ഇഷ്ടപ്പെട്ടാൽ കുടുംബാംഗങ്ങൾ എതിർത്താലും ഒളിച്ചോടി വിവാഹിതരാവാം. അവരുടെ പരസ്പരസ്നേഹത്തിന്റെ ആഴമാണ് ഒളിച്ചോട്ടത്തിലൂടെ പുറത്തുവരുന്നത്. കുടുംബാംഗങ്ങൾ പിന്നീട് അവരുമായി അനുരഞ്ജനത്തിലെത്തണം. ചിലരെങ്കിലും ഇതിനെ അപരിഷ്കൃതമായി കാണാം. പക്ഷേ, സ്വാതന്ത്ര്യത്തിന്റെ പാത തുറക്കലാണത്. പ്രായപൂർത്തിയായ ചെറുപ്പക്കാർക്ക് പ്രത്യേകിച്ചും പെൺകുട്ടികൾക്ക് സ്വന്തം ജീവിതം തിരഞ്ഞെടുക്കാനുള്ള സ്വാതന്ത്ര്യം.

അങ്ങനെ ഒരു ദിവസം ആരോടും ഒന്നും മിണ്ടാതെ വീടിന്റെ പിൻവാതിൽ തുറന്ന് ജിലാൻ ഇറങ്ങിവന്നു. ജാലോയുടെ കാറുമായി ഹെസ്നി കാത്തുകിടക്കുന്നുണ്ടായിരുന്നു. അവർ അടുത്ത ഗ്രാമത്തിലേക്ക് സ്ഥലംവിട്ടു. ജിലാന്റെ അച്ഛന്റെ കണ്ണിൽപ്പെടാതിരിക്കാൻ അൽഖായിദ നിയന്ത്രണത്തിലുള്ള മേഖലകളിലൂടെയാണ് അവർ പോയത്. തീവ്രവാദികളെക്കാൾ ഭയം അമ്മായിയച്ഛനെ ആയിരുന്നെന്ന് ഹെസ്നി തമാശ പറയും. അവർ വിവാഹിതരായി. കുടുംബാംഗങ്ങൾ തമ്മിലുള്ള വാക്കുതർക്കങ്ങൾക്കും കൊടുക്കൽ വാങ്ങലുകൾക്കുംശേഷം മാസങ്ങൾക്കപ്പുറം കൊച്ചോയിൽ അവരുടെ വിവാഹം ആഘോഷപൂർവ്വം നടത്തി. ഗ്രീസിൽ അറസ്റ്റിലായതിന് ദൈവത്തിന് സ്തുതി. പ്രണയിനിയെ ചേർത്തുപിടിച്ച് ഹെസ്നി പറയും.

ആഭ്യന്തര സംഘർഷം വഷളായിക്കൊണ്ടിരുന്നു. പക്ഷേ, കൊച്ചോ വിടില്ലെന്ന് ഞങ്ങൾ നിശ്ചയിച്ചുറപ്പിച്ചിരുന്നു. 2010-ൽ പാർലമെന്റ് തിരഞ്ഞെടുപ്പിനു പിന്നാലെ അമേരിക്കൻ സൈനികർ ഇറാഖ് വിട്ടു. ഇതോടെ വിവിധ ഗ്രൂപ്പുകൾക്കിടയിൽ അധികാരവടംവലി രൂക്ഷമായി. ബാഗ്ദാദിൽ ദിനംപ്രതിയെന്നോണം ഷിയ തീർത്ഥാടകരെയും കുഞ്ഞുങ്ങളെയും കൊന്നൊടുക്കുന്ന ബോംബ് സ്ഫോടനങ്ങൾ. അധിനിവേശാനന്തര ഇറാഖിൽ സമാധാനമെന്ന സ്വപ്നം അപ്രസക്തമായി. ബാഗ്ദാദിൽ മദ്യശാലകൾ നടത്തിയിരുന്ന യസീദികൾ തീവ്രവാദികളുടെ മുഖ്യ ഇരകളായി. താരതമ്യേന സുരക്ഷിതമായ യസീദി പട്ടണങ്ങളിലേക്കും ഗ്രാമങ്ങളിലേക്കുമായി അവരുടെ കച്ചവടം ഒതുങ്ങി.

ടുണീഷ്യയിലാരംഭിച്ച സർക്കാർ വിരുദ്ധപ്രക്ഷോഭം (മുല്ലപ്പൂ വിപ്ലവം) അധികം വൈകാതെ സിറിയയിലേക്കും വ്യാപിച്ചു. ബഷാർ അല്അസദ് സർക്കാർ നിർദാക്ഷിണ്യം പ്രക്ഷോഭത്തെ അടിച്ചമർത്തി. 2012-ഓടെ സിറിയൻ ആഭ്യന്തരയുദ്ധം വഷളായി. 2013-ൽ സിറിയൻ കലാപം ഒരു പുതിയ തീവ്രവാദസംഘടനയുടെ ഉദയത്തിന് വഴി തെളിച്ചു. ഇസ്ലാമിക് സ്റ്റേറ്റ് ഓഫ് ഇറാഖ് ആൻഡ് അൽഷാം. യുദ്ധാനന്തര ഇറാഖിൽ പൊട്ടിമുളച്ച തീവ്രവാദം സിറിയൻ ആഭ്യന്തര

കലാപത്തിന്റെ തണലിൽ തഴച്ചുവളർന്നു. സിറിയയിലെമ്പാടും പടർന്നു പന്തലിച്ച ഐഎസ്, അതിർത്തി കടന്ന് ഇറാഖിലേക്കുമെത്തി. സുന്നി ഗ്രാമങ്ങളിൽ അവരുടെ വരവ് കാത്തിരുന്നവരും ഉണ്ടായിരുന്നു. അധികം വൈകാതെ ഇറാഖി സേന ഐഎസിനോട് അടിയറവു പറഞ്ഞുതുടങ്ങി.

സൈന്യം കണക്കുകൂട്ടിയതിലും ഏറെ കരുത്തരായിരുന്നു അവർ. 2014 ജൂണിൽ കൊച്ചോയിൽനിന്ന് 8 മൈൽ മാത്രം അകലെയുള്ള, ഇറാഖിലെ രണ്ടാമത്തെ വലിയ നഗരം മൊസൂൾ, ഐഎസ് കൈപ്പിടിയിലൊതുക്കി.

മൊസൂൾ വീണതോടെ കുർദിസ്ഥാൻ റീജിയണൽ ഗവൺമെന്റ് (കെ.ആർ.ജി.) സിൻജാറിന്റെയും യസീദികളുടെയും സംരക്ഷണത്തിന് കൂടുതൽ പെഷ്മർഗ സൈനികരെ അയച്ചു. വലിയ പട്ടാളവണ്ടികൾ ഒന്നിനുപിറകെ ഒന്നായി വന്നു. ഞങ്ങളെ സംരക്ഷിച്ചുകൊള്ളാമെന്ന് അവർ വാക്കുതന്നു. ഇറാഖി കുർദിസ്ഥാനിലേക്ക് പോകുന്നതാണ് സുരക്ഷിതമെന്ന തോന്നൽ ഞങ്ങൾക്കുണ്ടായിരുന്നു. സ്വദേശത്തുനിന്ന് ഓടിപ്പോന്ന ക്രിസ്ത്യൻ, ഷിയ, സുന്നി, സിറിയൻ അഭയാർഥികൾക്കായി അവിടെ അതിനോടകം ക്യാംപുകൾ തുറന്നിരുന്നു. എന്നാൽ ക്യാപുകളിലേക്ക് പോകേണ്ടതില്ലെന്ന് കുർദിസ്ഥാൻ സർക്കാർ ഞങ്ങളോട് നിർദേശിച്ചു. സിൻജാർ വിടാൻശ്രമിച്ച യസീദികളെ അതിർത്തിരക്ഷാസേന മടക്കി അയച്ചു. സംരക്ഷണം ഉറപ്പുനല്കിയായിരുന്നു ഈ നടപടി.

കൊച്ചോയിൽ തുടരുന്നത് ആത്മഹത്യാപരമാണെന്ന് പറഞ്ഞ് ചില കുടുംബങ്ങൾ പ്രതിഷേധിച്ചു. മൂന്നുവശത്തും ദായിഷ് (ഐഎസിന്റെ അറബ് പദം) ആണ്. അവർ ആശങ്കപ്പെട്ടു. ആ ആശങ്ക ശരിയായിരുന്നു. സിറിയയിലേക്കുള്ള ഒരു പാത മാത്രമാണ് ശത്രുവിന്റെ നിയന്ത്രണത്തിൽ അല്ലാതിരുന്നത്. കൊച്ചോക്കാർ അഭിമാനികളായിരുന്നു. ഒരായുസ്സിന്റെ അധ്വാനം കൊണ്ടുണ്ടാക്കിയ വീടുകളും കുഞ്ഞുങ്ങൾ പിറന്നുവീണ മുറികളും സ്കൂളും ആട്ടിൻപറ്റവുമെല്ലാം പെട്ടെന്ന് ഉപേക്ഷിച്ച് പോവാൻ ഞങ്ങൾ തയ്യാറല്ലായിരുന്നു. നാടുവിട്ടാൽ സിൻജാറിനുമേലുള്ള ഞങ്ങളുടെ അവകാശവാദം പൊയ്പ്പോയേക്കുമെന്ന ആശങ്കയും ഞങ്ങൾക്കുണ്ടായിരുന്നു.

സിൻജാറിനോടുള്ള ഞങ്ങളുടെ അടുപ്പത്തിലെ ആത്മാർഥത ചോദ്യം ചെയ്യപ്പെട്ടേക്കാം. അഹമ്മദ് ജാസോ വിളിച്ചുചേർത്ത യോഗത്തിൽ തീരുമാനമായി. നമ്മൾ കൊച്ചോയിൽത്തന്നെ തുടരും. അയൽപക്കത്തെ സുന്നി അറബ് ഗ്രാമവാസികളുമായുള്ള ബന്ധത്തെക്കുറിച്ചുള്ള വിശ്വാസവും ഞങ്ങൾക്ക് കരുത്തുപകർന്നു.

വീട്ടിലെ അന്തരീക്ഷം സാധാരണപോലെയാക്കാൻ അമ്മ പരമാവധി ശ്രമിച്ചുപോന്നു. എങ്കിലും അപരിചതരുടെ സാന്നിധ്യവും പരിചയമില്ലാത്ത ശബ്ദങ്ങളുമെല്ലാം ഞങ്ങളെ ഓരോ നിമിഷവും ഉൽക്കണ്ഠാകുലരാക്കി. ജൂലൈയിലെ ഒരു രാത്രിയിൽ ഞാനും കാതറീനും അഡ്കിയും ഖെയ്റിയും ഹെസ്നിയും ചേർന്ന് കന്നുകാലികൾക്ക് വൈക്കോൽ എടുക്കാൻ പാടത്തുപോയി. വേനൽക്കാലത്ത് പാടത്തു പോകുന്നത് ദുഷ്കരമാണ്. അതുകൊണ്ട് അത്താഴം കഴിഞ്ഞാണ് ഞങ്ങൾ സാധാരണപോവുക. തെളിഞ്ഞുനില്ക്കുന്ന ചന്ദ്രൻ വെളിച്ചം പകരും. ഞങ്ങൾ മെല്ലെ നടന്നു. വൈക്കോൽ പൊടിക്കുക എന്നത് ദുഷ്കരമായ ജോലിയായിരുന്നു. ഞങ്ങൾക്കാർക്കും വാസ്തവത്തിൽ അത് ചെയ്യാൻ വലിയ താല്പര്യമുണ്ടായിരുന്നില്ല. എത്ര ശ്രദ്ധിച്ചാലും മുടിയിലും വസ്ത്രത്തിലുമെല്ലാം നിറയെ പൊടിയാകും. വൈക്കോൽ കൊണ്ട് കൈമുറിയും.

മറ്റുള്ളവർ താഴെനിന്ന് എറിഞ്ഞുതരുന്ന വൈക്കോൽ കെട്ടുകൾ വാങ്ങി ട്രെയിലറിൽ അടുക്കുകയായിരുന്നു ഞാനും കാതറീനും. ഞങ്ങൾ തമാശ പറഞ്ഞുകൊണ്ടിരുന്നു. പക്ഷേ, പണ്ടത്തേതുപോലെ അത്ര സ്വതന്ത്രമായല്ല. എപ്പോഴും ഒരു ജാഗ്രത ഞങ്ങളുടെ സംസാരത്തിൽ നിറഞ്ഞുനിന്നു. തുറന്ന പാടത്ത് നില്ക്കുമ്പോൾ കൊച്ചോയ്ക്ക് അപ്പുറത്തുള്ള ഭൂപ്രദേശങ്ങളും കാണാം. ഇരുട്ടിൽ അവിടെ എന്തൊക്കെ സംഭവിക്കുന്നുണ്ടാവുമെന്ന് ഞങ്ങൾ ആശങ്കപ്പെട്ടു. പെട്ടെന്ന് കിഴക്കുവശത്തെ റോഡിൽ വാഹനങ്ങളുടെ വെളിച്ചം പ്രത്യക്ഷപ്പെട്ടു. വെളിച്ചം അടുത്തടുത്തുവന്നതോടെ ഞങ്ങൾ പണി നിർത്തി. വലിയ കവചിത വാഹനങ്ങളായിരുന്നു അവ. സൈന്യം ഉപയോഗിക്കുന്നതു പോലെയുള്ളവ.

പോകാം, കാതറീൻ പറഞ്ഞു. ഞാനും അവളും വല്ലാതെ പേടിച്ചിരുന്നു. കന്നുകാലികൾക്ക് ആവശ്യത്തിനുള്ള വൈക്കോലെടുക്കാതെ പോവാനാവില്ലെന്നായി അഡ്കി. പേടിച്ചു ജീവിക്കാനാവില്ല. അവൾ പറഞ്ഞു.

അതിർത്തി രക്ഷാസേനയിലെ ജോലിക്കിടെ അവധിക്കു വന്നതായിരുന്നു ഖെയ്റി. 9 വർഷം സൈന്യത്തിൽ ജോലി ചെയ്ത ഖെയ്റിക്ക് കൊച്ചോയുടെ പുറത്തുനടക്കുന്ന കാര്യങ്ങളെക്കുറിച്ച് നല്ല ധാരണയുണ്ട്. അന്വേഷണബുദ്ധിയോടെ ഓരോന്നിനെയും നോക്കിക്കാണാൻ അവന് കഴിഞ്ഞിരുന്നു. നെറ്റിക്കുമേലെ കൈവച്ച് വാഹനങ്ങളെ സൂക്ഷ്മമായി നിരീക്ഷിച്ച് ഖെയ്റി പറഞ്ഞു. "അത് ഇസ്ലാമിക് സ്റ്റേറ്റിന്റെ വാഹനവ്യൂഹമാണ്. സിറിയൻ അതിർത്തിയിലേക്കാണെന്ന് തോന്നുന്നു. പക്ഷേ, അവർ കൊച്ചോയുടെ ഇത്ര അരികിലൂടെ കടന്നു പോകുന്നതിൽ അസാധാരണത്വമുണ്ട്."

ആറ്

2014 ഓഗസ്റ്റ് 3. അന്ന് അതിരാവിലെ, ഒരുപക്ഷേ, സൂര്യോദയത്തിനും മുമ്പാണ് ഐെസിസ് കൊച്ചോയുടെ പ്രാന്തപ്രദേശങ്ങളിലെത്തിയത്. ആദ്യ വാഹനമെത്തുമ്പോൾ ടെറസ്സിൽ ദിമലിന്റെയും അഡ്കിയുടെയും ഇടയിൽ കിടക്കുകയായിരുന്നു ഞാൻ. ഇറാഖിലെ വേനൽക്കാലം ചൂടും പൊടിയും നിറഞ്ഞതാണ്. അതുകൊണ്ടുതന്നെ ടെറസ്സിൽ കിടക്കാനായിരുന്നു എനിക്കിഷ്ടം. നവദമ്പതികൾക്ക് സ്വകാര്യത നൽകാൻ ടെറസ്സിനെ ചെറിയ മുറികൾ പോലെ തിരിച്ചിരുന്നു. എന്നാലും ഞങ്ങൾക്ക് പരസ്പരം സംസാരിക്കാനാവും. അയൽപക്കക്കാരോടും ആശയവിനിമയം സാധ്യമാണ്. സാധാരണ മറ്റുള്ളവരുടെ സംസാരമോ പ്രാർഥനയോ ഒക്കെ കേട്ട് ഞാൻ വേഗമുറങ്ങും. കലാപം തുടങ്ങിയശേഷം ടെറസ്സിലെ കിടപ്പ് ശത്രുവിന്റെ വരവ് വേഗത്തിലറിയാനുള്ള മാർഗ്ഗമായി.

ആ രാത്രി ആരും ഉറങ്ങിയിരുന്നില്ല. ഏതാനും മണിക്കൂറുകൾക്ക് മുമ്പാണ് സമീപത്തെ യസീദി ഗ്രാമങ്ങളിൽ ഐസിസ് അപ്രതീക്ഷിത ആക്രമണം അഴിച്ചുവിട്ടത്. ആയിരക്കണക്കിന് യസീദി കുടുംബങ്ങളെ സിൻജാർ മലനിരകളിലേക്ക് വിരട്ടിയോടിച്ചു. പരിഭ്രാന്തരായി ചിതറിയോടിയ ജനക്കൂട്ടം പിന്നീട് ദുർബലരും പരിക്ഷീണിതരുമായവരുടെ നിരനിരയായുള്ള നടത്തമായി മാറി. ഇസ്ലാമിലേക്ക് മതപരിവർത്തനം നടത്താൻ വിസമ്മതിച്ചവരെയും ചെറുത്തുനിന്നവരെയും പോകാൻ മടിച്ചുനിന്നവരെയും നിർദാക്ഷിണ്യം കൊന്നൊടുക്കി തീവ്രവാദികൾ അവർക്ക് പിന്നിൽ നിലയുറപ്പിച്ചു. അവശതമൂലം വേഗത്തിൽ നടക്കാനാവാത്തവരെ ഓടിച്ചും അവരുടെ തലയറുത്തും ഭീകരർ ആസ്വദിച്ചു. ഗ്രനേഡുകളുടേതുപോലെയായിരുന്നു കൊച്ചോയിലേക്കുള്ള ഐസിസ് ട്രക്കുകളുടെ വരവുണ്ടാക്കിയ ശബ്ദം. ഇരുട്ടിൽ ഭയന്നുവിറച്ച ഞങ്ങൾ പരസ്പരം കൂടുതൽ ചേർന്നിരുന്നു.

സിൻജാർ വളരെയെളുപ്പം കീഴടക്കാൻ ഐസിസിനായി. നൂറുകണക്കിന് യസീദി ചെറുപ്പക്കാർ മാത്രമാണ് ചെറുത്തുനിന്നത്. അവരുടെ ആയുധങ്ങൾ വളരെ വേഗം തീർന്നു. സുന്നി അറബ് അയൽവാസികൾ തീവ്രവാദികളെ സ്വാഗതം ചെയ്യുന്നതായി ഞങ്ങൾക്ക് ബോധ്യപ്പെട്ടു. യസീദികൾ രക്ഷപ്പെടാതിരിക്കാൻ ഗതാഗത തടസം സൃഷ്ടിച്ചും യസീദി ഗ്രാമങ്ങൾ കൊള്ളയടിച്ചും അവർ തീവ്രവാദികൾ

ക്കൊപ്പം ചേർന്നു. സംരക്ഷിക്കാമെന്നേറ്റ കുർദുകളാണ് ഞങ്ങളെ കൂടുതൽ ഞെട്ടിച്ചത്. രാത്രിയിൽ ഐസിസ് എത്തുന്നതിന് തൊട്ടുമുമ്പ് മാസങ്ങളായുള്ള സംരക്ഷണ വാഗ്ദാനം കാറ്റിൽപ്പറത്തി, ഒന്നും പറയാതെ പെഷ്മർഗ സൈനികർ സിൻജാറിൽനിന്ന് രക്ഷപെട്ടു.

തന്ത്രപരമായ പിന്മാറ്റമെന്നാണ് കുർദിഷ് സർക്കാർ പിന്നീട് ഈ നീക്കത്തെ വിശേഷിപ്പിച്ചത്. സിൻജാറിൽ നിലനിർത്താൻ ആവശ്യമായ സൈനികർ ഇല്ലായിരുന്നത്രെ. ചെറിയ സംഘം തുടരുന്നത് ആത്മഹത്യാപരമായിരിക്കുമെന്ന് കണക്കുകൂട്ടിയ സൈനികനേതൃത്വം അവരെ രാജ്യത്തിന്റെ മറ്റ് ഭാഗങ്ങളിലേക്ക് നിയോഗിച്ചു. സൈനികരെക്കാൾ തീരുമാനമെടുത്ത രാഷ്ട്രീയ നേതൃത്വമായിരുന്നു ഞങ്ങളെ വഞ്ചിച്ചത്. ഞങ്ങളെ കൂടെക്കൂട്ടുകയോ മുന്നറിയിപ്പ് നല്കുകയോ ചെയ്യാതെ അവർ സ്ഥലം വിട്ടതെന്തെന്ന് ഞങ്ങൾക്ക് മനസ്സിലായില്ല. അവർ പോവുന്നതറിഞ്ഞിരുന്നെങ്കിൽ ഞങ്ങളും കുർദിസ്ഥാനിലേക്ക് പോകുമായിരുന്നു. ഐസിസ് എത്തുമ്പോഴേയ്ക്കും കൊച്ചോ ശൂന്യമായിട്ടുണ്ടാവുമായിരുന്നു.

പെഷ്മർഗ ചതിച്ചെന്ന് കൊച്ചോ തിരിച്ചറിഞ്ഞു. സൈനിക താവളത്തിനടുത്തുള്ള വീട്ടുകാർ കേണപേക്ഷിച്ചിട്ടും അവർ പോയി. ആയുധങ്ങളെങ്കിലും തന്നിട്ട് പോവാൻ തയ്യാറായതുമില്ല. പെഷ്മർഗ സ്ഥലം വിട്ടെന്ന വാർത്ത വളരെപ്പെട്ടെന്ന് ഗ്രാമവാസികളിലേക്കെത്തി. പലർക്കുമത് ഉൾക്കൊള്ളാനായില്ല. തങ്ങൾ ഏറെ ആദരിച്ച പെഷ്മർഗ തിരികെയെത്തി സംരക്ഷിക്കുമെന്ന് ചിലരെങ്കിലും വിശ്വസിച്ചു. അതുകൊണ്ടുതന്നെ ഐസിസ് ട്രക്കുകളുടെ ശബ്ദം കേട്ട സ്ത്രീകൾ പരസ്പരം പറഞ്ഞു. പെഷ്മർഗ തിരിച്ചുവരുന്നതാവാം, നമ്മെ രക്ഷിക്കാൻ.

പെഷ്മർഗ ഉപേക്ഷിച്ചുകടന്ന സൈനിക പോസ്റ്റുകൾ വളരെപ്പെട്ടെന്ന് തീവ്രവാദികൾ കൈക്കലാക്കി. ഞങ്ങൾ ഗ്രാമത്തിൽ കുടുങ്ങി. രക്ഷപ്പെടാൻ ഒരു മാർഗ്ഗവുമില്ലായിരുന്നു. കൊച്ചോയടക്കം കിഴക്കൻ സിൻജാർ ഗ്രാമങ്ങളെ മലനിരകളുമായി ബന്ധിപ്പിക്കുന്ന പാത ഐസിസ് അടച്ചു. ആ വഴിയായിരുന്നു നിരവധി കുടുംബങ്ങൾ രക്ഷപ്പെടാൻ ശ്രമിച്ചിരുന്നത്. അവരിൽ പലരും കൊല്ലപ്പെടുകയോ തട്ടിയെടുക്കപ്പെടുകയോ ചെയ്തു. അമ്മയുടെ അനന്തിരവന്റെ കുടുംബം ഇങ്ങനെ രക്ഷപ്പെടാൻ ശ്രമിക്കവെ തീവ്രവാദികളുടെ കയ്യിൽപ്പെട്ടു. ആണുങ്ങളെ അപ്പോൾതന്നെ വെടിവച്ചുകൊന്നു. സ്ത്രീകൾക്ക് എന്തു സംഭവിച്ചുവെന്ന് ആർക്കുമറിയില്ലായിരുന്നു. ഇത്തരം സംഭവങ്ങൾ വീട്ടിലാകെ ഭീതിയുടെ അന്തരീക്ഷം പരത്തി.

ഐസിസ് എത്തുമ്പോൾ ഹെസ്നി സിൻജാറിലും സവൂദ് കുർദിസ്ഥാനിലും ജോലിസ്ഥലത്തായിരുന്നു. രാത്രി മുഴുവൻ അവർ മാറിമാറി വിളിച്ചുകൊണ്ടിരുന്നു. അവർ സുരക്ഷിതരാണെങ്കിലും ഞങ്ങൾക്ക്

എന്ത് സംഭവിക്കുമെന്ന ആശങ്കയായിരുന്നു. സിൻജാറിൽ നിന്നുള്ള വിവരങ്ങൾ അവർ ഞങ്ങൾക്ക് നല്കിക്കൊണ്ടിരുന്നു. ആയിരക്കണക്കിന് മനുഷ്യരും അവരുടെ കന്നുകാലികളും കാൽനടയായി ഒറ്റയടിപ്പാതയിലൂടെ സിൻജാർ മലനിരകളിലേക്ക് നീങ്ങുകയായിരുന്നു. പ്രായമായവരെയും നടക്കാൻ സാധിക്കാത്തവരെയും തോളിലേറ്റി. ചിലരെങ്കിലും കാറുകളിലും ട്രക്കിലും യാത്ര ചെയ്തു. ഉച്ചവെയിൽ കനത്തതോടെ തീർത്തും അവശരായവർ മരിച്ചുവീണു. ഒടിഞ്ഞുവീണ ശിഖിരങ്ങൾപ്പോലെ ആ മനുഷ്യശരീരങ്ങൾ മണലിൽ മരവിച്ചുകിടന്നു. അവരെ കടന്നുപോകുന്നവർ സ്വയം രക്ഷപ്പെടാനുള്ള വെപ്രാളത്തിൽ മൃതദേഹങ്ങളിലേക്ക് നോക്കിയതേയില്ല.

അധികപ്പറ്റെന്ന് തോന്നിയതെല്ലാം പലരും പാതിവഴിയിൽ ഉപേക്ഷിച്ചു. കുട്ടികളുടെ സ്ട്രോളർ, മുതിർന്നവരുടെ കോട്ട്, പാചകപാത്രം ഇങ്ങനെ പലതും. വീട്ടിൽ നിന്നിറങ്ങിയപ്പോൾ ഇതെല്ലാം ആവശ്യമെന്ന് കരുതി കൊണ്ടുപോന്നതാവും. പാചകം ചെയ്യാൻ പാത്രമില്ലാതെ എങ്ങനെ ഭക്ഷണം കഴിക്കും? കുഞ്ഞുങ്ങളെയെടുത്ത് കൈ വേദനിക്കുമ്പോൾ എന്തുചെയ്യും? തണുപ്പുകാലത്ത് കോട്ടു വേണ്ടേ? പക്ഷേ, യാത്ര കുറേദൂരം പിന്നിട്ടപ്പോൾ, മലനിരകളെന്ന അഭയസ്ഥാനം വീണ്ടും ഏറെ ദൂരെയാണെന്ന യാഥാർഥ്യം തിരിച്ചറിഞ്ഞപ്പോൾ തളർന്ന ശരീരങ്ങൾ ഇത്തരം ചിന്തകളെയെല്ലാം ദൂരെയെറിഞ്ഞു. കുഞ്ഞു ഷൂസുകൾ പൊട്ടിവലിയും വരെ കുട്ടികൾ നടന്നു. കുന്നിനു മുകളിൽ എത്തിയതോടെ പരവശരായ പലരും പരുപരുത്ത പാറക്കെട്ടുകൾക്ക് മുകളിൽ കിടന്നു. മറ്റു ചിലർ ചെറുഗുഹകളിലും ദേവാലയത്തിനുള്ളിലും മലനിരകളിലെ ഗ്രാമങ്ങളിലും അഭയംതേടി. കീഴ്ക്കാംതൂക്കായ മലമ്പാതകളിലൂടെ കാറുകൾ ഓടിച്ചു ചിലർ. പലപ്പോഴും വാഹനങ്ങൾ നിയന്ത്രണം തെറ്റി മറിഞ്ഞു. കൂട്ടംതെറ്റിയവരെക്കൊണ്ട് നിറഞ്ഞു കുന്നിൻചെരുവ്.

മലമുകളിലെ സ്ഥിതി അതിദയനീയമായിരുന്നു. ഭക്ഷണത്തിനും വെള്ളത്തിനുമായി അലയുന്ന മനുഷ്യർ. ബന്ധുക്കളെ അന്വേഷിച്ച് നടക്കുന്നവർ. ചിലർ മരവിച്ച മനസ്സുമായി തളർന്നിരുന്നു. മലമുകളിലെത്തിയ ശേഷമാണ് പലർക്കും നടന്നതെന്തെന്ന് ചിന്തിക്കാൻപോലുമായത്. അവരുടെ ഗ്രാമങ്ങൾ, സ്വത്തുവകകൾ എല്ലാം ഒറ്റരാത്രികൊണ്ട് മറ്റാരുടേതോ ആയിരിക്കുന്നു. സിൻജാറിലേക്ക് വരുന്ന വഴിയുള്ള ചെറുദേവാലയങ്ങളെല്ലാം തീവ്രവാദികൾ നശിപ്പിച്ചിരുന്നു. കുഞ്ഞുങ്ങൾക്കുവേണ്ടി മാത്രമുണ്ടായിരുന്ന ഒരു സെമിത്തേരി ഇപ്പോൾ മുതിർന്നവരുടെയും മൃതദേഹങ്ങൾകൊണ്ട് നിറഞ്ഞിരിക്കുന്നു. ഐസിസ് കൊലപ്പെടുത്തിയവരോ രക്ഷപ്പെടാൻ ശ്രമിക്കുന്നതിനിടെ വീണുമരിച്ചവരോ ആണ് എല്ലാവരും. നൂറുകണക്കിന് പുരുഷന്മാർ

കൊല്ലപ്പെട്ടു. ആൺകുട്ടികളെയും ചെറുപ്പക്കാരികളെയും തട്ടിയെടുത്ത് മൊസൂളിലേക്കോ സിറിയയിലേക്കോ കടത്തി. എന്റെ അമ്മയുടെ പ്രായമുള്ള സ്ത്രീകളെയും കൊന്നൊടുക്കി കൂട്ടക്കുഴിമാടങ്ങളിൽ തള്ളി.

സ്വയം രക്ഷപ്പെടാൻ പലരും സ്വാർഥമായ തീരുമാനങ്ങളെടുത്തു. മറ്റ് വണ്ടികളുടെ വഴി മുടക്കിയും വഴിയിൽ വീണുകിടക്കുന്നവരെ അവ ഗണിച്ചും ഓരോരുത്തരും സ്വയരക്ഷയ്ക്ക് വഴിയൊരുക്കി. ഒരു മൃഗ ത്തെയെങ്കിലും കൂടെക്കൊണ്ടുവരാമായിരുന്നോ? വഴിയിൽകണ്ട ഒരു മനുഷ്യനെയെങ്കിലും രക്ഷിക്കാമായിരുന്നോ? ഇത്തരം വിവേകമുള്ള ചിന്തകൾ വന്നുതുടങ്ങിയത് മലമുകളിൽ എത്തിയശേഷമാണ്. അമ്മ യുടെ അനന്തിരവൻ ഭിന്നശേഷിയുള്ള ആളായിരുന്നു. തീവ്രവാദികൾ എത്തിയതോടെ തനിക്ക് രക്ഷപ്പെടാനാവില്ലെന്ന് മനസ്സിലാക്കിയ അദ്ദേഹം മറ്റ് കുടുംബാംഗങ്ങളെ നിർബന്ധിച്ച് പറഞ്ഞയച്ചു. താൻ നടന്നെത്തില്ലെന്ന് അദ്ദേഹത്തിന് ഉറപ്പുണ്ടായിരുന്നു. അദ്ദേഹത്തിന് എന്തു സംഭവിച്ചു കാണും. രക്ഷപ്പെട്ടവർ മലനിരകളിലെ കൊടും ചൂടിൽ താഴെ സംഭവിക്കുന്നതറിയാനാവാതെ കഴിച്ചുകൂട്ടി. മലയടി വാരത്ത് ഭീകരർ കാത്തുനിന്നിരുന്നു.

ഇതെല്ലാം അറിയുന്ന ഞങ്ങൾ കൊച്ചോയുടെ ദിനങ്ങൾ അടുത്തെ ത്തിയെന്ന് മനസ്സിലാക്കി പ്രാർഥനയോടെ ദിവസങ്ങൾ കഴിച്ചുകൂട്ടി. സുന്നി ഗ്രാമങ്ങളിലും കുർദിസ്ഥാനിലുമുള്ള പരിചയക്കാരെയെല്ലാം ഞങ്ങൾ വിളിച്ചുനോക്കി. പക്ഷേ, ആർക്കും നല്ലതൊന്നും പറയാനി ല്ലായിരുന്നു. അന്നുരാത്രിയോ പിറ്റേന്നോ ഭീകരർ ഞങ്ങളെ ഒന്നും ചെയ്തില്ല. പക്ഷേ, രക്ഷപ്പെടാൻ ശ്രമിച്ചാൽ കൊല്ലപ്പെടുമെന്ന് ഞങ്ങൾക്ക് ബോധ്യമായി. ഗ്രാമാതിർത്തിയിൽ താമസിക്കുന്നവർ ഭീകരരെക്കുറിച്ചുള്ള ചിത്രം ഞങ്ങൾക്ക് നല്കി. മിക്കവർക്കും താടി യുണ്ട്. ശിരോവസ്ത്രം കണ്ണുകളെവരെ മൂടിയിരിക്കുന്നു. അമേരിക്കൻ സൈന്യം ഇറാഖി സൈനികർക്ക് നല്കിയ ആയുധങ്ങളാണ് പലരു ടെയും കയ്യിലുള്ളത്. സൈന്യം ഉപേക്ഷിച്ചുപോയ പോസ്റ്റുകളിൽ നിന്ന് കിട്ടിയതാവണം. ടിവിയിലും പ്രചാരണ വീഡിയോയിലും കണ്ടതുപോലെ തന്നെയാണ് ഭീകരർ. അവരെ മനുഷ്യരായി കാണാൻ എനിക്കായില്ല. ആയുധങ്ങളും കവചിതവാഹനങ്ങളുമെല്ലാമായി നില്ക്കുന്ന അവരെയും ആയുധങ്ങളായാണ് എനിക്ക് തോന്നിയത്. ആ ആയുധങ്ങളിപ്പോൾ എന്റെ ഗ്രാമത്തെ ലക്ഷ്യംവയ്ക്കുന്നു.

ആദ്യദിവസം, ഓഗസ്റ്റ് 3-ന് ഒരു ഇസ്ലാമിക് സ്റ്റേറ്റ് ഭീകരൻ കൊച്ചോ യിൽ വന്നു. അഹമ്മദ് ജാസോ പുരുഷന്മാരെയെല്ലാം അടിയന്തര

യോഗത്തിനു വിളിച്ചു. എന്താണ് സംഭവിക്കുന്നതെന്നറിയാൻ വീട്ടിലെ മുതിർന്ന പുരുഷനെന്ന നിലയിൽ ഏലിയാസാണ് പോയത്. മുറ്റത്തെ ചെറുതണലുകളിൽ ഞങ്ങൾ ഏലിയാസിന്റെ വരവ് കാത്തിരുന്നു. ദുർബലമായി കരഞ്ഞുകൊണ്ട് ആടുകളും. കുഞ്ഞു കാതറീൻ ഭയംകൊണ്ട് വിറച്ച് എന്റെ അടുത്തിരുന്നു. ഞങ്ങൾ തമ്മിൽ പ്രായവ്യത്യാസമുണ്ടെങ്കിലും ഒരേ ക്ലാസിലാണ് പഠിച്ചിരുന്നത്. അതുകൊണ്ടുതന്നെ വല്ലാത്ത ആത്മബന്ധവുമായിരുന്നു. മേയ്ക്കപ്പും കേശാലങ്കാരവുമൊക്കെയായിരുന്നു ഞങ്ങളുടെ ഇഷ്ടവിഷയങ്ങൾ. കല്യാണങ്ങൾക്കും മറ്റും അങ്ങോട്ടുമിങ്ങോട്ടും ഇതെല്ലാം പരീക്ഷിക്കും ഞങ്ങൾ. വധുവിന്റെ മേയ്ക്കപ്പും ഹെയർസ്റ്റൈലുമെല്ലാം ഞങ്ങൾക്ക് പ്രചോദനമാകും. മാസികകളിൽ കാണുന്ന ചിത്രംപോലെ ഇരിക്കുന്ന വധുവിനെ അനുകരിക്കാനാവും ഞങ്ങളുടെ ശ്രമം. വധു എന്ത് കേശാലങ്കാരമാണ് ചെയ്തിരിക്കുന്നത്, ഏതു നിറത്തിലുള്ള ലിപ്സ്റ്റിക്കാണ് ഉപയോഗിച്ചിരിക്കുന്നത്, ഇതെല്ലാം നോക്കുകയാണ് എന്റെ പണി. ഓരോ വധുവിനൊപ്പവും ഫോട്ടോയെടുത്ത് എന്റെ സ്വകാര്യ ആൽബത്തിൽ സൂക്ഷിക്കും. സ്വന്തമായി ബ്യൂട്ടി പാർലർ തുടങ്ങുമ്പോൾ മേയ്ക്കപ്പിന് വരുന്നവർക്ക് അതിൽനിന്ന് ഇഷ്ടമുള്ളത് തിരഞ്ഞെടുക്കാം. ഐസിസ് എത്തുന്ന സമയത്ത് എന്റെ പക്കൽ ഇരുനൂറോളം ചിത്രങ്ങളുണ്ടായിരുന്നു. ഇരുണ്ട നിറമുള്ള, ചുരുൾമുടിയിൽ നിറയെ വെള്ള പൂക്കൾ അലങ്കരിച്ച വധുവായിരുന്നു എനിക്ക് ഏറെ പ്രിയപ്പെട്ടവൾ.

സാധാരണ ഞാനും കാതറീനും കേശസംരക്ഷണത്തിൽ ഏറെ ശ്രദ്ധാലുക്കളാണ്. ഒലീവ് എണ്ണ പുരട്ടിയും മൈലാഞ്ചിയിട്ടും മുടി മിനുക്കലാണ് പ്രധാന പണി. പക്ഷേ, ഇന്നിപ്പോൾ മുടി ചീകാൻ കൂടി ഞങ്ങൾ മറന്നിരിക്കുന്നു. എന്റെ മരുമകൾ കാതറീൻ വിളറി വെളുത്ത് നിശ്ശബ്ദയായി മാറിയിരിക്കുന്നു. ഞാൻ പെട്ടെന്ന് അവളെക്കാൾ ഏറെ മുതിർന്നതുപോലെ. വിഷമിക്കേണ്ട, അവളുടെ കൈ ചേർത്തുപിടിച്ച് ഞാൻ പറഞ്ഞു. എല്ലാം ശരിയാവും. എന്റെ അമ്മ എപ്പോഴും പറയുന്ന വാചകമായിരുന്നു അത്. ഒന്നും ശരിയാവില്ലെന്ന് അറിയുമ്പോഴും മക്കളെ ആശ്വസിപ്പിക്കാൻ അമ്മ അങ്ങനെ പറയും. ഞാനും അതുതന്നെ കാതറീനോട് പറയുന്നു.

ഏലിയാസ് തിരിച്ചെത്തി. എല്ലാവരും ആകാംക്ഷയോടെ അയാളെ നോക്കി. അയാൾ കിതയ്ക്കുന്നുണ്ടായിരുന്നു. സംസാരിക്കുന്നതിനു മുമ്പ് സ്വയം ശാന്തമാവാൻ ഏലിയാസ് ശ്രമിച്ചു. ദയിഷ് (ഐസിസ്) കൊച്ചോ വളഞ്ഞിരിക്കുന്നു. രക്ഷപ്പെടാൻ മാർഗ്ഗമില്ല. അയാൾ വെളിപ്പെടുത്തി. രക്ഷപ്പെടാൻ ശ്രമിച്ചാൽ ശിക്ഷ ഉറപ്പാണെന്ന് ഇസ്ലാമിക് സ്റ്റേറ്റ് പുരുഷന്മാരുടെ യോഗത്തെ അറിയിച്ചിരിക്കുന്നു. രക്ഷപ്പെടാൻ ശ്രമിച്ച നാല് കുടുംബങ്ങളുടെ സ്ഥിതി അയാൾ പറഞ്ഞു. ഐസിസ്

അവരെ തടഞ്ഞു നിർത്തി. മതപരിവർത്തനത്തിന് വിസമ്മതിച്ചതിനെത്തുടർന്ന് പുരുഷന്മാരെ വെടിവച്ചു കൊന്നു. സ്ത്രീകളെയും കുട്ടികളെയും വേർപിരിച്ചു. അവരുടെ പെൺകുട്ടികളെയും വാഹനങ്ങളെയും ഭീകരർ കൊണ്ടുപോയി. പെഷ്മർഗ തിരികെവരും. അമ്മ പ്രത്യാശ പ്രകടിപ്പിച്ചു. നമുക്ക് പ്രാർഥിക്കാം. ദൈവം നമ്മെ കൈവിടില്ല, അവർ പറഞ്ഞു. ആരെങ്കിലും വന്ന് നമ്മെ രക്ഷിക്കും. ഇങ്ങനെ ഉപേക്ഷിച്ച് പോവുന്നത് ശരിയല്ലല്ലോ. മസൂദ് ദേഷ്യപ്പെട്ടു.

സിൻജാറിൽ അഭയംതേടിയ ബന്ധുക്കളോട് തിരികെവരാൻ പറയണമെന്നും ഐസിസ് കമാൻഡർ ആവശ്യപ്പെട്ടിരിക്കുന്നു. താഴെ വന്നാൽ അവരെ വെറുതെ വിടാം. ഞങ്ങൾ നിശ്ശബ്ദരായി ഇതെല്ലാം കേട്ടിരുന്നു. മലമുകളിൽ എന്തെല്ലാം കഷ്ടപ്പാടുകളുണ്ടെങ്കിലും രക്ഷപ്പെട്ടവരെയോർത്ത് ഞങ്ങൾ ആശ്വസിച്ചു. സിൻജാർ അവരെ കാക്കുമെന്ന് ഞങ്ങൾ പ്രത്യാശ പ്രകടിപ്പിച്ചു. സിൻജാറിന്റെ ഗുഹകളും ഫലവൃക്ഷങ്ങളും അരുവികളും തലമുറകളായി യസീദികളെ കാത്തുപരിപാലിച്ചിട്ടുണ്ട്. ദേവാലയങ്ങളും പുണ്യപുരുഷന്മാരുമുള്ള സിൻജാറിൽ ദൈവകൃപയുടെ പ്രകാശമുണ്ടെന്ന് ഞങ്ങൾ വിശ്വസിച്ചു. സിൻജാർ പട്ടണത്തിലായിരുന്ന ഹെസ്നി മലമുകളിലെത്തി. നിങ്ങൾ ഞങ്ങളെയോർത്ത് വിഷമിക്കേണ്ട. നിങ്ങളെയോർത്ത് ഞങ്ങൾക്കാണ് ആശങ്കയും വേദനയും. ഞങ്ങൾ രക്ഷപ്പെട്ടു കഴിഞ്ഞു. ഫോണിൽ അവൻ പറഞ്ഞു. ഭീകരർ പറയുന്നത് അനുസരിക്കുകയല്ലാതെ ഞങ്ങൾക്ക് വേറെ മാർഗ്ഗമില്ലായിരുന്നു. ഓരോ വീടുകളിലും കയറി ഇറങ്ങിയ ഭീകരർ ആയുധങ്ങളെല്ലാം വാങ്ങിയെടുത്തു.

കൃഷിസ്ഥലത്ത് കുഴിച്ചിട്ട ഒരു തോക്കൊഴികെ മറ്റെല്ലാം ഞങ്ങളും കൈമാറി. അത് അവരുടെ ശ്രദ്ധയിൽപെടില്ലെന്ന് ഞങ്ങൾ കണക്കുകൂട്ടി. ഞങ്ങൾ രക്ഷപ്പെടാനും ശ്രമിച്ചില്ല. എല്ലാ ദിവസവും ഏലിയാസോ ചേട്ടന്മാരിൽ മറ്റാരെങ്കിലുമോ ഐഎസ് കമാൻഡർ വിളിക്കുന്ന യോഗത്തിനുപോകും. അവരുടെ നിർദേശങ്ങളുമായി മടങ്ങിവരും. ഞങ്ങൾ വീടിനുള്ളിൽ നിശ്ശബ്ദരായി ഇരുന്നു. കുഴിച്ചിട്ട തോക്ക് അവിടെത്തന്നെ കിടന്നു. പക്ഷേ, ഐസിസ് ഞങ്ങളെ കൊന്നാലും ഹെസ്നി ഉൾപ്പെടെ ആരോടും മടങ്ങി വരാൻ പറയില്ലെന്നത് തീരുമാനമായിരുന്നു. മലയിറങ്ങിയാൽ എന്താണ് സംഭവിക്കുകയെന്ന് എല്ലാവർക്കും അറിയാമായിരുന്നു.

ഏഴ്

കൊച്ചോ ആക്രമണം രണ്ടാഴ്ച നീണ്ടുനിന്നു. ചില ദിനങ്ങൾ വളരെപ്പെട്ടെന്നു കടന്നുപോയി, മറ്റുചിലത് അനിശ്ചിതമായി നീളുന്നതുപോലെയും തോന്നി. പ്രഭാതത്തിൽ അതിർത്തിയിൽ ചെക്പോയന്റുകളിൽ ഇസ്ലാമിക പ്രാർഥനകളുയരും. ആ ശബ്ദം കൊച്ചോയ്ക്ക് അപരിചിതമായിരുന്നെങ്കിലും, സ്കൂളിലെ അറബി ക്ലാസുകളിലൂടെയും സിൻജാർ യാത്രയിലും എനിക്ക് പരിചിതമായിരുന്നു. ബാങ്കുവിളി കേൾക്കുമ്പോൾ മുതിർന്നവർ പിറുപിറുക്കും. സിൻജാർ യസീദികളുടേതല്ലാതെയായി മാറിയിരിക്കുന്നു. ചെറുഗ്രാമങ്ങളും പട്ടണങ്ങളുമൊഴികെ മറ്റെല്ലാം അറബികളും കുർദുകളും കൈവശപ്പെടുത്തി എന്ന യാഥാർഥ്യം അവർ തിരിച്ചറിഞ്ഞിരുന്നു. ഐസിസ് സിൻജാറിലെത്തുംവരെ ബാങ്കുവിളിയിൽ എനിക്ക് കുഴപ്പമൊന്നും തോന്നിയിരുന്നില്ല. അവർ വളഞ്ഞതോടെ ബാങ്കുവിളി അരോചകമായിത്തുടങ്ങി.

ഒന്നിനുപിറകെ ഒന്നായി ബന്ധുക്കൾ ഞങ്ങളുടെ വീട്ടിലേക്ക് എത്തിത്തുടങ്ങി. ഹെസ്നിയുടെ ഭാര്യ ജിലാൻ അവർ പുതുതായി പണിത വീടുപേക്ഷിച്ച് ഞങ്ങളുടെ വീട്ടിലേക്ക് പോന്നു. ബന്ധുക്കളും അർധസഹോദരങ്ങളുമെല്ലാം ചെറിയ ബാഗുകളും അത്യാവശ്യവസ്തുക്കളുമായി വീട്ടിലെത്തി. സാവൂദിന്റെ ഭാര്യ ഷിറീന്റെ പ്രസവം കഴിഞ്ഞതേയുണ്ടായിരുന്നുള്ളൂ.

വിങ്ങിക്കരയുന്ന റോസാപ്പൂപോലുള്ള നവജാത ശിശുവിന് ചുറ്റും സ്ത്രീകൾ കൂടിയിരുന്നു. എവിടെയോ ഒരു പ്രതീക്ഷ പോലെ. വീട്ടിലെ മുറികളെല്ലാം വളരെപ്പെട്ടെന്ന് സാധനങ്ങൾകൊണ്ട് നിറഞ്ഞു. തുണികൾ, പുതപ്പുകൾ, ഫോട്ടോകൾ, വിലപിടിപ്പുള്ള വസ്തുക്കൾ ഇങ്ങനെ. പകൽ മുഴുവൻ ഞങ്ങൾ വാർത്തയറിയാൻ ടെലിവിഷന് മുന്നിൽ ചടഞ്ഞിരിക്കും. സിൻജാറിലെ യസീദികളുടെ കൂട്ടക്കുരുതിയുടെ വാർത്തകൾ ദുഃസ്വപ്നം പോലെ ഞങ്ങൾ കണ്ടിരുന്നു. വേണ്ടത്ര ഭക്ഷണവും വെള്ളവും എത്തിക്കാൻ വിമാനങ്ങൾക്കാവുന്നുണ്ടായിരുന്നില്ല. എത്തുന്ന സഹായങ്ങളെല്ലാം കൂറ്റൻമലനിരകൾ വളരെപ്പെട്ടെന്ന് വിഴുങ്ങുന്നതുപോലെ.

താഴ്ന്നു പറക്കുന്ന സൈനിക ഹെലികോപ്ടറിൽ കയറിപ്പറ്റാൻ യസീദികൾ ആഞ്ഞു പരിശ്രമിച്ചു. കുഞ്ഞുങ്ങളെയും പ്രായമായവരെയും ഹെലികോപ്ടറിനുള്ളിലേക്ക് എറിഞ്ഞ് രക്ഷപ്പെടുത്താനുള്ള വെപ്രാളം. അമിതഭാരം ഹെലികോപ്ടർ താങ്ങില്ലെന്ന് സൈനികർ

ഒച്ചവച്ചുകൊണ്ടിരുന്നു. പക്ഷേ, പരിഭ്രാന്തരായ ജനം അതൊന്നും മുഖവിലയ്ക്കെടുത്തില്ല. ഹെലികോപ്ടറിൽ തൂങ്ങിക്കിടന്ന ഒരു സ്ത്രീ പിടിവിട്ട് താഴെവീണ് മരിച്ചു. തണ്ണിമത്തൻ ചിതറുംപോലെയാണ് ആ ശരീരം മലനിരകളിലെ പാറക്കെട്ടുകളിൽ തട്ടി ചിതറിത്തെറിച്ചത്.

ഐസിസ് എത്തുന്നിനുമുമ്പ് തലനാരിഴയ്ക്കാണ് ഹെസ്നി മലമുകളിൽ എത്തിയത്. അവരുടെ പൊലീസ് സ്റ്റേഷൻ ഒഴിപ്പിക്കപ്പെട്ടയുടൻ സഹപ്രവർത്തകനൊപ്പം ഹെസ്നി മലമുകളിലേക്ക് രക്ഷപ്പെടുകയായിരുന്നു. സ്റ്റേഷനിലെ ആയുധങ്ങൾ ഭീകരരുടെ കയ്യിൽ കിട്ടാതിരിക്കാൻ തോക്കുകളും പിസ്റ്റളുകളും എടുത്താണ് അവർ രക്ഷപ്പെട്ടത്. പൊടിയും ചൂടും നിറഞ്ഞ പാതയിലൂടെ എപ്പോൾ വേണമെങ്കിലും ചാടിവീഴാവുന്ന ഭീകരരുടെ കാലടികൾ ഭയന്നാണ് അവർ നടന്നത്. സൈനബിന് അര കിലോമീറ്റർ അകലെ ഒരു ഷിയാ പള്ളിയിലേക്ക് ഇസ്ലാമിക് സ്റ്റേറ്റ് ട്രക്ക് ഓടിച്ചുകയറ്റിയുള്ള സ്ഫോടനം അവർ കണ്ടു. പ്രധാനപാതയിൽനിന്ന് മാറിനടന്ന ഹെസ്നിയും സുഹൃത്തും കഷ്ടിച്ചാണ് ഐസിസ് ട്രക്കുകൾക്ക് മുന്നിൽപ്പെടാതെ രക്ഷപ്പെട്ടത്. അവരുടെ പിന്നിൽ വന്നവരെ ഭീകരർ കൊന്നൊടുക്കി. ഞങ്ങൾ അത്ഭുതകരമായി രക്ഷപ്പെട്ടു, ഹെസ്നി പിന്നീട് എന്നോട് പറഞ്ഞു.

മലമുകളിൽ പകൽസമയത്ത് കൊടുംചൂടും രാത്രി കൊടും തണുപ്പും. ഭക്ഷണമോ വെള്ളമോ ഇല്ല. നിർജലീകരണംമൂലം ആളുകൾ മരിച്ചുതുടങ്ങി. ആദ്യദിവസം എല്ലാവരും ചേർന്ന് ഒരു ആടിനെ കൊന്ന് കറിവച്ചു. അത് പങ്കിട്ടെടുത്തു. രണ്ടാം ദിവസം ഹെസ്നിയും മറ്റുചിലരും കാൽനടയായി ഐസിസ് എത്തിയിട്ടില്ലാത്ത ചില ഗ്രാമങ്ങളിൽ ചെന്ന് ഗോതമ്പും മറ്റും ശേഖരിച്ച് വന്നു. എല്ലാവർക്കും ഓരോ കവിൾ കഴിക്കാൻ അത് തികഞ്ഞു. ഒരുദിവസം പികെകെയുടെ സിറിയൻ വിഭാഗമായ വൈപിജി പ്രവർത്തകർ സിറിയയിൽനിന്ന് ഭക്ഷണമെത്തിച്ചു. അതിനിടെ വൈപിജി അമേരിക്കൻ വ്യോമസേനയുടെ സഹായത്തോടെ സിൻജാറിൽനിന്നും സിറിയയിലെ കുർദ് പ്രവിശ്യകളിലേക്കുള്ള വഴികൾ യസീദികൾക്ക് തുറന്നുകൊടുത്തു. സിറിയൻ ആഭ്യന്തരയുദ്ധവും കാര്യമായി ബാധിക്കാത്ത മേഖലയായിരുന്നു അത്. സിറിയൻ കുർദുകൾ പികെകെയുമായി ചേർന്ന് വലിയൊരു സ്വതന്ത്രമേഖല ഉണ്ടാക്കാനുള്ള ശ്രമത്തിലായിരുന്നു അവിടെ. ഐസിസിന്റെ കണ്ണിൽപ്പെട്ടവരെല്ലാം വെടിയേറ്റു വീണെങ്കിലും ധാരാളം ആളുകൾക്ക് സുരക്ഷിത മേഖലയിലേക്ക് എത്താനായി. സിറിയൻ കുർദിസ്ഥാൻ വഴി ഇറാഖി കുർദിസ്ഥാനിലേക്ക്, ഹെസ്നി അവിടെനിന്ന് സാഖോയ്ക്കടുത്തുള്ള ഞങ്ങളുടെ അമ്മായിയുടെ വീട്ടിലേക്കുപോയി. സുന്നി കുർദുകളുടെ പ്രവിശ്യയിൽ ആളുകൾ യസീദികളെ ഇരുകയ്യും നീട്ടി സ്വീകരിച്ചു. അഭയാർഥികൾക്ക് കഴിക്കാൻ ഭക്ഷണവും കിടക്കാൻ

ഇടവും കൊടുത്തു. സ്കൂളുകൾ, കടകൾ, വീടുകളുടെ മുറികൾ എല്ലാം തുറന്നുകൊടുക്കാൻ കുർദുകൾ സന്നദ്ധരായി. ആ അനുകമ്പ ഇന്നും ഞങ്ങളുടെ ഹൃദയത്തെ സ്പർശിക്കുന്നു.

കൂട്ടക്കുരുതിക്കുമുമ്പ് ഒരിക്കൽപോലും ഞാൻ പികെകെയെക്കുറിച്ച് ചിന്തിച്ചിട്ടില്ല. സിൻജാറിൽ അവർ അത്ര വലിയ സാന്നിധ്യവുമായിരുന്നില്ല. ചിലപ്പോഴൊക്കെ കുർദ് ചാനലുകളിൽ ചാരനിറത്തിലുള്ള യൂണിഫോമണിഞ്ഞ് തോക്കും പിടിച്ചുനില്ക്കുന്ന സ്ത്രീകളുടെയും പുരുഷന്മാരുടെയും ദൃശ്യങ്ങൾ കണ്ടിട്ടുണ്ടെന്ന് മാത്രം. ക്വാൻഡിൽ മലനിരകളിൽനിന്നുള്ള ദൃശ്യങ്ങളാവും അത്. അവർ എന്റെ ജീവിതവുമായി ഒരുതരത്തിലും ബന്ധപ്പെട്ടിരുന്നില്ല. തുർക്കി സർക്കാരിനെതിരായ പോരാട്ടവുമില്ലായിരുന്നു. പക്ഷേ, സിൻജാറിൽ കുടുങ്ങിയ യസീദികളെ സഹായിച്ചതോടെ അവർ ഞങ്ങളുടെ ഹീറോകളായി. പെഷ്മർഗയുടെ സ്ഥാനത്ത് അവരെ ഞങ്ങൾ രക്ഷകരായി അവരോധിച്ചു. അവരുടെ വരവ് പുതിയ പ്രശ്നങ്ങൾക്ക് തുടക്കമിട്ടേക്കാം. ബർസാനിയുടെ കെഡിപിയും പികെകെയും സിൻജാറിൽ സ്വാധീനമുറപ്പിക്കാൻ മത്സരിക്കുന്നവരാണ്. പക്ഷേ, ഇപ്പോൾ യസീദികളെ സഹായിക്കുന്ന, ഐസിസിനെതിരെ പോരാടുന്ന പികെകെയോട് ഞങ്ങൾ കടപ്പെട്ടിരിക്കുന്നു.

പക്ഷേ, ഇതൊക്കെയാണെങ്കിലും കൊച്ചോയിലേക്ക് ആരും സഹായവുമായെത്തുന്നില്ല. എല്ലാ ദിവസവും ജെവാത്തിൽ (പുരുഷന്മാരുടെ യോഗം) പങ്കെടുക്കുന്ന മുതിർന്നവർ തീരെ പ്രതീക്ഷയ്ക്ക് വകയില്ലാത്ത വാർത്തയുമായാവും മടങ്ങിയെത്തുക. രക്ഷപ്പെടാൻ പല മാർഗ്ഗങ്ങളും ആലോചിച്ചു കൊച്ചോയിലെ പുരുഷന്മാർ. പക്ഷേ, പുറത്തുനിന്ന് സഹായിക്കാൻ ആരും തയ്യാറല്ല. മലമുകളിൽ ചെയ്യുന്നതുപോലെ അമേരിക്കൻ സൈനികവിമാനങ്ങൾ നമ്മുടെ രക്ഷയ്ക്കെത്തുമായിരിക്കും. അമ്മ പ്രത്യാശ പ്രകടിപ്പിച്ചു. വിമാനങ്ങളുടെയോ ഹെലികോപ്ടറിന്റെയോ ശബ്ദം കേൾക്കുമ്പോൾ മാത്രമാണ് ഐസിസ് ഭീകരർ അല്പമെങ്കിലും ഭയക്കുന്നത്. ചിലപ്പോൾ പികെകെ നമ്മുടെ രക്ഷയ്ക്കെത്തും. അമ്മ പ്രതീക്ഷ കൈവിട്ടില്ല. പക്ഷേ, യുഎസ് പട്ടാളത്തിനൊപ്പം പരിഭാഷകരായി ജോലി ചെയ്യുന്ന, അപ്പോൾ അമേരിക്കയിലുള്ള യസീദികൾ നല്കുന്ന വിവരമനുസരിച്ച് ആ പ്രതീക്ഷകൾ അസ്ഥാനത്തായിരുന്നു.

വിമാനങ്ങളും ഹെലികോപ്ടറുകളും പറക്കുന്നുണ്ടായിരുന്നു. പക്ഷേ, എല്ലാം മലനിരകളിലേക്കാണ് പോയത്. കൊച്ചോ പൂർണ്ണമായും അവഗണിക്കപ്പെട്ടു. പികെകെയും കൊച്ചോയിലെത്താനുള്ള സാധ്യത കുറവായിരുന്നു. പികെകെ പോരാളികൾ സമർത്ഥരായിരുന്നു. വർഷങ്ങളായി തുർക്കി സൈന്യത്തെ വിറപ്പിക്കുന്നവർ. പക്ഷേ, മലനിരകളിലായിരുന്നു അവർക്ക് പോരാട്ടവീര്യം. സമതലത്തിൽ ഐസി

സിനോട് ഏറ്റുമുട്ടാൻ അവർ പ്രാപ്തരായിരുന്നില്ല. മാത്രമല്ല കൊച്ചോ ഇപ്പോൾ പൂർണ്ണമായും ശത്രുവിന്റെ നിയന്ത്രണത്തിലായിക്കഴിഞ്ഞു. ഏറ്റവും തെക്കേയറ്റത്തുള്ള ഞങ്ങളിലേക്കെത്തൽ അസാധ്യം.

കുറേ ദിവസങ്ങൾ അമേരിക്കൻസൈന്യം രക്ഷയ്ക്കെത്തുമെന്നു കരുതി ഞങ്ങൾ കാത്തിരുന്നു. തൽഅഫാർ വിമാനത്താവളത്തിൽ ജോലി ചെയ്തിരുന്ന കാലത്ത് ജാലോയ്ക്ക് ഒരു സുഹൃത്തുണ്ടായിരുന്നു, ഹൈദർ ഏലിയാസ്. ഇപ്പോൾ അമേരിക്കയിലെ ഹൂസ്റ്റണിലാണ് അദ്ദേഹം. അധിനിവേശകാലത്ത് അമേരിക്കൻ സൈന്യത്തെ സഹായിച്ചതിനുള്ള പ്രത്യുപകാരമായി അമേരിക്ക അഭയംനല്കിയതാണ്. ജാലോ എല്ലാദിവസവും ഹൈദറിനോട് സംസാരിക്കും. പലപ്പോഴും തന്നെ വിളിക്കുന്നതിൽനിന്ന് ജാലോയെ ഹൈദർ വിലക്കി. ജാലോയുടെ ഫോണിൽ അമേരിക്കൻ നമ്പർ കണ്ടാൽ ഐസിസ് അദ്ദേഹത്തെ കൊന്നുകളയുമെന്ന് ഹൈദർ ഭയപ്പെട്ടിരുന്നു.

ഹൈദറടക്കമുള്ള പ്രവാസി യസീദികൾ ഇറാഖിലെ യസീദികളുടെ സഹായത്തിനായി സർക്കാരുകളുടെ വാതിലുകൾ മുട്ടുകയായിരുന്നു. വാഷിങ്ടണിലെ ഒരു ഹോട്ടലിൽ താമസിച്ച് അവർ യുഎസ്, ബാഗ്ദാദ്, എർബിൽ സർക്കാരുകളോട് സഹായമഭ്യർഥിച്ചു. പക്ഷേ, കൊച്ചോയുടെ കാര്യത്തിൽ ഒരു തീരുമാനവുമുണ്ടാക്കാൻ അവർക്ക് കഴിഞ്ഞില്ല. ഹൈദറിന്റെ ഓരോ വിളിക്കും വളരെപ്പെട്ടെന്ന് ഉത്തരം നല്കും ജാലോ. പക്ഷേ, ഓരോ തവണയും ലഭിക്കുന്ന വിവരങ്ങൾ ചേട്ടനെ ക്ഷുഭിതനാക്കി. ജാലോ അമേരിക്കൻസൈനികർക്കൊപ്പം ജോലി ചെയ്തിട്ടുണ്ട്. കലാപകാരികളെ തേടി വീടുകളിൽ കയറിയിറങ്ങിയ സൈന്യത്തെ സഹായിച്ചതാണ് ജാലോ. അതുകൊണ്ടു തന്നെ അവർക്ക് എന്തൊക്കെ സാധ്യമാണെന്നും അല്ലെന്നും അദ്ദേഹത്തിനറിയാം. അമേരിക്ക തീരുമാനിച്ചാൽ കൊച്ചോയുടെ മോചനം സാധ്യമാണെന്ന് ജാലോയ്ക്ക് ഉറപ്പായിരുന്നു. ജെവാത്തിൽ സിൻജാറിലെ അമേരിക്കൻസൈനിക നടപടിയെ ഭീകരർ വിമർശിക്കും. ബറാക് ഒബാമ കുരിശുയുദ്ധം നടത്തുകയാണെന്ന് കുറ്റപ്പെടുത്തും. ഇതുകേൾക്കുമ്പോൾ ജാലോ ഹൈദറോട് പറയും. അവർക്ക് മടുത്തെന്ന് തോന്നുന്നു. മിക്കവാറും ഞങ്ങളെ വിട്ടേക്കും. ഒരു ദിവസം രോഗബാധിതനായ അഹമ്മദ് ജാസോയെ ഐസിസ് പോരാളികൾ ആശുപത്രിയിൽ കൊണ്ടുപോയി. കൊല്ലാനാണെങ്കിൽ പിന്നെ ഇതൊന്നും ചെയ്യില്ലല്ലോ, ജാലോ പറയും.

ജാലോയ്ക്ക് അമേരിക്കയെ വലിയ ഇഷ്ടമായിരുന്നു. ആക്രമണത്തിനുമുമ്പ് ടെക്സസിലെ ജീവിതത്തെക്കുറിച്ച് എപ്പോഴും ഹൈദറിനോട് ചോദിച്ചറിയുമായിരുന്നു. ഹൈദർ അവിടെ കോളജിൽ പോകുന്നതറിഞ്ഞ് ജാലോ അസൂയാലുവായി. അയാൾക്ക് ഹൈസ്കൂളിൽ പോലും പോകാൻ കഴിഞ്ഞിരുന്നില്ല. നീ എനിക്കൊരു അമേരിക്കക്കാരി

ഭാര്യയെ കണ്ടുപിടിക്ക്. വയസ്സിയും വിരൂപിയുമാണെങ്കിലും കുഴപ്പമില്ല, ഞാൻ കെട്ടിക്കോളാം. ജാലോ ഹൈദറിനോട് തമാശ പറയും.

അമേരിക്ക കൊച്ചോയുടെ സഹായത്തിനെത്തുമെന്ന വിശ്വാസം ഹൈദറിനില്ലായിരുന്നു. വ്യോമാക്രമണത്തിനെതിരെ കൊച്ചോയിൽ ഐസിസ് പ്രതികാരം തീർക്കുമെന്ന ഭയം ഹൈദറിനുണ്ടായിരുന്നു. സൂക്ഷിക്കണമെന്ന് അയാൾ ആവർത്തിച്ചു. അവർ മടുത്തതുപോലെ കാണിച്ച് നിങ്ങളെ പറ്റിക്കുകയാവാം. അവർ നിങ്ങളെ വിടില്ല, ഹൈദർ പറയും. ഇറാഖിലെ സംഭവവികാസങ്ങളിൽ എല്ലാവരും മടുത്തതു പോലെ. മാധ്യമങ്ങൾപോലും കൊച്ചോയിലേക്ക് തിരിഞ്ഞുനോക്കുന്നില്ല. ബാഗ്ദാദിൽ പ്രധാനമന്ത്രി മാറുന്നത് റിപ്പോർട്ട് ചെയ്യാനാണ് അവർക്ക് താല്പര്യം. നമ്മളെക്കുറിച്ച് ആരും ചിന്തിക്കുന്നു പോലുമില്ല, ഏലിയാസ് നെടുവീർപ്പിട്ടു.

ഞങ്ങൾ കാത്തിരിപ്പു തുടർന്നു. ഗ്രാമം നിശ്ശബ്ദമായി, നിരത്തുകൾ ശൂന്യവും. എല്ലാവരും വീടുകൾക്കുള്ളിൽ കഴിഞ്ഞു. ഞങ്ങൾ ഭക്ഷണം കഴിക്കുന്നതുപോലും നിർത്തി. എന്റെ സഹോദരന്മാർ ക്ഷീണിച്ച് വിളറുന്നത് കാണാമായിരുന്നു. എനിക്കും അതുതന്നെയാണ് സംഭവിക്കുന്നത്. പക്ഷേ, കണ്ണാടിയിൽ നോക്കാൻപോലും ഞാൻ ഇഷ്ടപ്പെട്ടില്ല. ദിവസങ്ങളായി കുളിച്ചിട്ട്. വിയർപ്പിന്റെ ദുർഗന്ധം വീട്ടിലാകെ നിറഞ്ഞു. രാത്രി ഏറെ വൈകിയശേഷം ശബ്ദമുണ്ടാക്കാതെ ടെറസ്സിൽ കയറി തോളോടുതോൾ ചേർന്ന് കിടക്കും. ഉറക്കമുണരുമ്പോൾ ഭീകരരുടെ കണ്ണിൽപ്പെടാതെ ടെറസ്സിന്റെ ചെറുഭിത്തിയുടെ മറവിൽ പതുങ്ങിയിറങ്ങും. സംസാരം പോലും തീരെ പതിഞ്ഞ ശബ്ദത്തിൽ. ഷിറീന്റെ കുഞ്ഞ് ഒന്നുമറിയാതെ കരയുമ്പോൾ ഞങ്ങൾക്ക് ഭയമാകും. പക്ഷേ, അതിലൊന്നും കാര്യമില്ല. ഞങ്ങൾ അവിടെ ഉണ്ടെന്ന് ഐസിസിന് അറിയാമായിരുന്നു. അതായിരുന്നു കാര്യം.

സിൻജാറിൽ വംശഹത്യ തുടർന്ന ഐസിസ് ഞങ്ങളെ വീട്ടുതടങ്കലിലാക്കി തുടർന്നു. ഞങ്ങളിലേക്കുവരാൻ അവർക്ക് സമയം കിട്ടിയിരുന്നില്ല. യസീദികളുടെ വസ്തുവകകൾ കണ്ടുകെട്ടുന്നതിൽ വ്യാപൃതരായിരുന്നു അവർ. ആഭരണങ്ങൾ, കാറുകളുടെ താക്കോൽ, സെൽ ഫോണുകൾ എന്നുവേണ്ട വീടുകൾതോറും കയറിയിറങ്ങി പരമാവധി വസ്തുവകകൾ കൈക്കലാക്കി. പശുക്കളെയും ആടുകളെയുമെല്ലാം പിടിച്ചുകൊണ്ടുപോയി. ഇറാഖിലും സിറിയയിലുമുള്ള ഭീകരർക്ക് യസീദി പെൺകുട്ടികളെ ലൈംഗിക അടിമകളായി എത്തിച്ചുകൊടുത്തുകൊണ്ടിരുന്നു. ചെറുത്തുനില്ക്കാൻ കെല്പുള്ള പുരുഷന്മാരെ കൊന്നുതള്ളി. ആയിരക്കണക്കിന് യസീദികൾ ഇതിനോടകം കൊല്ല

പ്പെട്ടിരുന്നു. മൃതദേഹങ്ങൾ കൂട്ടക്കുഴിമാടങ്ങളിൽ തള്ളി. ഒളിപ്പിക്കാൻ ശ്രമിച്ച് ഐസിസ് പരാജയപ്പെട്ട കുഴിമാടങ്ങൾ.

പുറമേനിന്നുള്ള സഹായത്തിൽ ഞങ്ങളുടെ അവസാന പ്രതീക്ഷ സുന്നികളുടെ അയൽഗ്രാമമായിരുന്നു. സുഹൃത്തുക്കളും അഗ്രചർമ്മ ഛേദനകർമ്മം നിർവഹിക്കുന്ന കിരിവുകളും താമസിച്ചിരുന്ന ഗ്രാമം. അറബികൾ യസീദികളെ സംരക്ഷിക്കുകയും രക്ഷപ്പെടുത്തുകയും ചെയ്യുന്നുവെന്ന കഥകൾ ഞങ്ങൾ കേട്ടിരുന്നു. പക്ഷേ, കൂടുതൽ കഥ കൾ അറബികൾ ഭീകരരുമായി കൈകോർക്കുന്നതിന്റേതായിരുന്നു. യസീദികളെ പിടികൂടി ഭീകരർക്ക് കൈമാറാൻ സുന്നികൾ മുന്നിട്ടു നിന്നു. ചിലതൊക്കെ കെട്ടുകഥകളായിരുന്നു. പക്ഷേ, മറ്റുചിലത് വിശ്വ സനീയമായ കേന്ദ്രങ്ങളിൽ നിന്നുമായിരുന്നു. എന്റെ ബന്ധുവും കുടും ബവും അവരുടെ 'കിരിവിന്റെ' വീട്ടിൽ അഭയംതേടി.

അവർ സ്നേഹത്തോടെ എന്റെ ബന്ധുക്കളെ സ്വീകരിച്ചു, സുര ക്ഷിതരാണെന്ന തോന്നൽ നല്കി. പക്ഷേ, അത് ചതിയായിരുന്നു. അവർ തീവ്രവാദികളുടെ കയ്യിൽ ഏല്പ്പിക്കപ്പെട്ടു.

പറ്റാവുന്നവരെയെല്ലാം ബന്ധപ്പെടാൻ ചേട്ടന്മാർ ശ്രമിച്ചുകൊണ്ടി രുന്നു. സെൽഫോണിന് റേഞ്ച് കിട്ടാൻ ടെറസ്സിൽ കയറിനിന്നായിരുന്നു വിളികൾ. മറുതലയ്ക്കൽ വരുന്നവരെല്ലാം ഞങ്ങളുടെ സ്ഥിതിയിൽ ആശങ്കയും ദുഃഖവും പ്രകടിപ്പിച്ചു. പക്ഷേ, സഹായത്തിനുമാത്രം ആരും തയ്യാറായില്ല. കൊച്ചോയിൽതന്നെ തുടരാൻ അവർ ഞങ്ങളെ ഉപദേശിച്ചു. ക്ഷമയോടെ കാത്തിരിക്കൂ, അവർ പറഞ്ഞു. ചില മുസ്ലീം അയൽവാസികൾ ഭക്ഷണവും അവശ്യവസ്തുക്കളുമായി ഞങ്ങളെ കാണാൻ വന്നു. ഞങ്ങളുടെ ദുഃഖം അവരുടേതുമാണെന്ന് പറഞ്ഞു. നെഞ്ചിൽകൈവച്ച് അവർ പറഞ്ഞു, നിങ്ങളെ ഞങ്ങൾ കൈവിടില്ല. പക്ഷേ, ദിവസം കഴിയുന്തോറും അവരെല്ലാം ഞങ്ങളെ കൈവിട്ടു തുടങ്ങി.

സുന്നി അയൽക്കാർക്ക് ഞങ്ങളെ സഹായിക്കാൻ ചിലതെല്ലാം ചെയ്യാനാവുമായിരുന്നു. സ്ത്രീകൾക്കും കുട്ടികൾക്കും സംഭവിക്കാൻ പോകുന്നത് അറിഞ്ഞിരുന്നെങ്കിൽ പർദയണിയിച്ച് ഞങ്ങളെ പുറത്തെ ത്തിക്കാൻ പറ്റുമായിരുന്നു. സംഭവിക്കാൻ പോകുന്നത് ഇതാണെന്ന് സത്യസന്ധമായി ഞങ്ങളെ അറിയിക്കാമായിരുന്നു. എങ്കിൽ രക്ഷപ്പെ ടലിനെക്കുറിച്ചുള്ള സ്വപ്നങ്ങളുമായി ഞങ്ങൾ സമയം തള്ളിനീക്കില്ലാ യിരുന്നു. പക്ഷേ, അവർ പറഞ്ഞില്ല. പറയരുതെന്ന് അവർ തീരുമാനി ച്ചിരുന്നു. ആ ചതി ശരിക്കുള്ള വെടിയുണ്ടകളേക്കാൾ മൂർച്ചയേറി യതായിരുന്നു.

ഒരു ദിവസം ഞാനും ദിമലും ഖെയ്റിയും ഏലിയാസും ഖാലിദും കൂടി അറുക്കാനുള്ള ആട്ടിൻകുട്ടിയെ എടുക്കാൻ പാടത്തുപോയി.

മുതിർന്നവർ വിശപ്പ് സഹിക്കുമെങ്കിലും കുട്ടികൾ അങ്ങനെയായിരുന്നില്ല. അവർ വിശന്ന് കരയാൻ തുടങ്ങി. ഭക്ഷ്യവസ്തുക്കളുടെ വരവ് നിലച്ചതോടെ ആട്ടിൻകുട്ടിയെ അറുക്കുകയല്ലാതെ മറ്റ് മാർഗ്ഗമുണ്ടായിരുന്നില്ല.

പാടത്ത് സെൽഫോണിന് നല്ല റേഞ്ചുണ്ടായിരുന്നു. ഏലിയാസ് ഫോണും കയ്യിലെടുത്തു. പാടത്തുനിന്ന് പരമാവധി ആളുകളുടെ സഹായം തേടാമെന്ന് കരുതി. എന്റെ അനന്തിരവൾ ബാസോ ഐെസിസിന്റെ കയ്യിൽപ്പെട്ടെന്ന് കേട്ടു. തൽകസാബിൽ ബന്ധുവീട്ടിൽ പോയതായിരുന്നു അവൾ. മലനിരകളിലേക്ക് രക്ഷപ്പെടാൻ ശ്രമിക്കുമ്പോഴാണ് ഭീകരരുടെ കയ്യിൽ അകപ്പെട്ടത്. അവരെയെല്ലാം തൽഅഫാറിലെ സ്കൂളിൽ തടഞ്ഞുവച്ചിരിക്കുകയാണെന്ന് കേട്ടു. ചുവന്ന പെയിന്റടിച്ച ആ സ്കൂൾ മുഴുവൻ യസീദി സ്ത്രീകളും പെൺകുട്ടികളുമാണത്രെ. എന്റെ ഒരു അധ്യാപകൻ, മുഹമ്മദ് എന്നാണ് അദ്ദേഹത്തിന്റെ പേര്, തൽഅഫാറിൽ നിന്നായിരുന്നു. ഒരുപക്ഷേ, ബാസോയെ കണ്ടെത്താൻ അദ്ദേഹത്തിന് സഹായിക്കാനാവുമെന്ന് ഞാൻ കരുതി.

ഞങ്ങളുടെ മിക്കവാറും അധ്യാപകർ കൊച്ചോയ്ക്ക് പുറത്തുനിന്നുള്ള സുന്നി അറബികളായിരുന്നു. കൂടുതലും മൊസൂളിൽനിന്നുള്ളവർ. ഏറെ ബഹുമാനത്തോടെ കണ്ടിരുന്ന അവരെ ഞങ്ങളിൽ ഒരാളായാണ് കണക്കാക്കിയിരുന്നത്. അവരുടെ നാട്ടിൽ ഐസിസ് എത്തിയോടെ എന്റെ അധ്യാപകർക്ക് എന്ത് സംഭവിച്ചുകാണുമെന്ന് ഞാൻ ആശങ്കപ്പെട്ടു. പക്ഷേ, കൊച്ചോയിൽ എന്ത് സംഭവിക്കുന്നെന്നറിയാൻ അവരാരും വിളിച്ചില്ല. അതെന്നെ വേദനിപ്പിച്ചു. അവർ ഐസിസ് ഭരണത്തിൽ ജീവിക്കുകയാണോ, രക്ഷപ്പെട്ടോ, എന്തെല്ലാം സംഭവിച്ചുകാണും, ഞാൻ ആലോചിച്ചു. ഞങ്ങളുടെ തടങ്കൽ തുടർന്നതോടെ അധ്യാപകരും ഐസിസിനെ പിന്തുണയ്ക്കുകയാണോ എന്ന് ഞാൻ ആശങ്കപ്പെട്ടു. പേടികൊണ്ടാവില്ല, ഞങ്ങളുടെ ദുരിതത്തിൽ അവരും സന്തോഷിക്കുകയാവണം. ഞാൻ ഉൾപ്പെടെയുള്ള വിദ്യാർഥികളെ അവർ ഖാഫിർ ആയിട്ടായിരിക്കണം കണ്ടത്. ആ ചിന്ത എന്റെ അടിവയറ്റിൽ ഒരു ആളലുണ്ടാക്കി.

അധ്യാപകരുടെയെല്ലാം ഫോൺ നമ്പരുകൾ എന്റെ നോട്ട് പുസ്തകത്തിൽ കുറിച്ചുവച്ചിട്ടുണ്ടായിരുന്നു. ഏലിയാസിന്റെ ഫോണിൽനിന്ന് ഞാൻ മുഹമ്മദിനെ വിളിച്ചു. കുറേ ബെല്ലടിച്ചു കഴിഞ്ഞപ്പോൾ അദ്ദേഹം ഫോണെടുത്തു. 'മെർഹബാ, ഉസ്താത് മുഹമ്മദ്.' ഞാൻ വിനയത്തോടെ പറഞ്ഞു. അദ്ദേഹത്തിന്റെ ക്ലാസുകൾ ഞാനോർത്തു. ശ്രദ്ധയോടെ പാഠഭാഗങ്ങൾ കേട്ടിരുന്ന എന്റെ ലക്ഷ്യം പരീക്ഷയിൽ മികച്ച വിജയമായിരുന്നു. ജയിച്ചാൽ ഉയർന്ന ക്ലാസിലേക്ക് കയറാം.

ബിരുദപഠനം വരെ സാധ്യമാകും. എന്റെ അധ്യാപകനെ ഞാൻ വിശ്വസിച്ചു.

ആരാണിത്? അദ്ദേഹം ചോദിച്ചു. ശബ്ദത്തിൽ ആശങ്കകളൊന്നുമില്ലാത്തതിനാൽ ഞാൻ ആശ്വസിച്ചു.

'നാദിയ ആണ്. കൊച്ചോയിൽനിന്ന് ഉസ്താദ്.'

നാദിയ, എന്താണ്? അദ്ദേഹത്തിന്റെ ശബ്ദത്തിന് അൽപം വേഗം കൂടിയതുപോലെ. ക്ഷമ നശിച്ചതുപോലെ, താല്പര്യം കുറഞ്ഞതുപോലെ.

ബാസോയെ ഐസിസ് തട്ടിക്കൊണ്ടുപോയെന്നും തൽഅഫാറിൽ ചുവപ്പുനിറമുള്ള ഒരു സ്കൂളിൽ പാർപ്പിച്ചിരിക്കുകയാണെന്നും ഞാൻ പറഞ്ഞു. 'ഇത്രയും വിവരമേ ഞങ്ങൾക്കുള്ളൂ. കൊച്ചോ ഐസിസ് വളഞ്ഞിരിക്കുകയാണ്. രക്ഷപ്പെടാൻ ശ്രമിച്ചാൽ കൊല്ലുമെന്ന് അവർ പറയുന്നു. അങ്ങേയ്ക്ക് ബാസോയോട് സംസാരിക്കാൻ ഞങ്ങളെ സഹായിക്കാനാവുമോ? ആ സ്കൂൾ അറിയുമോ?' ഞാൻ ചോദിച്ചു.

മറുതലയ്ക്കൽ നിശ്ശബ്ദത. അദ്ദേഹം കേൾക്കുന്നില്ലേ? ഫോൺ ബന്ധം ഐസിസ് കട്ട് ചെയ്തോ, ഏലിയാസിന്റെ ഫോണിൽ കാശില്ലേ...?

അല്ല, മൊഹമ്മദ് മെല്ലെ സംസാരിച്ചു തുടങ്ങി. അദ്ദേഹത്തിന്റെ ശബ്ദം ആകെ മാറിയിരുന്നു. ക്ലാസിൽ കേട്ടിരുന്ന ശബ്ദമല്ലായിരുന്നു അത്. 'എനിക്ക് നിന്നോട് സംസാരിക്കാനാവില്ല നാദിയ. നിന്റെ ബന്ധുവിനോട് അവർ മതപരിവർത്തനം ചെയ്യാൻ പറയും. അതുകഴിയുമ്പോൾ അവരാരെങ്കിലും കല്യാണം കഴിച്ചുകൊള്ളും.' ഇത്രയും പറഞ്ഞ് അദ്ദേഹം ഫോൺ കട്ടുചെയ്തു, എനിക്ക് എന്തെങ്കിലും പറയാനാവും മുമ്പേ. എന്റെ കയ്യിലിരുന്ന ഫോണിലേക്ക് ഞാൻ നോക്കി. ഒന്നിനും കൊള്ളാത്ത ഒരു പ്ലാസ്റ്റിക് കഷണം.

നാശം പിടിക്കാൻ, വിളിച്ചുവിളിച്ച് മടുത്തു, ആരും പ്രതികരിക്കുന്നില്ല. ആട്ടിൻകുട്ടിയെ കഴുത്തിൽ തൂക്കിയെടുക്കുന്നതിനിടെ ഏലിയാസ് സ്വയം ശപിച്ചു.

ആ സമയത്ത് ഞാൻ ആകെ മാറിയിരുന്നു. ആരെങ്കിലും സഹായിക്കാനെത്തും എന്ന പ്രതീക്ഷ ഞാൻ പൂർണ്ണമായി കൈവിട്ടു. ചിലപ്പോൾ ഞങ്ങളെപ്പോലെ തന്നെ സ്വന്തം കുടുംബത്തിന്റെ സുരക്ഷ ഓർത്താവും മുഹമ്മദും പ്രതികരിക്കാത്തത്. ചിലപ്പോൾ ഐസിസ് പ്രത്യയശാസ്ത്രങ്ങളോട്, ഇസ്ലാമിന്റെ ക്രൂരമായ വ്യഖ്യാനങ്ങളോട് അദ്ദേഹത്തിനും അഭിനിവേശം തോന്നിക്കാണും. യസീദികൾ ഇല്ലാത്ത, ഇസ്ലാം മതബോധനങ്ങൾക്കപ്പുറം മറ്റൊന്നും ഇല്ലാത്ത ലോകമായിരിക്കും അദ്ദേഹവും ആഗ്രഹിക്കുന്നത്. എനിക്കറിയില്ല. പക്ഷേ, ആ നിമിഷം മുതൽ ഞാൻ എന്റെ അധ്യാപകനെ വെറുത്തുതുടങ്ങി.

എട്ട്

കൊച്ചോ വളഞ്ഞ് ആറുദിവസത്തിനുശേഷമാണ് ഞാനൊരു ഇസ്ലാമിക് സ്റ്റേറ്റ് ഭീകരനെ നേരിൽ കാണുന്നത്. ഗോതമ്പും വെള്ളവുമെല്ലാം തീർന്നിരുന്നു. ഞാനും അഡ്കിയും മരുമക്കളായ റോജിയാനും നിസ്രീനുമായി സാധനങ്ങളെടുക്കാൻ ജാലോയുടെ വീട്ടിലേക്കു പോയി. ഇടുങ്ങിയ ഗ്രാമീണവഴിയിലൂടെ അല്പം നടന്നാൽ മതിയായിരുന്നു ജാലോയുടെ വീട്ടിലേക്ക്. ഭീകരരെ നാട്ടുവഴികളിൽ സാധാരണ കാണാത്തതാണ്. ഗ്രാമത്തിന്റെ പ്രാന്തപ്രദേശങ്ങളിലും അതിർത്തികളിലുമാണ് അവർ കഴിഞ്ഞിരുന്നത്. എന്നിട്ടും ഞങ്ങൾ ഭയന്നുവിറച്ചാണ് ജീവിച്ചത്. മുൻവാതിലിലൂടെ പുറത്തിറങ്ങുക എന്നാൽ ഏതോ അന്യഗ്രഹത്തിലേക്ക് കാലെടുത്തുവയ്ക്കുംപോലെയായിരുന്നു. ആശ്വസിക്കാൻ ഒന്നുമുണ്ടായിരുന്നില്ല.

സാധാരണ കൊച്ചോയുടെ വഴികളിൽ ആളും ബഹളവുമുണ്ടാകും. കുട്ടികൾ കളിക്കുന്നുണ്ടാവും. മുതിർന്നവർ ചെറിയ കടകളിൽനിന്ന് സാധനങ്ങളും മരുന്നും വാങ്ങുന്നുണ്ടാവും. പക്ഷേ, ഇപ്പോൾ വഴികൾ ശൂന്യമാണ്.

ഗ്രാമത്തെയാകെ നിശ്ശബ്ദത വലയംചെയ്തിരിക്കുന്നു. ധൈര്യം ഭാവിച്ച് മുന്നിൽനടന്ന അഡ്കിയെ ഞങ്ങൾ വിലക്കി. എന്റെയൊപ്പം നടക്ക്, ഞാൻ പറഞ്ഞു. ഭയന്നുവിറച്ച് ഞങ്ങൾ വേഗത്തിൽ നടന്നു. പേടിച്ച് മതിഭ്രമം വന്ന അവസ്ഥയിലായിരുന്നു ഞാൻ. സ്വന്തം നിഴലുകളെപ്പോലും ഞങ്ങൾ ഭയപ്പെട്ടു.

അമ്മയാണ് ഞങ്ങളെ പറഞ്ഞുവിട്ടത്. ആണുങ്ങളെ നോക്കേണ്ട, പോയിട്ടുവാ... അമ്മ പറഞ്ഞു. ഞങ്ങൾ വീട്ടിൽ ചടഞ്ഞിരുന്ന് ടിവി കാണുകയും കരയുകയും ആയിരുന്നു. ദിനംപ്രതി ശരീരം മെലിഞ്ഞുണങ്ങി വന്നു. ആങ്ങളമാർ വൈകുന്നേരത്തെ യോഗത്തിനുപോയി വരും. മുക്താർ അഥവാ ഐഎസ് കമാൻഡർ പറഞ്ഞത് ഞങ്ങളെ അറിയിക്കും. വീട്ടിലെത്തിയ ഉടൻ ഫോണെടുത്തുവച്ച് അറിയാവുന്ന നമ്പരുകളിലെല്ലാം വിളിക്കും. സഹായത്തിന് ആരെയെങ്കിലും ലഭിക്കുമെന്ന പ്രതീക്ഷയിൽ. വിശപ്പും ക്ഷീണവുംകൊണ്ട് തളർന്നുവീഴുന്നിടം വരെ ഇത് തുടരും. അച്ഛനെപ്പോലെ ധീരന്മാരായിരുന്നു എന്റെ സഹോദരന്മാർ. അവർ ഇങ്ങനെ തളരുന്നതുമുമ്പ് കണ്ടിട്ടില്ല.

സഹായത്തിന് ഞാനും എന്തെങ്കിലും ചെയ്തേ മതിയാവൂ.

കൊച്ചോ പ്രത്യേകമായി രൂപകല്പന ചെയ്ത് പണിത ഗ്രാമമായിരുന്നില്ല. അവനവന്റെ ഭൂമിയിൽ ആവശ്യത്തിനുള്ള കെട്ടിടം പണിയുക. അതുകൊണ്ടുതന്നെ അടുക്കുംചിട്ടയുമില്ലാത്ത രൂപമായിരുന്നു. വളഞ്ഞും പുളഞ്ഞുമുള്ള വഴികൾ. വീടുകൾക്ക് എപ്പോൾ വേണമെങ്കിലും നീളവും ഉയരവും കൂടാം. ഇങ്ങനെ വളരുന്ന വീടുകളെ ചുറ്റിയാണ് വഴികൾ. കൃത്യമായി ഓർത്തുവച്ചില്ലെങ്കിൽ വഴിതെറ്റും. ദിവസവും നടക്കുന്നവർക്ക് മാത്രമേ അത് ഓർത്തുവയ്ക്കാനാവൂ.

ഗ്രാമത്തിന്റെ ഏറ്റവും അറ്റത്തായിരുന്നു ജാലോയുടെ വീട്. ഒരു മതിലാണ് പുറംലോകത്തുനിന്ന് ആ വീടിനെ വേർതിരിച്ചിരുന്നത്. അതുകഴിഞ്ഞാൽ മരുഭൂമിപോലെ സിൻജാർ മൊസൂൾവരെ നീണ്ടുകിടന്നു. മൊസൂൾ ആണ് ഐസിസിന്റെ തലസ്ഥാനം. ഇരുമ്പുഗേറ്റ് തള്ളിത്തുറന്ന് ഞങ്ങൾ അടുക്കളയിലെത്തി. വീട്ടിൽ ആരുമുണ്ടായിരുന്നില്ല. കുടുംബത്തിന്റെ അസാന്നിധ്യം ഞങ്ങളുടെ ഭയം ഇരട്ടിയാക്കി. ഗോതമ്പും വെള്ളവുമെല്ലാം ഞങ്ങൾ വേഗത്തിൽ ശേഖരിച്ചു. കുഞ്ഞുങ്ങൾക്കുള്ള ഭക്ഷണവും പരസ്പരം മിണ്ടാതെനിന്ന് സഞ്ചിയിൽ നിറച്ചു.

തിരിച്ചിറങ്ങുമ്പോൾ റോജിയാൻ ഒരു കാര്യം ഞങ്ങളുടെ ശ്രദ്ധയിൽപ്പെടുത്തി. പൂന്തോട്ടത്തിന്റെ മതിലിൽ ഇഷ്ടിക ഇളകി വീണിരിക്കുന്നു. നെഞ്ചൊപ്പം പൊക്കത്തിൽ ഒരു വലിയ ദ്വാരം. ടെറസ്സിന്റെ മുകളിലൂടെ പോലും ഭീകരരെ നോക്കാൻ ഞങ്ങൾക്ക് ധൈര്യമുണ്ടായിരുന്നില്ല. ഭിത്തിയുടെ മറവിൽ ആ ദ്വാരത്തിലൂടെ വേണമെങ്കിൽ നോക്കാം. ദയിഷ് അവിടെ ഉണ്ടാവുമോ? റോജിയാൻ ചോദിച്ചു. അവൾ മെല്ലെ പൂന്തോട്ടത്തിലിറങ്ങി മതിലിനടുത്തേക്കുപോയി എത്തിവലിഞ്ഞുനോക്കി. പരസ്പരം നോക്കിയ ഞങ്ങൾ മൂന്നുപേരും കയ്യിലുണ്ടായിരുന്ന സാധനങ്ങൾ താഴെവച്ച് റോജിയാന്റെ അടുത്തേക്കുപോയി. മതിലിലെ ദ്വാരത്തിലൂടെ പുറംലോകത്തേയ്ക്ക് ഞങ്ങൾ ഒളിഞ്ഞു നോക്കി.

ഇരുനൂറുമീറ്റർ അകലെ ഏതാനും ഭീകരർ ചെക്പോയിന്റിൽ നിലയുറപ്പിച്ചിരിക്കുന്നു. ഈ ചെക്പോയിന്റ് ആദ്യം ഇറാഖി സൈന്യവും പിന്നീട് പെഷ്മർഗും ഉപയോഗിച്ചിരുന്നവയാണ്. കറുത്ത പാന്റ്സും കറുത്ത ഷർട്ടുമാണ് ഭീകരരുടെ വേഷം. ആയുധം ശരീരത്തിന്റെ ഒരുഭാഗത്ത് തൂക്കിയിട്ടിരിക്കുന്നു. അവരുടെ ആശയവിനിമയം ഞങ്ങൾ ശ്രദ്ധിച്ചു. കാലുകൾ നിലത്ത് ചവിട്ടി കൈകൾ ചലിപ്പിച്ചാണ് പരസ്പരം സംസാരിക്കുന്നത്. ഓരോ നീക്കവും ഞങ്ങളെ ഭയപ്പെടുത്തി.

അല്പസമയം മുമ്പുവരെ ഭീകരരുടെ കണ്ണിൽപ്പെട്ടാലോ എന്നായിരുന്നു ഭയമെങ്കിൽ ഇപ്പോൾ ഞങ്ങൾ അവരെത്തന്നെ നോക്കിയിരി

ക്കുന്നു. അവർ പറയുന്നത് കേൾക്കാൻപറ്റിയിരുന്നെങ്കിൽ എന്ന് ഞാൻ ആഗ്രഹിച്ചു.

ഞങ്ങളെക്കുറിച്ചുള്ള അവരുടെ പദ്ധതിയെന്താണെന്ന് അറിയാൻ കഴിഞ്ഞിരുന്നെങ്കിൽ ചേട്ടന്മാരോടുപോയി പറയാമായിരുന്നു. സിൻജാർ പിടിച്ചെടുക്കാനാണ് പദ്ധതിയെങ്കിൽ ഞങ്ങൾ തിരിച്ചടിക്കണം.

അവരെന്തായിരിക്കും പറയുന്നത് റോജിയാൻ ശബ്ദം താഴ്ത്തി ചോദിച്ചു. നല്ലതൊന്നുമായിരിക്കില്ല, അഡ്കി പറഞ്ഞു. വേഗം ചെല്ലണമെന്ന് അമ്മ പറഞ്ഞിട്ടുണ്ട്, വാ പോകാം. അവൾ ഓർമ്മിപ്പിച്ചു.

കണ്ണുകളെ വിശ്വസിക്കാനാവാതെ ഞങ്ങൾ തിരിച്ചുനടന്നു. ഇവരാണ് ബാസോയെ പിടിച്ചുവച്ചിരിക്കുന്നത്. അവൾ എത്ര ഭയപ്പെടുന്നുണ്ടാവും? നിസ്രീൻ നിശ്ശബ്ദത മുറിച്ചു.

റോഡ് കൂടുതൽ ഇടുങ്ങിയതുപോലെ തോന്നി. പറ്റുന്നത്ര വേഗത്തിൽ ഞങ്ങൾ നടന്നു, സ്വയം സമാധാനിപ്പിക്കാൻ ശ്രമിച്ചുകൊണ്ട്. പക്ഷേ, വീട്ടിലെത്തി അമ്മയെ കണ്ടപ്പോഴേയ്ക്കും ഞങ്ങൾക്ക് നിയന്ത്രണം വിട്ടു. ജാലോയുടെ കുട്ടികൾ കിടന്നുറങ്ങിയ മുറികളുടെ തൊട്ടടുത്ത് ഭീകരർ നിലയുറപ്പിച്ചിരിക്കുന്നു. ഞങ്ങൾ നിയന്ത്രണംവിട്ട് കരഞ്ഞു. കരുത്തയായിരിക്കണം എന്നുണ്ട് എനിക്ക്. പക്ഷേ, എന്റെ വേദനയും ഭയവും മനസ്സിലാക്കി അമ്മ ആശ്വസിപ്പിക്കണമെന്ന് ഞാൻ ആഗ്രഹിച്ചു.

നമുക്ക് പ്രാർഥിച്ച് കാത്തിരിക്കാം, അമ്മ പറഞ്ഞു. ചിലപ്പോൾ അവർ നമ്മെ ഉപദ്രവിക്കില്ലായിരിക്കും. അല്ലെങ്കിൽ ആരെങ്കിലും വന്ന് രക്ഷപ്പെടുത്തും. അമ്മ പ്രതീക്ഷ കൈവിട്ടില്ല.

ഞങ്ങളുടെ വസ്ത്രങ്ങൾ നരച്ചും മുഷിഞ്ഞും വന്നു. അവ മാറുന്നതിനെക്കുറിച്ചുപോലും ആരും ചിന്തിക്കുന്നില്ല. ഭക്ഷണം കഴിക്കുന്നത് നിർത്തി. മുറ്റത്തെ വെയിലത്തിരിക്കുന്ന ചെറുചൂടുവെള്ളം മാത്രമാണ് കുടിക്കുന്നത്.

വൈദ്യുതിബന്ധം വിച്ഛേദിക്കപ്പെട്ടു. മൊബൈൽഫോൺ ചാർജ് ചെയ്യാനും ടിവിയിൽ ഐസിസ് വിരുദ്ധ പോരാട്ടത്തിന്റെ ഗതി മനസ്സിലാക്കാനും മാത്രം ജനറേറ്റർ പ്രവർത്തിപ്പിച്ചു. ടെലിവിഷൻ വാർത്തകളിലെ തലക്കെട്ടുകൾ ഞങ്ങളെ നിരാശരാക്കി. സിൻജാറിൽ നാല്പതോളം കുഞ്ഞുങ്ങൾ പട്ടിണിയും നിർജലീകരണവും മൂലം മരിച്ചിരിക്കുന്നു. രക്ഷപ്പെടാൻ ശ്രമിക്കുന്നതിനിടെ പലരും മരിച്ചുവീഴുന്നു. മൊസൂളിനടുത്തുള്ള രണ്ട് യസീദി ഗ്രാമങ്ങൾ, ബാഷിഖയും ബഹ്സാനിയും ഐസിസ് പടിച്ചു. ഭാഗ്യംകൊണ്ട് ഗ്രാമവാസികൾ ഇറാഖി കുർദിസ്ഥാനിലേക്ക് രക്ഷപ്പെട്ടിരുന്നു. സിൻജാറിൽ ഉടനീളമുള്ള

യസീദി സ്ത്രീകളെയും പെൺകുട്ടികളെയും ഐസിസ് തട്ടിയെടുത്തു. അവരെ ലൈംഗിക അടിമകളാക്കിയത്രെ.

ഖരാഖോഷ് എന്ന നിനെവിയിലെ ക്രിസ്ത്യൻ ഭൂരിപക്ഷപട്ടണം ഐസിസ് കീഴ്പ്പെടുത്തി. ജനങ്ങളിൽ നല്ല പങ്കും ഇറാഖി കുർദിസ്ഥാനിലേക്ക് രക്ഷപ്പെട്ടു. അവിടെ പള്ളിപ്പറമ്പുകളിൽ താല്കാലികമായുണ്ടാക്കിയ കുടിലുകളിൽ അഭയാർഥികളായി കഴിയുന്നു. ഷിയാ തുർക്കുമെൻ വിഭാഗങ്ങൾ രക്ഷപ്പെടാൻ പാടുപെടുന്നു. എർബലിന്റെ അടുത്തുവരെയെത്താൻ ഐസിസിനായി. പക്ഷേ, അമേരിക്കൻ കോൺസുലേറ്റ് ഉള്ളതിനാൽ നഗരം കീഴടക്കാൻ യുഎസ് സേന അവരെ അനുവദിച്ചില്ല. വ്യോമാക്രമണത്തിന്റെ നിഴലിൽ സിൻജാർ പർവ്വതത്തിൽ കഴിയുന്ന യസീദികളെയും അവർ സംരക്ഷിച്ചു. ബാഗ്ദാദിൽ എല്ലാം കുഴഞ്ഞുമറിഞ്ഞ സ്ഥിതിയിലായിരുന്നു. യസീദികൾക്കു നേരെയുള്ള ആക്രമണം വംശഹത്യയെന്ന് അമേരിക്കൻ പ്രസിഡന്റ് ബറാക് ഒബാമ വിശേഷിപ്പിച്ചു. പക്ഷേ, ആരും കൊച്ചോയെക്കുറിച്ച് മിണ്ടിയില്ല.

അപരിചിതമായ ലോകത്താണ് ഞങ്ങളിപ്പോൾ ജിവിക്കുന്നത്. ഐസിസിന്റെ കണ്ണിൽപെട്ടാലോ എന്ന ഭയത്തിൽ തള്ളിനീക്കുന്ന ദിനങ്ങളെ ജീവിതം എന്നു പറയാനാവില്ല. അയൽപക്കക്കാർ തമ്മിൽപ്പോലും ആശയവിനിമയം ഇല്ലാതായി. അർധരാത്രി വരെയുള്ള സന്ദർശകർ, അയൽവീട്ടിലെ അത്താഴം, ടെറസ്സിന് മുകളിലെ സംസാരം, എല്ലാം ഓർമ്മയായി. ഐസിസ് വളഞ്ഞിരിക്കുന്ന കൊച്ചോയിൽ തൊട്ടടുത്ത് കിടക്കുന്നയാളോട് ശബ്ദം താഴ്ത്തി സംസാരിക്കാൻ പോലും ആർക്കും ധൈര്യമില്ലാതെയായി. കാണാതിരുന്നാൽ ഐസിസ് ഞങ്ങളെ മറന്നുപൊയ്ക്കോളുമെന്ന് ആശ്വസിക്കാനായിരുന്നു ശ്രമം. പട്ടിണികിടന്ന് മെലിയുന്നതുപോലും ശ്രദ്ധയിൽപ്പെടാതിരിക്കാനായിരുന്നു.

ഒരുപക്ഷേ, മെലിഞ്ഞു മെലിഞ്ഞ് ഞങ്ങൾ അപ്രത്യക്ഷരായാലോ, തൊട്ടുത്ത ബന്ധുക്കളെ കാണാനോ ഭക്ഷണവസ്തുക്കൾ ശേഖരിക്കാനോ, രോഗീസന്ദർശനത്തിനോ മാത്രമാണ് ആളുകൾ പുറത്തിറങ്ങുന്നത്. അപ്പോൾപ്പോലും ഒരു മേല്ക്കൂരതേടി വേഗത്തിലുള്ള സഞ്ചാരം. ചൂലിൽനിന്ന് രക്ഷപ്പെടാൻ ശ്രമിക്കുന്ന പ്രാണികളെപ്പോലെ. തുർക്കി യസീദികളുടെ വിശേഷദിവസമാണ് ബത്സ്മി. ഐസിസ് വളഞ്ഞിരിക്കുന്ന ഒരു ദിവസം ഞങ്ങൾ ഗ്രാമവാസികളെല്ലാം ബത്സ്മി ആഘോഷിക്കാൻ ഒത്തുചേർന്നു. സാധാരണ ഡിസംബറിലാണ് ബത്സ്മി ആഘോഷം.

പക്ഷേ, നേതൃത്വം നല്കുന്ന ഖലാഫിന്റെ കുടുംബം ഗ്രാമത്തിലെ ഭയത്തിന്റെയും ആശങ്കയുടെയും അന്തരീക്ഷത്തിന് അല്പം അയവു

വരുത്താൻ ആഘോഷം നേരത്തെയാക്കുകയായിരുന്നു. എല്ലാവരുടെയും ഒത്തുചേരലിന് ഒരു അവസരം. തുവാസി മെലെകിനോട് പ്രാർഥിക്കാനുള്ള അവസരമാണ് ബത്സ്മി. വീടും നാടുമുപേക്ഷിച്ച് പലായനം ചെയ്യേണ്ടി വന്ന യസീദികൾക്കായി പ്രാർഥിക്കുന്ന ദിനം. ഖലാഫിന്റെ പൂർവ്വികരെപ്പോലെ ഓട്ടോമൻ അധിനിവേശത്തിൽ തുർക്കിയിൽനിന്ന് പുറത്താക്കപ്പെട്ടവരെ ഓർക്കുന്ന ദിവസം.

കൊച്ചോക്കാർ മുഴുവൻ ഖലാഫിന്റെ വീട്ടിലേക്ക് ക്ഷണിക്കപ്പെട്ടു. അവിവാഹിതരായതിനാൽ പരിശുദ്ധരെന്ന് കരുതപ്പെടുന്ന നാല് പുരുഷന്മാർ ചേർന്നാണ് വിശുദ്ധമായ ബത്സ്മി അപ്പം പുഴുങ്ങുക. സൂര്യനസ്തമിച്ചു കഴിഞ്ഞതോടെ ഖലാഫിന്റെ വീട്ടിലേക്ക് ആളുകൾ കൂട്ടത്തോടെ എത്തിത്തുടങ്ങി. പോകുന്ന വഴിയിൽ നിശ്ശബ്ദത പാലിക്കാൻ ഞങ്ങൾ പരസ്പരം ഓർമ്മിപ്പിച്ചുകൊണ്ടിരുന്നു. ഞാനും അഡ്കിയും പേടിച്ചരണ്ട് ഒന്നിച്ചാണ് നടന്നത്. പിടിക്കപ്പെട്ടാൽ ഇസ്ലാം വിരുദ്ധ ആചാരങ്ങൾ നടത്തിയതിന് ഖലാഫ് ശിക്ഷിക്കപ്പെടുമെന്ന് എനിക്കുറപ്പുണ്ടായിരുന്നു. ഭീകരർ എന്തെല്ലാം ചെയ്യുമെന്ന് അറിഞ്ഞുകൂടാ. ദൈവത്തോട് അപേക്ഷിക്കാനുള്ള സമയം വൈകിയിട്ടില്ലെന്ന് ഞാൻ ആഗ്രഹിച്ചു.

ഖലാഫിന്റെ വീടിനുള്ളിൽ വിളക്കുകൾ തെളിഞ്ഞു. പാകമായിക്കൊണ്ടിരിക്കുന്ന ബത്സ്മി അപ്പത്തിനുചുറ്റും ആളുകൾകൂടി നിന്നു. നന്നായി പൊന്തി വരുന്നതിന് ഒരു പ്രത്യേക പാത്രത്തിൽവച്ചിരിക്കുകയാണ് അപ്പം.

കുടുംബനാഥനാണ് അപ്പം ആശീർവദിക്കുക. പൊന്തിവരുമ്പോൾ അപ്പം പൊട്ടിയില്ലെങ്കിൽ അത് നല്ല ലക്ഷണമാണ്. മറിച്ചാണെങ്കിൽ കുടുംബത്തിന് എന്തോ ദുരന്തം വരാനിരിക്കുന്നു എന്നർഥം. സാധാരണ കശുവണ്ടിപ്പരിപ്പും ഉണക്കമുന്തിരിയുമൊക്കെ ചേർത്താണ് അപ്പമുണ്ടാക്കുക. ഐസിസ് തടങ്കൽമൂലം ഇതൊന്നുമില്ലാത്ത അപ്പമാണ് ഇക്കുറി. പൊങ്ങിവന്ന അപ്പം ഉറപ്പുള്ളതായിരുന്നു. അത് പൊട്ടിയില്ല.

അടുപ്പിലെ വിറകിന്റെ ചെറുശബ്ദമൊഴിച്ചാൽ ഖലാഫിന്റെ വീട് നിശ്ശബ്ദമായിരുന്നു. അടുപ്പിലെ പുകയുടെ മണം എന്നെ പുതപ്പുപോലെ പൊതിഞ്ഞു. വാലയോ മറ്റ് സഹപാഠികളാരെങ്കിലുമോ വന്നിട്ടുണ്ടോയെന്നു പോലും ഞാൻ നോക്കിയില്ല. പ്രാർഥനാ ചടങ്ങുകളിലായിരുന്നു ശ്രദ്ധമുഴുവൻ. ഖലാഫ് പ്രാർഥന തുടങ്ങി. അപ്പത്തിലടങ്ങിയിരിക്കുന്ന പരിശുദ്ധാത്മാവേ, എന്റെ പ്രാണനെ ഈ ഗ്രാമത്തിന്റെ രക്ഷയ്ക്കായി എടുത്തുകൊള്ളണേ, അദ്ദേഹം വിതുമ്പിക്കരഞ്ഞു. അത് കൂട്ടക്കരച്ചിലിന് വഴിമാറി. സ്ത്രീകളെ ആശ്വസിപ്പിക്കാൻ പുരുഷന്മാർ

പരിശ്രമിച്ചു. കരയില്ലെന്ന് ഞാൻ നിശ്ചയിച്ചു. കാരണം ആ ശബ്ദം അതിർത്തിയിൽ നില്ക്കുന്ന ഭീകരരിലേക്ക് എത്തിയാലോ.

ഞാനും അഡ്കിയും നിശ്ശബ്ദരായി വീട്ടിലേക്ക് തിരിച്ചുനടന്നു. മുൻവാതിലിലൂടെ പ്രവേശിച്ച് ടെറസ്സിലേക്കുപോയി. വീട്ടുകാവലിന് ഇരുന്നവർ ഞങ്ങൾ സുരക്ഷിതരായി മടങ്ങിയെത്തുമോ എന്ന ആശങ്കയിൽ കാത്തിരിക്കുകയായിരുന്നു. ടെറസ്സിന്റെ ഒരുവശത്ത് സ്ത്രീകളും മറുവശത്ത് പുരുഷന്മാരുമായാണ് ഇപ്പോൾ കിടപ്പ്. ചേട്ടന്മാർ ഇപ്പോഴും ഫോണിൽത്തന്നെ. ഞങ്ങളുടെ കരച്ചിൽ അവരെ കൂടുതൽ ആകുലരാക്കി. അന്ന് ഞാൻ അല്പം ഉറങ്ങി. സൂര്യനുദിച്ചപ്പോൾ അമ്മ വന്നുവിളിച്ചു. താഴേക്ക് പോകാൻ സമയമായി, അവർ ശബ്ദം താഴ്ത്തി പറഞ്ഞു. കോണിയിൽ മുൻപാദമൂന്നി ശബ്ദമുണ്ടാക്കാതെ ഞാൻ താഴേയ്ക്കിറങ്ങി, ആരും കാണരുതേയെന്ന പ്രാർഥനയോടെ.

അർധസഹോദരൻ ഹാജ്ജിയാണ് ഐസിസിനെ ചെറുക്കേണ്ടതിന്റെ ആവശ്യം ആവർത്തിച്ച് പറഞ്ഞുകൊണ്ടിരുന്നത്. ഇസ്ലാമായില്ലെങ്കിൽ സിൻജാർ മലയിലേക്ക് ഓടിക്കുമെന്നാണ് വൈകുന്നേര യോഗങ്ങളിൽ ഭീകരർ പറഞ്ഞുകൊണ്ടിരുന്നത്. എന്നാൽ അവർ കള്ളം പറയുകയാണെന്ന് ഹാജ്ജിക്ക് ഉറപ്പുണ്ടായിരുന്നു. നമ്മൾ പ്രകോപിതരാകാതിരിക്കാനാണ് അവർ ഇങ്ങനെ പറയുന്നത്. ഹാജ്ജി ഉറപ്പിച്ചു പറഞ്ഞു. നമ്മൾ പൊരുതാനിറങ്ങരുത്, അതാണ് അവരുടെ ലക്ഷ്യം.

മതിലിന് ഇപ്പുറത്തുനിന്ന് അയല്പക്കത്തെ ചെറുപ്പക്കാരുമായി ഹാജ്ജി പിറുപിറുക്കുന്നത് ഞാൻ പലപ്പോഴും കണ്ടു. അവർ എന്തെങ്കിലും പദ്ധതിയിടുകയാണെന്ന് എനിക്ക് ബോധ്യമായി. ഐസിസ് വാഹനവ്യൂഹം കടന്നുപോകുന്നത് അവർ നോക്കിനില്ക്കും. കൂട്ടക്കൊല കഴിഞ്ഞുള്ള വരവാണ്, ഹാജ്ജി പറയും. നേരം പുലരുവോളം ടിവി കണ്ടിരിക്കുന്നത് പതിവായി അവൻ. ഐസിസ് ക്രൂരതകൾകണ്ട് കോപംകൊണ്ട് വിറയ്ക്കുമ്പോഴും അത് നിർത്തിവയ്ക്കില്ല. തിരിച്ചടിക്കണമെന്ന് ആഗ്രഹിച്ച ഏക വ്യക്തി ഹാജ്ജി ആയിരുന്നില്ല. ഞങ്ങളുടേതടക്കം പല കുടുംബങ്ങളും ആയുധങ്ങൾ ഐസിസ് കാണാതെ ഒളിപ്പിച്ചിരുന്നു. എങ്ങനെ അതിർത്തിയിൽനില്ക്കുന്ന ഭീകരരെ അവ ഉപയോഗിച്ച് നേരിടാമെന്ന് പലതവണ ചർച്ച ചെയ്തു. പുരുഷന്മാരിൽ പലരും ആയുധ ഉപയോഗത്തിൽ പരിശീലനം കിട്ടിയവരും കഴിവ് തെളിയിക്കണമെന്ന് ആഗ്രഹിക്കുന്നവരും ആയിരുന്നു. പക്ഷേ, തങ്ങളുടെ കൈവശമുള്ള എ.കെ. 47 തോക്കുകളുപയോഗിച്ച് ഭീകരരെ നേരിടൽ എത്രത്തോളം പ്രായോഗികമാണെന്ന് അവർക്ക് സംശയ

മുണ്ടായിരുന്നു. എങ്ങുമെത്താത്ത പോരാട്ടം ഒരുപക്ഷേ, ഗ്രാമവാസികളുടെ കൂട്ടക്കുരുതിയിൽ കലാശിച്ചേക്കാം.

ഗ്രാമത്തിനുചുറ്റും നില്ക്കുന്നവരെ കൊന്നാലും ഞങ്ങൾക്ക് രക്ഷപ്പെടാനാവില്ല. കൊച്ചോയ്ക്ക് പുറത്തേക്കുള്ള എല്ലാ വഴികളും അവരുടെ നിയന്ത്രണത്തിലായിക്കഴിഞ്ഞു. ഞങ്ങളിൽനിന്നും ഇറാഖി സൈന്യത്തിൽനിന്നും പിടിച്ചെടുത്ത ആയുധങ്ങളുടെ വൻശേഖരം തന്നെ അവരുടെ പക്കലുണ്ട്. തിരിച്ചടിക്കൽ ഒരു സങ്കല്പം മാത്രമായിരുന്നു. എങ്കിലും ഹാജ്ജിയെപ്പോലുള്ളവരുടെ സമനില തെറ്റിക്കാതിരുന്നത് പ്രത്യാക്രമണത്തെക്കുറിച്ചുള്ള പ്രതീക്ഷകൾ മാത്രമായിരുന്നു. ജെവാത്തിൽപോയി വരുന്ന പുരുഷന്മാർ വ്യത്യസ്ത ആശങ്ങളുമായാണ് മടങ്ങുന്നത്. രക്ഷപ്പെടാനോ തിരിച്ചടിക്കാനോ മാർഗ്ഗമില്ലെങ്കിൽ ഭീകരർ പറയുന്നതുപോലെ മതപരിവർത്തനത്തിന് തയ്യാറാണെന്ന് കള്ളം പറയണം. അതോടെ അവർ കൂടുതൽ സമയം തന്നേക്കും. കൊച്ചോയിലെ ഏതെങ്കിലും സ്ത്രീയെയോ പെൺകുട്ടിയെയോ തൊടാൻ ഭീകരർ തുനിഞ്ഞാൽ മതപരിവർത്തനത്തിന് തയ്യാറെന്ന അടവിറക്കാൻ തീരുമാനമായി. പക്ഷേ, അതുവേണ്ടി വന്നില്ല.

പുരുഷന്മാരെ കൊല്ലാൻ ഐസിസ് വന്നാൽ എന്തു ചെയ്യണമെന്നതായിരുന്നു സ്ത്രീകളുടെ ആലോചന. അവരെ ഒളിപ്പിക്കാനുള്ള സ്ഥലങ്ങളെക്കുറിച്ചായി ചർച്ച. ഭീകരർക്ക് കണ്ടുപിടിക്കാനാവാത്ത ഇടങ്ങളുടെ പട്ടികയുണ്ടാക്കി. പൊട്ടക്കിണറുകളും രഹസ്യവാതിലുകളുള്ള ഭൂഗർഭ അറകളുമെല്ലാമുണ്ടായിരുന്നു കൊച്ചോയിൽ. വൈക്കോൽ കൂനകളിലും കാലിത്തീറ്റ ചാക്കുകൾക്ക് ഇടയിലുമെല്ലാം ആണുങ്ങളെ ഒളിപ്പിക്കണമെന്ന് ഞങ്ങൾ കണക്കുകൂട്ടി.

പക്ഷേ, ഒളിച്ചിരിക്കാൻ അവർ തയ്യാറല്ലായിരുന്നു. 'നിങ്ങളെ ഭീകരർക്ക് മുന്നിൽ തനിച്ചാക്കുന്നതിലും ഭേദം ഞങ്ങൾ കൊല്ലപ്പെടുന്നതാണ്', അവർ പറഞ്ഞു. അങ്ങനെ ആരും രക്ഷിക്കാൻ വരില്ലെന്ന തിരിച്ചറിവിൽ വരാനിരിക്കുന്ന ദുർവിധിയും കാത്ത് ഞങ്ങൾ ദിവസങ്ങൾ തള്ളി നീക്കി. എനിക്കും വീട്ടുകാർക്കും എന്തെല്ലാം സംഭവിക്കാമെന്ന് സങ്കല്പിക്കാൻ ഞാൻ ശ്രമിച്ചു. മരണത്തെക്കുറിച്ച് ചിന്തിക്കാൻ ഞാൻ ശീലിച്ചു.

ഐസിസിന്റെ വരവിനുമുമ്പ് ചെറുപ്പക്കാരുടെ മരണം ഞങ്ങൾക്ക് പരിചിതമായിരുന്നില്ല. മരണത്തെക്കുറിച്ച് ചിന്തിക്കുന്നതേ എനിക്ക് ഇഷ്ടമായിരുന്നില്ല. ആ ചിന്ത തന്നെ എന്നെ ഭയപ്പെടുത്തിയിരുന്നു. 2014-ന്റെ തുടക്കത്തിലാണ് കൊച്ചോയിലെ രണ്ട് ചെറുപ്പക്കാർ പെട്ടെന്ന് കൊല്ലപ്പെട്ടത്. പൊലീസിന്റെ അതിർത്തി കാവൽവിഭാഗത്തിൽ ജോലിചെയ്തിരുന്ന ഇസ്മയിലാണ് ഭീകരാക്രമണത്തിൽ മരിച്ചത്. കൊച്ചോയുടെ കിഴക്കുവശത്തുള്ള ഒരു അൽഖായിദ സ്വാധീന

മേഖലയിലായിരുന്നു ഇസ്മയിൽ ജോലിചെയ്തിരുന്നത്. ഐസിസ് അവിടെ മെല്ലെ തലപൊക്കിത്തുടങ്ങിയിരുന്നു. ഹെസ്നിയുടെ പ്രായം മാത്രമുണ്ടായിരുന്ന ഇസ്മയിൽ ശാന്തനും സൽസ്വഭാവിയുമായിരുന്നു.

കൊച്ചോയിൽനിന്നുള്ള ആദ്യ ഐസിസ് കൊലപാതകമായിരുന്നു അത്. സർക്കാർ ജോലിയുള്ള കൊച്ചോക്കാരുടെ കുടുംബങ്ങൾക്കെല്ലാം ഇതോടെ ആധി തുടങ്ങി. ഇസ്മയിലിന്റെ മരണവാർത്ത ഞങ്ങളാണ് ആദ്യം അറിഞ്ഞത്. ഹെസ്നി ജോലി ചെയ്തിരുന്ന സിൻജാർ പൊലീസ് സ്റ്റേഷനിലേക്കായിരുന്നു മൃതദേഹം കൊണ്ടുവന്നത്. ഇസ്മയിലിന്റെ ഭാര്യയും കുടുംബവും വിവരം അറിഞ്ഞിട്ടുണ്ടായിരുന്നില്ല. ഞങ്ങളുടേതുപോലെ ദരിദ്രകുടുംബമായിരുന്നു അതും. കുടുംബം പോറ്റാനാണ് ഇസ്മയിൽ ആ ജോലിക്ക് പോയത്. അന്നു രാവിലെ ഇസ്മയിലിന്റെ വീടിനുമുമ്പിലൂടെ പോകാതെ മറ്റൊരു വഴിയാണ് ഞാൻ സ്കൂളിലേക്ക് പോയത്. കുടുംബം ആ ദുരന്തം അറിഞ്ഞിട്ടില്ല എന്നത് എന്നെ വല്ലാതെ വേദനിപ്പിച്ചിരുന്നു. വാർത്ത എത്തിയതോടെ ഗ്രാമത്തിലെ പുരുഷന്മാർ ആകാശത്തേക്ക് വെടിയുതിർത്ത് ദുഃഖം പ്രകടിപ്പിച്ചു. വെടിയൊച്ചകൾ സ്കൂൾകുട്ടികളെ ഞെട്ടിച്ചു.

സംസ്കാരത്തിനുള്ള മൃതദേഹം കുളിപ്പിച്ചൊരുക്കുന്നത് പുണ്യമായി കണ്ടിരുന്നു യസീദികൾ. രാത്രി മുഴുവൻ ഉറങ്ങാതെ മൃതദേഹത്തിനരികെ ഇരിക്കും. ഹെസ്നിയാണ് ഇസ്മയിലിന്റെ ശരീരമൊരുക്കിയത്. കുളിപ്പിച്ച് തലമുടി വടിച്ച് വെള്ള വസ്ത്രം ധരിപ്പിച്ച് ഇസ്മയിലിന്റെ ശരീരത്തെ മണ്ണിലേക്ക് മടങ്ങാൻ തയ്യാറാക്കി. ആദ്യരാത്രി അവർ പുതച്ച പുതപ്പ് ഇസ്മയിലിന്റെ വിധവയിൽനിന്ന് ഏറ്റുവാങ്ങി മൃതദേഹത്തെ പുതപ്പിച്ചു. ശ്മശാനത്തിലേക്ക് കൊണ്ടുപോകുംവരെ ഗ്രാമവാസികൾ മൃതദേഹത്തെ അനുഗമിച്ചു.

എന്റെ സുഹൃത്ത് ഷിറീന്റേതായിരുന്നു മറ്റൊരു അകാലമൃത്യു. അവളുടെ അനന്തിരവന്റെ കയ്യിലിരുന്ന വേട്ടയ്ക്കുപയോഗിക്കുന്ന തോക്ക് അബദ്ധത്തിൽ പൊട്ടിയായിരുന്നു മരണം. കൊല്ലപ്പെടുന്നതിന്റെ തലേന്നു രാത്രിയും ഞങ്ങൾ ഒന്നിച്ചിരുന്നതാണ്. പരീക്ഷയെപ്പറ്റിയും അടികൂടിയതിന് അറസ്റ്റിലായ അവളുടെ കുരുത്തംകെട്ട ആങ്ങളമാരെക്കുറിച്ചുമെല്ലാം ഞങ്ങൾ സംസാരിച്ചിരുന്നു. ഇസ്മയിലിനെക്കുറിച്ചും ഷിറീൻ പറഞ്ഞു. ഞാനൊരു ദുഃസ്വപ്നം കണ്ടു, നാട്ടുകാരെല്ലാം കരയുകയായിരുന്നു. ചിലപ്പോൾ ഇസ്മയിലിന്റെ മരണമാവാം ഞാൻ കണ്ടത്, അവൾ പറഞ്ഞു. ഇപ്പോൾ എനിക്ക് തോന്നുന്നു, സ്വന്തം മരണമാവാം അവൾ കണ്ടത്. അല്ലെങ്കിൽ സംഭവശേഷം വീടിനു പുറത്തിറങ്ങാതായ അവളുടെ അനന്തിരവനെക്കുറിച്ചാവാം. അല്ലെങ്കിൽ കൊച്ചോയിലേക്കുള്ള ഐസിസ്സിന്റെ വരവാകാം.

എന്റെ അമ്മയാണ് ഷിറീന്റെ മൃതദേഹമൊരുക്കിയത്. മൈലാഞ്ചിയിട്ട് ചുവന്ന കൈകൾ വെളുത്ത തൂവാലകൊണ്ട് ചേർത്തുകെട്ടി. അവിവാഹിതയായതുകൊണ്ട് മുടി നീളത്തിൽ പിന്നിയിട്ടു. അവളുടെ സ്വർണ്ണാഭരണങ്ങളും കുഴിമാടത്തിൽവയ്ക്കും. മനുഷ്യനെ കുഴിച്ചുമൂടാമെങ്കിൽ സ്വർണ്ണവും കുഴിച്ചുമൂടാം എന്നാണ് യസീദി ചൊല്ല്. ഇസ്മയിലിനെപ്പോലെ ഷിറീനെയും വെള്ള വസ്ത്രങ്ങൾ ധരിപ്പിച്ചു. വിലാപയാത്ര ഗ്രാമാതിർത്തിവരെ പോയി.

അവിടെനിന്ന് വാഹനത്തിൽ മൃതദേഹം ശ്മശാനത്തിലേക്ക് കൊണ്ടുപോയി. മരണാനന്തരജീവിതത്തിൽ വിശ്വസിക്കുന്നവരാണ് എന്നതുകൊണ്ട് ഇത്തരം ചടങ്ങുകളെല്ലാം യസീദികൾക്ക് പ്രധാനപ്പെട്ടതാണ്. മരണാനന്തരലോകത്ത് ഭൂമിയിലേതുപോലുള്ള ആവശ്യങ്ങൾ മനുഷ്യർക്ക് ഉണ്ടാവുമെന്നാണ് യസീദി വിശ്വാസം. മരിച്ചവർ സ്വപ്നത്തിലൂടെ അവരുടെ ആവശ്യങ്ങൾ ജീവിച്ചിരിക്കുന്നവർക്കു മുന്നിൽ അവതരിപ്പിക്കും. തങ്ങളുടെ പ്രിയപ്പെട്ടവർക്ക് സ്വപ്നത്തിൽ പ്രത്യക്ഷപ്പെടുന്ന അവർ ഭക്ഷണമോ വസ്ത്രമോ ഒക്കെ ആവശ്യപ്പെടും. സ്വപ്നദർശനം ലഭിക്കുന്നവർ പാവപ്പെട്ടവർക്ക് ഭക്ഷണവും വസ്ത്രവും നല്കും. അതിന് പ്രതിഫലമായി മരിച്ചവരുടെ ആവശ്യങ്ങൾ ദൈവം നിറവേറ്റുമെന്നാണ് വിശ്വാസം. ഉറച്ചവിശ്വാസിയെങ്കിൽ ഇതെല്ലാം നിറവേറ്റും. കാരണം പുനർജന്മത്തിൽ വിശ്വസിക്കുന്നവരാണ് യസീദികൾ. തികഞ്ഞ ഈശ്വരവിശ്വാസിയും നല്ല മനുഷ്യനുമാണെങ്കിൽ നിങ്ങൾ വീണ്ടും ജനിക്കുകയും സമുദായത്തിന്റെ ഭാഗമാവുകയും ചെയ്യും. അതിന് വീണ്ടും ഭൂമിയിലേക്ക് അയയ്ക്കപ്പെടാൻ യോഗ്യനാണെന്ന് ദൈവത്തിനും മാലാഖമാർക്കും ബോധ്യപ്പെടേണ്ടതുണ്ട്.

പുനർജന്മംതേടി ആത്മാവ് യാത്ര ചെയ്യുമ്പോൾ ശരീരത്തിന് എന്തു സംഭവിക്കുന്നു എന്നതും പ്രധാനമാണ്. ശരീരം കുളിപ്പിച്ച് വസ്ത്രത്തിൽ പൊതിഞ്ഞ് മണ്ണിൽ കുഴിച്ചിടുന്നു. ശവകുടീരത്തിനു മുകളിൽ കല്ലുകൾ വലയംചെയ്തിട്ടുണ്ടാവും. വസ്ത്രമല്ലാതെ മറ്റൊന്നും മണ്ണിനും ശരീരത്തിനും ഇടയിൽ ഉണ്ടാവരുത്. ജന്മം തന്ന ഭൂമിക്ക് പൂർണ്ണമായും അവകാശപ്പെട്ടതാണ് ആ ശരീരം. കൃത്യമായ ശവസംസ്കാരച്ചടങ്ങുകളും പ്രാർഥനകളും യസീദി വിശ്വാസത്തിൽ പ്രധാനപ്പെട്ടതാണ്. ഇല്ലെങ്കിൽ ആത്മാവിന് പുനർജന്മം ഉണ്ടാവില്ല. ശരീരം പ്രിയപ്പെട്ടവർക്ക് അരികിലേക്ക് മടങ്ങിയെത്തില്ല.

ഒമ്പത്

ഓഗസ്റ്റ് പന്ത്രണ്ടാം തീയതി ഐെസിസ് കമാൻഡർ അന്ത്യശാസനവുമായാണ് ജെവാത്തിലെത്തിയത്. ഒന്നുകിൽ ഞങ്ങൾ മതംമാറി ഖിലാഫത്തിന്റെ ഭാഗമാവുക, അല്ലെങ്കിൽ പ്രത്യാഘാതങ്ങൾ നേരിടാൻ ഒരുങ്ങുക. തീരുമാനമെടുക്കാൻ മൂന്ന് ദിവസമേ ഉള്ളൂ, മതം മാറിയില്ലെങ്കിൽ പിഴയൊടുക്കേണ്ടി വരുമെന്ന് അവർ പറയുന്നു. മുറ്റത്തുനിന്ന് എല്ലാവരോടുമായി പറയുമ്പോൾ ഭ്രാന്തമായ തിരയിളക്കം കാണാമായിരുന്നു ഏലിയാസിന്റെ കണ്ണുകളിൽ.

ഞാൻ കുളിച്ചുകൊണ്ടിരിക്കുമ്പോഴാണ് ഏലിയാസ് ഈ വിവരവുമായി വന്നത്. കുളിമുറി വാതിലിന്റെ ചെറിയ വിടവിലൂടെ അയാൾ അമ്മയോട് സംസാരിക്കുന്നത് എനിക്ക് കാണാമായിരുന്നു. അവർ രണ്ടുപേരും കരയുകയായിരുന്നു. മുടിയിലെ സോപ്പ് ശരിക്കു കഴുകിക്കളയാതെ കിട്ടിയ വസ്ത്രവുമുടുത്ത് ഞാൻ മുറ്റത്തേക്കോടി. അമ്മയുടെ വലിയ ഉടുപ്പായിരുന്നു അത്.

പിഴയടച്ചില്ലെങ്കിൽ എന്ത് സംഭവിക്കും? അമ്മ ചോദിച്ചു. ഇപ്പോൾ അവർ പറയുന്നത് നമ്മളെ മലയിലേക്ക് ഓടിച്ച് കൊച്ചോ അവർ സ്വന്തമാക്കുമെന്നാണ്. ഏലിയാസ് പറഞ്ഞു. യസീദി പുരുഷന്മാരുടെ പരമ്പരാഗത വേഷമായ വെള്ള ബനിയനാണ് അയാൾ ധരിച്ചിരുന്നത്. അത് ചെളിപിടിച്ച് നിറംമങ്ങിയിരുന്നു. അനുഭവിക്കുന്ന മാനസിക സംഘർഷം അതിൽതന്നെ വ്യക്തമായിരുന്നു. കരയാതെ ഉറച്ച ശബ്ദത്തിൽ സംസാരിക്കുമ്പോഴും ഏലിയാസിന്റെ പരിഭ്രാന്തി വ്യക്തമായിരുന്നു. സിൻജാറിലെ യസീദികൾക്ക് ആർക്കും പിഴയടയ്ക്കുക എന്ന ഉപാധി നല്കിയിരുന്നില്ല. മതപരിവർത്തനം നടത്താത്ത ക്രിസ്ത്യാനികൾക്കാണ് അങ്ങനെയൊരു സാധ്യത നല്കിയിരുന്നത്. ഭീകരർ കള്ളം പറയുകയാണെന്ന് ഏലിയാസിന് ഉറപ്പുണ്ടായിരുന്നു. പിഴ എന്ന് പറയുന്നതുതന്നെ ഞങ്ങളെ പരിഹസിക്കാനാവും. സ്വയം ശാന്തനായിരിക്കാൻ ഏലിയാസ് പരിശ്രമിച്ചു. ഒരുപക്ഷേ, ഞങ്ങളുടെ മുന്നിൽ ശാന്തത അഭിനയിക്കാൻ തീരുമാനിച്ചാവണം ജവാത്തിൽനിന്ന് മടങ്ങിയത്. അത്ര സ്നേഹസമ്പന്നനായിരുന്നു എന്റെ ചേട്ടൻ. പക്ഷേ, എന്നിട്ടും അദ്ദേഹം പറഞ്ഞു. നല്ലതൊന്നുമല്ല വരാനിരിക്കുന്നത്.

അമ്മയുടെ പ്രതികരണം പെട്ടെന്നായിരുന്നു. എല്ലാവരും ബാഗുകൾ പായ്ക്ക് ചെയ്യൂ, അതുപറഞ്ഞുകൊണ്ട് അവർ വീടിനുള്ളിലേക്ക്

ഓടി. അത്യാവശ്യ സാധനങ്ങളെല്ലാം ഞങ്ങൾ പെറുക്കിക്കൂട്ടി. വസ്ത്രങ്ങൾ, ഡയപ്പർ, കുഞ്ഞുങ്ങളുടെ ആഹാരം, ഇറാഖി തിരിച്ചറിയൽ കാർഡ് (ഞങ്ങൾ യസീദികളാണെന്നുമാത്രം രേഖപ്പെടുത്തിയിട്ടുള്ളത്). വിലപിടിപ്പുള്ളവയെല്ലാം ഞങ്ങൾ അടുക്കിവച്ചു, അധികമൊന്നും ഇല്ലായിരുന്നുവെങ്കിലും. അച്ഛൻ മരിച്ചപ്പോൾ കിട്ടിയ റേഷൻകാർഡ് അമ്മ എടുത്തുവച്ചു. ചേട്ടന്മാർ മൊബൈൽ ഫോൺ ബാറ്ററികളും ചാർജറുകളും അവരുടെ ബാഗിൽ എടുത്തിട്ടു. ഹെസ്നിയെ ഓർത്തു മാത്രം ജീവിക്കുന്ന ജിലാൻ അവന്റെ ഒരു ഷർട്ടും ബാഗിൽവച്ചു. കറുത്ത നിറമുള്ള ആ ഷർട്ട് നെഞ്ചോട് ചേർത്തുപിടിച്ചാണ് അവൾ ഈ ദിവസങ്ങൾ തള്ളിനീക്കിയത്.

കിടപ്പുമുറിയിലെ അലമാര ഞാൻ തുറന്നു. എന്റെ ചേച്ചിമാരുടെയും കാതറീന്റെയും സാധനങ്ങൾ അതിലാണ് സൂക്ഷിച്ചിരുന്നത്. എന്റെ ഏറ്റവും പ്രിയപ്പെട്ട സമ്പാദ്യം അതിലുണ്ടായിരുന്നു. നീളമുള്ള വെള്ളി മാലയും അതിന്റെ അറ്റത്ത് സിർകോണിയ ലോക്കറ്റും. അതിന് ചേരുന്ന വളയും. 2013-ൽ അമ്മ സിൻജാറിൽനിന്ന് വാങ്ങിത്തന്നതാണ്. ആ സമ്മാനത്തിന് പിന്നിൽ ഒരു അപകടകഥയുണ്ട്. ഞാൻ ട്രാക്ടറിൽ വൈക്കോൽ കയറ്റുന്നതിനിടെ ട്രാക്ടറും ട്രെയിലറുമായി ബന്ധിപ്പിച്ചിരുന്ന കേബിൾപൊട്ടി. കേബിൾ ശക്തിയായി എന്റെ ശരീരത്തിൽ വന്നിടിച്ചു. ബോധരഹിതയായ ഞാൻ ഏതാനും ദിവസങ്ങൾ ഗുരുതരാവസ്ഥയിൽ ആശുപത്രിയിലായി. സങ്കടം സഹിക്കവയ്യാതെ അമ്മ എന്നെ സന്തോഷിപ്പിക്കാൻ വാങ്ങിയതാണ് മാലയും ലോക്കറ്റും. കണ്ണുതുറന്ന എന്നോട് മുടിയിൽ തലോടിക്കൊണ്ട് അമ്മ പറഞ്ഞു, ആശുപത്രിയിൽ നിന്ന് ഇറങ്ങുമ്പോൾ ഇതിന് ചേരുന്ന കമ്മലും വാങ്ങിത്തരാം കേട്ടോ. ഈ സ്നേഹത്തിലൂടെയാണ് അമ്മ ഞങ്ങളെ താങ്ങി നിർത്തിയിരുന്നത്.

മാല ഞാൻ സാനിറ്ററി പാഡിനുള്ളിൽ ഒളിപ്പിച്ചു. അവയെ വസ്ത്രക്കെട്ടിന് മുകളിൽവച്ച് ബാഗ് അടച്ചു. ഭിത്തിയിലിരുന്ന കുടുംബചിത്രങ്ങളെല്ലാം അമ്മ പെറുക്കിക്കൂട്ടി. വീട് മുഴുവൻ ഇത്തരം ചിത്രങ്ങളായിരുന്നു. ഹെസ്നിയുടെയും ജിലാന്റെയും വിവാഹഫോട്ടോ, ജാലോയും ദിമലും അഡ്കിയും പാടത്ത് ഇരിക്കുന്നത്, വസന്തകാലത്തെ മനോഹരമായ സിൻജാർ മലനിരകൾ... ഇങ്ങനെ. ഞങ്ങളുടെ കുടുംബചരിത്രം പറയുന്നവയായിരുന്നു ഈ ചിത്രങ്ങൾ. ദാരിദ്ര്യം നിറഞ്ഞ പൂർവ്വകാലത്തുനിന്ന് ഇപ്പോഴത്തെ സന്തോഷത്തിന്റെ നാളുകളിലേക്കുള്ള വളർച്ചയുടെ കഥ പറയുന്നവ. അവയെല്ലാം എടുത്തതോടെ ശൂന്യമായ ഭിത്തിമാത്രം അവശേഷിച്ചു. ആൽബങ്ങളെല്ലാം എടുത്ത് അടുപ്പിനടുത്തേക്ക് കൊണ്ടുവരൂ നാദിയ, അമ്മ എന്നോട് പറഞ്ഞു.

ആൽബങ്ങളെല്ലാം എടുത്ത് മുറ്റത്തുവന്ന ഞാൻ കണ്ടത് ഫോട്ടോകൾ ഓരോന്നായി അടുപ്പിലിടുന്ന അമ്മയെയാണ്. മുറ്റത്തെ ആ ഭീമൻ അടുപ്പ് വീടിന്റെ കേന്ദ്രബിന്ദുവായിരുന്നു. പുണ്യദിവസങ്ങളിലെ അപ്പം മാത്രമല്ല, കൊച്ചോയിലെ പാവങ്ങൾക്കു വേണ്ടിയും അമ്മ അപ്പം പുഴുങ്ങിയിരുന്നത് ഇതിലായിരുന്നു. അത് ഞങ്ങളുടെ കുടുംബത്തിന് അനുഗ്രഹദായകമായിരുന്നു. ഞങ്ങളുടെ കഷ്ടപ്പാടിന്റെ കാലത്തും അപ്പമുണ്ടാക്കിയിരുന്നത് ആ അടുപ്പിലായിരുന്നു. അന്നൊക്കെ എപ്പോഴും വട്ടത്തിലുള്ള പൊള്ളിച്ചെടുത്ത അപ്പം ഭക്ഷണത്തിന്റെ ഭാഗമായിരുന്നു.

ചിത്രങ്ങളെല്ലാം ചാരമായിക്കഴിഞ്ഞു. അടുപ്പിൽനിന്ന് രാസവസ്തുക്കളുടെ മണമുള്ള പുക വന്നുതുടങ്ങി. ലാലിഷിൽനടന്ന കുഞ്ഞുകാതറീന്റെ മാമോദീസ, ആദ്യദിനം കരഞ്ഞുകൊണ്ട് സ്കൂളിൽ പോവുന്ന ഞാൻ, ഖെയ്റിയുടെയും മോനയുടെയും വിവാഹചിത്രം. വധുവിന്റെ പൂക്കൾകൊണ്ടുള്ള കേശാലങ്കാരം... സുന്ദരമായ ചിത്രങ്ങളെല്ലാം അഗ്നിയിൽ എരിഞ്ഞടങ്ങി. ഞങ്ങളുടെ കഴിഞ്ഞകാലം ചാരമായിരിക്കുന്നു, ഞാനോർത്തു. എല്ലാം കഴിഞ്ഞപ്പോൾ അമ്മ അവരുടെ വെള്ളവസ്ത്രങ്ങളുടെ കൂമ്പാരം കൊണ്ടുവന്നു, അതും അടുപ്പിലേക്കിട്ടു. എരിഞ്ഞടങ്ങുന്ന വസ്ത്രങ്ങൾ നോക്കി അമ്മ പറഞ്ഞു, നമ്മളാരായിരുന്നെന്ന് അവന്മാർ മനസ്സിലാക്കാൻ ഞാൻ സമ്മതിക്കില്ല. ഇനി ഇതൊന്നും കിട്ടില്ലല്ലോ.

ഫോട്ടോകൾ എരിഞ്ഞുതീരുന്നത് കാണാനുള്ള കെല്പില്ലായിരുന്നു എനിക്ക്. തിരികെ മുറിയിലെത്തിയ ഞാൻ എന്റെ മേശവലിപ്പ് തുറന്നു. ചുറ്റും ആരുമില്ലെന്ന് ഉറപ്പാക്കിയ ഞാൻ എന്റെ പച്ചനിറത്തിലുള്ള ആൽബം മെല്ലെ തുറന്നു. നവവധുക്കളുടെ ചിത്രങ്ങളിലൂടെ കണ്ണോടിച്ചു. കൊച്ചോയിലെ പെൺകുട്ടികൾ വിവാഹത്തിന് ദിവസങ്ങൾമുമ്പേ ഒരുക്കം തുടങ്ങും. അത് ആ ചിത്രങ്ങളിൽ വ്യക്തമായിരുന്നു. മുടി പിന്നിയിടണോ, ചുരുട്ടിയിടണോ, മുടിക്ക് സ്വർണ്ണവർണ്ണം കൊടുക്കണോ മൈലാഞ്ചിയിട്ട് ചുവപ്പാക്കണോ ഹെയർ സ്പ്രേ ഉപയോഗിക്കണോ, കണ്ണുകൾ കട്ടിക്ക് എഴുതണോ നീലയും റോസും നിറമുള്ള ഐ ഷാഡോ ഉപയോഗിക്കണോ... ഇങ്ങനെയുള്ള ചർച്ചകളാവും നിറയെ. ചിലർ മുടിയിൽ നിറയെ മുത്തുകൾ പിടിപ്പിക്കും. മറ്റു ചിലരാവട്ടെ മനോഹരമായ കിരീടം മുടിയിൽ ചൂടും.

ഒരുങ്ങിയിറങ്ങുന്ന വധുവിനെ ഗ്രാമവാസികൾക്ക് മുന്നിൽ നിർത്തും. പിന്നെ എല്ലാവരും വാത്സല്യംകൊണ്ട് പൊതിയും. വിവാഹമെന്നാൽ രാത്രി മുഴുവൻ നൃത്തവും പാട്ടും സല്ക്കാരവുമാണ്. അത് നേരം പുലരുംവരെ തുടരും. അപ്പോഴേക്കും വധൂവരന്മാർ മണിയറ

യിലേക്ക് പോയിട്ടുണ്ടാവും. രാവിലെതന്നെ വധുവിന്റെ സുഹൃത്തുക്കൾ വീട്ടിലെത്തും, ആദ്യരാത്രി കഥകൾ അറിയാൻ. അടക്കിച്ചിരിച്ചുകൊണ്ട് കിടക്കയിൽ രക്തത്തുള്ളികളുണ്ടോയെന്ന് അവർ പരതും. എന്നെ സംബന്ധിച്ചിടത്തോളം കൊച്ചോയെ അടയാളപ്പെടുത്തുന്നവയായിരുന്നു ഓരോ വിവാഹവും. സ്ത്രീകൾ മേക്കപ്പിന് സമയം ചിലവിടുമ്പോൾ നൃത്തം ചെയ്യാനുള്ള മുറ്റത്തെ മണ്ണ് ഉറപ്പിക്കുകയാവും പുരുഷന്മാർ. നൃത്തം ഉച്ചസ്ഥായിയിലെത്തുമ്പോൾ പൊടി പറക്കാതിരിക്കാനുള്ള തയ്യാറെടുപ്പ്. കൊച്ചോയിലെ വിവാഹസൽക്കാരം ആഡംബരങ്ങൾ നിറഞ്ഞതാണെന്ന സംസാരം സിൻജാറിലുണ്ടായിരുന്നു. സ്ത്രീകൾ അതീവസുന്ദരികളാണെന്നും. ശരിയാണ്. എന്റെ ആൽബത്തിലെ ഓരോ വധുവും ഒരു സുന്ദരകലാശില്പം പോലെയിരുന്നു. ബ്യൂട്ടി പാർലർ തുറക്കുമ്പോൾ ഈ ആൽബം വേണം ആദ്യം വയ്ക്കാൻ.

കുടുംബചിത്രങ്ങൾ കത്തിച്ചുകളയാൻ അമ്മ പറഞ്ഞതെന്തിനാണെന്ന് എനിക്ക് ബോധ്യമായി. ഭീകരർ അത് കാണുന്നതും തൊടുന്നതും എനിക്കും ഇഷ്ടമല്ലായിരുന്നു. ആ ചിത്രങ്ങളെ അവർ പരിഹസിക്കും. വിദ്യാഭ്യാസം നേടിയും വിവാഹം കഴിച്ചുമെല്ലാം സന്തോഷത്തോടെ ഇറാഖിൽ, ജന്മനാട്ടിൽ ജീവിക്കണമെന്ന് ആഗ്രഹിച്ച ഒരു പാവപ്പെട്ട യസീദി കുടുംബത്തിന്റെ സ്വപ്നങ്ങളെ അവർ പുച്ഛിച്ചു തള്ളുമെന്ന ചിന്ത എന്നെ കോപാകുലയാക്കി. എന്നാൽ എന്റെ പച്ച നിറത്തിലുള്ള ആൽബം അടുപ്പിലെറിയാൻ ഞാൻ തയ്യാറായില്ല. അത് മേശവലിപ്പിൽത്തന്നെവച്ച് പൂട്ടി.

ആൽബം ഞാൻ ഒളിപ്പിച്ചതറിഞ്ഞാൽ അമ്മ വഴക്കുപറയുമെന്നുറപ്പ്. സ്വന്തം ചിത്രങ്ങൾ മാത്രമല്ല ആരുടെയും ചിത്രങ്ങൾ ആ ക്രൂരന്മാർക്ക് വിട്ടുകൊടുക്കരുതെന്ന് അമ്മ പറയും. അവർ പറയുന്നത് ശരിയുമാണ്. എന്റെ മേശവലിപ്പ് അത്ര സുരക്ഷിതവുമായിരുന്നില്ല. ആർക്കും എളുപ്പത്തിൽ അത് തകർക്കാം. തുറന്നാലുടൻ കാണുന്നത് ആൽബമായിരിക്കും. അമ്മ അത് കണ്ടുപിടിച്ചാൽ എന്തു പറയണമെന്നും എനിക്ക് അറിഞ്ഞുകൂടായിരുന്നു. വാസ്തവത്തിൽ ഞാൻ അതെന്തിനാണ് സൂക്ഷിച്ചുവച്ചതെന്ന് എനിക്ക് ഇപ്പോഴും അറിഞ്ഞുകൂടാ. പക്ഷേ, ഭീകരരെ പേടിച്ച് അവ നശിപ്പിച്ചുകളയാൻ എനിക്ക് മനസ്സുവന്നില്ല.

അന്നുരാത്രി ഞങ്ങൾ ടെറസ്സിൽ കിടക്കാൻ പോകുമ്പോൾ കെയ്റിക്ക് ഒരു ഫോൺ കോൾ വന്നു. സിൻജാർ പർവ്വതത്തിൽ താമസിക്കുന്ന ഒരു സുഹൃത്തിന്റെ വിളിയായിരുന്നു അത്. പികെകെ സിറിയയിലേക്ക് സുരക്ഷിത പാത തുറന്നെങ്കിലും പല യസീദികളും പോകാൻ തയ്യാറായില്ല. കഷ്ടപ്പാടാണെങ്കിലും മലമുകളിൽ കൂടുതൽ സുരക്ഷയുണ്ടെന്ന് അവർ കരുതി. മതവിശ്വാസവും സിൻജാർ ഉപേ

ക്ഷിച്ചുപോകാൻ അവരെ അനുവദിച്ചില്ല. അതിലും ഭേദം മലമുകളിലെ മരണമാണെന്ന് അവർ ഉറപ്പിച്ചിരുന്നു. പതിയെ മലമുകളിൽ വലിയൊരു അഭയാർഥി കേന്ദ്രം തുറക്കാനാണ് അവരുടെ പദ്ധതി. പികെകെ അനുഭാവികളായ സൈനികർ സഹായിക്കും. അവരിൽ പലരും ധീരന്മാരായ യസീദികളായിരുന്നു. അവസാനം വരെയും സിൻജാറിന്റെ സംരക്ഷണത്തിന് പൊരുതാൻ തയ്യാറായവർ.

ചന്ദ്രനെ നോക്കൂ, ഖെയ്റിയുടെ സുഹൃത്ത് പറഞ്ഞു. സൂര്യനും ചന്ദ്രനും യസീദികൾക്ക് ദൈവത്തിന്റെ മാലാഖമാരായിരുന്നു. അന്ന് പൂർണ്ണചന്ദ്രൻ ആകാശത്ത് വിളങ്ങിനിന്നു. പാടത്ത് പണിയെടുക്കുമ്പോഴും രാത്രി വീട്ടിലേക്ക് നടക്കുമ്പോഴുമെല്ലാം ആപത്തൊന്നും വരുത്താതെ ഞങ്ങൾക്ക് കാവൽനില്ക്കുന്ന അതേ മാലാഖ. ഞങ്ങളതിനോട് മുട്ടിപ്പായി പ്രാർഥിക്കുകയാണ്, കൊച്ചോയിൽ എല്ലാവരോടും ഞങ്ങൾക്കൊപ്പം പ്രാർഥിക്കാൻ പറയണം. ഖെയ്റിയുടെ സുഹൃത്ത് പറഞ്ഞു.

ഞങ്ങളെ ഓരോരുത്തരെയായി ഖെയ്റി വിളിച്ചെഴുന്നേല്പിച്ചു. ചന്ദ്രനെ നോക്കി പ്രാർഥിക്കാൻ അയാൾ ആവശ്യപ്പെട്ടു. ഐസിസിനെ പേടിച്ച് നിലത്തിഴഞ്ഞല്ല, സാധാരണപോലെ എണീറ്റുനിന്ന് പ്രാർഥിക്കണം. ദൈവം കൂടെയുള്ളപ്പോൾ ആരെ പേടിക്കാൻ, ഖെയ്റി പറഞ്ഞു.

എല്ലാവരും ഒരുമിച്ച് എഴുന്നേറ്റുനില്ക്കരുത്. അമ്മ മുന്നറിയിപ്പ് നല്കി. ഞങ്ങൾ ചെറുസംഘങ്ങളായി എണീറ്റുനിന്നു. മുകളിൽ തെളിഞ്ഞുനിന്ന ചാന്ദ്രശോഭ ഞങ്ങളുടെ മേല്പതിച്ചു, അമ്മയുടെ വെള്ള വസ്ത്രം തിളങ്ങി നിന്നു. ഞാനും തൊട്ടുത്ത് കിടന്നിരുന്ന നാത്തൂനും ഒന്നിച്ചാണ് പ്രാർഥിച്ചത്. കഴുത്തിലണിഞ്ഞിരുന്ന ചുവപ്പും വെള്ളയും കലർന്ന വിശുദ്ധമാലയിൽ ചുംബിച്ച് ഞാൻ പ്രാർഥിച്ചു. ഞങ്ങളെ അവർക്ക് വിട്ടുകൊടുക്കരുതേ. പിന്നെ പൂർണ്ണചന്ദ്രന് കീഴിൽ നിശ്ശബ്ദരായി കിടന്നു.

പ്രശ്നങ്ങൾ ചർച്ചകളിലൂടെ പരിഹരിക്കാമെന്ന പ്രതീക്ഷയിലായിരുന്നു അപ്പോഴും അഹമ്മദ് ജാസോ. അയൽഗ്രാമങ്ങളിൽനിന്നുള്ള അഞ്ച് ഗോത്രത്തലവന്മാരെ അദ്ദേഹം ഉച്ചഭക്ഷണത്തിന് ക്ഷണിച്ചു. ദിഷാനെ തട്ടിയെടുത്തവരുടെ അതേ ഗ്രാമത്തിൽനിന്ന്. ഗോത്രത്തലവന്മാർക്ക് വിഭവസമൃദ്ധമായ സദ്യയൊരുക്കി കൊച്ചോ. ചോറ്, പച്ചക്കറികൾ, നല്ല മധുരമുള്ള ചായ... മൂന്ന് ആടുകളെയാണ് ഈ സദ്യയൊരുക്കലിന് മാത്രം അറുത്തത്.

ഭക്ഷണത്തിനിടെ ഗോത്രനേതാക്കളിൽനിന്ന് കൊച്ചോയുടെ സംരക്ഷണത്തിന് സഹായം തേടാനായിരുന്നു ജാസോയുടെ ശ്രമം. അയൽഗ്രാമങ്ങളിൽ ഏറ്റവും യാഥാസ്ഥിതികരും അതുകൊണ്ടുതന്നെ ഐസിസിന്റെ അടുപ്പക്കാരുമായിരുന്നു ഈ ഗോത്രക്കാർ. നിങ്ങൾക്ക് തീർച്ചയായും ഇടപെടാൻ കഴിയും, ദയവായി ഞങ്ങളാരാണെന്ന് അവരോട് പറയൂ, ഞങ്ങൾ ഒരു കുഴപ്പവുമുണ്ടാക്കില്ലെന്നും. ജാസോ അഭ്യർഥിച്ചു.

ഞങ്ങൾക്ക് സഹായിക്കണമെന്നുണ്ട്. പക്ഷേ, ഞങ്ങളെന്നല്ല ആരു പറഞ്ഞാലും ഐസിസ് കേൾക്കില്ല. അവർ നിസ്സഹായത തുറന്നു പറഞ്ഞു.

ഗോത്രനേതാക്കൾ പോയതോടെ അഹമ്മദ് ജാസോയുടെ മുഖം മ്ലാനമായി. അദ്ദേഹത്തിന്റെ സഹോദരൻ നയീഫ് ജാസോ ഭാര്യയുടെ ചികിത്സാർഥം ഇസ്താംബൂളിലായിരുന്നു. ഫോണിൽ വിളിച്ച നയീഫ്, അഹമ്മദ് ജാസോയോട് പറഞ്ഞു. ഒരു വെള്ളിയാഴ്ച അവർ നിങ്ങളെ കൊല്ലും. ഇല്ലേയില്ല, ജാസോ തർക്കിച്ചു. അവർ ഞങ്ങളെ മലമുകളിലേക്ക് ഓടിക്കുമെന്നേ പറഞ്ഞിട്ടുള്ളൂ. ബാഗ്ദാദോ എർബിലോ ഞങ്ങളുടെ രക്ഷയ്ക്ക് ഇടപെടാൻ സന്നദ്ധമായിരുന്നില്ലെങ്കിലും അഹമ്മദ് ജാസോ പ്രതീക്ഷ കൈവിട്ടിരുന്നില്ല. കൊച്ചോയിൽ വ്യോമാക്രമണം നടത്താൻ കഴിയില്ലെന്ന് ഹൈദറിനെ വാഷിങ്ടൺ അറിയിച്ചു. ചെറിയ ഗ്രാമത്തിൽ നടത്തുന്ന ആക്രമണം സാധാരണക്കാരുടെ ജീവന് ആപത്താണെന്നായിരുന്നു വിലയിരുത്തൽ. ബോംബാക്രമണം നടത്തിയാൽ ഐസിസിനൊപ്പം സാധാരണക്കാരും മരിച്ചുവീഴുമെന്ന് അവർ വിലയിരുത്തി.

രണ്ടുദിവസം കഴിഞ്ഞപ്പോൾ ഐസിസ് ഭീകരർ ഐസുമായി ഗ്രാമത്തിലൂടെ വന്നു. ഓഗസ്റ്റിലെ കൊടുംചൂടിൽ അതൊരു ആശ്വാസമായിരുന്നു. കുടിവെള്ളം കത്തുന്ന ചൂടിൽ തിളച്ചിരിക്കുകയായിരുന്നു. അഹമ്മദ് ജാസോ അപ്പോൾതന്നെ ആ വിവരം നയീഫിനെ വിളിച്ച് പറഞ്ഞു. കൊല്ലാനാണെങ്കിൽ അവർ ഐസ് വിതരണം ചെയ്യുന്നതെന്തിന്. പറയുന്നതനുസരിച്ചാൽ ഒന്നും സംഭവിക്കില്ലെന്ന് അവർ പറയുന്നുണ്ട്.

നയീഫിന് പക്ഷേ, അത് ബോധ്യപ്പെട്ടില്ല. ആശുപത്രിയിൽ സഹോദരന്റെ ഫോൺ വിളികൾക്കായി അദ്ദേഹം കാത്തിരുന്നു. 45 മിനിറ്റു കഴിഞ്ഞ് ജാസോ വീണ്ടും നയീഫിനെ വിളിച്ചു. ഞങ്ങളോട് സ്കൂളിൽ സമ്മേളിക്കാൻ പറഞ്ഞിരിക്കുകയാണ്. അവിടെനിന്ന് മലമുകളിലേക്ക് കൊണ്ടുപോകും. അദ്ദേഹം സഹോദരനെ അറിയിച്ചു. ഇല്ല, അവർ നിങ്ങളെ കൊല്ലും, പരിഭ്രാന്തനായി നയീഫ് പറഞ്ഞു.

കൊന്നാലും എത്ര പേരെ. ഇത്രയും പേരെ ഒന്നിച്ച് കൊല്ലാനാവുമോ, അത് അസാധ്യമാണ്. അഹമ്മദ് ജാസോ തർക്കിച്ചു. എന്നിട്ട് ഞങ്ങളിലൊരാളായി അദ്ദേഹവും സ്കൂളിലേക്ക് നടക്കാൻ തുടങ്ങി.

പ്രഭാതഭക്ഷണമുണ്ടാക്കിക്കൊണ്ടിരിക്കുമ്പോഴാണ് ഞങ്ങൾ വിവരമറിഞ്ഞത്. കോഴിക്കുഞ്ഞുങ്ങളെ കൊന്ന് പൊരിച്ച് കുട്ടികൾക്ക് നല്കാനുള്ള പുറപ്പാടായിരുന്നു. നാട്ടിൽ നടക്കുന്ന സംഭവങ്ങളുടെ ഗൗരവമറിയാത്ത കുഞ്ഞുങ്ങൾ വിശന്നു കരഞ്ഞുകൊണ്ടിരുന്നു. സാധാരണ കോഴി വളർച്ചയെത്തിയ ശേഷമാണ് കൊല്ലാറ്. ഇപ്പോൾ പക്ഷേ, കുഞ്ഞുങ്ങൾക്ക് നല്കാൻ ഞങ്ങളുടെ പക്കൽ മറ്റൊന്നുമില്ലായിരുന്നു.

കോഴിയിറച്ചി പാകമാകുന്നതിനുമുമ്പേ അമ്മ ഞങ്ങളോട് സ്കൂളിലേക്ക് പോവാൻ തയ്യാറാകാൻ പറഞ്ഞു. കഴിയുന്നത്ര വസ്ത്രങ്ങൾ ശരീരത്തിൽ ധരിച്ചുകൊള്ളണം, ബാഗുകൾ അവർ വാങ്ങിയെടുത്തേക്കും. അമ്മ ഓർമ്മിപ്പിച്ചു. ഗ്യാസ് അടുപ്പ് നിർത്തി പാത്രം കഴുകാൻവച്ച ഞങ്ങൾ അമ്മയുടെ നിർദേശം അനുസരിച്ചു. നാലു ജോഡി പാന്റ്സ്, ഒരു ടോപ്പ്, രണ്ടു ഷർട്ടുകൾ, റോസ് നിറത്തിലുള്ള മേൽവസ്ത്രം എന്നിവ ഞാൻ ധരിച്ചു. ആ ചൂടിൽ അത്രയും വസ്ത്രങ്ങൾ ധരിക്കുന്നത് അസഹനീയമായിരുന്നു. ശരീരം വിയർത്തൊഴുകാൻ തുടങ്ങി. ഇറുകിയതൊന്നും ഇടരുത്, തൊലി പുറത്ത് കാണിക്കരുത്. മാന്യമായിരിക്കണം വേഷം, അമ്മ വീണ്ടും പറഞ്ഞു.

വെള്ള നിറത്തിലെ ഒരു ശിരോവസ്ത്രവും (സ്കാർഫ്) വേറെ രണ്ട് ജോഡി ഡ്രസും ഞാൻ ബാഗിൽവച്ചു. അതിൽ ഒന്ന് കാതറീന്റെ കോട്ടൺ ഉടുപ്പായിരുന്നു. മറ്റൊന്ന് ദിമൽ സിൻജാറിൽനിന്ന് തുണി വാങ്ങി സ്വന്തമായി ഡിസൈൻ ചെയ്ത് തയ്ച്ചതും. പക്ഷേ, അവൾ അത് ഇടാറില്ലായിരുന്നു. ചെറുപ്പകാലത്ത് വസ്ത്രങ്ങൾ കീറിത്തുടങ്ങുമ്പോൾ മാത്രമേ പുതുതൊന്ന് വാങ്ങാൻ ഞങ്ങൾക്കായിരുന്നുള്ളൂ. ഇപ്പോൾ എല്ലാ വർഷവും പുതിയ വസ്ത്രം വാങ്ങാനുള്ള സാമ്പത്തിക ശേഷിയുണ്ട്. പുതുപുത്തൻ വസ്ത്രങ്ങൾ ഉപേക്ഷിച്ച് പോകാൻ എനിക്ക് മനസ്സുവരുന്നില്ല. ഒന്നുമാലോചിക്കാതെ ഞാൻ എന്റെ മേക്കപ്പ് സാധനങ്ങളും മേശവലിപ്പിൽ ആൽബത്തിനൊപ്പംവച്ച് പൂട്ടി.

ചെറിയസംഘം ആളുകൾ സ്കൂളിലേക്ക് നടപ്പുതുടങ്ങിയിരുന്നു. ബാഗുകളും തൂക്കി ആളുകൾ പോവുന്നത് ഞാൻ ജനാലയിലൂടെ കണ്ടു. ചെറിയ കുഞ്ഞുങ്ങൾ അമ്മമാരുടെ നെഞ്ചിൽ തലചായ്ച്ച് കിടന്നു. അൽപ്പം മുതിർന്ന കുട്ടികൾ നടന്ന് ക്ഷീണിച്ചിരുന്നു. പ്രായമായ ചിലരെ ചക്രക്കസേരയിലിരുത്തി കൊണ്ടുപോകുന്നുണ്ടായിരുന്നു. അവർ അപ്പോൾതന്നെ മൃതദേഹങ്ങൾപോലെയിരുന്നു. കൊടുംചൂടാ

യിരുന്നു പുറത്ത്. ആളുകൾ വിയർത്തുകുളിച്ചിരുന്നു. ദിവസങ്ങളായുള്ള സഹനത്തിൽ മനുഷ്യർ മെലിഞ്ഞുണങ്ങിയിരുന്നു. പലരും വിളറിവെളുത്തു. പലരും എന്തെല്ലാമോ പരിദേവനങ്ങൾ പറയുന്നുണ്ടായിരുന്നു. പക്ഷേ, ഒന്നും വ്യക്തമായില്ല.

അമ്മായിയുടെ വീട്ടിൽനിന്ന് ഹെസ്നി വിളിച്ചു. അവൻ ഭ്രാന്തു പിടിച്ച മൃഗത്തെപ്പോലെ അലറി. എനിക്ക് കൊച്ചോയിലേക്ക് വരണം. അവൻ വാശിപിടിച്ചു. നിങ്ങൾക്ക് എന്തെങ്കിലും സംഭവിച്ചാൽ ഞാൻ വരികതന്നെ ചെയ്യും. അവൻ നിലവിളിച്ചുകൊണ്ട് പറഞ്ഞു. ഹെസ്നിയോട് സംസാരിച്ച ജിലാൻ അവനെ സമാധാനിപ്പിക്കാൻ ശ്രമിച്ചു. കുഞ്ഞുങ്ങളുണ്ടാക്കാനുള്ള തയ്യാറെടുപ്പിലായിരുന്നു അവർ. വലിയൊരു കുടുംബം വേണമെന്ന് അവർ സ്വപ്നം കണ്ടിരുന്നു. ഐസിസ് വരുമ്പോൾ അവരുടെ പുതിയ വാർക്കവീടിന്റെ മേല്ക്കൂര പണികൾ കഴിഞ്ഞതേയുള്ളായിരുന്നു.

ഹെസ്നിയുടെയും സാവൂദിന്റെയും ഫോൺനമ്പരുകൾ ഓർത്തുവയ്ക്കാൻ അമ്മ നിർദേശിച്ചു. എപ്പോഴെങ്കിലും അവരെ വിളിക്കേണ്ടിവന്നേക്കാം. അവർ പറഞ്ഞു. എനിക്ക് ഇപ്പോഴും അത് രണ്ടും മനഃപാഠമാണ്.

വീട്ടിനുള്ളിലൂടെ വശത്തെ വാതിലിനടുത്തേക്ക് ഞാൻ നടന്നു. ഓരോ മുറികളും പതിവില്ലാതെ ഓർമ്മകൾ സമ്മാനിച്ചു. നീണ്ട സ്വീകരണമുറി, ഇവിടെയാണ് എന്റെ ചേട്ടന്മാർ സുഹൃത്തുക്കൾക്കൊപ്പം നല്ല മധുരമുള്ള കട്ടൻചായയും കുടിച്ച് സംസാരിച്ചിരുന്നത്. ചേച്ചിമാർ എനിക്കിഷ്ടപ്പെട്ട വെണ്ടക്കായ കറിയും ഉരുളക്കിഴങ്ങ് കറിയും ഉണ്ടാക്കിതരുന്ന അടുക്കള, കിടപ്പുമുറി, ഞാനും കാതറീനും ഒലീവ് എണ്ണ തലയിൽതേച്ച് പിടിപ്പിച്ച് തലമുടി പ്ലാസ്റ്റിക് കവറിൽപൊതിഞ്ഞ് ഉറങ്ങാൻ കിടക്കുന്നയിടം. രാവിലെ മുടിയും മുറിയും എണ്ണയുടെ മണംകൊണ്ട് നിറഞ്ഞിരിക്കും. കുടുംബാംഗങ്ങൾ വട്ടത്തിലിരുന്ന് ഭക്ഷണം കഴിക്കാറുള്ള നടുമുറ്റം. വെണ്ണമയമുള്ള ചോറും റൊട്ടിയും ചേർന്ന സ്വാദിഷ്ഠമായ ഭക്ഷണം കഴിക്കുന്ന സ്ഥലം. വീട്ടിലെ സ്ഥലപരിമിതിമൂലം കുടുംബമായി മാറിത്താമസിക്കുമെന്ന് ഏലിയാസ് ഇടയ്ക്കിടെ ഭീഷണി മുഴക്കിയിരുന്നു. പക്ഷേ, ഒരിക്കലും അയാൾക്കതിന് സാധിക്കില്ലായിരുന്നു.

നടുമുറ്റത്ത് കൂട്ടിനിർത്തിയിരിക്കുന്ന ആടുകളുടെ ശബ്ദം കേൾക്കാം. അവയുടെ രോമം വളർന്ന് കട്ടിയായും ശരീരം ഭക്ഷണം കിട്ടാഞ്ഞ് എല്ലുംതോലുമായും മാറിയിരുന്നു. അവ കൊല്ലപ്പെടുന്നതോ ഭീകരരുടെ ഭക്ഷണമാവുന്നതോ എനിക്ക് ചിന്തിക്കാനാവില്ലായിരുന്നു. ഞങ്ങളുടെ ഏക സമ്പാദ്യമായിരുന്നു അവ. വീടിനെക്കുറിച്ചുള്ള ചെറിയ കാര്യങ്ങൾപോലും ഓർത്തുവയ്ക്കാൻ കഴിയണമെന്ന് ഞാൻ

ആഗ്രഹിച്ചു. സ്വീകരണമുറിയിലെ കുഷ്യനുകളുടെ തെളിച്ചമുള്ള നിറം, അടുക്കളയും സുഗന്ധപൂരിതമാക്കുന്ന സുഗന്ധവ്യഞ്ജനങ്ങളുടെ മണം, എന്തിന് കുളിമുറിയിൽ വെള്ളംവീഴുന്ന ശബ്ദംപോലും. പക്ഷേ, ആ വീട്ടിൽനിന്നും എന്നെന്നേയ്ക്കുമായി ഇറങ്ങുകയാണെന്ന് അപ്പോഴും എനിക്കറിയില്ലായിരുന്നു. അടുക്കളയിൽ അടുക്കിവച്ചിരുന്ന റൊട്ടിയുടെ അടുക്കൽ ഞാൻ അൽപ്പനേരം നിന്നു. കുട്ടികൾക്ക് കോഴിയിറച്ചിയും കൂട്ടി നല്കാൻ എടുത്തുവച്ചതാണ്. പക്ഷേ, ആരും തൊട്ടിട്ടില്ല. പഴകി, തണുത്ത അവയിൽനിന്ന് ഞാൻ ഏതാനും കഷണങ്ങളെടുത്ത് പ്ലാസ്റ്റിക് കവറിലാക്കി ബാഗിനുള്ളിൽവച്ചു. അത് വേണമെന്ന് എനിക്കുതോന്നി. വിധികാത്ത് നില്ക്കുമ്പോൾ വിശന്നേക്കാം, അല്ലെങ്കിൽ ആ വിശുദ്ധഭക്ഷണം ഞങ്ങളെ ദുഷ്ടന്മാരിൽനിന്ന് കാത്തേക്കാം. ഈ അപ്പം തന്ന ദൈവം ഞങ്ങളെ രക്ഷിക്കട്ടെ. ഞാൻ പതുക്കെ പ്രാർഥിച്ചു. എന്നിട്ട് ഏലിയാസിനുപിന്നാലെ റോഡിലേക്ക് നടന്നു.

പത്ത്

ആഗസ്റ്റ് മൂന്നിനുശേഷം ആദ്യമായി കൊച്ചോയിലെ റോഡുകളും ഇടവഴികളുമെല്ലാം ജനനിബിഡമായി. പക്ഷേ, പ്രേതങ്ങളെപ്പോലെ തോന്നിക്കുന്ന കുറേ മനുഷ്യരായിരുന്നു അത്. ആരും പരസ്പരം അഭിവാദ്യമർപ്പിക്കുകയോ ആലിംഗനം ചെയ്ത് ചുംബിക്കുകയോ ചെയ്തില്ല. ആരും ചിരിച്ചില്ല. ദിവസങ്ങളായി കുളിക്കാത്തവരുടെ വിയർപ്പിന്റെ ദുർഗന്ധം അന്തരീക്ഷത്തിൽ തങ്ങിനിന്നു. കൊടുംചൂടിൽ ആളുകൾ ഞരങ്ങുന്നതിന്റെയും ഐസിസ് ഭീകരരുടെ ആക്രോശങ്ങളുടെയും ശബ്ദം മാത്രമാണ് കേൾക്കാനുണ്ടായിരുന്നത്. കെട്ടിടങ്ങൾക്ക് മുകളിലും നിരത്തിലും നിലയുറപ്പിച്ച ഭീകരർ ഞങ്ങളെ സ്കൂളിലേക്ക് ആട്ടിത്തെളിച്ചുകൊണ്ടിരുന്നു. കണ്ണുവരെ മൂടിയ ഭീകരർ ഞങ്ങളുടെ പിന്നാലെ നടന്നു.

ഞാൻ ദിമലിനും ഏലിയാസിനുമൊപ്പമാണ് നടന്നത്. അവരോട് ഒട്ടിച്ചേർന്നല്ല നടന്നതെങ്കിലും അവരുടെ സാന്നിധ്യം എനിക്ക് ധൈര്യം പകർന്നു. വീട്ടിൽ എല്ലാവരും ഒന്നിച്ച് പോകുന്നതിനാൽ വരാനിരിക്കുന്ന ദുരന്തം എന്തായാലും എല്ലാവർക്കും ഒരുപോലെയായിരിക്കുമെന്ന് ഞാൻ പ്രതീക്ഷിച്ചു. ഭയവും ഒപ്പം വീടുവിട്ടിറങ്ങേണ്ടി വന്ന വേദനയും എന്നെ വല്ലാതെ അലട്ടി.

പരസ്പരം ഒന്നും മിണ്ടാതെ ഞങ്ങൾ മുന്നോട്ട് നടന്നു. വീടിനടുത്തുള്ള ഇടവഴിയിൽനിന്ന് ഏലിയാസിന്റെ സുഹൃത്ത് അംറ് ഓടിവന്നു. അയാൾക്ക് കുഞ്ഞു ജനിച്ചിട്ട് അധികദിവസമായിരുന്നില്ല. വിറച്ചുകൊണ്ട് അയാൾ പറഞ്ഞു, കുഞ്ഞിന്റെ ഭക്ഷണമെടുക്കാൻ ഞങ്ങൾ മറന്നു, എനിക്ക് തിരിച്ചുപോകണം. ആളുകളുടെ ഇടയിലൂടെ തിരിച്ചോടാൻ അംറ് തയ്യാറെടുത്തു. വേണ്ട, കൂട്ടുകാരന്റെ തോളിലൂടെ കയ്യിട്ട് ഏലിയാസ് പറഞ്ഞു. നിന്റെ വീട് ഏറെ ദൂരെയാണ്, തിരിച്ചുപോകുന്നത് അപകടമാണ്. ഇപ്പോൾ സ്കൂളിലേക്ക് പോകാം. കുഞ്ഞിനുള്ള ഭക്ഷണം ആരുടെയെങ്കിലും കയ്യിലുണ്ടാവും. അംറ് തലയാട്ടി, മറ്റുള്ളവർക്കൊപ്പം സ്കൂളിലേക്ക് അയാളും നടന്നു.

ഇടവഴികൾ പിന്നിട്ട് പ്രധാനറോഡിലേക്കെത്തിയതോടെ കൂടുതൽ ഭീകരർ പ്രത്യക്ഷപ്പെട്ടു. തോക്കുകൾ തയ്യാറാക്കി അവർ ഞങ്ങളെ തുറിച്ചുനോക്കിക്കൊണ്ടിരുന്നു. ശിരോവസ്ത്രംകൊണ്ട് അവരുടെ ദൃഷ്ടി മറയക്കാൻ ശ്രമിച്ച സ്ത്രീകൾ തല കുമ്പിട്ടാണ് നടന്നത്. കാലുകളിൽ മണ്ണ് കട്ടിയായി പറ്റിപ്പിടിച്ചിരുന്നു. എനിക്കും ഭീകർക്കുമിടയിൽ

ഏലിയാസ് വരുന്നതുപോലെ ഞാൻ ജ്യേഷ്ഠന്റെ മറ്റേ വശത്തേയ്ക്ക് നീങ്ങി നടന്നു. അവരുടെ നടപ്പിലോ ദിശയിലോ ഒരു സ്വയം നിയന്ത്രണവുമില്ലാതെയാണ് ആളുകൾ മുന്നോട്ടുപോയത്. ആത്മാവില്ലാത്ത ശരീരങ്ങളായിരുന്നു അവ.

ആ വഴിയിലെ എല്ലാ വീടുകളും പരിചിതമായിരുന്നു. ഗ്രാമത്തിലെ ഡോക്ടറുടെ മകളും എന്റെ രണ്ട് സഹപാഠികളും അവിടെയാണ് താമസിച്ചിരുന്നത്. ഓഗസ്റ്റ് 3-ന് രക്ഷപ്പെടാൻ ശ്രമിച്ചതിന് അവരിലൊരാൾ കുടുംബത്തോടൊപ്പം ഐസിസിന്റെ പിടിയിലായിരുന്നു. അവൾക്ക് എന്തു സംഭവിച്ചുവെന്ന് പിന്നീട് ഒരു വിവരവുമുണ്ടായില്ല.

ഞങ്ങളുടേതുപോലെ മൺകട്ട കൊണ്ടുണ്ടാക്കിയ വീടുകളും ഹെസ്നിയുടേതുപോലെ കോൺക്രീറ്റ് വീടുകളുമെല്ലാം ആ വഴിയിലുണ്ടായിരുന്നു. മിക്കതും വൈറ്റ്‌വാഷ് ചെയ്തവയോ നിറം മങ്ങിയവയോ ആയിരുന്നു. ചിലതെല്ലാം ആകർഷകമായ പല നിറങ്ങൾ പൂശിയവയും ടൈലുകൾ വിരിച്ചവയും. പലരുടെയും ഒരായുസ്സിന്റെ സമ്പാദ്യം കൊണ്ട് കെട്ടിപ്പടുത്തവയോ പണിതീർത്തവയോ ആയിരുന്നു ആ വീടുകൾ. തങ്ങളുടെ മക്കളും കൊച്ചുമക്കളുമെല്ലാം സുഖസന്തോഷത്തോടെ കഴിയണമെന്ന് ഉടമസ്ഥർ സ്വപ്നം കണ്ട വീടുകൾ. കൊച്ചോയിലെ വീടുകൾ എപ്പോഴും അംഗങ്ങളെക്കൊണ്ട് നിറഞ്ഞിരുന്നു. സന്തോഷവും ബഹളങ്ങളും നിറഞ്ഞവ. ഇപ്പോൾ ശൂന്യവും നിശ്ശബ്ദവുമായ അവ സങ്കടത്തോടെ ഞങ്ങളുടെ യാത്ര നോക്കി നിന്നു. കന്നുകാലികൾ വീടുകൾക്ക് മുന്നിൽ മേഞ്ഞുനടന്നു, നായ്ക്കൾ നിർത്താതെ കുരച്ചുകൊണ്ടിരുന്നു. ഞങ്ങളുടെ തൊട്ടടുത്ത് നടന്ന വൃദ്ധദമ്പതികൾ നടക്കാൻ നന്നേ പാടുപെടുന്നുണ്ടായിരുന്നു. റോഡരികിൽ അല്പസമയം വിശ്രമിക്കാൻ അവർനിന്നു. 'നില്ക്കരുത്, നടക്ക്...' ഒരു ഭീകരൻ അവരെ നോക്കി ആക്രോശിച്ചു. പക്ഷേ, ക്ഷീണം കൊണ്ട് അവരത് ശ്രദ്ധിച്ചില്ല. റോഡരികിലെ ഒരു മരത്തിനടിയിലേക്ക് ആ വൃദ്ധൻ തളർന്നു വീണു. ചെറുതണലിൽ ആ ശുഷ്കിച്ച ശരീരം തളർന്നുകിടന്നു. ഞാൻ മലമുകളിലെത്തില്ല, അദ്ദേഹം ഭാര്യയോട് പറഞ്ഞു. എങ്ങനെയെങ്കിലും എണീറ്റ് നില്ക്കാൻ അവർ അയാളോട് അപേക്ഷിച്ചുകൊണ്ടിരുന്നു. വൃദ്ധൻ പറഞ്ഞു, എന്നെ ഈ തണലിൽ ഉപേക്ഷിച്ചോളൂ, ഞാൻ ഇവിടെക്കിടന്ന് മരിച്ചോളാം.

ഇല്ല, അങ്ങ് നടന്നേ പറ്റൂ, ഭർത്താവിനെ തോളിൽ താങ്ങിയെടുത്ത് നടക്കാൻ തുടങ്ങി ആ വൃദ്ധ.

നമ്മൾ എത്താറായി, അവർ അയാളെ ആശ്വസിപ്പിച്ചു.

വൃദ്ധദമ്പതികളുടെ ദയനീയമായ നടപ്പ് എന്നിലെ ഭയം ഇല്ലാതാക്കി, എന്റെ നിയന്ത്രണംവിട്ടു. ആൾക്കൂട്ടത്തിൽനിന്ന് വഴുതി മാറി ഞാൻ ഒരു തീവ്രവാദിയെ ലക്ഷ്യമാക്കി ഓടി. ഒരു വീടിന്റെ മേല്ക്കൂര

യിൽ നില്ക്കുകയായിരുന്നു അയാൾ. സർവ്വശക്തിയുമെടുത്ത് ഞാന യാളെ നോക്കി തുപ്പി. യസീദി സംസ്കാരമനുസരിച്ച് ഒരാളെ തുപ്പു ന്നത് അങ്ങേയറ്റം മ്ലേച്ഛമാണ്. എന്റെ വീട്ടിൽ ഒരിക്കലും അനുവദിക്കി ല്ലായിരുന്ന കാര്യം. ഞാൻ തുപ്പിയത് അയാളുടെ ദേഹത്ത് കൊള്ളില്ലാ യിരുന്നു എങ്കിലും ഭീകരരോടുള്ള എന്റെ വെറുപ്പ് ഞാൻ അതിലൂടെ പ്രകടിപ്പിച്ചു.

എടീ, അയാൾ അലറി. വീടിനുമുകളിൽനിന്ന് ചാടിവീണ് എന്നെ പിടിക്കുമെന്നുതോന്നി. നിന്നെയൊക്കെ സഹായിക്കാനാണ് ഞങ്ങൾ നോക്കുന്നത്. അയാൾ ആക്രോശിച്ചു. തോളിൽ ഏലിയാസിന്റെ കൈ പതിഞ്ഞത് ഞാനറിഞ്ഞു. ചേട്ടൻ എന്നെ വലിച്ചുകൊണ്ടുപോയി. ദിമൽ എന്നെ ശകാരിച്ചു. നടക്ക്, നീ എന്താണ് കാണിക്കുന്നത്...? അവർ നമ്മളെ കൊല്ലും. അവൾ ഒച്ചവച്ചു. ചേട്ടനും ചേച്ചിക്കും ദേഷ്യം വന്നിരുന്നു. അപ്പോഴും എന്നെ ചീത്തവിളിച്ചുകൊണ്ടിരുന്ന ഭീകരൻ കാണാതെ ഏലിയാസ് എന്നെ ചേർത്തുപിടിച്ചു.

ക്ഷമിക്കണം, ഞാൻ മെല്ലെ ചേട്ടനോട് പറഞ്ഞു. വാസ്തവത്തിൽ എനിക്കൊരു കുറ്റബോധവുമുണ്ടായിരുന്നില്ല. മറിച്ച്, തുപ്പൽ ഭീകരന്റെ മുഖത്ത് കൊണ്ടില്ലല്ലോയെന്ന നഷ്ടബോധമേ ഉണ്ടായിരുന്നുള്ളൂ.

അങ്ങകലെ സിൻജാർപർവ്വതം കാണാമായിരുന്നു. നീളത്തിലുള്ള ഇടുങ്ങിയ മലനിരകൾ വേനലിൽ വരണ്ടുണങ്ങി നിന്നു. എങ്കിലും ഞങ്ങളുടെ ഏക പ്രതീക്ഷ അതായിരുന്നു. സിൻജാർപർവ്വതം ദൈവ ത്തിന്റെ ദാനമാണെന്ന് എനിക്കുതോന്നി. വർഷത്തിൽ മിക്കവാറും മരുഭൂവാണ് സിൻജാർ. പക്ഷേ, പുകയിലച്ചെടികൾ നട്ട് മനുഷ്യനുണ്ടാ ക്കിയ പച്ചപ്പ് അങ്ങിങ്ങ് കാണാം. ഉല്ലാസയാത്രയ്ക്ക് പറ്റിയ ചെറുസമ തലങ്ങൾ, ശിശിരത്തിൽ മഞ്ഞുമൂടിക്കിടക്കുന്ന, മേഘങ്ങളെ തൊടാൻ പോലെ ഉയരമുള്ള മലനിരകൾ എല്ലാം സിൻജാറിനെ സുന്ദരിയാക്കി. ഏറ്റവും മുകളിൽ കീഴ്ക്കാംതൂക്കായ മലയിടുക്കിനോട് ചേർന്ന് വെള്ള നിറത്തിലുള്ള ആരാധനാലയം മേഘങ്ങൾക്കിടയിൽനിന്ന് പൊങ്ങി വന്നതുപോലെ തോന്നിച്ചു. അവിടെത്തന്നെ കഴിഞ്ഞാൽ മലമുകളിലെ ഗ്രാമങ്ങളിൽ ഞങ്ങൾക്ക് ഒളിച്ചുതാമസിക്കാം. ദേവാലയത്തിൽ പ്രാർ ഥിക്കാം. ഒരുപക്ഷേ, ഞങ്ങളുടെ ആട്ടിൻപറ്റങ്ങളെ മേയ്ക്കാനുമായേ ക്കും. ഉള്ളിൽ പേടിയുണ്ടെങ്കിലും ഞങ്ങൾ സിൻജാറിലെത്തുമെന്നു തന്നെ ഞാൻ പ്രതീക്ഷിച്ചു. യസീദികൾക്ക് ആശ്രയമാവാൻ മാത്രമാണ് സിൻജാർ മലനിരകളെന്ന് തോന്നിച്ചു. അവയുടെ നിലനില്പിന് മറ്റൊരു കാരണവുമില്ലായിരുന്നു.

സ്കൂളിലേക്ക് നടക്കുമ്പോൾ എനിക്ക് കൂടുതലൊന്നും അറിയി ല്ലായിരുന്നു. ലാലിഷിൽനിന്ന് എല്ലാവരെയും ഒഴിപ്പിച്ചെന്നും ഞങ്ങ ളുടെ ആധ്യാത്മികനേതാക്കളെ മാത്രം അതിനുള്ളിൽ സംരക്ഷിക്കുകയാ ണെന്നും ഞാനറിഞ്ഞിരുന്നില്ല. ദേവാലയശുശ്രൂഷകളിൽ പങ്കെടുക്കുന്ന

പുരുഷന്മാരാണ് ആധ്യാത്മിക പിതാക്കന്മാർക്ക് കാവൽനിന്നിരുന്നത്. ദേവാലയ ശുചീകരണത്തിനും വിളക്കുതെളിക്കലിനുമൊക്കെ സഹായിക്കുന്നവർ ഇപ്പോൾ തങ്ങളുടെ പക്കലുള്ള ആയുധങ്ങളുമായി അതിന് കാവൽനിന്നു. ഇസ്താംബൂളിൽനിന്ന് നയീഫ് ജാസോ പരിഭ്രാന്തനായി അറബി സുഹൃത്തുക്കളെ വിളിച്ച് ഞങ്ങളുടെ വിവരം അന്വേഷിക്കുന്നുണ്ടായിരുന്നു. അമേരിക്കയിലുള്ള യസീദികൾ വാഷിങ്ടണിലും ബാഗ്ദാദിലുമുള്ള നേതാക്കളോട് ഞങ്ങളെ രക്ഷിക്കാൻ കേണപേക്ഷിച്ചുകൊണ്ടിരുന്നു. ഞാൻ ഒന്നും അറിഞ്ഞില്ല. ലോകത്തെല്ലായിടത്തും നിന്ന് ആളുകൾ ഞങ്ങളെ രക്ഷിക്കാൻ ശ്രമിച്ചെങ്കിലും എല്ലാവരും പരാജയപ്പെട്ടുകൊണ്ടിരുന്നു.

150 മൈലുകൾക്കപ്പുറം അമ്മായിയുടെ വീട്ടിലിരുന്ന് കൊച്ചോയിൽ സംഭവിക്കുന്ന കാര്യങ്ങളറിഞ്ഞ് സമനില തെറ്റിയ ഹെസ്നി കിണറ്റിൽ ചാടി മരിക്കാൻ ശ്രമിച്ചു. ആളുകൾ ഏറെ പണിപ്പെട്ടാണ് അവനെ പിന്തിരിപ്പിച്ചത്. ഏലിയാസിന്റെ ഫോണിലേക്ക് വിളിച്ചുവിളിച്ച് ഹെസ്നി തളർന്നു. ആരും എടുക്കാത്ത ആ ഫോൺ ഒരുദിവസം തനിയെ നിലച്ചു.

ഐസിസിന് ഞങ്ങളോടുള്ള വിദ്വേഷം എത്രയുണ്ടെന്നും അവർ എന്തെല്ലാം ചെയ്യുമെന്നും എനിക്കറിയില്ലായിരുന്നു. പേടിച്ചുവിറച്ചു നടന്ന ഞങ്ങൾക്കാർക്കും അവർ എന്താണ് ചെയ്യാൻ പോവുന്നതെന്ന് ഒരു ഊഹവും ഇല്ലായിരുന്നു. പക്ഷേ, ഞങ്ങൾ നടക്കുമ്പോൾതന്നെ അവർവംശഹത്യ ആരംഭിച്ചിരുന്നു. വടക്കൻ സിൻജാറിലെ യസീദി ഗ്രാമത്തിൽ ഒരു സ്ത്രീ തനിച്ചു താമസിച്ചിരുന്നു. മൺകട്ടകൊണ്ടുണ്ടാക്കിയ കുടിലിനുള്ളിൽ ഒരായുസ്സിന്റെ വേദന അനുഭവിച്ചാണ് അവർ കഴിഞ്ഞിരുന്നത്. ആ വേദന അവരിൽ വാർധക്യത്തിന്റെ ജരാനരകൾ നേരത്തേയെത്തിച്ചു. കാലങ്ങളായി പുറത്തിറങ്ങാത്തതിനാൽ അവരുടെ ചർമ്മം ശോഭയുള്ളതായിരുന്നു. പക്ഷേ, കണ്ണിനടിയിലെ ചാലുകൾ കാലങ്ങളായുള്ള കണ്ണീരിന്റെ സാക്ഷ്യപത്രങ്ങളായിരുന്നു.

ദശകങ്ങൾക്കുമുമ്പ് ഇറാൻ-ഇറാഖ് യുദ്ധത്തിൽ മക്കളെയും ഭർത്താവിനെയും നഷ്ടപ്പെട്ടിരുന്നു അവർക്ക്. അതോടെ ആ ജീവിതം നിരർഥകമായി. വീടുപേക്ഷിച്ച അവർ കുടിലിലേക്ക് താമസംമാറ്റി. അതിനുള്ളിലേക്ക് മറ്റാരെയും കടത്തുമായിരുന്നില്ല. എല്ലാ ദിവസവും ഗ്രാമവാസികളിൽ ആരെങ്കിലും ഭക്ഷണവും വസ്ത്രവും നല്കും. ആർക്കും അവരുടെ അടുത്തേക്ക് പോകാൻ കഴിഞ്ഞിരുന്നില്ല. എങ്കിലും ഭക്ഷണവും വസ്ത്രവുമെല്ലാം എടുത്തിരുന്നത് അവർ ജീവിച്ചിരിപ്പുണ്ട് എന്നതിന് തെളിവായി. അവർ തനിച്ചായിരുന്നു, നഷ്ടപ്പെട്ട പ്രിയപ്പെട്ടവരെക്കുറിച്ചുള്ള ഓർമ്മ അവരുടെ സമനില തെറ്റിച്ചിരുന്നു. പക്ഷേ, അവർക്ക് ജീവനുണ്ടായിരുന്നു. സിൻജാറിലെത്തിയ ഐസിസ് ആദ്യം ചെയ്തത് അവരെ ജീവനോടെ ചുട്ടെരിക്കുകയാണ്.

ഭാഗം രണ്ട്

ഒന്ന്

ഒരു ഗ്രാമം മുഴുവൻ ഉൾക്കൊള്ളാൻ സ്കൂൾ മൈതാനത്തിനായത് കണ്ടപ്പോഴാണ് എന്റെ ഗ്രാമം എത്ര ചെറുതാണെന്ന് ഞാൻ തിരിച്ചറിഞ്ഞത്. ഉണക്കപ്പുല്ലിനുമേൽ ഞങ്ങൾ കൂടി നിന്നു. ചിലർ സംഭവിക്കാൻ പോകുന്നതെന്തെന്ന് പരസ്പരം അടക്കം പറഞ്ഞു. മറ്റു ചിലർ നിശ്ശബ്ദരായി സ്തംഭിച്ചുനിന്നു. എന്താണ് സംഭവിക്കുന്നതെന്ന് ആർക്കും നിശ്ചയമുണ്ടായിരുന്നില്ല. ഉള്ളുരുകി പ്രാർഥിക്കുക മാത്രമാണ് ഞാൻ ചെയ്തത്. സ്ത്രീകളും കുട്ടികളും രണ്ടാം നിലയിലേക്ക് പോവുക, പുരുഷന്മാർ താഴെത്തന്നെ നില്ക്കുക.

തോക്കു ചൂണ്ടി ഭീകരർ അലറി. പക്ഷേ, അപ്പോഴും അവർ ഞങ്ങളെ പ്രകോപിതരാക്കാതെ നോക്കി. മതപരിവർത്തനം നടത്തിയില്ലെങ്കിൽ മലമുകളിലേക്ക് ഓടിക്കും എന്നു മാത്രം ആവർത്തിച്ചുകൊണ്ടിരുന്നു.

അതുകൊണ്ടുതന്നെ ആണുങ്ങളോട് യാത്ര ചോദിക്കുക പോലും ചെയ്യാതെ ഞങ്ങൾ മുകളിലെ നിലയിലേക്ക് കയറി. യഥാർഥത്തിൽ എന്താണ് സംഭവിക്കാൻ പോകുന്നതെന്ന് അറിഞ്ഞിരുന്നെങ്കിൽ ഒരമ്മയും തന്റെ മകനെ, അല്ലെങ്കിൽ ഒരു ഭാര്യയും തന്റെ ഭർത്താവിനെ വിട്ടുപോരില്ലായിരുന്നു.

മുകളിലെ നിലയിൽ സ്ത്രീകൾ ചെറുസംഘങ്ങളായി കൂട്ടംകൂടി നിന്നു. വർഷങ്ങളോളം ഞാൻ പഠിച്ച, സുഹൃത്തുക്കളുമൊത്ത് ഉല്ലസിച്ച വിദ്യാലയം എനിക്ക് തികച്ചും അപരിചിതമായതുപോലെ തോന്നി.

മുറിക്കുള്ളിലെങ്ങും തേങ്ങിക്കരച്ചിലുകൾ മാത്രം. ആരുടെയെങ്കിലും ശബ്ദമുയർന്നാൽ ഐഎസ് ഭീകരർ അവരോട് നിശ്ശബ്ദരാകാൻ ആക്രോശിക്കും. കുഞ്ഞുങ്ങളും വൃദ്ധരുമൊഴികെ എല്ലാവരും നില്ക്കുകയായിരുന്നു. ശ്വാസം വിടാൻ ഇടമില്ല, കൊടും ചൂടും. വായു കടക്കാൻ ഏതാനും ജനാലകൾ തുറന്നിട്ടു. അതിലൂടെ സ്കൂൾ മതിലിന് അപ്പുറമുള്ള ലോകം കാണാനായി. പുറത്തു നടക്കുന്നത് എന്തെന്നറിയാൻ എല്ലാവരും ജനാലയ്ക്കരികിൽ ഓടിക്കൂടി. എത്തിവലിഞ്ഞ് പുറത്തേക്ക് നോക്കാൻ ഞാനും ശ്രമിച്ചു. ആരും നിരത്തിലേക്കല്ല നോക്കിയത്. എല്ലാവരും തങ്ങളുടെ മകന്, ഭർത്താവിന്, സഹോദരന് എന്ത് സംഭവിക്കുന്നു എന്നറിയാനാണ് ശ്രമിച്ചത്. നിരാലംബരായി പൂന്തോട്ടത്തിലിരിക്കുന്ന ആണുങ്ങളെ കണ്ട് ഞങ്ങൾക്ക് സങ്കടമടക്കാൻ കഴിഞ്ഞില്ല. എല്ലാ പ്രതീക്ഷയും നശിച്ചവരായിരുന്നു അവർ. പെട്ടെന്ന്

തികച്ചും അപ്രതീക്ഷിതമായി പിക് അപ് വാനുകളുടെ ഒരു നിര ഗേറ്റിന് മുന്നിലെത്തി. സ്റ്റാർട്ടാക്കി നിർത്തിയിരുന്ന അവയുടെ ശബ്ദം ഞങ്ങളെ പരിഭ്രാന്തരാക്കി. അലറിക്കരയാൻ തുടങ്ങിയ ഞങ്ങളെ ഭീകരർ ഭീഷണിപ്പെടുത്തി നിശ്ശബ്ദരാക്കി. പ്രിയപ്പെട്ടവരെ പേരെടുത്ത് വിളിക്കാൻ പോലും അവർ അനുവദിച്ചില്ല.

വലിയ സഞ്ചികളുമായി ഏതാനും ഭീകരർ ഞങ്ങളുടെ അടുത്തെത്തി. മൊബൈൽ ഫോൺ, ആഭരണങ്ങൾ, പണം തുടങ്ങി ഞങ്ങളുടെ വിലപിടിപ്പുള്ളവയെല്ലാം ആ സഞ്ചിയിലിടാൻ ആവശ്യപ്പെട്ടു. മിക്കവാറും സ്ത്രീകൾ ഭയംമൂലം അവർ പറഞ്ഞത് അനുസരിച്ചു. പറ്റുന്നതെല്ലാം ഞങ്ങൾ ഒളിപ്പിച്ചു. തിരിച്ചറിയൽ കാർഡുകളും കമ്മലുകളുമൊക്കെ അടിവസ്ത്രത്തിനുള്ളിൽ ഒളിപ്പിക്കാൻ ശ്രമിക്കുന്നവരെ ഞാൻ കണ്ടു. മറ്റുചിലർ ഭീകരരുടെ ശ്രദ്ധതിരിയുന്ന തക്കംനോക്കി അവ സ്വന്തം ബാഗിന്റെ ഏറ്റവും അടിയിലേക്ക് തിരുകിവച്ചു.

ഭയന്നിരുന്നെങ്കിലും മനസ്സാന്നിധ്യം കൈവിടാതെ ഞങ്ങൾ ശ്രദ്ധിച്ചു. മലമുകളിലേക്ക് കൊണ്ടുപോയാലും അവർ ഞങ്ങളെ കൊള്ളയടിക്കുമെന്ന് ബോധ്യമായി. ചിലതെല്ലാം നല്കില്ലെന്ന് ഞങ്ങളും ഉറപ്പിച്ചു.

എന്നിട്ടും ഭീകരരുടെ മൂന്ന് ബാഗുകൾ പൂർണ്ണമായും നിറഞ്ഞു. ഞങ്ങളുടെ പണം, മൊബൈൽ ഫോണുകൾ, വിവാഹമോതിരങ്ങൾ, വാച്ചുകൾ, തിരിച്ചറിയൽ കാർഡുകൾ ഇങ്ങനെ വിവിധ വസ്തുക്കളായിരുന്നു അതിൽ!

കൊച്ചുകുഞ്ഞുങ്ങളുടെ ആഭരണങ്ങൾ പോലും അവർ തട്ടിയെടുത്തു. ഒരു ചെറിയ പെൺകുട്ടിയുടെ നേരെ തോക്കുചൂണ്ടി അവളുടെ കമ്മൽ ഊരി ബാഗിലിടാൻ ഭീകരൻ ആവശ്യപ്പെട്ടു. മടിച്ചുനിന്ന അവളോട് അമ്മ പറഞ്ഞു, കൊടുത്താൽ നമുക്ക് മലനിരകളിലേക്ക് പോവാം. അവൾ വേഗം കമ്മലൂരി ഭീകരന് നല്കി. എന്റെ അമ്മയുടെ ജീവിതത്തിലെ ഏറ്റവും വിലപിടിപ്പുള്ള സമ്പാദ്യം, അവരുടെ വിവാഹമോതിരം, അതും ഭീകരന്റെ സഞ്ചിയിൽ വീണു.

മുപ്പതു വയസ്സ് പ്രായമുള്ള ഒരു യുവാവ് പൂന്തോട്ടത്തിൽ വെറും നിലത്ത് മരത്തിനടിയിൽ തളർന്നിരിക്കുന്നത് ജനാലയിലൂടെ ഞാൻ കണ്ടു. എനിക്കയാളെ മുഖപരിചയമുണ്ടായിരുന്നു. ഗ്രാമത്തിൽ ഏതാണ്ട് എല്ലാവരെയും എനിക്ക് ഇത്തരത്തിൽ പരിചയമുണ്ടായിരുന്നു. മറ്റ് യസീദി ചെറുപ്പക്കാരെപ്പോലെ സ്വയം ധീരനായ പോരാളിയെന്ന് കരുതിയിരുന്നയാളാണ് ഇയാൾ. ഒരിക്കലും ധൈര്യം കൈവിടില്ലെന്ന് തോന്നിച്ചിരുന്നയാൾ. പക്ഷേ, ഒരു ഭീകരൻ അടുത്തുവന്ന് വാച്ചിലേക്ക് ചൂണ്ടിയപ്പോൾ നിസ്സഹായനായി അയാൾ കൈ ഉയർത്തിക്കൊടുത്തു. നിർദാക്ഷിണ്യം ആ വാച്ച് ഊരി ബാഗിലിട്ട ഭീകരൻ അയാ

ളുടെ കൈ തട്ടിയെറിഞ്ഞു. ഐസിസ് എത്ര അപകടകാരികളാണെന്ന് ആ നിമിഷം ഞാൻ തിരിച്ചറിഞ്ഞു. ഞങ്ങളുടെ എല്ലാ പുരുഷന്മാരെയും അവർ നിസ്സഹായരാക്കിയിരിക്കുന്നു.

ആഭരണങ്ങൾ കൊടുക്കൂ നാദിയ, ബന്ധുക്കൾക്കൊപ്പം ഇരുന്ന അമ്മ എന്നോട് പറഞ്ഞു. എങ്ങാനും കണ്ടാൽ അവർ നിന്നെ കൊല്ലും. ഇല്ല, കൊടുക്കില്ല. ആഭരണങ്ങൾ സാനിറ്ററി പാഡിൽ പൊതിഞ്ഞു സൂക്ഷിച്ച ബാഗ് മുറുകെപ്പിടിച്ച് ഞാൻ പറഞ്ഞു. ബ്രഡ്ഡും ബാഗിന്റെ അടിയിലേക്ക് ഞാൻ തള്ളിവച്ചിരുന്നു. പിടിക്കപ്പെട്ടാൽ അവ ഉപേക്ഷിക്കേണ്ടി വരുമെന്ന ഭയം എനിക്കുണ്ടായിരുന്നു. നാദിയ, പറയുന്നത് അനുസരിക്കൂ, അമ്മ തർക്കിക്കാൻ നോക്കി. പിന്നെ മറ്റുള്ളവരുടെ ശ്രദ്ധ പതിയുമെന്നോർത്ത് വേഗം നിർത്തി.

താഴത്തെ നിലയിൽ അഹമ്മദ് ജാസോ ഇസ്താംബൂളിലുള്ള സഹോദരൻ നായിഫുമായി ഫോണിൽ സംസാരിക്കുകയായിരുന്നു. അയാൾ വഴി വിവരങ്ങൾ ഹെസ്നിക്കുമെത്തും. അവർ ഞങ്ങളുടെ സമ്പാദ്യമെല്ലാം പിടിച്ചുപറിക്കുകയാണ്. പക്ഷേ, മലനിരകളിലേക്ക് കൊണ്ടു പോകാനാണെന്നു കരുതുന്നു, വാഹനങ്ങൾ തയ്യാറാണ്. ജാസോ, സഹോദരൻ അറിയിച്ചു. ആയിരിക്കാം അഹമ്മദ്, അദ്ദേഹത്തിന്റെ അവസാനത്തെ ഫോൺ കോളാണ് അതെന്ന് മനസ്സിലാക്കിയ നയിഫ് ആശ്വസിപ്പിച്ചു. അഹമ്മദ് ഫോൺവച്ചയുടൻ നയീഫ് കൊച്ചോയുടെ അടുത്ത ഗ്രാമത്തിലുള്ള തന്റെ അറബി സുഹൃത്തിനെ വിളിച്ചു പറഞ്ഞു, വെടിയൊച്ചകൾ കേൾക്കുകയാണെങ്കിൽ നീ എന്നെ അറിയിക്കണം.

അവസാനം അഹമ്മദ് ജാസോയോടും ഭീകരർ ഫോൺ തിരികെ വാങ്ങി. നിങ്ങളല്ലേ ഗ്രാമത്തലവൻ, എന്തു തീരുമാനിച്ചു...? മതപരിവർത്തനത്തിന് തയ്യാറുണ്ടോ...? ജാസോയോട് അവർ ചോദിച്ചു.

ജീവിതം മുഴുവൻ കൊച്ചോയുടെ നന്മക്കായി ഉഴിഞ്ഞുവച്ചയാളാണ് അഹമ്മദ് ജാസോ. ആളുകൾക്കിടയിൽ തർക്കമുണ്ടായാൽ, വഴക്കുണ്ടായാൽ എല്ലാം ഗ്രാമസഭ വിളിച്ച് പരിഹാരമുണ്ടാക്കുന്നയാൾ. എല്ലാം നേരെയാക്കുന്ന നേതാവ്. കൊച്ചോയുടെ അഭിമാനമായിരുന്നു ജാസോ കുടുംബം. ഇപ്പോൾ ഗ്രാമത്തിന്റെ വിധി നിശ്ചയിക്കേണ്ട സമയമായിരിക്കുന്നു അദ്ദേഹത്തിന്. ഞങ്ങളെ മലയിലേക്ക് കൊണ്ടു പൊയ്ക്കോളൂ. ജാസോ പറഞ്ഞു.

ജനാലയ്ക്ക് സമീപം ഉന്തും തള്ളും ബഹളവുമായി. ഞാൻ ഒരു തരത്തിൽ അവിടെനിന്ന് പിറകിലേക്ക് മാറി.

പുറത്ത് തീവ്രവാദികൾ പുരുഷന്മാരെ നിരയായി നിർത്തിയിട്ടിരുന്ന ട്രക്കുകൾക്ക് ഉള്ളിലേക്ക് തള്ളുകയായിരുന്നു. പരമാവധി ആളുകളെ ഓരോ ട്രക്കിനുള്ളിലും കുത്തി നിറച്ചു. സ്ത്രീകൾ ആശങ്കാകുലരായി പരസ്പരം അടക്കം പറഞ്ഞു. ഉച്ചത്തിൽ സംസാരിച്ചാൽ ഭീകരർ ജനാല അടച്ചുകളയുമെന്ന് അവർ ഭയപ്പെട്ടു. പന്ത്രണ്ടോ പതിമൂന്നോ പ്രായമുള്ള ചെറിയ ആൺകുട്ടികളെയും പുരുഷന്മാർക്കൊപ്പം വാഹനത്തിൽ കയറ്റി. അവർക്കെല്ലാം പ്രതീക്ഷ നഷ്ടപ്പെട്ടിരുന്നു.

ഞാൻ ട്രക്കുകളിലേക്കും പൂന്തോട്ടത്തിലേക്കും എത്തിനോക്കി. എന്റെ സഹോദരന്മാരെ കണ്ടെത്തുകയായിരുന്നു ലക്ഷ്യം. രണ്ടാമത്തെ ട്രക്കിനടുത്ത് മസൂദിനെ ഞാൻ കണ്ടു. മസൂദടക്കം പുരുഷന്മാർ ആരും മുകളിൽ ജനാലയിലേക്കോ ഗ്രാമത്തിലേക്കോ നോക്കിയില്ല. അവന്റെ ഇരട്ടസഹോദരൻ സവൂദ് കുർദിസ്ഥാനിൽ സുരക്ഷിതനായിരുന്നു. വീട്ടുതടങ്കൽ സമയത്തും മസൂദ് മൗനിയായിരുന്നു. എന്റെ സഹോദരന്മാരിൽ ഏറ്റവും സമചിത്തതയുള്ളതും മസൂദിനായിരുന്നു. ശാന്തനും ഏകാന്തത ഇഷ്ടപ്പെടുന്നയാളുമായ മസൂദിന് ഇണങ്ങിയ ജോലിയായിരുന്നു മെക്കാനിക്കിന്റേത്. കൊച്ചോയിൽ നിന്ന് മലനിരകളിലേക്ക് രക്ഷപ്പെടാൻ ശ്രമിക്കുമ്പോൾ മസൂദിന്റെ ഏറ്റവുമടുത്ത സുഹൃത്തും കുടുംബവും കൊല്ലപ്പെട്ടിരുന്നു. എന്നാൽ അവരെക്കുറിച്ചോ സവൂദിനെക്കുറിച്ചോ പോലും മസൂദ് ഒന്നും പറഞ്ഞിരുന്നില്ല.

വീട്ടുതടങ്കലിൽ ഞങ്ങളോടൊപ്പമിരുന്ന് സിൻജാറിനെക്കുറിച്ചുള്ള ടെലിവിഷൻ റിപ്പോർട്ടുകൾ കാണും, രാത്രി മിണ്ടാതെ ടെറസിൽ വന്ന് കിടന്നുറങ്ങും. ഭക്ഷണം കഴിക്കുകയോ സംസാരിക്കുകയോ ചെയ്തിരുന്നില്ലെങ്കിലും ഹെസ്നിയെയോ ഖെയ്റിയെയോ പോലെ വികാരാധീനനായില്ല. ഒരിക്കലും കരഞ്ഞില്ല.

അതേ ട്രക്കിലേക്ക് ഏലിയാസും കയറുന്നത് ഞാൻ കണ്ടു. അച്ഛന്റെ മരണശേഷം അദ്ദേഹത്തിന്റെ സ്ഥാനത്തുനിന്ന് ഞങ്ങളെ സംരക്ഷിച്ച വല്യേട്ടൻ തീർത്തും ദുർബലനും പരാജിതനുമായതുപോലെ. ഞാൻ ചുറ്റുമുള്ള സ്ത്രീകളെ നോക്കി. കാതറീൻ അവർക്കിടയിൽ ഇല്ലെന്ന് ഉറപ്പുവരുത്തി. അവളുടെ അച്ഛനെ കാതറീൻ ഈ നിലയിൽ കാണരുതെന്ന് ഞാൻ ആഗ്രഹിച്ചു. ചുറ്റുമുള്ള കാഴ്ചകളും ശബ്ദങ്ങളും മറയുന്നതുപോലെ തോന്നി എനിക്ക്. സ്ത്രീകളുടെ കരച്ചിൽ, ഭീകരുടെ കാലടി ശബ്ദങ്ങൾ, കൊടുംചൂടുപോലും എനിക്ക് അനുഭവവേദ്യമായില്ല. എന്റെ സഹോദരന്മാരെ ട്രക്കുകളിൽ കയറ്റുന്ന ആ കാഴ്ച എന്നെ മറ്റെല്ലാത്തിൽ നിന്നും മറച്ചു. മസൂദ് ഒരു മൂലയ്ക്കും ഏലിയാസ് ഏറ്റവും പിന്നിലുമായിരുന്നു ട്രക്കിനുള്ളിൽ. വാതിലുകൾ

അടച്ച ട്രക്കുകൾ സ്കൂളിൽ നിന്ന് ദൂരേക്കുപോയി. തൊട്ടുപിന്നാലെ ഞങ്ങൾ വെടിയൊച്ചകൾ കേട്ടു.

മുറിയിലുയർന്ന കൂട്ടനിലവിളിയിൽ ജനാലയ്ക്കരികിൽ ഞാൻ വീണുപോയി. 'അവരെ അവർ കൊന്നു!', സ്ത്രീകൾ ഉച്ചത്തിൽ അലറിവിളിച്ചു. അപ്പോഴും നിശ്ശബ്ദരാകാൻ ഭീകരർ ആവശ്യപ്പെട്ടുകൊണ്ടിരുന്നു. എന്റെ അമ്മ നിശ്ശബ്ദയായി ചലനമറ്റപോലെ നിലത്തിരിക്കുന്നുണ്ടായിരുന്നു. ഞാൻ അവർക്കരികിലേക്ക് ഓടി. എന്റെ ജീവിതത്തിൽ എപ്പോഴൊക്കെ ഭയപ്പെട്ടാലും ഞാൻ അമ്മയ്ക്കരികിലേക്ക് ഓടിയിട്ടുണ്ട്. സാധാരണ എന്റെ മുടിയിൽ തലോടി അമ്മ പറയും, സാരമില്ല നാദിയ. രാത്രി ദുഃസ്പനം കണ്ടാലും സഹോദരങ്ങളുമായി വഴക്കിട്ടാലുമെല്ലാം ഓടുന്നത് അമ്മയ്ക്കരികിലേക്കാണ്. സാരമില്ലെന്ന് അമ്മ പറഞ്ഞാൽ എനിക്ക് ആശ്വാസമാണ്. കഷ്ടപ്പാടുകൾക്കിടയിലും ഒരിക്കലും അമ്മ പരാതി പറഞ്ഞിട്ടില്ല.

പക്ഷേ, ഇപ്പോൾ നിലത്ത് തലയ്ക്ക് കയ്യും കൊടുത്തിരിക്കുന്ന അമ്മ 'എന്റെ മക്കളെ അവർ കൊന്നു' എന്ന് ഉച്ചത്തിൽ വിലപിച്ചു.

ഒറ്റയെണ്ണം ശബ്ദിക്കരുത്. ശബ്ദം കേട്ടാൽ എല്ലാത്തിനെയും തീർത്തുകളയും, മുറിയിലേക്ക് വന്ന ഒരു ഭീകരൻ ആക്രോശിച്ചു. നിലവിളികൾ വിതുമ്പലുകൾക്ക് വഴിമാറി. ചേട്ടന്മാരെ ട്രക്കിൽ കയറ്റിയത് ഞാൻ കണ്ടതുപോലെ അമ്മ കണ്ടുകാണരുതെന്ന് ഞാൻ പ്രാർഥിച്ചു.

നയിഫിന്റെ അറബി സുഹൃത്ത് വിളിച്ചു. കരഞ്ഞുകൊണ്ട് അയാൾ പറഞ്ഞു, 'ഞാൻ വെടിയൊച്ചകൾ കേട്ടു.'

ഒരു നിമിഷത്തിനുശേഷം സുഹൃത്ത് പറഞ്ഞു, 'ഞങ്ങളുടെ ഗ്രാമത്തിലേക്ക് ആരോ ഓടി വരുന്നുണ്ട്. നിന്റെ ബന്ധുവാണെന്ന് തോന്നുന്നു.'

അറബ് ഗ്രാമത്തിലേക്ക് ഓടിയെത്തിയ അയാൾ കിതച്ചുകൊണ്ട് പറഞ്ഞു, 'അവർ എല്ലാവരെയും കൊന്നു.' ഞങ്ങളെ വരിവരിയായി കുഴികളിലേക്കിറക്കി. കുഴികളെന്നാൽ മഴവെള്ളസംഭരണികൾ. ചെറിയ ആൺകുട്ടികൾക്ക് കക്ഷത്തിൽ രോമമുണ്ടോയെന്ന് പരിശോധിച്ചു. ഇല്ലാത്തവരെ തിരികെ ട്രക്കിൽ കയറ്റി. ബാക്കിയുള്ളവർക്ക് നേരെ വെടിയുതിർത്തു. ഏതാണ്ട് എല്ലാവരും കൊല്ലപ്പെട്ടു. ഇടിമിന്നലേറ്റു വീഴുന്ന മരങ്ങൾപോലെ അവർ ഒന്നിനു മുകളിൽ ഒന്നായി വെടിയേറ്റുവീണു.

സ്കൂളിന് പുറത്തേക്കുകൊണ്ടുപോയ നൂറുകണക്കിന് പുരുഷന്മാരിൽ വിരലിലെണ്ണാവുന്നവർ മാത്രമാണ് ഭീകരരുടെ തോക്കിന്മുനയിൽ നിന്ന് രക്ഷപ്പെട്ടത്. എന്റെ ചേട്ടൻ സയീദ് തോളിലും കാലിലും വെടിയേറ്റാണ് വീണത്. വീണുകിടന്ന അദ്ദേഹം ഉറക്കെ ശ്വസിക്കുക പോലും ചെയ്യാതെ ഹൃദയത്തെ ശാന്തമാക്കാൻ ശ്രമിച്ചു. സയീദിന്റെ

മുകളിലേക്കാണ് മറ്റൊരാൾ വെടിയേറ്റ് വീണത്. ഏറെ ഭാരമുള്ള ആ ശരീരം ജീവൻ നഷ്ടമായ ഒരു മനുഷ്യന്റേതായിരുന്നു. ഭാരം താങ്ങാനാവാഞ്ഞിട്ടും നാവുകടിച്ചുപിടിച്ച് കരച്ചിലടക്കി എന്റെ സഹോദരൻ. മുകളിൽ കിടക്കുന്ന മൃതദേഹം ജീവനുള്ള തന്നെ ഭീകരന്മാരിൽനിന്ന് മറച്ചുപിടിക്കുമല്ലോയെന്ന് കരുതിയ സയീദ് കണ്ണുകളടച്ചു പിടിച്ചു. കുഴിക്കുള്ളിൽ പച്ചരക്തത്തിന്റെ മണം പടർന്നു. സയീദിന്റെ അടുത്തുകിടന്ന മറ്റൊരാൾ ഞരങ്ങുകയും സഹായത്തിനുവേണ്ടി കേഴുകയും ചെയ്തു. ഇത് തീവ്രവാദികളുടെ ശ്രദ്ധ അങ്ങോട്ടുതിരിച്ചു. ആ പട്ടിക്ക് ഇപ്പോഴും ജീവനുണ്ട്, അവർ പരസ്പരം പറഞ്ഞു. വീണ്ടും വെടിയൊച്ചകൾ മുഴങ്ങി. അതിലൊന്ന് സയീദിന്റെ കഴുത്തിലാണ് കൊണ്ടത്. എന്നിട്ടും ഭീകരർ ഏറെ അകലെയെത്തി എന്ന് ഉറപ്പിച്ച ശേഷമാണ് കൈ ഉയർത്തി ആ രക്തപ്രവാഹം തടയാൻപോലും അദ്ദേഹം ശ്രമിച്ചത്. അടുത്തുതന്നെയുണ്ടായിരുന്ന അലി എന്ന അധ്യാപകനും ജീവനുണ്ടായിരുന്നു. അദ്ദേഹം സയീദിനോട് പറഞ്ഞു. അടുത്ത് കർഷകരുടെ ഒരു കുടിലുണ്ട്, ഭീകരരുടെ കണ്ണിൽപ്പെടാതെ നമുക്ക് അങ്ങോട്ടുപോകാം. വേദന കടിച്ചമർത്തി സയീദ് തലയാട്ടി.

ഏതാനും സമയംകൊണ്ട് സയീദും അലിയും കുഴിക്കുള്ളിൽനിന്ന് പുറത്തുകടക്കാനുള്ള ശ്രമം തുടങ്ങി. ചുറ്റും കിടക്കുന്ന മൃതദേഹങ്ങളെ വകഞ്ഞുമാറ്റി, ശത്രു ചുറ്റുമില്ലെന്ന് ഉറപ്പുവരുത്തി അവർ ഇഴഞ്ഞുനീങ്ങി. പിന്നീട് കഴിയുന്നത്ര വേഗത്തിൽ കുടിലിനടുത്തേക്ക് നീങ്ങി. ആറു തവണ വെടിയേറ്റിരുന്നു എന്റെ സഹോദരന്. ഭാഗ്യത്തിന് അവയിൽ ഒന്നുപോലും അസ്ഥി തുളച്ചുകയറുകയോ അവയവങ്ങളെ ബാധിക്കുകയോ ചെയ്തിരുന്നില്ല.

പുറത്താണ് അലിക്ക് വെടിയേറ്റത്. ഏറെ രക്തം പോയതിനൊപ്പം ഭയവും കൂടിയായപ്പോൾ അയാളുടെ സ്ഥിതി ദയനീയമായി. എന്റെ കണ്ണട ഞാൻ മറന്നു, അതില്ലാതെ എനിക്ക് കാണാനാവുന്നില്ല. നമുക്ക് പോയി അതെടുക്കാം, അയാൾ സയീദിനോട് പറഞ്ഞുകൊണ്ടിരുന്നു. വേണ്ട സുഹൃത്തേ, അവർ നമ്മളെ കണ്ടാൽ കൊല്ലും, സയീദ് അയാളെ പിന്തിരിപ്പിച്ചു. ദീർഘനിശ്വാസത്തോടെ സമ്മതിച്ച അലി ചുമരിൽ ചാഞ്ഞ് തളർന്നിരുന്നു. അല്പം കഴിഞ്ഞ് വീണ്ടും തിരിഞ്ഞ് സയീദിനോട് പറഞ്ഞു, സുഹൃത്തേ എനിക്ക് ഒന്നും കാണാനാവുന്നില്ല. കണ്ണടയെച്ചൊല്ലിയുള്ള തർക്കം തുടർന്നുകൊണ്ടിരുന്നു.

മുറിവുകളിൽ മണ്ണുവാരിപ്പൊത്തി രക്തപ്രവാഹം നിർത്താൻ ശ്രമിച്ചുകൊണ്ടിരുന്നു സയീദ്. രക്തം വാർന്ന് അവർ മരിക്കുമെന്ന് സയീദ് ഭയന്നു. തല മരവിക്കുന്നുണ്ടായിരുന്നു അയാൾക്ക്. വേദനകൊണ്ട് വിറയ്ക്കുമ്പോഴും സ്കൂളിൽ അകപ്പെട്ട സ്ത്രീകളെയോർത്ത്

അവർ ആശങ്കപ്പെട്ടു. കൊല്ലപ്പെട്ട ആണുങ്ങളുടെ ശവശീരങ്ങൾ ഭീകരർ എന്തു ചെയ്യുമെന്ന് ആശങ്കപ്പെട്ടു. ഓരോ ചെറിയ ശബ്ദത്തിനും അവർ കാതോർത്തു. ബുൾഡോസർ പോലെ എന്തോ ഒന്ന് അരികിലൂടെ കടന്നുപോയി. പുരുഷന്മാരെ കൊണ്ടിട്ട കുഴികൾ മൂടാനുള്ള പോക്കാണതെന്ന് അവർക്ക് മനസ്സിലായി.

എന്റെ അർധസഹോദരൻ ഖാലിദിനെ ഗ്രാമത്തിന്റെ മറ്റേവശത്തേക്കാണ് കൊല്ലാൻ കൊണ്ടുപോയത്. സയീദിനെപ്പോലെ അയാളും മരിച്ചതായി അഭിനയിച്ച് കിടന്ന് രക്ഷപ്പെട്ടു. തോളിലേറ്റ വെടിയുണ്ടകൾ അയാളുടെ കൈകളെ കൊന്നിരുന്നു. എങ്കിലും കാലിനു ബലമുണ്ടായിരുന്നതുകൊണ്ട് ആവുന്നത്ര വേഗത്തിൽ ഓടി. ഖാലിദ് രക്ഷപ്പെടാൻ ശ്രമിക്കുന്നതുകണ്ട് അടുത്തുകിടന്ന മനുഷ്യൻ പറഞ്ഞു. എന്റെ കാർ ഗ്രാമത്തിൽ കിടപ്പുണ്ട്. താങ്കൾ അതെടുത്തുകൊണ്ട് വരികയാണെങ്കിൽ നമുക്ക് മലനിരകളിലേക്ക് രക്ഷപ്പെടാം. ദയവായി സഹായിക്കൂ. ഖാലിദ് അയാളെ നോക്കി. വെടിയേറ്റ് കാലുകൾ പൂർണ്ണമായും തകർന്ന് ആ മനുഷ്യനെ രക്ഷിക്കാൻ ശ്രമിക്കുന്നത് കൂടുതൽ അപകടമാവുമെന്ന് ഖാലിദിന് മനസ്സിലായി. അല്പസമയം കൂടിയേ ആ ശരീരത്തിൽ ജീവനുണ്ടാകൂ എന്നതും ഉറപ്പായിരുന്നു. തിരിച്ചുവരാമെന്ന് പറയണമെന്ന് ഖാലിദിനുണ്ടായിരുന്നു. പക്ഷേ, ആ സമയത്ത് കള്ളം പറയാൻ അയാൾക്ക് തോന്നിയില്ല. എന്നോട് ക്ഷമിക്കൂ എന്ന് മാത്രം പറഞ്ഞ ഖാലിദ് ഓടാൻ തുടങ്ങി.

ഓടുന്ന ഖാലിദിന് നേരെ സ്കൂളിന്റെ മേൽക്കൂരയിൽനിന്ന് ഒരു ഭീകരൻ വെടിയുതിർത്തു. കുഴിയിൽ നിന്ന് രക്ഷപ്പെട്ട മൂന്ന് ഗ്രാമവാസികൾ മലനിരകൾ ലക്ഷ്യമാക്കി ഓടുന്നതും ഇസ്ലാമിക് സ്റ്റേറ്റിന്റെ വാഹനം അവരെ പിന്തുടരുന്നതും ഖാലിദ് കണ്ടു. വണ്ടിയിൽനിന്ന് വെടിവയ്പ് തുടങ്ങിയതോടെ സമീപത്തുകണ്ട വൈക്കോൽക്കെട്ടിനടിയിൽ ഒളിച്ചു ഖാലിദ്. വേദനകൊണ്ടു പുളഞ്ഞും ഭയന്നു വിറച്ചും സൂര്യാസ്തമയം വരെ അയാൾ അങ്ങനെ കിടന്നു. കാറ്റടിച്ച് വൈക്കോൽ പറന്നുപോവല്ലേയെന്ന പ്രാർഥനയോടെ. ഇരുട്ടായതോടെ സിൻജാർ മലനിരകൾ ലക്ഷ്യമാക്കി അയാൾ നടക്കാൻ തുടങ്ങി.

സയീദും അലിയും ഷെഡിനുള്ളിൽത്തന്നെ ഇരുന്നു. ചെറിയ ജനാലയിലൂടെ സയീദ് സ്കൂളിലേക്ക് നോക്കിക്കൊണ്ടിരുന്നു. സ്ത്രീകൾക്കും കുട്ടികൾക്കും എന്താണ് സംഭവിക്കുന്നതെന്ന് കാണാമോ...? മൂലയിൽ ചുരുണ്ടിരുന്ന അലി സയിദിനോട് ചോദിച്ചു. ഇതുവരെ ഒന്നും സംഭവിച്ചതായി തോന്നുന്നില്ല. സയീദ് പറഞ്ഞു.

അവരെ കൊല്ലാനായിരുന്നെങ്കിൽ ഇതിനോടകം അത് ചെയ്യില്ലായിരുന്നോ...? അലി ചോദിച്ചു. സയീദ് നിശ്ശബ്ദനായിരുന്നു. ഞങ്ങൾക്ക്

എന്താണ് സംഭവിക്കാൻ പോവുന്നതെന്ന് അയാൾക്ക് അറിയില്ലായിരുന്നു.

സന്ധ്യ കഴിഞ്ഞതോടെ ഭീകരരുടെ ട്രക്കുകൾ വീണ്ടും സ്കൂൾ മുറ്റത്തെത്തി. സ്ത്രീകളെയും കുട്ടികളെയും ഭീകരർ ആട്ടിത്തെളിച്ച് വാഹനങ്ങളിൽ കയറ്റി. കഴുത്തുനീട്ടി പുറത്തേക്ക് നോക്കിയ സയീദ് ഞങ്ങളെ കണ്ടെത്താൻ ശ്രമിച്ചു. ദിമലിന്റെ ശിരോവസ്ത്രം തിരിച്ചറിഞ്ഞ അയാൾ വിങ്ങിക്കരയാൻ തുടങ്ങി. എന്താണ് സംഭവിക്കുന്നത്...? അലി ചോദിച്ചു. എന്താണെന്ന് സയീദിനും അറിയില്ലായിരുന്നു. അവർ സ്ത്രീകളെ വാഹനങ്ങളിൽ കയറ്റുകയാണ്. എന്തിനെന്നറിയില്ല. അയാൾ പറഞ്ഞു, നിറഞ്ഞ ട്രക്കുകൾ നീങ്ങിത്തുടങ്ങി.

ജീവനുണ്ടെങ്കിൽ ഞാനൊരു പോരാളിയാകും, എന്റെ അമ്മയെയും സഹോദരിമാരെയും രക്ഷപ്പെടുത്തും. ദൈവനാമത്തിൽ സത്യം, സയീദ് പിറുപിറുത്തു. രാത്രിയായതോടെ അവർ ഇരുവരും മുറിവേറ്റ ശരീരങ്ങൾക്ക് ആവുന്നത്ര വേഗത്തിൽ മലനിരകൾ ലക്ഷ്യമാക്കി നടക്കാൻ തുടങ്ങി.

രണ്ട്

സ്കൂളിന് ഉള്ളിൽ ഇരുന്ന ഞങ്ങൾ, പുരുഷന്മാരെ കൊന്നൊടുക്കുന്ന വെടിയൊച്ചകൾ കേട്ടു. അതിഭീകരമായ ആ ശബ്ദം ഒരു മണിക്കൂറോളം നീണ്ടുനിന്നു. ജനലിനരികിൽനിന്ന് സ്ത്രീകൾ പൊടിപടലങ്ങൾ ആകാശത്തേക്ക് ചിന്നിത്തെറിക്കുന്നത് കാണുന്നുണ്ടായിരുന്നു. വെടിയൊച്ചകൾ അവസാനിച്ചതോടെ ഭീകരർ വീണ്ടും ഞങ്ങളിലേക്ക് തിരിഞ്ഞു. കൊച്ചോയിൽ ഇനി സ്ത്രീകളും കുട്ടികളും മാത്രമാണ് അവശേഷിക്കുന്നത്. പരിഭ്രാന്തരായിരുന്നെങ്കിലും ജീവഭയത്താൽ ഞങ്ങൾ നിശ്ശബ്ദരായിരുന്നു. എന്റെ തറവാട് മുടിഞ്ഞു, അടുത്തിരുന്ന അമ്മ പിറുപിറുത്തു. ദുരിതകാലത്ത് പഴമക്കാർ പറയുന്ന വാചകമാണത്. എല്ലാം നഷ്ടപ്പെട്ടെന്നാണ് അർഥം. പൂർണ്ണമായും ആശയറ്റ അവസ്ഥയിലായിരുന്നു അമ്മ. ഏലിയാസും മസൂദും ഭീകരരുടെ ട്രക്കിൽ കയറുന്നത് അവർ കണ്ടുകാണും.

ഞങ്ങളോട് താഴത്തെ നിലയിലേക്ക് പോകാൻ ഒരു ഭീകരൻ ആജ്ഞാപിച്ചു. എല്ലാവരും നിശ്ശബ്ദരായി അനുസരിച്ചു. അവിടെയുണ്ടായിരുന്ന പുരുഷന്മാർ ഭീകരർ മാത്രമായിരുന്നു. പ്രായത്തിൽ കവിഞ്ഞ പൊക്കമുള്ള പന്ത്രണ്ടുകാരൻ നൂറിയെയും അവന്റെ ചേട്ടന്റെ ഒപ്പം കുഴിയിൽ മൂടാൻ കൊണ്ടുപോയിരുന്നു. എന്നാൽ കുട്ടിയാണെന്ന് തിരിച്ചറിഞ്ഞതിനെത്തുടർന്ന് അവനെ തിരികെ സ്കൂളിലേക്ക് കൊണ്ടുവന്നു. കൈകൾ ഉയർത്തി തലയ്ക്കു പിന്നിൽ കെട്ടിയപ്പോൾ കക്ഷത്തിൽ രോമങ്ങളില്ലായിരുന്നത് അവന് രക്ഷയായി. തിരികെയെത്തിയ നൂറിയെ ബന്ധുക്കൾ കണ്ണീരോടെ ആശ്ലേഷിച്ചു.

പടികെട്ടിറങ്ങി വന്ന കാതറീൻ നിലത്തുനിന്ന് അമേരിക്കൻ ഡോളറുകൾ പെറുക്കിയെടുക്കുന്നത് ഞാൻ കണ്ടു. ഭീകരരുടെ സഞ്ചിയിൽ നിന്ന് താഴെ വീണതാവണം അവ. അവയിലേക്ക് തുറിച്ചുനോക്കി നിന്ന കാതറീനോട് ഞാൻ പറഞ്ഞു. വേഗം അത് ഒളിപ്പിച്ചുവയ്ക്ക്. നമുക്കുള്ളതെല്ലാം അവർ കൊണ്ടുപോയിക്കഴിഞ്ഞു.

പക്ഷേ, അവൾ വല്ലാതെ ഭയപ്പെട്ടിരുന്നു. ഇത് തിരികെ കൊടുത്താൽ ചിലപ്പോൾ ഭീകരർ നമ്മെ വെറുതെ വിട്ടാലോ, കാതറീൻ ചോദിച്ചു. തൊട്ടടുത്തു കണ്ട ഭീകരന് അവൾ അത് കൈമാറി. അയാൾ ഒന്നും മിണ്ടാതെ അതുമായിപ്പോയി.

ട്രക്കുകൾ തിരികെ സ്കൂളിലെത്തിയെന്ന് കണ്ടതോടെ അതുവരെ പുരുഷന്മാരെ ഓർത്ത് കരഞ്ഞ ഞങ്ങൾ സ്വന്തം ജീവനെക്കുറി

ച്ചോർത്ത് കരയാൻ തുടങ്ങി. ഭീകരർ ഞങ്ങളെ വിവിധ സംഘങ്ങളായി ത്തിരിക്കാൻ തുടങ്ങിയതോടെ ആകെ കരച്ചിലും ബഹളവുമായി. ആർക്കും സ്വന്തം കുടുംബാംഗങ്ങളെ വിട്ടുപിരിയാൻ താല്പര്യമുണ്ടാ യിരുന്നില്ല. പലരും തങ്ങളുടെ പുരുഷന്മാർക്ക് എന്തു സംഭവിച്ചു എന്ന് ഭീകരരോട് ചോദിക്കുന്നുമുണ്ടായിരുന്നു. ഒട്ടും ദയയില്ലാതെ അവർ ഞങ്ങളെ ട്രക്കുകൾക്കുള്ളിൽ പിടിച്ചിട്ടു.

കാതറീന്റെ കയ്യിൽ മുറുകെപ്പിടിക്കാൻ ഞാൻ ശ്രമിച്ചെങ്കിലും ഞങ്ങളും വേർപിരിക്കപ്പെട്ടു. ദിമലും ഞാനും മറ്റ് പതിനാറോ പതി നേഴോ പെൺകുട്ടികൾക്കൊപ്പം ആദ്യത്തെ ട്രക്കിലേറ്റപ്പെട്ടു. ചുവന്ന നിറത്തിലുള്ള ആ പിക്കപ്പ് വാനിന്റെ പിന്നിൽ പരന്ന ഇരിപ്പിടമുണ്ടാ യിരുന്നു. ഒരിക്കൽ ഞാൻ യാത്ര ചെയ്യാൻ ഏറെ ഇഷ്ടപ്പെട്ടിരുന്ന വാഹനം. എനിക്കും ദിമലിനുമിടയിൽ മറ്റ് സ്ത്രീകൾ വന്നിരുന്നു. ഞാൻ ഏറ്റവും പിന്നിലായപ്പോൾ ദിമൽ തിക്കിലും തിരക്കിലും മുൻ വശത്തെ മൂലയിലെത്തി. ഭയചകിതരായ സ്ത്രീകളും കുഞ്ഞുങ്ങളും തലകുമ്പിട്ട് വണ്ടിക്കുള്ളിലിരുന്നു. മറ്റുള്ളവർക്ക് എന്തു സംഭവിച്ചു വെന്ന് മനസ്സിലാവുംമുമ്പ് ഞങ്ങളുടെ വാഹനം നീങ്ങിത്തുടങ്ങി.

കൊച്ചോ വിട്ട വാഹനം ഇടവഴികളിലൂടെ ചീറിപ്പാഞ്ഞു. എന്തോ ദേഷ്യമുള്ളതുപോലെയോ തിരക്കുള്ളതുപോലെയോ ആയിരുന്നു ഡ്രൈവറുടെ പോക്ക്. ഓരോ ഗട്ടറും ഞങ്ങളെ പരസ്പരം കൂട്ടിയിടി പ്പിച്ചു. ട്രക്കിന്റെ വശങ്ങളിലിടിച്ച് എന്റെ നടുവൊടിയുന്നതുപോലെ തോന്നി. അരമണിക്കൂർ കഴിഞ്ഞ് വണ്ടിയുടെ വേഗം കുറഞ്ഞതോടെ ഞങ്ങൾ അല്പമൊന്ന് ആശ്വസിച്ചു. ഞങ്ങൾ സിൻജാർ നഗരത്തിന്റെ പ്രാന്തപ്രദേശങ്ങളിലെത്തിയിരുന്നു.

സിൻജാറിൽ സുന്നി മുസ്ലീങ്ങൾ മാത്രമാണ് അവശേഷിച്ചിരുന്നത്. എന്നിട്ടും ഒന്നും സംഭവിക്കാത്തതുപോലെ സാധാരണമായി പ്രവർ ത്തിക്കുന്ന നഗരം എന്നെ അദ്ഭുതപ്പെടുത്തി. സ്ത്രീകൾ പലചരക്ക് വാങ്ങുകയും പുരുഷന്മാർ സിഗരറ്റ് വലിക്കുകയും ചെയ്യുന്നു. ടാക്സി ക്കാർ ആളുകളെ വിളിച്ചുകയറ്റുന്നു, കർഷകൻ ആട്ടിൻകൂട്ടങ്ങളെ തെളിച്ചുകൊണ്ട് പോവുന്നു. നാട്ടിൽ ഒന്നും സംഭവിക്കാത്തതുപോലെ കാർ ഓടിച്ചുപോകുന്നവർ. സ്ത്രീകളെയും കുഞ്ഞുങ്ങളെയും കുത്തി നിറച്ച് പോകുന്ന ട്രക്ക് അവരുടെ ശ്രദ്ധയിൽപ്പോലും വരുന്നില്ല. ഞങ്ങ ളുടെ കൂട്ടക്കരച്ചിൽപോലും ആരും ശ്രദ്ധിക്കാത്തത് എന്താണ്...? ഞങ്ങ ളെ രക്ഷിക്കണമെന്ന് ആർക്കും തോന്നാത്തത് എന്തുകൊണ്ടാണ്...?

ആശ കൈവിടാതിരിക്കാൻ ഞാൻ പരമാവധി ശ്രമിച്ചു. ചിരപരി ചിതമായ നഗരവഴികൾ എന്നെ ആശ്വസിപ്പിച്ചു. ചില വഴികളെല്ലാം ഞാൻ പെട്ടെന്ന് തിരിച്ചറിഞ്ഞു. ഇടുങ്ങിയ പലചരക്കുകടകൾ, കൊതി പ്പിക്കുന്ന മണമുള്ള സാൻവിച്ച് കടകൾ, വർക്ഷോപ്പുകളിൽ നിന്നുള്ള

എണ്ണ വീണ് വഴുവഴുപ്പുള്ള നിരത്തുകൾ, പലനിറത്തിലുള്ള പഴങ്ങൾ അടുക്കിവച്ചിരിക്കുന്നവ... ഇങ്ങനെ. മലനിരകളിലേക്കാണ് ഈ യാത്രയെന്ന് ഞാൻ കരുതി. ഭീകരർ കള്ളം പറഞ്ഞതാവില്ല, ഞങ്ങളെ എങ്ങനെയും ഒഴിവാക്കാൻ ദുരിതം നിറഞ്ഞ മലനിരകളിലേക്ക് ഓടിക്കാനാവും പദ്ധതി. ഞാൻ ഉറപ്പിച്ചു. മലമുകളിലെ ജീവിതം മരണതുല്യമാണെന്ന് അവർ കണക്കുകൂട്ടുന്നുണ്ടാവും. അതാവണം അവരുടെ മനസ്സിലെന്ന് ഞാൻ ആശിച്ചു. ഞങ്ങൾക്ക് വീടുകൾ നഷ്ടമായി, പുരുഷന്മാരെല്ലാം കൊല്ലപ്പെട്ടു. മലമുകളിൽ കുറഞ്ഞത് യസീദികൾക്കിടയിൽ ജീവിക്കാമല്ലോ. ഹെസ്നിയെ കണ്ടെത്താൻ കഴിഞ്ഞേക്കും. സങ്കടങ്ങൾ പറഞ്ഞൊന്ന് പൊട്ടിക്കരയാമല്ലോ. മെല്ലെ മെല്ലെ സമുദായം ഒന്നിച്ചു നിന്ന് പുതിയൊരു ജീവിതം കെട്ടിപ്പടുക്കാനുമായേക്കും.

അങ്ങ് ചക്രവാളത്തിനടുത്ത് മലനിരകൾ കാണാറായി. തല ഉയർത്തിനില്ക്കുന്ന പർവ്വതവും മുകളിൽ സമതലവും. ട്രക്ക് നേരെ അങ്ങോട്ടു പോവുമെന്നാണ് ഞങ്ങൾ കരുതിയത്. എന്നാൽ എല്ലാ പ്രതീക്ഷകളെയും തെറ്റിച്ച് വാഹനം കിഴക്കോട്ട് തിരിഞ്ഞു. മലനിരകളിൽ നിന്ന് അകലേയ്ക്ക് അത് പൊയ്ക്കൊണ്ടിരുന്നു. ട്രക്കിനുള്ളിലേക്ക് അടിച്ചുകയറുന്ന കാറ്റിന്റെ ശബ്ദത്തിൽ ഞാനൊന്ന് ഉറക്കെ കരഞ്ഞാൽ പോലും ആരും കേൾക്കില്ലായിരുന്നു. പക്ഷേ, ഞാൻ നിശ്ശബ്ദയായിരുന്നു.

ട്രക്ക് മലനിരകളിലേക്കല്ലെന്ന് മനസ്സിലാക്കിയതോടെ ഞാൻ ബാഗിനുള്ളിൽ നിന്ന് റൊട്ടിപ്പൊതിയെടുത്തു. വല്ലാത്ത ദേഷ്യത്തിലായിരുന്നു ഞാൻ. എന്താണ് ഞങ്ങളെ സഹായിക്കാൻ ആരും വരാത്തത്? എന്റെ സഹോദരന്മാർക്ക് എന്ത് സംഭവിച്ചുകാണും? തണുത്തുമരവിച്ച റൊട്ടിയിൽ പൊടിയും പറ്റിയിരുന്നു. എന്റെയും കുടുംബത്തിന്റെയും വിശപ്പടക്കാൻ അതിന് കഴിയില്ല. വാഹനം സിൻജാറിൽനിന്ന് അകന്നതോടെ ഞാൻ ട്രക്കിന്റെ വശത്തുകൂടി റൊട്ടി പുറത്തേക്കെറിഞ്ഞു.

അസ്തമയത്തിന് തൊട്ടുമുമ്പ് ഞങ്ങൾ സോലയിലെത്തി. നഗരത്തിന് പുറത്തുള്ള സോല ഇൻസ്റ്റിറ്റ്യൂട്ട് എന്ന സ്കൂളിന് മുന്നിലാണ് ഞങ്ങളെ ഇറക്കിയത്. കൂറ്റൻ കെട്ടിടത്തിൽ ഇരുട്ടും നിശ്ശബ്ദതയും നിറഞ്ഞുനിന്നു. ആദ്യം ഇറക്കിയവരുടെ കൂട്ടത്തിൽ ഞാനും ദിമലുമുണ്ടായിരുന്നു. പരവശരായി നിലത്തിരുന്ന ഞങ്ങൾ മറ്റ് വാഹനങ്ങളിൽ നിന്ന് സ്ത്രീകളെയും കുട്ടികളെയും പുറത്തിറക്കുന്നത് കണ്ടു. കുടുംബത്തിലെ മറ്റുള്ള സ്ത്രീകൾ പുറത്തിറങ്ങിയ ഉടൻ പരിഭ്രാന്തരായി ഞങ്ങളുടെ അടുത്തേക്ക് വന്നു. നിസ്റീന് കരച്ചിലടക്കാൻ കഴിഞ്ഞില്ല.

സാരമില്ല. എന്താണ് അവർ ചെയ്യാൻ പോവുന്നതെന്ന് അറിയില്ലല്ലോ. ഞാൻ അവളെ ആശ്വസിപ്പിച്ചു.

സോലയിലെ വീടുകളിലുണ്ടാക്കുന്ന ചൂലുകൾ കൊച്ചോയിലെ സ്ത്രീകൾക്ക് ഏറെ ഇഷ്ടമായിരുന്നു. അമ്മയോ വീട്ടിലെ മറ്റാരെങ്കിലുമോ വർഷത്തിലൊരിക്കൽ ചൂലുമേടിക്കാൻ മാത്രം ഇവിടെ വരുമായിരുന്നു. ഐസിസ് വരുന്നതിന് തൊട്ടുമുമ്പ് ഒരിക്കൽ ഞാനും പോയിട്ടുണ്ട്. ഹരിതാഭമായ മനോഹരനഗരം ഏറെ ഇഷ്ടപ്പെട്ട ഞാൻ ആ യാത്ര നന്നായി ആസ്വദിച്ചു. പക്ഷേ, ഇപ്പോൾ അതേ സ്ഥലം ഏതോ അപരിചിതദേശം പോലെ.

ഏറ്റവും അവസാനമെത്തിയ ട്രക്കിലായിരുന്നു അമ്മ. അവരുടെ അന്നത്തെ രൂപം ഞാൻ മറക്കില്ല. കാറ്റടിച്ച് ശിരോവസ്ത്രം മാറിപ്പോയിരിക്കുന്നു. നന്നായി വകഞ്ഞ് ചീകിവയ്ക്കാറുള്ള മുടി ആകെ അലങ്കോലമായിരിക്കുന്നു. മൂക്കും വായും മറച്ചാണ് ഇപ്പോൾ ശിരോവസ്ത്രമിരിക്കുന്നത്. വെള്ള വസ്ത്രമാകെ പൊടിയും അഴുക്കും. ട്രക്കിൽ നിന്ന് ഭീകർ വലിച്ചിറക്കവെ അമ്മ വീഴാൻ പോയി. വേഗം ഇറങ്ങ്, അവരെ നോക്കി അലറിയ ഭീകരൻ അമ്മയെ പൂന്തോട്ടത്തിലേക്ക് പിടിച്ചുതള്ളി. അമ്മയടക്കം നടക്കാൻ പ്രയാസമുള്ള പ്രായമായ സ്ത്രീകളെ നോക്കി ഭീകരർ പരിഹസിച്ച് ചിരിച്ചുകൊണ്ടിരുന്നു. ബോധമില്ലാത്തതുപോലെ അമ്മ ഞങ്ങളുടെ അടുത്തേക്ക് നടന്നുവന്നു. ഒന്നും പറയാതെ നിലത്തിരുന്ന അമ്മ എന്റെ മടിയിൽ തലവച്ച് കിടന്നു. പുരുഷന്മാരുടെ മുന്നിൽ ഒരിക്കലും കിടക്കാത്തയാളാണ് അമ്മ.

ഒരു ഭീകരൻ ചുറ്റിക ഉപയോഗിച്ച് കെട്ടിടത്തിന്റെ വാതിലിന്റെ പൂട്ട് തകർത്തു. തുറന്ന വാതിൽ കാട്ടി അകത്തുപോകാൻ ഞങ്ങളോട് ആജ്ഞാപിച്ചു. എല്ലാവരും ശിരോവസ്ത്രമൂരി വാതില്ക്കൽ വച്ചിട്ടു വേണം അകത്തുപോകാൻ, അയാൾ പറഞ്ഞു. അയാൾ പറഞ്ഞത് ഞങ്ങൾ അനുസരിച്ചു. ശിരോസ്ത്രമഴിച്ച ഞങ്ങളെ അടുത്തുനിന്ന് നോക്കിയാണ് അവർ കടത്തിവിട്ടത്. കൂടുതൽ ട്രക്കുകൾ എത്തിക്കൊണ്ടിരുന്നു. കുഞ്ഞുങ്ങൾ അമ്മമാരോട് പറ്റിച്ചേർന്നുനിന്നു. ഭർതൃനഷ്ടത്തിൽ കരഞ്ഞ് കലങ്ങിയ കണ്ണുമായി ചെറുപ്പക്കാരികളായ സ്ത്രീകൾ. പരമ്പരാഗത വെള്ള ശിരോവസ്ത്രങ്ങളും പുതിയ തലമുറ ഇഷ്ടപ്പെടുന്ന നിറമുള്ളവയും കൂടിക്കലർന്ന വൻകൂമ്പാരമായി. സൂര്യൻ അസ്തമിച്ചതോടെ വാഹനങ്ങൾ വരുന്നത് അവസാനിച്ചു. നീട്ടിവളർത്തിയ തലമുടി വെള്ളത്തുണികൊണ്ട് മൂടിയ ഒരു ഭീകരൻ തന്റെ തോക്ക് ശിരോവസ്ത്രക്കൂമ്പാരത്തിൽ കുത്തിപ്പിടിച്ചുകൊണ്ട് പറഞ്ഞു. ഒരെണ്ണത്തിന് 250 ദിനാറിന് ഇത് ഞാൻ നിങ്ങൾക്കു തന്നെ വില്ക്കാം. 250 ദിനാർ എന്നാൽ - ഏകദേശം 20 യു.എസ്. സെന്റ് - ചെറിയ തുകയാണ്.

പക്ഷേ, ഞങ്ങളുടെ കയ്യിൽ ഒന്നുമില്ലെന്ന് മനസ്സിലാക്കിത്തന്നെ പരിഹസിക്കാനാണ് അയാൾ അത് പറഞ്ഞത്.

എല്ലാവരെയും ഒരു മുറിയിൽ കുത്തിനിറച്ചതോടെ കടുത്ത ഉഷ്ണം അനുഭവപ്പെട്ടു തുടങ്ങി. എനിക്ക് പനിക്കുന്നതുപോലെ തോന്നി. ഗർഭിണികളായ സ്ത്രീകൾ ഏറെ പ്രയാസപ്പെടുന്നുണ്ടായിരുന്നു. പലരും ഞെരങ്ങുകയും കാലുകൾ വലിച്ചുനിട്ടി ഇരിക്കാൻ ശ്രമിക്കുകയും ചെയ്തു. ഭിത്തിയിൽ ചാരി കണ്ണടച്ചിരുന്ന ചിലർ മുറിക്കുള്ളിലെ വീർപ്പുമുട്ടലിൽനിന്ന് സ്വയം രക്ഷനേടാൻ ശ്രമിച്ചു. അടക്കിപ്പിടിച്ച തേങ്ങലുകളും തുണികൾ കുന്നുകൂടുമ്പോഴത്തെ ശബ്ദവും മാത്രമായിരുന്നു കേൾക്കാനുണ്ടായിരുന്നത്. പെട്ടെന്ന് എന്റെ അമ്മയെക്കാൾ അല്പം പ്രായം കുറഞ്ഞ ഒരു സ്ത്രീ നെഞ്ചത്തടിച്ച് ഉച്ചത്തിൽ നിലവിളിക്കാൻ തുടങ്ങി. നിങ്ങൾ ഞങ്ങളുടെ പുരുഷന്മാരെ കൊന്നില്ലേ...? അവർ അലറിവിളിച്ചു. അവരുടെ നിലവിളി ഉച്ചത്തിലായതോടെ മറ്റ് സ്ത്രീകളും കരയാൻ തുടങ്ങി. പ്രിയപ്പെട്ടവരെക്കുറിച്ചുള്ള ചോദ്യങ്ങളും വിലാപങ്ങളും മുറിയിൽ നിറഞ്ഞു. ചങ്കുപൊട്ടി മരിക്കാതിരിക്കാൻ ഉച്ചത്തിൽ കരയുകയായിരുന്നു പലരും.

ശബ്ദം ഭീകരരെ കോപാകുലരാക്കി. മിണ്ടിയാൽ കൊന്നുകളയും. ആദ്യം കരഞ്ഞ സ്ത്രീയെ മർദ്ദിച്ചുകൊണ്ട് അവർ പറഞ്ഞു. അവരുടെ നേരെ തോക്ക് ചൂണ്ടിയിരുന്നു. പക്ഷേ, മനോനില തെറ്റിയതുപോലെ അവർ പിന്നെയും കരഞ്ഞുകൊണ്ടിരുന്നു. ചില സ്ത്രീകൾ ഭീകരന്റെ തോക്കിനുമുന്നിലൂടെ ചെന്ന് അവരെ ആശ്വസിപ്പിക്കാൻ ശ്രമിച്ചു. പുരുഷന്മാരെക്കുറിച്ച് ഇനി ഓർക്കേണ്ട. നമുക്ക് നമ്മുടെ രക്ഷ നോക്കാം. അവരെ ബോധ്യപ്പെടുത്താൻ മറ്റുള്ളവർ ശ്രമിച്ചുകൊണ്ടിരുന്നു.

ഭീകരർ ഞങ്ങൾക്ക് അല്പം ഭക്ഷണം തന്നു. ചോറും ഉരുളക്കിഴങ്ങ് ഉപ്പേരിയും വെള്ളവും. വീട് വിട്ടതുമുതൽ ഞങ്ങളിൽ പലർക്കും ഭക്ഷണമോ വെള്ളമോ ഉണ്ടായിരുന്നില്ല. എന്നിട്ടും വിശപ്പുണ്ടായിരുന്നില്ല. മാത്രമല്ല ഭീകരർ തരുന്നത് വാങ്ങിക്കഴിക്കാൻ ഞങ്ങൾക്ക് ഭയമായിരുന്നു. ബലമായി ഭക്ഷണപ്പൊതികൾ കയ്യിൽ വച്ചുതന്നിട്ട് കഴിക്കാൻ അവർ ആജ്ഞാപിച്ചു. ഞങ്ങൾ ഭക്ഷണം നിഷേധിക്കുന്നത് അവർക്ക് അപമാനമായതുപോലെ. അല്പം മുതിർന്ന ആൺകുട്ടികളുടെ കയ്യിൽ പ്ലാസ്റ്റിക് കവറുകൾ കൊടുത്തിട്ട് ഭക്ഷണാവശിഷ്ടങ്ങൾ ശേഖരിക്കാൻ നിർദേശിച്ചു.

സമയം ഏറെ വൈകിയിരുന്നു. ഞങ്ങൾ വല്ലാതെ തളർന്നു. അമ്മ അപ്പോഴും എന്റെ മടിയിൽ തലവച്ച് കിടക്കുകയായിരുന്നു. വല്ലാതെ ക്ഷീണിച്ചെങ്കിലും കണ്ണുകൾ തുറന്നു തന്നെയിരുന്നു. അമ്മ ഒന്നും മിണ്ടുന്നില്ലായിരുന്നു. ആ രാത്രി ഞങ്ങളിങ്ങനെ മുറിക്കുള്ളിൽ തിങ്ങി

നിറഞ്ഞ് കഴിയേണ്ടി വരുമെന്ന് എനിക്കുറപ്പായിരുന്നു, ഉറങ്ങാൻ കഴിയുമോയെന്ന് ഞാൻ സംശയിച്ചു. അമ്മ എന്താണ് ആലോചിക്കുന്നതെന്ന് ചോദിക്കണമെന്നുണ്ടായിരുന്നു. പക്ഷേ, സംസാരിക്കാൻ പറ്റുന്ന അവസ്ഥയിലായിരുന്നില്ല ഞങ്ങൾ. എന്തെങ്കിലും പറയണമെന്ന് എനിക്കുണ്ടായിരുന്നു. ഭക്ഷണം കഴിഞ്ഞതോടെ ഭീകരർ ഞങ്ങളെ ചെറു സംഘങ്ങളാക്കി തിരിക്കാൻ തുടങ്ങി. പിറകുവശത്തെ പൂന്തോട്ടത്തിന് എതിർഭാഗത്തേക്ക് പോവാൻ ഞങ്ങളോട് നിർദേശിച്ചു. മുറിയുടെ ഒരു മൂല ചൂണ്ടിക്കാട്ടി ഭീകരൻ പറഞ്ഞു. വിവാഹിതരായ സ്ത്രീകളും കൊച്ചുകുട്ടികളും ഇവിടെ വരിക. പ്രായമായ സ്ത്രീകളും പെൺകുട്ടികളും പുറത്ത്.

അവർ എന്താണ് ഉദ്ദേശിക്കുന്നതെന്ന് മനസ്സിലാകാതെ ഞങ്ങൾ പരിഭ്രാന്തരായി. മൂത്തകുട്ടികളെ ചേർത്തുപിടിച്ച അമ്മമാർ അവരെ വിട്ടുകൊടുക്കാൻ മടികാണിച്ചു. മുറിയിലാകെ നടന്ന ഭീകരർ കുടുംബങ്ങളെ വേർപിരിക്കാൻ തുടങ്ങി. കൊച്ചുപെൺകുട്ടികളെപ്പോലും അമ്മമാരുടെ കയ്യിൽനിന്ന് ബലമായി വിടുവിച്ച് വാതിലിന് പുറത്തേക്ക് തള്ളി. പൂന്തോട്ടത്തിൽ ഞാനും കാതറീനും അമ്മയുടെ കയ്യിൽ ബലമായി പിടിച്ചിരുന്നു. അമ്മയുടെ കൈവിടുന്നത് കാതറീന് ചിന്തിക്കാൻ പോലുമാവുമായിരുന്നില്ല. തല അമ്മയുടെ കൈക്കുള്ളിൽ ഒളിപ്പിക്കാൻ അവൾ ശ്രമിച്ചു. ഒരു ഭീകരൻ ഞങ്ങളുടെ അടുത്തേക്ക് വന്നു. പൂന്തോട്ടത്തിന്റെ കിഴക്കുവശം ചൂണ്ടി അമ്മയോട് അങ്ങോട്ട് പോകാൻ നിർദേശിച്ചു.

ഞാൻ നിഷേധാർഥത്തിൽ തലയാട്ടി അമ്മയോട് കൂടുതൽ പറ്റിച്ചേർന്നുനിന്നു. കുനിഞ്ഞ് എന്റെ കമ്പിളിയുടുപ്പിൽ പിടിച്ചുവലിച്ചു കൊണ്ടുപോകാനായി അയാളുടെ ശ്രമം. ഞാൻ അനങ്ങിയില്ല. അയാൾ എത്ര വലിച്ചിട്ടും ഞാൻ പോയില്ല. ഒടുവിൽ എന്നെ രണ്ട് കയ്യിലും തൂക്കിയെടുത്ത് അയാൾ മാറ്റിനിർത്തി. പൂന്തോട്ടത്തിന്റെ മതിലിലേക്ക് ശക്തമായി തള്ളി നീക്കിയതോടെ ഞാൻ കരയാൻ തുടങ്ങി. കാതറീനെയും അങ്ങനെ തന്നെ ചെയ്തു. അമ്മയുടെ കയ്യിൽ മുറുകെ പിടിച്ചുനിന്ന അവൾ കേണപേക്ഷിച്ചിട്ടും അയാൾ ബലമായി അമ്മയിൽ നിന്ന് അടർത്തിമാറ്റി. അമ്മൂമ്മയ്ക്ക് സുഖമില്ല, ഞാൻ അവരുടെ കൂടെ നില്ക്കട്ടെ, കാതറീൻ കരഞ്ഞു പറഞ്ഞു. പക്ഷേ, അയാൾ കേട്ടതായി ഭാവിച്ചില്ല. ഞാനും അവളും ഉച്ചത്തിൽ കരഞ്ഞു.

എനിക്ക് നടക്കാനാവില്ല, ഞാനിപ്പോൾ മരിക്കും. അമ്മ ഭീകരനോട് പറയുന്നത് ഞാൻ കേട്ടു. അങ്ങോട്ട് നടക്ക്, അയാൾ ദേഷ്യപ്പെട്ടു. ശീതീകരിച്ച മുറിയിലേക്കാണ് നിങ്ങളെ കൊണ്ടുപോവുന്നത്, അയാൾ പറഞ്ഞു. പ്രയാസപ്പെട്ട് നിലത്തുനിന്നെഴുന്നേറ്റ് അമ്മ ഏന്തിവലിഞ്ഞ് ഭീകരന്റെ പിന്നാലെ പോയി.

സ്വയരക്ഷയ്ക്കായി ചില പെൺകുട്ടികൾ തങ്ങൾ വിവാഹിതരാണെന്ന് കള്ളം പറഞ്ഞു. പരിചയമുള്ള കുട്ടികളെ ചേർത്തുപിടിച്ച് ഇത് തങ്ങളുടെ കുട്ടിയാണെന്ന് അവകാശപ്പെട്ടു. എന്താണ് സംഭവിക്കാൻ പോകുന്നതെന്ന് അറിയില്ലായിരുന്നു. ഏതായാലും അമ്മമാരിലും വിവാഹിതരായ സ്ത്രീകളിലും ഭീകരർക്ക് താല്പര്യം കുറവാണെന്ന് മനസ്സിലായി. ദിമലും അഡ്കിയും ഞങ്ങളുടെ രണ്ട് മരുമക്കളെ ചേർത്തുനിർത്തി. ഇത് ഞങ്ങളുടെ മക്കളാണ്, അവർ പറഞ്ഞു. ഒന്ന് തുറിച്ചു നോക്കിയ ശേഷം ഭീകരർ അവരെ കടന്നുപോയി. വിവാഹമോചിതയായശേഷം സ്വന്തം മക്കളെ കണ്ടിട്ടില്ലെങ്കിലും ദിമൽ അമ്മയുടെ റോൾ നന്നായി അഭിനയിച്ചു. കല്യാണം കഴിച്ചിട്ടില്ലാത്ത, ഒരിക്കലും കുട്ടികളെ താലോലിക്കാത്ത അഡ്കിയും അമ്മ റോൾ ഭംഗിയാക്കി. ഒറ്റനിമിഷത്തിൽ ജീവരക്ഷയ്ക്കായി കണ്ടെത്തിയ ഉപായമായിരുന്നു അത്. യാത്ര പറയാൻ എനിക്ക് അവസരം കിട്ടുംമുമ്പ് ഭീകർ അവരെയും പറ്റിച്ചേർന്ന് നില്ക്കുന്ന കുട്ടികളെയും ആട്ടിത്തെളിച്ച് മുകളിലത്തെ നിലയിലേക്ക് കൊണ്ടുപോയി.

എല്ലാവരെയും വേർപിരിക്കാൻ ഏതാണ്ട് ഒരു മണിക്കൂറെടുത്തു. കാതറീൻ റോജിയാൻ, നിസ്റീൻ എന്നിവർക്കൊപ്പം ഞാനും കൈകോർത്തുപിടിച്ച് പുറത്തു കാത്തുനിന്നു. ഭീകരർ വീണ്ടും ഞങ്ങൾക്ക് ചിപ്സും വെള്ളവും തന്നു. ഭയമുണ്ടായിരുന്നെങ്കിലും ഞാൻ അല്പാല്പമായി വെള്ളം കുടിച്ചു. അത്രയ്ക്ക് ദാഹിച്ചു വലഞ്ഞിരുന്നു ഞാൻ. മുകളിലേക്ക് കൊണ്ടുപോയ അമ്മയെയും സഹോദരിമാരെയുംകുറിച്ച് ആലോചിക്കുകയായിരുന്നു ഞാൻ. ഭീകരർ അവരോട് ദയ കാണിക്കുമോ...? ഭീകരരുടെ ദയ എന്നാൽ എന്താണ്...? എന്റെ ചുറ്റുമുള്ള പെൺകുട്ടികളുടെയെല്ലാം മുഖം കരഞ്ഞു കരഞ്ഞ് ചുവന്ന് വീർത്തിരുന്നു. എല്ലാവരുടെയും മുടി പാറിപ്പറന്ന് കിടന്നു. ഓരോരുത്തരും പരസ്പരം പറ്റിച്ചേർന്നു നില്ക്കാൻ ശ്രമിച്ചു. ക്ഷീണംകൊണ്ട് ബോധരഹിതയാവുന്ന അവസ്ഥയിലായിരുന്നു! ഞാൻ. പക്ഷേ, സ്കൂളിലേക്ക് മൂന്ന് ബസ്സുകൾ വരുന്നതുകാണും വരെ! ഞാൻ പ്രതീക്ഷ കൈവിട്ടില്ല. ഇറാഖിലും മക്കയിലുമെല്ലാം വരുന്ന വിനോദസഞ്ചാരികളെ കൊണ്ടുപോകുന്ന തരത്തിലുള്ള കൂറ്റൻ ബസ്സുകളായിരുന്നു അവ. അത് ഞങ്ങൾക്കുള്ളവയാണെന്ന് എനിക്ക് മനസ്സിലായി.

അവർ എങ്ങോട്ടാണ് നമ്മളെ കൊണ്ടുപോകുന്നത്...? കാതറീൻ നിലവിളിക്കാൻ തുടങ്ങി. അവൾ പറഞ്ഞില്ലെങ്കിലും സിറിയയിലേക്ക് കൊണ്ടുപോകുമെന്ന് ഞങ്ങളെല്ലാവരും ഭയപ്പെട്ടിരുന്നു. എന്തും സംഭവിക്കാമായിരുന്നു. സിറിയയിൽ ഞങ്ങൾ കൊല്ലപ്പെടുമെന്ന് എനിക്ക് ഉറപ്പായിരുന്നു.

ബാഗ് ഞാൻ ചേർത്തുപിടിച്ചു. അപ്പം എറിഞ്ഞുകളഞ്ഞതിനാൽ അതിന്റെ ഭാരം കുറഞ്ഞിരുന്നു എങ്കിലും ഭക്ഷണം കളഞ്ഞതിൽ എനിക്ക് കുറ്റബോധം തോന്നി. ഭക്ഷണം കളയുന്നത് പാപമാണ്. യസീദികളെ ദൈവം വിധിക്കുന്നത് പ്രാർഥനയുടെയോ തീർഥാടനത്തിന്റെയോ അടിസ്ഥാനത്തിലല്ല. കൂറ്റൻ പള്ളികളോ മതപഠനശാലകളോ അല്ല നല്ല യസീദിയെ സൃഷ്ടിക്കുന്നത്. മാമോദീസ പോലുള്ള ചടങ്ങുകൾ പോലും കുടുംബത്തിന് വരുമാനമുള്ളപ്പോൾ മാത്രമാണ് നടത്തുന്നത്.

ഞങ്ങളുടെ വിശ്വാസം പ്രവൃത്തികളിലൂടെയാണ് പ്രകടിപ്പിക്കുന്നത്. ദരിദ്രരായ അപരിചിതരെപ്പോലും ഞങ്ങൾ വീട്ടിൽ സല്ക്കരിക്കും. മരണമടഞ്ഞ പ്രിയപ്പെട്ടവരുടെ മൃതദേഹത്തിനരികെ സമയം ചിലവിടും. നല്ല വിദ്യാർഥിയായിരിക്കുന്നതും ദാമ്പത്യത്തിലെ പരസ്പര സ്നേഹവുമെല്ലാം പ്രാർഥനയ്ക്ക് തുല്യമാണ്. മറ്റുള്ളവരെ സഹായിക്കാനുള്ള വസ്തുക്കൾ നിസ്സാരമെന്ന് തോന്നുന്ന അപ്പം പോലും വിശുദ്ധമാണ് യസീദിക്ക്.

തെറ്റുകൾ മനുഷ്യസഹജമാണ്. അതുകൊണ്ടാണ് യസീദി ഷെയ്ഖ് കുടുംബത്തിലെ പിൻതലമുറക്കാർ (പരലോക സഹോദരി, സഹോദരൻ) ഞങ്ങളെ വിശ്വാസജീവിതം പഠിപ്പിക്കുന്നത്. എന്റെ പരലോകസഹോദരി എന്നേക്കാൾ അല്പം മുതിർന്നവളും യസീദി സത്തെക്കുറിച്ച് ആഴത്തിൽ അറിവുള്ളയാളുമായിരുന്നു. വിവാഹമോചിതയായ അവർ കുടുംബത്തിൽ തിരിച്ചെത്തിയശേഷം ദൈവവേലയ്ക്കായി പൂർണ്ണമായും സമർപ്പിച്ചിരിക്കുകയായിരുന്നു. ഐസിസ് വീടിനടുത്തെത്തുംമുമ്പ് രക്ഷപ്പെട്ട അവർ ഇപ്പോൾ ജർമനിയിൽ സുരക്ഷിതയാണ്. മരണശേഷം നിങ്ങൾക്കുവേണ്ടി ദൈവത്തോടും താവൂസി മെലെകിനോടും മധ്യസ്ഥത യാചിക്കുകയാണ് ഈ മതാധ്യാപകരുടെ പ്രധാന ഉത്തരവാദിത്തം. ഇവർ ജീവിച്ചിരുന്നപ്പോൾ എന്റെ അടുപ്പക്കാരിയാണ്. ഭൂമിയിലേക്ക് മടങ്ങിവരാനുള്ള യോഗ്യത ഈ ആത്മാവിനുണ്ട്. അവൾ, അവൻ നല്ല മനുഷ്യനായിരുന്നു. മരണാനന്തര പ്രാർഥനയിൽ അവർ ചൊല്ലും.

ഞാൻ മരിച്ചുകഴിയുമ്പോൾ എന്റെ പരലോകസഹോദരിക്ക് എന്റെ കൊച്ചുകൊച്ചു തെറ്റുകളെ, ദൈവത്തിനുമുമ്പിൽ ന്യായീകരിക്കേണ്ടി വരുമെന്നുറപ്പ്. ഉദാഹരണത്തിന് കൊച്ചോയിലെ കടയിൽനിന്ന് മിഠായി മോഷ്ടിച്ചത്, സഹോദരങ്ങൾക്കൊപ്പം പാടത്ത് പണിയെടുക്കാൻ മടി കാണിച്ചത്... അങ്ങനെയങ്ങനെ. ഇപ്പോൾ കുറെക്കൂടി വലിയ തെറ്റുകളാണ് ഞാൻ ചെയ്തിട്ടുള്ളത്. അമ്മയെപ്പറ്റിച്ച് ചില വിവാഹ ഫോട്ടോകൾ കൈവശംവച്ചു, അപ്പം വലിച്ചെറിഞ്ഞു, എല്ലാം ക്ഷമിക്കുമായിരിക്കും. ബസ്സിൽ കയറാൻ സമയമായിരിക്കുന്നു.

മൂന്ന്

എന്നെപ്പോലെയുള്ള പെൺകുട്ടികളെ രണ്ടു ബസ്സുകളിലായി കുത്തിനിറച്ചു. നൂറിയെയും മലിഖിനെയും (എന്റെ ബന്ധു) പോലുള്ള കൗമാരക്കാരായ ആൺകുട്ടികളെ മൂന്നാമത്തെ ബസ്സിൽ കയറ്റി. അവരും ഞങ്ങളെപ്പോലെ പേടിച്ചരണ്ടിരുന്നു. ആയുധധാരികളായ ഭീകരർ വാഹനങ്ങൾക്ക് കാവൽനിരന്നു. യുദ്ധസന്നാഹങ്ങളോടെയായിരുന്നു പുറപ്പെടൽ.

പെൺകുട്ടികൾക്കിടയിൽ നിന്ന് എന്റെ അടുത്തേക്ക് ഒരു ഭീകരൻ നടന്നെത്തി. ഞങ്ങളുടെ ശിരോവസ്ത്രം വില്ക്കാമെന്ന് പറഞ്ഞ അതേ ഭീകരൻ. തോക്കുമായി ചുറ്റി നടന്ന് ഞങ്ങളെ പരിഹസിച്ചുകൊണ്ടിരിക്കുകയായിരുന്നു അയാൾ. അടുത്തെത്തി എന്നോട് അയാൾ ചോദിച്ചു. നീ മതപരിവർത്തനം നടത്തുമോ...? ഞാൻ നിഷേധാർഥത്തിൽ തലയാട്ടി. മതപരിവർത്തനം നടത്താമെങ്കിൽ നിനക്കും ഇവിടെ തുടരാം. അമ്മയും സഹോദരിമാരുമുള്ള സ്കൂൾ കെട്ടിടം ചൂണ്ടി അയാൾ പറഞ്ഞു. എന്നിട്ട് അവരെയും മതപരിവർത്തനം നടത്താൻ നിർബന്ധിക്കണം. പറ്റുമോ...? അയാൾ ചോദിച്ചു. ഞാൻ വീണ്ടും തലയാട്ടി. പേടിച്ചുവിറച്ച എന്റെ ശബ്ദം പുറത്തേക്ക് വന്നില്ല. ശരി, എന്നാൽ നീയും ഇവരോടൊപ്പം ബസിൽതന്നെ തുടർന്നോളൂ. അയാൾ പറഞ്ഞു.

വലിയ ബസ്സായിരുന്നു അത്. ഓരോ നിരയിലും 6 സീറ്റുകളുമായി 40 നിരകൾ. മധ്യനിര സീറ്റുകൾ നീളത്തിൽ. കർട്ടനിട്ട് മറച്ച ജനാല സീറ്റുകൾ. എല്ലാവരും കയറിയതോടെ ബസ്സിനുള്ളിലെ വായു ശ്വസിക്കാൻ പ്രയാസമായി. അല്പം കാറ്റുകിട്ടാനും പുറംലോകം കാണാനുമായി ജനൽ തുറക്കാനോ കർട്ടൻ നീക്കാനോ ഞങ്ങൾ പരിശ്രമിച്ചു. പക്ഷേ, ഒരു ഭീകരൻ ഞങ്ങളെ ഒച്ചവച്ച് ആ ഉദ്യമത്തിൽനിന്ന് പിന്തിരിപ്പിച്ചു. മുൻവശത്തെ സീറ്റിലിരുന്ന എനിക്ക് ഡ്രൈവർ ഫോണിൽ സംസാരിക്കുന്നത് കേൾക്കാമായിരുന്നു. ഞങ്ങളെ എങ്ങോട്ടാണ് കൊണ്ടുപോകുന്നതെന്ന് അയാൾ പറയുമെന്ന് ഞാൻ ആശിച്ചു. പക്ഷേ, തുർക്ക്മെനിസ്ഥാൻ ഭാഷയിലുള്ള അയാളുടെ സംസാരം എനിക്ക് മനസ്സിലായില്ല. മധ്യഭാഗത്തെ സീറ്റിലിരുന്ന ഞാൻ വാഹനത്തിന്റെ മുൻഗ്ലാസിലൂടെ പുറംലോകം കണ്ടു. രാത്രിയായതുകൊണ്ട് ഡ്രൈവർ ഹെഡ്‌ലൈറ്റ് ഇടുമ്പോൾ മാത്രമാണ് എന്തെങ്കിലും കാണാനായത്. ചിലപ്പോൾ ഒരല്പം താർമഷി, അല്ലെങ്കിൽ ചെറു കുറ്റിച്ചെടികൾ... അങ്ങനെ എന്തെങ്കിലും. പുറകിൽ ഒന്നും കാണാൻ പറ്റുന്നു

ണ്ടായിരുന്നില്ല. അതുകൊണ്ടുതന്നെ അമ്മയും സഹോദരിമാരുമുള്ള സോല സ്കൂൾ ഇരുട്ടിൽ മറയുന്നത് ഞാൻ കണ്ടില്ല.

വളരെ വേഗത്തിലാണ് ഞങ്ങൾ പൊയ്ക്കൊണ്ടിരുന്നത്. പെൺകുട്ടികളുമായുള്ള ബസ്സുകൾ മുന്നിൽ, അതിന് പിന്നിൽ ആൺകുട്ടികളുടേത്. വാഹനവ്യൂഹത്തിന് മുന്നിലും പിന്നിലും സായുധ ഭീകരരുടെ അകമ്പടിയും. ഞങ്ങളുടെ ബസ്സിൽ സമ്പൂർണ്ണ നിശ്ശബ്ദതയായിരുന്നു. സീറ്റുകൾക്കിടയിലൂടെ നടക്കുന്ന ഭീകരരുടെ ബൂട്ടിന്റെയും ബസ്സിന്റെയും ശബ്ദമല്ലാതെ മറ്റൊന്നും കേൾക്കാനില്ലായിരുന്നു. എനിക്ക് ഛർദ്ദിക്കാൻ വരുന്നുണ്ടായിരുന്നു. കണ്ണുകളടച്ച് ഇരിക്കാൻ ഞാൻ ശ്രമിച്ചു. വിയർപ്പിന്റെ ദുർഗന്ധം വണ്ടിക്കുള്ളിൽ നിറഞ്ഞു. പിന്നിലെ സീറ്റിലിരുന്ന പെൺകുട്ടി സ്വന്തം കയ്യിലേക്ക് ഛർദ്ദിച്ചു. ശബ്ദമടക്കാൻ ഭീകരൻ അലറിയതോടെ ഛർദ്ദിയുടെ ശക്തി കുറഞ്ഞു. ഛർദ്ദിയുടെ മണം ബസ്സിനുള്ളിൽ നിറഞ്ഞതോടെ മറ്റു ചിലരും ഛർദ്ദിക്കാൻ തുടങ്ങി. ആർക്കും ആരെയും സഹായിക്കാനായില്ല. പരസ്പരം മിണ്ടാൻ ഞങ്ങൾക്ക് അനുവാദമുണ്ടായിരുന്നില്ല.

അബു ബതാത് എന്ന മുപ്പത്തിയഞ്ചു വയസ്സു തോന്നിക്കുന്ന ഭീകരനാണ് സീറ്റുകൾക്കിടയിലൂടെ നടന്നത്. തന്റെ ജോലി അയാൾ നന്നായി ആസ്വദിക്കുന്നുണ്ടായിരുന്നു. ചില നിര സീറ്റുകളുടെ അടുത്തെത്തി പെൺകുട്ടികളെ തുറിച്ചുനോക്കും. ഉറക്കം നടിക്കുകയോ തല മൂടി ഇരിക്കുകയോ ചെയ്യുന്നവരെ അയാൾ ഒറ്റപ്പെടുത്തി രസിച്ചു. ചിലരെ സീറ്റിൽ നിന്ന് വലിച്ചെഴുന്നേല്പിച്ച് ബസിന്റെ പിന്നിലേക്ക് കൊണ്ടുപോകും. ഭിത്തിയോട് ചേർത്തുനിർത്തി അവരോട് പുഞ്ചിരിച്ചുകൊണ്ട് തന്റെ സെൽഫോൺ ക്യാമറയ്ക്ക് പോസ് ചെയ്യാൻ ആവശ്യപ്പെടും. ഇരയുടെ കണ്ണിലെ ഭയം ആസ്വദിച്ച് അയാൾ പൊട്ടിച്ചിരിച്ചുകൊണ്ടിരുന്നു. പേടിച്ച് തലതാഴ്ത്തിയാൽ തല ഉയർത്താൻ അയാൾ അലറും. ഒരാളോടും ദയ കാട്ടിയില്ല.

കണ്ണടച്ചിരുന്ന് ചുറ്റും നടക്കുന്നതൊന്നും കാണാതിരിക്കാൻ ഞാൻ ശ്രമിച്ചു. ഭയത്തോടൊപ്പം ശാരീരിക ക്ഷീണവും കൂടിയായപ്പോൾ ഞാൻ തളർന്നുറങ്ങിപ്പോയി. പക്ഷേ, വിശ്രമിക്കാൻ എനിക്കായില്ല. ഓരോ തവണ ഉറക്കംവരുമ്പോഴും സ്വയം ഞെട്ടിയെഴുന്നേറ്റ് കണ്ണു തുറിച്ച് പുറത്തേക്ക് നോക്കിക്കൊണ്ടിരുന്നു. മുൻഗ്ലാസിലൂടെ വണ്ടി എവിടെയെത്തി എന്ന് മനസ്സിലാക്കാനുള്ള ശ്രമം.

ഉറപ്പില്ലെങ്കിലും ഞങ്ങൾ മൊസൂൾ പട്ടണത്തിലേക്കുള്ള റോഡിലാണെന്ന് തോന്നി. ഇസ്ലാമിക് സ്റ്റേറ്റിന്റെ തലസ്ഥാനമായിരുന്നു മൊസൂൾ. മൊസൂൾ പിടിച്ചത് ഇസ്ലാമിക് സ്റ്റേറ്റിന് വൻവിജയമായിരുന്നു. വിജയാഹ്ലാദപ്രകടനത്തിന്റെ ഭാഗമായി സർക്കാർ കെട്ടിടങ്ങളും നഗരവീഥികളും പിടിച്ചെടുക്കുന്നതിന്റെ വീഡിയോ ദൃശ്യങ്ങൾ പ്രചരി

ച്ചിരുന്നു. മൊസൂളിലേക്കുള്ള വഴികളടച്ചായിരുന്നു ആഹ്ലാദപ്രകടനങ്ങൾ. വർഷങ്ങളെടുത്താലും നഗരം തിരിച്ചുപിടിക്കുമെന്ന് ഇറാഖി, കുർദ്ദ്സേനകളും പ്രതിജ്ഞ ചെയ്തിരുന്നു. ഞങ്ങൾക്ക് വർഷങ്ങളില്ലല്ലോ, ഞാനോർത്തു. പിന്നെ എപ്പോഴോ മയങ്ങിപ്പോയി.

തോളിൽ ഒരു കൈ വീണപ്പോഴാണ് ഞാൻ ഉണർന്നത്. നോക്കുമ്പോൾ അബു ബതാത് ആണ്. തിളങ്ങുന്ന പച്ചക്കണ്ണുകളുള്ള ഭീകരൻ വഷളൻ ചിരിയുമായി എന്നെ നോക്കി നില്ക്കുന്നു. അയാളുടെ തോക്ക് എന്റെ മുഖത്തോട് വളരെ അടുത്തായിരുന്നു. ചലനമറ്റ്, സംസാരിക്കാനാവാതെ, പാറപോലെ ഞാനിരുന്നു. അയാൾ പോകണേയെന്ന് കണ്ണടച്ച് ഞാൻ പ്രാർഥിച്ചു. അബു ബതാതിന്റെ കൈ മെല്ലെ എന്റെ തോളിലൂടെ കഴുത്തിന് പിന്നിലേക്ക് നീങ്ങി. സാവകാശം മുന്നിലേക്ക് വന്ന കൈ കഴുത്തിലൂടെ എന്റെ വസ്ത്രത്തിനുള്ളിലേക്ക് കടന്നു. എന്റെ ഇടതുമാറിടത്തിലാണ് അത് ചെന്നു നിന്നത്. അഗ്നിയിലെരിയുന്നതുപോലെ തോന്നി എനിക്ക്. ജീവിതത്തിലാദ്യമായിരുന്നു അത്തരമൊരു അനുഭവം. കണ്ണു തുറന്നെങ്കിലും അയാളുടെ മുഖത്തേക്ക് നോക്കാതെ പുറത്തേക്കുതന്നെ നോക്കിയിരുന്നു ഞാൻ. എന്റെ മാറിടത്തിൽ പരമാവധി ശക്തിയിൽ അമർത്തി വേദനിപ്പിച്ചശേഷം അയാൾ പോയി.

ഐസിസിനൊപ്പമുള്ള ഓരോ നിമിഷവും സാവധാനത്തിലുള്ള മരണമായിരുന്നു, ശരീരത്തിന്റെയും ആത്മാവിന്റെയും. അബു ബതാതിനൊപ്പം ബസിൽ സംഭവിച്ചത് എന്റെ മരണങ്ങളുടെ തുടക്കവും. നാട്ടിൻപുറത്തെ ഒരു നല്ല കുടുംബത്തിൽ പിറന്ന പെൺകുട്ടിയാണ് ഞാൻ. എപ്പോൾ വീടിന് പുറത്തുപോയാലും അമ്മ ഓർമിപ്പിക്കും. ഉടുപ്പിന്റെ ബട്ടൺ ഇടൂ നാദിയ, നല്ല കുട്ടിയായിരിക്കണം.

ആ എന്നെയാണ് ഒരു അപരിചിതൻ ഇങ്ങനെ ചെയ്യുന്നത്. പക്ഷേ, ഞാൻ നിസ്സഹായയായിരുന്നു. ബസ്സിനുള്ളിൽ അങ്ങോട്ടുമിങ്ങോട്ടും നടന്ന് അബു ബതാത് മറ്റു പെൺകുട്ടികളോടും ഇതുതന്നെ ചെയ്തുകൊണ്ടിരുന്നു. അയാൾക്ക് മടിയോ ഭയമോ ഇല്ലായിരുന്നു. അയാൾ വീണ്ടും വന്ന് എന്റെ ഉടുപ്പിനുള്ളിൽ കയ്യിട്ടപ്പോൾ ആ കയ്യിൽ പിടിച്ച് തടയാൻ ഞാൻ ശ്രമിച്ചു. പക്ഷേ, ഒച്ചവയ്ക്കാൻ എനിക്ക് പേടിയായിരുന്നു. ഭയന്നുവിറച്ച എന്റെ കണ്ണിൽനിന്ന് വന്ന കണ്ണീർ അയാളുടെ കയ്യിലൂടെ ഒഴുകി. എന്നിട്ടും അയാൾ ചെയ്യാനുദ്ദേശിച്ചത് ചെയ്തു. ഭാര്യാഭർത്താക്കന്മാർക്കിടയിൽ മാത്രമുണ്ടാകേണ്ടതാണ് ഇതെല്ലാം, ഞാനോർത്തു. അതായിരുന്നു കൊച്ചോയിലെ ജീവിതം എന്നെ പഠിപ്പിച്ചതും. പ്രണയത്തെക്കുറിച്ച്, വിവാഹത്തെക്കുറിച്ച്, ജീവിതത്തെക്കുറിച്ച് എല്ലാം. പക്ഷേ, അബു ബതാത്തിന്റെ നീചപ്രവൃത്തി ആ ധാരണകളെയെല്ലാം അട്ടിമറിച്ചു.

വശങ്ങളിലെ സീറ്റുകളിലിരിക്കുന്ന എല്ലാ പെൺകുട്ടികളോടും അയാൾ ഇതുതന്നെയാണ് ചെയ്യുന്നത്. എന്റെ അടുത്തിരുന്ന പെൺ കുട്ടി പറഞ്ഞു. സീറ്റൊന്ന് മാറിയിരിക്കാൻ അനുവദിക്കാമോ, ഞാന വളോട് യാചിച്ചു. പറ്റില്ല, എനിക്ക് പേടിയാണ്. അവൾ മറുപടി പറഞ്ഞു.

സീറ്റുകൾക്കിടയിലൂടെയുള്ള നടത്തം അബു ബതാത് തുടർന്നു. ഇഷ്ടപ്പെട്ട പെൺകുട്ടിയുടെ അടുത്തെത്തുമ്പോൾ നില്ക്കും. ഞാൻ കണ്ണടച്ചിരുന്നു. അയാളുടെ വൈറ്റ് ബാഗി പാന്റ്സിന്റെയും ചെരുപ്പി ന്റെയും ശബ്ദം ഇടയ്ക്കിടെ കേൾക്കാം. അയാളുടെ കയ്യിലുണ്ടായിരുന്ന റേഡിയോയിൽ (വയർലെസ് സെറ്റ്) ഇടക്കിടെ അറബിയിലുള്ള സന്ദേ ശങ്ങളെത്തും. എന്താണ് പറയുന്നതെന്ന് വ്യക്തമായി മനസ്സിലാക്കാൻ പ്രയാസമായിരുന്നു.

ഓരോ തവണയും എന്റെ കഴുത്തിലൂടെ കയ്യിട്ട് മാറിടത്തിൽ അമർത്തിയ ശേഷമാണ് അയാൾ പോയിരുന്നത്. ഞാൻ വിയർത്തു കുളിച്ചു. നേരത്തെ ഛർദ്ദിച്ച പെൺകുട്ടിയെ അയാൾ തൊടുന്നില്ലെന്ന് ഞാൻ മനസ്സിലാക്കി. വായിൽ വിരൽ കടത്തി ഛർദ്ദിക്കാൻ ഞാൻ ശ്രമിച്ചു. ഉടുപ്പിലാകെ ഛർദ്ദിയായാൽ രക്ഷപ്പെടാം. പക്ഷേ, ആ ശ്രമ ത്തിലും ഞാൻ പരാജയപ്പെട്ടു. ഉച്ചത്തിലുള്ള ശബ്ദമല്ലാതെ മറ്റൊന്നും പുറത്തേക്ക് വന്നില്ല.

തൽ അഫാർ പട്ടണത്തിൽ ബസ് നിർത്തി. തുർക്ക്മെനിസ്ഥാ നികൾ ഏറെയുള്ള പട്ടണം സിൻജാറിൽ നിന്ന് ഏതാണ്ട് 30 മൈൽ അകലെയായിരുന്നു. റേഡിയോ സെറ്റുകളും മൊബൈൽ ഫോണു കളും വഴി മേലാളന്മാരുടെ ഉത്തരവുകൾക്കായി ഭീകരർ കാത്തിരുന്നു.

പയ്യന്മാരെ ഇവിടെയിറക്കാൻ പറഞ്ഞു. ഡ്രൈവർ അബു ബതാ തിനെ അറിയിച്ചു. രണ്ടുപേരും ബസ്സിന് പുറത്തേക്കുപോയി. അബു ബതാത് മറ്റ് ഭീകരരുമായി സംസാരിക്കുന്നത് ഞാൻ മുൻ ഗ്ലാസിലൂടെ കണ്ടു. എന്തായിരിക്കും അവർ ചർച്ച ചെയ്യുന്നതെന്ന് ഞാൻ ചിന്തിച്ചു. തൽ അഫാർ നിവാസികളിൽ മുക്കാൽ പങ്കും സുന്നി തുർക്മെനി സ്ഥാനികളായിരുന്നു. ഐസിസ് സിൻജാറിലേക്ക് വരുന്നതിനും മാസ ങ്ങൾക്കുമുമ്പ് മേഖലയാകെ തീവ്രവാദികൾക്ക് വിട്ടുകൊടുത്ത് ഷിയാ ക്കൾ പലായനം ചെയ്തിരുന്നു.

അബു ബതാതിന്റെ ഉപദ്രവത്തിൽ എന്റെ ശരീരത്തിന്റെ ഇടതു വശത്ത് വല്ലാത്ത വേദന അനുഭവപ്പെട്ടു. അയാൾ ബസ്സിലേക്ക് തിരികെ വരല്ലേയെന്ന് ഞാൻ പ്രർഥിച്ചു. പക്ഷേ, അയാൾ വന്നു, ഞങ്ങൾ യാത്ര യും തുടർന്നു. ഒരു ബസ് അവിടെത്തന്നെ തുടരുകയാണെന്ന് ഞാൻ മനസ്സിലാക്കി. ആ ബസ്സിലായിരുന്നു എന്റെ അനന്തിരവൻ മലിക് ഉൾപ്പെടെയുള്ള ആൺകുട്ടികളുണ്ടായിരുന്നത്. ആൺകുട്ടികളെ

പ്രലോഭിപ്പിച്ചു തീവ്രവാദികളാക്കുക എന്നത് ഐസിസിന്റെ രീതിയാണ്. കാലക്രമത്തിൽ അവരെ യുദ്ധമുഖത്ത് പോരാളികളായും ചാവേറുകളായും ഉപയോഗിക്കും.

ബസ്സിൽ തിരിച്ചെത്തിയ ഉടൻ അബു ബതാത് വീണ്ടും ഉപദ്രവം തുടങ്ങി. ഏതാനും പേരെ അയാൾ പ്രത്യേകം നോട്ടമിട്ടിരുന്നു. അങ്ങനെയുള്ളവരുടെ അടുത്തുവന്ന് വസ്ത്രത്തിനുള്ളിൽ പരമാവധി ആഴത്തിൽ കൈകടത്തി പിടിച്ച് ഞെരിച്ചമർത്തും. ശരീരം പൊട്ടിപ്പോവുന്ന വേദനയുണ്ടാക്കും. തൽ അഫാർ വിട്ട് പത്തു മിനിറ്റായിക്കാണും. എനിക്ക് ഇനിയും സഹിക്കാനാവില്ല. അയാൾ തോളിൽ കൈവച്ചതും ഞാൻ അലറി വിളിച്ചു. അതുവരെ ഉണ്ടായിരുന്ന നിശ്ശബ്ദതയെ തകർക്കുന്നതായിരുന്നു അത്. പെൺകുട്ടികൾ കൂട്ടത്തോടെ നിലവിളിക്കാൻ തുടങ്ങി. ബസ്സിൽ ഒരു കൂട്ടക്കുരുതി നടക്കുന്ന പ്രതീതിയായി. അബു ബതാത് ഒന്ന് അമ്പരന്നു. ശബ്ദം അടക്ക്, അയാൾ അലറി. പക്ഷേ, ഞങ്ങൾ നിർത്തിയില്ല. കൊന്നാലും വേണ്ടിയില്ല, ഞാൻ കരുതി. മരണമാണ് ഇതിലും ഭേദം. ഡ്രൈവർ വാഹനം വശത്തോട് ചേർത്തു. വലിയ കുലുക്കത്തോടെ അത് നിന്നു. ഡ്രൈവർ അയാളുടെ ഫോണിൽ ഉച്ചത്തിൽ എന്തോ പറഞ്ഞു. ഞങ്ങളുടെ മുന്നിൽ പോവുകയായിരുന്ന വെളുത്ത ജീപ്പിൽ ഒന്നും പെട്ടെന്ന് നിർത്തി. ജീപ്പിൽ നിന്നൊരാൾ ഇറങ്ങി ഞങ്ങളുടെ ബസിന് നേരെ നടന്നു.

സോലയിൽ നിന്നുള്ള ഐസിസ് കമാൻഡർ നഫ ആയിരുന്നു അത്. സോല സ്കൂളിൽ ഞങ്ങളോട് ഏറ്റവും ക്രൂരമായി പെരുമാറിയ ഭീകരൻ. അയാൾ മനുഷ്യനാണോ എന്നുപോലും എനിക്ക് തോന്നിയിരുന്നു. ഡ്രൈവർ വാതിൽ തുറന്നു. കൊടുങ്കാറ്റുപോലെ നഫ വാഹനത്തിനുള്ളിൽ കടന്നു. ആരാണ് ഇതിന് തുടക്കമിട്ടത്...? അയാൾ അബു ബതാതിനോട് ചോദിച്ചു. അവളാണ്, എന്നെ ചൂണ്ടി അബു ബതാത് പറഞ്ഞു. നഫ എന്റെ സീറ്റിനടുത്തേക്ക് വന്നു.

അയാൾക്ക് എന്തെങ്കിലും ചെയ്യാനാവുംമുമ്പ് ഞാൻ സംസാരിച്ചു തുടങ്ങി. നഫ ഭീകരനായിരിക്കാം. എങ്കിലും സ്ത്രീകളോട് എങ്ങനെ പെരുമാറണമെന്ന് ഐസിസിൽ ചട്ടങ്ങളുണ്ടാവണമല്ലോ. നല്ല മുസ്ലീങ്ങളാണ് അവരെങ്കിൽ അബു ബതാതിന്റെ ചെയ്തികൾ അവർക്ക് സ്വീകാര്യമാവില്ലെന്ന് ഉറപ്പ്. ഞങ്ങൾ നിസഹായരായി ഈ ബസ്സിൽ നിങ്ങൾക്കൊപ്പം വരികയാണ്. അപ്പോൾ ഈ മനുഷ്യൻ ഞങ്ങളുടെ മാറിടങ്ങളിൽ പിടിച്ച് രസിക്കുന്നു, അയാൾ ഉപദ്രവം നിർത്തുന്നേയില്ല. അബു ബതാതിനെ ചൂണ്ടി, വിറച്ചുകൊണ്ട് ഞാൻ പറഞ്ഞു.

നഫ കുറച്ചുനേരം നിശ്ശബ്ദനായിരുന്നു. അയാൾ അബു ബതാതിനെ ശിക്ഷിക്കുമെന്ന് ഞാൻ പ്രതീക്ഷിച്ചു. പക്ഷേ, അബു ബതാത് സംസാരിച്ചു തുടങ്ങിയതോടെ ആ പ്രതീക്ഷ അസ്ഥാനത്തായി. നിങ്ങളെ എന്തിനാണ് കൊണ്ടുപോവുന്നതെന്നാണ് കരുതുന്നത്...?

ബസ്സിൽ എല്ലാവർക്കും കേൾക്കാവുന്നത്ര ഉച്ചത്തിൽ അയാൾ ചോദിച്ചു. സത്യത്തിൽ നിങ്ങൾക്കറിയില്ലേ...?

നഫ നിന്ന സ്ഥലത്തേക്ക് നടന്നുവന്ന അബു ബതാത് എന്റെ കഴുത്തിൽ കുത്തിപ്പിടിച്ച് തല സീറ്റിനോട് ചേർത്തുവച്ചു. എന്റെ നെറ്റിയിൽ അയാളുടെ തോക്ക് ചൂണ്ടി വച്ചു. എന്റെ ചുറ്റിലുമിരുന്ന പെൺകുട്ടികൾ ഉച്ചത്തിൽ നിലവിളിച്ചു. പക്ഷേ, ഭയം മൂലം എന്റെ ശബ്ദം പുറത്തേക്ക് വന്നില്ല. കണ്ണടച്ചാൽ നിന്നെ ഞാൻ കൊല്ലും. അയാൾ പറഞ്ഞു.

നഫ വാതിലിനടുത്തേക്ക് തിരിഞ്ഞു നടന്നു. പുറത്തിറങ്ങുംമുമ്പ് അയാൾ പറഞ്ഞു. നിങ്ങൾ എന്താണ് മനസ്സിലാക്കിയിരിക്കുന്നതെന്ന് എനിക്കറിയില്ല. പക്ഷേ, നിങ്ങളെ കൊണ്ടു പോകുന്നത് സബയകളാക്കാനാണ്. ഇനിയും ഒച്ചവച്ചാൽ നിങ്ങളുടെ കാര്യം ഇതിലും മോശമാകും. അയാൾ ഓർമ്മിപ്പിച്ചു. അബു ബതാത് എന്റെ നേരെ തോക്ക് ചൂണ്ടിപ്പിടിച്ചിരിക്കുമ്പോൾ നഫ ബസ്സിൽ നിന്നിറങ്ങിപ്പോയി.

എന്റെ പുതിയ അറബിക് പേര് ഞാൻ അന്നാണ് ആദ്യം കേൾക്കുന്നത്. സിൻജാറിൽ നിന്ന് തട്ടിക്കൊണ്ടു പോയി വിറ്റിരുന്ന യുവതികളെ ഐസിസ് സബയ എന്നാണ് വിളിച്ചിരുന്നത്. ലൈംഗിക അടിമകൾ എന്നാണ് ആ വാക്കിന് അർഥം. ഖുർആൻ ദുർവ്യാഖ്യാനം ചെയ്താണ് ഐസിസ് ഇത് നടപ്പാക്കിയിരുന്നത്. കാലങ്ങളായി ഇസ്ലാം മതനേതാക്കൾ വിലക്കിയിരുന്ന ഈ വ്യഖ്യാനത്തെ സിൻജാർ ആക്രമണത്തിന് തൊട്ടുമുമ്പ് ഫത്വകളും ലഘുലേഖകളും ഇറക്കി ഐസിസ് ഔദ്യോഗികമാക്കി. യസീദി പെൺകുട്ടികളെ അവർ അവിശ്വാസികളായാണ് കണക്കാക്കുന്നത്. ഖുർആൻ പ്രകാരം ഈ അവിശ്വാസികളെ അടിമകളാക്കി ബലാത്സംഗം ചെയ്യുന്നതിൽ തെറ്റില്ലെന്നാണ് ഐസിസ് വ്യാഖ്യാനം. ചെറുപ്പക്കാരെ ഐസിസിലേക്ക് ആകർഷിക്കുന്നതിനുള്ള പ്രധാനമാർഗ്ഗങ്ങളിലൊന്നാണ് ഈ ലൈംഗിക അടിമകൾ. വിശ്വസ്തരും സമർഥരുമായ ഭീകരർക്ക് അടിമപ്പെൺകുട്ടികളെ സമ്മാനമായി ലഭിക്കും. ബസ്സിലുള്ള എല്ലാവരുടെയും ഗതി ഇനി അതാണ്. ഇനി മുതൽ ഞങ്ങൾ മനുഷ്യരല്ല, അടിമകളാണ്, ലൈംഗിക അടിമകൾ.

തോക്ക് തിരിച്ചെടുത്ത അബു ബതാത് എന്റെ കഴുത്തിലെ പിടി വിട്ടു. പക്ഷേ, അപ്പോൾ മുതൽ മൊസൂളിലേക്കുള്ള ഒരു മണിക്കൂർ യാത്രയിലുടനീളം ഞാനായിരുന്നു അയാളുടെ മുഖ്യ ഇര. മറ്റ് പെൺകുട്ടികളെയും ഉപദ്രവിച്ചെങ്കിലും എന്നിലായിരുന്നു ശ്രദ്ധ മുഴുവൻ. ഓരോ തവണയും അതിശക്തമായി എന്റെ മാറിടം അയാൾ ഞെരിച്ചുടച്ചു. നെഞ്ച് മുറിഞ്ഞുപോകുന്നതുപോലെ തോന്നി എനിക്ക്. ആ ഭാഗം ഏതാണ്ട് മരവിച്ചതുപോലെയായി. അയാൾ കൊന്നാലോ എന്ന

ഭയംമൂലം വേദനയിൽ പുളയുമ്പോഴും ഞാൻ നിശ്ശബ്ദയായിരുന്നു. ഉള്ളിൽ ഞാൻ അലറിക്കരയുകയായിരുന്നു.

തെളിഞ്ഞ ആകാശമായിരുന്നു ആ രാത്രി. വാഹനത്തിന്റെ ഗ്ലാസിലൂടെ മാനം നിറയെ നക്ഷത്രങ്ങൾ ഞാൻ കണ്ടു. അമ്മ പറയാറുള്ള അറേബ്യൻ പ്രണയ കഥ, ലൈലാ മജ്നുവിനെ ഓർമ്മിപ്പിച്ചു ആ കാഴ്ച. ഖയിസ് എന്ന യുവാവിന് ലൈല എന്ന യുവതിയോടുണ്ടാകുന്ന പ്രണയമാണ് പ്രമേയം. തന്റെ പ്രണയം കാവ്യങ്ങളായി എഴുതിക്കൊണ്ടേയിരുന്ന ഖയിസിന് സുഹൃത്തുക്കൾ സമ്മാനിച്ച ഇരട്ടപ്പേരാണ് മജ്നു. മജ്നു എന്നാൽ മതിഭ്രമം ബാധിച്ചവൻ എന്നാണർഥം. ഒരു ദുരന്ത കഥയാണത്. മജ്നു ലൈലയ്ക്ക് യോജിച്ച ഭർത്താവല്ലെന്നു പറഞ്ഞ് അവളുടെ പിതാവ് വിവാഹാഭ്യർഥന നിഷേധിക്കും. മറ്റൊരു പുരുഷനെ വിവാഹം കഴിക്കാൻ നിർബിന്ധിതയാവുന്ന ലൈല ഹൃദയം പൊട്ടി മരിക്കും. ഗ്രാമം വിടുന്ന മജ്നു മരുഭൂമിയിൽ ഏകനായി അലഞ്ഞു നടന്ന് കവിതകളെഴുതും. ഒടുവിൽ ലൈലയുടെ ശവകുടീരം കണ്ടെത്തുന്ന അയാൾ അവിടെ കിടന്ന് മരിക്കും. കമിതാക്കളെ ഓർത്ത് കരയുമെങ്കിലും അമ്മ ഈ കഥ പറയുന്നത് കേൾക്കാൻ എനിക്ക് ഇഷ്ടമായിരുന്നു. ഇരുണ്ട രാത്രികളെ അത് കൂടുതൽ പ്രണയാതുരമാക്കി. ലൈല എന്നാൽ അറബിയിൽ രാത്രി എന്നാണ് അർഥം. ആകാശത്തെ രണ്ട് നക്ഷത്രങ്ങളെ ചൂണ്ടി അമ്മ പറയും. ജീവിതത്തിൽ ഒന്നിക്കാൻ കഴിയാതിരുന്ന ലൈലയും മജ്നുവും മരണശേഷം ഒന്നാക്കണമെന്ന് പ്രാർഥിച്ചിരുന്നു. അങ്ങനെ ദൈവം അവരെ നക്ഷത്രങ്ങളാക്കി.

ബസ്സിനുള്ളിൽ ഞാനും പ്രാർഥിച്ചു. ദൈവമേ, എന്നെയും ഒരു നക്ഷത്രമാക്കി ആകാശത്ത് എത്തിക്കണേ. ഒരിക്കൽ നീയത് ചെയ്തതല്ലേ, ഇനിയും ചെയ്യാനാവും. ഞാൻ പിറുപിറുത്തു. പക്ഷേ, ഞങ്ങൾ മൊസൂൾ ലക്ഷ്യമാക്കിയുള്ള യാത്ര തുടർന്നു.

നാല്

മൊസൂൾ എത്തുന്നിടംവരെ അബു ബതാത് എന്നെ ഉപദ്രവിക്കുന്നത് നിർത്തിയില്ല. ബസ്സിലെ ക്ലോക്കിൽ സമയം പുലർച്ചെ രണ്ടുമണി. ബസ് ഒരു കൂറ്റൻ വീടിനു മുന്നിൽ നിന്നു. ഏതോ വലിയ സമ്പന്നരുടെ വീടാവണം. ജീപ്പുകൾ വീടിന്റെ പാർക്കിങ് സ്ഥലത്തേക്ക് കയറിപ്പോയി. ബസ്സുകൾ ഗേറ്റിന് പുറത്ത് നിർത്തിയിട്ടു. വാതിൽ തുറന്നിട്ട് അബു ബതാത്ത് പറഞ്ഞു. എല്ലാവരും പുറത്തിറങ്ങ്. ഞങ്ങൾ മെല്ലെ സീറ്റിൽ നിന്ന് എഴുന്നേല്ക്കാൻ തുടങ്ങി. ആരും തന്നെ ഉറങ്ങിയിട്ടുണ്ടായിരുന്നില്ല. ദീർഘനേരത്തെ ഇരിപ്പുമൂലം എല്ലാവർക്കും ശരീരവേദനയുണ്ടായിരുന്നു. അബു ബതാതിന്റെ ഉപദ്രവം മൂലം ആ ഭാഗത്ത് എനിക്ക് വല്ലാത്ത വേദനയായിരുന്നു. ബസ് നിർത്തിയ സ്ഥിതിക്ക് അയാളുടെ ഉപദ്രവം അവസാനിച്ചെന്ന് കരുതിയ എനിക്ക് തെറ്റി. ബസിൽനിന്ന് ഇറങ്ങിയ ഓരോരുത്തരെയായി അയാൾ കടന്നുപിടിച്ചു. എന്റെ തല മുതൽ കാൽവരെ എല്ലായിടത്തും അയാൾ സ്പർശിച്ചു.

വാഹനങ്ങൾ പാർക്കു ചെയ്യുന്ന സ്ഥലത്തുകൂടിയാണ് ഞങ്ങൾ വീടിനുള്ളിലേക്ക് കയറിയത്. ഇത്ര മനോഹരമായ വീട് ഞാൻ കണ്ടിട്ടുണ്ടായിരുന്നില്ല. വലിയ സ്വീകരണമുറികളും കിടപ്പുമുറികളും നിറയെ ഫർണിച്ചറുകളുമെല്ലാമായി കൂറ്റൻ വീട്. ഒരു കൂട്ടം കുടുംബങ്ങൾക്ക് സുഖമായി താമസിക്കാം. കൊച്ചോയിൽ അഹമ്മദ് ജാസോയ്ക്കു പോലും ഇത്ര വലിയ വീടുണ്ടായിരുന്നില്ല. ക്ലോക്കുകളും പരവതാനികളുമെല്ലാം വീട്ടുടമസ്ഥരുടേതായിരുന്നിരിക്കണം. ഒരു ഭീകരൻ വെള്ളം കുടിച്ച ഗ്ലാസിൽ ആ കുടുംബത്തിന്റേതെന്ന് തോന്നിക്കുന്ന ഒരു ചിത്രം പതിച്ചിരുന്നു. അവർക്ക് എന്തു സംഭവിച്ചുകാണുമെന്ന് ഞാൻ ആലോചിച്ചു.

വീട്ടിനുള്ളിൽ നിറയെ യൂണിഫോം ധാരികളായ ഐസിസ് പോരാളികളായിരുന്നു. അവരുടെ റേഡിയോകൾ ശബ്ദിച്ചുകൊണ്ടേയിരുന്നു. അവരുടെ ശ്രദ്ധ മുഴുവൻ ഞങ്ങളിലായിരുന്നു. മൂന്നു മുറികളിലേക്കായി ഞങ്ങളെ അയച്ചു. ഓരോന്നിനും ചെറിയ ബാൽക്കണികളുണ്ടായിരുന്നു. കാതറീനും മറ്റുചില പെൺകുട്ടികൾക്കുമൊപ്പമാണ് ഞാൻ ഇരുന്നത്. മറ്റു മുറികളിൽ സ്ത്രീകളും പെൺകുട്ടികളും അവരുടെ പരിചയക്കാരെയും ബന്ധുക്കളെയും തിരയുന്നത് കാണാമായിരുന്നു. മുറി നിറഞ്ഞിരുന്നു. ഞങ്ങൾ പരസ്പരം ചാരി നിലത്ത് ഇരുന്നു. ഉറക്കം പിടിച്ചുനിർത്താനായില്ല.

അടഞ്ഞുകിടന്ന ജനാലകൾ കർട്ടനിട്ട് മറച്ചിരുന്നു. എങ്കിലും ആരോ ഒരു കൂളർ(എയർകണ്ടീഷനറുടെ മറ്റൊരു പതിപ്പ്)ഓൺ ചെയ്തുവച്ചത് ആശ്വാസമായി. മുറിയിലെ വായു ശ്വസിക്കാവുന്നതായി. ഭിത്തിയോട് ചേർത്ത് കൂട്ടിവച്ചിരുന്ന കോസടികളല്ലാതെ മറ്റൊന്നും ആ മുറിയിൽ ഉണ്ടായിരുന്നില്ല. കുളിമുറിയിൽനിന്ന് എന്തോ ദുർഗന്ധം വരുന്നുണ്ടായിരുന്നു. ഒരു പെൺകുട്ടി കയ്യിലുണ്ടായിരുന്ന സെൽ ഫോൺ ഭീകരർ കാണാതെ ക്ലോസറ്റിലിട്ടതാണ്, നേരത്തെ അവർ പറയുന്നത് കേട്ടു. ആരോ മെല്ലെ പറഞ്ഞു. കുളിമുറിയുടെ വാതിൽക്കൽ പെൺകുട്ടികളുടെ ശിരോവസ്ത്രങ്ങൾ കൂനകൂട്ടിയിട്ടിരുന്നു. സോലയിൽ ഞങ്ങൾ ചെയ്തതുപോലെ. ടൈലിട്ട തറയിൽ പൂവിതളുകൾ പോലെ അവ ചിതറിക്കിടന്നു.

മുറി നിറഞ്ഞതോടെ ഒരു ഭീകരൻ എന്നെ ചൂണ്ടി പറഞ്ഞു, നീ എന്റെ കൂടെ വാ. അയാൾ വാതിലിന് പുറത്തേക്കു നടന്നു. പോകരുത്, കാതറീൻ എന്നെ ചുറ്റിപ്പിടിച്ചു. എഴുന്നേല്ക്കാൻ അവൾ സമ്മതിച്ചില്ല.

അയാൾക്ക് എന്താണ് വേണ്ടതെന്ന് എനിക്കറിയില്ലായിരുന്നു. പക്ഷേ, അനുസരിച്ചേ മതിയാവൂ എന്ന് അറിയാമായിരുന്നു. പോയില്ലെങ്കിൽ അയാൾ ബലം പ്രയോഗിക്കും. കാതറീനെ പറഞ്ഞു മനസ്സിലാക്കി ഞാൻ അയാളുടെ പിന്നാലെ നടന്നു.

ഒന്നാം നിലയിൽ വണ്ടികളിടുന്ന സ്ഥലത്തേക്കാണ് അയാൾ എന്നെ കൊണ്ടുപോയത്. അവിടെ അബു ബതാതും നഫയും മറ്റൊരു ഭീകരനും കാത്തുനില്ക്കുന്നുണ്ടായിരുന്നു. കുർദിഷ് സംസാരിക്കുന്ന മൂന്നാമനെ കണ്ടു ഞാൻ ഞെട്ടി. സിൻജാറിൽ കട നടത്തുന്ന സുഹൈബ് ആയിരുന്നു അത്. യസീദികൾ എപ്പോഴും കയറിയിരുന്ന കടയുടെ ഉടമ. ഞങ്ങളുടെ ആളുകൾ അയാളെ നല്ല സുഹൃത്തായാണ് കണ്ടിരുന്നത്.

മൂന്നുപേരും എന്നെ ദേഷ്യത്തോടെ നോക്കി. ബസ്സിൽ അലറിവിളിച്ചതിന് എന്നെ ശിക്ഷിച്ചതു പോരാത്തതുപോലെ. എന്താ നിന്റെ പേര്...? നഫ ചോദിച്ചു. ഞാൻ പിന്നോട്ട് പോകാൻ ശ്രമിച്ചപ്പോൾ അയാൾ എന്റെ മുടിയിൽ പിടിച്ചുവലിച്ച് ഭിത്തിയോട് ചേർത്തുനിർത്തി.

നാദിയ, ഞാൻ പേര് പറഞ്ഞു.

എന്നാണ് നീ ജനിച്ചത്...? 1993, ഞാൻ മറുപടി നല്കി.

നിന്റെ വീട്ടുകാരാരെങ്കിലും കൂടെയുണ്ടോ...? ഞാൻ അല്പം ചിന്തിച്ചു. എന്റെ ബന്ധുവാണ് എന്നതിന്റെ പേരിൽ കാതറീനടക്കമുള്ളവർ ശിക്ഷിക്കപ്പെടരുത്.

ഞാൻ മറ്റു പെൺകുട്ടികളുടെ കൂടെയാണ് വന്നത്. എന്റെ ബന്ധുക്കൾക്ക് എന്തുപറ്റിയെന്നറിയില്ല. ഞാൻ പറഞ്ഞു.

മുടിയിലെ പിടിത്തം മുറുക്കി നഫാ ചോദിച്ചു. എന്തിനാണ് ബസ്സിൽ നീ നിലവിളിച്ചത്...?

ഞാൻ ഭയന്നു വിറച്ചുപോയി. മെലിഞ്ഞുണങ്ങിയ എന്റെ ശരീരം അയാളുടെ കയ്യിൽ തവിടുപൊടിയാകും. എന്തെങ്കിലും പറഞ്ഞ് അവിടെനിന്ന് തൽക്കാലം തടിയൂരണമെന്ന് ഞാൻ എന്നോടുതന്നെ പറഞ്ഞു. അബു ബതാതിനെ ചൂണ്ടി ഞാൻ പറഞ്ഞു, ഇയാളെ പേടിച്ചിട്ടാണ്. യാത്രയിലുടനീളം ഇയാളെന്നെ ഉപദ്രവിക്കുകയായിരുന്നു.

നിങ്ങളെ ഇവിടെ കൊണ്ടുവന്നത് എന്തിനെന്നാണ് കരുതിയിരിക്കുന്നത്? ബസ്സിലെ ചോദ്യം നഫ ആവർത്തിച്ചു.

നീ അവിശ്വാസിയാണ്. അതുകൊണ്ടു തന്നെ ഇസ്ലാമിക് സ്റ്റേറ്റിന്റെ ലൈംഗിക അടിമയും. അത് മനസ്സിലാക്കിക്കൊള്ളണം. ഇത്രയും പറഞ്ഞ് അയാൾ എന്റെ മുഖത്ത് തുപ്പി.

അബു ബത്താത് ഒരു സിഗരറ്റ് കയ്യിലെടുത്ത് കത്തിച്ച് നഫയ്ക്ക് കൊടുത്തു. എനിക്ക് അദ്ഭുതം തോന്നി. ഇസ്ലാമിക നിയമപ്രകാരം സിഗരറ്റ് വലിക്കുന്നത് തെറ്റാണ്. പക്ഷേ, അവർ സിഗരറ്റ് വലിച്ചില്ല. ആ സിഗരറ്റ് എന്റെ മുഖത്ത് വയ്ക്കല്ലേയെന്ന് ഞാൻ പ്രാർഥിച്ചു. മുഖസൗന്ദര്യം നഷ്ടപ്പെടല്ലേയെന്ന് അപ്പോഴും ഞാൻ ആഗ്രഹിച്ചിരുന്നു. നഫ ആ കത്തുന്ന സിഗരറ്റ് എന്റെ തോളിൽവച്ചു. വസ്ത്രം തുളച്ച് എന്റെ ശരീരത്തിൽ അത് എത്തുന്നിടം വരെ. കരിഞ്ഞ വസ്ത്രത്തിന്റെയും മാംസത്തിന്റെയും മണം വന്നു. വേദനകൊണ്ട് പുളഞ്ഞെങ്കിലും ഞാൻ കരഞ്ഞില്ല. കരഞ്ഞാൽ കൂടുതൽ കുഴപ്പമാകും.

മറ്റൊരു സിഗരറ്റ് കത്തിച്ച് വയറിലുംവച്ചതോടെ എനിക്ക് പിടിച്ചു നില്ക്കാനായില്ല. ഞാൻ ഉച്ചത്തിൽ കരഞ്ഞു. ഇവൾ കരയുന്നുണ്ടല്ലോ... നാളെയും ഇവൾ കരയുമോ, അബു ബത്താത് മറ്റുള്ളവരോട് ചോദിച്ചു. എന്നോട് കുറെക്കൂടി ക്രൂരമായി പെരുമാറണമെന്ന് അയാൾക്ക് നിർബന്ധമുള്ളതുപോലെ. എന്തിനാണ് ഇവിടെ കൊണ്ടുവന്നതെന്ന് ഇവൾ മനസ്സിലാക്കണം.

എന്നെ വെറുതെ വിടൂ, ഇനി ആവർത്തിക്കില്ല. ഞാൻ കേണു പറഞ്ഞു. എന്റെ കവിളിൽ രണ്ടുതവണ ആഞ്ഞടിച്ചശേഷം പൊയ്ക്കോളാൻ പറഞ്ഞു നഫ. പോയി ബാക്കി അടിമപ്പെണ്ണുങ്ങൾക്ക് ഒപ്പമിരിക്ക്. മേലിൽ ശബ്ദം പുറത്തുകേൾക്കരുത്, അയാൾ പറഞ്ഞു.

ആളുകളെ കുത്തി നിറച്ച മുറിയിൽ ഇരുട്ടായിരുന്നു. എങ്കിലും ഞാൻ മുടി വലിച്ചിട്ട് തോളിലെയും കൈകൊണ്ട് വയറിലെയും മുറിവ് കാതറീനടക്കമുള്ളവർ കാണാതെ മറയ്ക്കാൻ ശ്രമിച്ചു. ഏതാണ്ട് മുപ്പതുവയസ്സിനടുത്ത് പ്രായം തോന്നുന്ന സ്ത്രീയുടെ അരികിലാണ് കാതറീൻ ഇരുന്നത്. ആ സ്ത്രീ കൊച്ചോക്കാരിയല്ലായിരുന്നു. ഞങ്ങൾക്കും മുമ്പേ ഈ കേന്ദ്രത്തിലെത്തിയതാവണം. രണ്ട് കുഞ്ഞുങ്ങളുണ്ടായിരുന്നു അവർക്ക്. മുലയൂട്ടേണ്ട കൈക്കുഞ്ഞ് ഒന്ന്, മറ്റൊന്ന് അവരുടെ ഉദരത്തിലും. കുഞ്ഞിനെ നെഞ്ചോട് ചേർത്ത് ഉറക്കാൻ ശ്രമിക്കുകയായിരുന്നു അവർ. എന്നെ എന്തിനാണ് താഴേയ്ക്ക് കൊണ്ടു

പോയതെന്ന് അവർ ചോദിച്ചു. ഞാൻ ഒന്നുംമിണ്ടാതെ തലയാട്ടി. വേദനയുണ്ടോ, അവർ ചോദിച്ചു.

അപരിചിതയെങ്കിലും ഞാൻ അവരുടെ തോളിൽ ചാരി. ആകെ തളർന്ന ഞാൻ തലയാട്ടി. പിന്നെ എന്റെ കഥ മുഴുവൻ ഞാൻ അവരോട് പറഞ്ഞു. കൊച്ചോ വിട്ടതും അമ്മയും സഹോദരിമാരും വേർപിരിഞ്ഞതും സഹോദരന്മാരെ കൊണ്ടുപോകുന്നത് കണ്ടതുമെല്ലാം. ബസ് യാത്രയും അബു ബതാതിന്റെ പെരുമാറ്റവും വിവരിച്ചു. അവർ എന്നെ തല്ലി, തോളത്തെയും വയറിലെയും പൊള്ളലിന്റെ പാടുകൾ കാട്ടി ഞാൻ പറഞ്ഞു.

ബാഗിൽ നിന്ന് ഒരു ക്രീം ട്യൂബെടുത്ത് എനിക്ക് നീട്ടി അവർ പറഞ്ഞു. ഡയപ്പർ ക്രീമാണ്. പൊള്ളൽ മാറും, പുരട്ടിക്കോളൂ. അവർക്ക് നന്ദി പറഞ്ഞ് ക്രീമുമായി ഞാൻ കുളിമുറിയിലേക്ക് പോയി. തോളിലെയും വയറിലെയും പൊള്ളിയ ഭാഗത്ത് അത് പുരട്ടിയപ്പോൾ അല്പം ആശ്വാസം തോന്നി. അബു ബതാത് പിടിച്ചുഞെരിച്ച ശരീരഭാഗങ്ങളിലെല്ലാം ഞാൻ ക്രീം പുരട്ടി. എനിക്ക് മാസമുറയായെന്ന് മനസ്സിലായി. ഒരു ഭീകരനോട് ഞാൻ സാനിറ്ററി പാഡ് ചോദിച്ചു. എന്റെ മുഖത്തേക്ക് നോക്കാതെ അയാളത് വച്ചുനീട്ടി.

തിരിച്ചുവന്ന് ആ സ്ത്രീയുടെ അടുത്തിരുന്ന ഞാൻ ചോദിച്ചു. ഇവിടെ യഥാർഥത്തിൽ എന്താണ് നടക്കുന്നത്...?

നിനക്ക് ശരിക്കും അറിയണോ, അവർ ചോദിച്ചു. വേണം, ഞാൻ തലയാട്ടി.

ആദ്യ ദിവസം, ഓഗസ്റ്റ് മൂന്നാം തീയതി ഏതാണ്ട് അഞ്ഞൂറോളം യസീദി സ്ത്രീകളെയും കുട്ടികളെയും ഇവിടെ കൊണ്ടുവന്നിരുന്നു. ഇസ്ലാമിക് സ്റ്റേറ്റ് ഭീകരരുടെ താവളമാണിത്. അതാണ് കുറേപ്പേരെ കാണുന്നത്. ഒന്ന് നിർത്തിയിട്ട് എന്റെ മുഖത്തേക്ക് നോക്കി അവർ പറഞ്ഞു, ഇവിടെത്തന്നെയാണ് നമ്മുടെ കച്ചവടം നടക്കുന്നതും.

നിങ്ങളെ എന്തുകൊണ്ട് വിറ്റില്ല...? ഞാൻ ചോദിച്ചു.

ഞാൻ വിവാഹിതയായതുകൊണ്ട് നാല്പതു ദിവസം അവർ കാക്കും. അതാണ് അവരുടെ നിയമം പറയുന്നതത്രെ. നിന്നെ കൊണ്ടുപോകാൻ അവർ എപ്പോഴാണ് വരികയെന്നറിയില്ല. ഇന്നല്ലെങ്കിൽ നാളെ അത് സംഭവിക്കും. ഓരോ തവണയും വന്ന് കുറേ സ്ത്രീകളെ കൊണ്ടുപോകും. അവരെ ബലാത്സംഗം ചെയ്തശേഷം തിരികെ കൊണ്ടുവരും അല്ലെങ്കിൽ അവിടെത്തന്നെ നിർത്തും. ചിലപ്പോൾ ഈ വീട്ടിലെ ഒരു മുറിയിൽ തന്നെ ബലാത്സംഗം ചെയ്യും. ആവശ്യം കഴിഞ്ഞ് ഇവിടെ തിരിച്ചാക്കും.

ഞാൻ നിശ്ശബ്ദയായി ഇരുന്നു. വെള്ളം തിളച്ചുവരുന്നതുപോലെ പൊള്ളലേറ്റഭാഗത്തെ നീറ്റൽ കൂടി വന്നു. ഞാൻ വേദനകൊണ്ട് പുളഞ്ഞു. വേദനയ്ക്ക് ഗുളിക വേണോ...? ആ സ്ത്രീ ചോദിച്ചു.

വേണ്ട, ഗുളിക എനിക്ക് ഇഷ്ടമില്ല. എന്നാൽ വെള്ളം കുടിക്ക്. കുപ്പിയിൽ ഇളം ചൂടുവെള്ളം വച്ചുനീട്ടിക്കൊണ്ട് അവർ പറഞ്ഞു. അവരുടെ കുഞ്ഞ് ശാന്തമായി നിലത്തുകിടന്ന് ഉറങ്ങുന്നുണ്ടായിരുന്നു.

അധിക സമയമെടുക്കില്ല, അവർ മെല്ലെ പറഞ്ഞു. അവർ വന്ന് നിങ്ങളെ കൊണ്ടു പോകും, ബലാത്സംഗം ചെയ്യും. ചില പെൺകുട്ടികൾ ശരീരം അഴുക്കായും മുടി അലങ്കോലമാക്കിയുംവച്ച് രക്ഷപ്പെടാൻ നോക്കും. കാര്യമില്ല, അവർ നിങ്ങളോട് കുളിച്ച് വൃത്തിയായി വരാൻ നിർദ്ദേശിക്കും. ചില പെൺകുട്ടികൾ ആ കുളിമുറിക്കുള്ളിൽ ആത്മഹത്യ ചെയ്തിട്ടുണ്ട്, ചിലർ ശ്രമിച്ച് പരാജയപ്പെട്ടു. ഞരമ്പ് മുറിച്ചപ്പോൾ തെറിച്ച ചോരത്തുള്ളികൾ കുളിമുറിയുടെ ഭിത്തിയിൽ കാണാം. അവർ പറഞ്ഞു. എന്നെ ആശ്വസിപ്പിക്കുന്ന ഒന്നും അവർക്ക് പറയാനുണ്ടായിരുന്നില്ല. സംസാരം നിർത്തിയപ്പോൾ ഞാൻ അവരോട് ചേർന്നിരുന്നു. മെല്ലെ, കുഞ്ഞിനടുത്തു കിടന്ന് ഉറങ്ങി.

പക്ഷേ, അല്പനേരത്തേക്ക് മാത്രമായിരുന്നു ആ ഉറക്കം. തീരെ തളർന്നിരുന്നെങ്കിലും ഭയംമൂലം എനിക്ക് ഉറങ്ങാനായില്ല. വേനൽക്കാലമായതുകൊണ്ട് സൂര്യോദയം നേരത്തെ ആയിരുന്നു. സൂര്യകിരണങ്ങൾ കർട്ടനുള്ളിലൂടെ അകത്തെത്തി. ചുറ്റുംനോക്കിയപ്പോൾ മറ്റു പെൺകുട്ടികളും രാത്രി ഉറങ്ങിയിരുന്നില്ലെന്ന് മനസ്സിലായി. പലരും ഉറക്കം തൂങ്ങുകയും കണ്ണുതിരുമ്മുകയും കോട്ടുവാ ഇടുകയും ചെയ്യുന്നുണ്ടായിരുന്നു.

പ്രഭാതഭക്ഷണമായി പ്ലാസ്റ്റിക് പാത്രങ്ങളിൽ കുറച്ച് ചോറും തക്കാളി സൂപ്പുമായി ഏതാനും ഭീകരർ വന്നു. വിശപ്പുസഹിക്കാനാകാതെ ഞാൻ വേഗം തന്നെ അത് കഴിച്ചു.

മിക്ക പെൺകുട്ടികളും രാത്രി മുഴുവൻ കരയുകയായിരുന്നു. രാവിലെയും അവർ അതുതന്നെ തുടർന്നു. ദിമലിന്റെ പ്രായമുള്ള ഒരു കൊച്ചോക്കാരി പെണ്ണുണ്ടായിരുന്നു. ദിമലിനെപ്പോലെ വിവാഹിതയെന്ന് പറഞ്ഞ് ഭീകരരെ പറ്റിക്കാൻ അവൾക്കായില്ല. എന്റെ അടുത്തിരുന്ന അവൾ ചോദിച്ചു, നമ്മൾ എവിടെയാണ്. അവൾക്ക് ഒരു എത്തുംപിടിയും കിട്ടിയിരുന്നില്ല.

കൃത്യം സ്ഥലം അറിയില്ലെങ്കിലും മൊസൂളിൽ എവിടെയോ ആണ്, ഞാൻ പറഞ്ഞു. മൊസൂൾ, അവൾ പിറുപിറുത്തു. കൊച്ചോയ്ക്ക് അടുത്താണെങ്കിലും ഞങ്ങൾ ആരുംതന്നെ മൊസൂൾ കണ്ടിരുന്നില്ല.

ഒരു ഷെയ്ഖ് (അറബി പ്രമാണി) മുറിയിലേക്കുവന്നു. ഞങ്ങൾ സംസാരം നിർത്തി. നരച്ചമുടിയുള്ള അയാൾക്ക് സാമാന്യം പ്രായമുണ്ടായിരുന്നു. ഐസിസ് ഭീകരർ ഇടുന്നതുപോലുള്ള ബാഗി

പാന്റ്സും ചെരുപ്പുമായിരുന്നു അയാളുടെ വേഷം. ഇറുകിയ കറുത്ത പാന്റ്സിന് അല്പം ഇറക്കം കുറവായിരുന്നു. ഞങ്ങളെ തുറിച്ചുനോക്കിക്കൊണ്ട് അയാൾ മുറിയിൽ അങ്ങോട്ടും ഇങ്ങോട്ടും ഉലാത്തി. ഗൗരവഭാവം കണ്ടിട്ട് സ്ഥലത്തെ പ്രധാനിയാണെന്നു തോന്നി. മൂലയിൽ പതുങ്ങിയിരുന്ന കൊച്ചോയിൽ നിന്നുള്ള ഒരു കൊച്ചുപെൺകുട്ടിയെ ചൂണ്ടി അയാൾ ചോദിച്ചു, അവൾക്ക് എന്ത് പ്രായമുണ്ട്...? വളരെ ചെറുതാണ്, ഭീകരൻ അഭിമാനത്തോടെ പറഞ്ഞു.

ഷെയ്ഖിന്റെ ഉച്ചാരണരീതിയിൽ നിന്ന് അയാൾ മൊസൂളുകാരനാണെന്ന് എനിക്ക് മനസ്സിലായി. നഗരം പിടിക്കാൻ അയാൾ ഭീകരരെ സഹായിച്ചു കാണും. ഐസിസിന്റെ വളർച്ചയ്ക്ക് സഹായിക്കാൻ തക്കവണ്ണം സമ്പന്നനായിരിക്കണം. അല്ലെങ്കിൽ സദ്ദാം ഭരണകാലത്തെ മതപ്രമാണിയായിരുന്നിരിക്കണം. അങ്ങനെയുള്ളവർ അമേരിക്കയും ഷിയാക്കളും തട്ടിയെടുത്ത അധികാരം തിരികെ കിട്ടാൻ കാത്തിരുന്നവരാണ്. അല്ലെങ്കിൽ ഐസിസ് പ്രചാരണങ്ങളെ കണ്ണുംപൂട്ടി വിശ്വസിക്കുന്നയാളാവണം. അടിസ്ഥാന അറബിയോ പ്രാർഥനകളോ പോലും അറിയാത്തവർ ഐസിസിലുണ്ട്. എന്തുകൊണ്ട് ഭീകരപ്രസ്ഥാനത്തിന്റെ ഭാഗമായെന്നു ചോദിച്ചാൽ ഐസിസ് ശരിയാണെന്നും ദൈവത്തിന്റെ പ്രവാചകരാണെന്നും അവർ മറുപടി നല്കും.

ഞങ്ങളെല്ലാവരും അയാളുടേതാണെന്ന മട്ടിലായിരുന്നു ഷെയ്ഖിന്റെ നോട്ടം. കുറേസമയം നോക്കിയിട്ട് കൊച്ചോയിൽ നിന്നുള്ള മൂന്നു പെൺകുട്ടികളെ അയാൾ ഉറപ്പിച്ചു. ഭീകരന്റെ കയ്യിൽ നിറയെ അമേരിക്കൻ ഡോളറുകൾ അയാൾ വച്ചുകൊടുത്തിട്ട് അയാൾ മുറി വിട്ടു. തൊട്ടുപിന്നാലെ ആ കുട്ടികൾ താഴേക്ക് വലിച്ചിഴയ്ക്കപ്പെട്ടു. വാങ്ങിയ സാധനങ്ങൾ അവിടെ നിന്നാണ് അയാൾക്ക് കൈമാറുക.

മുറിയിലാകെ പരിഭ്രാന്തി പരന്നു. ഞങ്ങളെക്കുറിച്ചുള്ള ഐസിസ് പദ്ധതി എന്തെന്ന് വ്യക്തമായി. പക്ഷേ, കൂടുതൽ വാങ്ങലുകാർ (ഉപഭോക്താക്കൾ) എപ്പോഴാണ് വരികയെന്നോ അവർ ഞങ്ങളെ എന്താണ് ചെയ്യുകയെന്നോ അറിയില്ലായിരുന്നു. ആ കാത്തിരിപ്പ് കൊടിയ പീഡനമായിരുന്നു. രക്ഷപ്പെടുന്നതിനെക്കുറിച്ച് ചില കുട്ടികൾ അടക്കം പറഞ്ഞു. പക്ഷേ, അത് അസാധ്യമായിരുന്നു. ജനൽ വഴി ചാടാൻ ശ്രമിച്ചാലും ഇസ്ലാമിക് സ്റ്റേറ്റിന്റെ ആ കോട്ടയിൽനിന്ന് രക്ഷപ്പെടുക എളുപ്പമായിരുന്നില്ല. ആരുടെയെങ്കിലും കണ്ണിൽപ്പെടാതെ പുറത്തുകടക്കാൻ പറ്റില്ല. മാത്രമല്ല, വിശാലമായ മൊസൂൾ പട്ടണം ഞങ്ങൾക്ക് അപരിചിതവുമാണ്. എങ്ങനെയെങ്കിലും ഭീകരരുടെ കണ്ണുവെട്ടിച്ച് പുറത്ത് കടന്നാലും ഏത് ദിശയിൽ ഓടണമെന്നു പോലും ഒരു നിശ്ചയവുമില്ല. രാത്രിയിൽ, അടച്ചുകെട്ടിയ ബസ്സിലാണ് അവർ ഞങ്ങളെ കൊണ്ടുവന്നത്. ഞങ്ങൾ ജീവനോടെ പുറത്തുപോവില്ലെന്ന് ഉറപ്പിക്കാൻ അവർ എന്തും ചെയ്യും.

ആ സംസാരം പിന്നീട് ആത്മഹത്യയെക്കുറിച്ചായി. സത്യം പറഞ്ഞാൽ എന്റെ മനസ്സിലാണ് ആ ചിന്ത ആദ്യമെത്തിയത്. കഴിഞ്ഞ രാത്രി ആ സ്ത്രീ എന്നോട് പറഞ്ഞെതെല്ലാം അനുഭവിക്കുന്നതിലും ഭേദമാണത്. ഞാനും കാതറീനും ഏതാനും മറ്റു പെൺകുട്ടികളും ചേർന്ന് നിശ്ചയിച്ചുറപ്പിച്ചു. ദയിഷ്(ഐസിസ്) ഉപയോഗിക്കുന്നതിനു മുമ്പ് നമുക്ക് മരിക്കാം. ഭീകരർക്ക് അടിയറവ് വയ്ക്കുന്നതിലും അഭിമാനകരമാണ് ആത്മഹത്യ. അവരെ തോല്പ്പിക്കാൻ ഞങ്ങളുടെ കയ്യിലുള്ള ഏക ആയുധം. പക്ഷേ, അപ്പോഴും തൊട്ടടുത്തയാൾ ജീവനൊടുക്കുന്നത് കണ്ടുനില്ക്കാൻ പ്രയാസമായിരുന്നു. ഒരു പെൺകുട്ടി കഴുത്തിൽ ഷാൾ കുരുക്കി ജീവനൊടുക്കാൻ ശ്രമിച്ചു. പക്ഷേ, മറ്റുള്ളവർ ബലമായി അവളെ അതിൽനിന്ന് പിന്തിരിപ്പിച്ചു.

ചിലർ പറഞ്ഞു, മേല്ക്കൂരയിൽ പിടിച്ചുകയറിയാൽ അതുവഴി നമുക്ക് ചാടി രക്ഷപ്പെടാം. ഞാൻ അമ്മയെക്കുറിച്ച് ആലോചിച്ചു. ആത്മഹത്യയെ അമ്മ ഒരിക്കലും ഇഷ്ടപ്പെട്ടിരുന്നില്ല. ദൈവം രക്ഷിക്കുമെന്ന വിശ്വാസമുണ്ടാവണം. ഏത് സന്ദിഗ്ധാവസ്ഥയിലും അമ്മ ഓർമ്മിപ്പിച്ചിരുന്നു. പാടത്തെ അപകടത്തിനുശേഷം ഞാൻ ആശുപ്രതിയിൽ കിടന്നപ്പോൾ കിടക്കയ്ക്കരുകിലിരുന്ന് എന്റെ ജീവനുവേണ്ടി പ്രാർഥിച്ചുകൊണ്ടിരുന്നു അമ്മ. സുഖംപ്രാപിക്കുന്ന എന്നെ സന്തോഷിപ്പിക്കാനാണ് ഒട്ടേറെ പണം മുടക്കി ആഭരണങ്ങൾ വാങ്ങിവച്ചത്. എന്റെ ജീവൻ നിലനിർത്തണമെന്ന് അമ്മ അത്രയേറെ ആഗ്രഹിച്ചിരുന്നു. ആ ജീവൻ ഇപ്പോൾ ഞാൻ ഇല്ലായ്മ ചെയ്യാൻ പാടില്ല.

പെട്ടെന്ന് ഞങ്ങൾ പദ്ധതി മാറ്റി. രക്ഷപ്പെടാനുള്ള എന്തെങ്കിലും പഴുത് കണ്ടെത്തുന്നവരെ പരസ്പരം എങ്ങനെയും സഹായിക്കുമെന്ന് ഞങ്ങൾ തീരുമാനിച്ചു. ഐസിസ് കയ്യടക്കിയ മൊസൂളിൽ അടിമക്കച്ചവടം എത്ര വ്യാപകമാണെന്ന് ആ വീട്ടിലെ താമസദിവസങ്ങളിൽ വ്യക്തമായി. ആയിരക്കണക്കിന് യസീദി പെൺകുട്ടികളെയാണ് വീടുകളിൽനിന്ന് തട്ടിയെടുത്തുകൊണ്ടുവന്ന് കച്ചവടം ചെയ്തത്, അല്ലെങ്കിൽ ഐസിസ് പോരാളികൾക്കും പ്രമാണിമാർക്കും കാഴ്ച വയ്ക്കപ്പെട്ടത്. ഇറാഖിലെയും സിറിയയിലെയും പട്ടണങ്ങളിലെമ്പാടും ഈ മനുഷ്യക്കടത്ത് വ്യാപകമായിരുന്നു. ഒന്നോ അല്ലെങ്കിൽ നൂറോ പെൺകുട്ടികൾ ആത്മഹത്യ ചെയ്തതുകൊണ്ട് അതിന് മാറ്റമുണ്ടായില്ല. ആത്മഹത്യകളെ ഐസിസ് ഗൗരവമായി എടുത്തതേയില്ല. അല്ലെങ്കിൽ ഞങ്ങളുടെ മരണം അവരുടെ ക്രൂരതകളിൽ ഒരു മാറ്റവും വരുത്തിയതേയില്ല. ഇപ്പോൾ കുറച്ച് അടിമകൾ നഷ്ടപ്പെട്ടതിനാൽ ഞരമ്പ് മുറിച്ചോ കഴുത്തിൽ കുടുക്കിട്ടോ ആത്മഹത്യാശ്രമമുണ്ടായാൽ ഞങ്ങൾ മരിക്കുന്നില്ലെന്ന് ഉറപ്പുവരുത്താൻ അവർ ശ്രമിച്ചുകൊണ്ടിരുന്നു.

ഞങ്ങളുടെ പക്കലുള്ള രേഖകളെല്ലാം വേണമെന്നാവശ്യപ്പെട്ട് ഒരു ഭീകരൻ വന്നു. നിങ്ങൾ യസീദികളാണെന്ന് തെളിയിക്കുന്ന രേഖ

കളെല്ലാം ഇതിലിടൂ. ഒരു സഞ്ചി തുറന്നുപിടിച്ച് അയാൾ പറഞ്ഞു. തിരിച്ചറിയൽ കാർഡുകൾ, റേഷൻ കാർഡുകൾ, ജനന സർട്ടിഫിക്കറ്റ്, എല്ലാ രേഖകളും കൂന കൂട്ടിയിട്ട് കത്തിക്കുകയാണ് അവർ ചെയ്തത്. രേഖകൾ ഇല്ലാതാവുന്നതോടെ ഇറാഖ് ചരിത്രത്തിൽ യസീദികളുടെ അസ്തിത്വം എന്നെന്നേക്കുമായി ഇല്ലാതാക്കാമെന്നായിരുന്നു അവരുടെ കണക്കുകൂട്ടൽ. അമ്മയുടെ റേഷൻ കാർഡൊഴികെ എല്ലാ രേഖകളും ഞാൻ കൈമാറി. ആ റേഷൻകാർഡ് ഞാൻ ബ്രായ്ക്കുള്ളിൽ ഒളിപ്പിച്ചു. എന്റെ അമ്മയ്ക്ക് അത് മാത്രമാണുണ്ടായിരുന്നത്.

കുളിമുറിയിൽ കയറി ഞാൻ മുഖത്തും കയ്യിലും അല്പം വെള്ളമൊഴിച്ചു. സിങ്കിന് മുകളിൽ ഒരു കണ്ണാടി തൂങ്ങിക്കിടപ്പുണ്ടായിരുന്നു. ഞാൻ നിലത്തേക്ക് നോക്കി നിന്നു, കാരണം എന്നെത്തന്നെ നോക്കാൻ എനിക്കാവുമായിരുന്നില്ല. കണ്ണാടിയിൽ കാണുന്ന രൂപത്തെ തിരിച്ചറിയാനാവില്ലെന്ന് എനിക്കുതോന്നി.

തലേന്നു രാത്രി ആ സ്ത്രീ പറഞ്ഞതു ശരിവച്ച് കുളിമുറിയുടെ ഭിത്തിയിൽ രക്തക്കറ കണ്ടു. ഭിത്തിയുടെ മുകൾ ഭാഗത്തെ ടൈലുകളിൽ ചിതറിപ്പതിച്ചിരുന്ന രക്തക്കറകൾ മാത്രമായിരുന്നു എനിക്കു മുന്നേ അവിടെ താമസിച്ച യസീദി പെൺകുട്ടികളുടെ ഓർമ്മയായി അവശേഷിച്ചത്.

ഞങ്ങളെ വീണ്ടും രണ്ടു സംഘങ്ങളായി തിരിച്ചു. കാതറീനോടൊപ്പം നില്ക്കാൻ എനിക്ക് സാധിച്ചു. വീണ്ടും ബസ്സുകളിലേക്ക്. കൊച്ചോയിൽ നിന്നുള്ള കുറേ പെൺകുട്ടികൾ അവിടെവച്ച് ഞങ്ങളിൽ നിന്ന് പിരിഞ്ഞു. അവരോട് യാത്ര പറയാൻ പോലും സമയം കിട്ടിയില്ല. പിന്നീടറിഞ്ഞു അവരെ ഐസിസിന്റെ സിറിയയിലെ തലസ്ഥാനമായ റാഖയിലേക്ക് കൊണ്ടുപോയെന്ന്. ഇറാഖിൽ തുടരുന്നതിൽ ഞാൻ ആശ്വസിച്ചു. എന്തുവന്നാലും സ്വന്തം രാജ്യത്താണല്ലോ.

ഞാൻ വേഗം ബസ്സിന്റെ പിൻഭാഗത്തേക്ക് നടന്നു. ജനാലക്കരികിൽ ഒരു സീറ്റ് കണ്ടെത്തുകയായിരുന്നു ലക്ഷ്യം. അബു ബതാതിന്റെയോ മറ്റൊരു ഭീകരന്റെയോ ഉപദ്രവം സഹിക്കേണ്ടല്ലോ. കുറേദിവസം മൂടിക്കെട്ടിയ മുറികൾക്കുള്ളിലിരുന്നശേഷം പുറത്തെ വെളിച്ചം കാണുകയായിരുന്നു. അതും വേനലിലെ കൊടുംചൂടുള്ള പകൽ. ബസ് നീങ്ങിത്തുടങ്ങിയപ്പോൾ കർട്ടൻ അല്പം നീക്കി ഞാൻ മൊസൂൾ നഗരം കണ്ടു. എല്ലാം സാധാരണ നിലയിലെന്ന് തോന്നും. സിൻജാറോ മറ്റേതു പട്ടണമോ എന്നപോലെ ആളുകൾ പലചരക്കുകൾ വാങ്ങുന്നു, കുട്ടികളെ സ്കൂളിൽ വിടുന്നു. സിൻജാറിൽനിന്ന് വ്യത്യസ്ഥമായി നഗരവീഥികളിലെങ്ങും ഇസ്ലാമിക് സ്റ്റേറ്റ് ഭീകരരെ കാണാമായിരുന്നു. ചെക്പോയന്റുകളിൽ, തെരുവുകളിൽ, വാഹനങ്ങളിൽ, എന്തിന് സാധനങ്ങൾ വാങ്ങുന്നവരിൽപോലും ഐസിസ് ഭീകരർ ഉണ്ടായിരുന്നു. സ്ത്രീകൾ ശരീരമാകെ മറച്ചിരുന്നു. സ്ത്രീകൾ ശരീരമാസകലം

മറയ്ക്കാതെയും തനിച്ചും പുറത്തിറങ്ങുന്നത് ഐസിസ് വിലക്കിയിരുന്നു. നഗരത്തിലെ സ്ത്രീസാന്നിധ്യം ഒരർഥത്തിൽ അദൃശ്യമായിരുന്നു.

ഞങ്ങൾ ഭയന്നുവിറച്ച് നിശ്ശബ്ദരായി ഇരുന്നു. കാതറീൻ, നിസ്റീൻ, ജിലാൻ, റോജിയൻ എന്നിവർക്കൊപ്പമായിരുന്നു ഞാൻ. ഒന്നിച്ചായതിന് ഞാൻ ദൈവത്തിന് നന്ദി പറഞ്ഞു. അവരുടെ സാന്നിധ്യം എനിക്ക് അല്പം ആശ്വാസവും ധൈര്യവും പകർന്നു. എല്ലാവർക്കും ആ ഭാഗ്യം ഉണ്ടായിരുന്നില്ല. കൊച്ചോയിൽ നിന്നുള്ള ഒരു പെൺയുട്ടി അവരുടെ ബന്ധുക്കളിൽനിന്ന് ഒറ്റപ്പെട്ടു പോയിരുന്നു. നിങ്ങൾക്കെല്ലാം ആരെങ്കിലുമുണ്ട്, ഞാൻ മാത്രം തനിച്ചാണ്, മടിയിൽ കൈ അമർത്തിവച്ച് അവൾ വിങ്ങിക്കരഞ്ഞു. അവളെ ആശ്വസിപ്പിക്കണമെന്ന് ഉണ്ടായിരുന്നെങ്കിലും സംസാരിക്കാൻ ആർക്കും ധൈര്യമുണ്ടായിരുന്നില്ല.

രാവിലെ ഏതാണ്ട് പത്തുമണിയോടെ പച്ചനിറത്തിലുള്ള ഇരുനില വീടിന് മുന്നിൽ ഞങ്ങളെത്തി. എല്ലാവരെയും ആ വീട്ടിലേക്ക് കൊണ്ടുപോയി. മുകളിലത്തെ നിലയിൽനിന്ന് വീട്ടുടമസ്ഥരുടെ സാധനങ്ങളെല്ലാം പുറത്ത് എറിയപ്പെട്ടിരുന്നു. അവശേഷിച്ച ബൈബിളും ചെറിയ കുരിശും അവർ ക്രിസ്ത്യാനികളായിരുന്നെന്ന് വ്യക്തമാക്കി. ഞങ്ങളെത്തുമ്പോൾ ഏതാനും പെൺകുട്ടികൾ അവിടെ ഉണ്ടായിരുന്നു. ടെൽ എസിയറിൽ നിന്നുള്ള അവർ ഒന്നിച്ച് കൂട്ടംകൂടി ഇരിക്കുകയായിരുന്നു. കുറേ കയറ്റുപായകൾ മുറിയിൽ ചുരുട്ടിവച്ചിരുന്നു. ജനാലകൾ കർട്ടനുകളോ കട്ടിയുള്ള തുണിയോ ഉപയോഗിച്ച് മറച്ചിരുന്നു. പുറത്തെ കത്തുന്ന സൂര്യന്റെ പ്രകാശം അരണ്ട വെളിച്ചമായാണ് മുറിക്കുള്ളിൽ അനുഭവപ്പെട്ടത്. മുറി വൃത്തിയാക്കുന്ന ലായനിയുടെ രൂക്ഷഗന്ധം എല്ലായിടത്തുമുണ്ടായിരുന്നു. കൊച്ചോയിലെ സ്ത്രീകൾ അടുക്കളയും കുളിമുറിയും വൃത്തിയാക്കാനുപയോഗിക്കുന്ന നീല നിറത്തിലെ ലായിനിയുടെ അതേ മണം.

ഞങ്ങൾ മുറിക്കുള്ളിൽ ഇരിക്കുമ്പോൾ ഒരു ഭീകരൻ വന്ന് മുറിയാകെ പരിശോധിച്ചു. പുറത്തുനിന്ന് നോക്കുന്നയാളുകൾക്ക് ഞങ്ങളെ കാണാനാവുന്നില്ലെന്ന് ഉറപ്പുവരുത്തി. ബൈബിളും കുരിശും കണ്ടതോടെ അയാൾ സ്വയം എന്തോ പിറുപിറുത്തു. എന്നിട്ട് ഒരു പ്ലാസ്റ്റിക് സഞ്ചിയിൽ അവ എടുത്തിട്ട് കൊണ്ടുപോയി.

പുറത്തേക്ക് പോകും വഴി അറപ്പും വെറുപ്പും നിറഞ്ഞ നോട്ടത്തോടെ ഉച്ചത്തിൽ ചോദിച്ചു. നിങ്ങൾ യസീദികൾക്കെന്താണ് ഇത്ര നാറ്റം..? യസീദികൾക്ക് ഒരുതരം ദുർഗന്ധമുണ്ടെന്ന് പറഞ്ഞ് ആളുകൾ അപമാനിക്കുന്നത് കുർദിസ്ഥാനിൽനിന്ന് വരുമ്പോൾ സവൂദ് പറഞ്ഞിരുന്നത് ഞാനോർത്തു. അതു കേൾക്കുമ്പോൾ എനിക്ക് ദേഷ്യം വരുമായിരുന്നു. പക്ഷേ, ഐസിസിന്റെ പക്കലായിരിക്കുമ്പോൾ ദേഹത്ത് ദുർഗന്ധമുള്ളതാണ് നല്ലത്, ഞാനോർത്തു. അബു ബതാതിനെ പോലുള്ളവരുടെ കയ്യിൽനിന്ന് രക്ഷപ്പെടാൻ ഏറ്റവും നല്ല ആയുധം

ആ വൃത്തികേടായിരുന്നു. ശരീരത്തിന്റെ ചൂര് ഭീകരരെ ഞങ്ങളിൽ നിന്ന് അകറ്റി നിർത്തണം. ഉഷ്ണിച്ച് ബസ്സിനുള്ളിൽ ഇരുന്നതിനാലും പലരും ഛർദ്ദിച്ചതിനാലും ഭീകരർ ഞങ്ങളെ തൊടില്ല. പക്ഷേ, ഞങ്ങളെ കൂട്ടത്തോടെ അവർ കുളിമുറിയിലേക്ക് തള്ളിവിട്ടു. പോയി വൃത്തിയായി വാ, ഈ നാറ്റമുണ്ടാവരുത്. അവർ പറഞ്ഞു. പറ്റുന്ന രീതിയിലെല്ലാം ഞങ്ങൾ സ്വയം വൃത്തിയായി. കയ്യും കാലും കഴുകി. പുരുഷന്മാർ നില്ക്കുന്നതിനാൽ വസ്ത്രങ്ങളൂരി കുളിക്കാനാവില്ലായിരുന്നു.

ഭീകരർ പോയിക്കഴിഞ്ഞപ്പോൾ മേശയിലിരിക്കുന്ന ഒരു ലാപ്ടോപ് ചൂണ്ടിക്കാട്ടി പെൺകുട്ടികൾ അടക്കം പറഞ്ഞു. അത് പ്രവർത്തിക്കുമോയെന്ന് നോക്കാം. ഒരുത്തി പറഞ്ഞു. ഇന്റർനെറ്റ് ഉണ്ടെങ്കിൽ ഫെയ്സ്ബുക്ക് മെസഞ്ചറിലൂടെ നമ്മൾ മൊസൂളിലുണ്ടെന്ന് ലോകത്തെ അറിയിക്കാം.

ലാപ്ടോപ്പോ കമ്പ്യൂട്ടറോ എങ്ങനെ പ്രവർത്തിപ്പിക്കണമെന്ന് എനിക്ക് അറിയില്ലായിരുന്നു. ആദ്യമായാണ് ലാപ്ടോപ് കാണുന്നതു തന്നെ. കുറേപ്പേർ മെല്ലെ അതിനടുത്തേക്ക് പോകുന്നത് ഞാൻ നോക്കി നിന്നു. ഫെയ്സ്ബുക്ക് കിട്ടുമെന്ന സൂചന മുറിയിലാകെ അല്പം പ്രതീക്ഷ പകർന്നു. ചിലർ കരച്ചിൽ നിർത്തി. സോല വിട്ടതിനുശേഷം ചിലരെല്ലാം ആദ്യമായാണ് നേരെ നില്ക്കുന്നത്. എന്റെ ഹൃദയം തുടിച്ചു. ലാപ്ടോപ് പ്രവർത്തിക്കണേ.

ഒരു പെൺകുട്ടി മെല്ലെ ലാപ്ടോപ് തുറന്നു. അതിന്റെ സ്ക്രീൻ പ്രകാശിച്ചു. ഞങ്ങൾ ആകാംക്ഷയോടെ അതിലേക്ക് നോക്കി. ഭീകരർ വരുന്നുണ്ടോയെന്നറിയാൻ വാതിൽക്കലേക്കും. ലാപ്ടോപ് തുറന്നയാൾ അതിലെ കീ ബോർഡിൽ തട്ടി നോക്കി. ആദ്യം മെല്ലെയും പിന്നെ അല്പം ശക്തിയായും. അത് അടച്ചുവച്ച് ഞങ്ങളെ നോക്കി പറഞ്ഞു. ഇത് പ്രവർത്തിക്കില്ല. എന്നോട് ക്ഷമിക്കൂ. അവൾ കരച്ചിലിന്റെ വക്കിലെത്തിയിരുന്നു.

കൂട്ടുകാരികൾ ചുറ്റുംകൂടി അവളെ ആശ്വസിപ്പിക്കാൻ ശ്രമിച്ചു. എല്ലാവരും നിരാശരായിരുന്നു. സാരമില്ല, നീ ശ്രമിച്ചല്ലോ, നിരാശ മറച്ചുവച്ച് അവർ അവളെ ആശ്വസിപ്പിച്ചു. മാത്രമല്ല അത് നല്ലതായിരുന്നെങ്കിൽ ഭീകരർ ഇവിടെ വച്ച് പോകില്ലായിരുന്നു.

ടെൽ എസെറിൽ നിന്നുള്ള പെൺകുട്ടികൾ ഇരിക്കുന്ന വശത്തേക്ക് ഞാൻ നോക്കി. ഞങ്ങൾ വന്നപ്പോൾ മുതൽ അവർ അനങ്ങുകയോ എന്തെങ്കിലും സംസാരിക്കുകയോ ചെയ്യുന്നത് കണ്ടില്ല. പരസ്പരം കൈകൾ ചേർത്തുപിടിച്ച് ഒറ്റ നിരയായി ഇരിക്കുകയായിരുന്നു അവർ. തീവ്രദുഃഖത്തിന്റെ മുഖംമൂടിയണിഞ്ഞ കുറേപ്പേർ നിരന്നിരിക്കുംപോലെ. എന്നെ അവരും കാണുന്നത് അങ്ങനെ തന്നെയാവുമെന്ന് ഞാനോർത്തു.

അഞ്ച്

രാത്രിയിലാണ് അടിമച്ചന്ത തുറക്കുന്നത്. വാങ്ങാനെത്തിയവരുടെ രജിസ്ട്രേഷന്റെയും ഒരുക്കങ്ങളുടെയും ബഹളം താഴെ കേൾക്കാമായിരുന്നു. ആദ്യത്തെയാൾ വാതിലിനടുത്തെത്തിയതോടെ പെൺകുട്ടികൾ കൂട്ടക്കരച്ചിൽ തുടങ്ങി. ഭീകരാക്രമണം നടന്ന തെരുവിലേതുപോലെയായിരുന്നു ശബ്ദകോലാഹലം. മുറിവേറ്റവരെപ്പോലെ ഞങ്ങൾ ഉച്ചത്തിൽ നിലവിളിച്ചു, ഛർദ്ദിച്ചു. പക്ഷേ, ഇതൊന്നും ഭീകരരെ പിന്തിരിപ്പിച്ചില്ല. ഞങ്ങളെ തുറിച്ചുനോക്കി അവർ മുറിയിലാകെ ചുറ്റിനടന്നു. ഞങ്ങൾ കരയുകയും യാചിക്കുകയും ചെയ്തുകൊണ്ടിരുന്നു. അറബി അറിയാവുന്നവർ അറബിയിലും കുർദിഷ് അറിയാവുന്നവർ ആ ഭാഷയിലുമെല്ലാം കരുണയ്ക്കുവേണ്ടി കരയുകയും യാചിക്കുകയും ചെയ്തു. പക്ഷേ, ശാഠ്യക്കാരായ കുട്ടികളെ അവഗണിക്കുന്നതുപോലെയായിരുന്നു ഞങ്ങളുടെ കരച്ചിലിനോടുള്ള അവരുടെ പ്രതികരണം.

കൂട്ടത്തിൽ സുന്ദരികളായ പെൺകുട്ടികളെയാണ് അവർ നോട്ടമിട്ടത്. അവരുടെ മുടിയിലും ചുണ്ടിലുമെല്ലാം പിടിച്ച് പ്രായം എത്രയെന്ന് തിരക്കി. ഇവരെല്ലാം കന്യകകളല്ലേ, കാവൽക്കാരനോട് അവർ ചോദിച്ചു. തീർച്ചയായും, കടയിലെ ഉല്പ്പന്നങ്ങളെക്കുറിച്ച് പറയുന്ന കടയുടമയെപ്പോലെ അയാൾ അഭിമാനത്തോടെ തലയാട്ടി. ചില പെൺകുട്ടികളെ ഡോക്ടർമാർ കന്യകാത്വപരിശോധന നടത്തി. എന്നെപ്പോലുള്ളവരോട് ചോദിച്ചതേയുള്ളൂ. ചിലർ അവിവാഹിതകളാണെങ്കിലും കന്യകാത്വം നഷ്ടപ്പെട്ടവരാണെന്ന് കള്ളം പറഞ്ഞ് രക്ഷപ്പെടാൻ നോക്കി. പക്ഷേ, ഭീകരർ സമ്മതിച്ചില്ല. യസീദികൾ വിവാഹിതകളല്ലെങ്കിൽ ലൈംഗികബന്ധത്തിലേർപ്പെടില്ല, ഉറപ്പ്, അവർ പറഞ്ഞു.

ഞങ്ങളുടെ ശരീരത്തിൽ എല്ലായിടത്തും, മാറിടങ്ങളിൽ, കാലിൽ എല്ലാം അവർ തൊട്ടുനോക്കി. ചന്തയിലെ മൃഗങ്ങളെയെന്നപോലെ. പെൺകുട്ടികളെ തൊട്ടുനോക്കിയും ചോദ്യങ്ങൾ ചോദിച്ചും ഭീകരർ നടക്കുന്നതിനാൽ മുറിയിലാകെ ബഹളമായിരുന്നു. അറബിയിലും തുർക്കുമെൻ ഭാഷയിലുമായിരുന്നു ചോദ്യം ചെയ്യൽ. ചന്തയിലെത്തിയ നഫ വളരെ ചെറിയ ഒരു പെൺകുട്ടിയെ തിരഞ്ഞെടുത്തു. മറ്റുള്ളവർ പൊട്ടിച്ചിരിച്ചുകൊണ്ട് പറഞ്ഞു, നീ അവളെ എടുക്കുമെന്ന് ഞങ്ങൾക്ക് ഉറപ്പായിരുന്നു. നീ ഉപയോഗിച്ചു കഴിയുമ്പോൾ ഞങ്ങൾക്ക് തരണം. അടങ്ങിയിരിക്ക്, ഒച്ചവയ്ക്കരുത്, ഉച്ചത്തിൽ കരയുകയായിരുന്ന ഞങ്ങ

ളോട് അവർ ആക്രോശിച്ചു. പക്ഷേ, അത് കരച്ചിലിന്റെ ശക്തി കൂട്ടിയ തേയുള്ളൂ. നല്ല പ്രായമുള്ള ഒരു ഭീകരൻ മുറിയിലെത്തി. തടിച്ചുരുണ്ട് കുടവയറുമുള്ള അയാളുടെ പേര് ഹാജി ഷക്കീർ എന്നായിരുന്നു (ഹാജി എന്നത് സ്ഥാനപ്പേരും സാധാരണ പേരുമാണ് ഇറാഖിൽ). മൊസൂളിലെ പ്രമാണിയായിരുന്നു അയാൾ. ഒരു പെൺകുട്ടിയെയും വലിച്ചുകൊണ്ടാണ് അയാൾ വന്നത്. ഇസ്ലാമിക് സ്റ്റേറ്റ് നഗരങ്ങളിലെ സ്ത്രീകൾ ധരിക്കുന്നതുപോലെയുള്ള നിഖാബും അബയയും അവൾക്കുമുണ്ടായിരുന്നു. ഇത് എന്റെ 'സബയ'യാണ്. അവളെ മുറിയിലേക്ക് തള്ളിനിർത്തിക്കൊണ്ട് അയാൾ ഉച്ചത്തിൽ പറഞ്ഞു. മുസ്ലീമായുള്ള ജീവിതം എത്ര സന്തോഷകരമാണെന്ന് ഇവൾ നിങ്ങൾക്ക് പറഞ്ഞു തരും.

പെൺകുട്ടി മെല്ലെ നിഖാബ് ഉയർത്തി. വിളറിയിരുന്നെങ്കിലും സുന്ദരിയായിരുന്നു അവൾ. വാ തുറന്നപ്പോൾ ഒരു സ്വർണ്ണപ്പല്ല് തിളങ്ങുന്നത് ഞാൻ കണ്ടു. അവൾക്ക് പതിനാറുവയസ്സിൽ കൂടുതൽ പ്രായമില്ലെന്ന് ഉറപ്പ്. ഹർദാനെ ഞങ്ങൾ അവിശ്വാസികളിൽനിന്ന് മോചിപ്പിച്ച ഓഗസ്റ്റ് മൂന്നു മുതൽ ഇവൾ എന്റെ സബയ ആണ്. ഹാജി ഷക്കീർ പറഞ്ഞു. കാഫിർ അല്ലാതെ എന്നോടൊപ്പമുള്ള ജീവിതം എത്ര സന്തോഷകരമാണെന്ന് പറയൂ, അയാൾ നിർദേശിച്ചു. അവൾ നിശ്ശബ്ദയായി നിന്നതേയുള്ളൂ. പറയ്, അയാൾ അലറി. പക്ഷേ, പെൺകുട്ടി നിലത്തേക്ക് നോക്കി നിശ്ശബ്ദയായി നിന്നു. അവൾ ഊമയാണെന്ന് എനിക്ക് തോന്നി. ചന്തയിലെ ബഹളം വീണ്ടും തുടർന്നു.

ഞാൻ പിന്നീട് തിരിഞ്ഞു നോക്കിയപ്പോൾ ഹാജി ഷക്കീറിനൊപ്പം വന്ന പെൺകുട്ടിയെ അവിടെ കണ്ടില്ല. അതിനിടെ ഹാജി ഷക്കീർ കൊച്ചോയിൽ നിന്നുള്ള എനിക്കറിയുന്ന ഒരു പെൺകുട്ടിയുടെ അടുത്തെത്തിയിരുന്നു.

എനിക്ക് നിയന്ത്രണം നഷ്ടപ്പെട്ടു. എന്നെ എളുപ്പത്തിൽ കൊണ്ടുപോകാൻ ഞാൻ ഇവരെ അനുവദിക്കില്ല. ഞാൻ ഉച്ചത്തിൽ നിലവിളിക്കുകയും എന്റെയടുത്തെത്തുന്ന കൈകൾ തട്ടിമാറ്റുകയും ചെയ്തു. മറ്റ് പെൺകുട്ടികളും ഇതുതന്നെ ചെയ്തു. നിലത്ത് ചുരുണ്ടു കൂടിയിരുന്നും സഹോദരിമാരോടും സുഹൃത്തുക്കളോടും ചേർന്നിരുന്നും സ്വയം രക്ഷിക്കാനുള്ള ശ്രമം. തല്ലുകൊള്ളാൻ ഞങ്ങൾക്ക് ഭയമുണ്ടായിരുന്നില്ല. ഭീകരരെ പരമാവധി പ്രകോപിപ്പിച്ച് മരണം വരിക്കാനായിരുന്നു ഞങ്ങളുടെ ശ്രമം. എന്റെ ചെകിട്ടത്ത് ആഞ്ഞടിക്കുന്നതിനിടയിൽ ഒരുത്തൻ പറഞ്ഞു. ഇവളാണ് ഇന്നലെയും കുഴപ്പമുണ്ടാക്കിയത്. അവന്റെ മർദ്ദനത്തിൽ എന്റെ ശരീരം വേദനിച്ചില്ല. പക്ഷേ, നെഞ്ചിൽ പിടിച്ച് ഞെരിച്ചതോടെ ഞാൻ തളർന്ന് വീണു. നിസ്റീനും കാതറീനും എന്നെ ശുശ്രൂഷിച്ചു. ഞാൻ നിലത്ത് വീണുകിടക്കുമ്പോൾ

മറ്റൊരു ഭീകരൻ വന്നു. മുട്ടുമടക്കി നെറ്റിയോളം ചേർത്തുവച്ച് സ്വയം മറയ്ക്കാൻ ശ്രമിക്കുകയായിരുന്നു ഞാൻ. അയാളുടെ തടിച്ച കാലുകളും കാല്പാദവും മാത്രമാണ് എനിക്ക് കാണാൻ കഴിഞ്ഞിരുന്നത്. ഐസിസ് ഉന്നതരിലൊരാളായ സല്വാനായിരുന്നു അത്. ഹർദാനിൽ നിന്ന് അയാൾ കൊണ്ടുപോയ ഒരു യസീദി പെൺകുട്ടിയെ മാറ്റിയെടുക്കാനായിരുന്നു ആ വരവ്. ഞാൻ അയാളെ ഒളിഞ്ഞുനോക്കി. അത്രയും ഭീമാകാരനായ മനുഷ്യനെ ഞാൻ മുമ്പ് കണ്ടിട്ടുണ്ടായിരുന്നില്ല. രാക്ഷസൻ വെള്ള കന്തൂറയണിഞ്ഞിരിക്കുന്നത് പോലെയോ ഒരു കൂറ്റൻ കൂടാരം പോലെയോ തോന്നും ചുവപ്പൻ താടിയുമായുള്ള അയാളുടെ നില്പ്. നിസ്റീനും റോജിയാനും കാതറീനും എന്റെ മുകളിലേക്ക് കിടന്ന് അയാളിൽനിന്ന് എന്നെ മറയ്ക്കാൻ ശ്രമിച്ചു. പക്ഷേ, അയാൾ പോയില്ല.

എഴുന്നേൽക്ക്, സല്വാൻ പറഞ്ഞു. ഞാൻ മടിച്ചതോടെ അയാൾ എന്നെ തൊഴിച്ചു. നീ, പിങ്ക് ജാക്കറ്റിട്ടവൾ, എഴുന്നേല്ക്കാൻ അയാൾ അലറി. ഞങ്ങൾ കൂട്ടക്കരച്ചിലോടെ പരസ്പരം മുറുകെകെട്ടിപ്പിടിച്ചു കിടന്നു.

ഇതോടെ അയാൾ കൂടുതൽ പ്രകോപിതനായി. അയാൾ കുനിഞ്ഞുനിന്ന് ഞങ്ങളെ തോളിലും കയ്യിലും പിടിച്ചുവലിച്ച് വേർപിരിക്കാൻ തുടങ്ങി. എന്നിട്ടും ഞങ്ങൾ പരസ്പരം മുറുകെ കെട്ടിപ്പിടിച്ച് കിടന്നു. ഞങ്ങളുടെ പ്രതിരോധം അയാളെ കൂടുതൽ ശുണ്ഠിപിടിപ്പിച്ചു. എഴുന്നേല്ക്കെന്ന് ആക്രോശിച്ചുകൊണ്ട് ഞങ്ങളുടെ കഴുത്തിലും കയ്യിലുമെല്ലാം ചവിട്ടാൻ തുടങ്ങി. ബഹളം കണ്ട ഒരു കാവൽക്കാരൻ സല്വാന്റെ സഹായത്തിനെത്തി. ഒരു വടികൊണ്ട് ഞങ്ങളുടെ കൈകളിൽ അയാൾ ആഞ്ഞടിച്ചു. കൊടുംവേദനയിൽ ഞങ്ങൾ കൈകളിലെ പിടിത്തംവിട്ടു. ഞങ്ങൾ വേർപെട്ടതോടെ വഷളൻ ചിരിയുമായി സല്വാൻ എന്റെ മുന്നിൽനിന്നു. ഞാനയാളെ ശരിക്ക് കണ്ടു. ആഴത്തിലുള്ള കണ്ണുകൾ, മുഖം മുഴുവൻ നിറഞ്ഞ താടിരോമങ്ങൾ. മനുഷ്യനെപ്പോലെയല്ല, ചെകുത്താന്റേതായിരുന്നു ആ രൂപം. ഞങ്ങൾക്ക് പിടിച്ചുനില്ക്കാനായില്ല. ഞാൻ കൂടെ വരാം, പക്ഷേ, കാതറീൻ, നിസ്റീൻ, റോജിയാൻ എന്നിവരെയും കൂട്ടണം, ഞാൻ പറഞ്ഞു. എന്താണ് സംഭവിക്കുന്നതെന്നറിയാൻ നഫ വന്നു. എന്നെ കണ്ടതോടെ അയാളുടെ മുഖം കോപംകൊണ്ട് ചുവന്നുതുടുത്തു. എന്താണ് സംഭവിക്കുന്നത്...? അയാൾ ചോദിച്ചു.

വീണ്ടും നീയാണോ, അയാൾ ഞങ്ങളുടെ ചെകിടത്ത് മാറിമാറി അടിച്ചു. അവരില്ലാതെ ഞാൻ പോകില്ല, ഞാൻ ഉറക്കെ കരഞ്ഞു. ഇതോടെ നഫ മർദ്ദനത്തിന്റെ ശക്തി കൂട്ടി. ഞങ്ങളുടെ മുഖം തരിച്ചുപോയി. റോജിയാന്റെ വായിൽനിന്ന് രക്തം ചീറ്റി. എന്നെയും റോജി

യാനെയും സല്വാൻ വലിച്ചിഴച്ച് താഴേയ്ക്ക് കൊണ്ടുപോയി. കോണിപ്പടിയിലൂടെ ചവിട്ടിമെതിച്ച് സല്വാൻ താഴെയെത്തി. കാതറീനും നിസ്റീനും ഞങ്ങളിൽനിന്ന് വേർപെട്ടു. അവരോട് യാത്ര പറയാനോ തിരിഞ്ഞൊന്നു നോക്കാനോ പോലും എനിക്കായില്ല.

സിൻജാർ ആക്രമിക്കാനും പെൺകുട്ടികളെ ലൈംഗിക അടിമയാക്കാനുമുള്ള തീരുമാനം ഏതെങ്കിലും ഭീകരൻ വളരെപ്പെട്ടെന്ന് എടുത്ത തീരുമാനമായിരുന്നില്ല. ഐസിസ് എല്ലാം മുൻകൂട്ടി തീരുമാനിച്ചിരുന്നു. എങ്ങനെ ഞങ്ങളുടെ വീടുകൾ ആക്രമിക്കണം, ഒരു പെൺകുട്ടിയെ വിലപിടിപ്പുള്ളവളാക്കുന്ന ഘടകങ്ങൾ എന്തെല്ലാം, ഏതെല്ലാം പോരാളികൾക്ക് സബയയെ സൗജന്യമായി കിട്ടാൻ യോഗ്യതയുണ്ട്, പണം കൊടുത്ത് വാങ്ങേണ്ടവർ ആരെല്ലാം... ഇങ്ങനെയുള്ള കാര്യങ്ങളെല്ലാം മുന്നേ നിശ്ചയിച്ചതാണ്. ഐസിസ് പ്രചാരണ മാഗസിൻ ദബീഖിലും സബയകളെക്കുറിച്ച് പരാമർശമുണ്ട്. യുവാക്കളെ ആകർഷിക്കാനുള്ള മാർഗ്ഗമായിരുന്നു അത്. സിറിയയിലെ കേന്ദ്രങ്ങളിലും ഇറാഖിലെ സ്ലീപർ സെല്ലുകളിലുമെല്ലാം അടിമക്കച്ചവടം സംബന്ധിച്ച നിർദേശങ്ങൾ മുന്നേ ലഭിച്ചിരുന്നു. ഇസ്ലാമിക നിയമങ്ങളനുസരിച്ച് തെറ്റായതിനെപ്പോലും വ്യാഖ്യാനിച്ച് അവരുടെ വഴിയേ ആക്കി എല്ലാ ഘടകങ്ങളിലും എത്തിച്ചു. എല്ലായിടത്തും ഐസിസ് ഒരേ ക്രൂരനിയമങ്ങൾ പിന്തുടരുമെന്ന് ഉറപ്പിക്കാനായിരുന്നു ഇത്. ഐസിസിന്റെ ഗവേഷണ, ഫത്വ വിഭാഗം പുറത്തിറക്കിയ നിർദേശകക്കുറിപ്പുകളിൽ ആർക്കും വായിക്കാവുന്ന തരത്തിൽ ഇവ ഉൾപ്പെടുത്തിയിട്ടുണ്ട്. അതിൽ പരാമർശിക്കുന്ന വിഷയങ്ങളും പറയുന്ന രീതിയുമെല്ലാം അസഹനീയമാണ്. ഏതൊരു രാജ്യത്തിന്റെയും ചട്ടങ്ങളെന്നപോലെ ഖുർആൻ പ്രകാരം ഇതെല്ലാം ശരിയാണെന്ന് തോന്നിപ്പിക്കും വിധമാണ് അവതരിപ്പിച്ചിട്ടുള്ളത്. സബയയെ ഉടമയുടെ താല്പര്യമനുസരിച്ച് സമ്മാനമായി നല്കുകയോ വില്ക്കുകയോ ചെയ്യാവുന്നതാണെന്ന് ഐസിസ് ലഘുലേഖ പറയുന്നു. സ്ത്രീകളെ അവരുടെ കൊച്ചുകുഞ്ഞുങ്ങളിൽനിന്ന് വേർപിരിക്കരുത്. ഇതാണ് ദിമലിനും അഡ്കിക്കും സോല സ്കൂളിൽ രക്ഷയായത്. പക്ഷേ, മലിഖിനെപ്പോലെ മുതിർന്ന കുട്ടികളെ അമ്മമാരിൽ നിന്ന് വേർപിരിക്കാം. സബയ ഗർഭിണിയായാൽ എന്തുചെയ്യണം (വില്ക്കരുത്) ഉടമ മരിച്ചാൽ എന്തു ചെയ്യണം (മറ്റ് സ്വത്തുവകകൾക്കൊപ്പം വില്ക്കാം) തുടങ്ങി ഓരോന്നിനും നിയതമായ ചട്ടങ്ങൾ രൂപപ്പെടുത്തിയിട്ടുണ്ട്. ഋതുമതിയാവാത്ത പെൺകുട്ടിയെയും പറ്റുമെങ്കിൽ ഭോഗിക്കാമെന്ന് ഐസിസ് ചട്ടം പറയുന്നു. പറ്റുന്നില്ലെങ്കിൽ മറ്റുതരത്തിലുള്ള ലൈംഗികവിക്രിയകളാവാം.

ഖുർആൻ വചനങ്ങളും മധ്യകാല ഇസ്ലാമിക നിയമങ്ങളും ഉദ്ധരിച്ചാണ് ഐസിസ് ഇതിനെയെല്ലാം വിശദീകരിക്കുന്നത്. അവർക്ക് ഇഷ്ടപ്പെട്ട രീതിയിലുള്ള ഈ ദുർവ്യാഖ്യാനങ്ങൾ വിശ്വസനീയമായാണ് അവതരിപ്പിക്കുന്നതും. ഞെട്ടിക്കുന്നതും ഭീകരവുമാണ് ആ ലഘുലേഖയിൽ പറയുന്ന കാര്യങ്ങൾ. പക്ഷേ, പലരും കരുതുന്നതുപോലെ ഐസിസ് അല്ല ഈ ക്രൂരതകളുടെ തുടക്കക്കാർ.

യുദ്ധത്തിൽ എല്ലാക്കാലത്തും ആയുധമായിരുന്നു ബലാത്സംഗം. ഇതുവരെ റുവാൻഡ എന്നൊരു രാജ്യമുണ്ടെന്നോ അവിടുത്തെ സ്ത്രീകൾക്കും എനിക്കും യുദ്ധകുറ്റകൃത്യത്തിന്റെ ഇരകളെന്ന സമാനമായ ജീവിതാനുഭവങ്ങൾ ഉണ്ടെന്നോ ഞാൻ മനസ്സിലാക്കിയിരുന്നില്ല. ഐസിസ് സിൻജാറിൽ വരുന്നതിനും 16 വർഷങ്ങൾക്കു മുമ്പുവരെ ലോകത്തിലെ ഏറ്റവും ഹീനമായ ഈ കുറ്റകൃത്യത്തിന്റെ പേരിൽ ആളുകൾ ശിക്ഷിക്കപ്പെട്ടിരുന്നില്ല എന്നത് മറ്റൊരു യാഥാർഥ്യം.

താഴത്തെ നിലയിൽ ഒരു ഭീകരൻ രജിസ്ട്രറിൽ വില്ക്കൽ വാങ്ങലുകളുടെ വിവരങ്ങൾ ചേർക്കുകയായിരുന്നു. വാങ്ങുന്നവരുടെയും അടിമകളുടെയുമെല്ലാം പേരു വിവരങ്ങൾ. മുകളിലത്തെ നിലയുമായി താരതമ്യം ചെയ്യുമ്പോൾ താഴെ കാര്യങ്ങൾ ശാന്തമായിരുന്നു. മറ്റുചില പെൺകുട്ടികൾക്കൊപ്പം ബഞ്ചിൽ ഞങ്ങളിരുന്നു. എനിക്കും റോജിയാനും പേടിച്ചിട്ട് സംസാരിക്കാനായില്ല. സല്വാന്റെ കൂടെ പോകുന്നതിനെക്കുറിച്ചായിരുന്നു ഞാൻ ആലോചിച്ചിരുന്നത്. അയാളുടെ കൂറ്റൻ കൈകൾക്ക് എന്നെ നിഷ്പ്രയാസം ഞെരിച്ചുടയ്ക്കാൻ കഴിയും. അയാൾ എന്തെല്ലാം ചെയ്താലും എനിക്ക് ചെറുത്തുനില്ക്കാനാവില്ലെന്ന് ഉറപ്പായിരുന്നു. ചീഞ്ഞ മുട്ടയുടെയും മറ്റേതോ വാസനതൈലത്തിന്റെയും മണം ഒരുപോലെ വന്നിരുന്നു അയാളിൽനിന്ന്. ഞാൻ കുനിഞ്ഞ് നിലത്തേക്ക് നോക്കിയിരുന്നു. ഭീകരരുടെയും അവർ കൊണ്ടുപോകുന്ന പെൺകുട്ടികളുടെയും കാലുകൾ എന്റെ മുന്നിലൂടെ കടന്നുപോയി. പെട്ടെന്ന് ഒരു മൃദുവായ കാല്പാദം ഞാൻ കണ്ടു. അല്പം സ്ത്രൈണതയുള്ള ഒന്ന്. എന്താണ് ചെയ്യുന്നതെന്ന് സ്വയം മനസ്സിലാക്കും മുമ്പേ ഞാൻ ആ പാദങ്ങളിൽ വീണു. ദയവായി എന്നെ നിങ്ങളെടുക്കൂ, എനിക്ക് ആ ഭീകരന്റെ കൂടെ പോകണ്ട, ഞാൻ വിങ്ങിക്കരഞ്ഞു.

ചിലപ്പോഴെങ്കിലും നമ്മുടെ പ്രവർത്തികൾ സ്വയം അമ്പരപ്പിക്കുന്നതാണ്. അപകടത്തിന്റെ ആധിക്യം കുറയ്ക്കാനെങ്കിലുമുള്ള മനുഷ്യന്റെ വ്യഗ്രതയാണത്. പക്ഷേ, എല്ലാം ഒരേ ദുരന്തത്തിലേക്കാണ് എത്തിക്കുന്നതെന്ന് വൈകിയായിരിക്കും തിരിച്ചറിയുക. ആ മെലിഞ്ഞ മനുഷ്യൻ എന്തുകൊണ്ട് സമ്മതിച്ചുവെന്നറിയില്ല. എന്നെയൊന്ന് നോക്കിയ ശേഷം അയാൾ സല്വാനോട് പറഞ്ഞു, ഇവളെ ഞാൻ

എടുക്കുന്നു. സല്വാൻ തർക്കിച്ചില്ല. ആ മനുഷ്യൻ മൊസൂളിലെ ഒരു ന്യായാധിപനായിരുന്നു. അയാളെ ധിക്കരിക്കാൻ ആർക്കും ധൈര്യമുണ്ടായിരുന്നില്ല. വിജയിയെപ്പോലെ തലയുയർത്തി ഞാൻ സല്വാനെ നോക്കി. പക്ഷേ, എന്റെ തലമുടിക്ക് കുത്തിപ്പിടിച്ച് അയാൾ പറഞ്ഞു. ഇപ്പോ നിന്നെ അദ്ദേഹം കൊണ്ടുപോകട്ടെ, പക്ഷേ, നീ എന്റെയടുത്ത് തന്നെയെത്തും. തലമുടിയിൽ പിടിച്ച് അയാൾ മുന്നോട്ട് തള്ളി.

ഞാൻ ആ മെലിഞ്ഞ മനുഷ്യന് പിന്നാലെ രജിസ്ട്രേഷൻ മേശയ്ക്ക് അരികിലെത്തി. എന്താ നിന്റെ പേര്...? മൃദുവെങ്കിലും ഒട്ടും ദയയില്ലാത്ത ശബ്ദത്തിൽ അയാൾ ചോദിച്ചു. നാദിയ, ഞാൻ പറഞ്ഞു.

രജിസ്ട്രാറുമായിരിക്കുന്ന ഭീകരനെ അയാൾ നോക്കി. അയാളെ തിരിച്ചറിഞ്ഞ ഭീകരൻ വിവരങ്ങൾ രേഖപ്പെടുത്തിത്തുടങ്ങി. എഴുതിയത് അയാൾ വായിച്ചു. നാദിയ, ഹാജി സല്മാൻ. പേര് വായിക്കുമ്പോൾ ഭീകരന് അല്പം പേടിയുള്ളതുപോലെ തോന്നി. വലിയ മണ്ടത്തരമാണോ കാട്ടിയതെന്ന് ഞാൻ സംശയിച്ചു.

ആറ്

സല്വാൻ റോജിയാനെ കൊണ്ടുപോയി. എത്ര നിഷ്ക്കളങ്കയായ കൊച്ചുകുട്ടിയായിരുന്നു അവൾ. വർഷങ്ങൾക്കിപ്പുറവും ആ ദുഷ്ടനെക്കുറിച്ച് ഓർക്കുമ്പോൾ ഞാൻ കോപംകൊണ്ട് വിറയ്ക്കും. എല്ലാ ഭീകരരെയും നിയമത്തിന് മുന്നിൽ കൊണ്ടുവരുന്ന ദിവസത്തെക്കുറിച്ച് ഞാൻ സ്വപ്നം കാണും. അബുബക്കർ അൽ ബഗ്ദാദിയെപ്പോലുള്ള നേതാക്കളെ മാത്രമല്ല, അടിമക്കച്ചവടത്തിന് കാവൽ നിന്നവർ, എന്റെ സഹോദരന്മാരെ കൊന്നു കുഴിച്ചുമൂടിയവർ, കൊച്ചുപയ്യന്മാരെ പ്രലോഭിപ്പിച്ച് യസീദിയാണെന്ന കാരണത്താൽ സ്വന്തം അമ്മയെപ്പോലും വെറുക്കാൻ പഠിപ്പിച്ച് ഭീകരക്കൂട്ടത്തിൽ ചേർത്തവർ, അവിശ്വാസികളെ ഇല്ലായ്മ ചെയ്യാനെന്ന പേരിൽ ഭീകരർക്ക് വാതിൽ തുറന്നുകൊടുത്ത ഓരോ ഇറാഖിയെയും. ഇവരെ എല്ലാവരെയും രണ്ടാം ലോകമഹായുദ്ധശേഷം നാസി നേതാക്കളെയെന്നപോലെ ലോകത്തിനു മുന്നിൽ കൊണ്ടുവരണം. ആർക്കും രക്ഷപ്പെടാൻ അവസരമൊരുങ്ങരുത്.

സല്വാനെയാണ് ആദ്യം വിചാരണ ചെയ്യേണ്ടത്. മൊസൂളിലെ രണ്ടാമത്തെ വീട്ടിലുണ്ടായിരുന്ന എല്ലാ പെൺകുട്ടികളും അയാൾക്കെതിരെ മൊഴി നല്കാൻ നിരക്കണം. ഇവനാണ് അത്. ആ കാലമാടനെ ചൂണ്ടിപ്പറയുന്നത് ഞാൻ സങ്കല്പ്പിച്ചു. ഈ തടിയനാണ് ഞങ്ങളെ വിറപ്പിച്ചത്. എന്നെ തല്ലുന്നത് ഇവൻ കണ്ടതാണ്. പിന്നെ റോജിയാൻ അവളോട് ചെയ്തതെല്ലാം പറയണം. അവൾ വല്ലാതെ പേടിച്ചിട്ടുണ്ടെങ്കിൽ ആ ദൗത്യവും ഞാൻ ഏറ്റെടുക്കും. റോജിയാനെ വാങ്ങുകയും ബലാത്സംഗം ചെയ്യുകയും മാത്രമല്ല, എപ്പോഴും തല്ലുകയും ചെയ്തു ഇയാൾ, കോടതിയിൽ ഞാൻ പറയും. ആദ്യരാത്രിയിൽ തന്നെ റോജിയാൻ പ്രതിരോധിക്കാനാവാത്തവിധം പേടിച്ച് തളർന്ന് പോയിരുന്നു. അവൾ പല തട്ടുകളായി ഉടുപ്പുകളിട്ടിട്ടുണ്ടെന്ന് മനസ്സിലാക്കിയപ്പോൾ അതിന്റെ പേരിൽ സല്വാൻ അവളെ തല്ലി. ഞാൻ രക്ഷപ്പെട്ടതിനും കുറ്റം അവൾക്കായിരുന്നു. റോജിയാൻ രക്ഷപ്പെട്ടപ്പോൾ പ്രതികാരമെന്നോണം അവളുടെ അമ്മയെ വാങ്ങി സല്വാൻ. 16 ദിവസം പ്രായമുള്ള കുഞ്ഞിനെ അവരിൽനിന്ന് വേർപിരിച്ചാണ് റോജിയാന്റെ അമ്മയെ അയാൾ കൊണ്ടുപോയത്. കുഞ്ഞുങ്ങളെ അമ്മമാരിൽനിന്ന് വേർപിരിക്കരുതെന്നാണ് ഐസിസ് നിയമം പറയുന്നത് എന്നോർക്കണം. കുഞ്ഞിനെ ഇനി ഒരിക്കലും കാണില്ലെന്നാണ് റോജിയാന്റെ അമ്മയോട്

അയാൾ പറഞ്ഞത് (പല ഐസിസ് ചട്ടങ്ങളും ലംഘിക്കാനുള്ളവയും ആയിരുന്നു). എല്ലാം വിശദമായി കോടതിയിൽ പറയും ഞാൻ. ഐസിസിനെ പരാജയപ്പെടുത്തുന്ന സൈന്യം സല്വാനെ ജീവനോടെ പിടികൂടണമെന്ന് ഞാൻ ആഗ്രഹിച്ചു.

നീതിയെന്നത് വിദൂര സ്വപ്നം മാത്രമായിരുന്ന ആ രാത്രി റോജിയാനും സല്വാനും എന്റെയും ഹാജി സല്മാന്റെയും പിന്നാലെ ആ വീടിന് പുറത്തിറങ്ങി. നഗരത്തെയാകെ പ്രകമ്പനം കൊള്ളിക്കുന്ന തരത്തിൽ അടിമച്ചന്തയിൽ നിന്നുള്ള നിലവിളികൾ ഞങ്ങൾക്ക് പിന്നിൽ ഉയർന്നു കേട്ടു. അടുത്തുള്ള വീടുകളിലെ വീട്ടുകാരെക്കുറിച്ച് ഞാൻ ആലോചിച്ചു. ഈ നിലവിളികൾ അവർ കേൾക്കുന്നില്ലേ...? അവർ അത്താഴം കഴിക്കുകയും കുട്ടികളെ ഉറക്കുകയും ചെയ്യുന്നുണ്ടാവുമോ...? ഈ വീടിനുള്ളിൽ നിന്നുള്ള കരച്ചിലുകൾ അവർ കേൾക്കാതിരിക്കില്ല. സംഗീതവും ടെലിവിഷനുമെല്ലാം ഐസിസ് നിരോധിച്ചിരുന്നതിനാൽ തന്നെ സമ്പൂർണ നിശ്ശബ്ദതയായിരുന്നു എങ്ങും. ഞങ്ങളുടെ വേദനയുടെ ശബ്ദം കേൾക്കുമ്പോഴാകും ഐസിസിന്റെ കരുത്ത് അവർക്ക് ബോധ്യമാവുക. ഇറാഖി, കുർദിഷ് സൈന്യം നഗരം തിരിച്ചു പിടിക്കുമ്പോൾ തങ്ങൾക്ക് എന്ത് സംഭവിക്കുമെന്ന് അവർ ചിന്തിക്കുന്നില്ലേ...? ഐസിസ് എക്കാലവും തങ്ങളെ സംരക്ഷിക്കുമെന്നാണോ അവർ കരുതുന്നത്. ആ ചിന്തയിൽ ഞാൻ വിറച്ചു.

ഞങ്ങൾ ഒരു കാറിൽ കയറി. ഞാനും റോജിയാനും പിന്നിലും ആണുങ്ങൾ മുന്നിലും ഇരുന്നു. ഞങ്ങളിപ്പോൾ എന്റെ സ്ഥലത്തേക്ക് പോകുകയാണ്, അവിടെ എട്ട് പെൺകുട്ടികളുണ്ട്, അവരെ വിട്ടേക്കൂ, ഹാജി സല്മാൻ മൊബൈൽ ഫോണിൽ പറഞ്ഞു. ഞങ്ങളെ ഒരു വലിയ ഹാളിലേക്കാണ് കൊണ്ടുപോയത്. കല്യാണമണ്ഡപംപോലെ രണ്ട് വാതിലുകളും കോൺക്രീറ്റ് തൂണുകളുമെല്ലാമുള്ള അത് ഒരു മോസ്ക് പോലെ തോന്നിച്ചു. മുറിക്കുള്ളിൽ ഏതാണ്ട് മുന്നൂറോളം ഐസിസ് ഭീകരർ പ്രാർഥിക്കുന്നുണ്ടായിരുന്നു. ഞങ്ങൾ വാതിലിനടുത്ത് നിന്നെങ്കിലും ആരും ഞങ്ങളെ ഗൗനിച്ചില്ല. ഹാജി സല്മാൻ രണ്ടു ജോഡി ചെരിപ്പെടുത്ത് തന്നു. ആണുങ്ങളുടെ ചെരുപ്പായിരുന്നു അവ. ലതർ കൊണ്ടുള്ള അവ ഞങ്ങൾക്ക് പാകമല്ലായിരുന്നു. ഐസിസ് ഭീകരർ ചെരുപ്പുകളെല്ലാം തട്ടിക്കളഞ്ഞതിനാൽ ഞങ്ങൾ നഗ്നപാദരായിരുന്നു. ഹാജി സല്മാൻ തന്ന വലിയ ചെരുപ്പുകളിട്ട് ആളുകൾക്കിടയിലൂടെ വീഴാതെ നടക്കാൻ ഞങ്ങൾ പാടുപെട്ടു.

സല്മാൻ മറ്റൊരു കാറിൽ കാത്തിരിക്കുന്നുണ്ടായിരുന്നു. അതിനർഥം റോജിയാനും ഞാനും വേർപിരിയുകയാണെന്നാണ്. ഞങ്ങൾ കൈചേർത്തു പിടിച്ചുനിന്ന് ഞങ്ങളെ പിരിക്കരുതെന്ന് അവരോട് യാചിച്ചു. ദയവുചെയ്ത് ഞങ്ങളെ വെവ്വേറെയാക്കരുത്. പക്ഷേ, ഹാജി

സല്മാനോ, സല്വാനോ ആ അഭ്യർഥന ചെവിക്കൊണ്ടില്ല. സല്വാൻ റോജിയാന്റെ ചുമലിൽ പിടിച്ച് തള്ളിക്കൊണ്ടുപോയി. അവളെത്ര കൊച്ചുകുട്ടിയാണ്. ഞങ്ങൾ പരസ്പരം പേരുവിളിച്ച് അലറിക്കരഞ്ഞു. പക്ഷേ, ഒരു പ്രയോജനവുമുണ്ടായില്ല. റോജിയാനുമായി സല്വാൻ അപ്രത്യക്ഷനായി. ഹാജി സല്മാനൊപ്പം നില്ക്കുകയായിരുന്ന ഞാൻ ഹൃദയവ്യഥകൊണ്ട് അപ്പോൾ അവിടെ വീണ് മരിക്കുമെന്നുതോന്നി.

ഹാജി സല്മാനും ഞാനും മറ്റൊരു ചെറിയ വെള്ളക്കാറിൽ കയറി. ഡ്രൈവറും മോർത്തെജ എന്നു പേരുള്ള ഒരു കാവല്ക്കാരനും ഞങ്ങൾക്കായി കാത്തുനില്പ്പുണ്ടായിരുന്നു. കാറിൽ എന്റെയടുത്തിരുന്ന മോർത്തെജ എന്നെ തുറിച്ചുനോക്കി. ഹാജി സല്മാൻ അവിടെയില്ലായിരുന്നെങ്കിൽ അടിമച്ചന്തയിലെ ഭീകരരെപ്പോലെ അവൻ എന്നെ കയറിപ്പിടിക്കുമായിരുന്നെന്ന് തോന്നി. ഞാൻ വാതിലിനോട് ചേർന്ന് പരമാവധി അയാളിൽ നിന്ന് അകന്ന് ഒതുങ്ങിയിരുന്നു.

അപ്പോഴേയ്ക്കും ഇടുങ്ങിയ തെരുവുകൾ വിജനവും അന്ധകാരം നിറഞ്ഞതുമായിത്തീർന്നു. ജനറേറ്ററുകളുടെ ശബ്ദം കേൾക്കുന്ന ഏതാനും വീടുകളിൽ മാത്രമാണ് വെളിച്ചമുണ്ടായിരുന്നത്. കുറ്റാക്കൂരിരുട്ടിലൂടെയുള്ള യാത്ര വെള്ളത്തിൽ ഊളിയിടുന്നതുപോലെ തോന്നിച്ചു. ഏതാണ്ട് ഇരുപത് മിനിറ്റ് നിശ്ശബ്ദമായ യാത്രയ്ക്കുശേഷം കാർ നിന്നു. പുറത്തിറങ്ങ് നാദിയ, ഹാജി സല്മാൻ നിർദേശിച്ചു. ഒരു പൂന്തോട്ടത്തിലേക്ക് കയറുന്ന ഗെയിറ്റിലൂടെ എന്നെ പിടിച്ചുവലിച്ചുകൊണ്ട് അയാൾ നടന്നു. ഞങ്ങൾ ആദ്യമെത്തിയ വീടായിരുന്നു അതെന്ന് ഒരു സെക്കന്റ് കഴിഞ്ഞാണ് എനിക്ക് മനസ്സിലായത്. ഇവിടെ നിന്നാണ് ഒരു കൂട്ടം പെൺകുട്ടികളെ സിറിയയിലേക്ക് കൊണ്ടുപോയത്. എന്നെ സിറിയയിലേക്ക് കൊണ്ടുപോവുകയാണോ...? ഞാൻ ഹാജി സല്മാനോട് മെല്ലെ ചോദിച്ചു. അയാൾ മിണ്ടിയില്ല.

പൂന്തോട്ടത്തിൽ നില്ക്കുമ്പോൾ ഉള്ളിൽനിന്ന് പെൺകുട്ടികളുടെ കരച്ചിൽ കേൾക്കാമായിരുന്നു. അല്പമസമയം കഴിഞ്ഞപ്പോൾ അബയയും നിഖാബും ധരിച്ച എട്ട് പെൺകുട്ടികളെ ഭീകരർ മുൻവാതിലിലൂടെ വലിച്ചുകൊണ്ടു വന്നു. നടന്നുപോകുമ്പോൾ അവർ തല തിരിച്ച് എന്നെ നോക്കി. ചിലപ്പോൾ അത് നിസ്റീനും കാതറീനുമാകുമോ...? എന്നെപ്പോലെ പേടിച്ചിട്ട് മിണ്ടാതെ പോയതാവുമോ...? ആരായാലും നിഖാബിനു പിന്നിൽ മറയ്ക്കപ്പെട്ട മുഖമുള്ള അവരെ ഒരു മിനി ബസ്സിൽ കയറ്റി. വാതിലുകൾ അടഞ്ഞു, വാഹനം പാഞ്ഞുപോയി.

കാവല്ക്കാരൻ എന്നെ ഒരു ഒഴിഞ്ഞ മുറിയിലേക്ക് കൊണ്ടുപോയി. പെൺകുട്ടികളെയൊന്നും കണ്ടില്ലെങ്കിലും യസീദി പെൺകുട്ടി

കളുടെ ശിരോവസ്ത്രങ്ങൾ അവരുടെ മുൻസാന്നിധ്യം വ്യക്തമാക്കി ചിതറിക്കിടന്നിരുന്നു. ഞങ്ങളിൽനിന്ന് പിടിച്ചെടുത്ത രേഖകൾ ചാര ക്കൂമ്പാരമായി മാറിയിരുന്നു. കൊച്ചോയിൽ നിന്നുള്ള ഒരു പെൺ കുട്ടിയുടെ തിരിച്ചറിയൽ രേഖ മാത്രം പാതി കത്തി ചാരക്കൂമ്പാരത്തി നിടയിൽ ചെറു സസ്യംപോലെ തലപൊക്കിനിന്നു. വീട്ടുടമകളുടെ സാധനങ്ങളെല്ലാം അവിടെത്തന്നെ ഉണ്ടായിരുന്നു. വ്യായാമത്തിനുള്ള മുറിയിൽ ആ വീട്ടിലെ മൂത്ത മകനെന്ന് തോന്നിക്കുന്ന ഒരു പയ്യന്റെ ഫോട്ടോകളുണ്ടായിരുന്നു. അവൻ വലിയ വ്യായാമോപകരണങ്ങൾ ഉപയോഗിക്കുന്ന ചിത്രങ്ങൾ. നീന്തൽക്കുളവും മറ്റുമുള്ള മറ്റൊരു മുറി വിനോദത്തിനായിരുന്നു. കുഞ്ഞുങ്ങളുടെ മുറിയായിരുന്നു സങ്കടപ്പെടു ത്തുന്നത്. കളിപ്പാട്ടങ്ങളും വ്യത്യസ്ത നിറങ്ങളിലുള്ള പുതപ്പുകളുമായി കുഞ്ഞുങ്ങളുടെ വരവ് കാത്തിരിക്കുന്നതുപോലെ.

ഈ വീട് ആരുടേതാണ്, ഞാൻ ഹാജി സല്മാനോട് ചോദിച്ചു. ഒരു ഷിയായുടേതായിരുന്നു, അയാൾ ജഡ്ജ് ആയിരുന്നു. ഹാജി സല്മാൻ പറഞ്ഞു. അവർക്ക് എന്തുപറ്റി...? ഞാൻ ചോദിച്ചു. അവർ കുർദിഷ് മേഖലയിലേക്കോ മറ്റോ രക്ഷപ്പെട്ടിരിക്കണേയെന്ന് ഞാൻ ആഗ്രഹിച്ചു. അവരെയോർത്ത് എന്റെ ഹൃദയം വിങ്ങുന്നുണ്ടായിരുന്നു, കൊച്ചോക്കാരുടേതുപോലെ ഇവർക്കും എല്ലാം നഷ്ടപ്പെട്ടിരിക്കുന്നു. അയാൾ നരകത്തിൽ പോയി, ഹാജി സല്മാൻ പറഞ്ഞു. ഞാൻ ചോദ്യങ്ങൾ ചോദിക്കുന്നത് നിർത്തി.

ഹാജി സല്മാൻ കുളിക്കാൻ പോയി. കുളി കഴിഞ്ഞ് പഴയ വസ്ത്ര ങ്ങൾ തന്നെ ധരിച്ചാണ് അയാൾ മടങ്ങി വന്നത്. അയാളുടെ വസ്ത്ര ത്തിൽനിന്ന് വിയർപ്പിന്റെയും വാസനത്തൈലത്തിന്റെയും മണം വരുന്നുണ്ടായിരുന്നു.

വാതിൽ കുറ്റിയിട്ട് ബെഡ്ഡിൽ എന്റെയടുത്ത് അയാൾ വന്നിരുന്നു. ഞാൻ പെട്ടെന്ന് പറഞ്ഞു, എനിക്ക് മാസമുറയാണ്. അയാൾ പ്രതികരി ച്ചില്ല. നീ എവിടുന്നാണ്...? എന്റെയടുത്ത് ചേർന്നിരുന്ന് അയാൾ. കൊച്ചോ, ഞാൻ പറഞ്ഞു. ഭയംമൂലം അപ്പപ്പോൾ സംഭവിക്കാൻ പോകുന്നതിനെക്കുറിച്ചല്ലാതെ വീടും നാടുമൊന്നും എന്റെ മനസ്സിൽ വന്നിരുന്നില്ല. ഗ്രാമത്തിന്റെ പേര് പറഞ്ഞപ്പോൾ എനിക്ക് നൊന്തു. വീടിനെക്കുറിച്ച്, പ്രത്യേകിച്ച് അമ്മയെക്കുറിച്ചുള്ള ചിന്തകൾ നെഞ്ചു പൊട്ടിക്കുന്നതായി. സോലയിൽ ശിരോവസ്ത്രം പോലും മറന്ന് എന്റെ മടിയിൽ തലവച്ചുകിടന്ന അമ്മയുടെ ചിത്രം മനസ്സിൽ തെളിഞ്ഞു.

യസീദികൾ അവിശ്വാസികളാണ്, നിനക്കറിയുമോ...? ഹാജി സല്മാൻ ചോദിച്ചു. മൃദുവായ ശബ്ദത്തിലാണ് അയാൾ സംസാരിച്ചത്. പക്ഷേ, പറഞ്ഞതൊന്നും നല്ലതല്ലായിരുന്നു. നിങ്ങളെ മതപരിവർ ത്തനം നടത്തണമെന്നാണ് ദൈവഹിതം. പറ്റിയില്ലെങ്കിൽ നിങ്ങളെ

എന്തും ചെയ്യാനുള്ള അധികാരം ഞങ്ങൾക്കുണ്ട്. ഒന്ന് നിർത്തിയിട്ട് അയാൾ ചോദിച്ചു. നിന്റെ വീട്ടുകാർക്ക് എന്തു സംഭവിച്ചു...? അവരെല്ലാം രക്ഷപ്പെട്ടു, ഞങ്ങൾ മൂന്നുപേർ മാത്രമാണ് പിടിയിലായത്, ഞാൻ കള്ളം പറഞ്ഞു.

ഓഗസ്റ്റ് മൂന്നിന് ഞാൻ സിൻജാറിൽ പോയിരുന്നു, അയാൾ പറഞ്ഞു. എന്തോ സന്തോഷകരമായ കഥ പറയുംപോലെ കട്ടിലിൽ കിടന്നാണ് അയാൾ പറഞ്ഞത്. വഴിയിൽ പൊലീസ് യൂണിഫോമിൽ ഞാൻ മൂന്ന് യസീദി പുരുഷന്മാരെ കണ്ടു. അവർ രക്ഷപ്പെടാൻ ശ്രമിക്കുകയായിരുന്നു. പക്ഷേ, ഞാൻ അവന്മാരെ പിടികൂടി കൊന്നു. അയാൾ പറഞ്ഞു. ശബ്ദിക്കാനാവാതെ ഞാൻ നിലത്ത് നോക്കിയിരുന്നു.

ഞങ്ങൾ മുഴുവൻ പുരുഷന്മാരെയും കൊന്ന് പെണ്ണുങ്ങളെയും കുട്ടികളെയും തട്ടിയെടുക്കാനാണ് സിൻജാറിൽ വന്നത്. പക്ഷേ, നിർഭാഗ്യവശാൽ കുറേപ്പേർ മലമുകളിലേക്ക് രക്ഷപ്പെട്ടു. ഏതാണ്ട് ഒരു മണിക്കൂറോളം അയാൾ ഇത്തരം കഥകൾ പറഞ്ഞുകൊണ്ടിരുന്നു. ഞാൻ കട്ടിലിന്റെ അറ്റത്തേക്ക് പരമാവധി നീങ്ങിയിരുന്ന് ഒന്നും കേൾക്കാതിരിക്കാൻ ശ്രമിച്ചു. എന്റെ വീടിനെയും വീട്ടുകാരെയും മതത്തെയുമെല്ലാം അയാൾ ശപിച്ചുകൊണ്ടിരുന്നു. മൊസൂളിലെ ബാദുഷ് ജയിലിൽ 7 വർഷം കിടന്ന അയാൾ അവിശ്വാസികളോട് പ്രതികാരംവീട്ടാൻ കാത്തിരിക്കുകയായിരുന്നത്രെ. സിൻജാറിൽ സംഭവിച്ചതെല്ലാം മഹത്തരമാണു പോലും. ഇറാഖിൽനിന്ന് യസീദിസം തുടച്ചുനീക്കാനുള്ള ഐസിസ് പദ്ധതിയിൽ സന്തോഷിക്കണമെന്ന് അയാൾ എന്നോട് പറഞ്ഞു.

മതപരിവർത്തനത്തിന്റെ അനിവാര്യത എന്നെ ബോധ്യപ്പെടുത്താൻ അയാൾ പരമാവധി ശ്രമിച്ചു. പക്ഷേ, ഞാൻ വഴങ്ങിയില്ല. അയാളുടെ മുഖത്തേക്കുപോലും ഞാൻ നോക്കിയില്ല. അയാളുടെ വാക്കുകൾ അർഥശൂന്യമായി. ഉം സാറയെന്ന് വിളിക്കുന്ന ഭാര്യയുടെ ഫോൺ വിളി വന്നപ്പോൾ മാത്രമാണ് അയാൾ വാചകമടി അല്പനേരം നിർത്തിയത്.

പറയുന്നതെല്ലാം എന്നെ വേദനിപ്പിക്കുന്നതായിരുന്നെങ്കിലും അയാൾ സംസാരം അവസാനിപ്പിക്കരുതെന്ന് ഞാൻ ആഗ്രഹിച്ചു. സംസാരിച്ചുകൊണ്ടിരുന്നാൽ എന്നെ തൊടില്ലല്ലോ. ആൺകുട്ടികളും പെൺകുട്ടികളും ഒരുമിച്ച് ഇരിക്കുന്നതിനോ നടക്കുന്നതിനോ ഒന്നും ഇറാഖിലെ മറ്റുസമുദായങ്ങളിലേതുപോലെ യസീദികൾക്കിടയിൽ വിലക്കില്ലായിരുന്നു. കൊച്ചോയിൽ എന്റെ ആൺസുഹൃത്തുക്കൾക്കൊപ്പം കാറിൽ യാത്ര ചെയ്യുകയും ആൺകുട്ടികളോടൊപ്പം സ്കൂളിലേക്ക് പോവുകയും ചെയ്യാമായിരുന്നു. ആളുകൾ അതിലൊന്നും മോശം പറഞ്ഞിരുന്നില്ല. പക്ഷേ, എന്റെ ആൺസുഹൃത്തുക്കളാരും

എന്നെ തൊടുകയോ ഉപദ്രവിക്കാൻ ശ്രമിക്കുകയോ ചെയ്തിട്ടില്ല. പക്ഷേ, ഹാജി സല്മാനെപ്പോലൊരു പുരുഷനൊപ്പം തനിച്ചാകുന്നത് ഇതാദ്യമാണ്.

നീയെന്റെ നാലാമത്തെ സബയ ആണ്. അയാൾ പറഞ്ഞു. ബാക്കി മൂന്നുപേരും ഇപ്പോൾ മുസ്ലിം ആയിക്കഴിഞ്ഞു. ഞാനാണ് അവരെ മതപരിവർത്തനം നടത്തിയത്. യസീദികൾ നാസ്തികരാണ്. നിങ്ങളെ സഹായിക്കാനാണ് ഇങ്ങനെ ചെയ്യുന്നത്. ഇത്രയും പറഞ്ഞിട്ട് അയാൾ എന്നോട് വസ്ത്രങ്ങളഴിക്കാൻ ആവശ്യപ്പെട്ടു.

ഞാൻ കരഞ്ഞുകൊണ്ട് പറഞ്ഞു, എനിക്ക് മാസമുറ ആണ്. ആണോന്ന് നോക്കട്ടെ, മറ്റ് സബയകളും കാണിച്ചുതന്നിരുന്നു. അയാൾ സ്വയം വസ്ത്രങ്ങളഴിക്കാൻ തുടങ്ങി. ഞാൻ വസ്ത്രങ്ങളഴിച്ച് കാണിച്ചു. എനിക്ക് ശരിക്കും മാസമുറ ആയിരുന്നതുകൊണ്ട് അയാൾ എന്നെ തൊട്ടില്ല. ഇസ്ലാമിക് സ്റ്റേറ്റ് നിയമം മാസമുറയുള്ള സബയയെ ബലാത്സംഗം ചെയ്യുന്നത് വിലക്കുന്നില്ല. പക്ഷേ, അടിമ ഗർഭിണിയല്ലെന്ന് ഉറപ്പുവരുത്താൻ മാസമുറ കഴിയുംവരെ ലൈംഗികബന്ധം പാടില്ലെന്ന് ചട്ടം നിർദേശിക്കുന്നു. അതായിരിക്കാം അയാൾ എന്നെ ആ രാത്രി ബലാത്സംഗം ചെയ്യാതിരുന്നത്.

പക്ഷേ, അയാൾ എന്നെ വെറുതേ വിട്ടില്ല. ആ രാത്രി മുഴുവൻ നഗ്നരായി ഞങ്ങൾ ആ കിടക്കയിൽ കിടന്നു. അയാൾ എന്റെ ശരീരത്തിലെമ്പാടും സ്പർശിച്ചുകൊണ്ടേയിരുന്നു. ബസ്സിൽ അബു ബതാത് ചെയ്തതുപോലെ എന്റെ മാറിടങ്ങൾ പിടിച്ച് ഞെരിക്കുകയും മറ്റും ചെയ്തുകൊണ്ടേയിരുന്നു. വേദനകൊണ്ട് ശരീരം മരവിച്ച സ്ഥിതിയായി. അയാളെ ചെറുക്കാൻ എനിക്ക് ഭയമായിരുന്നു. എതിർപ്പുകൊണ്ട് കാര്യവുമുണ്ടായിരുന്നില്ല. അയാളുമായി താരതമ്യം ചെയ്യുമ്പോൾ മെലിഞ്ഞുണങ്ങി ക്ഷീണിച്ച ഞാൻ എത്രയോ ദുർബലയാണ്. ശരിയായ ഭക്ഷണം കഴിച്ചിട്ടു തന്നെ ദിവസങ്ങളായി. കൊച്ചോയിൽ തടങ്കലിലായതു മുതൽ ശരിക്ക് ഭക്ഷണം കിട്ടിയിട്ടില്ല. അയാൾക്ക് തോന്നുന്നത് ചെയ്യാം, തടയാൻ എനിക്കാവില്ല.

രാവിലെ ഞാൻ കണ്ണു തുറന്നപ്പോഴേയ്ക്കും ഹാജി സല്മാൻ എഴുന്നേറ്റിരുന്നു. ഞാൻ വസ്ത്രങ്ങളിടാൻ തുടങ്ങിയപ്പോൾ അയാൾ തടഞ്ഞു. പോയി കുളിക്കൂ നാദിയ, നമുക്ക് നല്ലൊരു ദിവസം കാത്തിരിക്കുന്നു. അയാൾ പറഞ്ഞു. കുളി കഴിഞ്ഞെത്തിയപ്പോൾ എന്റെ ഉടുപ്പിനുമേലെ ധരിക്കാൻ അയാളൊരു കറുത്ത അബയയും നിഖാബും തന്നു. പരമ്പരാഗത മുസ്ലീം സ്ത്രീകളുടെ വേഷവിധാനങ്ങൾ ആദ്യമായായിരുന്നു ഞാൻ ധരിക്കുന്നത്. കനം കുറവായിരുന്നെങ്കിലും അതിനുള്ളിൽ

ശ്വാസംമുട്ടുന്നതുപോലെ തോന്നി. നിഖാബിന് പിന്നിൽ മറഞ്ഞിരുന്നാണെങ്കിലും കുറേ നാളുകൾക്കുശേഷം ഞാൻ ശരിക്ക് സൂര്യപ്രകാശത്തിൽ പുറംലോകം കണ്ടു. വീട്ടുടമയായിരുന്ന ഷിയ ന്യായാധിപൻ ധനികനായിരുന്നെന്ന് ഉറപ്പ്. മൊസൂളിലെ പണക്കാർ താമസിക്കുന്ന പ്രദേശത്താണ് ഈ വീട്. ഇവിടെയുള്ള വീടുകൾക്കെല്ലാം വലിയ മതിലുകളും മനോഹരങ്ങളായ പൂന്തോട്ടങ്ങളുമുണ്ട്. ഇസ്ലാമിക് സ്റ്റേറ്റിന്റെ മതപരമായ പഠിപ്പിക്കലുകളാണ് ജിഹാദികളെ ആകർഷിച്ചിരുന്നതെങ്കിൽ ലോകത്തിന്റെ വിവിധ ഭാഗങ്ങളിൽനിന്ന് വരുന്ന പോരാളികളുടെ ആകർഷണങ്ങളിലൊന്ന് അവർ വാഗ്ദാനം ചെയ്യുന്ന പണവും ആഡംബര ജീവിതമായിരുന്നു. മൊസൂളിലെത്തിയാൽ ഇത്തരം കൂറ്റൻ മാളികകളിൽ താമസിക്കാം, അവിടെയുള്ളതെല്ലാം കൊള്ളയടിക്കാം. മൊസൂൾ വിട്ടുപോകാതിരിക്കാൻ സാധാരണക്കാരോട് പറഞ്ഞിരുന്നത് 2003-നുശേഷം അവർക്ക് നഷ്ടമായ അധികാരങ്ങളെല്ലാം തിരികെ നല്കാം എന്നതായിരുന്നു. ബാത്ത് പാർട്ടിയെ നിഷ്പ്രഭമാക്കിയ യു.എസ്. അധികാരങ്ങളെല്ലാം ഇറാഖിലെ ഷിയകൾക്ക് കൈമാറിയിരുന്നു. പക്ഷേ, സാധാരണക്കാരനുമേൽ ഐസിസ് ചുമത്തിയിരുന്ന വൻനികുതി അവരുടെ പണത്തോടുള്ള ആർത്തിയുടെ തെളിവായിരുന്നു.

നഗരത്തിലെ ഓരോ പ്രധാന കെട്ടിടങ്ങളും പിടിച്ചെടുക്കുന്നത് ആഘോഷമാക്കിയിരുന്നു ഐസിസ്. എല്ലായിടത്തും അവരുടെ കറുപ്പും വെളുപ്പും കലർന്ന പതാക ഉയർന്നു. വിമാനത്താവളം, മൊസൂൾ സർവ്വകലാശാല, ഇറാഖിലെ ഏറ്റവും മികച്ച സ്കൂളുകളിലൊന്ന്, എല്ലാം ഭീകരരുടെ താവളങ്ങളായി. ഇറാഖിലെ രണ്ടാമത്തെ വലിയ മ്യൂസിയമായ മൊസൂൾ മ്യൂസിയം അനിസ്ലാമികമെന്നു പറഞ്ഞ് തച്ചുതകർത്തു. മനോഹരങ്ങളായ ശില്പങ്ങളും കരകൗശലവസ്തുക്കളും അവരുടെ യുദ്ധത്തിന് ധനസമാഹരണത്തിനെന്ന പേരിൽ കരിഞ്ചന്തയിൽ വിറ്റു. 1980-കളിൽ സദ്ദാമിന്റെ കാലത്ത് നിർമ്മിച്ച നിനെവ ഒബറോയ് പഞ്ചനക്ഷത്രഹോട്ടൽ ഐസിസ് പ്രമുഖരുടെ താമസസ്ഥലമായി. ഏറ്റവും മനോഹരമായ മുറികൾ ചാവേറുകൾക്കു വേണ്ടി മാറ്റിവച്ചിരുന്നത്രെ.

2014-ൽ ഐസിസ് വന്നതോടെ ആയിരക്കണക്കിനാളുകൾ മൊസൂൾ വിട്ട് കുർദിസ്ഥാനിലേക്ക് പലായനം ചെയ്തു. ഹാജി സല്മാനൊപ്പം ഞാൻ യാത്ര ചെയ്ത വഴികളിലെല്ലാം ആ ജനതയുടെ അവശേഷിപ്പുകൾ കാണാമായിരുന്നു. ഉടമകൾ ഉപേക്ഷിച്ചതോടെ അഗ്നിക്കിരയാക്കപ്പെട്ട കാറുകൾ. ഇടിഞ്ഞുപൊളിഞ്ഞ വീടുകൾ. ഇറാഖി പൊലീസുകാർ ഉപേക്ഷിച്ചു പോയ യൂണിഫോമുകൾ. ജീവരക്ഷയ്ക്ക് അവ ഉപേക്ഷിക്കുന്നതാണ് നല്ലതെന്ന് അവർ കരുതി

ക്കാണും. കോൺസുലേറ്റുകൾ, കോടതികൾ, സ്കൂളുകൾ, പൊലീസ് സ്റ്റേഷനുകൾ, സൈനിക ക്യാംപുകൾ എല്ലാം ഐസിസ് നിയന്ത്രണത്തിൽ. എല്ലായിടത്തും ഐസിസ് സ്വയം അടയാളപ്പെടുത്തിയിരുന്നു. അവരുടെ പതാകകളുയർത്തി അല്ലെങ്കിൽ മോസ്കുകളിൽ നിന്ന് ഉച്ചഭാഷിണിയിലൂടെ വരുന്ന പ്രസംഗങ്ങളിലൂടെ. ഒരു എലിമെന്ററി സ്കൂളിന്റെ മതിലിലുണ്ടായിരുന്ന ചിത്രത്തിൽ നിന്ന് കുഞ്ഞുങ്ങളുടെ മുഖം മായ്ചുകളയപ്പെട്ടു. അത്തരം ചിത്രങ്ങൾ ഹറാമാണത്രെ.

ഐസിസിനോട് അനുഭാവം പുലർത്തണമെന്ന ഉറപ്പിൽ ബാദുഷ് ജയിലിലെ തടവുകാരെ തുറന്നുവിട്ടു. ഭീകരർക്കൊപ്പം ചേർന്ന അക്കൂട്ടർ ക്രിസ്ത്യൻ, സൂഫി, ഷിയ ദേവാലയങ്ങളും പുണ്യസ്ഥലങ്ങളും തകർത്തു. അവയിൽ പലതും മലനിരകൾ പോലെ ഇറാഖിന്റെ മുഖമായിരുന്നവയാണ്. മൊസൂളിലെ ഗ്രാൻഡ് മോസ്ക് മാത്രം നില നിർത്തിയിരുന്നു. പക്ഷേ, അബൂബക്കർ അൽ ബഗ്ദാദിയുടെ സാന്നിധ്യം അതിന്റെ മുഖം വികൃതമാക്കിയിരുന്നു. അവിടെനിന്നാണ് ഇറാഖിലെ രണ്ടാമത്തെ പ്രധാന നഗരമായ മൊസൂളിനെ അയാൾ ഐസിസ് തലസ്ഥാനമായി പ്രഖ്യാപിച്ചത്. 2017 ആയപ്പോഴേയ്ക്കും നഗരത്തിന്റെ മറ്റ് ഭാഗങ്ങളെന്നപോലെ ഗ്രാൻഡ് മോസ്കും തകർക്കപ്പെട്ടു.

ഞങ്ങൾ മൊസൂൾ കോടതി സമുച്ചയത്തിന് മുന്നിലെത്തി. ടൈഗ്രിസ് നദിയുടെ പടിഞ്ഞാറൻ തീരത്തുള്ള മണ്ണിന്റെ നിറമുള്ള കൂറ്റൻ കെട്ടിടം. ചെറിയ സ്തൂപങ്ങൾ ഒരു മോസ്കിനെ അനുസ്മരിപ്പിക്കുന്നതായിരുന്നു. ഇസ്ലാമിക് സ്റ്റേറ്റിന്റെ കൂറ്റൻ പതാക കെട്ടിടത്തിന് മുകളിൽ ഉയർത്തിയിരുന്നു. മൊസൂളിലെ പുതിയ ചട്ടങ്ങളുടെ നിർമ്മാണത്തിൽ പ്രധാനമായിരുന്നു ഈ കോടതി. ഇറാഖിലെ കേന്ദ്രസർക്കാർ ചട്ടങ്ങളിൽനിന്ന് ഭിന്നമായി ഇസ്ലാമിക് സ്റ്റേറ്റിന്റെ കരിനിയമങ്ങൾ മൊസൂളിനുമേൽ അടിച്ചേല്പ്പിക്കുന്നയിടം. ഇറാഖി തിരിച്ചറിയൽ കാർഡുകൾക്കുപകരം ഇസ്ലാമിക് സ്റ്റേറ്റിന്റെ പുതിയ കാർഡുകൾ നല്കപ്പെട്ടു. വണ്ടികളുടെ നമ്പർ പ്ലേറ്റുകൾ പോലും മാറ്റപ്പെട്ടു. മൊസൂളിൽ ജീവിതത്തിന്റെ എല്ലാ തലങ്ങളും ഐസിസ് നിയന്ത്രണത്തിലായിരുന്നു. സ്ത്രീകൾ എപ്പോഴും നിഖാബുകളും അബയകളും ധരിച്ച് ശരീരമാകെ മറയ്ക്കണം. പുറത്ത് പോവണമെങ്കിൽ പുരുഷന്മാർ കൂടെയുണ്ടാവണം. ഭീകരസംഘടനയുടെ ഭാഗമാവാത്ത സാധാരണക്കാർക്ക് നഗരത്തിന് വെളിയിൽ പോകണമെങ്കിൽ പ്രത്യേക ചുങ്കം കെട്ടണമായിരുന്നു. പണമടച്ചാൽ കുറച്ചുസമയത്തേക്ക് നഗരത്തിന് വെളിയിൽ പോയി വരാം. അനുവദനീയമായതിലും കൂടുതൽ ദിവസങ്ങൾ നഗരത്തിന് വെളിയിൽ താമസിച്ചാൽ ആ കുടുംബത്തിലെ ഏതെ

ങ്കിലും ഒരംഗത്തെ ശിക്ഷിക്കും, ഖലിഫേറ്റ് ഉപേക്ഷിച്ചതിന്റെ പേരിൽ വീടും സ്വത്തുവകകളും കണ്ടുകെട്ടും. ഈ ശിക്ഷാവിധികളെല്ലാം പുറപ്പെടുവിക്കുന്ന കോടതിക്ക് മുന്നിലാണ് ഞങ്ങളുള്ളത്.

പുറത്ത് ന്യായാധിപരെയോ ശിപായിമാരെയോ കാണാൻ ധാരാളം ആളുകൾ കാത്തുനില്പ്പുണ്ടായിരുന്നു. എന്നെപ്പോലെ സബയകളാണെന്ന് തോന്നിക്കുന്ന സ്ത്രീകളുമായി ഒരു മുറിയുടെ പുറത്ത് കുറേ ഭീകരർ കാത്തുനിന്നിരുന്നു. അവിടെയാണ് യസീദി പെണ്ണിന്റെ ഉടമസ്ഥാവകാശം സംബന്ധിച്ച് ഔദ്യോഗികമായ രേഖപ്പെടുത്തലുകൾ നടക്കുക. ഞങ്ങളെ നിർബന്ധിത മതപരിവർത്തനത്തിന് വിധേയരാക്കിയ ശേഷം അവിടെ രേഖപ്പെടുത്തും. അതിനുശേഷം കൊണ്ടുവന്നയാളുടെ സ്വത്തുവകകളുടെ കൂട്ടത്തിൽ ഞങ്ങളുടെ പേരും ചേർക്കപ്പെട്ടതായി ഒരു ന്യായാധിപൻ പ്രഖ്യാപിക്കും. വിവാഹം എന്ന് ഹാജി സല്മാൻ ഉൾപ്പെടെ ഭീകരർ വിശേഷിപ്പിക്കുന്ന, ബലാത്സംഗത്തിനുള്ള അനുമതി പത്രമായിരുന്നു അത്.

മറ്റുള്ളവർ ഹാജി സല്മാനെ കണ്ടതോടെ ഞങ്ങൾ നിരയുടെ മുന്നിലേക്ക് ആനയിക്കപ്പെട്ടു. സംസാരങ്ങൾ കേട്ടതോടെ ഹാജി സല്മാൻ ഐെസിസിൽ എന്തുകൊണ്ട് പ്രമാണിയാണെന്ന് എനിക്ക് ബോധ്യമായി. അയാൾ പ്രധാനപ്പെട്ട ന്യായാധിപനായിരുന്നു. എന്നുവച്ചാൽ കുറ്റവാളികളെ കൊല്ലണമോയെന്ന് വിധിക്കുന്നയാൾ.

മുറിക്കുള്ളിൽ നരച്ച താടിയുള്ള ഒരു ന്യായാധിപൻ മാത്രമാണ് ഉണ്ടായിരുന്നത്. അയാളുടെ മേശമേൽ നിരവധി കടലാസുകളും രേഖകളും ഉണ്ടായിരുന്നു. പിന്നിൽ ഒരു വലിയ ഐെസിസ് പതാക എയർ കൂളറിൽ നിന്നുള്ള കാറ്റടിച്ച് പാറിപ്പറന്നു നിന്നു. ന്യായാധിപന്റെ യൂണിഫോമിലും പതാക കാണാം. മുറിക്കുള്ളിലേക്ക് കടന്നതോടെ സംഭവിക്കാൻ പോകുന്നതിന് മാപ്പു തരണേയെന്ന് ഞാൻ ദൈവത്തോട് പ്രാർഥിച്ചു. ഞാൻ നിന്നിൽ മാത്രമാണ് വിശ്വസിക്കുന്നത്. ഞാൻ എന്നും യസീദിയായിരിക്കും. ഉള്ളുരുകി ഞാൻ പ്രാർഥിച്ചു.

ഹുസൈൻ എന്ന ന്യായാധിപൻ കർക്കശക്കാരനും സമർഥനുമായിരുന്നു. നിഖാബ് ഉയർത്ത്, അയാൾ പറഞ്ഞു. ഞാൻ മുഖാവരണം മാറ്റി അയാളെ കാണിച്ചു. ശഹദ അറിയാമോ നിനക്ക്, അയാൾ ചോദിച്ചു. അറിയാം, ഞാൻ പറഞ്ഞു. ഇസ്ലാം മതത്തോടുള്ള വിധേയത്വം പ്രഖ്യാപിക്കുന്ന ലളിതമായ പ്രാർഥന, ശഹദ എല്ലാവർക്കും പരിചിതമായിരുന്നു. മുസ്ലീം പ്രാർഥനയുടെ ഭാഗമാണത്. ഞാൻ ചൊല്ലിത്തീർന്നപ്പോൾ ഹുസൈന്റെ മുഖം പ്രകാശിച്ചു. ദൈവം നിന്നെ അനുഗ്രഹിക്കട്ടെ, അയാൾ പറഞ്ഞു. നീ നന്നായി ചെയ്തു എന്നു പറഞ്ഞുകൊണ്ട് അയാളൊരു ക്യാമറ കയ്യിലെടുത്തു. എന്റെ മുഖത്തിന്റെ ചിത്രം പകർത്തി.

തിരിഞ്ഞ് ഹാജി സല്മാനോട് പറഞ്ഞു. ഇവൾ ഇന്നുമുതൽ താങ്കളുടെ സബയയാണ്. ഇവളോട് നിങ്ങൾക്ക് ഇഷ്ടമുള്ളതുപോലെ പെരുമാറാം. ഞങ്ങൾ കോടതിക്ക് പുറത്തേക്കിറങ്ങി.

ഇത്തരം നിർബന്ധിത വിവാഹങ്ങളിലൂടെ യസീദി പെൺകുട്ടികളെ ഇഞ്ചിഞ്ചായി കൊല്ലുന്നത് ഐസിസ് തുടർന്നു. ആദ്യം ഞങ്ങളെ വീടുകളിൽനിന്ന് തട്ടിയെടുത്തു, ഞങ്ങളുടെ പുരുഷന്മാരെ കൊന്നൊടുക്കി. പിന്നീട് അമ്മമാരെയും സഹോദരിമാരെയും അകറ്റി. എവിടെയും ഞങ്ങൾ കേവലം വസ്തുവകകളെപ്പോലെ പരിഗണിക്കപ്പെട്ടു. അപമര്യാദയായി സ്പർശിക്കാം, ഉപദ്രവിക്കാം. എന്റെ മാറിടം പിടിച്ചു ഞെരിച്ചുടച്ച അബു ബതാതിനെപ്പോലെ, ശരീരത്തിൽ സിഗരറ്റ് വച്ചു പൊള്ളിച്ച നഫയെപ്പോലെ. ഇതെല്ലാം ഞങ്ങളുടെ ആത്മാവിനെപ്പോലും കൊല്ലുന്ന പീഡനങ്ങളായിരുന്നു.

മതപരിവർത്തനമായിരുന്നു ഇവയിൽ ഏറ്റവും ക്രൂരം. കോടതിക്ക് പുറത്തിറങ്ങിയ എനിക്ക് ആകെയൊരു ശൂന്യത അനുഭവപ്പെട്ടു. യസീദിയല്ലായിരുന്നെങ്കിൽ ഞാൻ ആരാകുമായിരുന്നു...? ശഹദ ചൊല്ലിയത് മനസ്സോടെയല്ലെന്ന് ദൈവം തിരിച്ചറിയുമെന്ന് ഞാൻ വിശ്വസിച്ചു. ഐസിസ് കൊന്ന എന്റെ ആത്മാവ് ദൈവത്തിനും താവൂസി മെലെക്കിനുമൊപ്പമായതിനാൽ ഭീകർക്ക് എന്റെ ശരീരവുമെടുക്കാം. ആ ഫോട്ടോ തിരിച്ചറിയൽ കാർഡിനാണോ...? ഞാൻ ഹാജി സല്മാനോട് ചോദിച്ചു.

അല്ല, ആ ഫോട്ടോ ഉപയോഗിച്ച് നിങ്ങളെ എപ്പോഴും അവർ പിന്തുടർന്നു കൊണ്ടിരിക്കും, എവിടെപ്പോയാലും. അയാൾ പറഞ്ഞു. എന്റെ കയ്യിൽ അയാൾ മുറുകെപ്പിടിച്ചു. നീ രക്ഷപ്പെടാൻ ശ്രമിച്ചാൽ ആ ചിത്രത്തിന്റെ നൂറുകണക്കിന് കോപ്പികൾ എന്റെ ഫോൺനമ്പരുൾപ്പെടെ എല്ലായിടത്തും വിതരണം ചെയ്യും. അങ്ങനെ നീ എന്റെയടുത്തു തന്നെ തിരിച്ചെത്തും. അയാൾ പറഞ്ഞു. ശരിയായിരിക്കും. അയാൾ പറയുന്നത് വിശ്വസിക്കുക തന്നെ.

ഏഴ്

കോടതി വിട്ടിറങ്ങിയ ഞങ്ങൾ ഹാജി സല്മാന്റെ സഹായി മോർത്തെജയുടെ വീട്ടിലേക്കാണ് പോയത്. അയാളുടെ കുടുംബവും അവിടെയുണ്ടായിരുന്നു. ഹാജി സല്മാന്റെ വീടുമായി താരതമ്യം ചെയ്യുമ്പോൾ ഒരു നില മാത്രമുള്ള ആ വീട് ചെറുതായിരുന്നു. പക്ഷേ, എന്റെ വീടിനേക്കാൾ ഏറെ വലുതായിരുന്നു മോർത്തെജയുടെ വീട്. ബന്ധുക്കളായ കുട്ടികൾക്ക് എന്ത് സംഭവിച്ചു എന്നോർത്ത് വല്ലാത്ത ഉത്കണ്ഠയുണ്ടായിരുന്നു എനിക്ക്. എന്റെ മതം മാറ്റുക എന്ന ഉദ്യമം കഴിഞ്ഞതിനാൽ ഹാജി സല്മാന് എന്നോട് കനിവുണ്ടാകുമെന്ന് കരുതി. കാതറീന്റെയും നിസ്റീന്റെയും റോജിയാന്റെയും അടുത്ത് എന്നെയൊന്ന് കൊണ്ടുപോകുമോ...? ഞാൻ ഹാജി സല്മാനോട് ചോദിച്ചു. അവർക്ക് കുഴപ്പമൊന്നുമില്ലെന്ന് ഉറപ്പാക്കിയാൽ മാത്രം മതി എനിക്ക്. ഞാൻ കേണു പറഞ്ഞു.

എന്നെ അദ്ഭുതപ്പെടുത്തി അയാൾ പറഞ്ഞു. നോക്കട്ടെ, അവർ എവിടെയുണ്ടെന്ന് എനിക്ക് അറിയാം. ഞാൻ ഫോൺ വിളിച്ച് നിനക്ക് അവരെ അല്പനേരം കാട്ടിത്തരാം. പക്ഷേ, ഇപ്പോൾ നമ്മൾ ഇവിടെത്തന്നെ തുടരും.

അടുക്കള വഴി വീടിനകത്തേക്ക് കയറുമ്പോൾ ഒരു പ്രായമുള്ള സ്ത്രീ ഞങ്ങളെ അഭിവാദ്യം ചെയ്തു. മോർത്തെജയുടെ അമ്മയായിരുന്നു അത്. നാദിയ, നാസ്തികയായിരുന്നു, ഇപ്പോൾ അവൾ മതപരിവർത്തനം ചെയ്തു. മോർത്തെജ അമ്മയോട് പറഞ്ഞു. ആ സ്ത്രീ തടിച്ച കൈകളുയർത്തി ഹാജി സല്മാനെ അഭിനന്ദിച്ചു. എന്നിട്ട് എന്നോട് പറഞ്ഞു. യസീദിയായിപ്പോയത് നിന്റെ കുറ്റമല്ല, മാതാപിതാക്കളുടെ കുറ്റമാണ്. ഇനി നീ സന്തോഷവതിയായിരിക്കും.

മൊസൂളിലെത്തിയശേഷം ആദ്യമായാണ് യസീദിയല്ലാത്ത ഒരു സ്ത്രീയെ അടുത്തുകാണാൻ കിട്ടുന്നത്. അവരിൽനിന്ന് അല്പം സഹതാപം പ്രതീക്ഷിച്ച് ഞാൻ മോർത്തെജയുടെ അമ്മയെ നോക്കി. എന്തൊക്കെയായാലും അവർ ഒരു അമ്മയാണല്ലോ. ഞാൻ യസീദിയോ അവർ സുന്നിയോ ആണെന്നതിനേക്കാൾ എത്രയോ വലുതാണ് അവർ അമ്മയാണെന്നത്, ഞാനോർത്തു. ഹാജി സല്മാൻ കഴിഞ്ഞ രാത്രി എന്നോട് ചെയ്തതൊക്കെ ഈ അമ്മയ്ക്കറിയുമോ...? മാസമുറ കഴിഞ്ഞാൽ അയാൾ ചെയ്യാൻ പോകുന്നതെന്തെന്ന് അവർക്ക് അറിയു

മോ...? അതൊന്നുമറിയില്ലെങ്കിലും എന്നെ ബലമായി പിടിച്ചുകൊണ്ടു വന്നതാണെന്ന്, കുടുംബാംഗങ്ങളിൽ നിന്ന് വേർപിരിച്ചതാണെന്ന്, കൊച്ചോയിലെ പുരുഷന്മാരെല്ലാം കൊല്ലപ്പെട്ടെന്ന്, അവർക്ക് അറിയാതിരിക്കില്ല. എന്നോട് പ്രത്യേകിച്ച് സ്നേഹമോ സഹതാപമോ ആ സ്ത്രീ കാണിച്ചില്ല. മറിച്ച് ഞാൻ മതപരിവർത്തനത്തിന് വിധേയയായതോടെ യസീദികളുടെ എണ്ണം കുറയുന്നതിലുള്ള സന്തോഷം മാത്രമായിരുന്നു.

എനിക്ക് അവരോട് വെറുപ്പുതോന്നി. മൊസൂൾ ഐസിസിന് വിട്ടുകൊടുത്തതിൽ മാത്രമല്ല, പുരുഷമേല്ക്കോയ്മയ്ക്ക് ഒരു നാടിനെയാകെ അടിയറവയ്ക്കുന്നതിലുമായിരുന്നു എന്റെ രോഷം. ഐസിസിന്റെ കീഴിൽ സ്ത്രീകൾ മുഖ്യധാരയിൽ നിന്ന് തുടച്ചുമാറ്റപ്പെട്ടിരുന്നു. ആണുങ്ങൾ അവരോട് ചേരുന്നതിന് കാരണമുണ്ടായിരുന്നു. പണം, അധികാരം, പെണ്ണ്, ഇത് മൂന്നും കിട്ടും. ഇതെല്ലാം അക്രമത്തിന്റെ മാർഗ്ഗത്തിലൂടെയല്ലാതെ നേടാനറിയാത്തവർ ദുർബലരാണെന്ന് ഞാനോർത്തു. ഞാൻ കണ്ട ഐസിസ് ഭീകരരെല്ലാം മറ്റുള്ളവരുടെ വേദനയിൽ ആനന്ദം കണ്ടെത്തുന്നവരുമായിരുന്നു. ഭാര്യമാരുടെയും പെൺമക്കളുടെയും മേൽ പുരുഷന് സമ്പൂർണാധികാരം നല്കുന്നവയായിരുന്നു ഐസിസ് നിയമങ്ങൾ.

പെൺകുട്ടികളെ ലൈംഗിക അടിമകളാക്കുന്ന ജിഹാദികളുമായി മോർത്തെജയുടെ അമ്മയെപ്പോലെ ഒരു സ്ത്രീ എങ്ങനെ കൈകോർത്ത് പോകുന്നു എന്ന് എനിക്ക് മനസ്സിലായതേയില്ല. ഇറാഖിലെ എല്ലാ സ്ത്രീയും, ഏത് മതക്കാരിയായാലും ജീവിതത്തോട് മല്ലിടുകയാണ്. പാർലമെന്റ് അംഗത്വം, പ്രത്യുല്പാദന അവകാശങ്ങൾ, സർവ്വകലാശാലകളിലെ ഉയർന്ന സ്ഥാനങ്ങൾ, ഇതെല്ലാം നീണ്ട വർഷങ്ങളുടെ പോരാട്ടംകൊണ്ട് നേടിയെടുത്തവയാണ്. അധികാരം എപ്പോഴും കയ്യടക്കിവച്ച പുരുഷനിൽ നിന്ന് കരുത്തരായ സ്ത്രീകൾ അത് ബലമായി പിടിച്ചെടുക്കുകയായിരുന്നു. ഞങ്ങളുടെ ട്രാക്ടർ ഓടിക്കണമെന്ന അഡ്കിയുടെ വാശി പോലും ഈ തുല്യതയ്ക്കുള്ള പോരാട്ടത്തിന്റെ അടയാളമായിരുന്നു.

എന്നിട്ടും ഐസിസ് പോലെ സ്ത്രീയെ അപ്രസക്തയാക്കിയ, പീഡിപ്പിക്കുന്ന പ്രസ്ഥാനത്തിനെ മോർത്തെജയുടെ അമ്മയെപ്പോലുള്ളവർ ഇരുകയ്യും നീട്ടി സ്വീകരിച്ചു. അവരുടെ ഭ്രാന്തൻ നയങ്ങൾ അംഗീകരിച്ചു. ആയിരക്കണക്കിന് വർഷം സുന്നികൾക്കൊപ്പം ജീവിച്ച ക്രിസ്ത്യാനികളെയും ഷിയാക്കളെയും ഇല്ലായ്മ ചെയ്യുന്നത് കയ്യുംകെട്ടി നോക്കി നിന്നു. ഐസിസിന് കീഴിൽ സന്തോഷമായി കഴിയുകയാണ് ഈ സ്ത്രീയെപ്പോലുള്ളവർ.

സിൻജാറിലെ യസീദികൾ ഐസിസ് ഞങ്ങളോട് ചെയ്തതു പോലെ മുസ്ലീങ്ങളെ ആക്രമിക്കാൻ പുറപ്പെട്ടിരുന്നെങ്കിൽ ഞാൻ ഒരിക്കലും യസീദികൾക്കൊപ്പം നില്ക്കുമായിരുന്നില്ല. എന്റെ കുടുംബത്തിലെ സ്ത്രീകളോ പുരുഷന്മാരോ ആരും ആ കാടത്തത്തെ പിന്തുണയ്ക്കുമായിരുന്നില്ല. ദരിദ്രരും ഗ്രാമവാസികളുമായ യസീദി സ്ത്രീകൾ ദുർബലാരെണ്ണെന്നാണ് പൊതുവെ ആളുകളുടെ ധാരണ. പക്ഷേ, ഐസിസിന്റെ പെൺപോരാളികൾ കരുത്തരാണത്രെ. പക്ഷേ, അവരിൽ ആരും, മോർത്തെജയുടെ അമ്മയോ ഒരു വനിതാ ചാവേറോ ആരുമാകട്ടെ എന്റെ അമ്മയുടെ അത്ര കരുത്തയല്ല. ജീവിതത്തിലെ കഷ്ടപ്പാടുകളോട് പൊരുതി ജയിച്ച എന്റെ അമ്മ ഒരിക്കലും ഒരു സ്ത്രീയെയും, അവൾ ഏതു മതക്കാരിയുമാകട്ടെ, പുരുഷന്റെ അടിമായാകാൻ വിട്ടുകൊടുക്കില്ല.

ഐസിസ് വനിതാ പോരാളികൾ യാഥാർഥ്യമാണെന്ന് എനിക്ക് അറിയാമായിരുന്നു. ചരിത്രത്തിലുടനീളം ഭീകരസംഘടനകളിൽ സ്ത്രീസാന്നിധ്യമുണ്ടായിട്ടുണ്ട്. പലരും പ്രധാന നേതൃപദവികൾ വഹിച്ചിട്ടുണ്ട്. എങ്കിലും എക്കാലത്തും അവരുടെ നിലപാട് പുറംലോകത്തെ ആശ്ചര്യപ്പെടുത്തുന്നവയാണ്. മധ്യപൂർവ്വദേശത്തെ സ്ത്രീകൾ വളരെ വിനയമുള്ളവരാണെന്നാണ് പൊതുധാരണ. അവർക്ക് അക്രമവാസന അന്യമെന്നും. പക്ഷേ, ഇസ്ലാമല്ലാത്ത മറ്റൊരു മതത്തെയും അംഗീകരിക്കാത്ത നിരവധി സ്ത്രീകൾ ഐസിസിനൊപ്പം ചേർന്ന് പൊരുതി, സുന്നി ഖലിഫേറ്റെന്ന അവരുടെ സ്വപ്നരാജ്യ സൃഷ്ടിക്കായി. ആണുങ്ങളെപ്പോലെ അവരും സ്വയം വർഗീയ വിദ്വേഷത്തിന്റെയും അമേരിക്കൻ അധിനിവേശത്തിന്റെയും ഇരകളായി കണക്കാക്കുന്നു. കുടുംബത്തിന് പണം, ഭർത്താവിന് നല്ല ജോലി, വരുംതലമുറയ്ക്ക് രാജ്യത്ത് ഉയർന്ന സ്ഥാനം, ഇതെല്ലാം മോഹിച്ചാണ് സ്ത്രീകൾ ഐസിസിൽ ചേർന്നത്. മതപരമായ തങ്ങളുടെ ദൗത്യം കൂടിയാണതെന്നും സ്ത്രീകളെ ഇക്കൂട്ടർ വിശ്വസിപ്പിച്ചിരുന്നു.

ഐസിസ് സ്ത്രീകൾ യസീദി പെൺകുട്ടികളെ സഹായിച്ചതിന്റെ ചില കഥകളും ഞാൻ കേട്ടിരുന്നു. കൊച്ചോയിൽ നിന്നുള്ള പെൺകുട്ടിക്ക് ഐസിസ് പോരാളിയുടെ ഭാര്യ മൊബൈൽ ഫോൺ നല്കിയിരുന്നു. പാശ്ചാത്യരാജ്യത്തു നിന്ന് ഐസിസിൽ ചേരാൻ വന്ന കുടുംബമായിരുന്നു അത്. ആദ്യമൊക്കെ ഇസ്ലാമിക് സ്റ്റേറ്റിന്റെ പ്രചാരണങ്ങളിൽ ആ സ്ത്രീ ആകൃഷ്ടയായിരുന്നു. പക്ഷേ, പെൺകുട്ടികളെ അടിമകളാക്കുന്ന രീതി അവരെ ഞെട്ടിച്ചു. ആ സ്ത്രീയുടെ സഹായത്തോടെ നിരവധി യസീദി പെൺകുട്ടികൾക്ക് സിറിയയിൽനിന്ന് രക്ഷപ്പെടാൻ സാധിച്ചു.

പക്ഷേ, പുരുഷന്മാരെക്കാൾ ക്രൂരകളായ സ്ത്രീകളെക്കുറിച്ചും ഞാൻ കേട്ടിട്ടുണ്ട്. അസൂയയും ദേഷ്യവും മൂലം ഭർത്താക്കന്മാരുടെ സബയകളെ പട്ടിണിക്കിടുകയും മർദ്ദിക്കുകയും ചെയ്യുന്നവർ. എളുപ്പത്തിൽ കിട്ടുന്ന ഇരകളാണല്ലോ സബയകൾ. അവർ സ്വയം വിപ്ലവകാരികളെന്നോ ഫെമിനിസ്റ്റുകളെന്നോ എല്ലാം വിലയിരുത്തുന്നുണ്ടാവും. വലിയ നന്മയ്ക്കുവേണ്ടി അക്രമമാവാമെന്ന് എക്കാലവും വിശ്വസിച്ചു പോന്നവരാണവർ. ഇതെല്ലാം കേട്ടുവളർന്ന എനിക്ക് വംശഹത്യയുടെ പേരിൽ ഐസിസ് ശിക്ഷിക്കപ്പെടണമെന്ന് ആഗ്രഹിക്കുമ്പോഴും സ്ത്രീകളോട് സഹതാപമേ തോന്നിയിട്ടുള്ളൂ. അവർ എന്തുകൊണ്ട് ഇരകളുടെ കൂട്ടത്തിൽ എണ്ണപ്പെടുമെന്ന് എനിക്ക് ബോധ്യമാവും. പക്ഷേ, ആയിരക്കണക്കിന് യസീദി സ്ത്രീകൾ അടിമകളാക്കപ്പെടുകയോ ശരീരം നുറുങ്ങുംവരെ ബലാത്സംഗം ചെയ്യപ്പെടുകയോ ചെയ്യുമ്പോൾ കയ്യുംകെട്ടി നോക്കിയിരിക്കാൻ പറ്റുന്നതെങ്ങനെയെന്ന് എനിക്ക് മനസ്സിലാവുന്നേയില്ല. ഒരു ന്യായീകരണവുമില്ല അതിന്. ഒരു നന്മയും വരാനും പോകുന്നില്ല.

മോർത്തെജയുടെ അമ്മ ഹാജി സല്മാനോട് സംസാരിച്ചുകൊണ്ടേയിരുന്നു. മോർത്തെജയെ കൂടാതെ 12 വയസ്സുള്ള ഒരു മകളും മറ്റൊരു മകനുമുണ്ട് എനിക്ക്, അവർ പറഞ്ഞു. മറ്റേ മകൻ സിറിയയിൽ ദാവ്ലക്കൊപ്പം(ഐസിസ്) പോരാടുകയാണ്. അവനെക്കുറിച്ചോർത്ത് പുഞ്ചിരിയോടെ അമ്മ പറഞ്ഞു, അവൻ സുന്ദരനാണ്, ദൈവം അവനെ അനുഗ്രഹിക്കും. പരിചയപ്പെടലുകളും സംസാരവും കഴിഞ്ഞപ്പോൾ ഒരു ചെറിയ മുറി ചൂണ്ടിക്കാട്ടി ആ സ്ത്രീ എന്നോട് പറഞ്ഞു. ഹാജി സല്മാൻ വരുന്നതുവരെ ഇവിടെ ഇരുന്നോളൂ. വേറെ എവിടെയും പോവുകയോ ഒന്നിലും തൊടുകയോ ചെയ്യരുത്. മുറിയടച്ച് അവർ പോയി.

കൈകൾ ശരീരത്തിൽ ചുറ്റിപ്പിടിച്ച് കട്ടിലിന്റെ വക്കിൽ ഞാൻ ഇരുന്നു. ഹാജി സല്മാൻ എന്റെ മരുമക്കളെ അന്വേഷിക്കുമോ, അവരോട് സംസാരിക്കാനാവുമോ...? ഞാൻ ചിന്തിച്ചു. സബയകൾ പരസ്പരം സംസാരിക്കുന്നതും കാണുന്നതും സാധാരണമായിരുന്നു. ആണുങ്ങൾ കൂടെയുണ്ടാവുമെന്ന് മാത്രം. എന്നെ ആശ്വസിപ്പിക്കാൻ ഹാജി സല്മാൻ ഞാൻ ചോദിച്ചത് നടത്തിത്തരുമെന്ന് പ്രതീക്ഷിച്ചു. കാതറീനും മറ്റുള്ളവരും ജീവനോടെയുണ്ടെന്ന് ബോധ്യപ്പെട്ടാൽ പിന്നെയെന്തുവന്നാലും സാരമില്ല എനിക്ക്.

പെട്ടെന്ന് വാതിൽ തുറന്ന് മോർത്തെജ ഉള്ളിലേക്കുവന്നു. കുറ്റിത്താടിയുള്ള അവൻ എത്ര ചെറുപ്പമാണെന്ന് ഞാനോർത്തു. എന്നെക്കാൾ കൂടി വന്നാൽ ഒരു വയസ്സ് കൂടുതലുണ്ടാകും. ഭീകരർക്കിടയിൽ ഏറ്റവും താഴ്ന്നവരുടെ ഗണത്തിലാണ് അവനെന്നുറപ്പ്. അവന്

സബയയൊന്നും ഉണ്ടാവാനിടയില്ല. ഉണ്ടെങ്കിൽത്തന്നെ അവനോടൊപ്പം കഴിയുന്നതിന്റെ ലക്ഷണങ്ങളൊന്നും കാണാനില്ല. ഹാജി സല്മാൻ ഇല്ലാത്തതിനാൽ കൂടുതൽ അധികാരഭാവത്തിലാണ് അവൻ വന്നത്. അച്ഛന്റെ ചെരുപ്പിട്ട് വരുന്ന മകന്റെ ഭാവം.

കതകടച്ച് കട്ടിലിൽ എന്റെ തൊട്ടുത്ത് വന്നിരുന്നു അവൻ. ഞാൻ കാലുകൾ മടക്കി നെഞ്ചോടുചേർത്ത് മുഖം മുട്ടിലമർത്തി ഇരുന്നു. അവന്റെ മുഖത്തേക്ക് നോക്കിയതേയില്ല. നിനക്ക് സന്തോഷമാണോ, അവൻ സംസാരിക്കാൻ തുടങ്ങി. അതോ രക്ഷപ്പെട്ട് കുടുംബക്കാരുടെ അടുത്തെത്തിയാലേ സന്തോഷമാവുകയുള്ളോ...? അവന്റെ ശബ്ദത്തിൽ പരിഹാസം നിറഞ്ഞിരുന്നു. ഏതൊരു മനുഷ്യനും ആ ചോദ്യത്തിനുള്ള ഉത്തരമെന്താവുമെന്ന് അവന് അറിയാമായിരുന്നു.

എന്റെ വീട്ടുകാർക്ക് എന്തു സംഭവിച്ചുവെന്ന് എനിക്കറിയില്ല. ദൈവത്തെയോർത്ത് നീയൊന്ന് പോകുമോ, ഞാൻ പറഞ്ഞു.

രക്ഷപ്പെടാൻ സഹായിച്ചാൽ നീ എനിക്ക് എന്തുതരും. അവൻ ചോദിച്ചു.

അവന്റെ ഉദ്ദേശ്യം മനസ്സിലായെങ്കിലും ഞാൻ പറഞ്ഞു. നിനക്ക് തരാൻ എന്റെ കയ്യിൽ ഒന്നുമില്ല, പക്ഷേ, സഹായിച്ചാൽ എന്റെ സഹോദരനെ ഞാൻ വിളിച്ചുവരുത്തും. അദ്ദേഹം നിനക്ക് വേണ്ടത് തരും.

പൊട്ടിച്ചിരിച്ചുകൊണ്ട് മോർത്തെജ ചോദിച്ചു, നീ പേടിച്ചിരിക്കയാണോ, കൂടുതൽ അടുത്തേക്ക് നീങ്ങിയിരുന്നു അവൻ.

എനിക്ക് പേടിയുണ്ട്, നല്ല പേടിയുണ്ട്, ഞാൻ.

എന്റെ നെഞ്ചിനടുത്തേക്ക് കൈകൊണ്ടു വന്ന് അവൻ പറഞ്ഞു. പേടിയുണ്ടോന്ന് നോക്കട്ടെ, പേടി കൊണ്ട് നെഞ്ചിടിപ്പ് കൂടിയോയെന്ന് പരിശോധിക്കട്ടെ.

അവന്റെ കൈ എന്റെ നേരെ വരുന്നത് കണ്ടതോടെ ഞാൻ ഉച്ചത്തിൽ അലറി. എന്റെ അലർച്ചയിൽ ഭിത്തികളും മേൽക്കൂരയും തകർന്ന് വീഴണമെന്ന് ഞാൻ ആഗ്രഹിച്ചു. എല്ലാവരും ചാകട്ടെ.

പെട്ടെന്ന് വാതിൽ തുറന്ന് മോർത്തെജയുടെ അമ്മ വന്നു. മകനെ കോപത്തോടെ നോക്കിക്കൊണ്ട് അമ്മ പറഞ്ഞു. അവളെ വെറുതേ വിട്, അവൾ നിന്റെയല്ല. ലജ്ജിതനായ കുട്ടിയെപ്പോലെ തലതാഴ്ത്തി മോർത്തെജ പുറത്തേക്കുപോയി. അവൾ കാഫിറാണ്. അവനെ നോക്കി അവർ പറഞ്ഞു, തിരിഞ്ഞ് എന്നെ നോക്കി പറഞ്ഞു, അവൾ ഹാജി സല്മാന്റേതാണ്.

ഞങ്ങൾ രണ്ടുപേരും മാത്രമായിരുന്നു ഉണ്ടായിരുന്നതെങ്കിൽ ആ സ്ത്രീ എങ്ങനെ പെരുമാറുമായിരുന്നുവെന്ന് ഞാൻ ആലോചിച്ചു. അവർ ആരോ ആയിക്കൊള്ളട്ടെ, എനിക്ക് സംഭവിക്കുന്നതിനെ പിന്തുണച്ചോട്ടെ, പക്ഷേ, അപ്പോഴും അവർ അടുത്ത് വന്നിരുന്ന് എന്റെ സങ്കട

ങ്ങൾ കേൾക്കാൻ തയ്യാറായിരുന്നെങ്കിൽ ഞാൻ അവർക്ക് മാപ്പുനല്കി യേനെ. എന്റെ അമ്മയുടെ പ്രായമുണ്ട് അവർക്ക്. അമ്മയെപ്പോലെ തന്നെ ശരീരപ്രകൃതിയും മിനുസമുള്ള ചർമ്മവുമെല്ലാം. നിന്നെ അവർ ബലമായി കൊണ്ടുവന്നതാണെന്ന് എനിക്കറിയാമെന്നോ, നിന്റെ അമ്മയ്ക്കും സഹോദരിമാർക്കും എന്തുപറ്റിയെന്നോ മറ്റോ അവർ ചോദിച്ചിരുന്നെങ്കിൽ എനിക്ക് ആശ്വാസമാകുമായിരുന്നു. മോർത്തെജ പോയതിനുശേഷം ഞാൻ സങ്കല്പലോകത്ത് മുഴുകി. മോർത്തെജ യുടെ അമ്മ അടുത്തുവന്നിരുന്ന് കൈപിടിക്കുന്നതും വിഷമിക്കേണ്ട, ഞാൻ ഒരു അമ്മയല്ലേ, നിന്നെ രക്ഷപ്പെടാൻ സഹായിക്കാം എന്നു മെല്ലാം പറയുന്നതായി ഞാൻ സങ്കല്പിച്ചു. ദിവസങ്ങളായി പട്ടിണി കിടക്കുന്ന ഒരാൾക്ക് ഒരു കഷണം റൊട്ടി കിട്ടുന്നതുപോലെയാകുമായി രുന്നു അത്. പക്ഷേ, ആ സ്ത്രീ ഒന്നും പറഞ്ഞില്ല. അവർ പോയതോടെ ഞാൻ വീണ്ടും മുറിയിൽ തനിച്ചായി.

കുറച്ചു കഴിഞ്ഞപ്പോൾ ഹാജി സല്മാൻ വന്നു. നമുക്ക് പോയി കാതറീനെ കാണാം, അയാൾ പറഞ്ഞു. എന്റെ ഹൃദയം ഒരേസമയം സന്തോഷത്താൽ നിറയുകയും ദുഃഖത്താൽ ശൂന്യമാവുകയും ചെയ്തു. മറ്റാരേക്കാളും അവളെക്കുറിച്ചായിരുന്നു എന്റെ ആശങ്ക.

1998-ലാണ് കാതറീൻ ജനിച്ചത്. ഏലിയാസിന്റെ മൂത്ത സന്താനം പിറന്നുവീണതുമുതൽ വീട്ടിലെല്ലാവരുടെയും പ്രാണനായിരുന്നു. കാതറീന്റെ പിടിവാശി മൂലമാണ് മാറിത്താമസിക്കുക എന്ന ആശയം ഏലിയാസിന് വേണ്ടെന്നുവയ്ക്കേണ്ടി വന്നത്. എന്റെ അമ്മയും ഞാനും അവൾക്ക് ഏറെ പ്രിയപ്പെട്ടവരായിരുന്നു. ഞാനും കാതറീനും വസ്ത്രങ്ങളടക്കം എല്ലാം പരസ്പരം പങ്കുവച്ചു. മിക്കപ്പോഴും ഞങ്ങൾ ഒരേപോലുള്ള വസ്ത്രങ്ങളാണ് ധരിച്ചത്. ബന്ധുവിന്റെ കല്യാണത്തിന് ഞങ്ങൾ രണ്ടുപേരും ചുവപ്പ് വസ്ത്രങ്ങളിട്ടപ്പോൾ ഒരു ചേട്ടന്റെ കല്യാണത്തിന് രണ്ടുപേരും പച്ചയണിഞ്ഞു.

ഞാൻ അവളേക്കാൾ മൂത്തതായിരുന്നെങ്കിലും സ്കൂളിൽ ചേരാൻ വൈകിയതിനാൽ ഞങ്ങൾ ഒരേ ക്ലാസ്സിലായിരുന്നു. മിടുക്കിയായിരു ന്നെങ്കിലും പ്രായത്തിൽ കവിഞ്ഞ പ്രായോഗികബുദ്ധിയും കഠിനാധ്വാന ശീലവും കാതറീന്റെ പ്രത്യേകതകളായിരുന്നു. അതുകൊണ്ടുതന്നെ ആറാം തരത്തിൽ പഠനം നിർത്തി അവൾ പാടത്ത് പണിക്കുപോയി. പഠനത്തേക്കാൾ കുടുംബത്തിനുവേണ്ടി ജോലിയെടുക്കുന്നതിലാ യിരുന്നു അവൾക്ക് താല്പര്യം. ആടുകളെ കറക്കുകയും ദിമലിനെ പ്പോലെ പാചകം ചെയ്യുകയുമെല്ലാം ചെയ്യും. ആർക്കെങ്കിലും അസുഖം

വന്നാൽ അവൾക്ക് വലിയ സങ്കടമാണ്. അതു പറഞ്ഞ് കരഞ്ഞു കൊണ്ടിരിക്കും. അവർക്ക് സുഖമാവുന്നതുവരെ അവൾക്കും രോഗമാണെന്നമട്ടാണ്. രാത്രി ഒന്നിച്ച് കിടക്കുമ്പോൾ ഞങ്ങൾ ഭാവിയെക്കുറിച്ച് പദ്ധതികളിടും. ഇരുപത്തിയഞ്ചാം വയസ്സിൽ ഞാൻ കല്യാണം കഴിക്കും, എനിക്ക് കുറേ കുട്ടികളുള്ള വലിയ കുടുംബം വേണം, കാതറീൻ പറയും.

ഞങ്ങൾ വീട്ടുതടങ്കലിലാക്കപ്പെട്ട ദിവസങ്ങളിൽ കാതറീൻ ടെലിവിഷന് മുന്നിൽ നിന്ന് മാറിയിട്ടില്ല. മലമുകളിൽ കഷ്ടപ്പെടുന്നവരുടെ ദൃശ്യങ്ങൾ നോക്കി കരഞ്ഞുകൊണ്ടേയിരുന്നു. അവളുടെ സഹോദരി ബാസോ ഐസിസ് പിടിയിലായെന്നറിഞ്ഞതുമുതൽ കാതറീൻ ഭക്ഷണം കഴിച്ചിട്ടില്ല. പ്രതീക്ഷ കൈവിടരുത്, ചിലപ്പോൾ നമ്മൾ രക്ഷപ്പെട്ടേക്കും. ഉറക്കമില്ലായ്മയും പട്ടിണിയുംമൂലം വിളറിയ അവളുടെ മുഖത്ത് തലോടിക്കൊണ്ട് ഞാൻ പറയും. നിന്റെ അച്ഛനെ നോക്ക്, അവനെപ്പോലെ ധൈര്യശാലിയായിരിക്കണം, ഏലിയാസിനെ ചൂണ്ടി ഞങ്ങളുടെ അമ്മ കാതറീനെ ഉപദേശിക്കും. പക്ഷേ, കാതറീൻ അന്നേ പ്രതീക്ഷകൾ നഷ്ടമായിരുന്നു. പിന്നീടൊരിക്കലും അവൾക്കത് തിരികെ കിട്ടിയിട്ടുമില്ല.

കൊച്ചോയിൽനിന്ന് എന്നെയും കാതറിനെയും വെവ്വേറെ ട്രക്കുകളിലാണ് കയറ്റിയത്. സോലയിൽവച്ചാണ് ഞങ്ങൾ പിന്നീട് കണ്ടുമുട്ടിയത്. സോലയിൽ അമ്മയെ പറ്റുന്നത്ര മുറുകെ കെട്ടിപ്പിടിച്ച് നിന്നു അവൾ. ഞാൻ അമ്മയുടെ കൂടെ പോവുകയാണ്, അവർക്ക് നടക്കാൻ പ്രയാസമുണ്ട്. അവൾ ഒരു ഐസിസ് പോരാളിയോട് പറഞ്ഞു. അയാൾ അവളോട് അനങ്ങാതെയിരിക്കാൻ അലറി.

മൊസൂളിൽ എന്നെക്കുറിച്ച് ഏറെ ആശങ്കപ്പെട്ടതും കാതറീനായിരുന്നു. ഒച്ചവച്ച് കരയരുത് അവൾ എന്നോട് പറഞ്ഞു. അബുബതാത് ചെയ്യുന്നതെന്താണെന്ന് എനിക്കറിയാം. എന്നോടും അയാളത് ചെയ്തതതാണ്. എനിക്ക് ദേഷ്യം നിയന്ത്രിക്കാനാവില്ലെന്ന് അവൾക്കറിയാം. മറ്റാരേക്കാളും എന്റെ ഓരോ കാര്യവും അവൾക്ക് അറിയാമായിരുന്നു. ഭീകരർ എന്നെ ശിക്ഷിക്കുന്നത് ഒഴിവാക്കാനാണ് അവൾ ഉപദേശിക്കുന്നത്. അറബി സംസാരിക്കരുത് നാദിയ, അവർ സിറിയയിലേക്ക് കൊണ്ടുപോകാൻ ഇടവരരുത്. മൊസൂളിലെ കാത്തിരിപ്പിനിടെ കാതറീൻ ഓർമ്മിപ്പിച്ചു. സല്വാൻ എന്നെ വലിച്ചിഴച്ച് താഴേയ്ക്ക് കൊണ്ടുപോകുമ്പോഴാണ് ഞങ്ങൾ അവസാനമായി കണ്ടത്.

ഹാജി സല്മാനും ഞാനും മോർത്തെജയുടെ വീട്ടിൽ നിന്നിറങ്ങി. പുറത്തേക്ക് നടക്കുമ്പോൾ ഞാൻ അടുക്കളയിലേക്ക് നോക്കി. ഒരു പുരുഷന്റെ പുറത്ത് ചൂടുപിടിക്കുകയായിരുന്നു മോർത്തെജയുടെ അമ്മ. രക്തയോട്ടം കൂട്ടുന്നതിനാണ് അങ്ങനെ ചെയ്യുന്നത്. ഒരു വീട്ടിൽ

ഇടത്തുനിന്ന് വലത്തേക്ക്: എന്റെ സഹോദരി അഡ്കി,
സഹോദരൻ ജാലോ, സഹോദരി ദിമൽ

എന്റെ പിതാവ് ബാസീ മുറാദ് താഹ ചെറുപ്പത്തിൽ

എന്റെ മരുമകൾ കാതറീൻ 2013-ൽ ഒരു വിവാഹച്ചടങ്ങിൽ

ഇടത്തുനിന്ന് വലത്തേക്ക്: എന്റെ നാത്തൂൻ സെസ്റ്റർ,
എന്റെ സഹോദരി അഡ്കി, സഹോദരൻ ഖെയ്റി, മരുമകൾ ബാസോ,
സഹോദരി ദിമൽ, മരുമകൾ മെയ്സ, ഞാൻ, 2011-ൽ

പിൻനിരയിൽനിന്ന് ഘടികാരദിശയിൽ: നാത്തൂൻ ജിലൻ, നാത്തൂൻ മോന,
എന്റെ അമ്മ, മരുമകൾ ബാസോ, സഹോദരി അഡ്കി, മരുമക്കൾ നാസോ,
കാതറീൻ, മെയ്സ, ഞാൻ. കൊച്ചോയിലെ ഞങ്ങളുടെ വസതിയിൽ, 2014-ൽ.

എന്നെയും കാതറീനെയും (ഇടത്ത്) പിന്നിലിരുത്തി
ട്രാക്ടർ ഓടിക്കുന്ന സഹോദരൻ ഹെസ്നി

എന്റെ സഹോദരന്മാരും അർധസഹോദരന്മാരും 2014-ൽ.
പിൻനിരയിൽ ഇടത്തുനിന്ന് വലത്തേക്ക്: ഹെസ്നി, ഒരു അയൽക്കാരൻ,
എന്റെ അർധസഹോദരൻ ഖാലിദ്, എന്റെ സഹോദരൻ സയീദ്
മുൻനിര: എന്റെ അർധസഹോദരൻ വാലിദ്, സഹോദരൻ സവൂദ്, ഞാൻ

ജിലനും ഹെസ്നിയും അവരുടെ വിവാഹവേളയിൽ (2014)

ചെറുമകൻ സമീഹിന്റെ വിവാഹവേളയിൽ എന്റെ അമ്മ

ഇടത്തുനിന്ന് വലത്തേക്ക്: എന്റെ സഹോദരൻമാർ മസൂദ്, സവൂദ്, ഹെസ്നി

എന്റെ അർധസഹോദരൻ ഹാജ്ജി

സഹപാഠിക്കൊപ്പം സ്കൂളിൽ (2011)

എന്റെ അമ്മ ഷാമി

നിന്ന് മടങ്ങുമ്പോൾ ഗൃഹനാഥയ്ക്ക് നന്ദി പറയുക എന്നത് ഞങ്ങളുടെ നാട്ടിലെ രീതിയാണ്. ഏത് സാഹചര്യത്തിൽ അകപ്പെട്ടാലും പഠിച്ച നല്ല പാഠങ്ങൾ മറക്കില്ലല്ലോ. മോർത്തെജയുടെ അമ്മയെ നോക്കി ഞാൻ പറഞ്ഞു. സല്മാൻ വന്നിരിക്കുന്നു, ഞാൻ പോകുന്നു.

ദൈവം അനുഗ്രഹിക്കട്ടെ എന്നുമാത്രം പറഞ്ഞ്, അവർ ജോലി തുടർന്നു.

തലേന്ന് രാത്രി അടിമച്ചന്ത നടന്ന കെട്ടിടത്തിലേക്കാണ് ഞാനും ഹാജി സല്മാനും എത്തിയത്. അവർ മുകളിലുണ്ട്, ചെല്ല് എന്നു പറഞ്ഞ് അയാൾ എന്നെ തനിയെ വിട്ടു.

മുകളിലെ അടച്ചുകെട്ടിയ വലിയ മുറിയിൽ നിസ്റീനും കാതറീനും മാത്രമാണുണ്ടായിരുന്നത്. രണ്ടുപേരും ഏറെ തളർന്നിരുന്നു. ഒരു ചെറിയ പായയിൽ കണ്ണ് പാതിയടച്ച് ചുരുണ്ടു കിടക്കുകയായിരുന്നു കാതറീൻ. നിസ്റീൻ അവളുടെയരികിൽ ഇരുന്നു. എന്നെ കണ്ടതും ഇരുവരും തുറിച്ചുനോക്കി. നിഖാബുകൊണ്ട് മുഖം മറച്ചിരുന്ന എന്നെ അവർ തിരിച്ചറിഞ്ഞില്ല. ഖുർആൻ പഠിപ്പിക്കാൻ വന്നതാണോ, കാതറീൻ ചോദിച്ചു.

ഇത് ഞാനാണ്, നാദിയ. നിഖാബ് മാറ്റിയ എന്നെ കണ്ടതും രണ്ടുപേരും ഓടി വന്നു. ഞങ്ങൾ കെട്ടിപ്പിടിച്ച് കരഞ്ഞു. ശ്വാസം വിടാൻ പോലുമാകാതെ ചങ്കുപൊട്ടിയുള്ള കരച്ചിൽ.

ഞങ്ങളുടെ കന്യകാത്വം പരിശോധിക്കാൻ ഏതോ സ്ത്രീകൾ വരുമെന്ന് പറഞ്ഞിരുന്നു. ഞങ്ങൾ കരുതി അതിന് വന്ന സ്ത്രീയാണ് നീയെന്ന്. അവർ പറഞ്ഞു.

കാതറീന്റെ കണ്ണ് ചതഞ്ഞ് ചീർത്തിരുന്നു. എനിക്ക് ശരിക്ക് കാണാൻ കഴിയുന്നില്ല. അവൾ പറഞ്ഞു.

നീ വളരെ ക്ഷീണിച്ചിരിക്കുന്നു, അവളുടെ കൈപിടിച്ച് ഞാൻ പറഞ്ഞു.

ദൈവം സഹായിക്കാനായി ഞാൻ വ്രതത്തിലാണ്, അവൾ പറഞ്ഞു. ഭക്ഷണം കഴിക്കാതെ അവൾ തളർന്നു വീഴുമെന്ന് ആശങ്കപ്പെട്ടെങ്കിലും ഞാനത് പറഞ്ഞില്ല. വർഷത്തിൽ രണ്ടുതവണ യസീദികൾ വ്രതമെടുക്കാറുണ്ട്. കൂടാതെ ദൈവത്തോടുള്ള വിധേയത്വം തെളിയിക്കാനും താവൂസി മെലെക്കിനോടുള്ള അടുപ്പം കൂട്ടാനും സ്വന്തം നിലയ്ക്ക് വേറെയും വ്രതമനുഷ്ഠിക്കാം. വ്രതം ഞങ്ങളെ ദുർബലരല്ല കരുത്തരാക്കുകയാണ് പതിവ്.

നിനക്കെന്താ പറ്റിയത്...? ഞാൻ കാതറീനോട് ചോദിച്ചു.

അബു അബ്ദുല്ല എന്നു പേരുള്ള ഒരാൾ എന്നെ വാങ്ങി മറ്റൊരു വീട്ടിലേക്ക് കൊണ്ടുപോയി. എനിക്ക് കാൻസറാണെന്ന് ഞാനയാളോട് കള്ളം പറഞ്ഞു. എന്നെ തൊടാൻ പറ്റാത്ത ദേഷ്യത്തിൽ കുറേ തല്ലിയ

ശേഷം അയാളെന്നെ ഇവിടെ തിരിച്ചാക്കി. അങ്ങനെയാണ് കണ്ണ് പോയത്. കാതറീൻ വിശദീകരിച്ചു.

ഞാൻ രക്ഷപ്പെടാൻ ശ്രമിച്ചു. അവരെന്നെ പിടികൂടി, കുറേ തല്ലിയ ശേഷം തിരിച്ച് ഇവിടെ കൊണ്ടു വന്നു. നിസ്റീൻ പറഞ്ഞു.

നീയെന്തിനാണ് ഇതെല്ലാം ഇടുന്നത്...? എന്റെ വസ്ത്രം കണ്ട് കാതറീൻ ചോദിച്ചു. അവൾ അപ്പോഴും യസീദി ഉടുപ്പുകളാണ് ഇട്ടിരുന്നത്.

അവർ എന്റെ വസ്ത്രമെല്ലാം എടുത്തിട്ട് ഇതുതന്നു. എന്റെ ബാഗും കാണാനില്ല. എനിക്ക് വേറെ ഒന്നുമില്ല, ഞാൻ പറഞ്ഞു.

നിന്റെ ബാഗ് എന്റെ കയ്യിലുണ്ട്, കാതറീൻ ബാഗ് എടുത്തുതന്നു. അവളുടെ മേലുടുപ്പും ഊരി എനിക്ക് തന്നു. പിങ്കും ബ്രൗണും നിറത്തിലുള്ള മനോഹരമായ ഒരു ഉടുപ്പായിരുന്നു അത്. ഇന്നുവരെയും ഞാനും ദിമലും മാറി മാറി അത് ഇടും. കാരണം മനോഹരമായ ആ വസ്ത്രം ഞങ്ങളുടെ പ്രിയപ്പെട്ട മരുമകളുടെ ഓർമ്മയാണ്.

അബയയുടെ അടിയിൽ ഇതിട്, ഉടുപ്പ് തന്നുകൊണ്ട് കാതറീൻ പറഞ്ഞു. ഞാൻ അവളുടെ കവിളിൽ ചുംബിച്ചു.

ഒരു കാവല്ക്കാരൻ മുകളിലേക്ക് വന്നു. അഞ്ചു മിനിറ്റ് കഴിഞ്ഞാൽ നിന്നോട് താഴേക്ക് വരണമെന്ന് ഹാജി സല്മാൻ പറഞ്ഞു. അയാൾ അറിയിച്ചു.

അയാൾ പോയിക്കഴിഞ്ഞപ്പോൾ പോക്കറ്റിൽനിന്ന് ഒരു ജോഡി കമ്മലെടുത്ത് തന്നുകൊണ്ട് കാതറീൻ പറഞ്ഞു. ഇതു സൂക്ഷിച്ചു വച്ചോളൂ, ചിലപ്പോൾ ഇനി നമ്മൾ കണ്ടേക്കില്ല.

എന്തെങ്കിലും സാധ്യതയുണ്ടെങ്കിൽ നീ രക്ഷപ്പെടാൻ നോക്കണം, ഞാനും ശ്രമിക്കും. എന്റെ കൈ കോർത്തുപിടിച്ച് താഴേക്ക് നടന്നുകൊണ്ട് അവൾ പറഞ്ഞു.

അടുക്കള വരെ ഞങ്ങൾ അങ്ങനെ ഒന്നിച്ച് നടന്നു വന്നു. ഹാജി സല്മാൻ എന്നെ പുറത്തേക്ക് കൊണ്ടുപോയി.

ഹാജി സല്മാന്റെ വീട്ടിലേക്കുള്ള മടക്കയാത്രയിൽ ഞാൻ നിശ്ശബ്ദയായിരുന്നു. ഉള്ളിൽ കരഞ്ഞുകൊണ്ട് ഞാൻ കാതറീനും നിസ്റീനും വേണ്ടി പ്രാർഥിച്ചു. എന്തുസംഭവിച്ചാലും അവരുടെ ജീവന് അപായമുണ്ടാവല്ലേയെന്ന്. വീട്ടിൽ ഒരു കാവല്ക്കാരനൊപ്പം അകത്ത് പോവാൻ ഹാജി സല്മാൻ നിർദേശിച്ചു. ഞാൻ വേഗം വരാം, അയാൾ പറഞ്ഞു.

ഞാൻ അകത്തേക്ക് പോകുംമുമ്പ് എന്നെ കുറേനേരം നോക്കിയിട്ട് ഹാജി സല്മാൻ പറഞ്ഞു. തിരിച്ചു വരുമ്പോൾ നിനക്ക് മാസമുറയാണെന്നതൊന്നും ഞാൻ കാര്യമാക്കില്ല. ഞാൻ നിന്നിലേക്ക് വരും. അതെ, ഞാൻ നിന്നിലേക്ക് വരും എന്നാണ് അയാൾ ഉപയോഗിച്ച വാചകം.

എട്ട്

മൂന്നു വർഷത്തിനിടെ ഐസിസ് തട്ടിയെടുത്ത് അടിമകളാക്കിയ നിരവധി സ്ത്രീകളുടെ കഥകൾ ഞാൻ കേട്ടു. ഞങ്ങളെല്ലാവരും ഏതാണ്ട് ഒരേ തരത്തിലുള്ള പീഡനങ്ങൾക്കാണ് വിധേയരായത്. ഞങ്ങളെ അടിമച്ചന്തയിൽ കൊണ്ടുപോയി വില്ക്കും. അല്ലെങ്കിൽ പുതുതായി സംഘടനയിൽ ചേരുന്ന പോരാളിക്കോ ഐസിസ് ഉന്നതർക്കോ സമ്മാനിക്കും. പിന്നീട് അയാളുടെ വീട്ടിൽ ബലാത്സംഗവും മർദ്ദനവും അപമാനിക്കലും. അയാൾ പിന്നീട് അടുത്തയാൾക്ക് വില്ക്കുകയോ സമ്മാനിക്കുകയോ ചെയ്യും. വീണ്ടും ബലാത്സംഗവും പീഡനങ്ങളും. ഒന്നിനും കൊള്ളാത്തവളാകും വരെ ഇതിങ്ങനെ തുടർക്കഥയാവും. രക്ഷപ്പെടാൻ ശ്രമിക്കുന്നവർക്ക് കടുത്ത ശിക്ഷയാണ്. ഹാജി സല്മാൻ മുന്നറിയിപ്പ് തന്നതുപോലെ എല്ലായിടത്തും ഞങ്ങളുടെ ഫോട്ടോകൾ പതിച്ചിട്ടുണ്ട്. രക്ഷപ്പെടാൻ ശ്രമിക്കുന്ന സബയകളെ ഏറ്റവുമടുത്ത ഐസിസ് കേന്ദ്രത്തിൽ തിരിച്ചേല്പ്പിക്കണമെന്നാണ് മൊസൂൾ വാസികൾക്കുള്ള നിർദേശം. അങ്ങനെ തിരിച്ചേല്പ്പിക്കുന്നവർക്ക് 5000 ഡോളറാണ് പാരിതോഷികം പ്രഖ്യാപിച്ചിട്ടുള്ളത്.

ബലാത്സംഗമായിരുന്നു ഏറ്റവും ഹീനമായ ഭാഗം. ഞങ്ങളിലെ മനുഷ്യനെ ഇല്ലാതാക്കുന്നതായിരുന്നു അത്. എന്നെങ്കിലും യസീദി സമൂഹത്തിലേക്ക് തിരിച്ചുചെല്ലാനോ വിവാഹിതരായി കുട്ടികളുമായി സന്തോഷത്തോട ജീവിക്കാമെന്നോ ഉള്ള പ്രതീക്ഷകളെയെല്ലാം ഇല്ലാതാക്കി അത്. ബലാത്സംഗത്തെക്കാൾ ഭേദം ഞങ്ങളെ കൊല്ലുന്നതായിരുന്നു. മതംമാറ്റവും കന്യകാത്വം നഷ്ടപ്പെടലും അവിവാഹിതയായ യസീദി പെൺകുട്ടിക്ക് എത്ര വലിയ വേദനയാണെന്ന് ഐസിസിന് നന്നായി അറിയുമായിരുന്നു. സമുദായമോ മതനേതാക്കളോ ഞങ്ങളെ തിരികെ സ്വീകരിക്കില്ല എന്ന വലിയ സത്യം അവർക്കും അറിയാമായിരുന്നു.

രക്ഷപ്പെടാൻ ശ്രമിച്ച് വിജയിച്ചാലും നിന്റെ അച്ഛനോ അമ്മാവനോ നിന്നെ കൊല്ലും. നിന്റെ കന്യകാത്വം നഷ്ടപ്പെട്ടെന്ന് മാത്രമല്ല നീയിപ്പോൾ മുസ്ലീമുമാണ്. ഹാജി സല്മാൻ എന്നെ ഓർമ്മപ്പെടുത്തും.

അക്രമികളെ നേരിടാൻ ശ്രമിച്ച കഥകൾ സ്ത്രീകൾ പറയും. തങ്ങളുടെ ഇരട്ടി കരുത്തരായ പുരുഷന്മാരെ പോലും തല്ലിയകറ്റാൻ ശ്രമിച്ചു ചിലർ. ഭീകരർക്ക് മുന്നിൽ തോറ്റുപോയെങ്കിലും ചെറുത്തുനില്ക്കാൻ ശ്രമിച്ചു എന്നത് യസീദി സ്ത്രീകൾക്ക് അല്പം ആശ്വാസം പകരുന്നതായിരുന്നു. ഒരിക്കലും ശാന്തമായി ബലാത്സംഗം നിർ

വഹിച്ചുപോകാൻ അവന്മാരെ ഞങ്ങൾ അനുവദിച്ചില്ല. ചെറുത്തും ഇടിച്ചും തുപ്പിയും പറ്റുന്ന തരത്തിലെല്ലാം നേരിടാൻ എല്ലാവരും ശ്രമിച്ചു.

കുപ്പിയെടുത്ത് യോനിയിൽ കയറ്റി കന്യകാത്വം നഷ്ടപ്പെടുത്തി രക്ഷപ്പെടാൻ ശ്രമിച്ച പെൺകുട്ടികൾ, തീ കൊളുത്തി മരിക്കാൻ ശ്രമിച്ചവർ... ഇങ്ങനെ എന്തെല്ലാം കഥകൾ. ബലാത്സംഗം ചെയ്യാൻ വന്നവന്റെ കൈ കടിച്ചുമുറിച്ച് ചോരവീഴ്ത്തിയവർ, മുഖം മാന്തി പ്പൊളിച്ചവർ, രക്ഷപ്പെടലിനുശേഷം പലരും അഭിമാനത്തോടെ ഈ കഥകൾ പറഞ്ഞു. അവനെ ഞാൻ എളുപ്പത്തിൽ സമ്മതിച്ചില്ല, ചിലർ പറഞ്ഞു. ഓരോ ചെറുത്തുനില്പും യസീദി സ്ത്രീയുടെ മേൽ ഐസിസ് ഭീകർക്ക് അധികാരമില്ല എന്നതിന്റെ പ്രകടനമായിരുന്നു. ബലാത്സംഗം ചെയ്യപ്പെടുന്നതിനുമുമ്പ് സ്വയം മരണം വരിച്ച സ്ത്രീ കളുടെ ശബ്ദമായിരുന്നു ഇതിൽ ഏറ്റവും കരുത്തുറ്റത്.

ഇതുവരെ പറയാത്ത ഒന്ന് വെളിപ്പെടുത്തട്ടെ, ഹാജി സല്മാൻ ഉൾപ്പെടെ ആരോടും ഞാൻ ഒരിക്കലും ചെറുത്തുനില്ക്കാൻ ശ്രമി ച്ചിട്ടില്ല. ബലാത്സംഗം ചെയ്യാൻ വരുന്നവർക്ക് മുന്നിൽ ഞാൻ അത് കഴിയും വരെ കണ്ണടച്ച് കിടക്കും. ഞാൻ വലിയ ധൈര്യശാലിയും കരു ത്തുറ്റവളുമാണെന്ന് പറയുന്നവർ അറിയണം. മറ്റു പെൺകുട്ടികൾ ചെറുത്തുനില്ക്കാൻ ശ്രമിച്ചപ്പോഴും എനിക്ക് കരയാനേ കഴിഞ്ഞുള്ളൂ. എനിക്ക് മറ്റുള്ളവരെപ്പോലെ ധൈര്യമില്ല എന്ന് പറയണമെന്നുണ്ടാ യിരുന്നെങ്കിലും ആളുകൾ എന്തു പറയുമെന്നു കരുതി മിണ്ടാതിരുന്നു. വംശഹത്യയെക്കുറിച്ച് സംസാരിക്കുമ്പോൾ എല്ലാവർക്കും അറിയേ ണ്ടത് യസീദി പെൺകുട്ടികളുടെ അടിമത്വത്തെക്കുറിച്ചും ചെറുത്തു നില്പ്പിന്റെ കഥകളുമാണ്. എനിക്ക് പക്ഷേ, ബലാത്സംഗത്തെക്കുറിച്ച് മാത്രമല്ല, എല്ലാം പറയണം. എന്റെ സഹോദരന്മാരുടെ കൊലപാതകം, അമ്മയുടെ തിരോധാനം, പയ്യന്മാരെ പ്രലോഭിപ്പിച്ച് വശത്താക്കിയത്. അങ്ങനെ എല്ലാം. ചിലപ്പോൾ ആളുകൾ എന്തു പറയുമെന്ന ആശങ്ക യാവും എന്നെ നയിക്കുന്നത്. മറ്റു പെൺകുട്ടികളെപ്പോലെ ചെറുത്തു നിന്നില്ല എന്നതിനർഥം ഞാൻ ഐസിസിനോട് സഹകരിച്ചു എന്നല്ല. പക്ഷേ, ആ യാഥാർഥ്യം സ്വയം ഉൾക്കൊള്ളാൻ തന്നെ എനിക്ക് നാളു കളെടുത്തു.

ഐസിസ് വരുന്നതിനുമുമ്പ് ഞാൻ സ്വയം വലിയ ധൈര്യശാലി യും സത്യസന്ധയുമാണെന്നാണ് ധരിച്ചിരുന്നത്. എന്ത് പ്രശ്നമുണ്ടാ യാലും ചെറിയ തെറ്റുകളായാൽ പോലും ഞാൻ വീട്ടുകാരോട് ഏറ്റു പറയും. ഞാൻ ഇങ്ങനെയാണ്, എന്ത് പ്രതികരണവും ഏറ്റുവാങ്ങാനും എനിക്ക് മടിയുണ്ടായിരുന്നില്ല. കുടുംബത്തോടൊപ്പം ആയിരുന്നിട ത്തോളം എന്തും നേരിടാനുള്ള ശക്തി എനിക്കുണ്ടായിരുന്നു. പക്ഷേ, വീട്ടുകാരിൽനിന്നകന്ന് മൊസൂളിൽ തടവിലാക്കപ്പെട്ടതോടെ എനിക്ക്

ആ കരുത്തെല്ലാം നഷ്ടപ്പെട്ടു. ഉള്ളിന്റെയുള്ളിൽ ഞാൻ അതോടെ മരിച്ചിരുന്നു.

ഹാജി സല്മാന്റെ വീട് നിറയെ കാവല്ക്കാരായിരുന്നു. ഞാൻ വേഗം തന്നെ മുകൾ നിലയിലേക്കുപോയി. അര മണിക്കൂർ കഴിഞ്ഞപ്പോൾ കാവല്ക്കാരിലൊരാളായ ഹൊസാം കുറച്ച് വസ്ത്രങ്ങളും മേക്കപ് സാധനങ്ങളും രോമം നീക്കം ചെയ്യുന്നതിനുള്ള ക്രീമുമായി വന്നു. ഹാജി സല്മാൻ വരുന്നതിനുമുമ്പ് നിന്നോട് കുളിച്ച് ഒരുങ്ങിയിരിക്കാൻ പറഞ്ഞു, അയാൾ അറിയിച്ചു. അതെല്ലാം കട്ടിലിൽവച്ചിട്ട് ഹൊസാം പോയി.

ഞാൻ കുളിക്കാൻ പോയി. ഹൊസാം പറഞ്ഞതുപോലെ കാൽ മുതൽ കക്ഷം വരെയുള്ള രോമങ്ങൾ ക്രീമുപയോഗിച്ച് നീക്കി. അമ്മ വാങ്ങിത്തരുന്ന ആ ക്രീം എനിക്ക് ഇഷ്ടമല്ലായിരുന്നു. നാട്ടിൽ സാധാരണമായ ഷുഗർ വാക്സ് ഉപയോഗിച്ച് രോമം നീക്കുന്നതായിരുന്നു എനിക്ക് താല്പര്യം. ക്രീമിൽ ഉപയോഗിച്ചിരിക്കുന്ന രാസവസ്തുക്കളുടെ രൂക്ഷഗന്ധം എനിക്ക് തലവേദനയുണ്ടാക്കുന്നതാണ്. കുളിമുറിയിൽവച്ച് ഒരുകാര്യം എനിക്ക് ബോധ്യമായി. എന്റെ മാസമുറ അവസാനിച്ചിരിക്കുന്നു.

കുളികഴിഞ്ഞ് ഹൊസാം വച്ച കറുപ്പും നീലയും നിറത്തിലുള്ള വസ്ത്രങ്ങൾ ഞാൻ അണിഞ്ഞു. മുട്ടിനുമുകളിൽ നില്ക്കുന്ന പാവാടയും നേർത്ത വള്ളികൾ മാത്രമുള്ള മേലുടുപ്പും. അടിവസ്ത്രം അതിൽത്തന്നെയുണ്ടായിരുന്നതിനാൽ വേറെ ഇടേണ്ടി വന്നില്ല. ടെലിവിഷനിൽ കണ്ടിട്ടുള്ള സ്ത്രീകൾ ആഘോഷരാത്രികളിൽ ധരിക്കുന്ന വേഷമാണിത്. കൊച്ചോയിലോ എന്തിന് മൊസൂളിൽ പോലും അന്തസ്സുള്ള സ്ത്രീകൾ ഇത്തരം വേഷമിടില്ല. ഒരു പക്ഷേ, ഭാര്യക്ക് ഭർത്താവിനൊപ്പം മാത്രമാകുമ്പോൾ ഉപയോഗിക്കാൻ പറ്റുന്നവ.

ആ വേഷമിട്ട് ഞാൻ കുളിമുറിയിലെ കണ്ണാടിക്ക് മുന്നിൽ നിന്നു. മേക്കപ് ഇട്ടില്ലെങ്കിൽ ശിക്ഷിക്കപ്പെടും എന്നറിയാവുന്നതുകൊണ്ട് ഹൊസാം വച്ചുപോയ സാധനങ്ങളിലേക്ക് ഞാൻ നോക്കി. സാധാരണഗതിയിൽ ഇത്തരമൊരു മേക്കപ് ബോക്സ് കിട്ടിയാൽ ഞാനും കാതറീനും സന്തോഷം കൊണ്ട് തുള്ളിച്ചാടും. നല്ല വിലപിടിപ്പുള്ള ഒന്നായിരുന്നു അത്. കൺപോളകൾക്ക് നിറം കൊടുത്തും കൺമഷി കൊണ്ട് കണ്ണെഴുതിയും ചെറുകാക്കപ്പുള്ളികളെ ക്രീമുപയോഗിച്ച് മറച്ചും കണ്ണാടിയുടെ മുന്നിൽ നിന്ന് ഞങ്ങൾ ചമഞ്ഞൊരുങ്ങിയേനെ. ഹാജി സല്മാന്റെ മേക്കപ് സാധനങ്ങളും പിടിച്ചുനിന്ന എനിക്ക് പക്ഷേ, കണ്ണാടിയിലേക്ക് നോക്കാൻ കൂടി സാധിക്കുന്നില്ല. പിങ്ക് നിറത്തിലുള്ള ചായം ചുണ്ടിലിട്ട ഞാൻ കണ്ണിനുമുകളിലും അല്പം നിറം കൊടുത്തു. മർദ്ദനമൊഴിവാക്കാൻ മാത്രമായിരുന്നു അത്.

കൊച്ചോ വിട്ടതിനുശേഷം ആദ്യമായാണ് ഞാൻ മര്യാദയ്ക്ക് കണ്ണാടിയിൽ നോക്കുന്നത്. സാധാരണ മേക്കപ് പൂർത്തിയായി കഴിഞ്ഞാൽ സ്വയം മറ്റൊരാളായതുപോലെ തോന്നുമായിരുന്നു എനിക്ക്. ആ മാറ്റത്തെ ഞാനേറെ ഇഷ്ടപ്പെട്ടിരുന്നു. പക്ഷേ, ഹാജി സല്മാന്റെ വീട്ടിൽ മേക്കപ്പിനുശേഷവും എനിക്കൊരു മാറ്റവും തോന്നിയില്ല. എത്ര ചായം ചുണ്ടിൽത്തേച്ചാലും കണ്ണാടിയിൽ കണ്ട രൂപം ഒരു ഭീകരന് സമ്മാനിക്കപ്പെട്ട അടിമയുടേതായിരുന്നു. വാതിൽ തുറക്കുന്നതും കാത്ത് ഞാൻ കട്ടിലിൽ ഇരുന്നു.

നാല്പത് മിനിറ്റ് കഴിഞ്ഞപ്പോൾ കാവല്ക്കാർ എന്റെ ഉടമയെ അഭിവാദ്യം ചെയ്യുന്നത് കേട്ടു. ഹാജി സല്മാൻ മുറിയിലേക്ക് വന്നു. അയാൾ തനിച്ചായിരുന്നില്ല വന്നത്. പക്ഷേ, കൂടെയുണ്ടായിരുന്നവർ പാതിവഴിയിൽ നിന്നു. അയാളെ കണ്ടതും ഞാൻ ചുരുണ്ടുകൂടി താഴെ വീണു. അയാൾ എന്നെ തൊടാതിരിക്കാൻ ഞാനൊരു കൊച്ചുകുട്ടിയെപ്പോലെ പമ്മിക്കിടന്നു.

അസ്സലാമു അലൈക്കും. അഭിവാദ്യം ചെയ്തുകൊണ്ട് അയാളെന്നെ അടിമുടി നോക്കി. ഞാൻ പുതുവസ്ത്രങ്ങളണിഞ്ഞത് അയാളെ അദ്ഭുതപ്പെടുത്തി. നേരത്തെയുണ്ടായിരുന്ന സബയകളെ ഞാൻ വിറ്റുകളഞ്ഞു. അവറ്റകൾ ഞാൻ പറയുന്നതൊന്നും അനുസരിക്കില്ലായിരുന്നു. നീ മിടുക്കിയാണ്, അയാൾ പറഞ്ഞു. വാതിൽ കുറ്റിയിട്ടിട്ട് ഹാജി സല്മാൻ പോയി. അർധനഗ്നയായി, അപമാനിതയായി, ഞാൻ തനിയെ ആ മുറിയിൽ.

സന്ധ്യാനേരത്താണ് ആ വാതിൽ പിന്നീട് തുറക്കപ്പെട്ടത്. ഹൊസമായിരുന്നു അത്. അതിഥികൾക്ക് നീ ചായ വിളമ്പണമെന്ന് ഹാജി സല്മാൻ പറയുന്നു. അയാൾ അറിയിച്ചു.

ആരാണ് അതിഥികൾ...? എത്ര പേരുണ്ട്...? ഞാൻ ചോദിച്ചു. ആ വേഷത്തിൽ മുറിക്ക് പുറത്തിറങ്ങാൻ എനിക്ക് ഇഷ്ടമില്ലായിരുന്നു. ചോദ്യങ്ങൾക്കൊന്നും ഉത്തരം പറയാൻ ഹൊസാം തയ്യാറായില്ല. വേഗം വരൂ, അവർ കാത്തിരിക്കുകയാണ്, അയാൾ പറഞ്ഞു.

ഏതായാലും ഇന്നു രാത്രി ബലാത്സംഗം ഉണ്ടാവില്ലെന്ന് ഞാൻ പ്രതീക്ഷിച്ചു. വന്നിരിക്കുന്നതിൽ ആർക്കെങ്കിലും അയാൾ എന്നെ സമ്മാനിച്ചേക്കും. ഞാൻ പടികളിറങ്ങി അടുക്കളയിലേക്കുപോയി.

കാവല്ക്കാരിലൊരാൾ ചായ തയ്യാറാക്കിയിരുന്നു. കടുപ്പത്തിലുള്ള ചായ അയാൾ ചെറിയ ഗ്ലാസുകളിലേക്ക് പകർന്നു. അതിനുചുറ്റും പഞ്ചസാരയും വച്ച് ട്രേയിൽ നിരത്തി. പടികളിൽ വച്ച ട്രേയുമെടുത്ത് ഞാൻ സ്വീകരണമുറിയിലേക്ക് നടന്നു. ഒരുകൂട്ടം ഭീകരർ അവിടെ ഇരിപ്പുണ്ടായിരുന്നു. അസ്സലാമു അലൈക്കും. അവരെ അഭിവാദ്യം ചെയ്ത ഞാൻ ഓരോരുത്തരുടെയും അടുത്ത് മേശയിൽ ചായക്കപ്പുകൾ വച്ചു. അവർ ചിരിച്ചുകൊണ്ട് സിറിയൻ ഭാഷയിൽ എന്തെല്ലാമോ

പറയുന്നുണ്ടായിരുന്നു. എനിക്ക് ഒന്നും ശ്രദ്ധിക്കാനായില്ല. ചായ വിളമ്പുമ്പോൾ എന്റെ കൈകൾ വിറച്ചു. എന്റെ നഗ്നമായ കാലുകളിലും തോളിലും അവർ നോക്കുന്നത് ഞാൻ അറിയുന്നുണ്ടായിരുന്നു. അവരുടെ സിറിയൻ ശൈലി എന്നെ കൂടുതൽ ഭയപ്പെടുത്തി. അവരെന്നെ ഇറാഖിനു പുറത്തേക്ക് കൊണ്ടുപോകുമെന്ന് ഉറപ്പായിരുന്നു.

സിറിയൻ പട്ടാളക്കാർ പേടിത്തൊണ്ടന്മാരാണ്, വേഗം പേടിച്ചോടും. അവരിലൊരാൾ പറഞ്ഞു.

ശരിയാണ്, ഞാനോർക്കുന്നു, വേഗം തന്നെ അവർ അവരുടെ രാജ്യം നമുക്ക് വിട്ടു തന്നു, സിൻജാർ പിടിച്ചതുപോലെ എളുപ്പമായിരുന്നു സിറിയ. ഹാജി സല്മാൻ പറഞ്ഞു. അവസാനത്തെ പരാമർശം എന്നെ വേദനിപ്പിക്കാൻ കൂടിയായിരുന്നു. ഒരു കപ്പ് ചായയെടുത്ത് ഞാൻ ഹാജി സല്മാന് നീട്ടി. മേശയിൽവയ്ക്ക്, എന്റെ മുഖത്ത് നോക്കാതെ അയാൾ പറഞ്ഞു.

ഇടനാഴിയിലേക്ക് മടങ്ങിയ ഞാൻ പേടിച്ചരണ്ട് പതുങ്ങിയിരുന്നു. ഇരുപത് മിനിറ്റ് കഴിഞ്ഞപ്പോൾ അതിഥികൾ പോകാനെഴുന്നേറ്റു. അവർ പോയിക്കഴിഞ്ഞ് ഹാജി സല്മാൻ ഒരു അബയയുമായി എന്റെയടുത്തുവന്നു. പ്രാർഥനാ സമയമാണ്. ഇത് ധരിക്കൂ, എന്നിട്ട് നമുക്ക് ഒന്നിച്ച് പ്രാർഥിക്കാം. അയാൾ പറഞ്ഞു.

പ്രാർഥനകൾ ചൊല്ലാൻ എനിക്ക് ശരിക്ക് അറിയില്ലായിരുന്നു. എങ്കിലും മുസ്ലീം പ്രാർഥനാ വേളയിൽ ശരീരത്തിന്റെ ചലനങ്ങൾ അറിയാമായിരുന്നു. ഹാജി സല്മാൻ ചെയ്യുന്നത് അതേപടി അനുകരിച്ചു ഞാൻ. അയാളെ എങ്ങനെയും തൃപ്തിപ്പെടുത്തി ശാരീരിക പീഡനം ഒഴിവാക്കുകയായിരുന്നു ഉദ്ദേശ്യം. തിരികെ മുറിയിലെത്തി ഒരു ഭക്തി ഗാനം വച്ചശേഷം അയാൾ കുളിക്കാൻ പോയി. കുളി കഴിഞ്ഞെത്തിയതോടെ പാട്ട് നിർത്തി. മുറിയിൽ വീണ്ടും നിശ്ശബ്ദതയായി.

നിന്റെ വസ്ത്രങ്ങൾ അഴിക്ക്, തലേന്നു രാത്രിയിലേതുപോലെ എന്നോട് നിർദേശിച്ച ശേഷം അയാൾ സ്വന്തം വസ്ത്രങ്ങൾ അഴിക്കാൻ തുടങ്ങി. എന്നിട്ട് മുമ്പ് പറഞ്ഞതുപോലെ, അയാൾ എന്നിലേക്ക് വന്നു.

ഓരോ നിമിഷവും ഭീകരമായിരുന്നു. ഞാൻ വലിഞ്ഞു മാറാൻ ശ്രമിക്കുമ്പോൾ അയാൾ വലിച്ചടുപ്പിക്കും. പുറത്തുനില്ക്കുമന്ന കാവല്ക്കാർക്ക് കേൾക്കാൻ പറ്റുന്നവിധം ഉച്ചത്തിൽ അയാൾ ശബ്ദമുണ്ടാക്കി. സബയയെ ബലാത്സംഗം ചെയ്യുകയാണെന്നും ആരും ഇടപെടില്ലെന്നും മൊസൂൾ മുഴുവൻ അറിയണം എന്നതുപോലയായിരുന്നു ശബ്ദം. ഒരു പുരുഷനും സ്വന്തം ഭാര്യയെ ഇങ്ങനെ ചെയ്തിട്ടുണ്ടാവില്ല. ആ കൂറ്റൻ വീടിനോളമുണ്ടായിരുന്നു ഹാജി സല്മാൻ. ഞാൻ അമ്മയെ കാണാതെ കരയുന്ന ഒരു കൊച്ചുകുട്ടിയും.

ഒമ്പത്

ഹാജി സല്മാനൊപ്പം അഞ്ചോ ആറോ രാത്രികൾ ഞാൻ കഴിച്ചു കൂട്ടി. എന്നും വേദനകളുടെ ദിനങ്ങൾ. എല്ലാ ദിവസവും സമയം കിട്ടുമ്പോഴെല്ലാം അയാളെന്നെ ബലാത്സംഗം ചെയ്തു. രാവിലെ പോകും മുമ്പ് കുറേ നിർദ്ദേശങ്ങൾ തരും. വീട് വൃത്തിയാക്കണം, ഭക്ഷണമുണ്ടാക്കണം, ഈ വസ്ത്രം ധരിക്കണം എന്നിങ്ങനെ. ഇതല്ലാതെ അയാൾ എന്നോട് പറഞ്ഞിരുന്നത്, 'അസ്സലാമു അലൈക്കും' എന്ന് മാത്രമാണ്. അയാളുടെ ഭാര്യയെപ്പോലെ പെരുമാറണമെന്നായിരുന്നു ആവശ്യം. ഭയംമൂലം ഞാൻ എല്ലാം അനുസരിച്ചു. എന്റെ കണ്ണീരോ അയാളുടെ ഓരോ സ്പർശനത്തിലും വിറയ്ക്കുന്ന ശരീരമോ അറിയാതെ, ദൂരെനിന്ന് നോക്കിക്കാണുന്ന ഒരാൾക്ക് ഞങ്ങൾ ഭാര്യാഭർത്താക്കന്മാരാണ് എന്നേ തോന്നൂ. അയാളുടെ ഉത്തരവുകളനുസരിച്ച് ഒരു ഭാര്യയെപ്പോലെ തന്നെ ഞാൻ പെരുമാറി. പക്ഷേ, ഒരിക്കലും അയാൾക്ക് ഞാൻ ഭാര്യയായിരുന്നില്ല, സബയ അഥവാ അടിമ മാത്രം.

യഹ്യ എന്ന് പേരുള്ള ഒരു ജോലിക്കാരനാണ് സല്മാന്റെയും എന്റെയും മുറിയിൽ എനിക്കുള്ള ഭക്ഷണം കൊണ്ടുവന്നിരുന്നത്. ഇരുപത്തിമൂന്ന് വയസ്സിൽ കൂടുതലുണ്ടാവില്ല അവന്. ഭക്ഷണം കൊണ്ടുവന്ന് വയ്ക്കുമ്പോൾ ഒരിക്കൽപോലും അവനെന്റെ മുഖത്തേക്ക് നോക്കിയിട്ടില്ല. ഞാൻ മരിക്കരുതെന്ന് നിർബന്ധമുള്ളതിനാലാവും ഭക്ഷണവും വെള്ളവും കൃത്യമായി തരാൻ അവർ ശ്രദ്ധിച്ചിരുന്നു. തലചുറ്റി വീണുപോവാതിരിക്കാൻ അല്പം ചോറും സൂപ്പും മാത്രമായിരുന്നു ഞാൻ കഴിച്ചത്. ആ വലിയ വീടിനകം മുഴുവൻ, മുകൾഭാഗം മുതൽ താഴെ വരെ ഞാൻ വൃത്തിയാക്കി. ആറ് ജോലിക്കാരും സല്മാനും എല്ലാം ഉപയോഗിക്കുന്ന കുളിമുറികൾ ഉരച്ചു കഴുകണം, കോവണിപ്പടികൾ തുടയ്ക്കണം. അവരെല്ലാം തോന്നും പടി ഇട്ടുപോവുന്ന തുണികൾ, ഇസ്ലാമിക് സ്റ്റേറ്റ് പാന്റ്സും കന്തൂറകളും വാരിക്കൂട്ടി കഴുകാനിടണം. ഭക്ഷണാവശിഷ്ടങ്ങൾ കളഞ്ഞ് പാത്രങ്ങളും ചായക്കപ്പുകളും കഴുകിവയ്ക്കണം. നിറയെ കാവല്ക്കാരുള്ള വീട്ടിൽനിന്ന് രക്ഷപ്പെടാനാവില്ല എന്ന് ഉറപ്പുള്ളതിനാലാവണം എല്ലാ മുറികളിലും കയറിയിറങ്ങാൻ എനിക്ക് അനുവാദമുണ്ടായിരുന്നു. വാഹനങ്ങൾ പാർക്ക് ചെയ്തിരിക്കുന്നിടത്ത് ഒഴികെ. ഐസിസ് ആയുധങ്ങൾ സൂക്ഷിച്ചിരിക്കുന്നത് അവിടെയാണെന്ന് തോന്നുന്നു.

ജനാലയിലൂടെ ഞാൻ നഗരത്തെ നോക്കിയിരിക്കും. മൊസൂളിന്റെ ഏറ്റവും തിരക്കേറിയ ഭാഗത്താണ് ഹാജി സൽമാൻ താമസിച്ചിരുന്നത്. എപ്പോഴും വാഹനത്തിരക്കേറിയ ദേശീയപാതയോട് തൊട്ടുചേർന്ന്. കോണിപ്പടിയിലെ ജനാലയിലൂടെ നോക്കിയാൽ ഒരു ചെരിഞ്ഞ വഴി കാണാമായിരുന്നു. അതിലൂടെ ഓടിപ്പോവുന്നതായി ഞാൻ സ്വയം സങ്കല്പ്പിക്കും. രക്ഷപ്പെടാൻ ശ്രമിക്കരുതെന്ന് ഹാജി സല്മാൻ ഇടയ്ക്കിടെ ഓർമ്മിപ്പിക്കുമായിരുന്നു. ചാടിപ്പോവാൻ ശ്രമിച്ചാൽ നീ ദുഃഖിക്കും നാദിയ, ഉറപ്പാണ്. ശിക്ഷ ഒട്ടും സുഖകരമാവില്ല, അയാൾ പറയും. പക്ഷേ, സല്മാന്റെ ഈ ഓർമ്മപ്പെടുത്തലുകൾ എനിക്ക് വാസ്തവത്തിൽ പ്രതീക്ഷകളാണ് നല്കിയത്. ഏതെങ്കിലും പെൺകുട്ടികൾമുമ്പ് രക്ഷപ്പെട്ടതുകൊണ്ടാവുമല്ലോ അയാൾ ഇത് ആവർത്തിക്കുന്നത്.

യസീദി പെൺകുട്ടികളെ അടിമകളാക്കുന്നതിനെക്കുറിച്ച് വലിയ പദ്ധതികളുമായാണ് ഐസിസ് വന്നത്. പക്ഷേ, ചില മണ്ടത്തരങ്ങളും അവർക്കുപറ്റി. ഏറ്റവും പ്രധാനപ്പെട്ടത് മൊസൂളിലെ മറ്റ് സ്ത്രീകളെപ്പോലെ ആളെ തിരിച്ചറിയാനാവാത്ത അബയയും നിഖാബും ഞങ്ങൾക്കും തന്നു എന്നതാണ്. ആ വസ്ത്രത്തിനുള്ളിൽ എല്ലാവരും ഒരുപോലെയിരിക്കും. ഐസിസ് ഭരണത്തിൽ സ്ത്രീകളോട് നിരത്തിൽ കാണുന്ന അന്യപുരുഷന്മാർ സംസാരിക്കാൻ പാടില്ല. അതുകൊണ്ടുതന്നെ ഞങ്ങൾ തിരിച്ചറിയപ്പെടാൻ സാധ്യത കുറവാണ്. കോണിപ്പടി അടിച്ചുവാരുന്നതിനിടെ ഞാൻ റോഡിലൂടെ പോവുന്ന സ്ത്രീകളെ നോക്കും. എല്ലാവരും ഒരുപോലിരിക്കും. കടയിൽപോവുന്ന സുന്നി സ്ത്രീയേത്, ഭീകരരിൽനിന്ന് രക്ഷപ്പെട്ട് പോവുന്ന യസീദി പെൺകുട്ടിയേത് എന്ന് തിരിച്ചറിയുക അസാധ്യം.

ഇസ്ലാമിക് സ്റ്റേറ്റ് കേന്ദ്രങ്ങളെല്ലാം ഹാജി സല്മാന്റെ വീടുപോലെ തിരക്കേറിയ മേഖലകളിലായിരുന്നു. അതുകൊണ്ടു തന്നെ ആരാലും ശ്രദ്ധിക്കപ്പെടാതെ പോവാൻ എളുപ്പമാണ്. അടുക്കളയിലെ വലിയ ജനാലയിലൂടെ പുറത്തുചാടി അബയയും ധരിച്ച് ജനക്കൂട്ടത്തിൽ അലിയുന്ന എന്നെ ഞാൻ സ്വയം സങ്കല്പ്പിച്ചു. ഏതെങ്കിലും ടാക്സി സ്റ്റാൻഡിൽ ചെന്ന് കിർക്കുക്കിലേക്ക് പോവുന്ന ഒരു വണ്ടിയിൽ കയറിപ്പറ്റണം. ഇറാഖി കുർദിസ്ഥാനിലേക്കുള്ള പ്രവേശനകവാടമാണ് കിർക്കുക്ക്. ആരെങ്കിലും ചോദിച്ചാൽ ഇറാഖി കുർദിസ്ഥാനിൽ നിന്നുള്ള മുസ്ലീമാണെന്നും മൊസൂളിൽ ബന്ധുവീട്ടിൽ വന്നതാണെന്നും പറയും. അല്ലെങ്കിൽ സിറിയൻ ആഭ്യന്തരയുദ്ധത്തിൽനിന്ന് രക്ഷപ്പെട്ടോടിയതാണെന്ന് പറയാം. ആരെങ്കിലും ചോദ്യം ചെയ്താൽ ഖുർആനിലെ പ്രാരംഭപ്രാർഥന ചൊല്ലിക്കേൾപ്പിക്കാം. ശഹാദ അറിയുന്നതിനാൽ തന്നെ എന്റെ അറബി നല്ലതായിരുന്നു. രണ്ട് ഇസ്ലാമിക് സ്റ്റേറ്റ്

ഗാനങ്ങളും ഞാൻ പഠിച്ചുവച്ചിരുന്നു. ഐസിസിന്റെ പോരാട്ടവിജയം ആഘോഷിക്കുന്നതാണ് ഒന്ന്. ഞങ്ങൾ ബാദുഷും പിടിച്ചു, തൽ അഫാറും പിടിച്ചു, എല്ലാം മനോഹരമാണിപ്പോൾ. ആ ശബ്ദം കേൾക്കുന്നതേ എനിക്ക് വെറുപ്പായിരുന്നു. പക്ഷേ, വീട്ടുജോലിക്കിടെ കേട്ടുകേട്ട് ആ പാട്ട് എന്റെ മനസ്സിൽ പതിഞ്ഞിരുന്നു. മറ്റൊന്ന് ഇങ്ങനെയായിരുന്നു, നിങ്ങളുടെ ജീവിതം ദൈവത്തിനും മതത്തിനും സമർപ്പിക്കുക. എന്തു സംഭവിച്ചാലും യസീദിയാണെന്ന് ഞാൻ സമ്മതിക്കില്ല.

അസാധ്യമായ കാര്യങ്ങൾക്കാണ് പദ്ധതിയിടുന്നതെന്ന് എനിക്കറിയാമായിരുന്നു. ഐസിസ് ഭീകരരെക്കൊണ്ട് നിറഞ്ഞിരുന്നു ആ വീട്. ആരുടെയും കണ്ണിൽപ്പെടാതെ ജനാലയിൽ കയറി പുറത്തേക്ക് ചാടി അവിടെനിന്ന് പൂന്തോട്ടത്തിന്റെ മതിൽ ചാടിക്കടക്കുക എന്നതിന് ഒരു സാധ്യതയും ഉണ്ടായിരുന്നില്ല. മാത്രമല്ല ഹാജി സല്മാനൊപ്പം പുറത്തുപോവുമ്പോഴോ കാവല്ക്കാർ കൂടെയുള്ളപ്പോഴോ മാത്രമാണ് അബയയും നിഖാബും ധരിക്കാൻ എനിക്ക് അനുമതി ഉണ്ടായിരുന്നത്. വീട്ടിനുള്ളിൽ കൊച്ചോയിൽ നിന്ന് കൊണ്ടുവന്ന വസ്ത്രമോ ഹാജി സല്മാൻ തരുന്നവയോ മാത്രമാണ് ഞാൻ ധരിച്ചിരുന്നത്. ഹാജി സല്മാൻ വാതിൽ തുറക്കുന്ന ശബ്ദവും കാതോർത്ത് രാത്രി കട്ടലിൽ കിടക്കുമ്പോൾ രക്ഷപ്പെടൽ പദ്ധതികൾ ഞാൻ ഭാവനയിൽ കാണും, തൊട്ടടുത്ത നിമിഷം അത് അപ്രായോഗികമാണ് എന്ന തിരിച്ചറിവ് എന്നെ തീവ്രദുഃഖത്തിലേക്ക് തള്ളിവിടും. മരണത്തിനായി ഞാൻ പ്രാർഥിക്കും.

ഒരു ദിവസം ഉച്ചകഴിഞ്ഞ് എന്നെ ബലാത്സംഗം ചെയ്തശേഷം ഹാജി സല്മാൻ എന്നോട് അതിഥികൾ വരുന്നുണ്ടെന്നും ഒരുങ്ങിയിരിക്കണമെന്നും പറഞ്ഞു. അവരുടെ കൂടെ വരുന്ന അടിമപ്പെണ്ണിന് നിന്നെ അറിയാം, കാണണമെന്ന് പറയുന്നു. സല്മാൻ അറിയിച്ചു.

എന്റെ ഹൃദയം ആകാംക്ഷകൊണ്ട് തുടിച്ചു. ആരാവും അത്...? പരിചയക്കാരെ ആരെയെങ്കിലും കാണണമെന്നുണ്ടായിരുന്നെങ്കിലും ഹാജി സല്മാൻ തരുന്ന വസ്ത്രങ്ങളണിഞ്ഞ് അവരുടെ മുന്നിൽ നില്ക്കുന്നത് എനിക്ക് ചിന്തിക്കാനാവില്ലായിരുന്നു. സാധാരണ അതിഥികൾക്ക് മുന്നിൽ ഞാൻ അല്പവസ്ത്രധാരിയായി വരണമെന്നാണ് ഉത്തരവ്. മറ്റൊരു യസീദി പെൺകുട്ടിയുടെ മുന്നിൽ അങ്ങനെ നില്ക്കുന്നത് എനിക്ക് ചിന്തിക്കാനാവില്ലായിരുന്നു. ഭാഗ്യത്തിന് എനിക്കൊരു കറുത്ത ഉടുപ്പു കിട്ടി. മേല്ഭാഗത്ത് ചെറിയ വള്ളികൾ മാത്രമായിരുന്നെങ്കിലും മുട്ടിനുതാഴെ ഇറക്കമുണ്ടായിരുന്നു അതിന്. മുടി കെട്ടിവച്ച് ചുണ്ടിൽ അല്പം ചായവുമിട്ടു ഞാൻ. ഹാജി സല്മാൻ അതിൽ തൃപ്തനാണെന്ന് മനസ്സിലായതോടെ ഞാൻ താഴേക്ക് പോയി.

നഫയായിരുന്നു സന്ദർശകൻ. ബസ്സിൽ കരഞ്ഞതിന് എന്നെ ശിക്ഷിച്ച ഭീകരൻ. എന്നെ തുറിച്ചുനോക്കിയ ശേഷം ഹാജി സല്മാനെ നോക്കി അയാൾ പറഞ്ഞു. എന്റെ സബയയ്ക്ക് താങ്കളുടേതിനെ കാണണമെന്ന് എപ്പോഴും പറയും. നമുക്ക് അവരുടെയൊപ്പം ഇരുന്ന് അവരുടെ സംസാരം കേൾക്കണം. നാദിയയെ വിശ്വസിക്കാൻ കൊള്ളില്ല.

എന്റെ കൂട്ടുകാരി വാലയുടെ സഹോദരി ലാമിയയായിരുന്നു നഫയുടെ അടിമ. കണ്ടമാത്രയിൽ പരസ്പരം കെട്ടിപ്പിടിച്ച് ചുംബിച്ചു ഞങ്ങൾ. എത്രയോ ദിവസങ്ങൾക്കുശേഷമാണ് പരിചയമുള്ള ഒരു മുഖം കാണുന്നത്. സല്മാനും നഫയും സംസാരത്തിൽ മുഴുകിയതോടെ ഞങ്ങൾ അറബി ഒഴിവാക്കി കുർദിഷ് ഭാഷയിൽ സംസാരിക്കാൻ തുടങ്ങി. നീണ്ട കുപ്പായവും തലയിൽ ഹിജാബുമായിരുന്നു ലാമിയയുടെ വേഷം. എത്രസമയം ഈ കൂടിക്കാഴ്ച ഉണ്ടാവുമെന്നറിയാത്തതിനാൽ ഞങ്ങൾ വേഗത്തിലാണ് സംസാരിച്ചത്. പരമാവധി വിവരങ്ങൾ പരസ്പരം കൈമാറുകയായിരുന്നു ലക്ഷ്യം.

അയാൾ നിന്നെ തൊട്ടോ...? അവൾ ചോദിച്ചു. നിന്നെയോ...? ഞാൻ തിരിച്ചും ചോദിച്ചു. തൊട്ടുവെന്ന് അവൾ തലയാട്ടി.

എന്നെ മതംമാറ്റിയ ശേഷം കോടതിയിൽവച്ച് വിവാഹം ചെയ്തു. അവൾ തുറന്നു പറഞ്ഞു. എനിക്കും അതുതന്നെയാണ് സംഭവിച്ചതെന്ന് ഞാൻ വെളിപ്പെടുത്തി.

നീ അതിനെ വിവാഹമായി കാണേണ്ട. കൊച്ചോയിലെ വിവാഹം പോലെയൊന്നുമല്ല അത്. ഞാനവളെ ആശ്വസിപ്പിച്ചു.

എനിക്ക് രക്ഷപ്പെടണമെന്നുണ്ട്. പക്ഷേ, നഫയുടെ വീട്ടിൽ എപ്പോഴും സന്ദർശകരാണ്, ഒരു രക്ഷയുമില്ല. ലാമിയ പറഞ്ഞു.

ഇവിടെയും അങ്ങനെ തന്നെ. എല്ലായിടത്തും കാവല്ക്കാരാണ്. മാത്രമല്ല, രക്ഷപ്പെടാൻ ശ്രമിച്ചാൽ കനത്ത ശിക്ഷ ഉറപ്പാണെന്ന് സല്മാൻ ഭീഷണിപ്പെടുത്തുന്നു, ഞാൻ പറഞ്ഞു.

അയാൾ എന്തു ചെയ്യുമെന്നാണ് നീ കരുതുന്നത്, ഭീകരരെ മെല്ലെ നോക്കി അവൾ ചോദിച്ചു. നഫയും സല്മാനും ഞങ്ങളെ മറന്ന് സംസാരത്തിൽ ലയിച്ചിരിക്കുകയാണ്.

എനിക്കറിയില്ല, എന്തെങ്കിലും വളരെ മോശമായത് സംഭവിക്കുമെന്നുറപ്പാണ്. ഞാൻ പറഞ്ഞു.

അറബിയിലേ സംസാരിക്കാവൂ എന്ന് പറഞ്ഞില്ലേ, സല്മാൻ ഒച്ചയെടുത്തു. ഞങ്ങളുടെ സംസാരം അവർ ശ്രദ്ധിക്കുന്നുണ്ടായിരുന്നു. കുർദിഷ് മനസ്സിലാവാത്തതിന്റെ ദേഷ്യമാണ്.

വാലയ്ക്ക് എന്തു സംഭവിച്ചു, ഞാൻ അറബിയിൽ ലാമിയയോട് ചോദിച്ചു. കൊച്ചോ വിട്ടശേഷം ഞാനവളെ കണ്ടിരുന്നില്ല.

എന്നെ കൊണ്ടുപോയ അതേരാത്രി മറ്റ് പെൺകുട്ടികളെയും അവർ വിതരണം ചെയ്തു. വാലയ്ക്ക് എന്ത് സംഭവിച്ചുവെന്നറിയില്ല. നഫയോട് പലതവണ പറഞ്ഞെങ്കിലും അവളെ കണ്ടുപിടിക്കാൻ തയ്യാറാവുന്നില്ല. ദിമലിനും അഡ്കിക്കും എന്ത് സംഭവിച്ചു. അവർ അമ്മയ്ക്കൊപ്പം സോലയിൽ നിന്നു. പ്രിയപ്പെട്ടവരെക്കുറിച്ചുള്ള ചിന്തയിൽ ഞങ്ങൾ അല്പനേരം നിശ്ശബ്ദരായിരുന്നു.

അരമണിക്കൂർ കഴിഞ്ഞപ്പോൾ നഫ പോവാനെഴുനേറ്റു. ഞാനും ലാമിയയും പരസ്പരം ചുംബിച്ച് വിടപറഞ്ഞു. സ്വയം സൂക്ഷിക്കണം, പേടിക്കണ്ട, നമ്മളെല്ലാവരും ഒരേതരം ദുരിതത്തിലൂടെയാണ് കടന്നുപോവുന്നത്. നിഖാബ് വച്ച് മുഖം മറച്ച ലാമിയയോട് ഞാൻ പറഞ്ഞു. അവർ പോയതോടെ സല്മാനൊപ്പം ഞാൻ വീണ്ടും തനിച്ചായി.

മുറിയിലേക്ക് നടക്കുമ്പോൾ സല്മാൻ പറഞ്ഞു. ഇതാദ്യമായാണ് നിന്റെ മുഖഭാവം മാറി ഞാൻ കാണുന്നത്. ഞാൻ ദേഷ്യം മറച്ചുവച്ചില്ല. നിങ്ങൾ തടവിലാക്കി എനിക്കിഷ്ടമല്ലാത്തത് ചെയ്തുകൊണ്ടിരിക്കുമ്പോൾ എന്റെ മുഖത്ത് എന്തു ഭാവം വേണമെന്നാണ് കരുതുന്നത്. ഞാൻ ചോദിച്ചു.

അതെല്ലാം ശീലമായിക്കോളും, ഇപ്പോൾ അകത്തു പോകൂ. പിറ്റേന്ന് രാവിലെവരെ അയാൾ എനിക്കൊപ്പം മുറിയിൽ കഴിഞ്ഞു.

രക്ഷപ്പെടാൻ ശ്രമിച്ചാൽ എന്നെ ശിക്ഷിക്കുമെന്ന് ഹാജി സല്മാൻ ഇടയ്ക്കിടെ ഓർമ്മപ്പെടുത്തിയിരുന്നു. എന്നാൽ എന്താവും ശിക്ഷയെന്ന് അയാൾ പറഞ്ഞിരുന്നില്ല. ചിലപ്പോൾ തല്ലുമായിരിക്കും. പക്ഷേ, അത് ആദ്യമല്ലല്ലോ. എന്നും തന്നെ ഞാൻ തല്ലുകൊള്ളാറുണ്ട്. വീട് വൃത്തിയാക്കിയത് ഇഷ്ടപ്പെട്ടില്ലെങ്കിൽ, വേറെന്തെങ്കിലും ചെയ്തതിനെക്കുറിച്ച് ദേഷ്യമുണ്ടെങ്കിൽ, ബലാത്സംഗം ചെയ്യപ്പെടുമ്പോൾ കരയുകയോ കണ്ണടയ്ക്കുകയോ ചെയ്താൽ, എല്ലാം അടി ഉറപ്പാണ്. രക്ഷപ്പെടാൻ ശ്രമിച്ചാൽ ഒരുപക്ഷേ, മുറിവേല്ക്കുന്നതുപോലെയോ ശരീരത്തിന്റെ ആകൃതി തന്നെ മാറുന്ന തരത്തിലോ ഉള്ള അടി കിട്ടുമായിരിക്കും. അതെനിക്ക് പ്രശ്നമല്ല. ഒരു മുറിവോ വടുവോ എന്നെ ബലാത്സംഗം ചെയ്യുന്നതിൽ നിന്ന് ആളുകളെ അകറ്റുമെങ്കിൽ വിലപിടിപ്പുള്ള ആഭരണം പോലെ അത് അണിയാൻ ഞാൻ തയ്യാറുമാണ്.

ബലാത്സംഗം ചെയ്തിട്ട് അയാളെന്നോട് പറയും. ഇനി നീ രക്ഷപ്പെടാൻ ശ്രമിക്കുന്നതിന് അർഥവുമില്ല, കാരണം നീ കന്യകയല്ല, മുസ്ലീമുമാണ്. നീ നശിച്ചു. നിന്റെ കുടുംബക്കാർ തന്നെ നിന്നെ കൊന്നു

കളയും. ഞാൻ ബലമായി പീഡിപ്പിക്കപ്പെടുന്നതാണെങ്കിലും അയാൾ പറയുന്നത് ശരിയാണ്, ഞാൻ നശിച്ചു.

കാഴ്ചയിൽ മോശക്കാരിയാവാൻ എന്തെല്ലാം ചെയ്യാമെന്ന് ഞാൻ ഇടയ്ക്കിടെ ചിന്തിച്ചു. ഐസിസ് കേന്ദ്രത്തിൽ പെൺകുട്ടികൾ ദേഹത്താകെ ചാരവും ചെളിയും പൂശിയും മുടി അലങ്കോലമാക്കിയും കുളിക്കാതിരുന്നുമെല്ലാം വാങ്ങാനെത്തുന്നവരെ അകറ്റി നിർത്താൻ ശ്രമിച്ചിരുന്നു. മുഖത്ത് മുറിവേല്പ്പിക്കുകയോ മുടി മുഴുവൻ വെട്ടിക്കളയുകയോ ആണ് എനിക്ക് ചെയ്യാൻ പറ്റുന്നത്. എന്നാലും സല്മാൻ തല്ലും. വികൃതയായാൽ അയാളെന്നെ കൊല്ലുമോ. എനിക്ക് തോന്നുന്നില്ല. മരണം എനിക്ക് ആശ്വാസമാണെന്ന് അയാൾക്കറിയാം. ജീവനോടെ ഞാൻ കഷ്ടപ്പെടുന്നത് കാണാനാണ് സല്മാന് താല്പര്യം.

രക്ഷപ്പെടാൻ ശ്രമിച്ചാൽ സംഭവിക്കാവുന്ന കാര്യങ്ങളെക്കുറിച്ച് ഇത്തരം സങ്കല്പ്പങ്ങൾ മാത്രമാണ് എനിക്കുണ്ടായിരുന്നത്. സല്മാനെ പരീക്ഷിക്കാനുള്ള ദിവസം ഒടുവിൽ വന്നെത്തി.

ആ ദിവസം സല്മാൻ രണ്ട് ഭീകരരുമായി വന്നു. സബയകളില്ലാതെ വന്ന അവരെ ഞാൻ ആദ്യം കാണുകയായിരുന്നു. വീട് വൃത്തിയാക്കി കഴിഞ്ഞോയെന്ന് അയാൾ ചോദിച്ചു. കഴിഞ്ഞെന്ന് പറഞ്ഞപ്പോൾ ഇനി കിടപ്പുമുറിക്ക് പുറത്ത് ഇറങ്ങരുതെന്ന് അയാൾ നിർദ്ദേശിച്ചു. ഭക്ഷണം വേണമെങ്കിൽ മുകളിലെത്തിക്കാൻ ഹൊസാമിനോട് പറഞ്ഞാൽ മതി. സല്മാൻ പറഞ്ഞു. അതിഥികൾ ഉള്ളിടത്തുനിന്ന് അകന്ന് അയാളെ കാത്ത് മുറിയിലിരിക്കണം.

ആദ്യം എല്ലാവർക്കും ചായ കൊണ്ടുവരാൻ പതിവുപോലെ നിർദ്ദേശമെത്തി. തന്റെ സബയയെ അതിഥികൾക്ക് മുന്നിൽ പ്രദർശിപ്പിക്കണമല്ലോ. അയാൾക്കിഷ്ടപ്പെട്ട വസ്ത്രമണിഞ്ഞ് അടുക്കളയിൽ നിന്ന് ചായയുമായി ഞാൻ സ്വീകരണമുറിയിലേക്കുപോയി. പതിവുപോലെ സിറിയയിലെയും ഇറാഖിലെയും ഐസിസ് വിജയഗാഥകളായിരുന്നു ഭീകരരുടെ സംസാരവിഷയം. കൊച്ചോയെക്കുറിച്ച് എന്തെങ്കിലും പറയുന്നുണ്ടോ എന്ന് ഞാൻ കാതോർത്തെങ്കിലും ഒന്നും കേട്ടില്ല.

സ്വീകരണമുറി നിറയെ ആണുങ്ങളായിരുന്നു. രണ്ടുപേർ മാത്രമാണ് അതിഥികൾ. എല്ലാ കാവല്ക്കാരും വീടിനുള്ളിൽ അതിഥികൾക്കൊപ്പം അത്താഴം കഴിക്കാനുണ്ടായിരുന്നു. കാവലിന് ഇപ്പോൾ ആളുണ്ടാവില്ല. അതാവണം അതിഥികൾ പോകുംവരെ എന്നോട് ഉള്ളിൽ തന്നെയിരിക്കാൻ സല്മാൻ നിർദേശിച്ചത്. അതായത് പൂന്തോട്ടത്തിൽ കാവലിന് ആളില്ല. ഞാൻ കുളിമുറിയുടെ വാതിൽ കുറ്റിയിട്ടോ എന്നോ, ജനലിലൂടെ ചാടുന്നുണ്ടോ എന്നോ നോക്കാനും

ആരുമുണ്ടാവില്ല. അകത്ത് നടക്കുന്നത് എന്തെന്നറിയാൻ എന്റെ മുറിക്ക് പുറത്തും ആളില്ല.

ചായ കൊടുത്തുകഴിഞ്ഞപ്പോൾ ഹാജി സല്മാൻ എന്നെ മുകൾ നിലയിലേക്ക് പറഞ്ഞുവിട്ടു. എന്റെ മനസ്സിൽ ഒരുപദ്ധതി രൂപപ്പെടുന്നുണ്ടായിരുന്നു. ഞാൻ വേഗത്തിൽ മുകളിലേക്കുനടന്നു. നിന്ന് ആലോചിച്ചാൽ ചിലപ്പോൾ സ്വയം അതിൽനിന്ന് ഞാൻ പിന്മാറിയേക്കാം. ഇനിയൊരിക്കലും ഇങ്ങനെയൊരു അവസരം വന്നില്ലെന്നും വരാം. കിടപ്പുമുറിയിലേക്ക് പോകുന്നതിനുപകരം മറ്റൊരു മുറിയിലേക്കാണ് ഞാൻ പോയത്. അതിൽ മുഴുവൻ മുമ്പുവന്നുപോയ യസീദി പെൺകുട്ടികളുടെ വസ്ത്രങ്ങൾ കൂട്ടിയിട്ടിരുന്നു. ഒരു അബയയും നിഖാബും കണ്ടെത്തുകയായിരുന്നു എന്റെ ലക്ഷ്യം. കിട്ടിയ അബയ വേഗം ഉടുപ്പിന് മുകളിൽ ധരിച്ചു. നിഖാബിനുപകരം ഒരു കറുത്ത നീളൻ ഷാളാണ് കിട്ടിയത്. അത് ഉപയോഗിച്ച് തൽക്കാലം തലയും മുഖവും മറച്ചു. ഞാൻ ജനാലയ്ക്കരികിലേക്ക് നീങ്ങി.

രണ്ടാം നിലയാണെങ്കിലും അത്ര ഉയരമുണ്ടായിരുന്നില്ല ഞാൻ നില്ക്കുന്ന ഭാഗത്തിന്. ജനാലയ്ക്ക് താഴെ മൺകട്ട നിരത്തിവച്ച ചെറിയൊരു ഭിത്തി ഉണ്ടായിരുന്നു. മൊസൂളിലെ മിക്ക വീടുകളിലും അത് കാണാം. പൂന്തോട്ടത്തിലേക്ക് വേഗത്തിലിറങ്ങാനുള്ള മാർഗ്ഗമാവണം അത്. ഞാൻ തലനീട്ടി പൂന്തോട്ടത്തിലേക്ക് നോക്കി. സാധാരണ ചുറ്റിനടക്കുന്ന കാവല്ക്കാരെ കാണാനില്ല. പൂന്തോട്ടം ശൂന്യമാണ്. പൂന്തോട്ടത്തിന്റെ മതിലിൽ ഒരു എണ്ണവീപ്പ ചാരിവച്ചിരുന്നു. അത് നല്ലൊരു ചവിട്ടുപടിയാണ്. ഞാൻ കണക്കുകൂട്ടി.

മതിലിനപ്പുറം ദേശീയപാതയാണ്. സന്ധ്യയായതോടെ വാഹനങ്ങളുടെ എണ്ണം കുറഞ്ഞിരുന്നു. ആളുകൾ വീടെത്തി അത്താഴം കഴിക്കുന്ന സമയമാണ്. ഇരുട്ടായതിനാൽ നിഖാബിലുള്ള വ്യത്യാസം ആരും ശ്രദ്ധിക്കില്ലെന്ന് ഞാൻ വിചാരിച്ചു. പിടിക്കപ്പെടുന്നതിനുമുമ്പ് ആരുടെയെങ്കിലും സഹായം ലഭിച്ചേക്കും. എന്റെ ആഭരണങ്ങളും അമ്മയുടെ റേഷൻ കാർഡും അടിവസ്ത്രത്തിലൊളിപ്പിച്ച ഞാൻ മറ്റൊന്നും എടുക്കേണ്ടെന്ന് തീരുമാനിച്ചു.

മെല്ലെ ആദ്യം ഒരു കാലും പിന്നാലെ അടുത്തതും ഞാൻ ജനാലയ്ക്ക് വെളിയിലേക്കിട്ടു. ശരീരം പകുതി വെളിയിലായി. താഴത്തെ ഇഷ്ടികപ്പടിയിൽ എന്റെ കാൽ തൊട്ടു. ജാലകപ്പടിയിൽ പിടിച്ചിരുന്ന കൈകൾ വിറയ്ക്കുന്നുണ്ടായിരുന്നു. പക്ഷേ, ഞാൻ ധൈര്യം സംഭരിച്ചു. താഴത്തെ പടിയിലേക്ക് നോക്കി. പൊടുന്നനെ ഒരു വെടിയൊച്ച കേട്ട് ഞാൻ വിറങ്ങലിച്ചു. എന്റെ ശരീരം ജാലകപ്പടിയിലേക്ക് പറ്റിച്ചേർന്നു. അകത്തു പോ. അലർച്ച കേട്ട ഞാൻ താഴേക്ക് നോക്കിയില്ല. പിന്നോട്ട് വലിഞ്ഞ ഞാൻ മലർന്നടിച്ച് മുറിയിലേക്ക് വീണു. പേടിച്ചു

വിറച്ച എന്റെ ഹൃദയമിടിപ്പ് ഇരട്ടിയായി. ആരാണ് എന്നെ കണ്ടുപിടിച്ച തെന്നറിയില്ല. ഹാജി സല്മാന്റെ കാവല്ക്കാരെല്ലാം അയാൾക്കൊപ്പം സ്വീകരണമുറിയിലുണ്ടായിരുന്നു. ജനാലയ്ക്ക് അരികിലെ നിലത്തു കൂടെ ഞാൻ ഇഴഞ്ഞുനീങ്ങി. ഒരു കാലടിയൊച്ച അടുത്തുവരുന്നത് മനസ്സിലാക്കി ഞാൻ അനങ്ങാതെ കിടന്നു. തല ഉയർത്തി നോക്കി യതും ഹാജി സല്മാന്റെ മുഖമാണ് കണ്ടത്. കഴിയുന്നത്ര വേഗത്തിൽ ഞാൻ മുറിയിലേക്കോടി.

വാതിൽ തുറന്ന് വന്ന ഹാജി സല്മാന്റെ കയ്യിൽ ഒരു ചാട്ടയുണ്ടാ യിരുന്നു. അലറിക്കരഞ്ഞുകൊണ്ട് കട്ടിലിൽ കയറിയ ഞാൻ ഒരു കമ്പി ളിയെടുത്ത് ശരീരവും തലയും മൂടി. കൊച്ചുകുട്ടികൾ ഒളിച്ചുകളിക്കും പോലെ ഞാനിരുന്നു. ഒന്നും മിണ്ടാതെ കട്ടിലിനടുത്ത് വന്നു നിന്ന സല്മാൻ എന്നെ തല്ലാൻ തുടങ്ങി. അയാളുടെ സർവ്വശക്തിയുമെടു ത്തുള്ള മർദ്ദനത്തിൽനിന്ന് എന്നെ രക്ഷിക്കാൻ ആ കമ്പിളിക്കായില്ല. കമ്പിളി മാറ്റ്, ഹാജി സല്മാൻ അലറി. കമ്പിളി മാറ്റിയിട്ട് വസ്ത്രങ്ങ ളഴിക്ക്. അയാൾ കോപംകൊണ്ട് വിറച്ചു.

എനിക്ക് വേറെ വഴിയില്ലായിരുന്നു. കമ്പിളി മാറ്റിയ ഞാൻ ചാട്ട യുമായി നില്ക്കുന്ന സല്മാന് മുന്നിൽ വസ്ത്രങ്ങളഴിച്ചു. പൂർണ്ണ നഗ്നയായ ഞാൻ അയാൾ അടുത്തതെന്ത് ചെയ്യുമെന്നറിയാൻ അന ങ്ങാതെ നിന്നു. അടുത്തത് ബലാത്സംഗമാവുമെന്ന് ഞാൻ പ്രതീ ക്ഷിച്ചു. എന്നാൽ വാതിലിനടുത്തേക്ക് നടന്നുകൊണ്ട് അയാൾ പറഞ്ഞു. രക്ഷപ്പെടാൻ ശ്രമിച്ചാൽ വലിയ പ്രത്യാഘാതമുണ്ടാവുമെന്ന് ഞാൻ പറഞ്ഞതല്ലേ നാദിയ, മൃദുസ്വരത്തിൽ ഇത്രയും പറഞ്ഞ് വാതിൽ തുറന്ന് അയാൾ പുറത്തേക്കുപോയി.

ഏതാനും നിമിഷങ്ങൾ കഴിഞ്ഞതും മോർത്തെജ, യഹ്യ, ഹൊ സാം എന്നിവരും മറ്റ് മൂന്നുപേരും എന്നെ തുറിച്ചുനോക്കി മുറിയുടെ ഉള്ളിലേക്ക് വന്നു. നേരത്തെ സല്മാൻ നിന്നിടത്ത് ഇപ്പോൾ അവരാണ്. അവരെ കണ്ടതും ശിക്ഷയെന്തെന്ന് എനിക്ക് ബോധ്യമായി. ആദ്യം കട്ടിലിലേക്ക് വന്നത് മോർത്തെജയായിരുന്നു. തടയാൻ ശ്രമിച്ചെങ്കിലും അവന്റെ കരുത്തിന് മുന്നിൽ ഞാൻ തോറ്റു. അവനെന്നെ തള്ളി വീഴ്ത്തി. ഞാൻ തീർത്തും നിസ്സഹായയായിരുന്നു.

മോർത്തെജയ്ക്ക് ശേഷം മറ്റൊരാൾ എന്നെ ബലാത്സംഗം ചെയ്തു. ഞാൻ അമ്മയെയും ചേട്ടൻ ഖെയ്റിയെയും വിളിച്ച് കരഞ്ഞു. കൊച്ചോയിൽ എന്തു സഹായത്തിനും ഉണ്ടായിരുന്ന രണ്ടുപേർ. കയ്യൊന്ന് ചെറുതായി പൊള്ളിയാൽപോലും അവരെ രണ്ടുപേരെ വിളിച്ചാണ് ഞാൻ കരയുന്നത്. അപ്പോൾ തന്നെ അമ്മയും ചേട്ടനും പാഞ്ഞെത്തുകയും ചെയ്യും. മൊസൂളിൽ ഞാൻ തനിച്ചായിരുന്നു. പ്രിയപ്പെട്ടവരുടെ പേരുകൾ മാത്രമാണ് എന്റെ കയ്യിലുണ്ടായിരുന്നത്.

ഒന്നും എന്നെ ക്രൂരമായി ഉപദ്രവിക്കുന്നതിൽ നിന്ന് ഭീകരരെ പിന്തിരിപ്പിച്ചില്ല. ആ രാത്രി അവസാനമായി ഞാനോർക്കുന്നത് ഒരു കാവല്ക്കാരൻ എന്റെ നേരെ വരുന്നത് മാത്രമാണ്. എന്നെ ബലാത്സംഗം ചെയ്യുന്നതിനുമുമ്പ് അയാൾ കണ്ണടയൂരി മേശപ്പുറത്തുവയ്ക്കുന്നത് എനിക്ക് ഓർമ്മയുണ്ട്. അത് പൊട്ടിപ്പോവുമെന്ന് കരുതിയായിരിക്കണം.

രാവിലെ കണ്ണുതുറന്നപ്പോൾ ഞാൻ തനിച്ചായിരുന്നു. നഗ്നയായിരുന്ന എന്റെ മേൽ ആരോ ഒരു പുതപ്പ് ഇട്ടിരുന്നു. എഴുന്നേല്ക്കാൻ ശ്രമിച്ചപ്പോൾ തല കറങ്ങുന്നതുപോലെ തോന്നി. ശരീരമാസകലം കടുത്ത വേദനയും. ഒരു തരത്തിൽ ഞാൻ വസ്ത്രങ്ങൾ എടുത്തണിഞ്ഞു. ഓരോ നിമിഷവും ബോധം മറയുന്നതുപോലെ തോന്നി. കണ്ണിനു മുന്നിൽ കറുത്ത തിരശ്ശീലയിട്ടതുപോലെ. അല്ലെങ്കിൽ ലോകം മുഴുവൻ ഇരുട്ടായതുപോലെയുള്ള തോന്നൽ.

ഞാൻ കുളിക്കാൻ പോയി. ശരീരം മുഴുവൻ ആണുങ്ങളുടെ വൃത്തികേടായിരുന്നു. വെള്ളം തുറന്നിട്ട് പൈപ്പിനടിയിൽ നിന്ന് ഞാൻ വിങ്ങിക്കരഞ്ഞു. ശരീരമാസകലം പല്ല്, മുഖം, തലമുടി... എല്ലാം ഉരച്ചു കഴുകി വൃത്തിയാക്കി. ഓരോ നിമിഷവും ദൈവത്തോട് സഹായവും ക്ഷമയും യാചിച്ചുകൊണ്ട് വിങ്ങിക്കരഞ്ഞു.

തിരിച്ച് മുറിയിലെത്തിയ ഞാൻ സോഫയിൽ ചാരിക്കിടന്നു. കട്ടിലിൽ ഇപ്പോഴും എന്നെ ഉപദ്രവിച്ചവരുടെ മണമുണ്ടായിരുന്നു. പുറത്ത് സംസാരം കേൾക്കുന്നുണ്ടായിരുന്നെങ്കിലും ആരും എന്നെ അന്വേഷിച്ച് വന്നില്ല. ഞാൻ വീണ്ടും ഉറങ്ങിപ്പോയി. ആ ഉറക്കത്തിൽ ഒരു സ്വപ്നവും കണ്ടില്ല. സല്മാന്റെ ഡ്രൈവർ കുലുക്കിവിളിച്ചപ്പോളാണ് കണ്ണു തുറന്നത്. എണീറ്റ് തയ്യാറാകൂ നാദിയ, പോകാറായി. അയാൾ പറഞ്ഞു.

എങ്ങോട്ടാണ് എന്നെ കൊണ്ടുപോവുന്നത്...? സാധനങ്ങൾ ബാഗിലാക്കുന്നതിനിടെ ഞാൻ ഡ്രൈവറോട് ചോദിച്ചു.

അറിയില്ല, കുറേ ദൂരെയാണ്. ഹാജി സല്മാൻ നിന്നെ വിറ്റു. അയാൾ പറഞ്ഞു.

പത്ത്

തട്ടിയെടുക്കപ്പെട്ട ആദ്യ നാളുകളിൽ യസീദി പെൺകുട്ടികൾ നേരിടുന്ന പീഡനങ്ങളെക്കുറിച്ച് കേട്ട എനിക്ക് ഒരു പ്രാർഥനയേ ഉണ്ടായിരുന്നുള്ളൂ. ഒരാളുടെ മാത്രം അടിമയാകേണ്ടിയേ വരാവൂ. ഒരിക്കൽ അടിമയാക്കപ്പെടുമ്പോൾ തന്നെ നിങ്ങളുടെ അന്തസ്സും ആത്മാഭിമാനവുമെല്ലാം എന്നെന്നേക്കുമായി കൈമോശം വരികയാണ്. അതു കൂടാതെ ഒരു ഭീകരനിൽനിന്ന് മറ്റൊരാളിലേക്ക്, വീടുകളിൽനിന്ന് വീടുകളിലേക്ക്, അല്ലെങ്കിൽ ചിലപ്പോൾ അതിർത്തിക്കപ്പുറം സിറിയയിലേക്ക് ഒരു കച്ചവടച്ചരക്കായി കൈമാറ്റം ചെയ്യപ്പെടുന്നത് എനിക്ക് ചിന്തിക്കാനാവുമായിരുന്നില്ല. ധാന്യച്ചാക്കുപോലെ ട്രക്കിന്റെ പിറകിൽ കിടന്നുള്ള യാത്ര അചിന്തനീയമായിരുന്നു.

ആദ്യമൊന്നും മനുഷ്യർക്ക് ഇത്രയും ക്രൂരത സാധ്യമാണെന്ന് ഞാൻ മനസ്സിലാക്കിയിരുന്നില്ല. ഞാൻ കണ്ട ഏറ്റവും ക്രൂരനായ മനുഷ്യൻ ഹാജി സല്മാനായിരുന്നു. ജോലിക്കാർക്ക് ബലാത്സംഗം ചെയ്യാൻ എറിഞ്ഞുകൊടുത്തതോടെ അയാളെന്നെ വില്ക്കട്ടെയെന്ന് ഞാൻ ആഗ്രഹിച്ചു. ആർക്കുവില്ക്കുന്നുവെന്നോ എങ്ങോട്ട് കൊണ്ടുപോവുന്നു എന്നതോ പ്രശ്നമല്ല. രക്ഷപ്പെടൽതന്നെ അസാധ്യമായേക്കാവുന്ന, മരണതുല്യമെന്ന് ഞാൻ കരുതിയ സിറിയൻ യാത്രപോലും സല്മാനെക്കാൾ ഭേദമാണ്. വംശഹത്യയുടെ പേരിൽ ഐസിസ് വിചാരണ ചെയ്യപ്പെടുമ്പോൾ സല്വാനെപ്പോലെ ഹാജി സല്മാനും ശിക്ഷിക്കപ്പെടുന്നത് ഞാൻ സ്വപ്നം കണ്ടു. ഇറാഖി പട്ടാളക്കാരുടെ തോക്കിന് മുന്നിൽ തലതാഴ്ത്തി നില്ക്കുന്ന അയാളെ ഞാൻ ജയിലിൽപ്പോയി കാണും. പിന്തുണയ്ക്കാൻ ഐസിസ് ഇല്ലാത്ത ഹാജി സല്മാൻ എങ്ങനെയാണെന്നും അയാൾ എങ്ങനെയാണ് സംസാരിക്കുന്നതെന്നും എനിക്ക് നേരിൽ കാണണം. എന്നെ കാണുമ്പോൾ ചെയ്ത ക്രൂരതകളെല്ലാം അയാൾക്ക് ഓർമ്മവരും. എന്തിനാണ് ഇരുമ്പഴിക്കുള്ളിലായതെന്ന് അയാൾ തിരിച്ചറിയും.

ബാഗുമെടുത്ത് ഞാൻ ഡ്രൈവറുടെ പിന്നാലെ നടന്നു. ഹാജി സല്മാൻ വീട്ടിലുണ്ടായിരുന്നു. പക്ഷേ, ഇറങ്ങുമ്പോൾ ഞാൻ അയാളെ കണ്ടില്ല. വരുന്ന വഴിയിൽ മോർത്തെജയടക്കം ജോലിക്കാരുടെ ആരുടെയും മുഖത്തേക്ക് ഞാൻ നോക്കിയില്ല. ഹാജി സല്മാന്റെ വീട്ടിൽനിന്ന് പുറപ്പെടുമ്പോൾ ഇരുട്ടിത്തുടങ്ങിയിരുന്നു. പക്ഷേ, പുറത്ത് നല്ല

ചൂടായിരുന്നു. ഇളംകാറ്റിൽ മൺതരികൾ എന്റെ മുഖത്തേയ്ക്ക് പറന്നു വന്നു. മുഖം മൂടാൻ ആരും ആവശ്യപ്പെട്ടിരുന്നില്ല. പുറത്തിറങ്ങിയിട്ടും സ്വാതന്ത്ര്യം അനുഭവപ്പെട്ടതുമില്ല. മൊസൂൾ പട്ടണത്തിലെവിടെയും സഹായിക്കാൻ ആരുമില്ലെന്ന തിരിച്ചറിവ് എന്നെ കൂടുതൽ ഹതാശയാക്കി.

അപരിചിതനായ ഒരു പോരാളി വെളുത്ത കാറും ഡ്രൈവറുമായി കാത്തുനില്ക്കുന്നുണ്ടായിരുന്നു. നിനക്ക് വിശക്കുന്നുണ്ടോ, പുറപ്പെടുമ്പോൾ അയാൾ ചോദിച്ചു. ഇല്ലെന്ന് പറഞ്ഞെങ്കിലും വഴിയരികിലുള്ള ഒരു ഭക്ഷണശാലയിൽ കാർ നിർത്തി. ഡ്രൈവർ പോയി ഒരു പൊതി സാൻഡ്‌വിച്ചും വെള്ളവും വാങ്ങി വന്നു. ഞാനിരുന്ന പിൻസീറ്റിലേക്ക് അയാൾ അതിട്ടു. പുറത്ത് ആളുകൾ വരികയും ഭക്ഷണം വാങ്ങി കഴിക്കുകയും ഫോണിൽ സംസാരിക്കുകയും ചെയ്യുന്നത് കാണാമായിരുന്നു. വാതിൽ തുറന്ന് അവർക്ക് അരികിലേക്ക് ഓടിയാലോ എന്ന് ഞാൻ ആലോചിച്ചു. എനിക്ക് സംഭവിച്ചത് മനസ്സിലാക്കുമ്പോൾ ആരെങ്കിലും സഹായിക്കുമെന്ന് ഞാൻ ആഗ്രഹിച്ചു. പക്ഷേ, സാധ്യതയില്ല. ഭക്ഷണപ്പൊതിയിൽനിന്ന് ഇറച്ചിയുടെയും ഉള്ളിയുടെയും മണം വന്നുതുടങ്ങി. ഛർദിക്കാതിരിക്കാൻ ഞാൻ കണ്ണടച്ചുപിടിച്ചിരുന്നു.

മൊസൂളിന് പുറത്തേക്കുള്ള ആദ്യ ചെക്പോയന്റിൽ ഞങ്ങളെത്തി. ആയുധധാരികളായ ഐസിസ് ഭീകരരാണ് അത് നിയന്ത്രിച്ചിരുന്നത്. ജനാലയിൽ കൂടി ഞാൻ പുറത്തേക്ക് നോക്കി. ഹാജി സല്മാൻ പറഞ്ഞതുപോലെ രക്ഷപ്പെടാൻ ശ്രമിച്ച സബയകളുടെ പടം ഭിത്തിയിൽ പതിച്ചിട്ടുണ്ടോ. ഇരുട്ടായതിനാൽ ഒന്നും കാണാൻ കഴിഞ്ഞില്ല.

നിങ്ങളുടെ ഭാര്യ എന്താണ് നിഖാബ് ധരിക്കാത്തത്. ഒരു ഭീകരൻ ഡ്രൈവറോട് ചോദിച്ചു.

എന്റെ ഭാര്യയല്ല ഹാജി, അത് ഒരു സബയയാണ്. അയാൾ മറുപടി പറഞ്ഞു.

അഭിനന്ദനങ്ങൾ, കാർ കടത്തിവിട്ടുകൊണ്ട് അയാൾ പറഞ്ഞു.

ഇപ്പോൾ പൂർണ്ണമായും ഇരുട്ടായിരിക്കുന്നു. മൊസൂളിന് കിഴക്കോട്ടുള്ള ദേശീയപാതയിലൂടെയാണ് കാർ പോകുന്നത്. ഏതാനും കാറുകളും ട്രക്കുകളും കടന്നുപോയി. ഇരുട്ടിൽ കണ്ണെത്താ ദൂരത്തോളം പരന്നുകിടന്നു ഇറാഖ്. രക്ഷപ്പെടുന്ന പെൺകുട്ടികൾ എങ്ങോട്ട് പോവാനാണ്. മൊസൂളിലെ ചെക്പോയന്റുകൾ കടക്കുക തന്നെ അസാധ്യം. കടന്നാൽ തന്നെ ഈ വിശാലമായ രാജ്യത്ത് എങ്ങോട്ട് ഓടണമെന്ന് എങ്ങനെ അറിയാൻ. ആര് സഹായിക്കാൻ. ഓടിയാലും ദാഹിച്ചു വലഞ്ഞ് എത്രദൂരം ഓടും. അത്ര ധൈര്യമുള്ളവർക്കേ ശ്രമിക്കാൻ പോലുമാവൂ.

അങ്ങോട്ടുനോക്ക്, കുറച്ചുദൂരേക്ക് കൈചൂണ്ടി ഡ്രൈവർ പറഞ്ഞു. അയാൾ ചൂണ്ടിയ ഭാഗത്ത് റോഡിൽ ഒരു പെട്ടി കിടക്കുന്നുണ്ടായിരുന്നു. വാഹനത്തിന്റെ വെളിച്ചത്തിൽ അത് തിളങ്ങി. എന്താവും അത്, ഡ്രൈവർ ആകാംക്ഷ പ്രകടിപ്പിച്ചു. നിർത്തരുത്, ബോംബായിരിക്കും, റോഡിലെങ്ങും സ്ഫോടകവസ്തുക്കൾ ഉണ്ടെന്ന് നിനക്കറിയുന്നതല്ലേ, കാവല്ക്കാരൻ ആശങ്കപ്പെട്ടു.

ബോംബാണെന്ന് തോന്നുന്നില്ല. പെട്ടിക്ക് പത്തുമീറ്റർ അകലെയായി വണ്ടി നിർത്തി ഡ്രൈവർ പറഞ്ഞു. പെട്ടിയുടെ പുറത്ത് അക്ഷരങ്ങളും ചിത്രങ്ങളും കാണാമായിരുന്നു എങ്കിലും കാറിനുള്ളിലിരിക്കുമ്പോൾ അവ വ്യക്തമായില്ല. കൊള്ളയടിച്ച് കൊണ്ടുപോവുമ്പോൾ ട്രക്കിൽനിന്ന് താഴെ വീണ പെട്ടിയാണ്. എനിക്കുറപ്പാണ്, ഡ്രൈവർ പറഞ്ഞു. ഐസിസ് ഉന്നതരെപ്പോലെ പുതുവസ്തുക്കളൊന്നും സ്വന്തമാക്കാൻ ശേഷിയില്ലാത്ത ഡ്രൈവർക്ക് അത് വലിയ പ്രതീക്ഷ നല്കി.

കാവല്ക്കാരൻ എതിർത്തു. വില പിടിപ്പുള്ളതൊന്നും ആരും റോഡിൽ ഉപേക്ഷിക്കില്ല. അത് പൊട്ടിത്തെറിച്ചാൽ നമ്മളെല്ലാം തീരും. പക്ഷേ, ആ എതിർപ്പ് വകവയ്ക്കാതെ ഡ്രൈവർ കാറിൽ നിന്നിറങ്ങി പെട്ടിയുടെ അടുത്തേക്ക് നടന്നു. അയാൾ പെട്ടിയിൽ തൊട്ടുനോക്കി. എന്തായാലും ആവശ്യമുള്ളതൊന്നും ആവില്ല. കാവല്ക്കാരൻ പിറുപിറുത്തു. ഡ്രൈവർ തുറക്കമ്പോൾ ആ പെട്ടി പൊട്ടിത്തെറിക്കുന്നതും ഞങ്ങൾ മൂന്നുപേരും മരിക്കുന്നതും ഞാൻ ഭാവനയിൽ കണ്ടു. ഞാൻ മരിച്ചാലും സാരമില്ല, ഇവരും മരിക്കുമല്ലോ, അത് ബോംബാകണേ ദൈവമേ.

അല്പസമയം കഴിഞ്ഞപ്പോൾ ഡ്രൈവർ പെട്ടി പ്രയാസപ്പെട്ട് തൂക്കിയെടുത്ത് വണ്ടിക്കരികിലേക്ക് വന്നു. ഫാനുകളാണിത്. ബാറ്ററിയിൽ ഓടുന്നവ. പെട്ടികൾ ഡിക്കിയിൽവച്ചുകൊണ്ട് അയാൾ പറഞ്ഞു. കാവല്ക്കാരൻ ദീർഘനിശ്വാസത്തോടെ പുറത്തിറങ്ങി ഡ്രൈവറെ സഹായിക്കാൻ തുടങ്ങി. നിരാശയായ ഞാൻ സീറ്റിൽ ചാരിക്കിടന്നു.

രണ്ടാമത്തെ ചെക്പോയന്റ് കഴിഞ്ഞപ്പോൾ ഞാൻ ചോദിച്ചു. ഹാജി, നമ്മൾ എങ്ങോട്ടാണ് പോവുന്നത്...?

ഹംദാനിയ, അയാൾ പറഞ്ഞു. നിനവെയുടെ വടക്കുള്ള ഹംദാനിയ ഐസിസ് കീഴടക്കിയിരുന്നു. എന്റെ അർധസഹോദരൻ ഖാലിദ് സൈന്യത്തിലായിരുന്നപ്പോൾ ഹംദാനിയയിൽ ജോലി ചെയ്തിട്ടുണ്ട്. അയാളിൽനിന്ന് കാര്യമായൊന്നും കേട്ടിട്ടില്ലെങ്കിലും അതൊരു ക്രിസ്ത്യൻ ഭൂരിപക്ഷ മേഖലയാണെന്ന് എനിക്ക് അറിയാമായിരുന്നു. അവരെല്ലാം പലായനം ചെയ്യുകയോ കൊല്ലപ്പെടുകയോ ചെയ്തിട്ടുണ്ടാവണം. കത്തിക്കരിഞ്ഞ ഒരു ഐസിസ് വാഹനത്തെ ഞങ്ങൾ

കടന്നുപോയി. മേഖലയിൽ നടന്ന പോരാട്ടത്തിന്റെ അടയാളമായിരുന്നു അത്.

കൊച്ചോയിൽ തടവിലായിരുന്ന സമയത്ത് ക്രിസ്ത്യൻമേഖലകളിലെ ഐസിസ് ആക്രമണത്തെക്കുറിച്ച് ഞങ്ങൾ മനസ്സിലാക്കിയിരുന്നു. ഞങ്ങളെപ്പോലെ അവർക്കും വീടും സ്ഥലവുമുൾപ്പെടെ ഒരായുസ്സിന്റെ അധ്വാനഫലം മുഴുവൻ നഷ്ടമായിരുന്നു. മതത്തിന്റെ പേരിലാണ് ഇറാഖി ക്രിസ്ത്യാനികളും പീഡിപ്പിക്കപ്പെട്ടത്. ഇറാഖിലെ ക്രിസ്ത്യാനികളും നിരന്തരപീഡനത്തിന് വിധേയരായിരുന്നെങ്കിലും യസീദികളെപ്പോലെ ജന്മനാട്ടിൽ പിടിച്ചുനില്ക്കാൻ അവർ പരമാവധി ശ്രമിച്ചു. കാലക്രമേണ അവരുടെ എണ്ണം കുറഞ്ഞുവന്നു. മിക്കവരും മറ്റ് ക്രിസ്തീയ രാജ്യങ്ങളിലേക്ക് കുടിയേറി. ഐസിസ് വന്നശേഷം ഇറാഖിൽ ഒറ്റ ക്രിസ്ത്യാനിയും അവശേഷിക്കില്ല എന്ന നിലയിലേക്കെത്തി കാര്യങ്ങൾ. കൊച്ചോ ആക്രമണകാലത്ത് എനിക്ക് ക്രിസ്ത്യാനികളോട് അസൂയ തോന്നിയിരുന്നു. ഐസിസ് തങ്ങളുടെ വരവ് അവരെ നേരത്തെ അറിയിച്ചിരുന്നു. കാരണം ഐസിസ് പറയുന്നത് ക്രിസ്ത്യാനികളെക്കുറിച്ച് വിശുദ്ധ പുസ്തകത്തിൽ പരാമർശമുണ്ടെന്നാണ്. യസീദികളെപ്പോലെ കാഫിറുകളല്ല ക്രിസ്ത്യാനികൾ. അതുകൊണ്ടുതന്നെ അവർക്ക് സ്ത്രീകളെയും കുട്ടികളെയും കുർദിസ്ഥാന്റെ സുരക്ഷിമേഖലയിലേക്ക് മാറ്റാൻ കഴിഞ്ഞു. സിറിയയിലെ ക്രിസ്ത്യാനികൾക്കാവട്ടെ പിഴയടച്ച് മതപരിവർത്തനം ഒഴിവാക്കാനും കഴിഞ്ഞിരുന്നു. മൊസൂളിൽനിന്ന് വെറും കയ്യോടെ പുറത്താക്കപ്പെട്ടവർക്കും അടിമകളാകേണ്ടി വന്നില്ല. എല്ലാ പീഡനവും യസീദികൾക്കായിരുന്നു.

ഞങ്ങൾ ഹംദാനിയ ജില്ലയിലെ ഒരു നഗരത്തിലെത്തി. വൈദ്യുതിബന്ധം ഇല്ലാത്ത നഗരം മുഴുവൻ ഇരുട്ടിലായിരുന്നു. ചീഞ്ഞമാംസത്തിന്റെ ദുർഗന്ധമായിരുന്നു എങ്ങും. തെരുവുകളെല്ലാം നിശ്ശബ്ദമായിരുന്നു. വീടുകളിൽ നിന്ന് സാധാരണക്കാരെ ഒഴിപ്പിച്ചിരിക്കുന്നു. ഭീകരർ മാത്രമാണ് അവശേഷിക്കുന്നത്. ഇസ്ലാമിക് സ്റ്റേറ്റ് കേന്ദ്രത്തിൽ മാത്രം വെളിച്ചമുണ്ട്. കൂറ്റൻ ജനറേറ്റർ വലിയ ശബ്ദത്തോടെ പ്രവർത്തിച്ചുകൊണ്ടിരുന്നു.

ഐസിസ് ആദ്യം ഇറാഖിലെത്തിയപ്പോൾ നഗരങ്ങളിലെ വിവിധ സേവനങ്ങൾ വേഗത്തിൽ പുനഃസ്ഥാപിക്കുമെന്ന വാഗ്ദാനമുണ്ടായിരുന്നു. ക്രൂരത മാത്രം ആഘോഷിക്കുന്ന ഐസിസ് ആയിരുന്നില്ല അവരുടെ പ്രചാരണങ്ങളിൽ ഉണ്ടായിരുന്നത്. വൈദ്യുതി, നല്ല റോഡുകൾ, മാലിന്യസംസ്കരണത്തിന് പുത്തൻരീതികൾ എന്നിങ്ങനെ സാധാരണ രാഷ്ട്രീയ പ്രസ്ഥാനങ്ങളുടേതുപോലുള്ള വാഗ്ദാനങ്ങളായിരുന്നു നിറയെ. ഇറാഖി സർക്കാരിനെക്കാൾ മികച്ച സേവനം ലഭിക്കുമെന്ന് ജനങ്ങൾ വിശ്വസിച്ചതായി പറഞ്ഞുകേട്ടിട്ടുണ്ട്. എന്നാൽ

മൊസൂളിലടക്കം സാധാരണക്കാരന്റെ ജീവിതം മെച്ചപ്പെടുത്തുന്ന ഒന്നും എനിക്ക് കാണാനായില്ല. ഈ നഗരം മരണം മണക്കുന്ന, ഒരു ഇരുണ്ട കവചം പോലെയാണ്. ഭീകരർ മാത്രമുള്ള, അവരുടെ വ്യാജ വാഗ്ദാനങ്ങളിൽ വഞ്ചിക്കപ്പെട്ട ഒന്ന്.

ഐസിസ് കേന്ദ്രത്തിന് മുന്നിൽ വാഹനം നിർത്തി ഞങ്ങൾ അകത്തേക്ക് പോയി. മൊസൂളിലേതുപോലെ അവിടെയും നിറയെ ഭീകരരായിരുന്നു. നിശ്ശബ്ദയായി കാത്തിരുന്ന ഞാൻ ആകെ ക്ഷീണിതയായിരുന്നു. എവിടെയെങ്കിലും കിടന്ന് ഉറങ്ങണമെന്നുണ്ട്. ഒരു ഭീകരൻ അടുത്തു വന്നു. പ്രായാധിക്യത്താൽ കൂനുള്ള അയാളുടെ വായിൽ അവശേഷിച്ചിരുന്ന പല്ലുകൾ മുഴുവൻ കേടായിരുന്നു. മുകളിലേക്ക് പോകൂ, അയാൾ നിർദ്ദേശിച്ചു. ഈ വയസ്സന് എന്നെ വിറ്റ് പ്രതികാരം തീർക്കുകയാവും ഹാജി സല്മാനെന്ന് ഞാൻ ഭയന്നു. മുകളിലത്തെ മുറിയിലാവും ഇയാൾ എന്നെ ബലാത്സംഗം ചെയ്യുക. വാതിൽ തുറന്നപ്പോൾ പക്ഷേ, ആ മുറിയിൽ കുറേ പെൺകുട്ടികളുണ്ടായിരുന്നു. ഒരു നിമിഷത്തിന് ശേഷമാണ് ഞാൻ അവരെ തിരിച്ചറിഞ്ഞത്.

ജിലാനും നിസ്റീനും എന്റെ നാത്തൂനും മരുമകളുമായിരുന്നു അത്. ജീവിത്തിൽ ആരെയെങ്കിലും കണ്ടിട്ട് ഞാൻ ഇത്ര സന്തോഷിച്ചിട്ടുണ്ടാവില്ല. ഞങ്ങൾ പരസ്പരം വാരിപ്പുണർന്നു. സന്തോഷം കണ്ണീരിന് വഴിമാറി. എന്നെപ്പോലെയായിരുന്നു അവരുടെയും വസ്ത്രധാരണം. ആഴ്ചകളായി ഉറങ്ങിയിട്ടില്ലെന്ന് തോന്നുന്നു. കൊച്ചുപെൺകുട്ടിയായ നിസ്റീൻ എങ്ങനെയാണ് സബയയുടെ വേഷവുമായി പൊരുത്തപ്പെടുന്നതെന്ന് ഞാൻ അദ്ഭുതപ്പെട്ടു. പ്രാണനുതുല്യം സ്നേഹിച്ച ഭർത്താവിൽനിന്ന് വേർപെട്ട ജിലാൻ എത്ര വേദനയോടെയാവും ബലാത്സംഗങ്ങളെ അഭിമുഖീകരിച്ചിട്ടുണ്ടാവുക. അധിക സമയം ഒന്നിച്ചുണ്ടാവില്ലെന്ന് മനസ്സിലാക്കിയ ഞങ്ങൾ പരസ്പരം അനുഭവങ്ങൾ പങ്കുവയ്ക്കാൻ തുടങ്ങി.

നിങ്ങളെങ്ങനെ ഇവിടെയെത്തി, ഞാൻ ചോദിച്ചു.

ഞങ്ങളെ രണ്ടുപേരെയും വിറ്റു. എന്നെ രണ്ടുതവണ വിറ്റു, അങ്ങനെയാണ് ഇവിടെയെത്തിയത്. നിസ്റീൻ പറഞ്ഞു.

കാതറീനെക്കുറിച്ച് എന്തെങ്കിലും വിവരമുണ്ടോ, നിസ്റീൻ ചോദിച്ചു. മൊസൂളിലെ കേന്ദ്രത്തിലാണ് അവൾ, ഞാൻ പറഞ്ഞു.

വാലയെക്കുറിച്ച് ലാമിയ പറഞ്ഞതും എനിക്ക് സംഭവിച്ചതുമൊക്കെ ഞാൻ പറഞ്ഞു.

ഒരു പരമദുഷ്ടന്റെ കയ്യിലായിരുന്നു ഞാൻ, രക്ഷപ്പെടാൻ ശ്രമിച്ചെങ്കിലും പിടിക്കപ്പെട്ടു, ഞാൻ പറഞ്ഞു. ബാക്കിയൊന്നും ഞാൻ പറഞ്ഞില്ല. ചില കാര്യങ്ങൾ ഉച്ചത്തിൽ പറയാൻ എനിക്ക് സാധിക്കുമായിരുന്നില്ല.

പരസ്പരം പരമാവധി ചേർന്നിരുന്നു ഞങ്ങൾ. താഴെക്കണ്ട വൃത്തികെട്ട കിളവനാണ് എന്നെ വാങ്ങിയതെന്ന് തോന്നുന്നു, ഞാൻ പറഞ്ഞു.

അല്ല, എന്നെയാണ് അയാൾ വാങ്ങിയത്. നിസ്റീൻ നിലത്തേക്ക് നോക്കി പറഞ്ഞു.

ആ വൃത്തികെട്ട കിളവന്റെ കൂടെയുള്ള രാത്രികൾ നീ എങ്ങനെ സഹിക്കുന്നു. ഞാൻ അവളോട് ചോദിച്ചു.

തലയാട്ടിക്കൊണ്ട് നിസ്റീൻ പറഞ്ഞു, ഞാൻ എന്നെക്കുറിച്ച് ചിന്തിക്കാറില്ല. റോജിയാന്റെ കാര്യമാലോചിക്കൂ. ആ രാക്ഷസൻ അവളെ കൊണ്ടുപോയില്ലേ. എന്താവും അവളുടെ സ്ഥിതി. അവളെക്കുറിച്ചോർത്താൽ ഭ്രാന്ത് പിടിക്കുന്ന സ്ഥിതിയാണ്. അവളെയോർത്ത് ഞങ്ങൾ ഒത്തിരി കരഞ്ഞു. കൊച്ചോയിൽ സംഭവിച്ചതെല്ലാം മറന്നു, ഇപ്പോഴത്തെ ചിന്ത റോജിയാനെയും ആ കാട്ടാളനെയുംക്കുറിച്ച് മാത്രമാണ്. നിസ്റീൻ പറഞ്ഞു നിർത്തി.

പേടിയോടെ ഞാൻ ചോദിച്ചു, കൊച്ചോയിൽ ശരിക്കും എന്തെല്ലാം സംഭവിച്ചുവെന്ന് നിങ്ങൾക്കറിയാമോ...?

ആണുങ്ങളെല്ലാം കൊല്ലപ്പെട്ടു, ഒരു പുരുഷൻ പോലും അവശേഷിച്ചിട്ടില്ല, എല്ലാവരും പോയി. ടെലിവിഷൻ വാർത്തയിൽ കണ്ടതാണ്. അവൾ പറഞ്ഞു.

കൊച്ചോയിലെ സ്കൂളിന് പിന്നിൽ അന്ന് വെടിയൊച്ചകൾ കേട്ടെങ്കിലും ആണുങ്ങൾ രക്ഷപ്പെട്ടിരിക്കാം എന്ന വിശ്വാസത്തിലായിരുന്നു ഞാൻ ഇതുവരെ. നിസ്റീന്റെ വാക്കുകൾ വെടിയൊച്ചകൾ പോലെയാണ് എന്റെ കാതിൽ മുഴങ്ങിയത്. വീണ്ടും വീണ്ടും ആ ശബ്ദം കേൾക്കുന്നതുപോലെ. ഞങ്ങൾ പരസ്പരം ആശ്വസിപ്പിക്കാൻ ശ്രമിച്ചു. അവരുടെ മരണമോർത്ത് കരയേണ്ട. നമ്മളെയും കൊന്നിരുന്നെങ്കിൽ എന്നാണ് ഞാൻ ആഗ്രഹിക്കുന്നത്. ഞാൻ പറഞ്ഞു. കച്ചവടച്ചരക്കുകളെപ്പോലെ കൈമാറ്റം ചെയ്യപ്പെടുകയും ശരീരം നുറുങ്ങുംവരെ ബലാത്സംഗം ചെയ്യപ്പെടുകയും ചെയ്യുന്നതിലും എത്രയോ ഭേദമാണ് മരണം.

ഞങ്ങളുടെ പുരുഷന്മാരിൽ വിദ്യാർഥികൾ, ഡോക്ടർമാർ, ചെറുപ്പക്കാർ, പ്രായമായവർ എല്ലാമുണ്ടായിരുന്നു. എന്റെ സഹോദരന്മാരും അർധസഹോദരന്മാരുമെല്ലാം കൊല്ലപ്പെട്ടിരിക്കുന്നു. അവരുടെ മരണത്തിന് ഒരു നിമിഷമേ എടുത്തുള്ളൂ. പക്ഷേ, സബയയാക്കപ്പെടുന്ന പെണ്ണ് ജീവിതത്തിലെ ഓരോ നിമിഷവും ഓരോ ദിവസവും മരിക്കുകയാണ്. കൊല്ലപ്പെട്ട ആണുങ്ങളെപ്പോലെ ബന്ധുക്കളെയോ പ്രിയപ്പെട്ടവരെയോ പിന്നീടൊരിക്കലും കാണുകയില്ല. ഞാൻ പറഞ്ഞതിനോട് നിസ്റീനും ജിലാനും യോജിച്ചു. ആണുങ്ങൾക്കൊപ്പം നമ്മളെയും കൊന്നാൽ മതിയായിരുന്നു, അവർ പറഞ്ഞു.

നിസ്റീന്റെ ഉടമ, പുഴുപ്പല്ലൻ ഭീകരൻ വാതിൽ തുറന്നുവന്ന് എന്നെ ചൂണ്ടിപ്പറഞ്ഞു. പോകാറായി. ഇതോടെ ഞങ്ങൾ ഒന്നിച്ചുനിന്ന് യാചിക്കാൻ തുടങ്ങി. നിങ്ങൾ എന്തുവേണമെങ്കിലും ചെയ്തോളൂ. പക്ഷേ,

ഞങ്ങളെ ഒന്നിച്ച് നില്ക്കാൻ അനുവദിക്കണം. മൊസൂളിൽ ചെയ്തതു പോലെ കൈകോർത്തു പിടിച്ച് ഞങ്ങൾ കരഞ്ഞു. അന്നത്തേതു പോലെതന്നെ അവർ ഞങ്ങളെ ബലമായി വേർപെടുത്തി. എന്നെ വലിച്ചിഴച്ച് താഴേക്ക് കൊണ്ടുപോയി. അവരോട് യാത്ര പറയാൻ പോലും എനിക്കായില്ല.

ഹംദാനിയയിൽ എനിക്ക് സകല പ്രതീക്ഷകളും നഷ്ടപ്പെട്ടു. പൂർണ്ണമായും ഐസിസ് നിയന്ത്രണത്തിലുള്ള പ്രദേശത്ത് രക്ഷപ്പെടാനുള്ള ഒരു സാധ്യതയുമില്ല. തെരുവുകളിൽ കണ്ടുമുട്ടുന്ന ആരെങ്കിലും ഒരു യസീദി പെണ്ണിനെ രക്ഷപ്പെടുത്തും എന്ന് സ്വപ്നംപോലും കാണേണ്ടതില്ല. ശൂന്യമായ വീടുകളും യുദ്ധത്തിന്റെ മണവും മാത്രമായിരുന്നു എങ്ങും.

പതിനഞ്ചു മിനിറ്റുകൊണ്ട് ഹംദാനിയയിലെ അടുത്ത ഐസിസ് കേന്ദ്രത്തിൽ ഞങ്ങളെത്തി. ഇവിടെയാവും എന്റെ അടുത്ത ഉടമയുണ്ടാവുകയെന്ന് തോന്നി. സിമന്റുകൊണ്ടുണ്ടാക്കിയ പ്രതിമ പോലെ കാറിൽ നിന്നിറങ്ങി സാവകാശം ഞാൻ നടന്നു. അവിടെ രണ്ട് വീടുകളാണുണ്ടായിരുന്നത്. കാർ നിർത്തിയപ്പോൾ ചെറിയ വീടിനുള്ളിൽ നിന്ന് ഒരു മധ്യവയസ്കൻ ഇറങ്ങിവന്നു.

നീണ്ട കറുത്തതാടിയുള്ള അയാൾ ഇസ്ലാമിക് സ്റ്റേറ്റ് യൂണിഫോമാണ് ധരിച്ചിരുന്നത്. അയാളെ അനുഗമിക്കാൻ ഡ്രൈവർ എന്നോട് നിർദ്ദേശിച്ചു. അതാണ് അബു മുവായ. അദ്ദേഹം പറയുന്നതുപോലെ ചെയ്യുക. അയാൾ പറഞ്ഞു.

ഒറ്റ നിലയാണെങ്കിലും നല്ല വൃത്തിയും ഭംഗിയുമുള്ളതായിരുന്നു ആ വീട്. യഥാർഥ ഉടമസ്ഥർ ക്രിസ്ത്യാനികളായിരുന്നെന്ന് വ്യക്തം. വീടിനകത്ത് മറ്റ് പെൺകുട്ടികളൊന്നും ഉണ്ടായിരുന്നില്ല. പക്ഷേ, യസീദി സ്ത്രീകളുടെ വസ്ത്രങ്ങൾ അവിടെയും കണ്ടു. പരമ്പരാഗത മുസ്ലീം വസ്ത്രങ്ങളിൽ നിന്ന് വ്യത്യസ്തമായി നല്ല നിറമുള്ളവ. വീടുപേക്ഷിച്ചുപോയ ഉടമസ്ഥരുടെ അവശേഷിപ്പുകളും ഉണ്ട്. ശവകുടീരത്തിലേക്ക് കയറുന്നതുപോലെയായിരുന്നു അത്. അടുക്കളയിൽ അബു മുവായക്കൊപ്പം മറ്റൊരു ചെറുപ്പക്കാരൻ കൂടിയുണ്ടായിരുന്നു. അവർ റൊട്ടിയും തൈരും ചായയും കഴിക്കുകയായിരുന്നു.

ഞാൻ എത്ര ദിവസം ഇവിടെ ഉണ്ടാകും, എന്റെ ബന്ധുക്കൾ അപ്പുറത്തെ വീട്ടിലുണ്ട്, എനിക്ക് അവരെ കാണാൻ പറ്റുമോ...? അബു മുവായയോടും ചെറുപ്പക്കാരനോടുമായി ഞാൻ ചോദിച്ചു.

അവരെന്നെ തുറിച്ചുനോക്കി. അബു മുവായയാണ് മറുപടി പറഞ്ഞത്. നീ ഒരു സബയയാണ്, ഇങ്ങോട്ട് ഉത്തരവുകൾ വേണ്ട, അങ്ങോട്ടുപറയുന്നത് അനുസരിച്ചാൽ മതി.

നാദിയ, നീ മതപരിവർത്തനം ചെയ്തിട്ടുണ്ടോ, ചെറുപ്പക്കാരൻ ചോദിച്ചു.

ഉവ്വ്, ഞാൻ പറഞ്ഞു. ഇവർക്ക് എങ്ങനെ എന്റെ പേരറിയാം, ഞാൻ അദ്ഭുതപ്പെട്ടു. മറ്റെന്തെല്ലാം അറിയുമോ ആവോ...? എന്റെ നാടിനെക്കുറിച്ചോ വീട്ടുകാരെക്കുറിച്ചോ അവർ ഒന്നും ചോദിച്ചില്ല. അതൊന്നും അവരുടെ വിഷയമല്ലല്ലോ. അവർക്ക് അവരുടെ അടിമയെ കിട്ടിയിരിക്കുന്നു.

പോയി കുളിക്ക്, അബു മുവായ പറഞ്ഞു. ഹാജി സല്മാൻ എന്തു വിലയ്ക്കായിരിക്കും എന്നെ വിറ്റതെന്ന് ഞാനോർത്തു. കന്യകാത്വം നഷ്ടപ്പെട്ട സബയകൾക്ക് വില കുറവാണെന്ന് കേട്ടിട്ടുണ്ട്. മാത്രമല്ല രക്ഷപ്പെടൽ ശ്രമവും ബസ്സിലെ സംഭവങ്ങളുമൊക്കെ ഞാനൊരു കുഴപ്പക്കാരിയാണെന്ന പ്രതീതിയും സൃഷ്ടിച്ചിട്ടുണ്ടാവാം. രക്ഷപ്പെടൽ ശ്രമത്തിനുള്ള അടുത്ത ശിക്ഷയാവുമോ ഇത്. ചിലപ്പോൾ എന്നെ എങ്ങനെയും ഒഴിവാക്കാൻ സല്മാൻ ഇയാൾക്ക് സമ്മാനിച്ചതാവാം. അല്ലെങ്കിൽ എന്നെ മര്യാദ പഠിപ്പിക്കാൻ ഏറ്റവും ക്രൂരനായ ഉടമയെ കണ്ടെത്തിയതാവാം. ഇതെല്ലാം നടക്കുന്നുണ്ടെന്ന് എനിക്കറിയാം. പണത്തിനല്ലാതെയും യസീദി പെൺകുട്ടികളുടെ കൈമാറ്റം നടക്കുന്നുണ്ട്.

രാവിലെ കുളിച്ചതാണ്. ഞാൻ അയാളോട് പറഞ്ഞു.

എന്നാൽ കിടപ്പുമുറിയിൽ പോയി ഞാൻ വരുന്നതു കാത്തിരിക്ക്. മുറിയിലേക്ക് വിരൽചൂണ്ടി അബു മുവായ പറഞ്ഞു. ഞാൻ അനുസരണയോടെ മുറിയിലേക്ക് നടന്നു. അതൊരു കൊച്ചുമുറിയായിരുന്നു. ചെറിയ തവിട്ടുനിറത്തിലുള്ള കിടക്കയിൽ നീലയും വെള്ളയും വരകളുള്ള ഷീറ്റ് വിരിച്ചിരുന്നു. ഭിത്തിയലമാരിയുടെ ഒരു ഭാഗത്ത് ഷൂസുകൾ അടുക്കിവച്ചിരിക്കുന്നു. മറുഭാഗത്ത് നിറയെ പുസ്തകങ്ങളും. മേശയുടെ പുറത്ത് പ്രവർത്തനരഹിതമായ ഒരു കംപ്യൂട്ടറും ഉണ്ടായിരുന്നു. എന്റെ പ്രായത്തിലുള്ള ഒരു വിദ്യാർഥിയുടെ മുറിയായിരുന്നിരിക്കണം അത്. കോളജ് വിദ്യാർഥികൾ ഇടുന്ന തരത്തിലുള്ള ഷൂസ് താരതമ്യേന ചെറുതായിരുന്നു. ഞാൻ കട്ടിലിൽ കാത്തിരുന്നു. ഭിത്തിയിൽ തൂങ്ങിക്കിടന്ന കണ്ണാടിയിലേക്ക് ഞാൻ നോക്കിയില്ല. ജനാലയുടെ സ്ഥാനത്തുണ്ടായിരുന്ന പഴുതിലൂടെ ആവശ്യത്തിന് വായു കടക്കുമോയെന്നറിയാനോ, കുളിമുറി തുറന്നുനോക്കി എന്തെങ്കിലും കൂടുതലായി മനസ്സിലാക്കാനോ ഞാൻ ശ്രമിച്ചില്ല. അലമാരയിലിരുന്ന പുസ്തകങ്ങൾ എന്തെന്നുപോലും നോക്കിയില്ല. ചിലപ്പോൾ ഇതിന്റെ ഉടമ പയ്യൻ എവിടെയെങ്കിലും ജീവിച്ചിരിപ്പുണ്ടാവും. മരിച്ചവർ എന്തിനാണ് ജീവിച്ചിരിക്കുന്നവരുടെ വസ്തുക്കൾ നോക്കുന്നത്.

പതിനൊന്ന്

ഓരോ ഇസ്ലാമിക് സ്റ്റേറ്റ് ഭീകരനും എന്നോട് അതിക്രൂരമായാണ് പെരുമാറിയത്. ബലാത്സംഗം എല്ലായിടത്തും ഒരുപോലെയായിരുന്നു. എങ്കിലും ഉപദ്രവിച്ച ഭീകരർ തമ്മിലുള്ള ചില വ്യത്യാസങ്ങൾ ഞാനോർക്കുന്നു. ഹാജി സല്മാനായിരുന്നു ഏറ്റവും ദുഷ്ടൻ. ആദ്യം ബലാത്സംഗം ചെയ്തത് അയാളായതുകൊണ്ട് മാത്രമല്ല, അങ്ങേയറ്റത്തെ വെറുപ്പോടെയാണ് അയാൾ എന്നോട് പെരുമാറിയിരുന്നത്. കണ്ണടയ്ക്കാൻ ശ്രമിച്ചാൽ അയാളെന്നെ ഇടിക്കും. ബലാത്സംഗം ചെയ്യുക മാത്രമല്ല എന്നെ എങ്ങനെയൊക്കെ അപമാനിക്കാമോ അതെല്ലാം അയാൾ ചെയ്തിരുന്നു. ഉദാഹരണത്തിന് അയാളുടെ കാൽവിരൽ തേനിൽ മുക്കിയ ശേഷം എന്നെക്കൊണ്ട് നക്കിക്കുക, അയാൾക്ക് ഇഷ്ടപ്പെട്ട വസ്ത്രം ധരിക്കാൻ നിർബന്ധിക്കുക എന്നിങ്ങനെ. കുറേക്കാലമായി ആഗ്രഹിച്ചിരുന്ന ഒരു സമ്മാനം കിട്ടിയ കുട്ടിയെപ്പോലെയാണ് മോർത്തെജ എന്റെ മേൽ ചാടി വീണത്. കണ്ണാടിക്കാരൻ ഭീകരന്റെ കണ്ണടയോടുള്ള കരുതൽ ഞാൻ മറക്കില്ല. അവന് കണ്ണടയോടുള്ള കരുതൽപോലും മനുഷ്യനായ എന്നോട് ഉണ്ടായിരുന്നില്ല.

ഏതാണ്ട് എട്ടുമണിയോടെ അബു മുവായ മുറിയിലേക്ക് വന്നു. എന്റെ താടിക്കു പിടിച്ച് ഉയർത്തി ഭിത്തിയോട് ചേർത്തു നിർത്തി അയാൾ ചോദിച്ചു, നീ എന്താണ് എതിർക്കാത്തത്? ഞാൻ ചെറുക്കാത്തത് അയാളെ ദേഷ്യം പിടിപ്പിച്ചതുപോലെ. വീടുനുള്ളിലെ വസ്ത്രക്കൂമ്പാരത്തിൽ നിന്ന് അയാൾക്ക് നിരവധി സബയകളുണ്ടായിരുന്നുവെന്ന് ഞാൻ ഊഹിച്ചു. അതിൽ ഞാൻ മാത്രമാവും ചെറുത്തു നില്ക്കാത്തത്. ബലപ്രയോഗത്തിലൂടെ കാര്യം നേടുന്നതാവും അയാൾക്കിഷ്ടം. വലിപ്പം കുറവായിരുന്നെങ്കിലും അയാൾ നല്ല കരുത്തനായിരുന്നു. എതിർത്തിട്ടെന്തിനാണ്...? നിങ്ങൾ ഒരു പുരുഷൻ മാത്രമല്ലല്ലോ, നിരവധി പേർ ഉപദ്രവിക്കുമ്പോൾ എത്രകാലം എനിക്ക് ചെറുത്തു നില്ക്കാനാവും...? ഞാൻ ചോദിച്ചു. അതുകേട്ട് അയാൾ പൊട്ടിച്ചിരിച്ചത് ഞാനോർക്കുന്നു.

അബു മുവായ പോയ ശേഷം ഞാൻ തനിച്ചു കിടന്നാണ് ഉറങ്ങിയത്. രാത്രിയിലെപ്പോഴോ ആരോ അടുത്തു കിടക്കുന്നതറിഞ്ഞ് കണ്ണു തുറന്നു. അബു മുവായക്കൊപ്പം അടുക്കളയിൽ ഭക്ഷണം കഴിച്ചിരുന്നയാളായിരുന്നു അത്. അയാളുടെ പേർ ഞാനോർക്കുന്നില്ല. ദാഹം കൊണ്ട് തൊണ്ട വരണ്ടിരുന്നുവെന്ന് ഞാനോർക്കുന്നു. അല്പം

വെള്ളം കുടിക്കാനായി എഴുന്നേറ്റപ്പോൾ അയാളെന്റെ കയ്യിൽ പിടിച്ച് പിറകോട്ട് വലിച്ചു. വെള്ളം കുടിക്കണം, ഞാൻ പറഞ്ഞു. എന്റെ നിസ്സഹായാവസ്ഥ എനിക്കുതന്നെ ഞെട്ടലുണ്ടാക്കുന്നതായിരുന്നു. ഹാജി സല്മാന്റെ വീട്ടിലെ കൂട്ടബലാത്സംഗത്തോടെ ഐസിസി നോടും ബലാത്സംഗത്തോടുമുള്ള ഭയം എനിക്ക് ഇല്ലാതായിരുന്നു. ആകെ മരവിപ്പായിരുന്നു. ഈ പുതിയ ഭീകരനെ ഞാൻ ചെറുക്കാനോ ഉപദ്രവിക്കരുതെന്ന് യാചിക്കാനോ തുനിഞ്ഞില്ല. അയാളോട് ഞാൻ സംസാരിച്ചതേയില്ല.

ചില സമയങ്ങളിൽ ബലാത്സംഗം മാത്രമായിരുന്നു. അത് നിങ്ങ ളുടെ ജീവിതത്തിന്റെ ഭാഗമായിക്കഴിഞ്ഞു. ഓരോ ദിവസവും മുറിയുടെ വാതിൽ തുറന്ന് വരുന്നത് ആരെന്ന് പറയാൻ കഴിയില്ല. വരുന്നയാൾ ബലാത്സംഗം ചെയ്യുന്നു, അടുത്തദിവസം ചിലപ്പോൾ അതിനേക്കാൾ മോശമായത് സംഭവിക്കുന്നു. രക്ഷപ്പെടലിനെക്കുറിച്ചോ കുടുംബാംഗ ങ്ങളെക്കുറിച്ചോ ഉള്ള ചിന്തകൾ അവസാനിച്ചിരിക്കുന്നു. കഴിഞ്ഞകാലം വിദൂരതയിലെവിടെയോ ഉള്ള ഒരു മനോഹര സ്വപ്നം മാത്രമായിരി ക്കുന്നു. ശരീരം പോലും സ്വന്തമല്ലാതായിരിക്കുന്നു. സംസാരിക്കാനോ പ്രതിരോധിക്കാനോ പോയിട്ട് പുറംലോകത്തെക്കുറിച്ചുള്ള ചിന്തകൾ പോലും അന്യമാവുന്ന അവസ്ഥ. ബലാത്സംഗവും മരവിച്ച മനസ്സും മാത്രമായിരിക്കുന്നു ജീവിതം.

പേടിയുള്ളതായിരുന്നു നല്ലത്. പേടിയുണ്ടെങ്കിൽ സംഭവിക്കുന്ന തിലെ അസാധാരണത്വം അനുഭവപ്പെടുന്നെങ്കിലുമുണ്ടാവും. ഹൃദയം പൊട്ടിത്തകരുന്നതുപോലെ തോന്നും, ഛർദ്ദിക്കും, ബന്ധുക്കളെയും സുഹൃത്തുക്കളെയും കുറിച്ചുള്ള ചിന്തകളുണ്ടാകും, ഭീകരരുടെ മുന്നിൽ പതുങ്ങി മാറും, കാഴ്ച മറയും വരെ കരയും. ഇങ്ങനെ എന്തെ ങ്കിലുമൊക്കെ ഉണ്ടാകും. പക്ഷേ, എല്ലാ പ്രതീക്ഷകളും അസ്തമി ക്കുന്നത് മരണതുല്യമാണ്.

രാവിലെ കണ്ണുതുറന്ന ഞാൻ ഞെട്ടി. എന്റെ ഒരു കാൽ അബു മുവായയുടെ കൂട്ടുകാരന്റെ ദേഹത്താണ്. ഞാൻ കാൽ വലിച്ചുമാറ്റി ചാടിയെണീറ്റത് അയാൾക്ക് ഇഷ്ടപ്പെട്ടില്ല. കുട്ടിക്കാലം മുതലുള്ള ശീല മാണ്. അമ്മയോ ചേട്ടനോ സഹോദരിമാരോ ആരുമാവട്ടെ അടുത്തു കിടക്കുന്നയാളുടെ മേൽ ഞാൻ കാലെടുത്തുവച്ച് ചേർന്നു കിടക്കുന്നത് എനിക്ക് പതിവാണ്. ഒരു ഭീകരനോട് അങ്ങനെ ചെയ്തെന്നു കണ്ട ഞാൻ ഞെട്ടിമാറി. അയാൾ പൊട്ടിച്ചിരിച്ചുകൊണ്ട് ചോദിച്ചു, നീ എന്തി നാണ് മാറുന്നത്. എനിക്ക് എന്നോടുതന്നെ വെറുപ്പുതോന്നി. ഞാൻ അയാളെ ഇഷ്ടപ്പെടുന്നതായി തോന്നിക്കാണുമോ. ആരുടെയും കൂടെ ഉറങ്ങുന്നത് എനിക്ക് ശീലമില്ല, എനിക്ക് അല്പം വിശ്രമിക്കണം, ഞാൻ പറഞ്ഞു. അയാൾ വാച്ചിൽ സമയം നോക്കിയശേഷം കുളിമുറിയിലേക്ക് പോയി.

പ്രാതലെടുത്ത് നിലത്തുവച്ചശേഷം അബു മുവായ എന്നെ കഴിക്കാൻ വിളിച്ചു. ബലാത്സംഗം ചെയ്ത രണ്ട് പുരുഷന്മാർക്കൊപ്പം ഭക്ഷണം കഴിക്കുന്നത് നിന്ദ്യമായിരുന്നെങ്കിലും ഞാൻ വേഗം തന്നെ കഴിക്കാനിരുന്നു. സല്മാന്റെ വീട്ടിൽ നിന്നിറങ്ങിയ ശേഷം ഒന്നും കഴിച്ചിരുന്നില്ല. വിശപ്പ് അസഹ്യമായിരുന്നു. ചിരപരിചിതമായ ഭക്ഷണം നല്ല രുചിയുള്ളതും ആയിരുന്നു. റൊട്ടി, തേൻ, മുട്ട, തൈർ ഇങ്ങനെ. ഞാൻ നിശ്ശബ്ദയായിരുന്ന് കഴിച്ചു. പുരുഷന്മാർ അന്നത്തെ ജോലിക്കാര്യങ്ങൾ സംസാരിക്കുന്നുണ്ടായിരുന്നു. ജനറേറ്ററിനുള്ള എണ്ണ എവിടെക്കിട്ടും, ആരൊക്കെ ഏതൊക്കെ ഐസിസ് കേന്ദ്രങ്ങളിൽ വരുംപോകും... ഇങ്ങനെ. ഞാൻ അവരെ നോക്കിയതേയില്ല. ഭക്ഷണം കഴിച്ചു കഴിഞ്ഞ എന്നോട് കുളിച്ച് അബയ ധരിച്ച് വരാൻ പറഞ്ഞു അബു മുവായ. നമ്മൾ ഉടൻ ഇവിടം വിടുകയാണ്, അയാൾ പറഞ്ഞു. തിരികെ മുറിയിലെത്തി കുളികഴിഞ്ഞ ഞാൻ ഭിത്തിയിൽ തൂക്കിയിരുന്ന കണ്ണാടിയിൽ നോക്കി. വിളറി മഞ്ഞ നിറമായിരുന്നു മുഖം. അരയ്ക്കൊപ്പം വളർന്ന മുടി മുഴുവൻ ജട പിടിച്ചിരിക്കുന്നു. എന്റെ മുടി എന്റെ സന്തോഷമായിരുന്നു. എന്നാൽ ഇപ്പോൾ സുന്ദരിയായിരിക്കാൻ ആഗ്രഹിച്ചിരുന്നു എന്നത് ചിന്തിക്കുന്നതുപോലും എനിക്ക് ഇഷ്ടമല്ല. മുടി മുറിച്ചുകളയാൻ ഒരു കത്രികയ്ക്കായി അവിടെയെല്ലാം പരതിയെങ്കിലും കിട്ടിയില്ല. മുറിക്കുള്ളിലെ കൊടും ചൂടിൽ തല തീച്ചൂളയിൽ വച്ചതുപോലെ തോന്നി. രണ്ടാമത്തെ മനുഷ്യൻ മുറിയിലേക്ക് വന്നു. അയാളുടെ കയ്യിൽ ഒരു നീല വസ്ത്രമുണ്ടായിരുന്നു. അത് ധരിക്കാൻ അയാൾ എന്നോട് പറഞ്ഞു. എന്റെ യസീദി ഉടുപ്പ് കാണിച്ച് ഞാൻ അയാളോട് ചോദിച്ചു. ഇതുപോരേ...? അത് എനിക്ക് ആശ്വാസം പകരുന്നതായിരുന്നു. പക്ഷേ, അയാൾ സമ്മതിച്ചില്ല.

ഞാൻ വസ്ത്രംമാറുന്നത് നോക്കിക്കൊണ്ട് അയാൾ നിന്നു. പിന്നെ അടുത്തുവന്ന് ശരീരത്തിലെങ്ങും സ്പർശിക്കാൻ തുടങ്ങി. നിന്നെ നാറുന്നു, അയാൾ പറഞ്ഞു. മൂക്കുപൊത്തിക്കൊണ്ട് അയാൾ ചോദിച്ചു, നീ കുളിച്ചില്ലേ, എല്ലാ യസീദി പെണ്ണുങ്ങൾക്കും ഈ നാറ്റമുണ്ടോ..?

ഇതാണ് എന്റെ മണം. നിങ്ങൾക്ക് ഇഷ്ടപ്പെട്ടാലും ഇല്ലെങ്കിലും എനിക്ക് ഒന്നുമില്ല. ഞാൻ പറഞ്ഞു.

വീടിനു പുറത്തേക്കുവരുമ്പോൾ മേശയിൽ ഒരു മൊബൈൽ ഫോണിന്റെ മെമ്മറി കാർഡ് കണ്ടു. എന്തായിരിക്കും അതിൽ, സബയകളുടെ പടമോ, അതോ എന്റെ പടമോ, അതോ ഇറാഖിനെക്കുറിച്ചുള്ള ഭീകരരുടെ പദ്ധതികളോ...? കൊച്ചോയിൽ ആളുകളുടെ മെമ്മറി കാർഡെടുത്ത് ഖെയ്റിയുടെ ഫോണിലിട്ട് പരിശോധിക്കുന്നത് എനിക്ക് ഇഷ്ടമുള്ള പരിപാടിയായിരുന്നു. ഓരോന്നും ചില കൊച്ചു രഹസ്യങ്ങൾ വെളിച്ചത്തുകൊണ്ടുവന്നു. പലതും അവയുടെ ഉടമയെപ്പറ്റി നിരവധി കാര്യങ്ങൾ പറഞ്ഞു. ഭീകരന്റെ മെമ്മറി കാർഡ് അടിച്ചുമാറ്റുന്നതായി

ഞാൻ സങ്കല്പിച്ചു. അതിലുള്ള രഹസ്യങ്ങൾ ചിലപ്പോൾ ഹെസ്നിക്ക് എന്നെ കണ്ടെത്തുന്നതിനോ ഇറാഖി പട്ടാളത്തിന് മൊസൂൾ തിരിച്ചുപിടിക്കുന്നതിനോ സഹായകമായേക്കും. ഐസിസ് കുറ്റകൃത്യങ്ങളുടെ തെളിവുകൾ ചിലപ്പോൾ കണ്ടേക്കും. പക്ഷേ, ഞാൻ അത് എടുത്തില്ല. എന്തു ചെയ്താലും പ്രയോജനമുണ്ടാവില്ല എന്ന ചിന്ത എന്നിൽ ശക്തമായിരുന്നു. പുറത്തേക്ക് ഇറങ്ങിയ ആണുങ്ങളുടെ പിന്നാലെ ഞാൻ നടന്നു.

ആംബുലൻസിന്റെ അത്ര വലിപ്പമുള്ള ഒരു വാൻ റോഡിൽ നിർത്തിയിട്ടിരുന്നു. ഡ്രൈവർ ഗേറ്റിനടുത്ത് കാത്തുനിന്നു. അയാൾ മൊസൂളിൽ നിന്നോ തൽ അഫാറിൽ നിന്നോ വരികയാണ്. ഞങ്ങളവിടെ നില്ക്കുമ്പോൾ അയാൾ അബു മുവായയോട് ഐസിസ് സേവനങ്ങളെക്കുറിച്ച് വിവരിച്ചു. രണ്ടിടത്തും നമുക്ക് വലിയ പിന്തുണയാണ് കിട്ടുന്നത്. അബു മുവായ അത് തലകുലുക്കി സമ്മതിച്ചു. വാനിന്റെ വാതിൽ തുറന്നതോടെ അവർ സംസാരം നിർത്തി. മൂന്നു സ്ത്രീകൾ അതിൽ നിന്ന് പുറത്തിറങ്ങി.

എന്നെപ്പോലെ അബയയും നിഖാബുമെല്ലാം ധരിച്ച് ശരീരമാകെ മറച്ചിരുന്നു അവരും. വാഹനത്തിന് പുറത്ത് അവർ പരസ്പരം പറ്റിച്ചേർന്നുനിന്നു. ഒരാൾക്ക് മറ്റു രണ്ടുപേരെക്കാൾ പൊക്കമുണ്ടായിരുന്നു. ഉയരം കുറഞ്ഞവർ ഉയരം കൂടിയ സ്ത്രീയുടെ ശരീരത്തോട് കൂടുതൽ കൂടുതൽ ചേർന്നു നിന്നു. അവരുടെ അബയ ചെറിയ ശരീരങ്ങളെ വിഴുങ്ങുമെന്ന് തോന്നും. വാഹനത്തിന്റെ പടിക്കു താഴെ നിന്ന അവർ ഇടത്തും വലത്തുമെല്ലാം നോക്കി. നിഖാബിന്റെ പഴുതിലൂടെ പുറത്തു കാണുന്ന കണ്ണുകളിൽ ഭീതിയായിരുന്നു. അബു മുവായ അവരെ സാകൂതം വീക്ഷിച്ചുകൊണ്ട് നിന്നു.

പൊക്കക്കാരി കൂട്ടത്തിൽ ചെറുതിനെ തോളിൽ പിടിച്ച് തന്റെ ശരീരത്തോട് ചേർത്തു നിർത്തി. അതിന് പത്തുവയസ്സേ പ്രായം കാണൂ എന്ന് വലിപ്പത്തിൽ നിന്ന് തോന്നുന്നു. അമ്മയെയും രണ്ട് പെൺമക്കളെയും ഒന്നിച്ച് വിറ്റതാവണം, ഞാൻ ഊഹിച്ചു. പ്രായപൂർത്തിയാവാത്ത മക്കളെ അമ്മയിൽനിന്ന് വേർപ്പെടുത്തി വില്ക്കുന്നതോ വാങ്ങുന്നതോ തെറ്റാണെന്ന് സബയകളെക്കുറിച്ചുള്ള ഐസിസ് ചട്ടം പറയുന്നു. കുട്ടികൾ വളർന്ന് പക്വതയെത്തുംവരെ അമ്മയ്ക്കൊപ്പമാവണം. അതിനുശേഷം ഐസിസിന് അവരെ എന്തും ചെയ്യാം.

മൂന്നു പേരും ഒന്നിച്ച് ഞാൻ തലേന്നുകഴിഞ്ഞ വീട്ടിലേക്ക് നടന്നു. തള്ളക്കോഴി കുഞ്ഞുങ്ങളെയും കൊണ്ട് പോകുംപോലെ. വഴുവഴുപ്പൻ കയ്യുറകളിട്ട കയ്യിൽ മക്കളെ പരമാവധി ചേർത്തു പിടിക്കാൻ അവർ ശ്രമിക്കുന്നുണ്ടായിരുന്നു. എനിക്ക് പകരമാവുമോ അവരെ കൈമാറ്റം ചെയ്തത്. കടന്നുപോകുമ്പോൾ അവരുടെ കണ്ണിലേക്ക് നോക്കാൻ ശ്രമിച്ചെങ്കിലും അവർ എന്നെ നോക്കാതെ നേരെ നടന്നു. മെല്ലെ മെല്ലെ

ആ ചെറിയ വീടിന്റെ ഇരുട്ടിലേക്ക് അവർ മറഞ്ഞു. വാതിലുകൾ അടഞ്ഞു. നിങ്ങൾക്ക് സംഭവിക്കുന്നത് മക്കളോ അമ്മയോ സഹോദരിമാരോ കാണുന്നത് അതിക്രൂരമാണ്. എന്നിട്ടും എനിക്ക് അവരോട് അസൂയ തോന്നി. ചിലപ്പോഴെങ്കിലും ഐസിസ് സ്വന്തം ചട്ടങ്ങൾ ലംഘിച്ച് മക്കളെയും അമ്മമാരെയും വേർപിരിക്കാറുണ്ട്. തനിച്ചാവുക എന്നതാണ് ഏറ്റവും ദയനീയം.

അബു മുവായ ഡ്രൈവർക്ക് കുറച്ച് ഇറാഖി ദിനാർ കൊടുത്തു. ഞങ്ങൾ ഹംദാനിയക്ക് പുറത്തേക്ക് യാത്ര തുടങ്ങി. എങ്ങോട്ടാണ് പോവുന്നതെന്ന് ഞങ്ങൾ ചോദിച്ചില്ല. എന്റെ നിരാശ കട്ടികൂടിയ കറുത്ത മേലങ്കി പോലെയായിരുന്നു. അബയയെക്കാൾ ഇരുണ്ട ഒന്ന്. കാറിൽ മൊസൂളിലെ ഐസിസ് മേഖലകളിൽ വളരെ ജനകീയമായ ഒരു ഭക്തിഗാനം വച്ചിരുന്നു. അതിന്റെ ശബ്ദവും വാഹനത്തിന്റെ പോക്കും കൂടിയായപ്പോൾ ഞാൻ തളർന്നു. വണ്ടി നിർത്തൂ, എനിക്ക് ഛർദിക്കണം, ഞാൻ അബു മുവായയോട് പറഞ്ഞു.

കാർ ഹൈവേയുടെ വശത്ത് നിർത്തി. വാതിൽ തുറന്ന് ചാടിയിറങ്ങിയ ഞാൻ കുറച്ച് മുന്നിലേക്ക് ഓടി നിഖാബ് മാറ്റി ഛർദിച്ചു. രാവിലെ കഴിച്ചതെല്ലാം പോയി. റോഡിലൂടെ കാറുകൾ ചീറിപ്പായുന്നുണ്ടായിരുന്നു. പെട്രോളിന്റെയും പൊടിമണ്ണിന്റെയും മണമടിച്ചതോടെ ഞാൻ വീണ്ടും ഛർദിച്ചു. അബു മുവായ കാറിൽ നിന്നിറങ്ങി നോക്കി നിന്നു. എണ്ണപ്പാടത്തേക്കോ വാഹനത്തിരക്കിലേക്കോ ഞാൻ ഓടില്ലെന്ന് ഉറപ്പുവരുത്താനാകണം.

ഹംദാനിയ മൊസൂൾ റോഡിൽ ഒരു വലിയ ചെക് പോയന്റുണ്ട്. ഐസിസ് വരുന്നതിനുമുമ്പ് ഇറാഖി പട്ടാളമായിരുന്നു അതിന്റെ കാവല്ക്കാർ. അൽഖായിദ ബന്ധമുള്ള നുഴഞ്ഞുകയറ്റക്കാരെ നിരീക്ഷിക്കുകയായിരുന്നു ലക്ഷ്യം. റോഡിന്റെയും അതുവഴി രാജ്യത്തിന്റെയും നിയന്ത്രണം കൈക്കലാക്കുക എന്ന ഐസിസ് ലക്ഷ്യത്തിന്റെ ഭാഗമാണത് ഇപ്പോൾ. ഇറാഖ് ചെക് പോസ്റ്റുകളുടെ രാജ്യമാണെന്ന് പറയാം. ഹംദാനിയയെയും മൊസൂളിനെയും ബന്ധിപ്പിക്കുന്ന ചെക് പോയന്റ് ഭീകരരുടെ കറുപ്പും വെളുപ്പും നിറമുള്ള പതാക പറക്കുന്ന ഒന്നുമാത്രം.

കുർദിസ്ഥാനിലെ ചെക് പോയന്റുകളിൽ മഞ്ഞ, ചുവപ്പ്, പച്ച നിറങ്ങൾ ചേർന്ന കുർദിഷ് കൊടികളാണ് എങ്ങും. പെഷ്മർഗ, സ്ഥാപിച്ചവ. ഇറാഖിന്റെ മറ്റുഭാഗങ്ങളിൽ കറുപ്പ്, ചുവപ്പ്, വെള്ള, പച്ച എന്നീ നിറങ്ങളുള്ള ഇറാഖി ദേശീയപതാക കാണാം. കേന്ദ്രസർക്കാരിന്റെ നിയന്ത്രണത്തിലുള്ള പ്രദേശമെന്നാണ് അതിന്റെ സൂചന. ഇറാനുമായി അതിർത്തി പങ്കിടുന്ന വടക്കൻ ഇറാഖിലും ഇപ്പോൾ സിൻജാറിലും വൈപിജി പതാകകളും അവരുടെ ചെക് പോയന്റുകളുമുണ്ട്. ഇറാഖ് ഒരു ഐക്യരാജ്യമാണെന്ന് ബാഗ്ദാദിനോ യുഎസിനോ എങ്ങനെ

പറയാൻ കഴിയും. ഞങ്ങളുടെ റോഡുകളിലൂടെ ദീർഘദൂരം യാത്ര ചെയ്യണം, ചെക് പോയന്റുകളിൽ കാത്തുനില്ക്കണം, ലൈസൻസ് പ്ലേറ്റിലെ സ്ഥലപ്പേരിന്റെ അടിസ്ഥാനത്തിൽ ചോദ്യം ചെയ്യപ്പെടണം. അപ്പോൾ മനസ്സിലാകും ഇറാഖ് എത്രത്തോളം ഛിന്നഭിന്നമാക്കപ്പെട്ട രാജ്യമാണെന്ന്.

രാവിലെ ഏതാണ്ട് 11.30-ന് ഞങ്ങൾ ഒരു ചെക് പോയന്റിലെത്തി. ഇറങ്ങി വാ നാദിയ, അകത്ത് പോകൂ, അബു മുവായ എന്നോട് പറഞ്ഞു. ഞാൻ മെല്ലെ കാവല്ക്കാരുടെ വിശ്രമസ്ഥലമായ ആ ചെറിയ കോൺക്രീറ്റ് കെട്ടിടത്തിനകത്തേക്ക് നടന്നു. ഛർദിക്കാൻ വന്നിട്ട് തല നേരെ നില്ക്കുന്നുണ്ടായിരുന്നില്ല. അദ്ഭുതമെന്ന് പറയട്ടെ, എന്നെ അവിടെ തനിച്ച് നിർത്തി ചെക് പോയന്റ് കടന്ന് ആ വാൻ മൊസൂൾ റോഡിലേക്ക് പോയി. വണ്ടിക്ക് കൂടുതൽ പരിശോധനകൾ വേണമെന്ന് ഞാൻ ഊഹിച്ചു.

ഞാൻ നിന്ന കെട്ടിടത്തിൽ മൂന്ന് ചെറിയ മുറികളുണ്ടായിരുന്നു. പ്രധാന മുറിയിൽ മേശക്കരികിൽ ഒരു ഭീകരൻ ഇരുന്ന് എന്തെല്ലാമോ കടലാസുകൾ പരിശോധിക്കുന്നുണ്ടായിരുന്നു. മറ്റ് രണ്ട് മുറികൾ വിശ്രമസ്ഥലങ്ങളാവണം. അല്പം തുറന്നിരുന്ന ഒരു വാതിലിലൂടെ കട്ടിലിന്റെ ഇരുമ്പു വക്കുകൾ കാണാമായിരുന്നു. രണ്ടു പെൺകുട്ടികൾ അതിൽ സംസാരിച്ചിരിക്കുന്നുണ്ടായിരുന്നു. അസ്സലാമു അലൈക്കും, കടലാസുകൾ പരിശോധിച്ചിരുന്ന ഭീകരൻ തലയുയർത്തി എന്നോട് പറഞ്ഞു. ഞാൻ പെൺകുട്ടികളിരുന്ന മുറിയിലേക്ക് നടന്നു. എന്നെ തടഞ്ഞുകൊണ്ട് അയാൾ പറഞ്ഞു, അങ്ങോട്ടല്ല, മറ്റേ മുറിയിലേക്ക് പോകൂ. എന്റെ ഹൃദയം വിങ്ങി. ഇവിടെയും ഞാൻ തനിച്ചാവും.

ആ ചെറിയ മുറി ഈയിടെ പെയിന്റടിച്ച് വൃത്തിയാക്കിയാതാണെന്ന് തോന്നുന്നു. മൂലയിൽ ഒരു ടെലിവിഷനും അതിനടുത്ത് ചുരുട്ടി വച്ച ഒരു പ്രാർഥനാ വിരിപ്പും കണ്ടു. ടി.വി.ക്കടുത്ത് പാത്രത്തിൽ കുറച്ച് പഴങ്ങളിരുപ്പുണ്ടായിരുന്നു. ആപ്പിളിന്റെ ചീഞ്ഞുതുടങ്ങിയ മണം എനിക്ക് വീണ്ടും ഓക്കാനം കൊണ്ടുവന്നു. ജലശീതീകരണിയിൽ നിന്ന് അല്പം വെള്ളമെടുത്ത് കുടിച്ചശേഷം ഞാൻ നിലത്ത് പടിഞ്ഞിരുന്നു. തല കറങ്ങുന്നതുപോലെ തോന്നി.

വാതിലിനടുത്ത് മറ്റൊരു ഭീകരൻ പ്രത്യക്ഷപ്പെട്ടു. മെലിഞ്ഞുണങ്ങിയ ഒരു ചെറുപ്പക്കാരൻ. സബയ, എന്താണ് നിന്റെ പേര്...? അവൻ ചോദിച്ചു.

തലവേദനകൊണ്ട് പുളയുന്ന ഞാൻ പറഞ്ഞു, നാദിയ.

നിനക്കിവിടെ ഇഷ്ടപ്പെട്ടോ, അവൻ ചോദിച്ചു.

ഞാൻ ഇവിടെയാണോ താമസിക്കാൻ പോകുന്നത്, മറുചോദ്യമായിരുന്നു എന്റെ ഉത്തരം. എവിടെയുമല്ലാത്ത ഈ ചെക് പോയന്റിലാണോ എന്റെ ഇനിയുള്ള താമസം...?

ഒരുപാട് കാലം നില്ക്കേണ്ടി വരില്ല, ഇത്രയും പറഞ്ഞ് അയാൾ പോയി.

മുറിയാകെ കറങ്ങുന്നതായി തോന്നി എനിക്ക്. ഞാൻ ഉച്ചത്തിൽ ചുമയ്ക്കുകയും ഓക്കാനിക്കുകയും ചെയ്തു. കുടിച്ച വെള്ളം ഛർദി ക്കാതിരിക്കാൻ ഞാൻ പാടുപെട്ടു. ഛർദിച്ചാൽ കൂടുതൽ പ്രശ്നമാ വുമെന്ന് തോന്നി.

മുറിയുടെ വാതിലിൽ മുട്ടുന്നതു കേട്ടു. നിനക്ക് വയ്യേ, നേരത്തെ വന്ന ചെറുപ്പക്കാരന്റെ ശബ്ദം പുറത്തുനിന്ന് കേട്ടു.

എനിക്ക് ഛർദിക്കണം, കുഴപ്പമുണ്ടോ...? ഞാൻ ചോദിച്ചു.

അയ്യോ, അവിടെയല്ല, അത് എന്റെ മുറിയാണ്, ഞാൻ പ്രാർഥി ക്കുന്നത് അവിടെയാണ്, അയാൾ പറഞ്ഞു.

എന്നാൽ എനിക്ക് കുളിമുറിയിൽ പോകണം. മുഖമൊന്ന് കഴു കണം. ഞാൻ പറഞ്ഞു.

വേണ്ട വേണ്ട, വാതിൽ തുറന്ന് അയാൾ പറഞ്ഞു, എല്ലാം ശരി യാകും. ഒരു നിമിഷം കാത്തിരിക്ക്.

അല്പസമയം കഴിഞ്ഞ് ഒരു പാത്രത്തിൽ ചൂടുള്ള എന്തോ ഒന്നു മായി അയാൾ തിരിച്ചുവന്നു. ഇത് കുടിക്ക്, ശരിയാകും. എന്റെ കയ്യി ലേക്ക് അത് തന്നുകൊണ്ട് അയാൾ പറഞ്ഞു. പച്ച നിറത്തിലുള്ള ആ ദ്രാവകത്തിന് ഔഷധസസ്യങ്ങളുടെ മണമുണ്ടായിരുന്നു.

ഞാൻ ചായ കുടിക്കില്ല, അയാളോട് പറഞ്ഞു.

ഇത് ചായയല്ല, തലവേദന മാറാനാണ്.

ചുണ്ടുകൾ കൂട്ടിപ്പിടിച്ച് നെഞ്ചിൽ കൈവച്ച് നിലത്ത് എനിക്ക് അഭിമുഖമായി അയാൾ ഇരുന്നു.

ഇങ്ങനെ കുടിക്ക്, അയാൾ കാണിച്ചു തന്നു. പാത്രത്തിൽനിന്ന് വരുന്ന ആവി വലിച്ചുകൊണ്ട് മെല്ലെ ദ്രാവകം കുടിക്കണം.

ഞാൻ പേടിച്ചു വിറച്ചു. ഇയാളാണ് എന്നെ വാങ്ങിയതെങ്കിൽ അടുത്ത നിമിഷം കൈ സ്വന്തം നെഞ്ചിൽ നിന്നെടുത്ത് എന്റെ മേൽ വയ്ക്കുമെന്നുറപ്പ്. എന്റെ തലവേദന മാറ്റാൻ നോക്കുന്നതുപോലും ഉപദ്രവിക്കാനാകണം.

അത് കുടിക്കുമ്പോൾ എന്റെ കൈകൾ വിറച്ചു. കുറച്ച് കുടിച്ചു കഴിഞ്ഞപ്പോൾ അയാൾ പാത്രം എന്റെ കയ്യിൽനിന്ന് വാങ്ങി നിലത്തു വച്ചു.

ഞാൻ കരയാൻ തുടങ്ങി. ഇന്ന് രാവിലെയാണ് രണ്ടുപേരുടെ കയ്യിൽ നിന്ന് ഞാൻ മോചിതയായത്. എനിക്ക് തീരെ വയ്യ, ഉപദ്രവി ക്കരുത്. തല പൊളിയുന്ന വേദനയാണ്. ഞാൻ യാചിച്ചു.

ശരിയാകും. എല്ലാം ശരിയാകും. ഇങ്ങനെ പറഞ്ഞുകൊണ്ട് അയാ ളെന്റെ വസ്ത്രമഴിക്കാൻ തുടങ്ങി. മുറിയിലെ ചൂടുകാരണം ഞാൻ അബയ മാറ്റിയിരുന്നു. അബു മുവായയുടെ സുഹൃത്ത് തന്ന നീല

വസ്ത്രമാണ് ഞാൻ അണിഞ്ഞിരുന്നത്. അയാൾ ഉയർത്താൻ ശ്രമിച്ച പാവാട പിടിച്ചുനിർത്തിയും മറ്റും ഞാൻ ചെറുക്കാൻ ശ്രമിച്ചു. ഇതോടെ അയാളുടെ ഭാവം മാറി. എന്റെ തുടകളിൽ ആഞ്ഞടിച്ചു ഭീകരൻ. നിന്റെ ആരോഗ്യം ശരിയാകാൻ പോവുകയാണ്. ആ പറഞ്ഞതിന് ഒരു ഭീഷണിയുടെ സ്വരമുണ്ടായിരുന്നു. പകുതി വസ്ത്രം ഇട്ടുനില്ക്കുമ്പോൾ തന്നെ അയാളെന്നെ ബലാത്സംഗം ചെയ്യാൻ തുടങ്ങി. വളരെ വേഗത്തിൽ തീർത്ത് അയാൾ എണീറ്റിരുന്നു. സ്വന്തം വസ്ത്രം നേരെയാക്കി അയാൾ എന്നോട് പറഞ്ഞു. ഞാൻ വേഗം വരും, നിന്നെ ഇവിടെത്തന്നെ നിർത്താമോയെന്ന് നോക്കട്ടെ.

അയാൾ പോയിക്കഴിഞ്ഞപ്പോൾ ഞാൻ എണീറ്റിരുന്ന് വസ്ത്രം നേരെയാക്കി. അല്പനേരം കരഞ്ഞു. എന്നിട്ട് പാത്രത്തിൽ ബാക്കിയുണ്ടായിരുന്നത് എടുത്ത് കുടിക്കാൻ തുടങ്ങി. കരഞ്ഞിട്ട് എന്ത് പ്രയോജനം? ഇളംചൂട് പാനീയം എന്റെ തലവേദനയ്ക്ക് ആശ്വാസം പകർന്നു.

ഭീകരൻ തിരികെ വന്നു. ഒന്നും സംഭവിക്കാത്ത മട്ടിൽ എന്നോട് കൂടുതൽ വെള്ളം വേണോയെന്ന് ചോദിച്ചു. വേണ്ടെന്ന് ഞാൻ തലയാട്ടി.

ഇപ്പോൾ ഒരു കാര്യം ബോധ്യമായി. ഈ മെലിഞ്ഞവൻ ഉൾപ്പെടെ പ്രത്യേകിച്ച് ആരുടെയും സ്വത്തല്ല ഞാൻ. ഞാൻ ചെക്പോയന്റിലെ സബയയാണ്. വഴിയേ പോകുന്ന ഏതൊരാൾക്കും എന്നെ ഉപയോഗിക്കാം. ഈ അടച്ചിട്ട മുറിയിൽ കുറേ അഴുകിയ ആപ്പിളുകളുമായി ഞാൻ ഇരിക്കണം. വാതിൽ തുറന്ന് അടുത്തയാൾ വരുന്നതും കാത്ത്. ഇനി ഇതാണെന്റെ ജീവിതം.

ഭീകരൻ പോയ ശേഷവും എനിക്ക് തലകറങ്ങുന്നുണ്ടായിരുന്നു. എഴുന്നേറ്റ് നടക്കുന്നതാവും ഉചിതമെന്ന് തോന്നി. തടവുപുള്ളിയെപ്പോലെ ആ മുറിയിലാകെ ചുറ്റിത്തിരിയുകയല്ലാതെ എനിക്ക് വേറെ മാർഗ്ഗമില്ലായിരുന്നു. ജലശീതീകരണി, പഴപ്പാത്രം, ടി.വി., പ്രാർഥനാവിരി എന്നിവയുടെ സമീപത്തുകൂടി വീണ്ടും വീണ്ടും നടക്കുക തന്നെ. ടി.വി. പ്രവർത്തിപ്പിക്കാൻ ഞാൻ ശ്രമിച്ചില്ല. ഭിത്തിയുടെ വെളുത്ത പ്രതലത്തിലെ തടിപ്പുകളിലൂടെ ഞാൻ കയ്യോടിച്ചു. അവ എന്തോ സന്ദേശങ്ങൾ കരുതിവച്ചതുപോലെ. വീണ്ടും മാസമുറയായോ എന്നറിയാൻ ഞാൻ അടിവസ്ത്രമൂരി പരിശോധിച്ചു. ആയിട്ടുണ്ടായിരുന്നില്ല. ഞാൻ കട്ടിലിൽ ഇരുന്നു.

അല്പസമയം കഴിഞ്ഞ് മറ്റൊരു ഭീകരൻ വന്നു. നല്ല വലിപ്പമുള്ള അയാൾ ഉച്ചത്തിലും വെറുപ്പോടെയുമാണ് സംസാരിച്ചത്.

നിനക്കാണോ സുഖമില്ലാത്തത്...? അയാൾ ചോദിച്ചു

ഇവിടെ വേറെ ആരെല്ലാമുണ്ട്, ഞാൻ തിരിച്ചു ചോദിച്ചു.

അതൊന്നും നീ അറിയേണ്ട, നിനക്കാണോ സുഖമില്ലാത്തത്...?

അതെ, ഞാൻ തലയാട്ടി.

അകത്തേക്ക് വന്ന് അയാൾ മുറി കുറ്റിയിട്ടു. അയാളുടെ ബെൽറ്റിൽ ഒരു തോക്ക് തൂങ്ങിക്കിടന്നിരുന്നു. അത് വലിച്ചെടുത്ത് സ്വന്തം തലയിൽ വച്ചാലോയെന്ന് ഞാനോർത്തു. എന്നെ കൊന്നു കളയ്, അയാളോട് പറയണമെന്നു തോന്നി. പക്ഷേ, തോക്കെടുക്കാനുള്ള എന്റെ ശ്രമം തെറ്റിദ്ധരിക്കപ്പെട്ടേക്കാം. മരണത്തേക്കാൾ ഭീകരമായ ശിക്ഷയായിരിക്കും അതിന് ലഭിക്കുക. വേണ്ട. ആ ചിന്ത ഞാൻ ഉപേക്ഷിച്ചു.

മറ്റേ ഭീകരനിൽനിന്ന് വ്യത്യസ്തമായി ഇയാൾ മുറി കുറ്റിയിട്ടിരിക്കുന്നു എന്നത് എന്നെ കൂടുതൽ ഭയപ്പെടുത്തി. അയാളിൽ നിന്ന് അകന്നു മാറാൻ ഞാൻ ശ്രമിച്ചു. തലകറങ്ങിയ ഞാൻ താഴെ വീണു. പൂർണ്ണമായും ബോധം പോയില്ല.

അർധബോധാവസ്ഥയിൽ കിടന്ന എന്റെ അടുത്ത് വന്നിരുന്ന് അയാൾ പറഞ്ഞു, നീ പേടിച്ചിരിക്കുകയാണ്. കരുണയല്ല ക്രൂരമായ പരിഹാസമാണ് അയാളുടെ ശബ്ദത്തിൽ നിറഞ്ഞിരുന്നത്.

ഹാജീ, എനിക്ക് തീരെ വയ്യ, ദയവായി മനസ്സിലാക്കൂ, ഞാൻ പറഞ്ഞു. ഇത് ഞാൻ ആവർത്തിച്ചുകൊണ്ടേയിരുന്നു. പക്ഷേ, എന്നെ തോളിൽ പിടിച്ച് പൊക്കി അയാൾ കിടക്കയിലേക്കിട്ടു. എന്റെ കാലും കാല്പാദങ്ങളും തറയിൽ ഉരസി വലിഞ്ഞു.

പൊട്ടിച്ചിരിച്ചുകൊണ്ട് അയാൾ ചോദിച്ചു നിനക്ക് ഇവിടെ ഇഷ്ടപ്പെട്ടോ, ഇവിടെ നിനക്ക് എന്താണ് കിട്ടാൻ പോവുന്നതെന്നറിയുമോ, അയാൾ പരിഹാസം തുടർന്നു.

എല്ലാവരും ഒന്നുതന്നെയാണ് ചെയ്യുന്നത്, ഞാൻ പറഞ്ഞു.

എന്റെ തല ശൂന്യമാവുന്നതുപോലെ, കാഴ്ച മറയുംപോലെ.

അയാൾ എടുത്തിട്ടിടത്ത് കണ്ണടച്ച് ഞാൻ കിടന്നു. എന്താണ് സംഭവിക്കുന്നതെന്ന് മറക്കാൻ ശ്രമിച്ചുകൊണ്ട്.

ഞാൻ സ്വയം ആരാണെന്നു പോലും മറക്കുന്നു. എല്ലാ അവയവങ്ങൾക്കും മരവിപ്പ്. സംസാരിക്കാനോ ശ്വസിക്കാനോ പോലുമാവുന്നില്ല.

അയാൾ എന്നെ പുച്ഛിച്ചുകൊണ്ടേയിരുന്നു. നീ രോഗിയാണ്. മിണ്ടരുത്, എന്റെ വയറിൽ കൈവച്ചുകൊണ്ട് ഭീകരൻ പറഞ്ഞു.

എന്താണ് നീ ഇങ്ങനെ മെലിഞ്ഞിരിക്കുന്നത്...? ഭക്ഷണമൊന്നും കഴിക്കാറില്ലേ.

ഹാജി, എനിക്ക് തീരെ വയ്യ, എന്റെ ശബ്ദം വായുവിലലിഞ്ഞപ്പോഴേയ്ക്കും അയാളെന്റെ വസ്ത്രം ഉയർത്തിയിരുന്നു.

ഇങ്ങനെയായിരിക്കുമ്പോൾ എനിക്ക് നിന്നെ കൂടുതൽ ഇഷ്ടമാണ്, ക്ഷീണിച്ചിരിക്കുമ്പോൾ ചെയ്യുന്നതാണ് എനിക്ക് താല്പര്യം. അയാൾ പറഞ്ഞു.

പന്ത്രണ്ട്

എന്റേതുപോലുള്ള കഥകൾ ഓരോ സബയയ്ക്കും പറയാനുണ്ട്. സഹോദരിമാരിൽ നിന്നോ ബന്ധുക്കളിൽ നിന്നോ അയല്പക്കക്കാരിൽ നിന്നോ സഹപാഠികളിൽ നിന്നോ നേരിട്ട് കേൾക്കുമ്പോഴാണ് ഐസിസ് ക്രൂരതയുടെ ശരിയായ ചിത്രം ലഭിക്കുക. കരഞ്ഞതിനോ രക്ഷപ്പെടാൻ ശ്രമിച്ചതിനോ ക്രൂരശിക്ഷകൾ ഏറ്റുവാങ്ങേണ്ടി വന്ന ദൗർഭാഗ്യവതി ഒരാൾ മാത്രമായിരുന്നില്ലെന്ന് അപ്പോഴാണ് ബോധ്യ മാവുക. ഭീകരർ എല്ലായിടത്തും ഒരുപോലെയായിരുന്നു. ഞങ്ങളെ ഉപ ദ്രവിക്കുന്നത് അവകാശമായി കരുതിയവർ.

ഭർത്താക്കന്മാർ കൺമുന്നിൽ കൊല്ലപ്പെടുന്നത് കണ്ടുനിന്ന സ്ത്രീ കൾ, സിൻജാർ കൂട്ടക്കുരുതിയെക്കുറിച്ചുള്ള ഭീകരരുടെ വീരവാദം കേട്ടവർ. ഇങ്ങനെ എത്രയോ പേർ. വീടുകളിലോ ഹോട്ടലുകളിലോ എന്തിന് ജയിലുകളിൽ പോലും പാർപ്പിച്ചാണ് ഈ സ്ത്രീകളെ ബലാത്സംഗം ചെയ്യുന്നത്. ചിലരെല്ലാം കുട്ടികളാണ്. മാസമുറപോലു മാവാത്തവരെപ്പോലും ബലാത്സംഗം ചെയ്തു. ഒരു പെൺകുട്ടിയെ കയ്യുംകാലും കെട്ടിയിട്ട് ബലാത്സംഗം ചെയ്തപ്പോൾ മറ്റൊരാളെ ഉറങ്ങിക്കിടന്നപ്പോഴാണ് ഉപദ്രവിച്ചത്. ഭീകരരെ അനുസരിക്കാതിരുന്ന കുട്ടികളെ പട്ടിണിക്കിട്ടും ഉപദ്രവിച്ചു. എല്ലാം അനുസരിച്ചിട്ടും ഈ പീഡനം സഹിച്ചവരുണ്ട്.

ഞങ്ങളുടെ ഗ്രാമത്തിൽ നിന്നുള്ള ഒരു സ്ത്രീയെയുംകൊണ്ട് വാങ്ങിയ ആൾ ഹംദാനിയയിൽ നിന്ന് മൊസൂളിലേക്ക് പോവുകയാ യിരുന്നു. കാത്തിരിക്കാൻ പറ്റാത്തുകൊണ്ട് യാത്രാമധ്യേ കാർ വഴി യരികിൽ നിർത്തിയിട്ട് അതിനുള്ളിൽവച്ച് അവരെ ബലാത്സംഗം ചെയ്തു. 'പൊതുനിരത്തിലായിരുന്നു അത്. എന്റെ കാലുകൾ കാറിന് വെളിയിൽ കിടന്നു...'. അവർ എന്നോട് പറഞ്ഞു. വീടെത്തിയപ്പോൾ മുടിയിൽ ചായം പുരട്ടിയും പുരികങ്ങൾ ആകൃതിയിലാക്കിയുമെല്ലാം ഭാര്യയെപ്പോലെ പെരുമാറാൻ അവളോട് അയാൾ നിർദ്ദേശിച്ചു.

കാതറീനെ കൊണ്ടുപോയത് ഒരു ഡോക്ടറാണ്. ഐസിസ് വരുന്ന തിനുമുമ്പ് യസീദി ഗ്രാമങ്ങളിലും സേവനമനുഷ്ഠിച്ചിട്ടുള്ളയാണ് ഡോ. ഇസ്ലാം. എല്ലാ ആഴ്ചയും സബയകളെ മാറ്റി പുതിയവരെ കൊണ്ടു വരുന്നത് അയാൾക്ക് ഹരമായിരുന്നു. പക്ഷേ, ഏറ്റവും ഇഷ്ടപ്പെട്ട കാത റീനെ അയാൾ മാറ്റിയില്ല. ഹാജി സല്മാൻ എന്നോട് പറഞ്ഞതു

പോലെ കാതറീനോടും എപ്പോഴും അണിഞ്ഞൊരുങ്ങിയിരിക്കാൻ അയാൾ ആവശ്യപ്പെട്ടിരുന്നു. ഒരുങ്ങിവരുന്ന അവളെ ചേർത്തുനിർത്തി ഫോട്ടോകളെടുക്കുന്നതും പതിവായിരുന്നു. ഒരു ചിത്രത്തിൽ അവർ നദിയിലൂടെ നടക്കുകയായിരുന്നു. നവദമ്പതികളെപ്പോലെയാണ് ഡോ. ഇസ്ലാം കാതറീനെ ചേർത്തു പിടിച്ചിരുന്നത്. അല്പം മാറിക്കിടന്ന നിഖാബിനിടയിലൂടെ കഷ്ടപ്പെട്ട് പുഞ്ചിരിക്കാൻ ശ്രമിക്കുന്നതു കണ്ടാൽ അവളുടെ മുഖം രണ്ടായി തോന്നും. സന്തോഷവതിയായിരിക്കാനും അയാളെ ഇഷ്ടപ്പെടുന്നതുപോലെ പെരുമാറാനും ഡോ. ഇസ്ലാം അവളെ നിർബന്ധിച്ചിരുന്നു. പക്ഷേ, എനിക്ക് അവളെ അറിയാം. ആ പുഞ്ചിരിക്ക് പിന്നിൽ വലിയ ഭീതി മറഞ്ഞിരിക്കുന്നുണ്ട്. ആറു തവണ രക്ഷപെടാൻ ശ്രമിച്ചെങ്കിലും സഹായമഭ്യർഥിച്ച് എത്തിയിടത്തുനിന്നെല്ലാം ആളുകൾ അവളെ ഡോ. ഇസ്ലാമിന് തിരികെ നല്കി. ഓരോ തവണയും അയാളിൽനിന്ന് ക്രൂരമായ ശിക്ഷയും ഏറ്റുവാങ്ങേണ്ടി വന്നു. കഥകൾ അവസാനിക്കുന്നില്ല.

ഒരു രാത്രി ഞാൻ ചെക്പോയന്റിലായിരുന്നു. ഭീകരന്റെ റേഡിയോയുടെ ശബ്ദമാണ് രാവിലെ ഉണർത്തിയത്. നിനക്ക് എങ്ങനെയുണ്ട്, അയാൾ ചോദിച്ചു. ഉറക്കം വന്നതേയില്ല, എനിക്ക് വയ്യ, എനിക്ക് ഇവിടെ തുടരേണ്ട. ഞാൻ പറഞ്ഞു.

അപ്പോൾ നിനക്ക് ചിലത് ആവശ്യമുണ്ട്, നിന്നെ എങ്ങനെ സുഖമാക്കാമെന്ന് ഞാൻ കാണിച്ചുതരാം. റേഡിയോ സന്ദേശങ്ങൾക്ക് മറുപടി പറഞ്ഞുകൊണ്ട് അയാൾ മുറിവിട്ടു.

മുറി അവർ പൂട്ടിയിട്ടിരുന്നു. ചെക്പോയന്റ് കടന്ന് വണ്ടികൾ പോകുന്നതിന്റെയും ഭീകരരുടെ ആശയവിനിമയത്തിന്റെയും ശബ്ദം കേൾക്കാം. മരിക്കുംവരെ എന്നെ അവിടെയിടുമെന്ന് ഞാൻ കരുതി. പുറത്തിറക്കാൻ ആവശ്യപ്പെട്ട് വാതിലിൽ ഇടിക്കുന്നതിനിടെ ഞാൻ വീണ്ടും ഛർദിക്കാൻ തുടങ്ങി. തറയിലും വിരിയിലുമെല്ലാം ഛർദിയായി. മെലിഞ്ഞ ഭീകരൻ വന്ന് എന്നോട് ഹിജാബ് മാറ്റാൻ പറഞ്ഞു. ഞാൻ ഛർദിക്കുമ്പോൾ അയാൾ എന്റെ തലയിലൂടെ വെള്ളമൊഴിച്ചു. 15 മിനിറ്റോളം തലേന്നു കുടിച്ച പാനീയവും ബാക്കി വെള്ളവും ഞാൻ ഛർദിച്ചു. ശരീരം പൂർണ്ണമായും നിർജലീകരിക്കപ്പെട്ടതുപോലെ. പോയി കുളിക്ക്. ഭീകരൻ എന്നോട് പറഞ്ഞു. എന്നെ മൊസൂളിലേക്ക് കൊണ്ടുപോകാൻ അബു മുവായയുടെ വാൻ എത്തിയിരുന്നു.

കുളിമുറിയിൽ കയറിയ ഞാൻ മുഖത്തും കയ്യിലുമെല്ലാം വെള്ളമൊഴിച്ചു. പനി പിടിച്ചതുപോലെ ശരീരമാകെ വിറയ്ക്കുന്നുണ്ടായിരുന്നു. നേരെ നില്ക്കാൻ ഞാൻ പാടുപെട്ടു.

കൊച്ചോ വിട്ടതുമുതൽ ഞാൻ മരണം ആഗ്രഹിച്ചു. സല്മാൻ കൊല്ലുമെന്ന് ഞാൻ ആഗ്രഹിച്ചു. എന്റെ ജീവനെടുക്കണേയെന്ന്

ദൈവത്തോട് പ്രാർഥിച്ചു. ഭക്ഷണവും വെള്ളവും കഴിക്കാതെ സ്വയം ഇല്ലാതാകാൻ ശ്രമിച്ചു. ബലാത്സംഗം ചെയ്യുകയും മർദ്ദിക്കുകയും ചെയ്യുന്നവർ കൊല്ലുമെന്ന് ഞാൻ പ്രതീക്ഷിച്ചു. പക്ഷേ, മരണം എന്നെത്തേടി വന്നില്ല. കുളിമുറിയിലിരുന്ന് ഞാൻ കരഞ്ഞു. കൊച്ചോ വിട്ടതിനുശേഷം ഇതാദ്യമായാണ് ശരിക്കും മരിക്കാൻ പോകുന്നതു പോലെ തോന്നുന്നത്. പക്ഷേ, അടുത്തുവന്നപ്പോൾ മരണം ഞാൻ ആഗ്രഹിച്ചിരുന്നില്ല.

മൊസൂളിലേക്ക് കൊണ്ടുപോകാൻ ഇപ്പോൾ വന്നിരിക്കുന്നത് മറ്റൊരു ഭീകരനാണ്. ഹാജി അമീർ എന്നാണ് അയാളുടെ പേര്. എന്റെ പുതിയ ഉടമയായിരിക്കുമെന്ന് ഞാൻ ഊഹിച്ചു. ചോദിക്കാൻ പോലുമുള്ള ശേഷി ഇല്ലായിരുന്നു എനിക്ക്. ചെക്പോയന്റിൽനിന്ന് അധിക ദൂരമുണ്ടായിരുന്നില്ല മൊസൂളിലേക്ക്. പക്ഷേ, ഇടയ്ക്കിടെ എനിക്ക് ഛർദിക്കാൻ വണ്ടി നിർത്തേണ്ടി വന്നതിനാൽ മൊസൂളെത്താൻ ഒരു മണിക്കൂറെടുത്തു. എന്താണ് നിനക്ക് വയ്യാതാവാൻ കാരണം? ഹാജി അമർ ചോദിച്ചു. നിരന്തരമുള്ള ബലാത്സംഗങ്ങളാണെന്ന് ഞാൻ പറഞ്ഞില്ല. ഭക്ഷണം കഴിച്ചിട്ടും വെള്ളം കുടിച്ചിട്ടും ദിവസങ്ങളായി. ഇവിടുത്തെ ചൂടും താങ്ങാനാവുന്നില്ല, ഞാൻ പറഞ്ഞു

മൊസൂളിലെത്തിയപ്പോൾ അയാളൊരു ഫാർമസിയിൽ പോയി എന്തെല്ലാമോ മരുന്നു വാങ്ങി. വീടെത്തിയപ്പോൾ എനിക്ക് തന്നു. വഴിയിലുടനീളം ഞാൻ തേങ്ങിക്കരയുകയായിരുന്നു. പണ്ട് ഞാനിങ്ങനെ എന്തിനെങ്കിലും കരയുമ്പോൾ ചേട്ടന്മാർ കളിയാക്കും. അതുപോലെ ഹാജി അമീറും എന്നെ കളിയാക്കി. ഇത്രയും വലിയ കുട്ടികൾ ഇങ്ങനെ കരയാൻ പാടില്ല. അയാൾ ചിരിച്ചു.

അയാളുടെ ചെറിയ വീടിന് ഇരുണ്ട പച്ച നിറത്തിൽ വെള്ള വരകളുള്ള പെയിന്റാണ് അടിച്ചിരുന്നത്. ഐസിസിന്റെ പക്കലായിട്ട് അധികനാളായില്ലെന്ന് തോന്നുന്നു. വൃത്തിയുള്ള ആ വീട്ടിൽ ഐസിസ് പതാകകളോ യസീദി പെൺകുട്ടികൾ ഉപേക്ഷിച്ചുപോയ വസ്ത്രങ്ങളോ കണ്ടില്ല. സോഫയിൽ കിടന്നതേ ഞാൻ ഉറങ്ങിപ്പോയി. വൈകുന്നേരം കണ്ണുതുറന്നപ്പോൾ തലവേദനയും ഓക്കാനവും മാറി. ഫോൺ അടുത്തുവച്ച് മറ്റൊരു സോഫയിൽ ഡ്രൈവർ കിടപ്പുണ്ടായിരുന്നു. ഞാൻ കണ്ണുതുറന്നെന്നു കണ്ട അയാൾ ചോദിച്ചു. അസുഖം മാറിയോ...? കുറച്ച്, ഞാൻ പറഞ്ഞു. തൊടാൻ പറ്റാത്തത്ര അവശയാണ് ഞാനെന്ന് അയാൾ കരുതിക്കൊള്ളട്ടെ. തളർന്നു, എന്തെങ്കിലും കഴിക്കാൻ വേണം, ഞാൻ പറഞ്ഞു. രണ്ടു ദിവസംമുമ്പ് അബു മുവായ

യുടെ വീട്ടിൽ നിന്ന് പ്രാതൽ കഴിച്ചതാണ്. അതുതന്നെ മുഴുവൻ ഛർദിച്ചു. പിന്നീട് ഒന്നും കഴിച്ചിട്ടുമില്ല.

കുറച്ച് ഖുർആൻ വായിച്ചിട്ട് പ്രാർഥിക്ക്, വേദനയെല്ലാം പൊയ്ക്കോളും. അയാൾ പറഞ്ഞു.

ബാഗുമെടുത്താണ് ഞാൻ കുളിമുറിയിലേക്ക് പോയത്. സ്വീകരണമുറിയിൽ അത് വച്ചുപോയാൽ ഭീകരൻ കൈക്കലാക്കുമെന്ന് ഞാൻ ഭയന്നു. സാനിറ്ററി പാഡുകളും തുണികളും മാത്രമേയുള്ളൂ എന്ന് കരുതിയാലും അത് എടുത്തേക്കും. അകത്തുകയറി കതകടച്ച ഞാൻ സാനിറ്ററി പാഡുകൾക്കിടയിൽ തിരുകിവച്ച ആഭരണങ്ങൾ അവിടെയുണ്ടെന്ന് ഉറപ്പുവരുത്തി. ഓരോ പാഡായി എടുത്തുനോക്കിയാലേ ആർക്കെങ്കിലും അത് കണ്ടെത്താനാവൂ. ആണുങ്ങൾ അങ്ങനെ ചെയ്യാൻ സാധ്യതയില്ല. അമ്മയുടെ റേഷൻ കാർഡെടുത്ത് കയ്യിൽ പിടിച്ച ഞാൻ ഒരു നിമിഷം അവരെ ഓർത്തു. കുളിമുറിയിൽ നിന്നിറങ്ങുമ്പോൾ ഒന്ന് ഞാൻ തീരുമാനിച്ചിരുന്നു. ഈ ഭീകരനിൽനിന്ന് കുറേ വിവരങ്ങൾ മനസ്സിലാക്കണം.

തനിച്ചായ ഉടൻ ബലാത്സംഗം ചെയ്യാത്ത പുരുഷൻ എനിക്ക് അദ്ഭുതമായിരുന്നു. മറ്റ് ഐസിസ് ഭീകരിൽ നിന്ന് വ്യത്യസ്തമായി അസുഖബാധിതയായ എന്നോട് ഹാജി അമീറിന് സഹതാപം തോന്നിയതാവുമോ...? ചിലപ്പോൾ എന്റെ കാവല്ക്കാരനെന്ന ജോലി മാത്രമാവും ഇയാൾക്ക്. തിരികെ സ്വീകരണമുറിയിൽ വന്നു. മുമ്പ് സല്മാൻ ഇരുന്നതുപോലെ ക്രൂരമായ കണ്ണുകളോടെ എന്നെ നോക്കിയിരിക്കുന്ന ഹാജി അമീറിനെയാണ് കണ്ടത്. ബലാത്സംഗം ചെയ്തില്ലെങ്കിലും അയാൾ എന്നെ കണക്കറ്റ് ഉപദ്രവിച്ചു. അത് കഴിഞ്ഞ് ചിരപരിചിതയോടെന്ന പോലെ സോഫയിൽ ചാരിയിരുന്ന് എന്നോട് സാധാരണ രീതിയിൽ സംസാരിക്കാൻ തുടങ്ങി.

നീ ഒരാഴ്ച ഈ വീട്ടിൽ താമസിക്കും. അതുകഴിഞ്ഞ് സിറിയയിലേക്ക് പോകണം. അയാൾ പറഞ്ഞു.

എനിക്ക് സിറിയയിലേക്ക് പോകേണ്ട, മൊസൂളിൽ തന്നെ വേറെ എവിടെയങ്കിലും കൊണ്ടുപൊയ്ക്കോളൂ, സിറിയയിലേക്ക് അയയ്ക്കരുത്. ഞാൻ യാചിച്ചു.

പേടിക്കേണ്ട, സിറിയയിൽ നിന്നെപ്പോലെ ധാരാളം സബയകളുണ്ട്, അയാൾ പറഞ്ഞു.

അറിയാം, പക്ഷേ, എനിക്ക് പോകേണ്ട, ഞാൻ പറഞ്ഞു.

എന്നെയൊന്ന് നോക്കിയിട്ട് അയാൾ പറഞ്ഞു, നമുക്ക് നോക്കാം.

ഒരാഴ്ച ഇവിടെയുണ്ടെങ്കിൽ എനിക്ക് മരുമക്കളായ റോജിയാനെയും കാതറീനെയും കാണാൻ പറ്റുമോ, ഞാൻ ചോദിച്ചു.

അവരൊക്കെ സിറിയയിലാവും, സിറിയയിൽ പോകുമ്പോൾ ചില പ്പോൾ നിനക്ക് അവരെയും കാണാൻ പറ്റും, അയാൾ പറഞ്ഞു.

കുറച്ചുദിവസം മുമ്പ് ഞാനവരെ കണ്ടതാണ്. അവർ മൊസൂളിൽ എവിടെയോ ഉണ്ട്. ഞാൻ പറഞ്ഞു

എനിക്ക് നിന്നെ സഹായിക്കാൻ പറ്റില്ല. എനിക്കറിയാവുന്നത് നിന്നെ ഇവിടെ സൂക്ഷിക്കണമെന്നാണ്, നാളെത്തന്നെ ചിലപ്പോൾ സിറിയയിലേക്ക് കൊണ്ടുപോയേക്കാം.

എനിക്ക് ദേഷ്യം വന്നു, എന്തുവന്നാലും ഞാൻ സിറിയയിലേക്ക് പോവില്ല, എന്റെ ഉത്തരം ഉറച്ചതായിരുന്നു

പുഞ്ചിരിയോടെയായിരുന്നു ഹാജി അമീറിന്റെ ഉത്തരം. കാര്യങ്ങ ളൊക്കെ തീരുമാനിക്കുന്നത് ആരാണെന്നാണ് നീ മനസ്സിലാക്കിയത്. ഇന്നലെ വരെ നീ എവിടെയായിരുന്നു, ഇന്ന് എവിടെയാണ്, അയാ ളുടെ ശബ്ദം ഉയർന്നതേയില്ല.

അയാൾ അടുക്കളയിലേക്ക് പോയി. മുട്ട വറുക്കുന്നതിന്റെ ശബ്ദം കേട്ടു. ഞാൻ പിന്നാലെ ചെന്നു. ഒരു പാത്രത്തിൽ മുട്ടയും തക്കാളിയും എനിക്കായി എടുത്ത് വച്ചിരുന്നു. നല്ല വിശപ്പുണ്ടായിട്ടും എനിക്ക് കഴിക്കാൻ തോന്നിയില്ല. സിറിയയിലേക്ക് പോകുന്നതോർത്ത് എന്റെ ശരീരം വിറച്ചു. ഇരിക്കാൻ കൂടി കഴിയുന്നില്ല. ഞാൻ കഴിക്കുന്നില്ല എന്നത് അയാൾ ശ്രദ്ധിച്ചതേയില്ല.

അയാളുടെ കഴിപ്പു കഴിഞ്ഞപ്പോൾ എന്നോട് ഇപ്പോൾ ഇട്ടിരിക്കുന്ന തല്ലാതെ വേറെ അബയ കയ്യിലുണ്ടോയെന്ന് ചോദിച്ചു.

എന്റെ കയ്യിൽ ഇതേയുള്ളൂ, ഞാൻ പറഞ്ഞു.

സിറിയയിൽ നിനക്ക് കൂടുതൽ വേണ്ടി വന്നേക്കും, ഞാൻ പോയി വാങ്ങി വരാം.

കാറിന്റെ. താക്കോലുമെടുത്ത് അയാൾ പുറത്തേക്ക് നടന്നു. ഇവി ടെയിരിക്ക്, ഞാൻ വേഗം വരാം. വാതിൽ വലിച്ചടച്ച് അയാൾ പോയി.

ഞാൻ തനിച്ചായി. ആ വീട്ടിൽ മറ്റാരുമുണ്ടായിരുന്നില്ല. സമ്പൂർണ്ണ നിശ്ശബ്ദത.

പ്രധാന നഗരത്തിൽനിന്ന് അല്പം വിട്ടായിരുന്നു ആ വീട്. ശാന്ത മായ തെരുവുകൾ. ഏതാനും വാഹനങ്ങൾ മാത്രം. അടുത്തടുത്താണെ ങ്കിലും എല്ലാം ചെറിയ വീടുകൾ. ആളുകൾ വീടുകളിൽനിന്ന് വീടുക ളിലേക്ക് പോകുന്നതും വരുന്നതുമെല്ലാം അടുക്കളയുടെ ജനാലയി ലൂടെ എനിക്ക് കാണാമായിരുന്നു. മൊസൂളിന് പുറത്തേക്ക് നീണ്ടു കിടക്കുന്ന പ്രധാനപാതയും കാണാം. ഹാജി സല്മാന്റെ പ്രദേശം പോലെ തിരക്കേറിയതോ ഹംദാനിയ പോലെ എല്ലാവരാലും ഉപേക്ഷി ക്കപ്പെട്ടതോ അല്ല, വളരെ ശാന്തമായ പ്രദേശം. ജനാലയിലൂടെ അര മണിക്കൂറോളം പുറത്തേക്ക് നോക്കി നിന്നു ഞാൻ. പെട്ടെന്ന് ഒരു

കാര്യം ഞാൻ തിരിച്ചറിഞ്ഞു. റോഡിൽ എവിടെയും സാധാരണ മനുഷ്യരെയോ ഐസിസ് ഭീകരരെയോ കാണാനില്ല.

ഹാജി സല്മാന്റെ വീട്ടിലെ കൊടിയ ശിക്ഷയ്ക്കുശേഷം ആദ്യമായി രക്ഷപ്പെടൽ എന്ന ആശയം മനസ്സിൽ വന്നു. ചെക്പോയന്റിലെ പീഡനവും സിറിയയിലേക്ക് കൊണ്ടുപോവുകയാണെന്ന തിരിച്ചറിവുമാണ് ആ ചിന്തയ്ക്ക് ആക്കം കൂട്ടിയത്. അടുക്കള ജനാലയിൽ കൂടി ചാടുന്നതിനെക്കുറിച്ച് ഞാൻ ചിന്തിച്ചു. പക്ഷേ, അതിനുമുമ്പ് എന്തെങ്കിലും കാരണത്താൽ മുൻവാതിൽ അയാൾ കുറ്റിയിടാൻ വിട്ടുപോയിട്ടുണ്ടോയെന്ന് നോക്കാം. തടി കൊണ്ടുള്ള കൂറ്റൻ വാതിലായിരുന്നു അത്. മഞ്ഞനിറത്തിലുള്ള പിടിയിൽ ഞാൻ ആഞ്ഞു തിരിച്ചു. നിരാശയായിരുന്നു ഫലം. അത് അനങ്ങിയില്ല. വാതിൽ കുറ്റിയിടാതെ പോകാൻ മാത്രം മരമണ്ടനാവില്ല അയാൾ. പക്ഷേ, അവസാനമായി ഞാൻ സർവ്വശക്തിയുമെടുത്ത് അതിൽ വലിച്ചു. ഞാൻ മറിഞ്ഞുവീണെങ്കിലും അദ്ഭുതമെന്നു പറയട്ടെ, വാതിൽ തുറന്നു.

പരിഭ്രാന്തയായാണ് ഞാൻ വരാന്തയിലേക്കിറങ്ങിയത്. ഏതു നിമിഷവും ഒരു തോക്ക് എന്റെ നേരെ നീളാം, കാവല്ക്കാരന്റെ അലർച്ച കേൾക്കാം. പക്ഷേ, ഒന്നുമുണ്ടായില്ല. പടികളിറങ്ങി ഞാൻ പൂന്തോട്ടത്തിലേക്ക് നടന്നു. നിഖാബ് ധരിക്കാത്തതുകൊണ്ട് തല താഴ്ത്തി ഇരുവശങ്ങളിലേക്കും നോക്കിക്കൊണ്ടാണ് നടന്നത്. കാവല്ക്കാരോ ഭീകരരോ ഉണ്ടോയെന്ന് എന്റെ കണ്ണുകൾ പരതി. പക്ഷേ, ആരുമുണ്ടായിരുന്നില്ല. ആരും എന്റെ നേരെ അലറിയില്ല. ആരും കാണുന്നുപോലുമില്ലെന്ന് തോന്നുന്നു. പൂന്തോട്ടത്തിന് ഒരു ചെറിയ മതിലുണ്ട്. ചവറ്റുവീപ്പ എടുത്തുവച്ചാൽ എനിക്ക് സുഖമായി ചവിട്ടി മതിൽ ചാടിക്കടക്കാം. എന്റെ വയറിനുള്ളിൽ ആകാംക്ഷയുടെ ആന്തലുണ്ടായി.

പെട്ടെന്ന് എന്തോ ആവേശിച്ചതുപോലെ ഞാൻ വീടിനുള്ളിലേക്ക് തിരിഞ്ഞോടി. ബാഗെടുത്തു, നിഖാബും ധരിച്ചു. കഴിയുന്നത്ര വേഗത്തിൽ തിരിച്ചോടി. എപ്പോഴാണ് ഹാജി അമീർ വരികയെന്നറിയില്ലല്ലോ. നാളെത്തന്നെ സിറിയയിലേക്ക് കടത്തിയാലോ...? നിഖാബ് മുഖത്തേക്ക് വലിച്ചിട്ട് ബാഗ് തോളിൽ തൂക്കി. വാതിലിന്റെ പൂട്ട് വലിച്ചു. ഇത്തവണ അത് വേഗം തുറന്നു. വരാന്തയിലേക്ക് ചുവടുവച്ചു ഞാൻ. പക്ഷേ, കാറ്റ് മുഖത്തേക്ക് വന്നതും അബയയിൽ പിടിച്ച് എന്നെ ആരോ പിറകോട്ട് വലിച്ചു. എനിക്ക് വയ്യ, എനിക്ക് ശുദ്ധവായു വേണം, പിറകിൽ നില്ക്കുന്നത് ഭീകരനാവും എന്നുറപ്പിച്ച് ഞാൻ പറഞ്ഞു. സല്മാന്റെ ജോലിക്കാർ മുറിയിൽ വന്ന ദിവസം പോലും ഇത്രയും പേടിച്ചിട്ടില്ല. രക്ഷപ്പെടാൻ ശ്രമിച്ചതല്ല എന്ന് ബോധ്യപ്പെടുത്തൽ അസാധ്യമാണ്. പക്ഷേ, തിരിഞ്ഞുനോക്കിയപ്പോൾ പിന്നിൽ ആരെയും

കണ്ടില്ല. അടഞ്ഞ വാതിലിനുള്ളിൽ അബയ കുടുങ്ങിയതാണ്. ചിരിച്ചു കൊണ്ട് അത് വലിച്ചെടുത്ത് ഞാൻ പൂന്തോട്ടത്തിലേക്ക് ഓടി.

ചവറ്റുവീപ്പയ്ക്ക് മുകളിൽ നിന്ന് ഞാൻ പുറത്തേക്ക് ഒളിഞ്ഞു നോക്കി. നിരത്ത് വിജനമായിരുന്നു. എന്റെ ഇടതുവശത്ത് ഒരു വലിയ മുസ്ലിം പള്ളി കാണാം. അതിൽ ഒരുപക്ഷേ, ഐസിസ് ഭീകരരുടെ സന്ധ്യാപ്രാർഥന നടക്കുകയാവും. വലതും മുന്നിലുമെല്ലാം സാധാരണ വീടുകളാണ്. ആളുകൾ ഉള്ളിൽ പ്രാർഥിക്കുകയോ അത്താഴമുണ്ടാക്കുകയോ ആവണം. കാറുകളുടെയും ഒരു കുതിര ഓടുന്നതിന്റെയും ശബ്ദം കേൾക്കാനുണ്ട്. തൊട്ടടുത്ത വീട്ടിൽ ഒരു സ്ത്രീ തോട്ടം നനയ്ക്കുന്നുണ്ടായിരുന്നു. മതിലിൽ കയറുന്നതിൽ നിന്ന് ഭയം എന്നെ പിന്നോട്ടുവലിച്ചു. ഹാജി അമീറിന്റെ മുന്നിലേക്കാണ് ചാടുന്നതെങ്കിലോ, ഇനിയൊരു ശിക്ഷയെ അതിജീവിക്കാൻ എനിക്കാവുമോ...?

റോഡിലേക്ക് ചാടിയാൽ ഹാജി അമീറിന്റെ കാറിനുമുന്നിൽപ്പെടാനുള്ള സാധ്യത കൂടുതലാണ്. അതിലും നല്ലത് അടുത്ത വീടിന്റെ പൂന്തോട്ടമാണ്. സന്ധ്യയായിരുന്നുവെന്ന് മാത്രമല്ല വീടുകളിലൊന്നും വൈദ്യുതിയുമില്ലായിരുന്നു. അബയ ധരിച്ച് ചെടികൾക്കിടയിൽ ഇരുന്നാൽ പെട്ടെന്ന് പിടിക്കപ്പെടില്ല. പൂന്തോട്ടത്തിലെ പ്രധാന ഗേറ്റിലൂടെ പോവില്ലെന്ന് ഞാൻ ഉറപ്പിച്ചിരുന്നു. ആരെങ്കിലും കാണുമെന്ന് ഉറപ്പാണ്.

ഐസിസ് ഭീകരരുടെ കയ്യിലുള്ള വീട്ടിൽ നിന്ന് മുഖം മറച്ചാലും ഇല്ലെങ്കിലും ഒരു സ്ത്രീ തനിയെ പുറത്തുവരുന്നത് ആളുകൾ പെട്ടെന്ന് ശ്രദ്ധിക്കും. സബയയെ പിടിച്ചുകൊടുക്കുന്നവർക്കുള്ള വലിയ പ്രതിഫലം പലരെയും മോഹിപ്പിക്കുമെന്നുറപ്പ്.

ഇങ്ങനെ ആലോചിച്ചു നിന്നാൽ സമയം പോകുമെന്ന് എനിക്ക് ബോധ്യമായി. തീരുമാനമെടുത്തേ മതിയാവൂ. പക്ഷേ, അനങ്ങാൻ പറ്റുന്നില്ല. എന്റെ തലയിൽ ഉദിക്കുന്നതെല്ലാം അവസാനം പിടിക്കപ്പെടലിലും ഹാജി സല്മാന്റേതുപോലുള്ള ശിക്ഷകളിലും എത്തും. ഹാജി അമീർ വീട് പൂട്ടാതെ കാവല്ക്കാർ ആരുമില്ലാതെ എന്നെ തനിച്ചാക്കിപ്പോയത് മറന്നിട്ടാവില്ലെന്ന് ഞാനോർത്തു. അയാൾ മണ്ടനല്ല. ഇത്രകാലത്തെ പീഡനങ്ങളും പട്ടിണിയും രോഗവും മൂലം ദുർബലയായ ഞാൻ രക്ഷപ്പെടാൻ ശ്രമിക്കില്ലെന്ന് അയാൾ വിചാരിച്ചുകാണും. എന്നും അവരുടെ കയ്യിൽ നില്ക്കുമെന്ന് കരുതുന്നുണ്ടാവും. അവർക്ക് തെറ്റി, ഞാൻ മനസ്സിൽ പറഞ്ഞു. കണ്ണടച്ച് തുറക്കുംമുമ്പ് ബാഗ് മതിലിനപ്പുറത്തേക്ക് ഇട്ട ഞാൻ അതിന് മുകളിലേക്ക് ചാടി. നല്ല ശബ്ദത്തോടെയാണ് ഞാൻ നിലത്ത് കാലുകുത്തിയത്.

ഭാഗം മൂന്ന്

ഒന്ന്

വീട്ടുതോട്ട മതിലിന് ഒരു വശത്തുള്ള റോഡ് അല്പദൂരം ചെന്ന് അവസാനിക്കുകയായിരുന്നു. ഇടതുവശത്താണെങ്കിൽ സന്ധ്യാനമസ്കാര സമയത്ത് മോസ്കിന് മുന്നിലൂടെ കടന്നുപോകുന്നതും അപകടമാണ്. വലത്തേക്ക് തിരിയുക മാത്രമാണ് മാർഗ്ഗം. എങ്ങോട്ടെന്നറിയാതെ ഞാൻ നടന്നുതുടങ്ങി.

ആദ്യദിനം ആ പ്രാർഥനാമുറിയുടെ മുന്നിൽനിന്ന് ഹാജി സല്മാൻ തന്ന പുരുഷന്മാരുടെ ചെരുപ്പാണ് ഞാൻ ഇട്ടിരുന്നത്. അതുമിട്ട് ഒരു വാതിൽ നിന്ന് മറ്റേ വാതിലിലേക്കോ മുറിയിൽ നിന്ന് കാറിലേക്കോ മാത്രമേ നടന്നിട്ടുള്ളൂ. ഇതിപ്പോ ആദ്യമായാണ് ഇത്ര ദൂരം. പാകമല്ലാത്തതിനാൽ അത് പാദത്തിലടിച്ച് കടകട ശബ്ദം കേൾപ്പിച്ചുകൊണ്ടിരുന്നു. ശബ്ദം കൂടുതലാണെന്ന് ഞാൻ ആശങ്കപ്പെട്ടു. വള്ളികൾക്കും കാലിനുമിടയിൽ മണൽ കയറി. ഇത് ഭയങ്കര വലുതാണ്, ഞാനോർത്തു. അടുത്ത നിമിഷം ഞാൻ നടക്കുകയാണ് എന്ന ചിന്ത എന്നെ സന്തോഷിപ്പിച്ചു.

ഞാൻ നേരെയല്ല നടന്നത്. നിർത്തിയിട്ടിരിക്കുന്ന കാറുകൾക്ക് ഇടയിലൂടെ, പല മൂലകളിലൂടെ മാറിമാറി, അല്ലെങ്കിൽ നിരത്തുകൾ അങ്ങോട്ടും ഇങ്ങോട്ടും മുറിച്ചു കടന്ന്, കാണുന്നവർക്ക് എനിക്ക് കൃത്യമായ ലക്ഷ്യമുള്ളതുപോലെ തോന്നണം. എന്റെ ഹൃദയമിടിപ്പിന്റെ ശബ്ദം അടുത്തുകൂടെ പോകുന്നവർ കേൾക്കുമെന്നുപോലും തോന്നി. എന്റെ കള്ളത്തരം അവർ കണ്ടുപിടിച്ചേക്കും.

ചില വീടുകളിൽ ജനറേറ്റർ വെളിച്ചം പകരുന്നുണ്ടായിരുന്നു. ചിലതിനെ ചുറ്റി പൂന്തോട്ടങ്ങൾ. പർപ്പിൾ നിറത്തിലുള്ള പൂക്കളുള്ള കുറ്റിച്ചെടികളും വലിയ മരങ്ങളുമുള്ള പൂന്തോട്ടങ്ങൾ. വൻകിടക്കാർ മാത്രം താമസിക്കുന്ന നല്ല പ്രദേശമായിരുന്നു അത്.

സന്ധ്യകഴിഞ്ഞതിനാൽ ആളുകളെല്ലാം തന്നെ അത്താഴം കഴിക്കുകയോ കുട്ടികളെ ഉറക്കുകയോ ആയിരുന്നു. അല്പം കൂടി രാത്രിയായതോടെ ആളുകൾ കാറ്റുകൊള്ളാനും അയൽവാസികളോട് സംസാരിക്കാനുമായി പുറത്തേക്ക് വന്നുതുടങ്ങി. ആരെയും നോക്കാതെ ഞാൻ നടന്നു, ആരും എന്നെയും നോക്കുന്നില്ല എന്ന പ്രതീക്ഷയിൽ.

രാത്രി എനിക്ക് എന്നും ഭയമായിരുന്നു. പക്ഷേ, ദരിദ്രകുടുംബത്തിൽ പിറന്നതുകൊണ്ട് ഒരു ഭാഗ്യമുണ്ടായി. സഹോദരിമാർക്കും

മരുമക്കൾക്കും ഒപ്പമോ അല്ലെങ്കിൽ മേല്ക്കൂരയിൽ മുഴുവൻ കുടുംബാംഗങ്ങൾക്കൊപ്പമോ ആയിരുന്നു ഉറക്കം. ഇരുട്ടിൽ മറഞ്ഞിരിക്കുന്നതെന്തെന്ന് എനിക്ക് ആശങ്കപ്പെടേണ്ടി വന്നിട്ടില്ല. മൊസൂളിലെ ആ രാത്രി ഞാൻ നിരത്തിലൂടെ നടക്കുമ്പോൾ ഇരുട്ടിന്റെ കാഠിന്യമേറി വന്നു. ഇപ്പോൾ ഐസിസിനെക്കാൾ ഇരുട്ടിനെ ഭയമായിരിക്കുന്നു എനിക്ക്. വഴിവിളക്കുകളും ചുരുക്കം ചില വീടുകളിലെ വെളിച്ചവുമൊഴിച്ചുനിർത്തിയാൽ പ്രദേശമാകെ ഇരുട്ടായിരിക്കുന്നു. കുടുംബങ്ങളെല്ലാം ഉറങ്ങാൻ തുടങ്ങിയിരിക്കുന്നു. നിരത്തുകൾ വിജനമാവുന്നു. ഞാനും എന്നെ അന്വേഷിക്കുന്നവരുമൊഴികെ മറ്റാരും ഉണർന്നിരിക്കാനിടയില്ല. പുതിയ അബയകളും വാങ്ങി വീട്ടിലെത്തുമ്പോൾ എന്നെ കാണാത്ത ഹാജി അമീറിന്റെ പ്രതികരണം ഞാൻ സങ്കല്പ്പിച്ചു. എന്നെ കാണാനില്ലെന്ന് അയാൾ മറ്റ് ഐസിസ് ഭീകരർക്കോ കമാൻഡർക്കോ ഒരു പക്ഷേ, ഹാജി സല്മാനോ തന്നെ റേഡിയോ സന്ദേശം നല്കിക്കാണും.

കാറുമെടുത്ത് പുറത്തിറങ്ങി ഓടിപ്പോവുന്ന പെൺകുട്ടിക്കായി ഹെഡ്‌ലൈറ്റിന്റെ വെളിച്ചത്തിൽ തിരയുന്നുണ്ടാവും. അയാൾക്ക് സ്വയം പേടി തോന്നാനും സാധ്യതയുണ്ട്. എന്നെ തനിച്ചാക്കി മുറി പൂട്ടാതെ പുറത്തുപോയതല്ലേ രക്ഷപ്പെടലിന് വഴിയൊരുക്കിയത്. ഈ ചിന്ത അയാളെ കൂടുതൽ ദുഷ്ടനാക്കിക്കാണണം. ഓരോ വാതിലും മുട്ടി ആളുകളെ ചോദ്യം ചെയ്യുകയും തനിയെ നടന്നുപോവുന്ന എല്ലാ പെൺകുട്ടികളെയും പരിശോധിക്കുകയും ചെയ്യുന്നുണ്ടാവണം. ആ രാത്രി അയാൾ നന്നായി അധ്വാനിച്ചുകാണുമെന്ന് ഞാൻ ഊഹിച്ചു.

ആരാലും ശ്രദ്ധിക്കപ്പെടാതിരിക്കാൻ അബയ സഹായിച്ചു. അതിന് എന്നെ അദൃശ്യയാക്കാൻ കഴിഞ്ഞെങ്കിലെന്ന് ഞാൻ ആഗ്രഹിച്ചു. പിടിക്കപ്പെടുന്നതിനെക്കുറിച്ചായിരുന്നു നടക്കുമ്പോൾ ഞാൻ ചിന്തിച്ചിരുന്നത്. എന്നെ പിടികൂടുന്നവരുടെ ശബ്ദം, ആയുധങ്ങൾ, വലിച്ചുകൊണ്ടു പോവുന്നത് ഇങ്ങനെ. പൂർണമായും ഇരുട്ടാകുന്നതിനുമുമ്പ് എവിടെയെങ്കിലും ഒളിക്കണം.

ഓരോ വീടും കടന്നുപോകുമ്പോൾ വാതിലിൽ മുട്ടുന്നതിനെക്കുറിച്ച് ഞാൻ സങ്കല്പ്പിച്ചു. പക്ഷേ, എന്താവും പ്രതികരണം. എന്നെ ഹാജി സല്മാന്റെ കൈകളിൽ തിരിച്ചേല്പ്പിക്കുമോ. വിളക്കുകാലുകളിലും ഗേറ്റുകളിലും തൂങ്ങിക്കിടന്നിരുന്ന ഐസിസ് പതാകകൾ അപകടമേഖലകൾ പറഞ്ഞുതന്നു. മുറ്റത്ത് കളിക്കുന്ന കുട്ടികളുടെ ചിരിപോലും എന്നിൽ ഭീതി പടർത്തി.

ഒരു നിമിഷം തിരിച്ചുപോകുന്നതിനെക്കുറിച്ചുപോലും ഞാൻ ചിന്തിച്ചു. പൂന്തോട്ടമതിൽ ചാടിക്കടന്ന്, മുൻവാതിൽ തുറന്ന് അകത്തുകയറി അടുക്കളയിൽ ഇരിക്കാം. രക്ഷപ്പെടാൻ ശ്രമിച്ചതിന് വീണ്ടും

പിടിക്കപ്പെടുന്നതിലും നല്ലത് സിറിയയിലേക്ക് പോകുന്നതായിരിക്കും. വേണ്ട, വാതിൽ തുറന്നിട്ട് രക്ഷപ്പെടാൻ അവസരം ദൈവം ഒരുക്കിത്തന്നതാണ്. ഇത് ഉപയോഗിക്കണം, ഞാൻ ചിന്തിച്ചു. പൂട്ടാത്ത വാതിൽ, ശാന്തമായ പരിസരം, കാവല്ക്കാരില്ലാത്ത വീട്, പൂന്തോട്ട ഭിത്തിയിലെ ചവറ്റുവീപ്പ, ഇതെല്ലാം രക്ഷപ്പെടാനുള്ള സമയമായി എന്നതിന്റെ അടയാളമാണ്. ഇനി പിടിക്കപ്പെട്ടാലും ഇതുപൊലൊരു അവസരം വരില്ല.

ഓരോ ചെറു ശബ്ദവും ചെറിയ അനക്കങ്ങളും എന്നെ ഭയപ്പെടുത്തി. നിരത്തിലൂടെ വരുന്ന കാറുകൾ, പൊലീസിന്റെ ഫ്ളാഷ് ലൈറ്റ് പോലെ എന്നിലേക്ക് അടിക്കുന്ന അതിന്റെ ഹെഡ്ലൈറ്റ് കാണുമ്പോൾ വിറച്ചുകൊണ്ട് പൂന്തോട്ട ഭിത്തികളോട് ഒട്ടി നിന്നു ഞാൻ. ട്രാക് സ്യൂട്ടിട്ട ചെറുപ്പക്കാർ എതിരെ വരുന്നതുകണ്ടപ്പോൾ അവരെ ഒഴിവാക്കാൻ ഞാൻ നിരത്ത് മുറിച്ചുകടന്നു. അവർ എന്നെ കാണാത്തതുപോലെ സംസാരിച്ചുകൊണ്ട് കടന്നുപോയി. ഒരു വീടിന്റെ കൂറ്റൻ ഗേറ്റ് തുറക്കുന്ന ശബ്ദം കേട്ടപ്പോൾ ഞാൻ കഴിയുന്നത്ര വേഗത്തിൽ തിരിഞ്ഞു നടന്നു. ഭയമായിരുന്നു ഓരോ നിമിഷത്തിലും എന്നെ നയിച്ചിരുന്നത്. പക്ഷേ, യാത്ര എങ്ങോട്ടെന്ന് മാത്രം നിശ്ചയമില്ല. ജീവിതാന്ത്യം വരെ ഈ നടപ്പ് നീളുമെന്ന് ഞാൻ ആശങ്കപ്പെട്ടു.

കുറേദൂരം നടന്നപ്പോൾ വീടുകളുടെ ചിത്രം മാറിത്തുടങ്ങി. ഐസിസ് പ്രമുഖർ കൈക്കലാക്കിവച്ച, വിലപിടിപ്പുള്ള കാറുകൾ നിർത്തിയിട്ടിരിക്കുന്ന, ജനറേറ്ററുകൾ ശബ്ദമുണ്ടാക്കുന്ന, കൂറ്റൻ മാളികകൾ ഇപ്പോൾ കാണാനില്ല. കുറെക്കൂടി സാധാരണക്കാരുടേതെന്ന് തോന്നിക്കുന്ന, ഒന്നോ രണ്ടോ നില മാത്രമുള്ള ചാരനിറത്തിലുള്ള വീടുകളാണിപ്പോൾ മുന്നിൽ. ഏതാനും ലൈറ്റുകൾ മാത്രമാണ് കാണുന്നത്. പ്രദേശം കൂടുതൽ നിശ്ശബ്ദമാണ്. കുഞ്ഞുങ്ങൾ കരയുന്ന ശബ്ദം മാത്രം കേൾക്കാം. അമ്മമാർ അവരെ ഉറക്കാൻ ശ്രമിക്കുന്നത് ഞാൻ സങ്കല്പ്പിച്ചു. മുറ്റത്ത് ചെറിയ പച്ചക്കറിത്തോട്ടങ്ങളുണ്ട്. വീട്ടിലെ കാറിലാണ് ഇവ ചന്തയിലേക്ക് കൊണ്ടുപോവുക. അഴുക്കുവെള്ളം ചാലിലൂടെ റോഡിലെ കുഴികളിലേക്ക് ഒഴുകിയെത്തി. ഇത് താരതമ്യേന സാധാരണക്കാരുടെ മേഖലയാണ്.

ഇതാണ് ഞാൻ നോക്കിയിരുന്ന സ്ഥലം. മൊസൂളിലെ ദരിദ്ര സുന്നികളെ എന്നെ സഹായിക്കാനിടയുള്ളൂ. പണമില്ലാത്തതുകൊണ്ടു മാത്രം നാടുവിടാത്ത സാധാരണ മനുഷ്യർ. അല്ലെങ്കിൽ ഇറാഖിലെ രാഷ്ട്രീയത്തിൽ തൽപരരല്ലാത്ത, അന്നന്നത്തെ അപ്പത്തിനുവേണ്ടി അധ്വാനിക്കുന്ന പാവങ്ങൾ. ധാരാളം ദരിദ്രകുടുംബാംഗങ്ങളും ഐസിസിൽ ചേർന്നിട്ടുണ്ട്. പക്ഷേ, ആ രാത്രി, സഹായത്തിന് ആരുമില്ലാത്ത

ഞാൻ, ഒരു അപരിചിതരെയും വിശ്വസിക്കാൻ പറ്റാത്ത അവസ്ഥയിൽ എന്റേതുപോലൊരു വീട് കണ്ടെത്താൻ ശ്രമിച്ചു.

ഏത് വാതിലിൽ മുട്ടണമെന്ന് എനിക്കറിയില്ലായിരുന്നു. മണിക്കൂറുകളോളം ഇസ്ലാമിക് സ്റ്റേറ്റ് കേന്ദ്രങ്ങളിൽ ചിലവിട്ട ഞാൻ മറ്റു പെൺകുട്ടികളോടൊപ്പം സഹായത്തിനായി അലറിവിളിച്ചിട്ടുണ്ട്. അയൽവാസികൾ കേട്ടെങ്കിലും ആരും സഹായത്തിനെത്തിയില്ല. ബസ്സുകളിലും കാറുകളിലും അങ്ങോട്ടുമിങ്ങോട്ടും കൊണ്ടുപോയെങ്കിലും സമീപത്തുകൂടി കടന്നുപോയ ഒരു കുടുംബവും ഞങ്ങളെ നോക്കിയില്ല. അവരോട് വിയോജിച്ചവരെ എല്ലാ ദിവസവവും ഐസിസ് തൂക്കിലേറ്റി, യസീദി പെൺകുട്ടികളെ ബലാത്സംഗം ചെയ്തു, യസീദികളെ ഉന്മൂലനാശം ചെയ്യാൻ ശ്രമിച്ചു. പക്ഷേ, മൊസൂൾ വാസികൾ അനങ്ങിയില്ല. പ്രാദേശികമായിത്തന്നെ വളർന്നുവന്ന പ്രസ്ഥാനമാണ് ഇസ്ലാമിക് സ്റ്റേറ്റ്. ഐസിസ് ഭരണം പിടിച്ചതോടെ നല്ല ശതമാനം സുന്നി മുസ്ലീങ്ങളും മൊസൂൾ ഉപേക്ഷിച്ച് പലായനം ചെയ്തു. തുടരുന്നവരെ ഭീഷണിപ്പെടുത്തിയാണ് കർശന ചട്ടങ്ങൾ അനുസരിപ്പിച്ചത്. പക്ഷേ, അപ്പോഴും ഏതെങ്കിലും വീടിനുള്ളിൽ എന്നോട് സഹതാപം തോന്നുന്ന ആരെങ്കിലും ഉണ്ടാവുമെന്ന് എനിക്ക് തോന്നിയില്ല. മോർത്തെജയുടെ അമ്മയെ ഞാനോർത്തു. സ്വന്തം മകളെപ്പോലെ കാണേണ്ട എന്നെ എത്ര വെറുപ്പോടെയാണ് ആ സ്ത്രീ നോക്കിയത്. അവരെപ്പോലെയുള്ളവരായിരിക്കുമോ ഈ വീടുകളിലെല്ലാം?

പക്ഷേ, എനിക്ക് വേറെ വഴിയില്ലായിരുന്നു. തനിച്ച് മൊസൂൾ വിടുക അസാധ്യമാണ്. ചെക്പോയന്റ് മുറിച്ചുകടക്കാൻ സാധിക്കില്ല. ഇനി അഥവാ കഴിഞ്ഞാലും വഴിയിൽ പിടിക്കപ്പെടാം അല്ലെങ്കിൽ കുർദിസ്ഥാനെത്തുംമുമ്പ് നിർജലീകരണം ജീവനെടുക്കും. ജീവനോടെ മൊസൂളിന് പുറത്തുകടക്കാനുള്ള ഏക പ്രതീക്ഷ ഈ വീടുകളിലൊന്നു മാത്രമാണ്. പക്ഷേ, ഏത് വീട്.

മുന്നിലുള്ളത് കാണാൻ കഴിയാത്തവിധം ഇരുട്ടായിരിക്കുന്നു. ഏകദേശം രണ്ടു മണിക്കൂറായി നടക്കുകയാണ്. പാകമല്ലാത്ത ചെരുപ്പ് കാലിന് വേദനയായി മാറിയിരിക്കുന്നു. ഓരോ ചുവടും സുരക്ഷയിലേക്കാണ്, ചെറുതെങ്കിലും ഐസിസിനും എനിക്കും ഇടയിലുള്ള അകലം കൂട്ടുന്നതുപോലെ. പക്ഷേ, ഇനിയുമിങ്ങനെ നടക്കാൻ വയ്യ. ഒരു മൂലയിൽ ഇരുമ്പുവാതിലിനു മുന്നിൽ ഞാൻ നിന്നു. നല്ല ഉയരവും വീതിയുമുള്ള ആ വാതിലിൽ മുട്ടാൻ ഞാൻ കൈ ഉയർത്തി. പക്ഷേ, എന്തെന്നറിയില്ല, അടുത്ത നിമിഷം കൈകൾ താഴ്ത്തി ഞാൻ മുന്നോട്ട് നടന്നു.

അല്പം മുന്നിൽ പച്ച നിറത്തിലുള്ള വാതിലിനു മുന്നിൽ നിന്നു. മറ്റേതിനേക്കാൾ കുറച്ചുകൂടി ചെറുതാണിത്. കൊച്ചോയിലെ പുതിയ

വീടുകൾ പോലെ ഇരുനില കോൺക്രീറ്റ് വീട്. വെളിച്ചമില്ല. വീട്ടുകാരെക്കുറിച്ച് എന്തെങ്കിലും മനസ്സിലാക്കാൻ പറ്റുന്ന, ഒരു പ്രത്യേകതയുമില്ലാത്ത വീട്. പക്ഷേ, എനിക്ക് നടന്ന് മടുത്തിരിക്കുന്നു. ഇത്തവണ ഞാൻ കൈ ഉയർത്തി രണ്ടുതവണ വാതിലിൽ മുട്ടി. ഇരുമ്പുവാതിലിൽ പ്രകമ്പനം കൊണ്ടു. രക്ഷപ്പെടാനുള്ള സാധ്യത തേടി ഞാൻ പുറത്ത് കാത്തുനിന്നു.

ഒരു നിമിഷം കഴിഞ്ഞപ്പോൾ വാതിൽ തുറന്നു. അമ്പതു വയസ്സു തോന്നിക്കുന്ന ഒരു മനുഷ്യൻ മുന്നിൽ വന്നുനിന്നു. ആരാണ്? അയാൾ ചോദിച്ചു. ഉത്തരം പറയാൻ നില്ക്കാതെ അയാളെ തള്ളിമാറ്റി ഞാൻ അകത്തുകയറി. പൂന്തോട്ടത്തിൽ വാതിലിനടുത്ത്, നിലാവെളിച്ചത്തിൽ ഒരു കുടുംബം വട്ടത്തിലിരിക്കുന്നത് ഞാൻ കണ്ടു. എന്നെക്കണ്ട് അവരെല്ലാം ഞെട്ടിയെണീറ്റു. ആരും ഒന്നും മിണ്ടിയില്ല. ഗേറ്റ് അടയുന്ന ശബ്ദം കേട്ടതോടെ ഞാൻ മുഖത്തുനിന്ന് നിഖാബ് മാറ്റി.

എന്നെ സഹായിക്കണം, ഞാൻ അപേക്ഷിക്കുകയാണ്. എല്ലാവരും നിശ്ശബ്ദരായി നില്ക്കുമ്പോൾ ഞാൻ സംസാരം തുടർന്നു. എന്റെ പേർ നാദിയ. സിൻജാറിൽ നിന്നുള്ള യസീദിയാണ്. എന്റെ ഗ്രാമത്തിൽ ഭീകരർ വന്നു, എന്നെ ലൈംഗിക അടിമയാക്കി മൊസൂളിലേക്ക് കൊണ്ടു വന്നതാണ്. എന്റെ ബന്ധുക്കളെയെല്ലാം നഷ്ടമായി.

ഇരുപതുകളിലെന്ന് തോന്നിക്കുന്ന രണ്ട് ചെറുപ്പക്കാരും അവരുടെ മാതാപിതാക്കളെന്ന് തോന്നുന്ന ദമ്പതികളും പിന്നെ പതിനൊന്നു വയസ്സുള്ള ഒരു പയ്യനും പൂന്തോട്ടത്തിലുണ്ടായിരുന്നു. ഇരുപത് വയസ് തോന്നിക്കുന്ന ചെറുപ്പക്കാരി കുഞ്ഞിനെ ഉറക്കിക്കൊണ്ടിരുന്നു. ഗർഭിണിയായ അവരുടെ മുഖത്ത് മറ്റാരെക്കാളും ഭയം നിഴലിച്ചു. വീട്ടിൽ വൈദ്യുതി ഇല്ലായിരുന്നു. അല്പം തണുത്ത കാറ്റ് കിട്ടാനാവണം കിടക്ക മുറ്റത്തേക്ക് കൊണ്ടുവന്നിരുന്നു.

ഒരു നിമിഷം എന്റെ ഹൃദയം നിലച്ചു. ഇവരും ഐസിസ് അംഗങ്ങളാണോ? താടി വളർത്തിയ പുരുഷന്മാർ ഐസിസിന്റേതുപോലെ കറുത്ത പാന്റ്സാണ് ധരിച്ചിരിക്കുന്നത്. സ്ത്രീകളുടേത് പരമ്പരാഗത മുസ്ലീം വസ്ത്രങ്ങളാണ്. വീടിനുള്ളിലായതുകൊണ്ട് മുഖം മറയ്ക്കുന്നില്ലെന്ന് മാത്രം. എന്നെ തടവിലാക്കിയവരുമായി ഒരു വ്യത്യാസവുമില്ല. ഇവരെന്നെ പിടികൂടി കൈമാറും. ഞാൻ മരവിച്ച് നിന്നു.

ചെറുപ്പക്കാരിലൊരാൾ എന്റെ കയ്യിൽ ബലമായി പിടിച്ച് വീടിനകത്തേയ്ക്ക് കൊണ്ടുപോയി. ചൂടും ഇരുട്ടുമായിരുന്നു പൂമുഖത്ത്. പുറത്തുനിന്ന് ഇതൊന്നും പറയുന്നത് നല്ലതല്ല. അകത്താണ് സുരക്ഷിതം. പ്രായമുള്ളയാൾ പറഞ്ഞു.

നീ എവിടുന്നാ, എന്താണ് പറ്റിയത്, അദ്ദേഹത്തിന്റെ ഭാര്യ ചോദിച്ചു. ആകാംക്ഷയുണ്ടായിരുന്നെങ്കിലും അവരുടെ ശബ്ദത്തിൽ ദേഷ്യമുണ്ടായിരുന്നില്ല. അതോടെ എനിക്ക് അല്പം ആശ്വാസമായി.

ഞാൻ കൊച്ചോയിൽ നിന്നാണ്. ഐസിസ് എന്നെ സബയയാക്കി. അവരുടെ പക്കൽനിന്ന് ഞാൻ ഓടി രക്ഷപ്പെട്ടതാണ്. അവരെന്നെ സിറിയയിലേക്ക് കടത്താൻ പോവുകയായിരുന്നു, എനിക്ക് സംഭവിച്ചതെല്ലാം ഞാൻ അവരോട് വിവരിച്ചു. ബലാത്സംഗവും പീഡനവും എല്ലാം. കൂടുതൽ പറയുന്തോറും അവർക്കെന്നോട് സഹതാപമേറുമെന്നും സഹായിക്കുമെന്നും എനിക്ക് തോന്നി. ഒരു കുടുംബമായിരുന്നതുകൊണ്ടുതന്നെ സ്നേഹവും സഹതാപവും അവരിലുണ്ടായിരുന്നു. പക്ഷേ, എന്നെ വാങ്ങുകയും വില്ക്കുകയും ചെയ്ത ഭീകരരുടെ പേർ ഞാൻ വെളിപ്പെടുത്തിയില്ല. ഹാജി സല്മാൻ ഏറെ സ്വാധീനമുള്ള ഐസിസ് ഭീകരനായിരുന്നു. ആളുകളെ വധശിക്ഷയ്ക്ക് വിധിക്കുന്ന ഒരാളെ ആർക്കാണ് ഭയമില്ലാതിരിക്കുക. *ഞാൻ ഹാജി സല്മാന്റേതായിരുന്നെന്നറിഞ്ഞാൽ എത്ര സഹതാപമുണ്ടെങ്കിലും ഈ കുടുംബമെന്നെ തിരിച്ചേല്പ്പിക്കും.*

ഞങ്ങളെന്താണ് നിനക്കായി ചെയ്യേണ്ടത്? പ്രായമുള്ള സ്ത്രീ ചോദിച്ചു.

നിങ്ങളുടെ മകൾക്കാണ് ഇതെല്ലാം സംഭവിച്ചിരുന്നതെങ്കിൽ എന്ത് ചെയ്യുമായിരുന്നു, എന്റെ കാര്യത്തിലും ദയവായി അങ്ങനെ ചിന്തിക്കണം. ഞാൻ പറഞ്ഞു.

ഞാൻ നിർത്തിയതും അച്ഛൻ പറഞ്ഞു. സമാധാനമായിരിക്ക്, ഞങ്ങൾ സഹായിക്കാൻ ശ്രമിക്കാം.

ഇത്രയും ചെറിയ പെൺകുട്ടികളോടൊക്കെ ഇങ്ങനെ ക്രൂരമായി പെരുമാറാൻ അവർക്ക് എങ്ങനെ കഴിയുന്നു, മുതിർന്ന സ്ത്രീ പിറുപിറുത്തു.

കുടുംബാംഗങ്ങൾ അവരെ പരിചയപ്പെടുത്തി. സുന്നികളാണ് അവർ. ഐസിസ് വന്ന ശേഷവും പോകാൻ മറ്റിടമില്ലാത്തതുകൊണ്ട് മൊസൂളിൽ തന്നെ തുടരുന്നു.

കുർദിസ്ഥാനിലേക്ക് കടക്കാൻ ഞങ്ങളെ സഹായിക്കാൻ ആരുമില്ല. ഞങ്ങൾ ദരിദ്രരാണ്, ആകെയുള്ളത് ഈ വീടാണ്, അവർ പറഞ്ഞു. ഇവരെ വിശ്വസിക്കാമോയെന്ന് അറിയില്ല. കാരണം നിരവധി ദരിദ്രസുന്നി കുടുംബങ്ങൾ മൊസൂളുപേക്ഷിച്ച് പോയിട്ടുണ്ട്. മൊസൂളിൽ തുടർന്നവർ സ്വന്തം ജീവിതം നരകമായപ്പോൾ മാത്രമാണ് ഐസിസിനോട് വിയോജിപ്പുള്ളവരായത്. മറ്റു മതക്കാരുടെ ദുരിതം കണ്ടിട്ടല്ല. എന്തായാലും എന്നെ സഹായിക്കുകയാണെങ്കിൽ മാത്രം ഇവരെ വിശ്വസിക്കാം.

ഞങ്ങൾ അസാവികളാണ് അവർ പറഞ്ഞു. അസാവികൾ തലമുറകളായി യസീദികളുമായി അടുത്ത ബന്ധം പുലർത്തുന്ന ഗോത്രമാണ്. യസീദിസം നന്നായി അറിയുന്നവർ. പലപ്പോഴും അയല്ഗ്രാമങ്ങളിൽ നിന്ന് ഞങ്ങളുടെ കുട്ടികളുടെ തലതൊട്ടപ്പന്മാരായ കിരിവുകളായി വരുന്നത് അസാവികളാണ്. ഇവർ ആ അസാവികളാണെന്നത് നല്ല ലക്ഷണമാണ്.

പ്രായമായ ആളുടെ പേർ ഹിഷാം എന്നാണ്. നല്ല ആകാരവലിപ്പമുള്ള അദ്ദേഹത്തിന് കറുപ്പും വെളുപ്പുമുള്ള താടിരോമങ്ങളുണ്ട്. അദ്ദേഹത്തിന്റെ ഭാര്യ മാഹ നല്ല തുടുത്ത കവിളുകളുള്ള സുന്ദരിയായിരുന്നു. ഞാൻ വന്നപ്പോൾ വീട്ടിലിടുന്ന വസ്ത്രം മാത്രമായിരുന്നു വേഷം. അപരിചിതയായ ഞാൻ അകത്തുകയറിയതോടെ അവർ വേഗം അബയ ധരിച്ചു. അവരുടെ മക്കൾ നാസറും ഹുസൈനും. രണ്ടുപേർക്കും മെലിഞ്ഞ ശരീരപ്രകൃതി. യൗവനം തുടങ്ങിയിട്ടേയുള്ളൂ. നാസറിന് എന്നോട് നിരവധി ചോദ്യങ്ങളുണ്ടായിരുന്നു. ഞാൻ എങ്ങനെയാണ് പിടിക്കപ്പെട്ടത്, വീട്ടുകാർക്ക് എന്തുപറ്റി തുടങ്ങി അയാൾക്ക് അറിയാനേറെയുണ്ടായിരുന്നു.

ഇരുപത്തഞ്ച് വയസ്സുള്ള നാസറായിരുന്നു മൂത്തമകൻ. നല്ല പൊക്കമുള്ള അയാൾക്ക് പരന്ന നെറ്റിയും അധരങ്ങളുമായിരുന്നു. ആൺമക്കളുടെ സാന്നിധ്യം എന്നെ ആശങ്കപ്പെടുത്തി. സുന്നി കുടുംബങ്ങളിൽ യുവാക്കളാണ് ഐസിസ് അനുഭാവമുള്ളവർ. പക്ഷേ, ഭീകരരോട് വെറുപ്പാണെന്ന് അവർ ആണയിട്ടു. ഐസിസ് വന്നതുമുതൽ ജീവിതം നരകമാണ്, യുദ്ധത്തിനിടയിൽ ജീവിക്കുന്നതുപോലെയാണ്. നാസർ പറഞ്ഞു.

നാസറിന്റെ ഭാര്യ സഫായും മുറ്റത്തുണ്ടായിരുന്നു. ഭർത്താവിനെപ്പോലെ നല്ല ഉയരമുള്ള സഫയ്ക്ക് നല്ല ആഴത്തിലുള്ള, ആകർഷണീയമായ കണ്ണുകളായിരുന്നു. ഒന്നും മിണ്ടാതെ കുഞ്ഞിനെ മടിയിൽക്കിടത്തി ഉറക്കുകയായിരുന്ന സഫ ഇടയ്ക്കിടെ നാസറിന്റെ ഏറ്റവും ഇളയ സഹോദരൻ ഖാലിദിനെയും നോക്കുന്നുണ്ടായിരുന്നു.

തീരെ ചെറുപ്പമായിരുന്ന ഖാലിദിന് ഒന്നും മനസ്സിലായില്ല. എന്റെ വരവിൽ ഏറ്റവും ആശങ്ക സഫയ്ക്കായിരുന്നു. വേറൊന്നു വേണോ, എന്റെ മുഷിഞ്ഞ അബയ മാറ്റിയപ്പോൾ അവൾ ചോദിച്ചു. അതൊരു നല്ല പെരുമാറ്റമായിരുന്നെങ്കിലും മുസ്ലീങ്ങളുടെ വീട്ടിൽ യസീദി വസ്ത്രം ധരിച്ചുള്ള എന്റെ ഇരിപ്പ് അവൾക്ക് ഇഷ്ടമായില്ലെന്ന് തോന്നുന്നു.

വേണ്ട, നന്ദി, ഞാൻ സഫയോട് പറഞ്ഞു. അപരിചിതമായ ആ വസ്ത്രം ഇനിയും ധരിക്കാൻ എനിക്ക് ഇഷ്ടമല്ലായിരുന്നു.

ഐസിസിൽ ആർക്കൊപ്പമായിരുന്നു നീ, നാസർ ചോദിച്ചു.

സല്മാൻ, ഞാൻ മെല്ലെയാണ് ഉത്തരം പറഞ്ഞത്.

അറിയാമെന്ന അർഥത്തിൽ തലയാട്ടിയെങ്കിലും അയാളെക്കുറിച്ച് കൂടുതൽ ചോദ്യങ്ങൾ നാസറിൽ നിന്നുണ്ടായില്ല. പകരം എന്റെ വീട്ടുകാരെക്കുറിച്ചും മൊസൂൾ വിട്ടാൽ എങ്ങോട്ട് പോകുമെന്നും അയാൾ ചോദിച്ചു.

അയാൾക്ക് ഭയമില്ലെന്നും എന്നെ സഹായിക്കുമെന്നും തോന്നി.

നിങ്ങൾ മറ്റ് യസീദി പെൺകുട്ടികളെ കണ്ടിരുന്നോ, ഞാൻ ചോദിച്ചു.

ഏതാനും പേരെ കോടതിക്ക് മുന്നിൽ കണ്ടിട്ടുണ്ട്, ഹിഷാമാണ് മറുപടി പറഞ്ഞത്.

യസീദി പെൺകുട്ടികളുമായി വാഹനങ്ങൾ പോകുന്നത് കണ്ടിട്ടുണ്ടെന്ന് ഹുസൈനും സമ്മതിച്ചു.

സബയയെ പിടിച്ചുകൊടുത്താൽ 5000 ഡോളർ സമ്മാനമുണ്ടെന്ന് മൊസൂളിൽ പലയിടത്തും എഴുതിവച്ചിട്ടുണ്ട്. പക്ഷേ, അത് കള്ളമാണെന്നാണ് കേൾക്കുന്നത്. അയാൾ പറഞ്ഞു.

ഇപ്പോൾ നടക്കുന്നതിനോടൊന്നും ഞങ്ങൾക്ക് യോജിപ്പില്ല. എന്തെങ്കിലും നിവൃത്തിയുണ്ടായിരുന്നെങ്കിൽ ദയിഷ് (ഐസിസ്) വന്നയുടൻ ഞങ്ങൾ മൊസൂൾ വിട്ടേനെ. പക്ഷേ, പണവുമില്ല പോകാൻ ഇടവുമില്ല. ഹിഷാം പറഞ്ഞു.

ഞങ്ങളുടെ നാല് പെൺമക്കളെ ഇവിടെയാണ് വിവാഹം കഴിച്ചിരിക്കുന്നത്. ഞങ്ങൾ പോയാലും അവർ വരില്ല. അവരുടെ ഭർത്താക്കന്മാരുടെ കുടുംബം ഐസിസ് അനുഭാവമുള്ളവരാണ്. പെൺമക്കളെ ഇവിടെ ഉപേക്ഷിച്ച് പോവാൻ ഞങ്ങൾക്ക് മനസ്സില്ല. മഹ പറഞ്ഞു.

എന്നെ അകത്തുകയറ്റിയ ഒരു കുടുംബത്തോട് നന്ദികേട് കാണിക്കണമെന്ന് എനിക്കില്ല. നിശ്ശബ്ദരായി എന്റെ കഥ മുഴുവൻ കേട്ട അവർ സഹായിക്കാമെന്ന് ഉറപ്പും തന്നിരിക്കുന്നു. പക്ഷേ, അപ്പോഴും ഞാൻ തടവിലാക്കപ്പെട്ട ദിവസങ്ങളിൽ ഇവരെല്ലാം എന്തെടുക്കുകയായിരുന്നെന്ന് ഞാൻ ആശ്ചര്യപ്പെട്ടു. അവരുടെ ന്യായീകരണങ്ങൾകേട്ട് ഉള്ളിൽ ദേഷ്യം തോന്നിയെങ്കിലും ഞാൻ പ്രകടിപ്പിച്ചില്ല. വണ്ടി നിറയെ പെൺകുട്ടികളെ ബലാത്സംഗം ചെയ്യാൻ കൊണ്ടു പോവുന്ന ഭീകരരെ നോക്കി ഹുസൈന് എങ്ങനെ കാഴ്ചക്കാരനായി നില്ക്കാൻ കഴിഞ്ഞു. നിയമവിരുദ്ധ വിവാഹങ്ങൾക്കായി കോടതികളിലേക്ക് വലിച്ചിഴയ്ക്കപ്പെടുന്ന പെൺകുട്ടികളെ കണ്ടിട്ടും ഹിഷാം എന്തുകൊണ്ട് നിശ്ശബ്ദനായി? അവരുടെ വാതിലിൽ മുട്ടുന്നതുവരെ എന്നെ സഹായിക്കാൻ അവർ തയ്യാറായില്ല. എന്നെപ്പോലുള്ള ആയിരങ്ങളെ, ഐസിസിനെ വെറുപ്പാണെന്നു പറയുമ്പോഴും ഭീകരർക്കെതിരെ ചെറുവിരലനക്കാൻ ഇവരൊന്നും തയ്യാറായില്ല.

ഒരു സാധാരണ കുടുംബത്തിന് ഐസിസിനെ നേരിടൽ അസാധ്യമായിരിക്കാം. അവർ എന്തും ചെയ്യും. സ്വവർഗപ്രേമിയെ മേല്ക്കൂരയിൽ നിന്ന് വലിച്ചെറിയും, മറ്റ് മതക്കാരിയെന്ന പേരിൽ പെൺകുട്ടികളെ ബലാത്സംഗം ചെയ്യും, ആളുകളെ കല്ലെറിഞ്ഞ് കൊല്ലും. സഹായിക്കാനുള്ള മനസ്സുണ്ടെങ്കിലും ഇത്തരം സാഹചര്യങ്ങളെ ഞാനും നേരിട്ടിട്ടില്ല. യസീദികൾ ഒരിക്കലും മറ്റുള്ളവരെ ആക്രമിച്ചിട്ടില്ല, എന്നും ആക്രമിക്കപ്പെട്ടിട്ടേയുള്ളൂ. ഐസിസ് അധിനിവേശ മേഖലയിൽ ഹിഷാമും കുടുംബവും സുരക്ഷിതരായി ജീവിക്കുന്നത് അവർ സുന്നികളായതിനാലാണ്. ഞാൻ വരുന്നതുവരെ അവർ സ്വന്തം മതമെന്ന സുരക്ഷാകവചം തന്നെയാണ് ഉപയോഗിച്ചിരുന്നത്. അവരെ വെറുക്കാതിരിക്കാൻ ഞാൻ ശ്രമിച്ചു. പക്ഷേ, സഹായിക്കാൻ തയ്യാറെങ്കിലും അവരെ സ്നേഹിക്കാൻ എനിക്കായില്ല.

കുർദിസ്ഥാനിൽ ആരെയെങ്കിലും പരിചയമുണ്ടോ, ഞങ്ങൾ വിളിച്ച് നീ ഇവിടെയുണ്ടെന്ന് അറിയിക്കാം, ഹിഷാം പറഞ്ഞു.

എന്റെ ചേട്ടന്മാരുണ്ട്. ഹെസ്നിയുടെ നമ്പർ ഞാൻ പറഞ്ഞു. അത് ഒരിക്കലും എന്റെ മനസ്സിൽനിന്ന് മാഞ്ഞുപോയിരുന്നില്ല.

ഹിഷാം ആ നമ്പർ വിളിച്ച് സംസാരിക്കുന്നത് ഞാൻ കണ്ടു. എന്തോ ആശയക്കുഴപ്പമുള്ളതുപോലെ ഫോൺ ചെവിയിൽ നിന്നെടുത്ത് വീണ്ടും ആ നമ്പർ ഡയൽ ചെയ്തു.

രണ്ടാമതും അതുതന്നെ സംഭവിച്ചതോടെ എനിക്ക് ഭയമായി. നമ്പർ തെറ്റാണോ? ഫോൺ എടുക്കുന്നില്ലേ, ഞാൻ ഹിഷാമിനോട് ചോദിച്ചു.

ഉണ്ട്, പക്ഷേ, എടുക്കുന്നയാൾ ഞാൻ എന്നെ പരിചയപ്പെടുത്താൻ ശ്രമിക്കുമ്പോൾ തന്നെ നിർത്താതെ ചീത്ത വിളിക്കുന്നു. ചിലപ്പോൾ അത് നിന്റെ ചേട്ടനല്ലായിരിക്കും, അല്ലെങ്കിൽ നീ ഞങ്ങളുടെ കൂടെയുണ്ടെന്ന് അയാൾ വിശ്വസിക്കുന്നില്ല.

ഹിഷാം വീണ്ടും ശ്രമിച്ചു. ഇത്തവണ ഫോണെടുത്തയുടൻ ഹിഷാം നിർത്താതെ അങ്ങോട്ട് പറഞ്ഞു, നാദിയ ഞങ്ങളുടെ കൂടെയുണ്ട്, നിങ്ങൾക്ക് എന്നെ വിശ്വാസമില്ലെങ്കിൽ എന്റെ സുഹൃത്തുക്കളായ യസീദികളുണ്ട്, അവരോട് ചോദിക്കൂ. സദ്ദാം ഹുസൈന്റെ ഭരണകാലത്ത് പട്ടാളത്തിലായിരുന്നു ഹിഷാം. സിൻജാറിലുള്ള ഒരു യസീദി നേതാവിനെ അദ്ദേഹത്തിന് പരിചയുമുണ്ടായിരുന്നു. അദ്ദേഹത്തോട് തന്നെക്കുറിച്ച് ചോദിക്കാൻ പറഞ്ഞ ഹിഷാം, മറുതലയ്ക്കലുള്ളയാളോട് പറഞ്ഞു, എന്റെ സുഹൃത്ത് നിങ്ങൾക്ക് പറഞ്ഞു തരും ഞാൻ എങ്ങനെയുള്ള ആളാണെന്നും നിങ്ങളുടെ സഹോദരിയെ ഉപദ്രവിക്കില്ലെന്നും.

ഹ്രസ്വ സംഭാഷണം അവസാനിപ്പിച്ച് ഹിഷാം പറഞ്ഞു. അത് ഹെസ്നി തന്നെയായിരുന്നു. മൊസൂളിൽനിന്നുള്ള വിളി നല്ല ഉദ്ദേശ്യത്തിലായിരിക്കില്ലെന്ന് കരുതിയാവണം ചീത്തവിളിച്ചത്. ചിലപ്പോൾ അയാളുടെ ഭാര്യയെ കൈവശം വച്ചിരിക്കുന്ന ഭീകരരും വിളിക്കുന്നുണ്ടാവും. അവർ വിളിക്കുന്നത് ഭാര്യയെ അവർ എന്തെല്ലാം ചെയ്യുന്നു എന്ന് വിവരിക്കാനാണ്. അത് കേൾക്കുന്നയാൾക്ക് ചീത്തവിളിക്കാനല്ലാതെ പിന്നെ എന്തു തോന്നാനാണ്. ഹെസ്നിയെയും ജിലാനെയുമോർത്ത് എന്റെ ഹൃദയം നുറുങ്ങി. എത്രകാലത്തെ ആഗ്രഹമായിരുന്നു അവരുടെ ഒന്നിച്ചുള്ള ജീവിതം.

സമയമേറെ വൈകിയിരുന്നു. സ്ത്രീകൾ വീടിനുള്ളിൽ എനിക്ക് കിടക്ക വിരിച്ചു. വിശക്കുന്നുണ്ടോ, അവർ ചോദിച്ചു.

ഇല്ല, പക്ഷേ, നല്ല ദാഹമുണ്ട്. ഭക്ഷണത്തെക്കുറിച്ച് എനിക്ക് ചിന്തിക്കാനാവില്ലായിരുന്നു.

നാസർ എനിക്ക് വെള്ളം കൊണ്ടു വന്നു.

അത് കുടിക്കുമ്പോൾ അയാൾ പറഞ്ഞു, ഒരു കാരണവശാലും പുറത്തിറങ്ങരുത്. ചുറ്റും ഐസിസ് ഭീകരരോ അനുഭാവികളോ ആണ്. ഒട്ടും സുരക്ഷിതമല്ല.

ഇവിടെയെന്തെല്ലാമാണ് സംഭവിക്കുന്നത്, മറ്റേതെങ്കിലും സബയകൾ അടുത്തുണ്ടോ, കാണാതായവരെ തിരക്കി വീടുകളിൽ പരിശോധനയുണ്ടാവുമോ, എനിക്ക് ആകാംക്ഷയായി.

അങ്ങേയറ്റം അപകടകരമായ സമയത്താണ് നമ്മൾ ജീവിക്കുന്നത്. ഐസിസ് എല്ലായിടത്തുമുണ്ട്. നഗരം മുഴുവൻ അവർ കൈപ്പിടിയിലാക്കിക്കഴിഞ്ഞു. നമ്മൾ വളരെ ശ്രദ്ധിക്കണം. ജനറേറ്ററുണ്ടെങ്കിലും ഞങ്ങൾ രാത്രി ലൈറ്റ് തെളിക്കാറില്ല. കാരണം അമേരിക്കൻ യുദ്ധവിമാനങ്ങളുടെ ശ്രദ്ധയിൽപ്പെട്ടാൽ അവർ വീടിന് മുകളിൽ ബോംബിടും.

ആ ചൂടിലും ഞാൻ വിറച്ചു. ആദ്യം മുട്ടാൻ പോയ വീട്ടിൽ ആരായിരിക്കും താമസിക്കുന്നത്.

ഇപ്പോൾ ഉറങ്ങിക്കോളൂ, നിന്നെ രക്ഷപ്പെടുത്താൻ എന്താണ് മാർഗ്ഗമെന്ന് രാവിലെ ആലോചിക്കാം, ഹിഷാം പറഞ്ഞു.

ആ കുഞ്ഞുമുറിക്കുള്ളിൽ ശ്വാസംമുട്ടിയ എനിക്ക് കാര്യമായി ഉറങ്ങാനായില്ല. രാത്രി മുഴുവൻ ഇതിനു ചുറ്റുമുള്ള വീടുകളിലെ, ഐസിസിനെ പിന്തുണയ്ക്കുന്ന കുടുംബങ്ങളെക്കുറിച്ചായിരുന്നു എന്റെ ചിന്ത. വഴികളെല്ലാം അരിച്ചുപെറുക്കി എന്നെ തിരയുന്നുണ്ടാവും ഹാജി സല്മാൻ. എനിക്ക് രക്ഷപ്പെടാൻ വഴിയൊരുക്കിയ ഭീകരന് എന്ത് സംഭവിച്ചുകാണും. 5000 ഡോളർ എന്ന മോഹനവാഗ്ദാനം നാസറിനും കുടുംബത്തിനും എന്നെ ഒറ്റിക്കൊടുക്കാൻ പ്രേരണയാ

വുമോ. എന്നോട് സഹതാപവും സഹായസന്നദ്ധതയുമൊക്കെ അഭിനയിക്കുകയാവുമോ. യസീദി ആയതിനാൽ ഇവർക്കും എന്നോട് വെറുപ്പാകുമോ. അസാവി ഗോത്രമാണ്, ഹിഷാമിന് യസീദി സുഹൃത്തുക്കളുണ്ട്, എല്ലാം ശരിയാണ്. പക്ഷേ, അപ്പോഴും ഇവരെ കണ്ണടച്ച് വിശ്വസിക്കുന്നത് മണ്ടത്തരമാവും. യസീദികളുമായി ഏറെ അടുപ്പമുണ്ടായിരുന്ന നിരവധി സുന്നികൾ ഐസിസുമായി ചേർന്ന് അവരെ വഞ്ചിട്ടിട്ടുണ്ട്.

എന്റെ സഹോദരിമാരും മരുമക്കളും എവിടെയെന്നറിയില്ല. ഞാൻ രക്ഷപ്പെട്ടതിന് അവർ ശിക്ഷിക്കപ്പെടുമോ. സോലയിൽ കണ്ട സ്ത്രീകൾക്കും സിറിയയിലേക്ക് കൊണ്ടുപോയ പെൺകുട്ടികൾക്കും എന്ത് സംഭവിച്ചുകാണും. എന്റെ പ്രിയപ്പെട്ട അമ്മയുടെ ചിത്രം മനസ്സിലേക്ക് വന്നു. സോലയിൽ വാഹനത്തിൽ നിന്നിറങ്ങുമ്പോൾ വെളുത്ത ശിരോവസ്ത്രം നീങ്ങിപ്പോയത്, എന്റെ മടിയിൽ കണ്ണടച്ച് കിടന്ന് ചുറ്റും നടക്കുന്ന ഭീകരദൃശ്യങ്ങളിൽ നിന്ന് രക്ഷപ്പെടാൻ നോക്കിയത്. കാതറീനെ അമ്മയുടെ കയ്യിൽനിന്ന് പറിച്ചുമാറ്റി ബസ്സിൽ കയറ്റിയ രംഗം ഓർമ്മയിൽനിന്ന് മായുന്നേയില്ല. അവർക്കെല്ലാം എന്തുസംഭവിച്ചുവെന്ന് എത്രയും പെട്ടെന്ന് കണ്ടെത്തണം. ഉറക്കത്തിൽ പക്ഷേ, സ്വപ്നങ്ങളൊന്നും ഉണ്ടായില്ല. സമ്പൂർണ്ണ അന്ധകാരം മാത്രം.

രണ്ട്

പുലർച്ചെ അഞ്ചു മണിക്ക് മറ്റെല്ലാവർക്കും മുന്നേ ഞാൻ ഉണർന്നു. എന്റെ മനസ്സിലെത്തിയ ആദ്യ ചിന്ത അവിടെ നിന്നും രക്ഷപ്പെടണം എന്നതായിരുന്നു. *ഇവിടെ സുരക്ഷിതമല്ല, ഞാൻ സ്വയം പറഞ്ഞു. ഇവരെന്നെ എന്താവും ചെയ്യുക? സഹായിക്കാൻ തക്കവണ്ണം നല്ല മനസ്സുള്ളവരാണ് എന്നതിന് എന്താണ് തെളിവ്?* പക്ഷേ, രാവിലെ തന്നെ നല്ല സൂര്യപ്രകാശമുണ്ടായിരുന്നു. കൊടുംചൂടിൽ രക്ഷപ്പെടാൻ ശ്രമിച്ചാലും ഒളിഞ്ഞിരിക്കാൻ ഒരു തണൽപോലും ഇല്ല. എനിക്ക് പോകാൻ ഒരിടവുമില്ല. എന്റെ ഭാവി ഹിഷാമിന്റെയും കുടുംബത്തിന്റെയും കൈകളിലാണ്, കിടക്കയിൽ കിടന്ന് ഞാനോർത്തു. ആകെ ചെയ്യാൻ പറ്റുന്നത് ഇവർ സഹായിക്കണേയെന്ന് പ്രാർഥിക്കുക മാത്രമാണ്.

രണ്ടു മണിക്കൂറിനുശേഷം ഹിഷാമിൽനിന്നുള്ള നിർദേശങ്ങളുമായി നാസർ വന്നു. അയാളുടെ അച്ഛനെയും പ്രതീക്ഷിച്ച് ഞങ്ങൾ സംസാരിച്ചിരിക്കുമ്പോൾ മഹ ഞങ്ങൾക്ക് പ്രാതൽ വിളമ്പി. ഭക്ഷണം കഴിക്കാൻ എനിക്കായില്ല. അല്പം കാപ്പി മാത്രം കുടിച്ചു. 'ഞങ്ങൾ നിന്നെ എന്റെ സഹോദരി മിനായുടെയും ഭർത്താവ് ബഷീറിന്റെയും അടുത്തേക്ക് കൊണ്ടുപോകാം. അവർ നഗരത്തിന് അല്പം വെളിയിലാണ് താമസം. അവിടെ നീ പിടിക്കപ്പെടാൻ സാധ്യത കുറവാണ്.' നാസർ പറഞ്ഞു. ബഷീറിന് ഐസിസിനെ വെറുപ്പാണ്. പക്ഷേ, അയാളുടെ സഹോദരന്മാരെക്കുറിച്ച് ഉറപ്പില്ല. അവരാരും ചേർന്നിട്ടില്ലെന്നാണ് ബഷീർ പറയുന്നത്. പക്ഷേ, നീ വളരെ ശ്രദ്ധിക്കണം. ബഷീർ നല്ലവനാണെങ്കിലും മറ്റുള്ളവരുടെ കാര്യം നമുക്കറിയില്ലല്ലോ. നാസർ പറഞ്ഞു നിർത്തി.

നിഖാബിൽ മുഖം മറച്ച് നാസറിനും ഹിഷാമിനുമൊപ്പം കാറിലിരുന്ന എനിക്ക് സുരക്ഷിതത്വം അനുഭവപ്പെട്ടു. മിനായുടെ വീട് ലക്ഷ്യമാക്കി കാർ മൊസൂളിന് പുറത്തേക്ക് പുറപ്പെട്ടു. നഗരത്തിൽ നിന്ന് അകലുന്തോറും തെരുവുകളുടെ വലിപ്പം കുറഞ്ഞുവന്നു. കാറിൽ നിന്നിറങ്ങി വീട്ടിലേക്ക് നടക്കുമ്പോൾ ഞങ്ങളെ ആരും നോക്കിയില്ല. ഇസ്ലാമിക് സ്റ്റേറ്റ് പതാകകൾ പറക്കുന്നതോ അവരെ സൂചിപ്പിക്കുന്ന ചായം പൂശിയതോ ആയ ഒരു വീടും പരിസരത്തെങ്ങും കണ്ടില്ല.

വാതില്ക്കൽ മിനായും ബഷീറും ഞങ്ങളെ അഭിവാദ്യം ചെയ്തു. ഹിഷാമിന്റെ വീടിനെക്കാൾ വലുതായിരുന്നു അവരുടെ വീട്. വിവാഹ ശേഷം കൊച്ചോയിലെ എന്റെ സഹോദരന്മാർ നിർമ്മിക്കുന്ന വീടുകൾ ഓർമ്മിപ്പിച്ചു ആ വീട്. ജീവിതത്തിലെ മുഴുവൻ സമ്പാദ്യവും കൂട്ടിവച്ചു ണ്ടാക്കുന്നവ. പൂർണ്ണമായും കോൺക്രീറ്റ് ചെയ്ത വീടുകൾ. ടൈലിട്ട തറയും അതിൽ പച്ചയും ഇളം തവിട്ടു നിറവുമുള്ള കയറ്റുപായയും സ്വീകരണമുറിയിൽ കുഷ്യനുകളിട്ട കസേരകളും.

മിനായുടെ അത്ര സൗന്ദര്യമുള്ള സ്ത്രീയെ ഞാൻ മുമ്പ് കണ്ടിട്ടില്ല. വെളുത്ത വട്ട മുഖവും വൈരക്കല്ലുപോലെ തിളങ്ങുന്ന പച്ചക്കണ്ണു കളുമായി അതീവ സുന്ദരിയായ സ്ത്രീ. തീരെ മെലിഞ്ഞതല്ലാത്ത ശരീരപ്രകൃതി, ദിമലിന്റേതു പോലെയായിരുന്നു. നീണ്ട മുടിക്ക് തവിട്ടു നിറം നല്കിയിരിക്കുന്നു. മൂന്ന് ആൺകുട്ടികളും രണ്ട് പെൺകുട്ടി കളുമുൾപ്പെടെ അഞ്ച് മക്കളായിരുന്നു മിനയ്ക്കും ബഷീറിനും. ഹിഷാമും നാസറും എന്നെക്കുറിച്ച് എല്ലാം പറഞ്ഞിട്ടുള്ളതുകൊണ്ടാ വണം, കുടുംബാംഗങ്ങൾ ഒട്ടും അപരിചിതത്വമില്ലാതെയാണ് എന്നെ വരവേറ്റത്. എന്നെ ആശ്വസിപ്പിക്കാനൊന്നും ആരും ശ്രമിച്ചില്ല. എന്റെ കുടുംബത്തിന് എന്ത് സംഭവിച്ചു എന്നറിയാൻ നാസർ നിരവധി ചോദ്യങ്ങൾ ഉന്നയിച്ചതൊഴിച്ചാൽ കുടുംബാംഗങ്ങൾ എന്റെ സുരക്ഷി തത്വം അവരുടെ കടമയായാണ് എടുത്തത്. അതിന് എന്നും ഞാൻ അവരോട് കടപ്പെട്ടിരിക്കുന്നു. പക്ഷേ, ഈ സ്നേഹമെല്ലാം എനിക്ക് തിരിച്ചുനല്കാനാവുമെന്ന് അപ്പോഴും ഉറപ്പുണ്ടായിരുന്നില്ല. ‘സലാം അലൈയ്ക്കും...’ ഞാൻ അവരെ അഭിവാദ്യം ചെയ്തു. ‘വ അലൈ യ്ക്കും അസലാം’, ബഷീർ പ്രത്യഭിവാദ്യം ചെയ്തു. പേടിക്കേണ്ട, ഞങ്ങൾ സഹായിക്കാം, അദ്ദേഹം പറഞ്ഞു.

എനിക്ക് വ്യാജ തിരിച്ചറിയൽ കാർഡുണ്ടാക്കാനായിരുന്നു അവ രുടെ പദ്ധതി. സഫായുടെയോ അല്ലെങ്കിൽ മിനായുടെയോ പേരി ലുണ്ടാക്കുന്ന ആ കാർഡുമായി ഞാനും ബഷീർ അല്ലെങ്കിൽ നാസറും ഭാര്യാഭർത്താക്കന്മാരെന്ന രീതിയിൽ കിർക്കുക്കിലേക്ക് പോകും. നാസറിന് തിരിച്ചറിയൽ കാർഡുണ്ടാക്കുന്ന സുഹൃത്തുക്കൾ ഉണ്ടാ യിരുന്നു. അവർ സഹായിക്കും. മുമ്പ് ഇറാഖി കാർഡുകളായിരു ന്നെങ്കിൽ ഇപ്പോൾ അത് ഇസ്ലാമിക് സ്റ്റേറ്റിന്റെ കറുപ്പും വെളുപ്പും കാർഡാണ്.

നാസർ എന്നോട് പറഞ്ഞു, ദയിഷിന്റെയല്ല ഇറാഖി തിരിച്ചറിയൽ കാർഡാണ് നിനക്കായി ഉണ്ടാക്കുക. അതിന് കുറെക്കൂടി ആധി കാരികത ഉണ്ടാവും. ഐസിസ് ചെക് പോയന്റുകളിൽ കൂടി കടന്നു പോയാലും കുർദിസ്ഥാനിലേക്ക് കടക്കാൻ അതാണ് എളുപ്പവഴി.

സഫയുടെ പേരിലാണ് കാർഡെങ്കിൽ നാസർ നിന്റെ കൂടെ വരും. മിനായുടേതാണെങ്കിൽ ഞാൻ വരും. ബഷീർ പറഞ്ഞു. എല്ലാം കേട്ടു കൊണ്ട് ഒന്നും മിണ്ടാതെ മിനാ ഇരുന്നു. ഭർത്താവ് പറഞ്ഞതുകേട്ട് അവരുടെ കണ്ണുകൾ തിളങ്ങി. ആ പദ്ധതി അവർക്ക് ഇഷ്ടപ്പെട്ടില്ലെന്ന് തോന്നുന്നു. പക്ഷേ, അവർ എതിർത്തില്ല.

കിർക്കുക്കിൽ വിട്ടാൽ പോരേ, ബഷീർ ചോദിച്ചു. മൊസൂളിൽ നിന്ന് കുർദിസ്ഥാനിലേക്ക് എളുപ്പത്തിലുള്ള പ്രവേശനകവാടമാണ് കിർക്കുക്ക്. കിർക്കുക്കിൽ പോയാൽ മതിയെങ്കിൽ വ്യാജ തിരിച്ചറിയൽ കാർഡിൽ അതാകും എന്റെ ജന്മസ്ഥലം. അവിടെ സർവ്വസാധാരണ യായ ഒരു പേരും എനിക്ക് നല്കും. കിർക്കുക്ക് ഐസിസിന്റെ കൈ വശമാണോ...? ഞാൻ സംശയിച്ചു. കുർദ് പാർട്ടികളുടെ അവകാശ വാദങ്ങളിൽ നിന്ന് ഞാൻ മനസ്സിലാക്കിയത് കുർദിസ്ഥാന്റെ ഭാഗമാണ് കിർക്കുക്ക് എന്നാണ്. പക്ഷേ, തടങ്കലിലായ ശേഷം ഐസിസ് ഭീകര രുടെ സംസാരത്തിൽ നിന്ന് കിർക്കുക്കും സിൻജാർ പോലെ തർക്ക പ്രദേശമാണെന്ന പ്രതീതിയാണ് ലഭിച്ചത്. കുർദുകളും കേന്ദ്രസർക്കാരും ഐസിസും ഓരോരോ മേഖലകളിൽ പിടിമുറുക്കിയിട്ടുണ്ട്. ഭീകരരുടെ ഇറാഖിലെ ഇപ്പോഴത്തെ കരുത്തു പരിഗണിച്ചാൽ കിർക്കുക്കിലെ എണ്ണപ്പാടങ്ങൾ അവർ കൈപ്പിടിയിൽ ഒതുക്കിയിട്ടുണ്ടാവണം.

ഞാൻ വീട്ടുകാരോട് ഒന്ന് ആലോചിച്ചോട്ടെ, പെഷമർഗയുടെ നിയന്ത്രണത്തിലാണെങ്കിൽ എനിക്ക് അങ്ങോട്ട് പോവാം. ഞാൻ ബഷീറിനോട് പറഞ്ഞു.

ആയിക്കോട്ടെ, ഞാൻ സിൻജാറിലുള്ള ഹിഷാമിന്റെ സുഹൃത്തിനെ വിളിച്ച് സഹായം ചോദിക്കാം, നാസർ നിനക്ക് തിരിച്ചറിയൽ കാർഡു ണ്ടാക്കും, ബഷീർ പറഞ്ഞു.

അന്നാണ് രക്ഷപ്പെട്ടശേഷം ആദ്യമായി ഞാൻ ഹെസ്നിയോട് സംസാരിക്കുന്നത്. സംസാരിത്തിലുടനീളം വികാരാധീനരാവാതിരി ക്കാൻ ഞങ്ങൾ രണ്ടുപേരും ശ്രമിച്ചു. ജീവനോടെ രക്ഷപ്പെടണമെങ്കിൽ പക്വതയോടെയുള്ള നീക്കങ്ങൾ അനിവാര്യമാണ്, ഏറെ കാര്യങ്ങൾ മനസ്സാന്നിധ്യത്തോടെ ചെയ്യേണ്ടതുണ്ട്. എങ്കിലും ഹെസ്നിയുടെ ശബ്ദം ആദ്യം കേട്ടപ്പോൾ എനിക്ക് സംസാരിക്കാൻ പോലുമാവാതെ യായി.

നാദിയ, വിഷമിക്കരുത്. ഈ കുടുംബം നല്ലവരാണെന്ന് തോ ന്നുന്നു. അവർ നിന്നെ സഹായിക്കും. ഹെസ്നി പറഞ്ഞു.

പതിവുപോലെ ആത്മവിശ്വാസം നിറഞ്ഞതും വൈകാരികവു മായിരുന്നു ഹെസ്നിയുടെ ശബ്ദം. എന്റെ കഷ്ടപ്പാടുകളെക്കാൾ ചേട്ടന്റെ ദുരവസ്ഥ എന്നെ വേദനിപ്പിച്ചു. എന്റെ സങ്കടങ്ങൾ രക്ഷ

പ്പെടലിന്റെ സന്തോഷത്തിന് വഴിമാറുമെന്ന് ഞാൻ പ്രതീക്ഷിച്ചു. ഭാഗ്യം എന്നെ തുണയ്ക്കുകയാണെങ്കിൽ.

എന്റെ രക്ഷപ്പെടലിന്റെ കഥ ഞാൻ ഹെസ്നിയോട് പറഞ്ഞു. പറയുമ്പോൾ ഞാൻ സ്വയം അഭിമാനിച്ചു. വളരെ വിചിത്രമായിരുന്നു ഹെസ്നി അത്, എല്ലായിടത്തും അതിസൂക്ഷ്മമായ നിരീക്ഷണത്തിന് വിധേയയാകുമ്പോൾ അവസാനത്തെ ആ മനുഷ്യൻ വാതിൽ പൂട്ടാതെ പോയത്. ഞാൻ വെറുതെ വാതിൽ തുറന്ന് മതിൽ ചാടി രക്ഷപ്പെട്ടു. എന്റെ വിവരണം കേട്ട് ഹെസ്നി പറഞ്ഞു. എല്ലാം ദൈവനിശ്ചയമാണ് നാദിയ, നീ വീട്ടിൽ മടങ്ങിയെത്തണമെന്നാണ് ദൈവത്തിന്റെ തീരുമാനം. ഈ വീട്ടുകാരുടെ ഒരു മകൻ ദയിഷിനൊപ്പമാണോയെന്ന് സംശയമുണ്ട്. ഇവർ ഏറെ ആചാരനിഷ്ഠകൾ ഉള്ളവരാണ്. പക്ഷേ, വേറെ വഴിയില്ലെന്ന് ഹെസ്നി ഓർമ്മിപ്പിച്ചു. തൽക്കാലം അവരെ വിശ്വസിച്ചേ പറ്റൂ. ഹെസ്നിക്ക് ഉറപ്പാണെങ്കിൽ വിശ്വസിക്കാമെന്ന് ഞാൻ പറഞ്ഞു.

യസീദി പെൺകുട്ടികളെ ഐസിസ് പിടിയിൽ നിന്ന് രക്ഷപ്പെടുത്താൻ കടത്തുസംഘങ്ങൾ സജീവമാണെന്ന് ഞാൻ പിന്നീട് മനസ്സിലാക്കി. അഭയാർഥി ക്യാംപിലെ തന്റെ കണ്ടെയ്നർ വീടിനുള്ളിലിരുന്ന് ആയിരക്കണക്കിന് പെൺകുട്ടികളെ ഹെസ്നി ഇങ്ങനെ രക്ഷപ്പെടുത്തിയിട്ടുണ്ട്. ഓരോ രക്ഷപ്പെടുത്തൽ ശ്രമങ്ങളിലും പരിഭ്രാന്തിയും ആശയക്കുഴപ്പവുമെല്ലാം ഉണ്ടായിരുന്നു. പക്ഷേ, ഇരകളുടെ കുടുംബങ്ങൾക്ക് ആവശ്യത്തിന് പണമുണ്ടെങ്കിൽ പിന്നെ അതൊരു വ്യാപാര ഉടമ്പടി പോലെയാണ്. കടത്തിനുള്ള ആളുകളെ പണംകൊടുത്ത് ഏർപ്പാടാക്കും.

ഇടനിലക്കാർ പലതരമുണ്ടായിരുന്നു. അറബികൾ, തുർക്ക്മെനികൾ, സിറിയൻ അല്ലെങ്കിൽ ഇറാഖി, കുർദ് പ്രദേശവാസികൾ എന്നിങ്ങനെ. ആയിരക്കണക്കിന് ഡോളർ നല്കിയാണ് ഇവരെ ദൗത്യത്തിന്റെ ഭാഗമാക്കിയിരുന്നത്. പെൺകുട്ടികളെ തങ്ങളുടെ വണ്ടിയിൽ ഒളിച്ച് കടത്തുന്ന ടാക്സി ഡ്രൈവർമാർ, പെൺകുട്ടികളുടെ വിവരങ്ങൾ കുടുംബാംഗങ്ങൾക്ക് ചോർത്തി നല്കുന്ന മൊസൂളിലെയും തൽ അഫാറിലെയും ചാരന്മാർ, ചെക് പോയന്റുകളിൽ ഐസിസിന് വില പേശി കൈക്കൂലി നല്കി കടത്തിന് സഹായിക്കുന്നവർ... ഇങ്ങനെ പലതരം ഇടനിലക്കാർ. ഐസിസ് മേഖലയിൽ ഈ ദൗത്യത്തിൽ പ്രധാന പങ്കുവഹിച്ചിരുന്നത് സ്ത്രീകളാണ്. കാരണം അവർക്ക് അടിമപ്പെൺകുട്ടികളുടെ അടുത്തേക്ക് എളുപ്പത്തിൽ ചെല്ലാനാവും. ഈ ശൃംഖലയുടെ തലപ്പത്ത് യസീദി സ്ത്രീകളുമുണ്ട്. അവരുടെ സുന്നി സുഹൃത്തുക്കൾ വഴി ഒരു പാളിച്ചയുമില്ലാതെ ദൗത്യം പൂർത്തിയാക്കുന്നുവെന്ന് ഉറപ്പുവരുത്തുന്നത് അവരാണ്. അവരവരുടെ മേഖലകളിലാണ് ഓരോ ഗ്രൂപ്പും പ്രവർത്തിക്കുന്നത്. സിറിയയിലും ഇറാഖിലും ഇത്തരം

സംഘങ്ങളുണ്ട്. മറ്റെല്ലാ വ്യവസായത്തിലുമെന്ന പോലെ അവിടെയും മത്സരം മുറുകിയിരിക്കുന്നു, കാരണം യുദ്ധകാലത്ത് ധനസമ്പാദനത്തിനുള്ള നല്ല വഴിയാണത്.

എന്റെ രക്ഷപ്പെടൽ സമയത്ത് ഈ കടത്തുശൃംഖല രൂപീകൃതമാവുന്നതേ ഉണ്ടായിരുന്നുള്ളൂ. ഹെസ്നിയും അതിന്റെ ഭാഗമാവാനുള്ള തയ്യാറെടുപ്പിലായിരുന്നു. എന്റെ ചേട്ടന് സ്നേഹം മാത്രമല്ല, നല്ല ധൈര്യവും ഉണ്ടായിരുന്നു. മറ്റുള്ളവരെ സഹായിക്കാൻ കിട്ടുന്ന ഒരു അവസരവും അദ്ദേഹം പാഴാക്കില്ല. അതുകൊണ്ടു തന്നെ നിരവധി പെൺകുട്ടികളുടെ കയ്യിൽ അദ്ദേഹത്തിന്റെ നമ്പരുണ്ടായിരുന്നു. ഞങ്ങളുടെ ബന്ധുക്കളായ സ്ത്രീകൾക്ക് ഹെസ്നിയുടെ നമ്പർ ഹൃദിസ്ഥമായിരുന്നു. അവർ അത് മറ്റ് സബയകൾക്കും കൈമാറി. അങ്ങനെ ചേട്ടന്റെ ഫോണിന് വിശ്രമമില്ലാതെയായി. എന്റെ കാര്യം പറയാൻ ഹിഷാം വിളിക്കുമ്പോഴേയ്ക്കും ഹെസ്നി ഞങ്ങളെ രക്ഷപ്പെടുത്താനുള്ള ശ്രമങ്ങൾ തുടങ്ങിക്കഴിഞ്ഞിരുന്നു. യസീദികളുടെ മോചനത്തിന് ശ്രമിക്കുന്ന കുർദിഷ് അധികാരികളുമായും മൊസൂളിലും ഐസിസ് അധീനതയിലായ മറ്റ് പ്രദേശങ്ങളിലുമുള്ള പ്രദേശവാസികളുമായുമെല്ലാം അദ്ദേഹം ബന്ധം സ്ഥാപിച്ചിരുന്നു. യസീദികളെ ഒളിച്ചുകടത്തൽ ഹെസ്നിയുടെ സ്ഥിരംജോലിയായി. ശമ്പളമില്ലാത്ത ജോലി.

എന്റെ കിർക്കുക് യാത്രയെക്കുറിച്ച് ഹെസ്നിക്ക് ആശങ്കയുണ്ടായിരുന്നു. ദൗത്യം എത്ര കണ്ട് വിജയിക്കുമെന്നറിയില്ലല്ലോ. നാസറോ ബഷീറോ എന്റെ കൂടെ കുർദിസ്ഥാൻ വരെ യാത്ര ചെയ്യുന്നത് പ്രായോഗികമാണോ എന്നതായിരുന്നു സംശയം. സാധാരണ ഗതിയിൽ ആ പ്രായത്തിലുള്ള ഒരു ചെറുപ്പക്കാരൻ ചെക്പോയന്റ് കടന്ന് കുർദിസ്ഥാനിൽ എത്തുക എന്നത് എളുപ്പമല്ല. പോരാളിയാവാൻ പോന്ന ഒരാളെയും ഐസിസ് പുറത്തുവിടില്ല. മാത്രമല്ല ഒരു സബയയെ രക്ഷപ്പെടാൻ സഹായിച്ചെന്നറിഞ്ഞാൽ അവരെ കാത്തിരിക്കുന്ന ശിക്ഷ കടുത്തതായിരിക്കും. നിന്നെ സഹായിച്ചതിന്റെ പേരിൽ അവർ ശിക്ഷിക്കപ്പെടരുത്, നാസറോ ബഷീറോ, നിന്റെ കൂടെ വരുന്നയാൾ സുരക്ഷിതനാണെന്ന് ഉറപ്പുവരുത്തേണ്ടത് നമ്മുടെ ഉത്തരവാദിത്തമാണ് നാദിയ. ഹെസ്നി എന്നോട് പറഞ്ഞു.

എനിക്കറിയാം, ഞാൻ സൂക്ഷിച്ചോളാം, ഞാൻ മറുപടി പറഞ്ഞു. ഐസിസ് ചെക്പോയന്റിൽ പിടിക്കപ്പെട്ടാൽ കൂടെ വരുന്നയാൾ കൊല്ലപ്പെടുകയും ഞാൻ വീണ്ടും അടിമയാക്കപ്പെടുകയും ചെയ്യുമെന്നുറപ്പ്. കുർദിഷ് ചെക് പോയന്റിലാവട്ടെ കൂടെ വരുന്നയാൾ തടവിലാക്കപ്പെട്ടേക്കാം. സൂക്ഷിക്കണേ നാദിയ, നാളെ അവർ തിരിച്ചറിയൽ കാർഡ്

കൊണ്ടു വരും. കിർക്കുക്കിലെത്തിയാൽ ഉടൻ എന്നെ വിളിക്കണം. ഹെസ്നി പറഞ്ഞു.

ഫോൺവയ്ക്കുംമുമ്പ് ഞാൻ ചോദിച്ചു. കാതറീന് എന്ത് സംഭവിച്ചു?

എനിക്കറിയില്ല, നാദിയ.

സോലയിൽ പിന്നീട് എന്താണ് സംഭവിച്ചത്? സോലയിലും കൊച്ചോയിലും ഇപ്പോഴും ഐസിസ് ഭീകരർ ഉണ്ട്. പുരുഷന്മാരെല്ലാം കൊല്ലപ്പെട്ടെന്നാണ് വിവരം. സയീദ് കഷ്ടിച്ച് രക്ഷപ്പെട്ടു, അവനാണ് എല്ലാം പറഞ്ഞത്. സവൂദ് എന്റെ കൂടെ ഇവിടെയുണ്ട്, കുഴപ്പമില്ല. സോലയിൽ സ്ത്രീകൾക്ക് എന്ത് സംഭവിച്ചുവെന്ന് അറിയില്ല. സോലയുടെ മോചനത്തിനായി പോരാടുകയാണ് സയീദ്. അവനെക്കുറിച്ച് എനിക്ക് ആശങ്കയുണ്ട്. വെടിയുണ്ടയേറ്റ വേദന അവനെ വല്ലാതെ അലട്ടുന്നുണ്ട്. രാത്രിയിൽ ആ സംഭവത്തിന്റെ ഓർമ്മകളും ദുഃസ്വപ്നങ്ങളും ഉറക്കം കളയുന്നു. അതെല്ലാം യാഥാർഥ്യമാണെന്ന് അവന് ഉൾക്കൊള്ളാനാവുന്നില്ല. ഹെസ്നി പറഞ്ഞു നിർത്തി.

ഹെസ്നി ഫോൺ എന്റെ അർധസഹോദരൻ ഖാലിദിന് കൈമാറി. ഖാലിദ് പുതിയ കുറെ വിവരങ്ങൾ കൂടി തന്നു. യസീദികൾക്ക് ഇനി എങ്ങോട്ടും ഓടേണ്ടതില്ല. പക്ഷേ, കുർദിസ്ഥാനിൽ ദുരിത ജീവിതമാണിപ്പോൾ. അഭയാർഥി ക്യാംപുകൾ തുറക്കുന്നത് കാത്ത് കഴിയുകയാണ് എല്ലാവരും.

കൊച്ചോയിൽ എന്താണ് സംഭവിച്ചത്, എല്ലാം അറിഞ്ഞെങ്കിലും അത് സത്യമാണെന്ന് അംഗീകരിക്കാനാവാതെ ഞാൻ ചോദിച്ചു.

പുരുഷന്മാരെയെല്ലാം കൊന്നു, സ്ത്രീകളെയെല്ലാം തട്ടിയെടുത്തു. നീ മറ്റ് സ്ത്രീകളെയാരെയെങ്കിലും കണ്ടിരുന്നോ, ഖാലിദ് ചോദിച്ചു.

നിസ്റീനെയും റോജിയാനെയും കാതറീനെയും കണ്ടിരുന്നു. പക്ഷേ, അവർ ഇപ്പോൾ എവിടെയാണെന്നറിയില്ല, ഞാൻ പറഞ്ഞു.

ഞാൻ പ്രതീക്ഷിച്ചതിലും മോശം വാർത്തയാണ് ചേട്ടന്മാരിൽ നിന്നറിഞ്ഞത്. നല്ലതൊന്നും പ്രതീക്ഷിച്ചിരുന്നില്ല, എങ്കിലും. സംസാരം അവസാനിപ്പിച്ച് ഫോൺ നാസറിന് തിരികെ നല്കി. ഈ കുടുംബം ചതിക്കുമെന്ന ഭയം എനിക്ക് ഇല്ലാതെയായി. അല്പം ആശ്വാസവും അതിലേറെ ക്ഷീണവുമുണ്ട്. ജീവിതത്തിൽ ആദ്യമായാണ് ഇത്ര ക്ഷീണം.

രക്ഷാപദ്ധതികൾ ആസൂത്രണം ചെയ്യുന്നതിനിടെ മിനായുടെയും ബഷീറിന്റെയും വീട്ടിൽ ഞാൻ നിരവധി ദിവസങ്ങൾ ചിലവിട്ടു. പല

പ്പോഴും വീട്ടുകാരെയും എന്റെ ഭാവിയേയുമെല്ലാം ആലോചിച്ച് ഞാൻ എന്നിലേക്കുതന്നെ ചുരുങ്ങിക്കൂടി. ആരും ഒന്നും ചോദിച്ചില്ലെങ്കിൽ നിശ്ശബ്ദയായി ഇരിക്കാൻ ആയിരുന്നു ഇഷ്ടം. ഐസിസ് വിരോധികളെങ്കിലും ഉറച്ച വിശ്വാസികളായിരുന്നു ആ കുടുംബം. അഞ്ചുനേരം നിസ്കരിക്കും. പക്ഷേ, ഒരിക്കലും അവർ എന്റെ മതപരിവർത്തനത്തെക്കുറിച്ച് എന്തെങ്കിലും ചോദിക്കുകയോ അവരോടൊപ്പം പ്രാർഥിക്കാൻ നിർബന്ധിക്കുയോ ചെയ്തില്ല.

എന്റെ ആരോഗ്യനില വളരെ മോശമായിരുന്നു. വയറിനുള്ളിൽ തീ കത്തുന്ന സ്ഥിതി. ഒടുവിൽ ആ വീട്ടുകാരെന്നെ അടുത്തുള്ള സ്ത്രീകളുടെ ആശുപത്രിയിൽ കൊണ്ടുപോയി. ചികിത്സ തേടാൻ എന്നെ സമ്മതിപ്പിക്കാൻ അവർ ഏറെ പാടുപെട്ടു. വയറിൽ ചൂടുവച്ചാൽ മതി, ഞാൻ നാസറിന്റെ അമ്മയോട് പറഞ്ഞു. അത് പറ്റില്ല, ഡോക്ടറെ കാണണം, നിഖാബ് ധരിച്ച് ഞങ്ങളുടെ കൂടെ വരാൻ ഭയപ്പെടേണ്ടതില്ല. അമ്മ നിർബന്ധിച്ചു. വേദനയുടെ ആധിക്യംമൂലം എനിക്കും അധികം തർക്കിക്കാനായില്ല. തലചുറ്റുന്നുണ്ടായിരുന്നു. സത്യത്തിൽ അവരെന്നെ കാറിൽ കയറ്റിയതും കൊണ്ടുപോയതും പോലും നേരിയ ഓർമ്മ മാത്രമാണ്. ഇപ്പോൾ ആലോചിച്ച് നോക്കുമ്പോൾ അന്നത്തെ ആശുപത്രിയിൽ പോക്ക് ഒരു സ്വപ്നം പോലെ മാത്രമേ തോന്നുന്നുള്ളൂ. പക്ഷേ, ചികിത്സ എന്നെ ആരോഗ്യവതിയാക്കി. കൂടുതൽ ഊർജത്തോടെ യാത്രയ്ക്കുള്ള ദിവസവും കാത്ത് ഞാനിരുന്നു.

ചിലപ്പോൾ വീട്ടുകാർക്കൊപ്പം ഭക്ഷണം കഴിക്കും, ചിലപ്പോൾ തനിച്ച്. ജനലിനരികെ പോവുകയോ ഫോൺ എടുക്കുകയോ ചെയ്യരുതെന്ന് എന്റെ ആതിഥേയർ മുന്നറിയിപ്പ് നല്കിയിരുന്നു. ആരെങ്കിലും വീട്ടിൽ വന്നാൽ മുറിക്കുള്ളിൽ ശബ്ദമുണ്ടാക്കാതെ ഇരിക്കണം, അവർ പറഞ്ഞു. സിൻജാറിൽ നിന്ന് വ്യത്യസ്തമായിരുന്നു മൊസൂളിന്റെ സംസ്കാരം. കൊച്ചോയിൽ ആരെങ്കിലും വീട്ടിൽ വന്നാൽ അവർ വാതിലിൽ മുട്ടാനൊന്നും നില്ക്കില്ല. എല്ലാവർക്കും പരസ്പരം അറിയാം. എല്ലാം സ്വന്തം വീടുപോലെ. പക്ഷേ, മൊസൂളിൽ സന്ദർശകർ പുറത്തുനില്ക്കും. വീട്ടുകാർ ക്ഷണിച്ചാലേ അകത്ത് കയറൂ. എത്ര അടുത്ത സുഹൃത്താണെങ്കിലും അക്കാര്യത്തിൽ അപരിചതരെപ്പോലെയാണ് പെരുമാറ്റം.

ഒരു കാരണവശാലും എനിക്ക് പുറത്തിറങ്ങാനാവില്ല. പ്രധാന കുളിമുറി പുറത്തായിരുന്നു. എന്നോട് അകത്തുള്ള ചെറിയ കുളിമുറി ഉപയോഗിച്ചുകൊള്ളാൻ പറഞ്ഞു. അയല്പക്കക്കാരിൽ ആരെങ്കിലും ഐസിസിനൊപ്പമാണോയെന്ന് നമുക്കറിഞ്ഞു കൂട. വീട്ടുകാർ ഓർമ്മിപ്പിക്കും. അവർ പറയുന്നത് ഞാൻ അപ്പാടെ അനുസരിച്ചു. ഐസിസ് എന്നെ പിടികൂടുകയും ഹിഷാമും കുടുംബവും ശിക്ഷിക്കപ്പെടുന്നതും

എനിക്ക് ചിന്തിക്കാനാവില്ലായിരുന്നു. ഒരു സംശയവുമില്ല ആ കുടുംബത്തിലെ മുതിർന്ന എല്ലാവരെയും ഭീകരകർ കൊന്നു കളയും. മിനായുടെ എട്ടുവയസ് മാത്രം പ്രായമുള്ള സുന്ദരിക്കുട്ടികൾ ഐസിസ് പിടിയിലാവുന്നത് ആലോചിക്കാനേ വയ്യ.

കുട്ടികളുടെ മുറിയിലാണ് ഞാനും കിടന്നത്. അവർ എന്നോട് സംസാരിക്കാറില്ലായിരുന്നു. പക്ഷേ, അവർക്ക് എന്നെ ഭയവുമില്ലായിരുന്നു. ഞാൻ ആരാണെന്നറിയാൻ അവർക്ക് താല്പര്യവും ഇല്ലായിരുന്നു. ഞാൻ പറഞ്ഞതുമില്ല. നിഷ്കളങ്കരായ കുഞ്ഞുങ്ങൾ. രണ്ടാമത്തെ ദിവസം ഉറക്കമുണർന്നപ്പോൾ സുന്ദരികൾ രണ്ടും കണ്ണാടിക്ക് മുന്നിലിരുന്ന് മുടി മെടഞ്ഞിടാൻ പരിശ്രമിക്കുകയാണ്. എനിക്ക് നന്നായി മുടി കെട്ടാനറിയാം, സഹായിക്കട്ടേയെന്ന് ഞാൻ ചോദിച്ചു. രണ്ടുപേരും വേണമെന്ന് തലയാട്ടി. മുന്നിലിരുത്തി ചീർപ്പുകൊണ്ട് അവരുടെ നീണ്ട മുടി ഞാൻ നല്ലവണ്ണം ചീകിയൊതുക്കി. അഡ്കിക്കും കാതറീനും ഞാൻ എല്ലാ ദിവസും ഇത് ചെയ്തുകൊടുത്തിരുന്നതാണ്. നാളുകൾക്കുശേഷം അത് വീണ്ടും ചെയ്തപ്പോൾ എവിടെയോ ഒരു നേരിയ ആശ്വാസം.

കുട്ടികൾ ടിവി മുഴുവൻ നേരവും ഓണാക്കി വച്ചിരുന്നു. ആൺകുട്ടികളാവട്ടെ വീഡിയോ ഗെയിമിൽ മുഴുകിയിരുന്നതുകൊണ്ട് എന്നെ ശ്രദ്ധിച്ചതേയില്ല. അവർക്ക് എന്റെ മരുമക്കളായ മാലിക്കിന്റെയും ഹാനിയുടെയും പ്രായമേ ഉണ്ടാവൂ. മാലിക്കിനെയും ഹാനിയെയും ഭീകരർ തട്ടിയെടുത്ത് അവരുടെ കൂട്ടത്തിൽ ചേർത്തിരിക്കുകയാണ്. 2014-നു മുമ്പ് വരെ മാലിക് ഒരു നാണംകുണുങ്ങിപ്പയ്യനായിരുന്നു. പക്ഷേ, മിടുക്കനും ചുറ്റും നടക്കുന്ന കാര്യങ്ങളിൽ ശ്രദ്ധാലുവുമായിരുന്നു അവൻ. ഞങ്ങളെയും അവന്റെ അമ്മ ഹംദിയയെും വലിയ സ്നേഹമായിരുന്നു. പക്ഷേ, ഇന്ന് അവൻ എവിടെയാണെന്ന് ഒരു രൂപവുമില്ല. തട്ടിയെടുക്കുന്ന കൗമാരക്കാരെ അതിതീവ്രമായ മസ്തിഷ്ക പ്രക്ഷാളനത്തിനാണ് ഐസിസ് വിധേയരാക്കിയിരുന്നത്. അറബിയും ഇംഗ്ലീഷും പഠിപ്പിക്കുന്ന ഭീകരർ ഗൺ തുടങ്ങിയ യുദ്ധവുമായി ബന്ധപ്പെട്ട വാക്കുകളാണ് ആദ്യം ചൊല്ലിക്കൊടുക്കുക. യസീദിസം ചെകുത്താന്റെ മതമാണെന്നും കുടുംബാംഗങ്ങളാണെങ്കിലും മതപരിവർത്തനം നടത്തുന്നില്ലെങ്കിൽ കൊല്ലപ്പെടേണ്ടവരാണെന്നും കുട്ടികളെ പറഞ്ഞ് പഠിപ്പിക്കും.

നല്ല പ്രായത്തിലാണ് ആൺകുട്ടികളെ തട്ടിക്കൊണ്ടു പോവുക. അതുകൊണ്ടു തന്നെ അവരെ സ്വാധീനിക്കാൻ എളുപ്പമാണ്. പിന്നീട് മാലിക് ഹെസ്നിക്ക് അവൻ ഐസിസ് യൂണിഫോമിൽ നില്ക്കുന്ന കുറേ ഫോട്ടോകൾ അയച്ചു. തോക്കും പിടിച്ച് ചിരിച്ച് നില്ക്കുന്ന

അവന്റെ മുഖത്ത് വലിയ ആവേശം കാണാം. അമ്മയോട് തന്റെയ ടുത്തു വരാൻ പറയാനാണ് പിന്നെ അവൻ ഹെസ്നിയെ വിളിച്ചത്.

അച്ഛൻ മരിച്ചു, ഞങ്ങൾക്കാരുമില്ല, നീ തിരികെ വരണം, അവന്റെ അമ്മ പറയും. അമ്മ ഇസ്ലാമിക് സ്റ്റേറ്റിന്റെ ഭാഗമാകണം, സുഖമായി ജീവിക്കാം, മാലിക് തർക്കിച്ചു. മൂന്നുവർഷം ഐെസിസ് പിടിയിലായി രുന്ന ഹാനി രക്ഷപ്പെട്ടു. പക്ഷേ, മാലികിനെ രക്ഷപ്പെടുത്താൻ ഹെസ്നി ശ്രമിച്ചെങ്കിലും അവൻ വഴങ്ങിയില്ല. എനിക്ക് പോരാടണം, അവൻ തറപ്പിച്ചു പറഞ്ഞു. കൊച്ചോയിൽ ഞങ്ങൾക്ക് പരിചിതനായ മാലികിന്റെ നിഴൽ മാത്രമായിരുന്നു അത്. അതോടെ ഹെസ്നി ആ ശ്രമം അവസാനിപ്പിച്ചു. എങ്കിലും ഹംദിയയ്ക്ക് അവനോട് സംസാരി ക്കാതിരിക്കാൻ കഴിഞ്ഞില്ല. ഓരോ തവണയും ഫോൺകോൾ അവ സാനിക്കുമ്പോൾ ആ അമ്മ പറയും, എത്രയായാലും അവൻ എന്റെ മകനല്ലേ.

മിന നല്ലൊരു ഗൃഹനാഥയായിരുന്നു. വീടുവൃത്തിയാക്കലും പാചകം ചെയ്യലും മാത്രമല്ല കുട്ടികൾക്കൊപ്പം കളിക്കാനും കുഞ്ഞിനെ ശുശ്രൂഷിക്കാനുമെല്ലാം അവർ സമയം കണ്ടെത്തി. എനിക്കും അവർ ക്കും ആശങ്കകളുണ്ടായിരുന്നെങ്കിലും ഞങ്ങൾ പരസ്പരം അധികം സംസാരിച്ചിരുന്നില്ല. അവരുടെ ഭർത്താവ് അല്ലെങ്കിൽ സഹോദരൻ എന്നെയുംകൊണ്ട് അപകടകരമായ ഒരു ദൗത്യത്തിന് തയ്യാറെടുക്കു കയാണ്. ആ ചിന്ത കുടുംബത്തിന് വലിയൊരു വീർപ്പുമുട്ടൽ തന്നെ യായിരുന്നു.

ഒരു ദിവസം വീട്ടിനുള്ളിൽ മുഖാമുഖം വന്നപ്പോൾ മിന എന്റെ മുടിയെക്കുറിച്ച് ചോദിച്ചു.

എന്താണ് അറ്റം മാത്രം ചുവന്നിരിക്കുന്നത്..?

മുടിയുടെ അറ്റം പിടിച്ചു നോക്കി ഞാൻ പറഞ്ഞു, ഹെന്ന ചെയ്തിട്ട് നാളേറെയായി, അതാണ്.

നല്ല ഭംഗിയുണ്ട് മുടി, എന്നു പറഞ്ഞ് അവർ പോയി.

ഒരുദിവസം ഉച്ചഭക്ഷണം കഴിഞ്ഞപ്പോൾ ചെറിയ കുഞ്ഞ് കരച്ചിൽ തുടങ്ങി. മിന എന്തെല്ലാം ചെയ്തിട്ടും അത് വഴങ്ങിയില്ല. സാധാരണ വീട്ടുജോലികൾ ചെയ്യാൻ മിന എന്നെ സമ്മതിക്കാറില്ല. എങ്കിലും കുഞ്ഞ് കരച്ചിൽ നിർത്താതെയായതോടെ പാത്രങ്ങൾ കഴുകാൻ അവ രെന്നെ സമ്മതിച്ചു. കഴുകാനുള്ള പാത്രങ്ങൾ ഇട്ടിരുന്ന സിങ്കിന് സമീപത്തുള്ള ജനൽ റോഡിലേക്കാണ് തുറന്നിരുന്നത്. പക്ഷേ, അത് ഞങ്ങൾ കണക്കിലെടുത്തില്ല. മിനയെ സഹായിക്കാൻ പറ്റുന്നതിന്റെ സന്തോഷത്തിലായിരുന്നു ഞാൻ. എന്നെ അദ്ഭുതപ്പെടുത്തിക്കൊണ്ട് അവരെന്നോട് സംസാരിക്കാൻ തുടങ്ങി.

കുഞ്ഞിനെ നെഞ്ചോട് ചേർത്ത് ഉറക്കാൻ ശ്രമിച്ചുകൊണ്ട് മിന ചോദിച്ചു. ദയിഷ്(ഐസിസ്) തട്ടിയെടുത്ത മറ്റാളുകളെ നിനക്ക് അറിയുമോ...?

ഉവ്വ്. എന്റെ ബന്ധുക്കളും കൂട്ടുകാരുമെല്ലാമുണ്ട്. അവർ ഞങ്ങളെ വേർപിരിച്ചു. ഞാൻ പറഞ്ഞു. തട്ടിയെടുക്കപ്പെട്ടവരെ അറിയുമോയെന്ന് തിരിച്ചും ചോദിക്കണമെന്നുണ്ടായിരുന്നെങ്കിലും മിനയെ വിഷമിപ്പിക്കേണ്ടെന്ന് കരുതി.

അല്പനേരത്തെ മൗനത്തിനുശേഷം അവർ ചോദിച്ചു, മൊസൂൾ വിട്ടാൽ നീ എങ്ങോട്ട് പോകും...?

എന്റെ ചേട്ടന്റെയടുത്തേക്ക്. യസീദി അഭയാർഥി ക്യാംപിൽ അദ്ദേഹമുണ്ട്.

അഭയാർഥി ക്യാംപ് എങ്ങനെയാണ്...?

എനിക്ക് കൃത്യമായ രൂപമില്ല. എങ്കിലും രക്ഷപ്പെട്ട എല്ലാവരും അങ്ങോട്ടുപോകും. എന്റെ സഹോദരൻ ഹെസ്നി പറയുന്നത് അവിടെ ജീവിതം ദുഷ്കരമാണെന്നാണ്. പ്രത്യേകിച്ച് ഒന്നും ചെയ്യാനുണ്ടാവില്ല. നഗരത്തിൽ നിന്ന് ഏറെ ദൂരെയുള്ള ക്യാംപുകൾ സുരക്ഷിതമാണ്.

ഇവിടെ ഇനി എന്തെല്ലാമാണോ സംഭവിക്കാൻ പോകുന്നത്. മിനയുടെ ആത്മഗതത്തോട് ഞാൻ പ്രതികരിച്ചില്ല. ഞാൻ പാത്രങ്ങൾ കഴുകിത്തീരും വരെ അവർ നിശ്ശബ്ദയായിരുന്നു.

കുഞ്ഞ് മിനയുടെ കയ്യിൽ ഇരുന്ന് ഉറങ്ങിയിരുന്നു. ഞാൻ മുകളിലത്തെ നിലയിൽ കുട്ടികളുടെ മുറിയിലേക്കുപോയി. കിടക്കയിൽ കിടന്നെങ്കിലും എനിക്ക് കണ്ണടയ്ക്കാനായില്ല.

മൂന്ന്

നാസറാണ് എന്റെ കൂടെ വരുന്നതെന്ന് തീരുമാനമായി. എനിക്ക് സന്തോഷമായി. എന്നോട് എപ്പോഴും സംസാരിക്കുന്ന അയാളുടെ കൂടെ യാത്ര ചെയ്യുന്നത് എനിക്ക് ഇഷ്ടമായിരുന്നു. യാത്ര തുടങ്ങുന്ന സമയമായപ്പോഴേക്കും നാസർ എനിക്ക് സഹോദരനെപ്പോലെയായിരുന്നു. ചേട്ടന്മാരെപ്പോലെ എന്റെ പൊട്ടത്തരങ്ങൾക്ക് കളിയാക്കുന്നത് നാസറിന്റെയും ശീലമായിരുന്നു. മറ്റുള്ളവർക്ക് മനസ്സിലാവാത്ത ചില തമാശകളുണ്ട് ഞങ്ങൾക്കിടയിൽ. ആദ്യദിവസങ്ങളിലൊക്കെ നാസർ എന്ത് ചോദിച്ചാലും ചിന്തയിൽ മുഴുകിയിരിക്കുന്ന ഞാൻ പറയുന്നത് ഭയങ്കര ചൂടാണ് എന്ന് മാത്രമായിരുന്നു. മറ്റെന്തെങ്കിലും സംസാരിക്കാൻ അന്ന് എനിക്ക് ഭയമായിരുന്നു.

എങ്ങനെയുണ്ട് കാര്യങ്ങൾ നാദിയ, നാസർ ഇടയ്ക്കിടെ ചോദിക്കും.

ഭയങ്കര ചൂടാണ് നാസർ, ഞാൻ ആവർത്തിക്കും. എന്റെ പേടി മാറിയതോടെ ഉത്തരവും കൂടി നാസർ പറയാൻ തുടങ്ങി. എങ്ങനെയുണ്ട് നാദിയ, ചൂടാണോ, ഭയങ്കര ചൂടാണോ. ഇതുകേട്ട് ഞാൻ ചിരിക്കും. തിരിച്ചറിയൽ കാർഡുണ്ടാക്കാൻ പോയ നാസർ മൂന്നുദിവസം കഴിഞ്ഞാണ് മടങ്ങി വന്നത്. എന്റെ പേര് സൂസൻ എന്നും ജന്മസ്ഥലം കിർക്കുക്ക് എന്നുമായിരുന്നു അതിൽ രേഖപ്പെടുത്തിയിരുന്നത്. ബാക്കിയെല്ലാം സഫയെക്കുറിച്ചുള്ള വിവരങ്ങളായിരുന്നു. ഈ കാർഡിലുള്ള വിവരങ്ങളെല്ലാം കാണാതെ പഠിച്ചുവയ്ക്കണം.

ജന്മസ്ഥലം ഏതാണെന്ന് ചോദിക്കുമ്പോൾ തെറ്റിച്ചാൽ അതോടെ തീരും എല്ലാം, നാസർ മുന്നറിയിപ്പ് നല്കി. രാത്രിയും പകലും തിരിച്ചറിയൽ കാർഡിലെ വിവരങ്ങൾ ഞാൻ മനഃപാഠമാക്കാൻ തുടങ്ങി. സഫയുടെ ജന്മദിനം, അവർക്ക് എന്നെക്കാൾ പ്രായമുണ്ടായിരുന്നു, അച്ഛന്റെയും അമ്മയുടെയും പേര്, നാസറിന്റെ ജന്മദിനം, അയാളുടെ അച്ഛന്റെയും അമ്മയുടെയും പേര് ഇങ്ങനെ. ഐസിസ് വരുന്നതിന് മുമ്പും ഇറാഖി സ്ത്രീകളുടെ തിരിച്ചറിയൽ കാർഡിൽ അച്ഛന്റെയും ഭർത്താവിന്റെയും വിവരങ്ങൾ പ്രധാനപ്പെട്ടതായിരുന്നു.

കാർഡിന്റെ ഒരു മൂലയിൽ സഫയുടെ ചിത്രവും പതിച്ചിട്ടുണ്ട്. എനിക്കും സഫയുമായി ഒരു സാമ്യവും ഉണ്ടായിരുന്നില്ല. പക്ഷേ, ഐസിസ് ചെക്പോയന്റുകളിൽ നിഖാബ് മാറ്റി മുഖം കാട്ടാൻ പറയി

ല്ലെന്നുറപ്പ്. ഒരു സ്ത്രീയോട് ഭർത്താവിന്റെ സാന്നിധ്യത്തിൽ മുഖം കാണിക്കാൻ അപരിചിതൻ ആവശ്യപ്പെടുന്നത് ഐസിസ് വിശ്വാസ പ്രകാരം തെറ്റാണ്.

ഐസിസ് തിരിച്ചറിയൽ കാർഡ് ഇല്ലാത്തതെന്തെന്ന് അവർ ചോദിച്ചാൽ സമയം കിട്ടിയില്ലെന്ന് പറയണം. ഹിഷാം നിർദ്ദേശിച്ചു. പേടികൊണ്ടാവണം തിരിച്ചറിയൽ കാർഡിലെ വിവരങ്ങളെല്ലാം ഞാൻ വേഗം ഹൃദിസ്ഥമാക്കി. അച്ചടിച്ചുവച്ചതുപോലെ അവ മനസ്സിൽ പതിഞ്ഞു. ഞങ്ങളുടെ പദ്ധതി ലളിതമായിരുന്നു. ഞാനും നാസറും ഭാര്യാഭർത്താക്കന്മാരായി അഭിനയിക്കും. കിർക്കുക്കിലുള്ള എന്റെ ബന്ധുക്കളെ കാണാൻ പോവുകയാണ് ഞങ്ങൾ. കിർക്കുക്കിൽ സർവ്വ സാധാരണമായ പേരായിരുന്നു സൂസൻ.

നീ കുറച്ചുദിവസം അവിടെ താമസിക്കാൻ പോവുകയാണെന്ന് പറയണം. നാസർ നിന്നെ കൊണ്ടുവിട്ടിട്ട് അന്നു തന്നെയോ പിറ്റേന്നോ മടങ്ങുമെന്നാണ് പറയേണ്ടത്.

നിങ്ങൾ എത്തുന്ന സമയത്തിനനുസരിച്ച് തീരുമാനിക്കുമെന്ന്. ചെക്പോയന്റുകളിൽ പറയേണ്ട ഉത്തരങ്ങൾ അവർ പഠിപ്പിച്ചുതന്നു. അപ്പോൾ പിന്നെ ഒരു ബാഗ് കയ്യിൽ കരുതുന്നതിനോ അല്ലെങ്കിൽ ഖലിഫേറ്റിന് പുറത്തുപോവുന്ന സുന്നികൾ നല്കേണ്ട പിഴയടക്കുന്ന തിനോ നാസറിന് പേടിക്കേണ്ടതില്ല.

നിനക്ക് കിർക്കുക്കിനെക്കുറിച്ച് എന്തെങ്കിലും അറിയുമോ, സ്ഥല ങ്ങളുടെ പേരോ, ഭൂപ്രകൃതി എങ്ങനെയെന്നോ, എന്തെങ്കിലും...? അവർ ചോദിച്ചു.

അറിയില്ല, ചേട്ടനോട് ചോദിച്ച് പഠിക്കാം, ഞാൻ പറഞ്ഞു.

നാദിയയുടെ ബാഗ് എന്തുചെയ്യും, അതിനുള്ളിൽ മുസ്ലീം സ്ത്രീ വീട്ടിൽപ്പോവുമ്പോൾ കയ്യിൽ കരുതുന്ന സാധനങ്ങളല്ല, നാസർ പറഞ്ഞു. ബാഗിനുള്ളിൽ കാതറീന്റെയും എന്റെയും ദിമലിന്റെയും വസ്ത്രങ്ങളും സാനിറ്ററി പാഡുകളും അതിനുള്ളിൽ ഒളിപ്പിച്ച ആഭരണ ങ്ങളും പിന്നെ അമ്മയുടെ റേഷൻ കാർഡുമാണ് ഉണ്ടായിരുന്നത്. ഹിഷാം പുറത്തുപോയി ഷാംപൂ, കണ്ടിഷണർ, ലളിതമായ വസ്ത്ര ങ്ങൾ തുടങ്ങി മുസ്ലീം സ്ത്രീകൾ ഉപയോഗിക്കുന്ന കുറേ സാധനങ്ങൾ വാങ്ങിക്കൊണ്ടു വന്നു. അതും എന്റെ ബാഗിൽവച്ചു. എനിക്കുവേണ്ടി അവർ പണം ചിലവാക്കുന്നത് എന്നെ സങ്കടപ്പെടുത്തി. ഞങ്ങളെ പ്പോലെ അവരും ദരിദ്രരാണ്.

ഞാൻ ഇപ്പോൾ ഒരു ഭാരമായി. കുർദിസ്ഥാനിൽ തിരിച്ചെത്തിയിട്ട് ഇതിനെല്ലാം പ്രത്യുപകാരം ചെയ്യും, ഞാൻ പറഞ്ഞു. അതൊന്നും പ്രശ്നമല്ലെന്ന് അവർ പറഞ്ഞു. പക്ഷേ, പണത്തിന് ബുദ്ധിമുട്ടുണ്ടാ

യാൽ അവരെന്ന തിരിച്ചേല്പ്പിക്കുമോ എന്ന ഭയം അപ്പോഴും മനസ്സിലുണ്ടായിരുന്നു.

അങ്ങനെ ഭയപ്പെടേണ്ടതില്ലെന്ന് ഹെസ്നി പറഞ്ഞു. 5000 ഡോളർ പാരിതോഷികം കളവാണ്. അത് പെൺകുട്ടികൾ രക്ഷപ്പെടാതിരിക്കാനുള്ള കള്ളപ്രചാരണമാണ്.

നിങ്ങൾ കന്നുകാലികളെപ്പോലെ ആണെന്നും എല്ലാവരും നിങ്ങളെ പിടിച്ചുകൊടുക്കാൻ തയ്യാറായി ഇരിക്കുകയാണെന്നുമാണ് ഐസിസിന്റെ ധാരണ. പിടിച്ചുകൊടുത്താലും അവർ പണം കൊടുക്കില്ല. ഹെസ്നി വിശദീകരിച്ചു. എന്തായാലും നാസർ മൊസൂൾ വിടുന്നതാണ് നല്ലത്. ചേട്ടൻ പറഞ്ഞു. എന്നുവച്ചാൽ, ഞാൻ ചോദിച്ചു. മനസ്സിലായില്ലേ, ഹിഷാമിനോട് ചോദിച്ചുനോക്ക്. വൈകിട്ട് ചേട്ടൻ പറഞ്ഞത് ഞാൻ ഹിഷാമിനോട് പറഞ്ഞു. നാസർ മൊസൂൾ വിടാൻ ആഗ്രഹിക്കുന്നുണ്ടോ, ഞാൻ ചോദിച്ചു.

ഞങ്ങൾക്ക് നാസറിനെക്കുറിച്ച് ആശങ്കയുണ്ട്. അവൻ ചെറുപ്പമല്ലേ, എപ്പോൾ വേണമെങ്കിലും ഐസിസ് നിർബന്ധിച്ച് അവനെ പോരാട്ടത്തിനിറക്കിയേക്കും.

ഷിയ സർക്കാരിനു കീഴിൽ ഒരു ദരിദ്രകുടുംബത്തിൽ ജനിച്ചു വളർന്നവനാണ് നാസർ. അന്ന് കൺമുന്നിൽ കണ്ട സുന്നി പീഡനം അവനെയും ചൊടിപ്പിച്ചിട്ടുണ്ട്. അവനെപ്പോലുള്ള ചെറുപ്പക്കാരെ ഐസിസ് പെട്ടെന്നുതന്നെ അവരോടൊപ്പം ചേർക്കും. ഐസിസ് പൊലീസ് സേനയിൽ നാസർ ചേരണമെന്ന് ഭീകരർക്ക് താല്പര്യമുണ്ട്. മൊസൂളിലെ കെട്ടിടങ്ങളുടെ ശുചിമുറികൾ നേരെയാക്കുന്നതായിരുന്നു നാസറിന്റെ ജോലി. അതുതന്നെ അവൻ ഐസിസ് അനുഭാവിയാണെന്ന തോന്നൽ ഉണ്ടാക്കിയിരുന്നു.

ഞാൻ അഭയംതേടി ചെല്ലുന്ന സമയത്ത് നാസറിനെ എങ്ങനെയും മൊസൂളിന് പുറത്തുവിടാനുള്ള തത്രപ്പാടിലായിരുന്നു വീട്ടുകാർ. യസീദി അടിമകളെ രക്ഷപ്പെടുത്താൻ സഹായിച്ചാൽ കുർദിസ്ഥാൻ സർക്കാർ അവരുടെ കുടുംബത്തെയും സ്വീകരിക്കുമെന്ന് അവർ പ്രതീക്ഷിച്ചിരുന്നു.

നാസർ ഐസിസിനു വേണ്ടി ജോലി ചെയ്യുന്നത് അറിയാമെന്ന് നടിക്കരുതെന്ന് ഹിഷാം ഓർമ്മിപ്പിച്ചു. മറ്റാരോടും പറയുകയും ചെയ്യരുത്. വെറും കക്കൂസ് നേരെയാക്കലാണ് അവന്റെ പണി, പക്ഷേ, കുർദ്, ഇറാഖി സേനകൾക്ക് അവനെ ജയിലിലിടാൻ അതുമതി. ഹിഷാം വിശദീകരിച്ചു. ആരോടും പറയില്ലെന്ന് ഞാൻ അദ്ദേഹത്തിന് വാക്കു നല്കി. പക്ഷേ, നാസർ ഐസിസ് പൊലീസിൽ ജോലി ചെയ്യുന്നത് എനിക്ക് സങ്കല്പ്പിക്കാനാവില്ലായിരുന്നു.

മതത്തിന്റെ പേരിൽ, അല്ലെങ്കിലും ഏതെങ്കിലും കാടൻ നിയമിച്ചതിന്റെ പേരിൽ ആളുകളെ അറസ്റ്റ് ചെയ്യാനും ഒരുപക്ഷേ, മരണത്തിലേക്ക് ആനയിക്കാനുമൊക്കെ നാസറിന് ആവുമോ. ഹാജി സല്മാനു വേണ്ടിയും അവൻ ജോലി ചെയ്യുമോ. നാസർ ഇപ്പോൾ എന്റെ സുഹൃത്താണ്. അത്തരം ക്രൂരതകളൊന്നും ചെയ്യാൻ അവനെക്കൊണ്ടാവുമെന്ന് എനിക്ക് തോന്നുന്നില്ല. പക്ഷേ, അവനെ മാത്രമേ ഞാൻ അങ്ങനെ കണ്ടിട്ടുള്ളൂ. യസീദികളെ ഉപദ്രവിക്കുന്ന സുന്നി ചെറുപ്പക്കാരാണ് കൂടുതലും. ജീവിതത്തിൽ എപ്പോഴെങ്കിലും സുന്നി ഇസ്ലാമല്ലാത്ത മറ്റാരും രാജ്യത്ത് ഉണ്ടാവരുതെന്ന് അവൻ ആഗ്രഹിച്ചിട്ടുണ്ടാവുമോ. അങ്ങനെ ചിന്തിക്കുന്നതുവഴി ഇറാഖിനെ വീണ്ടെടുക്കാനുള്ള വലിയൊരു വിപ്ലവത്തിന്റെ ഭാഗമാവുകയാണ് താനെന്ന ചിന്ത നാസറിനും ഉണ്ടായിട്ടുണ്ടാവുമോ. അപ്രതീക്ഷിതമായി അയൽക്കാർക്കെതിരെ തിരിഞ്ഞ സുന്നി ചെറുപ്പക്കാരെക്കുറിച്ച് ചേട്ടന്മാർ പറഞ്ഞ് ഞാൻ കേട്ടിട്ടുണ്ട്. അമേരിക്കയുടെയും കുർദുകളുടെയും ഷിയാക്കളുടെയുമെല്ലാം സുന്നി പീഡനവും ഇസ്ലാമിക തീവ്രവാദത്തിന്റെ പ്രചാരണവുമാണ് പലരെയും മാറ്റിയത്. ഇപ്പോൾ അത്തരമൊരാൾ എന്നെ സഹായിക്കാനൊരുങ്ങുന്നു. സ്വയം രക്ഷപ്പെടാനുള്ള ആഗ്രഹമായിരിക്കുമോ നാസറിനെ നയിക്കുന്നത്.

കഴിഞ്ഞ ഏതാനും വർഷങ്ങളായി ഞാൻ നാസറിനെയും കുടുംബത്തെയുംകുറിച്ച് ഇടയ്ക്കിടെ ചിന്തിക്കും. എന്നെ സഹായിക്കാൻ അവർ വലിയ സാഹസികതയാണ് ഏറ്റെടുത്തത്. സബയയെ ഒളിപ്പിച്ചിരിക്കുന്നത് അറിഞ്ഞാൽ ഐസിസ് അവരെ കൊന്നുകളയുകയോ പെൺകുട്ടികളെ തട്ടിയെടുക്കുകയോ ആൺമക്കളെ പോരാളികളായി കൊണ്ടുപോവുകയോ ചെയ്യുമായിരുന്നു. എപ്പോൾ വേണമെങ്കിലും അവർക്ക് അത് കണ്ടെത്താനുമാവുമായിരുന്നു. അവർ എല്ലായിടത്തുമുണ്ടായിരുന്നു. നാസറിന്റെ കുടുംബത്തിന്റെ ധൈര്യം എല്ലാവർക്കും ഉണ്ടായിരുന്നെങ്കിലെന്ന് ഞാൻ ആശിച്ചു.

നാസറിന്റേതുപോലുള്ള കുടുംബങ്ങൾ മാത്രമല്ല വംശഹത്യയ്ക്കെതിരെ ചെറുവിരലനക്കാത്ത ആയിരക്കണക്കിന് കുടുംബങ്ങളുണ്ടായിരുന്നു സിറിയയിലും ഇറാഖിലും. ചിലർ എന്നെപ്പോലെ രക്ഷപ്പെടാൻ ശ്രമിച്ച ചില പെൺകുട്ടികളെ ചതിക്കുകയും ചെയ്തു. കാതറീനെയും ലാമിയയെയും അവർ സഹായമഭ്യർഥിച്ചു ചെന്നവർ ആറു തവണയാണ് ഇങ്ങനെ ഐസിസിന് തിരിച്ചേല്പ്പിച്ചത്. മൊസൂളിലും

ഹംദാനിയയിലും രക്ഷപ്പെടാൻ ശ്രമിച്ചതിന് അവർ ക്രൂരമായ ശിക്ഷ കൾക്ക് വിധേയരായി.

സിറിയയിലേക്ക് കടത്തിയ ഒരു കൂട്ടം പെൺകുട്ടികൾക്ക് ടൈഗ്രിസ് തീരത്തെ ഈറ്റക്കാടുകളിൽ നേരിടേണ്ടി വന്നത് സമാനതകളില്ലാത്ത ക്രൂരതകളാണ്. രക്ഷപ്പെടാൻ ശ്രമിച്ച കുറ്റവാളികളെപ്പോലെ അവരെ വേട്ടയാടി പിടിച്ചു ഐസിസ്. കുട്ടികൾ സഹായമഭ്യർഥിച്ച് സമീപിച്ച ഒരു കർഷകനാണ് അവരെ ഒറ്റിക്കൊടുത്തത്. തന്റെയടുക്കൽ അവർ സഹായം തേടി വന്നിട്ടുണ്ടെന്ന് ഇസ്ലാമിക് സ്റ്റേറ്റ് നേതാവിനെ അയാൾ വിളിച്ചറിയിച്ചു.

ഞങ്ങൾ ബലാത്സംഗത്തിനും കൊടുംപീഡനത്തിനും വിധേയരാകുമ്പോൾ സിറിയയിലെയും ഇറാഖിലെയും കുടുംബങ്ങൾ സാധാരണജീവിതം നയിച്ചു.

തടവിലാക്കിയവർ ഞങ്ങളുമായി നിരത്തിലൂടെ നടക്കുമ്പോൾ, പരസ്യശിക്ഷ നടപ്പാക്കുമ്പോൾ എല്ലാം അവർ വെറും കാഴ്ചക്കാരായി. ഓരോ മനുഷ്യന്റെയും ഉള്ളിൽ എന്തായിരുന്നെന്ന് എനിക്കറിയില്ല. 2016-ൽ മൊസൂൾ സ്വതന്ത്രമായതിനുശേഷം ഐസിസിന് കീഴിലെ ജീവിതം ദുരിതമാണെന്ന് പറയുന്നത് കേൾക്കാമായിരുന്നു. ഭീകരർ എത്ര ക്രൂരന്മാരായിരുന്നെന്നും വീടിനു മുകളിൽ ബോംബിട്ടേക്കാവുന്ന യുദ്ധവിമാനങ്ങളുടെ ഇരമ്പൽ ഭീതിപ്പെടുത്തിയിരുന്നതുമെല്ലാം. ഭക്ഷണവും വൈദ്യുതിയുമില്ലാത്ത ദിനങ്ങളെക്കുറിച്ച്, കുട്ടികളെ ഇസ്ലാമിക് സ്റ്റേറ്റിന്റെ പള്ളിക്കൂടങ്ങളിൽ അയയ്ക്കേണ്ടി വന്നതിനെക്കുറിച്ച്, ആൺകുട്ടികളെ ഭീകരർ പോരാളികളാക്കിയതിനെക്കുറിച്ച്, എന്തിനും ഏതിനും പിഴയും നികുതിയും ചുമത്തിയിരുന്ന ഭരണത്തെക്കുറിച്ച് ആളുകൾ വെറുപ്പോടെ പറഞ്ഞു. ആളുകളെ നിരത്തിൽ തന്നെ കൊന്നിടുമായിരുന്നെന്ന് ചിലർ പറഞ്ഞു. ജീവിതം എല്ലാത്തരത്തിലും ദുസ്സഹമായ ദിനങ്ങൾ.

പക്ഷേ, മൊസൂളിൽ എല്ലാം സാധാരണനിലയിലാണെന്നാണ് എനിക്ക് തോന്നിയത്. ജീവിതം കൂടുതൽ മെച്ചപ്പെട്ടതുപോലെയാണ് ആളുകൾ പെരുമാറിയിരുന്നത്. എന്തിനാണ് അവരെല്ലാം അവിടെത്തന്നെ തുടർന്നത്...? ഐസിസ് പ്രത്യയശാസ്ത്രത്തോടും ഖലിഫേറ്റെന്ന ആശയത്തോടും അവർക്ക് യോജിപ്പായിരുന്നോ...? 2003-ൽ അമേരിക്കൻ അധിനിവേശകാലം മുതലുണ്ടായിരുന്ന ആഭ്യന്തരസംഘർഷങ്ങളുടെ തുടർച്ചയാണ് ഇതെന്ന് അവർ കരുതിയോ..? ഐസിസ് വാഗ്ദാനം ചെയ്തതുപോലെ കൂടുതൽ മെച്ചപ്പെട്ട ജീവിതം ലഭിച്ചിരുന്നെങ്കിൽ ആരെ വേണമെങ്കിലും കൊല്ലാൻ ഈ ജനം അവരെ അനുവദിക്കുമായിരുന്നോ...?

ആ കുടുംബങ്ങളോട് സഹാനുഭൂതി പുലർത്താൻ ഞാൻ ശ്രമിക്കുകയാണ്. പലരും വല്ലാതെ പേടിച്ചിരുന്നുവെന്ന് ഉറപ്പാണ്. ആദ്യം ഐസിസിനെ സ്വീകരിച്ചവർ പോലും പിന്നീട് അവരുടെ ഭരണത്തിൽ പൊറുതിമുട്ടി. മൊസൂൾ സ്വതന്ത്രമായശേഷം പലരും അത് തുറന്നു പറഞ്ഞു. പക്ഷേ, ഭീകരവാഴ്ച സഹിക്കുകയല്ലാതെ മറ്റ് മാർഗ്ഗങ്ങളുണ്ടായിരുന്നില്ല. അവരുടെ മുന്നിൽ വേറെ വഴിയില്ലായിരുന്നു. അവർ ആയുധങ്ങളുമായി സംഘടിച്ചെത്തുകയും പെൺകുട്ടികളുടെ വില്ക്കൽ വാങ്ങൽ നടന്നിരുന്ന ഇസ്ലാമിക് സ്റ്റേറ്റ് കേന്ദ്രങ്ങൾ ആക്രമിക്കുകയും ചെയ്തിരുന്നെങ്കിൽ ഞങ്ങളെല്ലാവരും മരിച്ചേനെ. പക്ഷേ, അത് ലോകത്തിനും ഐസിസിനും യസീദികൾക്കും ഒരു സന്ദേശം നല്കിയേനെ. എല്ലാ സുന്നികളും ഭീകരരെ പിന്തുണയ്ക്കുന്നില്ല എന്ന സന്ദേശം. ഞങ്ങൾ മുസ്ലീങ്ങളാണ്, പക്ഷേ, നിങ്ങൾ ആവശ്യപ്പെടുന്നവ അനിസ്ലാമികമാണ് എന്ന് ആരെങ്കിലും നിരത്തുകളിൽനിന്ന് ഉച്ചത്തിൽ പറഞ്ഞിരുന്നെങ്കിൽ പ്രദേശവാസികളുടെ പിന്തുണയോടെ ഇറാഖി പട്ടാളമോ അമേരിക്കൻ സൈനികരോ നേരത്തെ രക്ഷയ്ക്കെത്തുമായിരുന്നു. യസീദി പെൺകുട്ടികളെ രക്ഷപ്പെടുത്തുന്നവർക്ക് അവരുടെ ശൃംഖല വിപുലമാക്കാൻ കഴിയുമായിരുന്നു. കുഴലടപ്പിലൂടെ വരുന്ന വെള്ളത്തുള്ളികൾ പോലെ ഒന്നോ രണ്ടോ അല്ലാതെ കൂട്ടത്തോടെ പെൺകുട്ടികളെ രക്ഷപ്പെടുത്താനാവുമായിരുന്നു.

എന്നാൽ അതൊന്നും നടന്നില്ല. പകരം അടിമച്ചന്തകളിലെ ഞങ്ങളുടെ നിലവിളികളോട് അവർ പുറംതിരിഞ്ഞുനിന്നു. ഐസിസ് ഭരണത്തിൽ അവർ വഹിക്കുന്ന പങ്കിനെക്കുറിച്ച് സ്വയം ചിന്തിച്ചു തുടങ്ങിയെന്ന് നാസറിന്റെ കുടുംബം പറഞ്ഞത് ഞാൻ അവിടെ എത്തിയതിനുശേഷമാണ്.

എന്നെപ്പോലൊരു പെൺകുട്ടി അവരുടെ പടിവാതില്ക്കലെത്തി യാചിക്കുംവരെ സബയകൾക്കായി ഒന്നും ചെയ്യാൻ കഴിയാഞ്ഞതിൽ കുറ്റബോധമുണ്ടെന്ന് വീട്ടുകാർ പറഞ്ഞു. അവരുടെ അതിജീവനം അല്ലെങ്കിൽ, വീടുപേക്ഷിച്ച് പോകേണ്ടി വരാതിരുന്നത് ഐസിസുമായുള്ള അവരുടെ ഗൂഢബന്ധമാണ് സൂചിപ്പിക്കുന്നതെന്ന് വേണമെങ്കിൽ പറയാം. മൊസൂൾ പിടിച്ച ഐസിസ് കൂടുതൽ മെച്ചപ്പെട്ട ജീവിതാവസ്ഥ നല്കിയിരുന്നെങ്കിൽ അവരുടെ കാഴ്ചപ്പാട് തന്നെ എന്താകുമായിരുന്നെന്ന് അറിഞ്ഞുകൂടാ. പക്ഷേ, ഇപ്പോൾ തങ്ങൾ ആകെപ്പാടെ മാറിയെന്ന് അവരെന്നോട് പറഞ്ഞു. നിന്നെ രക്ഷപ്പെടുത്തിയശേഷം ഞങ്ങൾ കൂടുതൽ പെൺകുട്ടികളെ സഹായിക്കും, അവരെനിക്ക് വാക്കുതന്നു.

നിരവധി പെൺകുട്ടികൾ നിങ്ങളുടെ സഹായം കാത്തിരിക്കുന്നുണ്ട്, ഞാൻ അവരോട് പറഞ്ഞു.

നാല്

ഞാനും നാസറും യാത്ര തുടങ്ങാൻ പിന്നെയും കുറച്ച് ദിവസമെടുത്തു. അവരുടെ വീട്ടിലെ താമസം എനിക്ക് ആശ്വാസകരമായിരുന്നു. എങ്കിലും എത്രയുംവേഗം മൊസൂളിന് പുറത്തുകടക്കണമെന്ന് ഞാൻ ആഗ്രഹിച്ചു. ഐസിസ് എല്ലായിടത്തുമുണ്ടായിരുന്നു. അവർ എന്നെ തിരഞ്ഞ് നടക്കുകയാണെന്ന് എനിക്ക് ഉറപ്പായിരുന്നു.

മെലിഞ്ഞുണങ്ങിയ ഹാജി സല്മാന്റെ ശരീരം കോപംകൊണ്ട് വിറയ്ക്കുന്നതും ക്രൂരപീഡനങ്ങളുമായി എന്നെ ഭീഷണിപ്പെടുത്തുന്നതും ഞാൻ സങ്കല്പ്പിച്ചു. ആ മനുഷ്യനുള്ള നഗരത്തിൽ ഒരുദിവസം പോലും തങ്ങാൻ ഇനി എനിക്ക് വയ്യ. ഒരു ദിവസം രാവിലെ ഉണർന്നപ്പോൾ ചെറിയ ചുവന്ന ഉറുമ്പുകൾ എന്നെ കടിച്ചിരുന്നു.

അതൊരു സൂചനയായി ഞാൻ കണ്ടു. ആദ്യ ചെക്പോയന്റ് കടക്കുംവരെ രക്ഷപ്പെടാമെന്ന ഒരു പ്രതീക്ഷയും വേണ്ട. അത് കടക്കുമെന്ന് ഉറപ്പും ഇല്ല.

ഒരു ദിവസം രാവിലെ മിനായുടെ അച്ഛനും അമ്മയും വന്നു. പുറപ്പെടാൻ സമയമായി. ഹിഷാം പറഞ്ഞു. കാതറീന്റെ പിങ്കും തവിട്ടും നിറമുള്ള ഉടുപ്പും അതിന് മുകളിൽ അബയയും ധരിച്ച് ഞാൻ തയ്യാറായി.

ഞാൻ പ്രാർഥന ചൊല്ലട്ടെ, മഹാ പറഞ്ഞു. അവരുടെ സ്നേഹമുള്ള വാക്കുകളിൽ ഞാനും പ്രാർഥനയ്ക്കൊപ്പം നിന്നു. പ്രാർഥന കഴിഞ്ഞ് ആ അമ്മ എനിക്കൊരു മോതിരം തന്നു. നിന്റെ അമ്മയുടെ മോതിരം ദയിഷ്(ഐസിസ്) എടുത്തെന്ന് പറഞ്ഞില്ലേ, പകരം ഇത് വച്ചോളൂ, അവർ പറഞ്ഞു.

എന്റെ ബാഗിൽ നിറയെ അവർ വാങ്ങിത്തന്ന സാധനങ്ങളും കൊച്ചോയിൽ നിന്ന് ഞാൻ കയ്യിൽ കരുതിയിരുന്നവയും ആയിരുന്നു. ദിമലിന്റെ മനോഹരമായ ഒരു മഞ്ഞ ഉടുപ്പ് അതിലുണ്ടായിരുന്നു. ഞാൻ അതെടുത്ത് മിനായ്ക്ക് നല്കി. ഇത് എന്റെ സഹോദരിയുടേതാണ്. ഈ ഉടുപ്പിൽ നിങ്ങൾ അതീവ സുന്ദരിയായിരിക്കും, ഞാൻ പറഞ്ഞു.

അവരുടെ രണ്ട് കവിളിലും ചുംബിച്ച് എന്നെ സ്വീകരിച്ചതിന് നന്ദി പറഞ്ഞു.

നന്ദി നാദിയ, ദൈവം ആഗ്രഹിക്കുന്നെങ്കിൽ നീ കുർദിസ്ഥാനിലെത്തട്ടെ, മിന പറഞ്ഞു.

നാസർ ഭാര്യയോടും കുടുംബാംഗങ്ങളോടും യാത്ര പറയുന്നത് എനിക്ക് കണ്ടുനില്ക്കാനായില്ല.

വീട്ടിൽ നിന്നറങ്ങുന്നതിനുമുമ്പ് കയ്യിലുണ്ടായിരുന്ന രണ്ട് മൊബൈൽ ഫോണുകളിൽ ഒന്ന് നാസർ എന്റെ കയ്യിൽ തന്നു.

വണ്ടിയിൽവച്ച് എന്നോട് എന്തെങ്കിലും ചോദിക്കാനോ പറയാനോ ഉണ്ടെങ്കിൽ മെസേജ് അയച്ചാൽ മതി, സംസാരിക്കരുത്. അയാൾ നിർദേശിച്ചു.

ദൂരയാത്രകളിൽ ഛർദിക്കാറുണ്ട്. ഞാൻ പറഞ്ഞതുകേട്ട് നാസർ അടുക്കളയിൽ നിന്ന് ഏതാനും സഞ്ചികളെടുത്ത് കയ്യിൽ തന്നു. ഇതു വച്ചോളൂ, വഴിയിൽ നിർത്താനാവില്ല, അയാൾ പറഞ്ഞു.

ചെക്പോയന്റുകളിൽ പേടിക്കരുത്. അവരുടെ ചോദ്യങ്ങൾക്ക് ഞാൻ ഉത്തരം നല്കിക്കോളാം, നിന്നോട് എന്തെങ്കിലും ചോദിച്ചാൽ വളരെ ചുരുക്കി, ശബ്ദം താഴ്ത്തി ഉത്തരം നല്കണം. എന്റെ ഭാര്യയാണെന്ന് വിശ്വസിച്ചാൽ പിന്നെ അവർ കൂടുതൽ ചോദിക്കില്ല. നാസർ പറഞ്ഞു. പരമാവധി ശ്രമിക്കാം, ഞാൻ തലയാട്ടി. അപ്പോൾ തന്നെ പേടിച്ച് ബോധം പോവുന്ന സ്ഥിതിയിലായിരുന്നു ഞാൻ. നാസർ വളരെ ശാന്തനായി കാണപ്പെട്ടു. അയാൾക്ക് ഒന്നിനെയും പേടിയില്ലായിരുന്നു.

രാവിലെ ഏതാണ്ട് എട്ടര മണിക്ക് ഞങ്ങൾ പ്രധാന റോഡിലേക്ക് നടക്കാൻ തുടങ്ങി. അവിടെ നിന്ന് ടാക്സി പിടിച്ച് മൊസൂൾ ടാക്സി സ്റ്റാൻഡിലെത്തും. അവിടെ നാസർ പറഞ്ഞുവച്ച ടാക്സി ഞങ്ങളെ കിർക്കുക്കിലേക്ക് കൊണ്ടുപോകാൻ കാത്തുകിടപ്പുണ്ടാവും. എന്റെ അല്പം മുന്നിലായാണ് നാസർ നടന്നത്. ഞങ്ങൾ പരസ്പരം സംസാരിച്ചില്ല. ചുറ്റുമുള്ള ആളുകളെ നോക്കാതെ തലതാഴ്ത്തിപ്പിടിച്ചാണ് ഞാൻ നടന്നത്. എന്റെ കണ്ണിലെ ഭീതി കണ്ടാൽ ആർക്കും മനസ്സിലാവും ഞാനൊരു യസീദി പെൺകുട്ടിയാണെന്ന്.

കൊടുംചൂടായിരുന്നു പുറത്ത്. മിനായുടെ അയൽവാസികൾ പൂന്തോട്ടം നനയ്ക്കുന്നുണ്ടായിരുന്നു. കുട്ടികൾ റോഡിൽ അങ്ങോട്ടുമിങ്ങോട്ടും വിവിധ നിറങ്ങളിലുള്ള സൈക്കിൾ ചവിട്ടുന്നു. ആ ശബ്ദം പോലും എന്നെ ഭയചകിതയാക്കി. കുറേ ദിവസം അടച്ചിട്ട് അകത്തിരുന്നതിനാൽ പുറത്തെ വെളിച്ചം എന്നെ വല്ലാതെ ഭയപ്പെടുത്തി. ചുറ്റും അപകടങ്ങൾ പതിയിരിക്കുംപോലെ. മിനായയുടെ വീടിനുള്ളിലായിരിക്കുമ്പോൾ കൂട്ടിവച്ച പ്രതീക്ഷകളെല്ലാം കൈവിട്ടുപോകുംപോലെ. പിടിക്കപ്പെടുമെന്നും വീണ്ടും അടിമയാക്കപ്പെടുമെന്നും എനിക്ക് ഏതാണ്ട് ഉറപ്പായിരുന്നു. പേടിക്കണ്ട, നാസർ എന്നോട് മെല്ലെ പറഞ്ഞു. ടാക്സി കാത്ത് പ്രധാന റോഡിരിൽ നില്ക്കുകയായിരുന്നു ഞങ്ങൾ. എന്റെ ഭയം നാസറിന് മനസ്സിലായിരിക്കുന്നു. എന്റെ കറുത്ത

അബയയിൽ നിറയെ മഞ്ഞ നിറത്തിലുള്ള പൊടിയാക്കി കാറുകൾ പാഞ്ഞുപോയി. പേടിച്ച് വിറച്ച ഞാൻ ടാക്സിക്കുള്ളിൽ കയറാൻ തന്നെ പാടുപെട്ടു. പിടിക്കപ്പെടുന്നതിനെക്കുറിച്ച് മാത്രമായിരുന്നു എന്റെ ചിന്ത. ഞങ്ങളുടെ ടാക്സി വഴിമധ്യേ കേടാവുന്നതും ട്രക്ക് നിറയെ ഭീകരർ വന്ന് ഞങ്ങളെ പടികൂടുന്നതും ഞാൻ സങ്കല്പിച്ചു. അല്ലെങ്കിൽ കുഴിബോംബിന് മുകളിൽ വണ്ടി കയറി ഞങ്ങൾ ഇല്ലാതായേക്കാം. എനിക്കറിയുന്ന എല്ലാ പെൺകുട്ടികളെയും ഞാനോർത്തു. ബന്ധുക്കൾ, കൂട്ടുകാർ എല്ലാവരും സിറിയയിലും ഇറാഖിലുമായി ചിന്നിച്ചിതറി കഴിയുന്നു. കൊച്ചോയിലെ സ്കൂളിന് പിന്നിലേക്ക് കൊണ്ടുപോയ എന്റെ സഹോദരന്മാരെ ഓർത്തു. വാസ്തവത്തിൽ ഞാൻ എന്തിനുവേണ്ടിയാണ്, ആരെ കാണാനാണ് വീട്ടിൽപ്പോവുന്നത്...?

മൊസൂൾ ടാക്സി സ്റ്റാൻഡിൽ നല്ല തിരക്കുണ്ടായിരുന്നു. മറ്റ് പട്ടണങ്ങളിലേക്ക് പോകാൻ വണ്ടി പിടിക്കാനെത്തിയവർ. ആണുങ്ങൾ ഡ്രൈവർമാരുമായി കൂലിയുടെ പേരിൽ തർക്കിക്കുമ്പോൾ ഭാര്യമാർ നിശ്ശബ്ദരായി അവർക്ക് പിന്നിൽ നിന്നു. ചെറിയ പയ്യന്മാർ തണുത്ത വെള്ളം ആർത്തിയോടെ കുടിച്ചുകൊണ്ടിരുന്നു. ചിപ്സും മിഠായയിയുമെല്ലാമായി കച്ചവടക്കാർ കറങ്ങി നടന്നു. സിഗരറ്റ് കടകൾക്ക് മുന്നിൽ അഭിമാനത്തോടെ നില്ക്കുന്ന കച്ചവടക്കാരെയും കണ്ടു. അവിടെയുള്ള ഏതെങ്കിലും സ്ത്രീ എന്നെപ്പോലെ യസീദിയായിരിക്കുമോയെന്ന് ഞാൻ ആലോചിച്ചു. അവരെല്ലാവരും യസീദികളാകണമെന്നും എല്ലാ പുരുഷന്മാരും നാസറിനെപ്പോലെ നല്ലവരായിരിക്കണമെന്നും ഞാൻ ആഗ്രഹിച്ചു. മുകളിൽ ചെറിയ അടയാളങ്ങളുള്ള മഞ്ഞ ടാക്സിക്കാറുകൾ ലക്ഷ്യസ്ഥാനം സൂചിപ്പിക്കുന്ന ബോർഡുകൾക്ക് അടിയിൽ ഇടംപിടിച്ചു. തൽ അഫാർ, തിക്രിറ്റ്, റമാദി ഇങ്ങനെ വിവിധ സ്ഥലപ്പേരുകൾ. ഈ സ്ഥലങ്ങളെല്ലാം തന്നെ ഐസിസ് നിയന്ത്രണത്തിലോ അല്ലെങ്കിൽ ഭീകരരുടെ ഭീഷണിയുടെ നിഴലിലോ ആയിരുന്നു. രാജ്യത്തിന്റെ പകുതിയിലേറെ എന്നെ അടിമയാക്കുകയും ബലാത്സംഗം ചെയ്യുകയും ചെയ്തവരാണ് ഇപ്പോൾ ഭരിക്കുന്നത്. ഞങ്ങളുടെ വണ്ടി പുറപ്പെടാനൊരുങ്ങുമ്പോൾ നാസറും ഡ്രൈവറും തമ്മിൽ സംസാരിച്ചു. അവരിൽ നിന്ന് അല്പമകലെ ബെഞ്ചിൽ നാസറിന്റെ ഭാര്യയെന്ന് നടിച്ച് ഞാൻ ഇരുന്നു. ഇരുവരുടെയും സംഭാഷണം എനിക്ക് കേൾക്കാനായില്ല. കണ്ണിലൂടെ ഒലിച്ചിറങ്ങിയ വിയർപ്പ് കാഴ്ച മറച്ചു. ബാഗ് ഞാൻ ചേർത്തുപിടിച്ചു.

അമ്പതിനടുത്ത് പ്രായമുണ്ട് ഡ്രൈവർക്ക്. വലിയ വലുപ്പമില്ലെങ്കിലും കരുത്തനാണ്. ചെറിയ താടിയുമുണ്ട് അയാൾക്ക്. അയാൾ ഐസിസ് അനുഭാവിയാണോയെന്ന് അറിയില്ലായിരുന്നു. പക്ഷേ,

എനിക്ക് എല്ലാവരെയും പേടിയായിരുന്നു. കൂലിയുടെ കാര്യത്തിൽ അവർ ധാരണയിലെത്തിയതോടെ ഞാൻ ധൈര്യം സംഭരിക്കാൻ ശ്രമിച്ചു. പക്ഷേ, പിടിക്കപ്പെടില്ല എന്ന ചിന്ത എന്തുകൊണ്ടോ എന്നിൽ വന്നതേയില്ല. അവസാനം കാറിൽ കയറാൻ നാസർ തലയാട്ടി. ഡ്രൈവർക്കൊപ്പമാണ് നാസർ ഇരുന്നത്. അയാളുടെ പിറകിലെ സീറ്റിൽ ബാഗ് മെല്ലെ അരികിൽവച്ച് ഞാനിരുന്നു. വണ്ടി പുറത്തേക്കെടുക്കുമ്പോൾ കാറിലെ റേഡിയോ പ്രവർത്തിപ്പിക്കാൻ ഡ്രൈവർ ശ്രമിച്ചു. പല സ്റ്റേഷനുകളും തിരഞ്ഞെങ്കിലും എല്ലാം നിശ്ചലമായിരുന്നു. ദീർഘനിശ്വാസത്തോടെ അയാളത് നിർത്തിവച്ചു.

നല്ല ചൂടുണ്ട്, പുറപ്പെടുംമുമ്പ് അല്പം വെള്ളം വാങ്ങാം, ഡ്രൈവർ പറഞ്ഞതുകേട്ട് നാസർ തലയാട്ടി. ഒരു ചെറിയ പെട്ടിക്കടയുടെ മുന്നിൽ വണ്ടി നിന്നു. ഏതാനും കുപ്പികളിൽ തണുത്ത വെള്ളവും കുറച്ച് ബിസ്കറ്റുകളും ഡ്രൈവർ വാങ്ങിവന്നു. ഒരു കുപ്പി വെള്ളം നാസർ എന്റെ കയ്യിൽ തന്നു. അതിന്റെ വശങ്ങളിലൂടെ ഒഴുകിയ വെള്ളം സീറ്റിൽ വീഴുന്നുണ്ടായിരുന്നു. കനം കൂടിയ ബിസ്കറ്റ് കഴിക്കാൻ ഞാൻ പാടുപെട്ടു. സിമന്റ് പോലെ അത് എന്റെ തൊണ്ടയിൽ തങ്ങിനിന്നു. എന്നിട്ടും ഡ്രൈവർക്ക് സംശയമൊന്നും തോന്നാതിരിക്കാൻ ഞാൻ അത് കഴിച്ചു.

എന്തിനാണ് നിങ്ങൾ കിർക്കുക്കിൽ പോകുന്നത്, ഡ്രൈവർ ചോദിച്ചു.

എന്റെ ഭാര്യയുടെ കുടുംബം അവിടെയാണ്. നാസർ പറഞ്ഞു.

വണ്ടിയുടെ മുൻകണ്ണാടിയിലൂടെ അയാളെന്നെ നോക്കുന്നെന്ന് മനസ്സിലാക്കിയ ഞാൻ മുഖം തിരിച്ചു. പുറത്തെ കാഴ്ചകൾ ആസ്വദിക്കുംപോലെ അഭിനയിച്ചു. എന്റെ കണ്ണിലെ ഭയം അയാൾ തിരിച്ചറിയുമെന്ന് എനിക്ക് ഉറപ്പായിരുന്നു. ടാക്സി സ്റ്റാൻഡിന് പുറത്തെ നിരത്തുകളിലെല്ലാം നിറയെ ഭീകരരായിരുന്നു. ഇസ്ലാമിക് സ്റ്റേറ്റ് പൊലീസിന്റെ വാഹനങ്ങൾ വഴിയരികിൽ നിർത്തിയിട്ടിരുന്നു. അരയിലെ ബെൽറ്റിൽ തോക്കു തൂക്കിയിട്ട ഉദ്യോഗസ്ഥർ നിരത്തുകളിൽ ഉലാത്തിക്കൊണ്ടിരുന്നു. സാധാരണക്കാരെക്കാൾ പൊലീസുകാരുണ്ടെന്ന് തോന്നി.

നിങ്ങൾ കിർക്കുക്കിൽ തങ്ങുകയാണോ അതോ തിരിച്ചു മൊസൂളിലേക്ക് വരുന്നോ, ഡ്രൈവർ ചോദിച്ചു. ഒന്നും തീരുമാനിച്ചില്ല. എപ്പോൾ അവിടെ എത്തുമെന്നതിനെ ആശ്രയിച്ചിരിക്കും. പിന്നെ അവിടുത്തെ സ്ഥിതിഗതികളും. അച്ഛൻ പറഞ്ഞുകൊടുത്തതുപോലെ നാസർ പറഞ്ഞു.

എന്തിനാണ് ഇയാൾ ഇതെല്ലാം ചോദിക്കുന്നത്, ഞാൻ ഓർത്തു. എന്തായാലും എനിക്ക് സംസാരിക്കേണ്ടി വരാത്തത് സന്തോഷമുള്ള കാര്യമാണ്. നിങ്ങൾക്ക് താല്പര്യമുണ്ടെങ്കിൽ തിരികെ കൊണ്ടുവരാനും ഞാൻ കാത്തുനില്ക്കാം. ഡ്രൈവർ പറഞ്ഞു.

ചിലപ്പോൾ വേണ്ടി വരും, നോക്കട്ടെ, പുഞ്ചിരിയോടെ നാസർ പറഞ്ഞു.

ആദ്യ ചെക്പോയന്റ് മൊസൂൾ നഗരപരിധിയിൽ തന്നെയായിരുന്നു. കൂറ്റൻ തൂണുകളും ലോഹമേല്ക്കൂരയുമെല്ലാമായി ചിലന്തിയുടെ രൂപത്തിലുള്ള കൂറ്റൻ കെട്ടിടം.

ഒരുകാലത്ത് ഇറാഖി സൈന്യത്തിന്റെ കേന്ദ്രമായിരുന്നിടത്ത് ഇപ്പോൾ ഐസിസ് പതാക അഭിമാനത്തോടെ പ്രദർശിപ്പിച്ചിരിക്കുന്നു. സൈനിക വാഹനങ്ങളും ഇപ്പോൾ ഭീകരരുടെ സ്വത്താണ്. അവയിലും കറുപ്പും വെളുപ്പും നിറത്തിലുള്ള ഐസിസ് പതാകയുണ്ട്. ഞങ്ങൾ ചെന്നപ്പോൾ നാല് ഭീകരർ പരിശോധന കേന്ദ്രത്തിലുണ്ടായിരുന്നു. വെളുത്ത ചായം പൂശിയ ചെറിയ ബൂത്തുകൾക്കുള്ളിൽ വെയിലേല്ക്കാതെ ഇരുന്ന് കടലാസുകൾ പരിശോധിക്കുന്നു. മൊസൂളിന് അകത്തേക്കും പുറത്തേക്കുമുള്ള ഗതാഗതത്തിൽ പൂർണ്ണനിയന്ത്രണം ഐസിസിന് നിർബന്ധമായിരുന്നു. അതിന് പല കാരണങ്ങളുണ്ട്. ഐസിസ് വിരുദ്ധപോരാളികളോ കള്ളക്കടത്തുകാരോ നഗരത്തിൽ പ്രവേശിക്കുന്നുണ്ടോയെന്ന് അറിയണം. കൂടാതെ ആരൊക്കെ നഗരം വിടുന്നു, എത്രകാലത്തേക്ക്, എന്തുകൊണ്ട് പോകുന്നു തുടങ്ങിയ വിവരങ്ങളും കൃത്യമായി ശേഖരിച്ചിരുന്നു. രക്ഷപ്പെടാൻ നോക്കുന്നവരുടെ കുടുംബാംഗങ്ങളെ തിരഞ്ഞുപിടിച്ച് ശിക്ഷിക്കാം. അല്ലെങ്കിൽ അവരിൽ നിന്ന് പണം ഈടാക്കാം. ഏതാനും കാറുകളെ മുന്നിൽ ഉണ്ടായിരുന്നുള്ളൂ. ഞങ്ങൾ വേഗം തന്നെ കാവല്ക്കാരുടെ അരികിലെത്തി. പേടിച്ചുവിറച്ച എന്റെ കണ്ണിൽനിന്ന് കണ്ണീർ വന്നുതുടങ്ങി. ശാന്തമായിരിക്കാൻ ശ്രമിക്കുംതോറും ഞാൻ പേടിച്ച് വിറയ്ക്കാൻ തുടങ്ങി. പിടിക്കപ്പെടാൻ പോവുകയാണെന്ന് ഞാൻ ഉറപ്പിച്ചു. ചിലപ്പോൾ ഓടേണ്ടി വന്നേക്കാം. വണ്ടിയുടെ വേഗം കുറഞ്ഞതോടെ ഞാൻ വാതിൽ പിടിയിൽ കൈവച്ചു. എപ്പോൾ വേണമെങ്കിലും തുറന്ന് ചാടേണ്ടി വരാം. പക്ഷേ, അതുകൊണ്ടും കാര്യമില്ലായിരുന്നു. എങ്ങോട്ട് ഓടാനാണ്. ഒരു വശത്ത് വിശാലമായ മരുഭൂമി, മറുവശത്ത് ഞാൻ ഏറ്റവും വെറുത്ത നഗരവും. ഓരോ മുക്കിലും മൂലയിലും ഭീകരരുടെ കണ്ണുകളുണ്ട്. വെറുതേ ഓടിപ്പോവുന്ന സബയയെ പിടികൂടൽ അവർക്ക് ഒട്ടും ദുഷ്കരമല്ല. പിടിക്കപ്പെടല്ലേയെന്ന് ഞാൻ ദൈവത്തോട് കേണപേക്ഷിച്ചു.

ഞാൻ പേടിച്ചുവിറച്ചിരിക്കുകയാണെന്ന് നാസറിന് മനസ്സിലായി. എന്നോട് സംസാരിക്കാൻ കഴിയാത്തതുകൊണ്ട് വണ്ടിയുടെ ഗ്ലാസിലൂടെ അയാളെന്നെ നോക്കി പുഞ്ചിരിച്ചു. കൊച്ചോയിൽവച്ച് എന്നെ സമാധാനിപ്പിക്കാൻ ഖെയ്റിയും അമ്മയുമൊക്കെ ചെയ്തിരുന്നതു

പോലെ. എന്റെ ഹൃദയമിടിപ്പിന്റെ വേഗം കുറയ്ക്കാൻ നാസറിന്റെ പുഞ്ചിരിക്കായില്ല. പക്ഷേ, ചാടി ഓടണമെന്ന ചിന്ത ഞാൻ ഉപേക്ഷിച്ചു.

ഞങ്ങൾ ഒരു കാവൽ ബൂത്തിനടുത്ത് നിർത്തി. ഇസ്ലാമിക് സ്റ്റേറ്റ് യൂണിഫോമണിഞ്ഞ ഒരാൾ വാതിൽ തുറന്ന് പുറത്തേക്ക് വന്നു. അടിമച്ചന്തയിൽ ഞങ്ങളെ വാങ്ങാൻ വന്നവരെപ്പോലെയുള്ള ആ രൂപംകണ്ട് ഞാൻ വീണ്ടും വിറയ്ക്കാൻ തുടങ്ങി. ഡ്രൈവർ ജനാലച്ചില്ല് താഴ്ത്തി. ഭീകരൻ കുനിഞ്ഞ് ഞങ്ങളെ മൂന്നുപേരെയും എന്റെ ബാഗിലേക്കും നോക്കി.

അസലാമലൈക്കും, നിങ്ങൾ എങ്ങോട്ട് പോവുന്നു, അയാൾ ചോദിച്ചു.

തിരിച്ചറിയൽ രേഖകൾ കാണിച്ചുകൊണ്ട് നാസർ പറഞ്ഞു. കിർക്കുക്ക് ഹാജി, എന്റെ ഭാര്യ അവിടുന്നാണ്. അയാളുടെ ശബ്ദം പതറിയതേയില്ല.

തിരിച്ചറിയൽ രേഖകളുമായി അയാൾ മുറിയിലേക്ക് തിരികെ പോയി. ഒരു കസേരയും മേശയും ഏതാനും കടലാസുകളും പിന്നൊരു റേഡിയോയും മുറിയിൽ ഞാൻ കണ്ടു. മേശയുടെ അരികിൽ ഒരു ചെറിയ ഫാൻ പ്രവർത്തിക്കുന്നുണ്ടായിരുന്നു. ഏതാണ്ട് കാലിയായ ഒരു വെള്ളക്കുപ്പിയും ഇരിപ്പുണ്ട്. അപ്പോഴാണ് ഞാനത് കണ്ടത്.

മുറിയിൽ തൂക്കിയിട്ടിരിക്കുന്ന മൂന്ന് ചിത്രങ്ങളിൽ ഒന്ന് എന്റേതാണ്. മൊസൂളിലെ കോടതി മുറിയിൽ ഹാജി സല്മാൻ എന്നെ മതപരിവർത്തനത്തിന് നിർബന്ധിച്ച ദിവസം എടുത്ത ചിത്രം. അതിന് അടിയിൽ എന്തോ എഴുതിയിട്ടുണ്ട്. വണ്ടി കുറേ ദൂരെയായിരുന്നതിനാൽ അത് വായിക്കാൻ കഴിഞ്ഞില്ല. എങ്കിലും എന്റെ വിവരങ്ങളും പിടികൂടിയാൽ എന്ത് ചെയ്യുമെന്നും ഞാൻ ഊഹിച്ചു. ശ്വാസം വലിച്ചുവിട്ടശേഷം ഞാൻ മറ്റ് ചിത്രങ്ങളിലേക്ക് നോക്കി. സൂര്യപ്രകാശം മൂലം രണ്ടെണ്ണം എനിക്ക് വ്യക്തായില്ല. കണ്ട ചിത്രത്തിലെ പെൺകുട്ടിയെ എനിക്ക് പരിചയമില്ല. വളരെ ചെറിയ കുട്ടിയാണത്. എന്നെപ്പോലെ അവളുടെ മുഖത്തും ഭീതിയുടെ മിന്നലാട്ടം വ്യക്തമാണ്. ഞാൻ നോട്ടം മാറ്റി. ചിത്രങ്ങളിലേക്ക് സൂക്ഷിച്ചുനോക്കുന്നത് ശ്രദ്ധയിൽപ്പെട്ടാൽ അത് സംശയങ്ങളുണ്ടാക്കിയേക്കും.

കിർക്കുക്കിൽ ആരെ കാണാൻ പോവുകയാണ്, ഭീകരൻ നാസറിനെ ചോദ്യം ചെയ്തുകൊണ്ടിരുന്നു. പക്ഷേ, എന്നെ ശ്രദ്ധിച്ചതേയില്ല.

എന്റെ ഭാര്യയുടെ കുടുംബത്തെ, നാസർ പറഞ്ഞു.

എത്ര ദിവസം, അടുത്ത ചോദ്യമെത്തി.

ഭാര്യ ഒരാഴ്ച നില്ക്കും, പക്ഷേ, ഞാൻ ഇന്നുതന്നെ മടങ്ങും. പഠിച്ചുവച്ചത് അതേപടി പറഞ്ഞു നാസർ. തെല്ലും ഭയമില്ലാതെയായിരുന്നു ഉത്തരങ്ങൾ.

മുറിയിൽ തൂങ്ങുന്ന എന്റെ ചിത്രം നാസർ കാണുന്നില്ലേയെന്ന് ഞാൻ ആശ്ചര്യപ്പെട്ടു. കണ്ടാൽ ഉറപ്പായും നാസർ പതറും. ഞങ്ങൾ പിടിക്കപ്പെടും. എനിക്കുവേണ്ടി സജീവമായ തിരച്ചിൽ നടക്കുന്നുവെന്നാണ് ഈ ചിത്രം പറയുന്നത്. പക്ഷേ, നാസർ ഉത്തരങ്ങൾ തുടർന്നു.

ഭീകരൻ കാറിനു ചുറ്റും നടന്നു. ഞാനിരിക്കുന്ന വശത്ത് വന്ന അയാൾ ചില്ല് താഴ്ത്താൻ ആവശ്യപ്പെട്ടു. അയാൾ പറഞ്ഞത് അനുസരിക്കുമ്പോൾ ഭയംകൊണ്ട് ബോധം പോവുമെന്ന് എനിക്കുതോന്നി. ശാന്തയായിരിക്കണമെന്നും ചോദ്യങ്ങൾക്ക് തന്മയത്വത്തോടും ചുരുക്കിയും ഉത്തരെ പറയണമെന്നുമുള്ള നാസറിന്റെ ഉപദേശം ഞാൻ ഓർത്തു. ചെറുപ്പം മുതൽ സംസാരിച്ച് ശീലിച്ചതിനാൽ എന്റെ അറബി ഭാഷ നല്ലതായിരുന്നു. പക്ഷേ, ചില ഉച്ചാരണങ്ങളിലോ വാക്കുകളിലോ സിൻജാർ ചുവയുണ്ടോയന്ന് സംശയമുണ്ട്. ഞാൻ കിർക്കുക്കുകാരിയല്ലെന്ന് ബോധ്യപ്പെടാൻ അതുമതി. ഇറാഖ് പോലൊരു വലിയ രാജ്യത്ത് ഒരാളുടെ ഭാഷയിൽ നിന്ന് ജന്മനാട് മനസ്സിലാക്കാം. കിർക്കുക്കുകാരുടെ സംസാരശൈലി എനിക്ക് അറിയില്ലായിരുന്നു.

അയാൾ കുനിഞ്ഞ് ജനാലയിലൂടെ എന്നെ നോക്കി. നിഖാബ് എന്റെ മുഖം മറച്ചിരുന്നു. കണ്ണുകളുടെ ചലനം നിയന്ത്രിക്കാനും കരയാതിരിക്കാനും ഞാൻ ആവുന്നത്ര പരിശ്രമിച്ചു. ഇട്ടിരുന്ന അബയയ്ക്കടിയിൽ എന്റെ ശരീരം വിയർത്തുകുളിച്ചിരുന്നു. ദേഹമാകെ കിടുകിടാ വിറയ്ക്കുന്നുണ്ടായിരുന്നു. പക്ഷേ, പുറമേ ഭീകരന്റെ കണ്ണിൽ ഞാനൊരു സാധാരണ മുസ്ലിം സ്ത്രീയെപ്പോലെയിരുന്നു. ഞാൻ നേരെയിരുന്ന് ചോദ്യങ്ങൾക്ക് ഉത്തരം പറയാൻ തയ്യാറെടുത്തു.

ചെറുചോദ്യങ്ങളായിരുന്നു എല്ലാം. അയാൾക്ക് വലിയ താല്പര്യമില്ലാത്തതുപോലെ തോന്നി

ആരാണ് നീ...?

ഞാൻ നാസറിന്റെ ഭാര്യയാണ്.

എവിടെ പോകുന്നു?

കിർക്കുക്.

എന്തിന്?

എന്റെ വീട്ടുകാർ കിർക്കുക്കിലാണ്.

കുനിഞ്ഞിരുന്ന് പതിഞ്ഞ ശബ്ദത്തിലാണ് ഞാൻ ഉത്തരം പറഞ്ഞത്.

ഭയത്തെ വിനയമാക്കി പ്രകടിപ്പിക്കാൻ ശ്രമിച്ചു. ഉത്തരങ്ങൾ കാണാതെ പഠിച്ചതുപോലെ തോന്നുകയുമരുത്.

ഭീകരൻ ഡ്രൈവറുടെ അടുത്തേക്കുപോയി.

നിങ്ങൾ എവിടുന്നാണ്, അയാളോട് ചോദിച്ചു

മൊസൂള്, ആയിരം തവണ പറഞ്ഞിട്ടുള്ള മറുപടി പോലെയായിരുന്നു അയാളുടെ ഭാവം.

എവിടെയാണ് ജോലി ചെയ്യുന്നത്?

കൂലി കിട്ടുന്ന എവിടെയും, അമർത്തിച്ചിരിച്ചുകൊണ്ട് അയാൾ പറഞ്ഞു.

അതോടെ പിന്നെ ഒന്നും പറയാതെ തിരിച്ചറിയൽ കാർഡുകൾ മടക്കിത്തന്ന ഭീകരൻ ഞങ്ങളെ പോകാൻ അനുവദിച്ചു.

വലിയൊരു പാലത്തിലൂടെ കാർ കടന്നുപോയി. ഞങ്ങൾ മൂന്നു പേരും സംസാരിച്ചില്ല. താഴെ ടൈഗ്രിസ് നദി സൂര്യപ്രകാശത്തിൽ മിന്നിത്തിളങ്ങി. ഞാങ്ങണകളും ചെറുചെടികളും നദിയെ പുല്കി നില്ക്കുന്നു. വെള്ളത്തോട് എത്ര ചേർന്നുനില്ക്കുന്നോ അത്ര വലുതാകും അവയുടെ ആയുസ്സും. നദീതീരത്തുനിന്ന് അകലെ നില്ക്കുന്നവർ ഭാഗ്യമില്ലാത്തവർ. ഇറാഖിലെ കൊടുംചൂടിൽ അവ കരിഞ്ഞുണങ്ങിപ്പോകും. വീടുകളിൽ പരിപാലിക്കപ്പെടുകയും ജീവജലം കിട്ടുന്നവയും മാത്രമേ അടുത്ത വസന്തം കാണൂ.

പാലം കടന്നതോടെ ഡ്രൈവർ സംസാരിക്കാൻ തുടങ്ങി.

അറിയുമോ, നമ്മളിപ്പോൾ കടന്നുവന്ന പാലം നിറയെ കുഴിബോംബുകളാണ്. ഇറാഖി സൈന്യമോ അമേരിക്കക്കാരോ മൊസൂൾ പിടിക്കുന്നത് ഒഴിവാക്കാൻ ദയിഷ് ചെയ്തുവച്ചിരിക്കുന്നതാണ്. ഇതിലെ വരാൻ എനിക്ക് ഒട്ടും താല്പര്യമില്ല. അത് എപ്പോൾ വേണമെങ്കിലും പൊട്ടിത്തെറിക്കാം.

ഞാൻ തിരിഞ്ഞുനോക്കി. പാലവും ചെക്പോയന്റും ഏറെ അകലെയാണ് ഇപ്പോൾ. അവ രണ്ടും ഞങ്ങൾ ജീവനോടെ കടന്നിരിക്കുന്നു. മറിച്ച് സംഭവിക്കാനുള്ള സാധ്യത വളരെയധികമായിരുന്നു. ചെക്പോയന്റിലെ ഭീകരൻ എന്നോട് കൂടുതൽ ചോദ്യങ്ങൾ ചോദിച്ചിരുന്നെങ്കിൽ. എന്റെ ഉച്ചാരണത്തിൽ അയാൾക്ക് സംശയം തോന്നിയിരുന്നെങ്കിൽ. പുറത്തിറങ്ങ്, അയാൾ പറയുന്നത് ഞാൻ സങ്കല്പിച്ചു. അനുസരിക്കുകയല്ലാതെ എനിക്ക് വേറെ മാർഗ്ഗമുണ്ടാവില്ല.

പരിശോധനാകേന്ദ്രത്തിനുള്ളിൽ നിഖാബ് മാറ്റാൻ അയാൾ ആവശ്യപ്പെടും. എന്റെ മുഖം അവിടെ പതിച്ചിരിക്കുന്ന ചിത്രങ്ങളിൽ ഒന്നാണെന്ന് അയാൾ തിരിച്ചറിയും.

അല്ലെങ്കിൽ പാലത്തിലെ കുഴിബോംബ് പൊട്ടിത്തെറിക്കാം. ഞങ്ങൾ മൂന്നുപേരും നിമിഷംകൊണ്ട് ചാമ്പലാകും. പാലം പൊട്ടിത്തെറിക്കുമ്പോൾ അതിൽ നിറയെ ഐസിസ് ഭീകരരാകണേയെന്ന് ഞാൻ പ്രാർഥിച്ചു.

അഞ്ച്

മൊസൂളിൽനിന്ന് ദൂരേയ്ക്ക് നീങ്ങിയതോടെ യുദ്ധത്തിന്റെ അവശേഷിപ്പുകൾ കൺമുന്നിൽ തെളിഞ്ഞു. ഇറാഖി സൈന്യം ഉപേക്ഷിച്ചു പോയ ചെക്പോയന്റുകൾ തീവച്ച് നശിപ്പിച്ചിരുന്നു. ഒരു കൂറ്റൻ ട്രക്ക് തകർന്നടിഞ്ഞ് വഴിയരികിൽ കിടപ്പുണ്ടായിരുന്നു. സൈന്യം പോയ ശേഷം ഭീകരർ ചെക് പോയന്റുകൾ തീവച്ച് നശിപ്പിച്ചെന്ന് ഞാൻ ടെലിവിഷനിൽ കണ്ടിരുന്നു. അവർ എന്തിനാണ് അത് ചെയ്തതെന്ന് എനിക്ക് മനസ്സിലായില്ല. ഒരു കാരണവുമില്ലാതെയാണ് സർവ്വതും അവർ നശിപ്പിച്ചത്. വഴിയരികിലൂടെ പോകുന്ന ആട്ടിൻപറ്റങ്ങളോ, ഒരു മടയൻ കഴുതയുടെ പുറത്തിരുന്ന് അവയെ തെളിച്ചുകൊണ്ടുപോവുന്ന ആട്ടിടയയുവാവോ കാര്യങ്ങൾ സാധാരണമെന്ന് തോന്നിപ്പിക്കുമായിരുന്നു.

ഞങ്ങൾ അടുത്ത ചെക്പോയന്റിലെത്തി. അവിടെ രണ്ട് ഭീകരരാണ് ഉണ്ടായിരുന്നത്. പരിശോധനകളിലൊന്നും താല്പര്യമില്ലാതിരുന്ന അവർ ഞങ്ങളെ വേഗം പോകാൻ അനുവദിച്ചു. നേരത്തെ കേട്ട ചോദ്യങ്ങൾ ഒറ്റയടിക്ക് ചോദിച്ചു തീർത്തു. കാവല്കെട്ടിടത്തിനകത്തേക്ക് നോക്കിയെങ്കിലും ചിത്രങ്ങളൊന്നും പതിച്ചതായി കണ്ടില്ല. ഏതാനും മിനിറ്റുകൾകൊണ്ട് അവർ ഞങ്ങളെ പോകാൻ അനുവദിച്ചു.

ഗ്രാമപ്രദേശങ്ങളിലൂടെ കടന്നുപോകുന്ന മൊസൂൾ കിർക്കുക്ക് റോഡ് നീണ്ടതാണ്. ചിലയിടങ്ങളിൽ വീതി കൂടിയും മറ്റിടത്ത് വീതി കുറഞ്ഞും രണ്ടുവരി പാത. അപകടങ്ങൾക്ക് കുപ്രസിദ്ധമാണ് ഈ റോഡ്. വലിയ ട്രക്കുകളെ മറികടക്കാനുള്ള ശ്രമത്തിൽ കാറുകൾ എതിർദിശയിൽ വരുന്ന വണ്ടികളിലേക്ക് വെളിച്ചമടിക്കും. അവർ കടന്നുപോകും വരെ ഒതുക്കി നിർത്തുകയേ മാർഗ്ഗമുള്ളൂ. കെട്ടിട നിർമാണ സാമഗ്രികളുമായി പോവുന്ന ട്രക്കുകൾ റോഡിലെല്ലാം ചരൽ വീഴ്ത്തും. ഇത് കാറുകളിലും വിൻഡ്ഷീല്ഡിലുമെല്ലാം ഉരസലുണ്ടാക്കുന്നതും പതിവാണ്. റോഡിന്റെ ചില ഭാഗങ്ങളിലൂടെ കടന്നുപോവുമ്പോൾ മലഞ്ചെരിവിലൂടെ പോകുന്ന പ്രതീതിയാണ്.

ഇറാഖിന്റെ മിക്ക നഗരങ്ങളെയും പരസ്പരം ബന്ധിപ്പിക്കുന്നത് ഇത്തരം റോഡുകൾ തന്നെയാണ്. തിരക്കേറിയ പല റോഡുകളും അപകടം പതിയിരിക്കുന്നവയാണ്. ഐസിസിന്റെ തന്ത്രപരമായ നീക്കം ഈ റോഡുകളുടെ നിയന്ത്രണം പിടിക്കുക എന്നതായിരുന്നു. നഗരം

പിടിക്കുന്നതിനും മുമ്പേ അങ്ങോട്ടുള്ള റോഡുകളുടെ നിയന്ത്രണം കയ്യിലാക്കി. ഇതോടെ ആളുകൾക്ക് രക്ഷപ്പെടാൻ സാധിക്കാതെയായി. രക്ഷപ്പെടാൻ ശ്രമിക്കുന്നവരെ പിടികൂടാൻ ചെക്പോയന്റുകളും സ്ഥാപിച്ചു. ഇറാഖിൽ മിക്കയിടത്തും ഈ ദേശീയപാതകൾ മാത്രമാണ് ആളുകൾക്ക് രക്ഷപ്പെടാനുള്ള വഴി. തുറന്ന സ്ഥലങ്ങളിലും മരുഭൂമിയിലും ഒളിച്ചിരിക്കാനുള്ള സാധ്യതകൾ വിരളമാണ്. നഗരങ്ങൾ ഇറാഖെന്ന ശരീരത്തിലെ പ്രധാന അവയവങ്ങളാണെങ്കിൽ റോഡുകൾ ഞരമ്പുകളും ധമനികളുമാണ്. അവയുടെ നിയന്ത്രണം കിട്ടിയതോടെ ജീവിതവും മരണവും ഐസിസിന്റെ കൈകളിലായി.

കുറേനേരം ഞാൻ പുറത്തെ ഭൂപ്രകൃതി നോക്കിയിരുന്നു. ഏക്കറുകളോളം മരുഭൂമിയും കല്ലും മണ്ണും മാത്രം. സിൻജാറിൽ നിന്ന് ഏറെ വ്യത്യസ്തമാണിത്. പൂക്കളും പുല്ലും വളർന്നുനില്ക്കുന്ന സിൻജാറിലെ വസന്തകാലം എനിക്ക് വളരെ ഇഷ്ടമായിരുന്നു. ചിലപ്പോഴെങ്കിലും വിദേശരാജ്യത്തെത്തിയതുപോലെ തോന്നി എനിക്ക്. ഒരർഥത്തിൽ അങ്ങനെ തന്നെയായിരുന്നു. ഇസ്ലാമിക് സ്റ്റേറ്റിന്റെ അധികാര പരിധിക്ക് പുറത്ത് കടക്കാത്തിടത്തോളം. കൂടുതൽ സൂക്ഷ്മമായി നിരീക്ഷിച്ചപ്പോൾ സ്ഥലങ്ങൾ ഏകമാനമായവയല്ലെന്ന് വ്യക്തമായി. പാറകൾ വലുതായി ചിലയിടങ്ങളിൽ മലകളായി മാറി. ചിലയിടത്ത് ഇടിഞ്ഞു താഴ്ന്ന് മൺകൂനകളായി. മുൾച്ചെടികൾ അങ്ങിങ്ങ് തലയുയർത്തി നിന്നു. ചിലയിടങ്ങളിൽ അവ മരങ്ങൾ പോലെ വളർന്നിരുന്നു. ഇടയ്ക്കിടെ എണ്ണപമ്പുകളുടെ മുകൾ ഭാഗവും മൺകട്ട കെട്ടിയ വീടുകളുള്ള ഗ്രാമങ്ങളും കണ്ടു. യാത്രാക്ഷീണം രൂക്ഷമായതോടെ എനിക്ക് പുറത്തേക്ക് നോക്കാൻ കഴിയാതെയായി.

തലചുറ്റുന്നതുപോലെ തോന്നിയ ഞാൻ നാസർ വീട്ടിൽ നിന്നിറങ്ങുമ്പോൾ തന്ന പ്ലാസ്റ്റിക് സഞ്ചികളിലൊന്ന് കയ്യിലെടുത്തു. നിമിഷങ്ങൾക്കകം ഛർദിച്ചു. ആശങ്കമൂലം പ്രഭാത ഭക്ഷണം കഴിച്ചിരുന്നില്ല അതുകൊണ്ടു തന്നെ വയർ ശൂന്യമായിരുന്നു. വെള്ളമാണ് ഛർദിച്ചതത്രയും. വണ്ടിക്കകം മുഴുവൻ ദുർഗന്ധം പരന്നു. അത് സഹിക്കാനാവാതെ ഡ്രൈവർ എല്ലാ ജനാലകളും തുറന്നുവച്ചു. എന്നിട്ടും ചൂട് കാറ്റിനൊപ്പം ആ മണം അയാൾക്ക് അസഹനീയമായി. ഇനിയും ഛർദിക്കണമെങ്കിൽ വണ്ടി നിർത്താം. നേരത്തെ പറയണമെന്ന് ഭാര്യയോട് പറയൂ. നാറ്റം സഹിക്കാൻ കഴിയുന്നില്ല. ഡ്രൈവർ ഒരു ദയയുമില്ലാതെ നാസറിനോട് പറഞ്ഞു. അയാൾ തലയാട്ടി.

അല്പം കഴിഞ്ഞപ്പോൾ അയാളോട് വണ്ടി നിർത്താൻ ആവശ്യപ്പെട്ട ഞാൻ പുറത്തിറങ്ങി. പാഞ്ഞുപോവുന്ന വണ്ടികളുണ്ടാക്കുന്ന കാറ്റിൽ എന്റെ അബയ ബലൂൺപോലെ വീർത്തുപൊന്തി. കാറിൽ നിന്നും പരമാവധി ദൂരേക്ക് ഞാൻ നടന്നു. നിഖാബ് മാറ്റുമ്പോൾ

ഡ്രൈവർ എന്റെ മുഖം കാണരുത്. തൊണ്ട പൊട്ടുംപോലെ ഞാൻ ഛർദിച്ചു. പെട്രോളിന്റെ മണം അത് വഷളാക്കി.

നാസർ അടുത്തു വന്നു. നിനക്ക് തീരെ വയ്യേ. നമുക്ക് പോകാമോ, അതോ കുറച്ചു സമയം ഇവിടെ വിശ്രമിക്കണോ, അയാൾ ചോദിച്ചു. എന്റെ ആരോഗ്യത്തെക്കുറിച്ചും ഒപ്പം വഴിയിൽ വണ്ടി നിർത്തേണ്ടി വന്നതിനെക്കുറിച്ചും അയാൾ ഉത്കണ്ഠാകുലനാണെന്ന് മനസ്സിലായി. ഓരോ തവണ ഇസ്ലാമിക് സ്റ്റേറ്റിന്റെ വണ്ടികൾ കടന്നുപോകുമ്പോഴും, അബയ ധരിച്ചിട്ടുണ്ടെങ്കിൽ കൂടി വഴിയരികിൽ ഛർദിക്കുന്ന പെൺകുട്ടിയെ ആളുകൾ ശ്രദ്ധിക്കുമെന്നുറപ്പ്.

എനിക്ക് കുഴപ്പമില്ല. വണ്ടിയിലേക്ക് തിരിച്ച് നടന്നുകൊണ്ട് ഞാൻ പറഞ്ഞു. നിർജലീകരണംകൊണ്ട് തളർന്നുപോയിരുന്നു ഞാൻ. വസ്ത്രത്തിനുള്ളിൽ ഞാൻ നനഞ്ഞൊട്ടിയിരുന്നു. അവസാനം കഴിച്ച ഭക്ഷണം ഏതെന്നുപോലും ഓർമ്മയില്ല. തിരിച്ചു വണ്ടിയിലെത്തിയപ്പോൾ മധ്യസീറ്റിൽ തലചായ്ച് ഉറങ്ങാൻ ഞാൻ ശ്രമിച്ചു.

ഞങ്ങളൊരു ചെറിയ പട്ടണത്തിലെത്തി. റോഡിനോടു ചേർന്നുള്ള കെട്ടിടങ്ങൾ മാത്രമേ കാണാനുള്ളൂ. പലഹാരക്കടകളും വാഹനം നന്നാക്കുന്ന കടകളുമെല്ലാം ദേശീയപാതയിലേക്ക് തുറന്നിരിക്കുന്നു. പൊരിച്ച ഇറച്ചിയും ചോറും തക്കാളി സോസും ഉൾപ്പെടുന്ന ഇറാഖി ഭക്ഷണത്തിന്റെ പരസ്യവുമായി ഒരു ഹോട്ടൽ. നിങ്ങൾക്ക് വിശക്കുന്നുണ്ടോ, ഡ്രൈവർ ചോദിച്ചു. ഉണ്ട്, നാസർ തലയാട്ടി. അയാൾ പ്രഭാതഭക്ഷണം കഴിച്ചിരുന്നില്ല. വണ്ടി നിർത്തുന്നത് എനിക്ക് താല്പര്യമില്ലായിരുന്നു. പക്ഷേ, ഒന്നും പറയാനാവില്ല.

നല്ല വലിപ്പമുള്ള ഹോട്ടലിനകം വൃത്തിയും വെടിപ്പുമുള്ളതായിരുന്നു. ടൈൽ നിരത്തിയ തറയും പ്ലാസ്റ്റിക് കസേരകളും. നിരവധി കുടുംബങ്ങൾ ഉണ്ടായിരുന്നു ഉള്ളില്. കട്ടികുറഞ്ഞ ഭിത്തി സ്ത്രീകളുടെയും പുരുഷന്മാരുടെയും ഇരിപ്പിടങ്ങളെ തമ്മിൽ വേർതിരിച്ചിരുന്നു. ഇറാഖിലെ യാഥാസ്ഥിതിക മേഖലകളിൽ അങ്ങനെയാണ് ഭക്ഷണശാലകൾ. നാസറും ഡ്രൈവറും ഭക്ഷണം വാങ്ങാൻ പോയപ്പോൾ സ്ത്രീകളുടെ വശത്ത് ഞാൻ ഇരുന്നു. കഴിച്ചാൽ ഞാൻ വീണ്ടും ഛർദിക്കും. നാസറിനോട് ഞാൻ മെല്ലെ പറഞ്ഞു. പക്ഷേ, കഴിക്കണമെന്ന് അയാൾ നിർബന്ധിച്ചു. കഴിച്ചില്ലെങ്കിൽ പിന്നെയും ക്ഷീണമാവും. അയാൾ പറഞ്ഞു. കുറച്ച് തുവര പരിപ്പ് സൂപ്പും റൊട്ടിയും വാങ്ങി എനിക്ക് തന്നിട്ട് അയാൾ പുരുഷന്മാരുടെ വശത്തേക്ക് പോയി.

വസ്ത്രത്തിൽ ആവാതെ ഭക്ഷണം കഴിക്കാൻ പറ്റുന്നത്ര മാത്രം ഞാൻ നിഖാബ് ഉയർത്തി. തുവരപ്പരിപ്പും ഉള്ളിയും ചേർന്ന സൂപ്പിന് നല്ല രുചിയുണ്ടായിരുന്നു. കൊച്ചോയിൽ ഉണ്ടാക്കുന്നതുപോലെ,

അല്പം എരിവ് കൂടുതലുണ്ടെന്ന് മാത്രം. പക്ഷേ, എനിക്ക് അല്പമേ കഴിക്കാനായുള്ളൂ. വീണ്ടും ഛർദിച്ചാൽ വണ്ടി നിർത്തേണ്ടി വരുമല്ലോ എന്ന ആശങ്കയുണ്ടായിരുന്നു ഉള്ളിൽ.

സ്ത്രീകൾക്കും പുരുഷന്മാർക്കുമിടയിലെ ഭിത്തി മൂലം ഞാൻ തനിച്ചായിരുന്നു ഇരുന്നത്. കുറച്ച് ദൂരെയായി ഒരു കൂട്ടം സ്ത്രീകൾ ഇരിപ്പുണ്ട്. അവർ പറയുന്നതെന്തെന്ന് കേൾക്കാൻ കഴിയുന്നില്ല. എന്നെപ്പോലെ വസ്ത്രധാരണം ചെയ്ത അവരും മെല്ലെ നിഖാബ് ഉയർത്തി ഭക്ഷണം കഴിക്കുന്നു. വെള്ള നീളൻ കുപ്പായങ്ങളണിഞ്ഞ പുരുഷന്മാർ ഭിത്തിയുടെ മറുവശത്ത് ഇരിപ്പുണ്ട്. എല്ലാവരും ഒന്നിച്ച് വന്നതാവണം. ഞാൻ കയറിവരുമ്പോൾ അവരെ കണ്ടിരുന്നു. എല്ലാവരും നിശ്ശബ്ദരായിരുന്ന് ഭക്ഷണം കഴിക്കുന്നു. കടയ്ക്കുള്ളിൽ സമ്പൂർണ്ണ നിശ്ശബ്ദതയായിരുന്നു. സ്ത്രീകളുടെ ശിരോവസ്ത്രമനങ്ങുന്നതിന്റെ ശബ്ദം കേൾക്കുമ്പോഴാണ് ആരെങ്കിലും ശ്വസിക്കുന്നുണ്ടെന്ന തിരിച്ചറിവ് പോലും ഉണ്ടാവുന്നത്.

ഞങ്ങൾ പോവാനിറങ്ങിയപ്പോൾ വണ്ടി നിർത്തിയിട്ടിടത്ത് രണ്ട് ഐസിസ് ഭീകരരെ കണ്ടു. ഇസ്ലാമിക് സ്റ്റേറ്റ് പതാക പാറുന്ന തവിട്ടു നിറത്തിലുള്ള അവരുടെ വാഹനം ഞങ്ങളുടെ കാറിന് അടുത്താണ് നിർത്തിയത്. ഒരാളുടെ കാലിന് പരുക്കുണ്ട്. വടി കുത്തിയാണ് നടപ്പ്. രണ്ടാമത്തവൻ കാലിന് മുടന്തുള്ളവനെ സഹായിച്ചുകൊണ്ട് മെല്ലെ നടക്കുന്നു. എന്റെ ഹൃദയമിടിപ്പ് നില്ക്കുംപോലെ തോന്നി. പെട്ടെന്ന് ഞാൻ നാസറിന്റെ മറ്റേ വശത്തേക്ക് മാറി. ഇപ്പോൾ എനിക്കും ഭീകരർക്കുമിടയിൽ നാസറുണ്ട്. പക്ഷേ, ഞങ്ങളെ അവർ ശ്രദ്ധിച്ചതേയില്ല.

റോഡിൽ നിർത്തിയിട്ട ഇസ്ലാമിക് സ്റ്റേറ്റ് പൊലീസ് വണ്ടിയിലും രണ്ടുപേർ ഇരിപ്പുണ്ടായിരുന്നു. അവർ എന്താവും ഇവിടെ. മൂന്നാമതൊരാൾ എന്നെയും നാസറിനെയും അന്വേഷിക്കുന്നുണ്ടാവുമോ. ഏതുനിമിഷവും അവർ തോക്കുചൂണ്ടി ഞങ്ങൾക്കു നേരെ പാഞ്ഞടുക്കുമെന്ന് എനിക്ക് തോന്നി. ഒരു ചോദ്യവുമില്ലാതെ ഞങ്ങളെ വെടിവെച്ചിട്ടേക്കാം.

എനിക്ക് എല്ലാവരെയും ഭയമായിരുന്നു. ഭക്ഷണശാലയിലുണ്ടായിരുന്ന വെള്ളവസ്ത്രധാരികൾ ഐസിസ് ആവുമോ. അവരോടൊപ്പമുണ്ടായിരുന്ന സ്ത്രീകൾ ഭാര്യമാരോ അതോ അടിമകളോ. മോർത്തെജയുടെ അമ്മയെപോലെ ഐസിസ് അനുഭാവമുള്ളവരാകുമോ അവർ. ചുറ്റും കാണുന്ന എല്ലാവരും, സിഗററ്റ് കച്ചവടക്കാരൻ മുതൽ വണ്ടിക്കടയിൽ പണി കഴിഞ്ഞ് പുറത്തുവരുന്ന മെക്കാനിക്ക് വരെ, എന്റെ ശത്രുക്കളാണെന്ന് തോന്നി. കാറുകളുടെയോ, കുട്ടികൾ മിഠായി വാങ്ങുന്നതിന്റേയോ ശബ്ദംപോലും ബോംബ് സ്ഫോടനം പോല

യാണ് എനിക്ക് അനുഭവപ്പെട്ടത്. ഞാൻ തിടുക്കത്തിൽ നടന്ന് കാറിനുള്ളിൽ കയറിയിരുന്നു. എത്രയും വേഗം കിർക്കുക്കിൽ എത്തണമെന്നായിരുന്നു എനിക്ക്. ഒരുപക്ഷേ, എന്റെ പിന്നാലെ വന്ന നാസറിന്റെയും ആഗ്രഹം അതുതന്നെയായിരുന്നു.

നട്ടുച്ച നേരത്ത് സൂര്യൻ കൊടുംചൂടായിരുന്നു. ജനാലയിലൂടെ പുറത്തേക്ക് നോക്കിയാൽ എനിക്ക് ഛർദിക്കാൻ വരും. അതുകൊണ്ട് കണ്ണടച്ചിരിക്കാൻ ശ്രമിച്ചു. കണ്ണടയ്ക്കുമ്പോളുള്ള ഇരുട്ടിൽ തല ചുറ്റുന്നുണ്ടായിരുന്നു, ശരീരം തളർന്നുപോവുന്നതുപോല. കണ്ണു തുറന്ന് നാസറിന്റെ സീറ്റിന്റെ പിൻഭാഗത്തേക്ക് മാത്രം നോക്കിയിരിക്കാൻ തുടങ്ങി. എന്നെക്കുറിച്ചും വഴിയിൽ കാത്തിരിക്കുന്ന കാര്യങ്ങളെക്കുറിച്ചുമായിരുന്നു ചിന്ത. എന്റെ ഭയത്തിന് അവസാനമില്ലായിരുന്നു. കൂടുതൽ ഇസ്ലാമിക് സ്റ്റേറ്റ് ചെക്പോയന്റുകളിലൂടെയും പിന്നീട് കുർദ് സൈന്യത്തിന്റെ(പെഷ്മർഗ) ചെക്പോയന്റുകളിലൂടെയും കടന്നുപോകണമെന്ന് എനിക്ക് അറിയാമായിരുന്നു. നാസർ തന്ന ഫോൺ ചെറുതായി ശബ്ദിച്ചു. അയാളുടെ സന്ദേശമായിരുന്നു അത്.

നിന്റെ വീട്ടുകാരുടെ സന്ദേശം വന്നിട്ടുണ്ട്. സബാ നമുക്കുവേണ്ടി എർബിലിൽ കാത്തുനില്ക്കും.

എന്റെ അനന്തരവനാണ് സബാ. കൊച്ചോയിൽ കൂട്ടക്കുരുതി നടക്കുമ്പോൾ അവൻ കുർദിസ്ഥാൻ തലസ്ഥാനത്തെ ഒരു ഹോട്ടലിൽ ജോലി ചെയ്യുകയായിരുന്നു. അവനോടൊപ്പം ഒന്നോ രണ്ടോ ദിവസം താമസിച്ചിട്ട് സാഖോയിൽ ഹെസ്നിയുടെ അടുത്തേക്ക് പോകാമെന്നായിരുന്നു ഞങ്ങളുടെ ആലോചന. സബായുടെ അടുത്തുവരെ എത്തുമെന്ന വിശ്വാസത്തിലായിരുന്നു ഈ പദ്ധതികൾ ആലോചിച്ചത്.

മൂന്നാമത്തെ ഐസിസ്ചെക്പോയന്റിൽ അവർ ഞങ്ങളോട് ഒന്നും, പേരുപോലും ചോദിച്ചില്ല. തിരിച്ചറിയൽ കാർഡ് നോക്കിയ ശേഷം അവർ പൊയ്ക്കോളാൻ പറഞ്ഞു. ഒന്നുകിൽ രക്ഷപ്പെടുന്ന സബയകളെ തിരിച്ചുപിടിക്കുന്ന രീതി ഇല്ല. അല്ലെങ്കിൽ ഭീകരരുടെ പ്രവർത്തനരീതി ആളുകൾ ഭയക്കുന്നതുപോലെ അത്ര സംഘടിതവും ശക്തവുമല്ല.

അവിടെ കഴിഞ്ഞപ്പോൾ വണ്ടിക്കുള്ളിൽ സമ്പൂർണ്ണ നിശ്ശബ്ദതയായിരുന്നു. ഞങ്ങൾ മൂന്നുപേരും ക്ഷീണിച്ചിരുന്നു. നാസർ എനിക്ക് സന്ദേശങ്ങളൊന്നും അയച്ചില്ല. നാസറിനോട് സംസാരിക്കുന്നതും റേഡിയോ സ്റ്റേഷനുകൾ മാറ്റുന്നതും ഡ്രൈവറും അവസാനിപ്പിച്ചു. അയാൾ നേരെനോക്കിയിരുന്ന് ഒരു നിശ്ചിത വേഗത്തിൽ വാഹനമോടിച്ചുകൊണ്ടിരുന്നു. ഇടയ്ക്കിടെ പേപ്പർ നാപ്കിനുകൾ ഉപയോഗിച്ച് നെറ്റിയിലെ വിയർപ്പ് തുടച്ചു. വടക്കൻ ഇറാഖിലെ പാടങ്ങളും പുൽമേടുകളും കടന്ന് ഞങ്ങൾ മുന്നോട്ടുപോയി. ഭയവും ശാരീരികാ

സ്വാസ്ഥ്യവും മൂലം ഞാൻ വല്ലാതെ തളർന്നിരുന്നു. കുർദിഷ് ചെക് പോയന്റുകൾ കടക്കുന്നതിനെകുറിച്ച് നാസറിന് ആശങ്കയുണ്ടോയെന്ന് ഞാൻ സംശയിച്ചു. പെഷ്മർഗ സൈനികർ കുർദിസ്ഥാനിൽ കടക്കാൻ ശ്രമിക്കുന്ന സുന്നി ചെറുപ്പക്കാരെ സംശയത്തോടെയേ നോക്കൂ. എന്തുവന്നാലും നാസറിനെ ഐസിസ് മേഖലയിൽ തനിച്ച് വിടില്ലെന്ന് ഞാൻ ഹെസ്നിയുമായി ആലോചിച്ച് ഉറപ്പിച്ചിരുന്നു. മൊസൂളിലേക്ക് തിരികെ പോകേണ്ടി വന്നാലും വേണ്ടില്ല. ഇതെല്ലാം പറഞ്ഞ് അയാളെ ആശ്വസിപ്പിക്കണമെന്നുണ്ടായിരുന്നു. പക്ഷേ, നിശ്ശബ്ദയായി ഇരുന്നു കൊള്ളാമെന്ന് നാസറിന് കൊടുത്ത വാക്ക് ഞാൻ ഓർത്തു. മൊബൈൽ മെസേജ് സൗകര്യം അടിയന്തര ആവശ്യങ്ങൾക്കുള്ളതാണ്. അതും വേണ്ട. ഏതായാലും ആപത്ഘട്ടത്തിൽ ഉപേക്ഷിച്ചുപോവുന്ന സുഹൃത്തല്ല ഞാനെന്ന് നാസറിനെ ബോധ്യപ്പെടുത്തണമെന്ന് ഞാൻ ആഗ്രഹിച്ചു.

ഞങ്ങൾ നാലുംകൂടിയ ഒരു കവലയിലെത്തി. കിർക്കുക്ക് എന്നൊരു ചൂണ്ടുപലക കാണാനുണ്ട്. എനിക്ക് ഇവിടെ വരെയേ വരാൻപറ്റൂ. ഡ്രൈവർ പറഞ്ഞു. ചെക്പോയന്റിലേക്ക് നിങ്ങൾ നടന്നുപോകണം. മൊസൂൾ നമ്പർ പ്ലേറ്റുള്ള വാഹനം കണ്ടാൽ കുർദ് പട്ടാളം പിടികൂടി ചോദ്യം ചെയ്യും ചിലപ്പോൾ കസ്റ്റഡിയിലെടുക്കും. അയാൾ പറഞ്ഞു. ഞാൻ ഇവിടെ കാത്തുനില്ക്കാം. അവർ നിങ്ങളെ പ്രവേശിപ്പിച്ചില്ലെങ്കിൽ ഒരുമിച്ച് മൊസൂളിലേക്ക് മടങ്ങാം.

നാസർ അയാൾക്ക് നന്ദി പറഞ്ഞ് കൂലികൊടുത്തു. ഞങ്ങൾ ബാഗുകൾ കാറിൽ നിന്നെടുത്തു. ഞങ്ങൾ ചെക്പോയന്റിലേക്ക് നടക്കാൻ തുടങ്ങി. റോഡിൽ ഞങ്ങളല്ലാതെ മറ്റാരും ഉണ്ടായിരുന്നില്ല.

ക്ഷീണിച്ചോ, നാസർ ചോദിച്ചു.

ഭയങ്കര ക്ഷീണം, ഞാൻ മറുപടി പറഞ്ഞു.

എന്റെ ശരീരമാകെ തളർന്നിരുന്നു. രക്ഷപ്പെടാനാവുമെന്ന പ്രതീക്ഷ അപ്പോഴും ഉണ്ടായിരുന്നില്ല. മോശം ചിന്തകൾ മാത്രമാണ് മനസ്സ് നിറയെ. ഒന്നുകിൽ ഐസിസ് പിടികൂടും. അല്ലെങ്കിൽ പെഷ് മർഗ നാസറിനെ തടവിലാക്കും. ഐസിസിന്റെ വരവിനുംമുമ്പേ ആഭ്യന്തര കലാപം പതിവായ കിർക്കുക്ക് അപകടകാരിയായ നഗരമായിരുന്നു. ഒരു കാർബോംബിലോ കുഴിബോംബിലോ തീരാനാണോ ഞങ്ങൾ ഇത്രദൂരം വന്നതെന്നുപോലും ഞാൻ ആശങ്കപ്പെട്ടു. ഇനിയും എത്രയോ ദൂരം താണ്ടാനുണ്ട് ഞങ്ങൾക്ക്.

ചെക്പോയന്റിൽ പോയി നോക്കാം നമുക്ക്, നാസർ പറഞ്ഞു.

എവിടെയാണ് നിന്റെ കുടുംബം.

സാഖോ, ദുഹോക്കിന് അടുത്ത്.

കിർക്കുക്കിൽ നിന്ന് അങ്ങോട്ട് എത്രദൂരമുണ്ട്.

അറിയില്ല, നല്ല ദൂരമുണ്ട്, തലയാട്ടിക്കൊണ്ട് ഞാൻ പറഞ്ഞു.

ഞങ്ങൾ നിശ്ശബ്ദരായി മുന്നോട്ട് നടന്നു.

ചെക്പോയന്റിൽ ആളുകൾ വാഹനങ്ങളിലും കാൽനടയായുമെല്ലാം പെഷ്മർഗ അഭിമുഖത്തിന് കാത്തുനിന്നിരുന്നു. ഐസിസ് അധിനിവേശം തുടങ്ങിയതിനുശേഷം ഇറാഖിന്റെ വിവിധ ഭാഗങ്ങളിൽ നിന്നുള്ള നൂറുകണക്കിന് ആളുകൾക്ക്, സുന്നികൾക്കടക്കം കുർദിസ്ഥാൻ സർക്കാർ അഭയംനല്കിയിരുന്നു. ഐസിസിനോട് വിധേയത്വം പുലർത്താനാവാത്തതിനാൽ ജന്മനാടുപേക്ഷിക്കേണ്ടി വന്നവരാണ് ആ മനുഷ്യർ. എന്നാൽ കുർദിസ്ഥാനിലേക്കുള്ള വരവ് അത്ര എളുപ്പമായിരുന്നില്ല. കുർദ് സ്പോൺസർ ഉണ്ടെങ്കിൽ മാത്രമേ അതിർത്തി കടക്കാനാവൂ. മാത്രമല്ല നടപടിക്രമങ്ങൾക്ക് ഏറെ കാലതാമസവും ഉണ്ടായിരുന്നു. കിർക്കുക്ക് സ്വതന്ത്ര കുർദിസ്ഥാന്റെ ഭാഗമായിരുന്നില്ല. അറബ് വംശജർ ഏറെ ഉണ്ടായിരുന്നതിനാലും കിർക്കുക്കിലേക്കുള്ള പ്രവേശനം താരതമ്യേന എളുപ്പമായിരുന്നു. എന്നാൽ എർബിലിലെ സ്ഥിതി അതല്ല. കിർക്കുക്കിൽ സുന്നി അറബി കുട്ടികൾ ദിവസേന സ്കൂളിൽ പോകും. കുടുംബങ്ങൾ ഷോപ്പിങ്ങിന് പോകും. വൈവിധ്യം നിറഞ്ഞതാണ് കിർക്കുക്കിലെ ജനത. തുർക്ക്മെനികൾ, ക്രിസ്ത്യാനികൾ, അറബികൾ, കുർദുകൾ എല്ലാവരും ഇടകലർന്ന് കഴിയുന്ന പട്ടണം.

ഐസിസ് ഇറാഖിൽ വന്നതോടെയാണ് പെഷ്മർഗ കിർക്കുക്കിന്റെ സംരക്ഷണം ഏറ്റെടുത്തത്. അതിന്റെ സമ്പന്നമായ എണ്ണപ്പാടങ്ങൾ ഭീകരരിൽ നിന്ന് സംരക്ഷിക്കേണ്ടിയിരുന്നു. പെഷ്മർഗയ്ക്ക് മാത്രമേ കിർക്കുക്കിനെ ഭീകരരിൽനിന്ന് രക്ഷിക്കാനാവുമായിരുന്നുള്ളൂ. എങ്കിലും സൈനികരുടെ ആധിപത്യ പ്രവണതകളെക്കുറിച്ച് ജനങ്ങൾക്ക് പരാതിയുണ്ടായിരുന്നു. കിർക്കുക്ക് കുർദിസ്ഥാന്റെ ഭാഗമാണെന്നും മറ്റു ജാതിക്കാർ കയ്യേറ്റക്കാരാണെന്ന മട്ടിലുമായിരുന്നു പെഷ്മർഗ സൈനികരുടെ പെരുമാറ്റം. അതുകൊണ്ടു തന്നെ നാസറിന് ചെക്പോയന്റ് കടക്കാൻ കഴിയുമോയെന്ന് ഞങ്ങൾക്ക് സംശയമുണ്ടായിരുന്നു. ഇസ്ലാമിക് സ്റ്റേറ്റിന്റെ തലസ്ഥാനത്തു നിന്നു വരുന്ന ഞങ്ങളെ അവർ സംശയത്തോടെയേ നോക്കൂ. ബന്ധുക്കളെ കാണാൻ പോകുന്നു എന്ന ഞങ്ങളുടെ വിശദീകരണം വിശ്വസിച്ച് കടത്തിവിടാൻ സാധ്യത കുറവാണ്. അല്ലെങ്കിൽ രക്ഷപ്പെട്ടോടി വരുന്ന യസീദിയാണെന്ന് ഞാൻ തുറന്ന് സമ്മതിക്കണം. അതിന് എനിക്ക് താല്പര്യമില്ലായിരുന്നു, അതുവരെയെങ്കിലും.

സിൻജാറിലെ യസീദി കൂട്ടക്കൊല തുടങ്ങിയപ്പോൾ മുതൽ കുർദിസ്ഥാൻ സർക്കാർ യസീദി അഭയാർഥികളെ സ്വീകരിച്ചുപോന്നു. താല്ക്കാലിക അഭയാർഥികേന്ദ്രങ്ങളും തുറന്നു. കുർദുകളുടെ ഉദ്ദേശ്യ ശുദ്ധിയിൽ ചില യസീദികൾക്കെങ്കിലും സംശയമുണ്ടായിരുന്നു. നമ്മളെ ഉപേക്ഷിച്ചുപോന്നത് മറക്കണമെന്നാണ് കുർദുകൾ പറയുന്നത്. കുർദ് നടപടി മാധ്യമവിമർശനം നേരിടുന്നുണ്ട്. മലനിരകളിൽ കുടുങ്ങിക്കിടക്കുന്ന യസീദികളുടെ ദൃശ്യം ലോകം കണ്ടതാണ്. അതെല്ലാം എല്ലാവരും മറക്കണമെന്നാണ് കുർദിഷ് സർക്കാർ പറയുന്നത്.

യസീദികളെ കുർദിസ്ഥാനിൽ സ്ഥിരതാമസക്കാരാക്കുകയാണ് കുർദ് സർക്കാരിന്റെ ലക്ഷ്യമെന്ന് മറ്റുചിലർ വിലയിരുത്തി. അല്ലാതെ സിൻജാർ തിരിച്ചുപിടിക്കാൻ പ്രാപ്തരാക്കാനല്ല. കുർദിസ്ഥാൻ ജനസംഖ്യ വർധിക്കുന്തോറും ഇറാഖിൽ നിന്നുള്ള സ്വാതന്ത്ര്യവാദത്തിന് കരുത്തേറും. ലക്ഷ്യം എന്തുതന്നെയായിരുന്നാലും യസീദികൾക്ക് കുർദ് സർക്കാരിന്റെ സഹായം അനിവാര്യമായിരുന്നു. ദുഹോക്കിന് സമീപമുള്ള അഭയാർഥി ക്യാംപുകൾ യസീദികൾക്കുവേണ്ടി പ്രത്യേകം നിർമ്മിച്ചവയായിരുന്നു. കെഡിപി മുൻകയ്യെടുത്ത് എന്നെപ്പോലെ രക്ഷപ്പെട്ട് വരുന്ന അടിമപ്പെൺകുട്ടികൾക്കായി പ്രത്യേക ഓഫീസും തുറന്നു. ഞങ്ങൾക്ക് നഷ്ടപ്പെട്ടുപോയ വിശ്വാസം മെല്ലെ തിരികെ പിടിക്കാനായിരുന്നു കുർദ്സർക്കാരിന്റെ ശ്രമം. അങ്ങനെ ഞങ്ങൾ വീണ്ടും കുർദുകളെന്ന് സ്വയം വിശേഷിപ്പിച്ച് കുർദിസ്ഥാന്റെ ഭാഗമാകണം. പക്ഷേ, ആ ദിവസം അവരോട് പൊറുക്കാൻ ഞാൻ തയ്യാറല്ലായിരുന്നു. എനിക്ക് അഭയം തരിക വഴി അവർ എന്നെ രക്ഷിച്ചെന്ന് അംഗീകരിക്കാൻ ഞാൻ തയ്യാറാല്ല. ഐസിസ് സിൻജാറിൽ എത്തിയപ്പോൾ എന്റെ കുടുംബം ഛിന്നഭിന്നമാകാതെ കാക്കാൻ പറ്റുമായിരുന്നു അവർക്ക്. പക്ഷേ, അവരത് ചെയ്തില്ല.

നാദിയ, പോയി അവരോട് നീ യസീദിയാണെന്ന് പറയൂ, നാസർ നിർദേശിച്ചു. നീ ആരാണെന്നും ഞാൻ ആരാണെന്നും പറയൂ. കുർദ് ഭാഷയിൽ സംസാരിക്കണം. അയാൾ പറഞ്ഞു. ആരാണെന്ന് വെളിപ്പെടുത്തിയാൽ ആ നിമിഷം അവർ എന്നെ സ്വീകരിക്കുമെന്ന് നാസറിന് ഉറപ്പായിരുന്നു.

ഇല്ല, ഞാൻ തലയാട്ടി. പെഷ്മർഗ സൈനികരെ കണ്ടപ്പോൾ എനിക്ക് വല്ലാത്ത ദേഷ്യമാണ് വന്നത്. അവർ കിർക്കുക്ക് ഉപേക്ഷിച്ചില്ലല്ലോ. പിന്നെന്തിന് ഞങ്ങളെ മാത്രം ഉപേക്ഷിച്ചു...? ഇവരിൽ എത്ര പേരാണ് ഞങ്ങളെ ഉപേക്ഷിച്ച് കടന്നുകളഞ്ഞതെന്ന് അറിയാമോ, ഞാൻ നാസറിനോട് ചോദിച്ചു. ഐസിസ് അടുത്തെത്തിയതറിഞ്ഞ് കുർദിസ്ഥാനിലേക്ക് രക്ഷപ്പെടാൻ ശ്രമിച്ച് പരാജയപ്പെട്ട എല്ലാ യസീ

ദികളെയും ഞാൻ ഒരു നിമിഷം ഓർത്തു. ഭയപ്പെടേണ്ട, പെഷ്മർഗ നിങ്ങളെ സംരക്ഷിക്കും. വീട്ടിൽ തന്നെ ഇരുന്നോളൂ എന്നാണ് ചെക് പോയന്റുകളിൽ യസീദികളോട് പറഞ്ഞത്.

ഞങ്ങളെ സംരക്ഷിക്കാൻ സാധിക്കില്ലെന്ന് അറിയുമായിരുന്നെങ്കിൽ അവർ ഞങ്ങളെ കുർദിസ്ഥാനിൽ പ്രവേശിപ്പിക്കേണ്ടിയിരുന്നു. അവർ കാരണമാണ് ആയിരക്കണക്കിന് മനുഷ്യർ കൊല്ലപ്പെട്ടത്, തട്ടിയെടുക്കപ്പെട്ടത്, അഭയാർഥികളായത്. ഞാൻ അവരോട് യസീദിയെന്ന് പറയില്ല. കുർദിഷിൽ സംസാരിക്കില്ല, അതുകൊണ്ടൊന്നും ഒരു പ്രയോജനവുമില്ല, ഞാൻ നാസറിനോട് പറഞ്ഞു.

സമാധാനപ്പെടൂ, അവരെ ഇപ്പോൾ നിനക്ക് ആവശ്യമാണ്. പ്രായോഗികമായി ചിന്തിക്ക്, നാസർ പറഞ്ഞു.

പറ്റില്ല. ഞാൻ ഒച്ചയെടുത്തു. എനിക്ക് അവരുടെ സഹായം ആവശ്യമെന്ന് തോന്നുന്ന ഒന്നും ഞാൻ പറയില്ല.

നാസർ പിന്നീട് അതെക്കുറിച്ച് മിണ്ടിയില്ല.

ചെക്പോയന്റിൽ സൈനികൻ തിരിച്ചറിയൽ കാർഡുകൾ പരിശോധിച്ചശേഷം ഞങ്ങളെ നോക്കി. ഞാൻ അവരോട് ഒന്നും പറഞ്ഞില്ലെന്ന് മാത്രമല്ല നാസറിനോട് അറബിയിൽ തന്നെ സംസാരിച്ചു.

ബാഗ് തുറക്ക്, സൈനികൻ നിർദേശിച്ചു. നാസർ എന്റെ ബാഗ് വാങ്ങി അയാളെ തുറന്ന് കാണിച്ചു.

അവർ കുറേനേരം എന്റെ ബാഗ് പരിശോധിച്ചു. വസ്ത്രങ്ങൾ പുറത്തിട്ടു, ഷാംപുവിന്റെയും കണ്ടിഷണറുടെയും കുപ്പികൾ തുറന്നു നോക്കി. അടിവസ്ത്രങ്ങൾ സൂക്ഷിച്ചിരുന്ന പെട്ടി അവർ നോക്കാത്തതിൽ ഞാൻ ആശ്വസിച്ചു. അതിലാണ് എന്റെ ആഭരണങ്ങൾ സൂക്ഷിച്ചിരിക്കുന്നത്.

എങ്ങോട്ട് പോകുന്നു, സൈനികൻ ചോദിച്ചു.

ഞാൻ കിർക്കുക്കിൽ എന്റെ ഭാര്യയുടെ കുടുംബത്തിനൊപ്പമാണ് താമസം.

എങ്ങനെയാണ് പോവുന്നത്...?

ടാക്സിയിലാണ് പോവുന്നത്, ചെക്പോയന്റിന്റെ മറുവശത്തു നിന്ന് വണ്ടി വിളിച്ചോളാം. നാസർ പറഞ്ഞു.

ശരി, അവിടെപ്പോയി നില്ക്ക്. ചെക്പോയന്റ് ഓഫീസിന് മുന്നിൽ തടിച്ചുകൂടി നില്ക്കുന്ന ജനക്കൂട്ടത്തെ ചൂണ്ടി അയാൾ പറഞ്ഞു.

ചുട്ടുപൊള്ളുന്ന വെയിലിൽ മറ്റുള്ളവർക്കൊപ്പം ഞങ്ങളും കിർക്കുക്കിലേക്ക് കടക്കാൻ അനുവാദം തേടി കാത്തുനിന്നു.

കുടുംബങ്ങളൊന്നാകെ വന്നിരിക്കുകയാണ്. വലിയ സ്യൂട്ട്കേസുകളും പ്ലാസ്റ്റിക് സഞ്ചി നിറയെ കമ്പിളി പുതപ്പുകളുമെല്ലാമുണ്ട്. പ്രായമായവർ ലഗേജുകൾക്ക് മുകളിൽ ഇരുന്നു. സ്ത്രീകൾ മുഖത്ത് വീശി

ക്കൊണ്ട് ചൂടിനെക്കുറിച്ച് ആവലാതിപ്പെട്ടു. കാറുകളുടെ മുകളിൽ വീട്ടുസാമഗ്രികൾ കെട്ടിവച്ചിരുന്നു. അമിതഭാരം മൂലം അവ താഴെ വീഴുമെന്ന് തോന്നിപ്പോയി.

ഫുട്ബോൾ കയ്യിൽ പിടിച്ച് ഒരു ചെറിയ പയ്യൻ, കൂട്ടിലിട്ട മഞ്ഞ ക്കിളിയെ കയ്യിൽ പിടിച്ച് ഒരു വൃദ്ധൻ. ജീവിതത്തിൽ പ്രിയപ്പെട്ടതെല്ലാം കയ്യിൽ പിടിച്ച് കാത്തുനില്ക്കുകയാണ്. പ്രായം, മതം, ജന്മനാട്, എല്ലാത്തിലും ഞങ്ങൾ എല്ലാവരും വ്യത്യസ്തരായിരുന്നു. പക്ഷേ, ഇവിടെ ഈ കിർക്കുക് ചെക്പോയന്റിന് മുന്നിൽ ഞങ്ങൾക്കെല്ലാ വർക്കും ഒരേ വികാരമാണ്. അനിശ്ചിതത്വവും ഭീതിയും. എല്ലാവർക്കും വേണ്ടത് ഒരേ കാര്യങ്ങൾ, സംരക്ഷണം, സുരക്ഷിതത്വം, ചിതറിപ്പോയ കുടുംബാംഗങ്ങളെ കണ്ടെത്തൽ. എല്ലാവരും ഒരേ ഭീകരസംഘടന യിൽനിന്ന് രക്ഷപ്പെട്ടോടിയവർ. ഐസിസിന് കീഴിലെ ഇറാഖിയെ ന്നാൽ ഇതാണ്, ഞാൻ ഓർത്തു. ഞങ്ങൾ ഭവനഹരിതർ, അഭയാർഥി ക്യാംപുകളിലെത്തുംവരെ ചെക്പോയന്റുകൾ ശരണം. ഒടുവിൽ ഒരു സൈനികൻ ഞങ്ങളുടെ അടുത്തെത്തി. ഞാൻ അയാളോട് അറബി യിൽ സംസാരിച്ചു. എന്റെ വീട് കിർക്കുക്കിലാണ്, ഇപ്പോൾ ഭർത്താവി നൊപ്പം മൊസൂളിലാണ്. നാസറിനെ ചൂണ്ടി ഞാൻ പറഞ്ഞു. എന്റെ വീട്ടുകാരെ കാണാൻ പോവുകയാണ്.

എന്തെല്ലാം കൂടെക്കൊണ്ടുപോകുന്നുണ്ട്...? അയാൾ ചോദിച്ചു.

ഒരാഴ്ചത്തേക്ക് വേണ്ട വസ്ത്രങ്ങളും പിന്നെ ഷാംപൂ തുടങ്ങി എന്റെ സ്വകാര്യ ആവശ്യത്തിനുള്ള സാധനങ്ങളും, ഞാൻ പറഞ്ഞു.

എന്റെ ശബ്ദം പതറിപ്പോയി. ഹൃദയമിടിപ്പ് കൂടി. അവർ ഞങ്ങളെ തിരിച്ചുവിട്ടാൽ എന്തുചെയ്യും. നാസറിന് മൊസൂളിലേക്ക് മടങ്ങേണ്ടി വരും. ഞങ്ങൾ പരസ്പരം ആശങ്കയോടെ നോക്കി.

ആയുധങ്ങൾ വല്ലതും കയ്യിലുണ്ടോ, അവർ നാസറിനോട് ചോദിച്ചു. ഇല്ലെന്ന് പറഞ്ഞെങ്കിലും അവർ അയാളെ പരിശോധിച്ചു. നാസറിന്റെ മൊബൈൽ ഫോൺ വാങ്ങി ചിത്രങ്ങളും വിഡിയോ യുമെല്ലാം നോക്കി. ഐസിസ് ബന്ധം സൂചിപ്പിക്കുന്ന എന്തെങ്കിലും ഉണ്ടോ എന്നറിയാനായിരുന്നു അത്. എന്റെ കയ്യിൽ നാസർ തന്ന ഫോൺ പക്ഷേ, അവർ പരിശോധിച്ചില്ല.

കുറച്ചുസമയം കഴിഞ്ഞ് ഞങ്ങളുടെ സാധനങ്ങളെല്ലാം തിരികെ തന്നിട്ട് സൈനികൻ പറഞ്ഞു. ക്ഷമിക്കണം നിങ്ങളെ കടത്തിവിടാ നാവില്ല. അയാൾ ഒരു ദുഷ്ടനല്ലായിരുന്നു, പക്ഷേ, സമർഥനായ ഉദ്യോ ഗസ്ഥനായിരുന്നു. കാര്യങ്ങൾ അയാൾ വിശദീകരിച്ചു. കുർദിസ്ഥാ നിലേക്ക് വരുന്ന ഓരോ സന്ദർശകനും ഒരു സ്പോൺസർ ഉണ്ടാവണം, അല്ലെങ്കിൽ നിങ്ങൾ ശരിക്കും ആരാണെന്ന് ഞങ്ങൾ എങ്ങനെ അറി യാനാണ്. സിൻജാറിലുള്ള എന്റെ അച്ഛന്റെ സുഹൃത്തിനെ വിളിക്കാം.

സൈനികൻ പോയിക്കഴിഞ്ഞപ്പോൽ നാസർ എന്നോട് പറഞ്ഞു. അദ്ദേഹത്തിന് ഇവിടെ ബന്ധങ്ങളുണ്ട്. അദ്ദേഹം പറഞ്ഞാൽ ഇവർ സമ്മതിക്കും.

നല്ലത് പക്ഷേ, ഞാൻ യസീദിയാണെന്നും നിങ്ങൾ എന്നെ സഹായിക്കുകയാണെന്നും അറിയിക്കേണ്ട. ഞാൻ പറഞ്ഞു.

നാസർ ഫോൺ വിളിച്ച് സൈനികന് കൊടുത്തു. ഹ്രസ്വസംഭാഷണത്തിനുശേഷം ആശ്ചര്യത്തോടെ അയാൾ ചോദിച്ചു. ഇത് ആദ്യം ചെയ്താൽ പോരായിരുന്നോ...? നിങ്ങൾക്ക് ചെക്പോയന്റ് കടക്കാം.

റോഡിന് മറുവശത്ത് എത്തിയതേ ഞാൻ എന്റെ നിഖാബ് അഴിച്ചു മാറ്റി. സായാഹ്നത്തിലെ ഇളംകാറ്റ് മുഖത്തടിച്ചപ്പോൾ ആശ്വാസം തോന്നി. ഞാൻ പുഞ്ചിരിച്ചു.

എന്തേ അത് ഇനി ഇടുന്നില്ലേ...? നാസർ കളിയാക്കി ചിരിച്ചു.

ആറ്

തടിയൻ ടാക്സിക്കാരൻ എങ്ങോട്ടാണ് പോവേണ്ടതെന്ന് ചോദിച്ചപ്പോൾ ഞാനും നാസറും അന്തംവിട്ട് പരസ്പരം നോക്കി. ഞങ്ങളെ കുർദിസ്ഥാനിലെത്തിക്കണം, നാസർ പറഞ്ഞു. ഡ്രൈവർ പൊട്ടിച്ചിരിച്ചു. നിങ്ങൾ കുർദിസ്ഥാനിലാണ് ഇപ്പോൾ. എങ്ങോട്ടാണ്, എർബിലിലേക്കോ സുലൈമാനിയയിലേക്കോ പോവേണ്ടത്...? ഞങ്ങളും ചിരിച്ചു.

ഏതാണ് അടുത്ത്, നാസർ ചോദിച്ചു.

സുലൈമാനിയ.

എങ്കിൽ സുലൈമാനിയയ്ക്ക് പോവട്ടെ.

ക്ഷീണിതരെങ്കിലും ഞങ്ങൾ ആശ്വസിച്ചു. വണ്ടിയിൽ കയറുമ്പോഴും സബയെ വിളിക്കാൻ ഹെസ്നി പറഞ്ഞിരുന്നത് ഞങ്ങൾ രണ്ടു പേരും മറന്നു.

ഇരുട്ടായി തുടങ്ങിയിരുന്നു. റിങ് റോഡിൽനിന്ന് നോക്കുമ്പോൾ കിർക്കുക്കിലെ വീടുകളിലെ ചെറിയ പ്രകാശം മാത്രം ഏറെ ദൂരെ കാണാമായിരുന്നു.

കുട്ടിക്കാലത്ത് കുർദുകളുടെ ന്യൂറോസ് (പുതുവർഷം) ആഘോഷം ഞാൻ ടിവിയിൽ കണ്ടിട്ടുണ്ട്. പച്ചപ്പു നിറഞ്ഞ മലനിരകളിൽ സന്ധ്യയ്ക്ക് തീ കൂട്ടിയിട്ട് അതിന് ചുറ്റും നൃത്തം ചെയ്യുന്ന ജനങ്ങൾ, ഇടയ്ക്ക് ഇറച്ചി പൊള്ളിച്ചുണ്ടാക്കുന്ന വിഭവം ആസ്വദിക്കുകയും ചെയ്യും. ഇതു കാണുന്ന ഞാൻ അല്പം അസൂയയോടെ പറയും, നോക്കൂ, കുർദിസ്ഥാനിൽ ജീവിതം എന്തു രസകരമാണ്. നമ്മൾ മാത്രം ഇവിടെ ഈ ദരിദ്രഗ്രാമത്തിൽ ഇങ്ങനെ.

അവർ ഇത് അർഹിക്കുന്നുണ്ട് നാദിയ, അമ്മ പറയും. സദ്ദാമിന്റെ കാലത്ത് എങ്ങനെയാണ് അവരെ കൂട്ടക്കുരുതി ചെയ്തതെന്ന് അറിയാമല്ലോ. കുർദിസ്ഥാൻ എനിക്ക് തീർത്തും അപരിചിതമായിരുന്നു. നഗരങ്ങളുടെ പേരുകളോ അവിടെയുള്ള ആളുകൾ എങ്ങനെയെന്നോ ഒരു ഊഹവുമില്ല. കിർക്കുക്കിലോ സുലൈമാനിയയിലോ സുഹൃത്തുക്കളില്ല. സബാ എർബിലിലെ ഹോട്ടലിലും സാവൂദ് ദുഹോക്കിലെ കെട്ടിടനിർമാണ കമ്പനിയിലും ജോലിയെടുത്തിരുന്നെങ്കിലും പ്രവാസികളായ ഇന്ത്യക്കാരെയോ ബംഗ്ലാദേശികളെയോ പോലെ കൂലിത്തൊഴിലാളികൾ മാത്രമായിരുന്നു അവർ. എർബിലോ ദുഹോക്കോ

ഒരിക്കലും അവർക്ക് സ്വന്തം നാടായി തോന്നിയിട്ടില്ല. ഇറാഖ് ആകെ ത്തന്നെ എനിക്ക് അപരിചിതമായിരുന്നു. പീഡനപരമ്പര താണ്ടിയ മൊസൂളിലേക്ക് മടങ്ങിപ്പോവാനാവില്ല. ബഗ്ദാദിലോ, തിക്രിത്തിലോ, നജാഫിലോ പോയിട്ടില്ല. വലിയ മ്യൂസിയങ്ങളോ പൗരാണികാവശിഷ്ട ങ്ങളോ കണ്ടിട്ടില്ല. ആകെ എനിക്ക് അറിയാവുന്നത് കൊച്ചോ മാത്ര മാണ്. അതാകട്ടെ ഇപ്പോൾ ഐസിസിന്റെ കൈവശവും.

അഭിമാനിയായ കുർദായിരുന്നു ഡ്രൈവർ. ചുറ്റുമുള്ള സ്ഥലങ്ങ ളെക്കുറിച്ചെല്ലാം കുർദിഷും അറബിയും ഇടകലർത്തി സംസാരിച്ചു കൊണ്ടിരുന്നു. നാസറിനോട് മൊസൂളിനെപ്പറ്റി ചോദിച്ചു. നഗരം മുഴു വൻ ഐസിസ് പിടിച്ചോ, അയാൾ ചോദിച്ചു. അതെ, കുറേപ്പേർക്ക് രക്ഷപ്പെടണമെന്നുണ്ട്, പക്ഷേ, പ്രയാസമാണ്. നാസർ പറഞ്ഞു. പെഷ്മർഗ അവരെ ഇറാഖിൽനിന്ന് പുറത്താക്കും. ഡ്രൈവറുടെ ആത്മ വിശ്വാസത്തോട് നാസർ പ്രതികരിച്ചില്ല.

ഞാൻ ആശ്വാസത്തോടെയാണ് ആ വണ്ടിയിലിരുന്നത്. അടുത്ത ചെക്പോയന്റിൽ നാസറിന് കൂടുതൽ ചോദ്യങ്ങൾ നേരിടേണ്ടി വന്നേക്കാം. തർക്കപ്രദേശങ്ങളെയും സ്വതന്ത്ര കുർദിസ്ഥാനെയും വേർതിരിക്കുന്ന ചെക്പോയന്റാണത്. പക്ഷേ, വിഷമിക്കാനില്ല. സിൻ ജാറിലുള്ള ഹിഷാമിന്റെ സുഹൃത്തിനെ വിളിക്കാമല്ലോ. അയാൾ ഏതോ വലിയ ആളാവണം. എന്തായാലും ഇസ്ലാമിക് സ്റ്റേറ്റ് കാറു കളുണ്ടോയെന്നോ ചുറ്റുമുള്ളവർ ഭീകരരുടെ രഹസ്യ ഏജന്റുമാരാ ണോയെന്നും പേടിക്കേണ്ടതില്ല ഇനി.

അങ്ങുദൂരെ മലനിരകളിലെ കെട്ടിടങ്ങൾ കണ്ടോ. മെലിഞ്ഞ കൈവിരലുകൾ ജനാലയിലൂടെ ചൂണ്ടി ഡ്രൈവർ പറഞ്ഞു. ഞങ്ങളുടെ വലതുവശത്ത് കിഴക്കൻ ഇറാഖ് മലനിരകളുടെ അടിവാരത്ത് കെട്ടിട സമുച്ചയങ്ങൾ ഉയരുന്നുണ്ടായിരുന്നു. പദ്ധതിയെക്കുറിച്ചും പൂർത്തീ കരിച്ചവയുടെ ചിത്രങ്ങളുമായി കൂറ്റൻ പരസ്യബോർഡുകൾ കണ്ടു. അവ പൂർത്തിയായിക്കഴിയുമ്പോൾ അമേരിക്കൻ കെട്ടിടങ്ങൾ പോലി രിക്കും. പുതിയവ അതിമനോഹരം, കുർദിസ്ഥാൻ വികസിക്കുകയാണ്. ഡ്രൈവർ പറഞ്ഞു.

നിങ്ങളുടെ ഭാര്യയുടെ പേരെന്താ, കണ്ണാടിയിലൂടെ എന്നെ നോക്കി ക്കൊണ്ട് അയാൾ ചോദിച്ചു. സൂസൻ, തിരിച്ചറിയൽ കാർഡിലെ പേരാണ് നാസർ പറഞ്ഞത്.

സൂസൻ, നല്ല പേര്, ഞാൻ നിങ്ങളെ സൂസു എന്ന് വിളിക്കും. കണ്ണാടിയിലൂടെ എന്നെ നോക്കി ചിരിച്ചുകൊണ്ട് അയാൾ പറഞ്ഞു. പിന്നെ എന്തെല്ലാം കാണിച്ചു തന്നോ അപ്പോഴെല്ലാം ഞാനും അത് ശ്രദ്ധിക്കുന്നുണ്ടെന്ന് അയാൾ ഉറപ്പുവരുത്തി. സുസൂ, ആ തടാകം ഇഷ്ടപ്പെട്ടോ, വസന്തകാലത്ത് അത് കൂടുതൽ സുന്ദരമാണ്, സുസൂ

നമ്മളിപ്പോ പിന്നിട്ട പട്ടണമില്ലേ, ഞാൻ ഏറ്റവും രുചികരമായ ഐസ് ക്രീം കഴിച്ചത് അവിടെ നിന്നാണ്. ഇങ്ങനെ പോയി ഡ്രൈവറുടെ സംസാരം.

ആ യാത്ര ഞാൻ ഒരിക്കലും മറക്കില്ല. വംശഹത്യയുടെ കറുത്ത നാളുകളിൽ നിന്ന് കുർദിസ്ഥാനെപ്പോലൊരു ഉയിർത്തെഴുനേല്പ്പ് സിൻജാറിന് കഴിയുമെന്നാണ് ഞാൻ ആദ്യമെല്ലാം വിചാരിച്ചത്. എന്നാൽ ഇപ്പോൾ ആ പ്രതീക്ഷകൾ അസ്തമിച്ചിരിക്കുന്നു. കുർദിസ്ഥാനിലെയും സിൻജാറിലെയും സാഹചര്യങ്ങൾ വ്യത്യസ്തമാണ്. ഇവിടെ കുർദുകൾ മാത്രമേയുള്ളൂ. അതുകൊണ്ടുതന്നെ സദ്ദാമിന്റെ പട്ടാളം പുറത്തുനിന്ന് വന്ന ശത്രുക്കളായിരുന്നു ഇവർക്ക്. പക്ഷേ, സിൻജാറിൽ യസീദികളും അറബികളും ഇടകലർന്നാണ് കഴിയുന്നത്. പരസ്പരം വാണിജ്യ, വ്യാപാര ഇടപാടുകളുണ്ട്, അറബ് മേഖലകളിലൂടെ യസീദികളും തിരിച്ചും യാത്ര ചെയ്യും. ഞങ്ങൾ സുഹൃത്തുക്കളായിരിക്കാൻ ശ്രമിച്ചു. എന്നിട്ടും ശത്രു ഞങ്ങളുടെയുള്ളിൽ തന്നെ വളർന്നു. അടുത്തുവരുന്ന എല്ലാവരെയും കീഴ്പ്പെടുത്തുന്ന മാരക രോഗം പോലെയായിരുന്നു അത്. സദ്ദാമിന്റെ ആക്രമണത്തെ തുടർന്ന് കുർദുകളെ സംരക്ഷിച്ചതുപോലെ അമേരിക്കക്കാരോ മറ്റുള്ളവരോ ഞങ്ങളെ സഹായിച്ചിരുന്നെങ്കിലും തിരികെ നല്കാൻ ഞങ്ങൾക്ക് ഒന്നുമില്ലായിരുന്നു. ഇനിയെങ്ങനെ ഞങ്ങൾ തിരിച്ചുപോയി അറബികളുടെ ഇടയിൽ താമസിക്കും.

സൂസു, പിക്നിക്ക് ഇഷ്ടമാണോ, ഡ്രൈവർ വീണ്ടും എന്റെ ശ്രദ്ധയാകർഷിക്കാൻ ശ്രമിച്ചു. ഞാൻ തലയാട്ടി. ഇഷ്ടമാണെന്ന് എനിക്കറിയാം, അയാൾ വാചകമടി തുടർന്നു. സുലൈമാനിയയ്ക്ക് പുറത്തുള്ള ഈ മലനിരകളിൽ നിങ്ങൾ പിക്നിക്കിന് വരണം. വസന്തകാലം അതിമനോഹരമാണിവിടെ. ഞാൻ വീണ്ടും തലയാട്ടി.

ഡ്രൈവറുടെ പഞ്ചാരവർത്തമാനം ഓർത്ത് നാസറും പിന്നീട് കുറേ ചിരിച്ചു. ദായിഷ് വിട്ടയച്ചാലും കുറച്ചുകൂടി കഴിഞ്ഞാൽ ആ ഡ്രൈവർ നിന്നെ വിടില്ലായിരുന്നു, നാസർ പറഞ്ഞു.

പുലർച്ചെ നാലുമണിയോടെ ഞങ്ങൾ സുലൈമാനിയയിലെത്തി. കടകളും ടാക്സി സ്റ്റാൻഡുമെല്ലാം അടഞ്ഞുകിടന്നു. എർബിലിലേക്ക് ഞങ്ങൾക്ക് ടാക്സി പിടിക്കേണ്ടിയിരുന്നു. ചെക്പോയന്റിനടുത്ത് എത്തിയപ്പോൾ ഡ്രൈവർ പറഞ്ഞു, വിഷമിക്കേണ്ട ഇവിടെയുള്ളത് എന്റെ പരിചയക്കാരാണ്. കുർദിഷിൽ അയാളുടെ ഹ്രസ്വ സംസാരത്തിനൊടുവിൽ അവർ ഞങ്ങളെ കടത്തിവിട്ടു. നിങ്ങളെ എവിടെ

യിറക്കണം, അയാൾ ചോദിച്ചു. ടാക്സി സ്റ്റാൻഡിന് അടുത്ത്, നാസർ പറഞ്ഞു. അത് അടഞ്ഞുകിടക്കുകയാണ്. കുഴപ്പമില്ല, ഞങ്ങൾ കാത്തിരുന്നു കൊള്ളാം. ഡ്രൈവർ വാഹനം നിർത്തി. നാസർ അയാൾക്ക് പണം കൊടുത്തു.

ശുഭദിനം സൂസൂ, അയാൾ യാത്ര പറഞ്ഞ് മടങ്ങി.

ടാക്സിസ്റ്റാൻഡിനടുത്തുള്ള സൂപ്പർമാർക്കറ്റിന്റെ വരാന്തയിൽ ഭിത്തിയിൽ ചാരി ഞങ്ങളിരുന്നു. നിരത്തുകൾ വിജനവും നഗരം ശാന്തവുമായിരുന്നു. ഇരുണ്ട ജനാലകളുള്ള കൂറ്റൻ കെട്ടിടങ്ങൾ ഞങ്ങൾക്ക് മുകളിൽ തല ഉയർത്തിനിന്നു. വഞ്ചിയുടെ ആകൃതിയിലുള്ള കെട്ടിടം മുഴുവൻ നീലനിറത്തിലുള്ള ലൈറ്റുകളായിരുന്നു. ദുബായിലുള്ള ഒരു കെട്ടിടത്തിന്റെ മാതൃകയിൽ പണിതതാണ് അതെന്ന് ഞാൻ പിന്നീട് മനസ്സിലാക്കി. കുളിർകാറ്റ് ഞങ്ങളെ തഴുകി കടന്നുപോയി. ഒരു കണ്ഠാഭരണം പോലെ സുലൈമാനിയയെ ചുറ്റി നില്ക്കുന്ന മലനിരകൾ ആശ്വാസവും സമാധാനവും തരുന്ന കാഴ്ചയായിരുന്നു. എനിക്ക് പ്രാഥമിക കൃത്യങ്ങൾക്ക് പോവണമായിരുന്നു. നാസറിനോട് പറയാൻ ലജ്ജ തോന്നി. കടകൾ തുറക്കുന്നതും കാത്ത് സൂപ്പർമാർക്കറ്റിന്റെ വരാന്തയിൽ തന്നെ ഞങ്ങളിരുന്നു. കടകൾ തുറന്നിട്ട് വേണം ഭക്ഷണം കഴിക്കാൻ.

ഇതിനുമുമ്പ് ഇവിടെ വന്നിട്ടില്ലേ...?

ഇല്ല, പക്ഷേ, ഈ സ്ഥലം മനോഹരമാണെന്ന് ഞാൻ കേട്ടിട്ടുണ്ട്. ടിവിയിൽ കണ്ടിട്ടുള്ള നവ്റോസ് ആഘോഷങ്ങളെക്കുറിച്ച് ഞാൻ പറഞ്ഞു. എന്നാൽ സദ്ദാമിനെയോ കുർദ് വംശഹത്യയെയോകുറിച്ച് ഞാൻ മിണ്ടിയില്ല. ജലസമൃദ്ധമായതിനാൽ പച്ചപ്പ് ഏറെക്കാലം നില്ക്കും ഇവിടെ, ഞാൻ പറഞ്ഞു.

പാർക്കുകളും കുട്ടികളുടെ കളിവണ്ടികളും ധാരാളമുണ്ട്. ഇവിടുത്തെ പാർക്കുകളിൽ സമയം ചിലവിടാൻ മാത്രം ഇറാൻകാർ വരും. ഈ മലനിരകൾ കാണുമ്പോൾ എനിക്ക് വീട് ഓർമ്മവരുന്നു.

നാളെ നമ്മൾ എവിടെ പോകും, ഞാൻ ചോദിച്ചു. ടാക്സി വിളിച്ച് എർബിലിലേക്ക് പോവാം. നിന്റെ അനന്തരവനെ അയാൾ ജോലി ചെയ്യുന്ന ഹോട്ടലിൽ പോയി കാണാം. അവിടുന്ന് നിനക്ക് ഹെസ്നിയുടെ അടുത്തേക്ക് പോകാമല്ലോ. നീ വരുന്നില്ലേ, ഞാൻ നാസറിനോട് ചോദിച്ചു. ഇല്ലെന്ന് അയാൾ തലയാട്ടി. എനിക്ക് വിഷമം തോന്നി. നിന്റെ വീട്ടുകാർക്കും കുർദിസ്ഥാനിൽ വരാൻ കഴിഞ്ഞിരുന്നെങ്കിലെന്ന് ഞാൻ ആഗ്രഹിക്കുന്നു. നിങ്ങൾ ദയിഷിന് കീഴിൽ കഴിയേണ്ടിയിരുന്നില്ല, ഞാൻ പറഞ്ഞു.

അതെങ്ങനെ സാധ്യമാവുമെന്ന് എനിക്കറിയില്ല. ചിലപ്പോൾ എന്നെങ്കിലും പറ്റിയേക്കും, അയാൾ പറഞ്ഞു. കാറിൽ ദീർഘനേരം

ഇരുന്നതിനാൽ എനിക്ക് നല്ല ശരീരവേദനയുണ്ടായിരുന്നു. ആദ്യ ചെക്പോയന്റിലെ നടത്തം മൂലം കാലുകളും വേദനിച്ചു. അല്പസമയം ഞങ്ങൾ രണ്ടുപേരും മയങ്ങിപ്പോയി. ഒന്നോ രണ്ടോ മണിക്കൂറിനു ള്ളിൽ വാഹനങ്ങളുടെ ശബ്ദവും ഉദയസൂര്യന്റെ കിരണങ്ങളും ഞങ്ങളെ ഉണർത്തി. നാസർ എന്നെ നോക്കി. ഞാൻ ഉറങ്ങിയതിൽ അയാൾക്ക് സന്തോഷമുണ്ടായിരുന്നു. ഇന്ന് നിനക്ക് ഭയമൊഴിഞ്ഞ സൂര്യോദയ മാണ്. അയാൾ പറഞ്ഞു. അതെ, പേടിപ്പിക്കാത്ത പ്രഭാതം. ഇവിടം എത്ര സുന്ദരമാണ്.

ഞങ്ങളുടെ വയറുകൾ ശൂന്യമായിരുന്നു. എന്തെങ്കിലും കഴിക്കാം, നാസർ പറഞ്ഞു. അടുത്തുള്ള ഒരു കടയിലേക്ക് ഞങ്ങൾ നടന്നു. മുട്ടയും വറുത്ത മുട്ടച്ചെടികളും ചേർത്തുണ്ടാക്കിയ സാൻഡ്വിച്ചാണ് അവിടെ ഉണ്ടായിരുന്നത്. അതിന് വലിയ രുചി ഉണ്ടായിരുന്നില്ല. എങ്കിലും വിശപ്പുകൊണ്ട് ഞാൻ വേഗം തന്നെ അത് അകത്താക്കി. ഇപ്പോൾ ഭക്ഷണം കഴിക്കുമ്പോൾ എനിക്ക് ഛർദിക്കാൻ തോന്നുന്നില്ല.

ഹോട്ടലിലെ കുളിമുറിയിൽ കയറി ഞാൻ അബയയും കാതറീന്റെ ഉടുപ്പും മാറ്റി. രണ്ടിലും വിയർപ്പിന്റെ ദുർഗന്ധമുണ്ടായിരുന്നു. നനഞ്ഞ തോർത്തുകൊണ്ട് കക്ഷവും കഴുത്തും തുടച്ചു. ബാഗിൽ നിന്ന് മറ്റൊരു പാന്റും ഷർട്ടുമെടുത്ത് ധരിച്ചു. കണ്ണാടിയിൽ നോക്കാതിരിക്കാൻ ഞാൻ ശ്രദ്ധിച്ചു. ഹംദാനിയയിലെ ആ പ്രഭാതത്തിനുശേഷം ഞാൻ കണ്ണാടി നോക്കിയിട്ടില്ല. എന്റെ രൂപം എങ്ങനെയാവുമെന്നതിൽ എനിക്ക് ആശങ്കയുണ്ടായിരുന്നു. കാതറീന്റെ ഡ്രസ് വൃത്തിയായി മടക്കി ഞാൻ ബാഗിനുള്ളിൽവച്ചു. അവൾ മോചിതയാവും വരെ ഞാൻ ഇത് സൂക്ഷി ക്കും. എന്നിട്ട് തിരികെ നല്കും, ഞാൻ തീരുമാനിച്ചു.

അബയ ചവറ്റുകൂനയിലെറിയാമെന്ന് ആലോചിച്ചു. അല്ലെങ്കിൽ വേണ്ട, ഐസിസ് എന്നോട് ചെയ്ത ക്രൂരതകളുടെ സ്മാരകമായി ഇത് കയ്യിൽ ഇരിക്കട്ടെ.

നിരത്തുകൾ സജീവമായി. ആളുകൾ ഓഫീസുകളിലേക്കും സ്കൂളുകളിലേക്കും പോവുന്നു. തിരക്കിൽ വാഹനങ്ങളുടെ ഹോണടി ശബ്ദം. കടകളുടെ ഇരുമ്പുവാതിലുകൾ വലിച്ച് തുറക്കുന്നു. വഞ്ചി ക്കെട്ടിടം സൂര്യപ്രകാശത്തിൽ തിളങ്ങി നിന്നു. നീലനിറത്തിലുള്ള ഗ്ലാസ് കെട്ടിടത്തെ പൊതിഞ്ഞിരിക്കുന്നു. മുകളിൽ നിരീക്ഷണ സംവി ധാനവുമുണ്ട്. നഗരത്തിന്റെ ഓരോ ചലനവും സുന്ദരം. ആരും ഞങ്ങളെ നോക്കിയില്ല, ആരെയും ഭയക്കേണ്ടതില്ല.

ഞങ്ങൾ സബയെ നോക്കി. ഞാൻ സുലൈമാനിയയിൽ വന്ന് നാദിയയെ കൂട്ടാം, അവൻ പറഞ്ഞു. വേണ്ട, ഞങ്ങൾ അങ്ങോട്ട് വന്നോളാം, നാസർ പറഞ്ഞു. ആദ്യം എന്നോട് തനിച്ച് എർബിലിലേക്ക് പോവാനാണ് നാസർ പറഞ്ഞത്. ഇനി സഹായത്തിന്റെ ആവശ്യമില്ല.

പക്ഷേ, ഞാൻ സമ്മതിച്ചില്ല. ഒടുവിൽ അയാൾ എന്റെ നിർബന്ധത്തിന് വഴങ്ങി. എന്റെ പഴയ ദുഃശാഠ്യങ്ങൾ തിരിച്ച് വന്നിരിക്കുന്നു. മാത്രവുമല്ല നാസറിനെ പിരിയാൻ ഞാൻ മാനസികമായി തയ്യാറല്ലായിരുന്നു.

ഞങ്ങൾ ഒന്നിച്ച് എർബിലിലേക്ക് വരും. എന്നെ രക്ഷപ്പെടുത്തിയ യാളെ നിന്നെ പരിചയപ്പെടുത്തേണ്ടതുണ്ട്. ഞാൻ സബയോട് പറഞ്ഞു.

രാവിലെ നല്ല തിരക്കുണ്ടായിരുന്നു സുലൈമാനിയ ടാക്സി സ്റ്റാൻ ഡിൽ. നാല് ഡ്രൈവർമാർ ഞങ്ങളെ നിരാശപ്പെടുത്തി. എന്തുകൊ ണ്ടാണ് വരാത്തതെന്ന് അവർ പറഞ്ഞില്ലെങ്കിലും കാരണം ഊഹിച്ചു. ഞങ്ങൾ മൊസൂളിൽ നിന്നാണ്, നാസറാവട്ടെ അറബിയും. ഓരോ ഡ്രൈവറും ഞങ്ങളുടെ തിരിച്ചറിയൽ കാർഡ് വാങ്ങിതിരിച്ചും മറിച്ചും നോക്കും. തിരികെ തന്നിട്ട് ഓട്ടം പോവാൻ പറ്റില്ലെന്ന് പറഞ്ഞ് മടങ്ങും. നിങ്ങൾക്ക് എർബിലിൽ പോകണോ, അവർ ചോദിക്കും? എന്തിന്? കുടുംബത്തെ കാണാൻ. ദീർഘനിശ്വാസത്തോടെ കാർഡ് തിരികെ തന്നിട്ട് പറയും. ക്ഷമിക്കണം, എനിക്ക് ബുക്കിങ് ഉണ്ട്, വേറെ വണ്ടി നോക്കൂ.

നമ്മൾ മൊസൂളിൽ നിന്നായതുകൊണ്ടാണ് ഇവർക്ക് പേടി. നാസർ പറഞ്ഞു. അവരെ എന്തിന് കുറ്റപ്പെടുത്തണം, ദയിഷെന്നാൽ എല്ലാ വർക്കും ഭയമാണ്, ഞാൻ പറഞ്ഞു. ഇനിയും നീ കുർദിഷ് സംസാരി ക്കില്ലേ, നാസർ ചോദിച്ചു. ഇല്ല, ഞാൻ തലയാട്ടി. എന്റെ ശരിയായ സ്വത്വം വെളിപ്പെടുത്താൻ എനിക്ക് താല്പര്യമില്ലായിരുന്നു. അപ്പോഴും ഞങ്ങൾ ശരിയായ പ്രശ്നത്തിൽപ്പെട്ടിട്ടില്ലായിരുന്നു. എർബിലിലേക്ക് ഞങ്ങളെ കൊണ്ടുപോകാൻ ഏതെങ്കിലും ടാക്സിക്കാർ തയ്യാറാകു മെന്ന് പ്രതീക്ഷിച്ച് കൊടുംചൂടിൽ ഞങ്ങൾ നിശ്ശബ്ദരായി ഇരുന്നു.

ഒടുവിൽ ഒരു ഡ്രൈവർ സമ്മതിച്ചു. പക്ഷേ, ആദ്യസവാരിയായ തുകൊണ്ട് കാറിൽ ഇന്ധനം നിറച്ചുവരുന്നതുവരെ ഞങ്ങൾ കാത്തിരി ക്കണം. അവിടെ ഇരുന്നോളൂ. വഴിയരുകിലേക്ക് വിരൽചൂണ്ടി അയാൾ പറഞ്ഞു. അവിടെ ഒരു ചെറിയ തണലിന് കീഴിൽ ഒരുകൂട്ടം ആളുകൾ ഇരിപ്പുണ്ടായിരുന്നു. എല്ലാവരും ടാക്സികൾ യാത്രയ്ക്ക് തയ്യാറായി വരുന്നത് കാത്തിരിപ്പാണ്. ടാക്സി സ്റ്റാൻഡ് നിറഞ്ഞതോടെ ഞാൻ ആളുകളെ നിരീക്ഷിക്കാൻ തുടങ്ങി. ആരും ഞങ്ങളെ ശ്രദ്ധിക്കുന്നില്ല. പേടിക്കേണ്ട കാര്യമില്ലായിരുന്നെങ്കിലും മനസ്സ് ശാന്തമായിരുന്നില്ല. സാഖോയിലെത്തിയ ശേഷം ജീവിതം എങ്ങനെയാവും, ചിന്തകൾ വല്ലാതെ അലട്ടി.

കുടുംബാംഗങ്ങളിൽ നല്ല ശതമാനവും കൊല്ലപ്പെടുകയോ കാണാതാവുകയോ ചെയ്തിരിക്കുന്നു. ഇപ്പോഴും പോവുന്നത് വീട്ടിലേക്കല്ല. നഷ്ടമായ പ്രിയപ്പെട്ടവരുണ്ടാക്കിയ വിടവുകളിലേക്കാണ് ഈ യാത്ര. ഒരേസമയം സന്തോഷവും ശൂന്യതയും അനുഭവപ്പെട്ടു. സംസാരിക്കാൻ നാസർ ഉള്ളത് വലിയ ആശ്വാസമായിരുന്നു.

ഇപ്പോ ഈ ടാക്സി സ്റ്റാൻഡിലേക്ക് ദയിഷ് വന്നാൽ എന്തു സംഭവിക്കും, ഞാൻ നാസറിനോട് ചോദിച്ചു. എല്ലാവരും വിറച്ചുപോകും, അയാൾ പറഞ്ഞു. കറുത്ത വസ്ത്രംധരിച്ച് തോക്കുമേന്തി വരുന്ന ഭീകരൻ ഈ ജനക്കൂട്ടത്തിനിടയിലേക്ക് വരുന്നത് ഞാൻ സങ്കല്പ്പിച്ചു. നമ്മളിൽ ആരെയായിരിക്കും അവർ ആദ്യം ലക്ഷ്യമിടുക, രക്ഷപ്പെട്ടോടിയ അടിമപ്പെൺകുട്ടിയായ എന്നെയോ അതോ എന്നെ സഹായിച്ച സുന്നി മുസ്ലീമായ നിന്നെയോ, ഞാൻ നാസറിനോട് ചോദിച്ചു.

ഇതൊരു കടംകഥ പോലുണ്ടല്ലോ, അയാൾ ചിരിച്ചുകൊണ്ട് പറഞ്ഞു. ഉത്തരം ഞാൻ പറയാം, രണ്ടു പേരെയും പിടിക്കും, രണ്ടു പേരുടെയും അന്ത്യവും അതോടെ ഉണ്ടാവും. നാസർ പറഞ്ഞു.

ഏഴ്

സാങ്കേതികമായി കുറെ ജില്ലാ ഭരണകൂടങ്ങൾ ചേരുന്നതാണ് കുർദി സ്ഥാൻ. അടുത്തകാലം വരെ ദുഹോക്, എർബിൽ, സുലൈമാനിയ എന്നിങ്ങനെ മൂന്നെണ്ണമാണ് ഉണ്ടായിരുന്നത്. 2014-ൽ കെആർജി ഹല ബ്ജയും കൂടി ചേർത്തു. കുർദ്വംശഹത്യയുടെ തിക്തഫലങ്ങൾ ഏറ്റവുമധികം ഏറ്റുവാങ്ങിയ മേഖലയാണ് ഹലബ്ജ.

കുർദിസ്ഥാൻ സ്വാതന്ത്ര്യവാദത്തെയും കുർദ് സ്വത്വബോധത്തെ യും കുറിച്ചെല്ലാം പറയുമ്പോഴും ഈ മേഖലകൾ എല്ലാ അർഥത്തിലും ഒന്നൊന്നിൽനിന്ന് വ്യത്യസ്തമാണ്. തമ്മിൽ തമ്മിൽ വലിയ അഭി പ്രായ ഭിന്നതകളുമുണ്ട്. പ്രധാന രാഷ്ട്രീയ പാർട്ടികൾ, ബർസാനിയുടെ കെഡിപി, തലബാനിയുടെ പിയുകെ (പാട്രിയോട്ടിക് യൂണിയൻ ഓഫ് കുർദിസ്ഥാൻ) പുതുതായി രൂപംകൊണ്ട ഗോരൻ പാർട്ടി, മൂന്ന് ഇസ്ലാ മിക പാർട്ടികളുടെ കൂട്ടുമുന്നണി എല്ലാവരും ചേർന്ന് കുർദിസ്ഥാ നിലെ ഭിന്നത വഷളാക്കുന്നു. കെഡിപിയും പിയുകെയും തമ്മിലുള്ള ചേരിപ്പോരാണ് മുഖ്യം. 1990-കളിൽ ഇരുപാർട്ടികളുടെയും പിന്തുണ ക്കാരായ സൈനികർക്കും സാധാരണക്കാർക്കുമിടയിൽ കലാപ മുണ്ടായി. അതേക്കുറിച്ച് സംസാരിക്കാൻ ഇപ്പോൾ കുർദുകൾക്ക് ഇഷ്ടമല്ല. കാരണം ഇറാഖിൽ നിന്നുള്ള മോചനത്തിന് ഏറ്റവും അനി വാര്യം ഐക്യമാണെന്ന് അവർക്ക് ബോധ്യമുണ്ട്. പക്ഷേ, ഭീകരമായ ആ കലാപം നിരവധി മുറിവുകൾ അവശേഷിപ്പിച്ചു എന്നതിൽ തർക്ക മില്ല. ഐസിസ് വിരുദ്ധപോരാട്ടം കുർദുകളെ ഒരുമിപ്പിക്കുമെന്ന് ചിലർ പ്രതീക്ഷിച്ചു. പക്ഷേ, ഇപ്പോഴും കുർദിസ്ഥാനിലെ പ്രദേശങ്ങളിലൂടെ കടന്നുപോകുമ്പോൾ വ്യത്യസ്ത രാജ്യങ്ങൾ പോലെയാണ് അനുഭവ പ്പെടുക. ഇരുപാർട്ടികൾക്കും അവരവരുടെ സ്വന്തം പെഷ്മർഗയും സുരക്ഷാ, രഹസ്യാന്വേഷണ ഏജൻസികളുമുണ്ട്. അസായിഷ് എന്നാണ് ഇത് അറിയപ്പെടുന്നത്.

ഇറാനുമായി അതിർത്തി പങ്കിടുന്ന സുലൈമാനിയ പിയുകെയു ടെയും തലബാനി കുടുംബത്തിന്റെയും തട്ടകമാണ്. കെഡിപി മേഖല യായ എർബിലിനെക്കാൾ ഉത്പതിഷ്ണുക്കളാണ് തങ്ങളെന്ന് സുലൈ മാനിയക്കാർ അവകാശപ്പെടുന്നു. പിയുകെ മേഖലകളിൽ ഇറാന്റെ സ്വാധീനം കൂടുതലാണ്. എന്നാൽ കെഡിപിക്കാവട്ടെ തുർക്കിയു മായാണ് അടുപ്പം. കുർദിഷ് രാഷ്ട്രീയം വളരെ സങ്കീർണ്ണമാണ്. സ്വത

ന്ത്രയാക്കപ്പെട്ട ശേഷം മനുഷ്യാവകാശ പ്രവർത്തക എന്ന നിലയിൽ സിൻജാറിലെ പരാജയമടക്കം എങ്ങനെ സംഭവിച്ചു എന്ന് പഠിക്കാൻ ഞാൻ ശ്രമിച്ചു.

എർബിലിലേക്കുള്ള ആദ്യ ചെക്പോയന്റിൽ പിയുകെയോട് വിധേയത്വം പുലർത്തുന്ന പെഷ്മർഗയും അസായിഷുമായിരുന്നു. ഞങ്ങളുടെ തിരിച്ചറിയൽ കാർഡ് നോക്കിയ ശേഷം വണ്ടി ഒതുക്കി നിർത്തി കാത്തുനില്ക്കാൻ അവർ പറഞ്ഞു. ചെറുപ്പക്കാരായ ദമ്പതികളും ഞങ്ങൾക്കൊപ്പം ആ വണ്ടിയിലുണ്ടായിരുന്നു. ഞാനും നാസറും അറബിയിൽ പരസ്പരം സംസാരിക്കുന്നതുകേട്ട് ആ പെൺകുട്ടി പരിഭ്രമിച്ചു. നിങ്ങൾ കുർദിഷും സംസാരിക്കുമോ, അവൾ ചോദിച്ചു. ഞാൻ കുർദിഷിൽ മറുപടി പറഞ്ഞപ്പോഴാണ് അവൾക്ക് ആശ്വാസമായത്. ഞാൻ അവരോടൊപ്പം പിൻസീറ്റിലും നാസർ മുന്നിലുമാണ് ഇരുന്നത്. അവർ കുർദിസ്ഥാൻകാരായിരുന്നു. അതിനർഥം ഞങ്ങളുടെ തിരിച്ചറിയൽ കാർഡുമൂലമാണ് ഈ കാത്തിരിപ്പ്. കാത്തുനില്ക്കാൻ പറഞ്ഞെന്ന് ഡ്രൈവർ അറിയിച്ചതോടെ പെൺകുട്ടി ദീർഘനിശ്വാസം ചെയ്തു. സ്വന്തം തിരിച്ചറിയൽ കാർഡ് കയ്യിൽ പിടിച്ച് ജനാലയിലൂടെ പുറത്തേക്കുനോക്കി എന്താണ് താമസമെന്ന് മനസ്സിലാക്കാൻ ശ്രമിക്കുകയാണ് അവൾ. ഞാൻ അവളെ നോക്കിയിരുന്നു.

നിങ്ങൾ രണ്ടുപേരും പുറത്തിറങ്ങ്. എന്നെയും നാസറിനെയും ചൂണ്ടി പെഷ്മർഗ സൈനികൻ പറഞ്ഞു. നിങ്ങൾക്ക് പോകാം, ഡ്രൈവറോട് അയാൾ പറഞ്ഞു. വണ്ടി വിടുംമുമ്പ് ഞങ്ങൾ സാധനങ്ങൾ പുറത്തെടുത്തു. സൈനികന്റെ പിന്നാലെ ഓഫീസിലേക്ക് നടക്കുമ്പോൾ എനിക്ക് വീണ്ടും ഭയം തോന്നി. കുർദിസ്ഥാനിൽ കടന്നാൽ പിന്നെ ഇത്തരം വൈതരണികളുണ്ടാവുമെന്ന് ഞാൻ പ്രതീക്ഷിച്ചില്ല. പക്ഷേ, ഇപ്പോൾ ഒരു കാര്യം വ്യക്തമായി. കിർക്കുക്കിൽ നിന്നുള്ള സൂസൻ എന്ന പേരിൽ കുർദിസ്ഥാന് ഉള്ളിൽ യാത്ര ചെയ്യുക ഒട്ടും എളുപ്പമല്ല. ഞങ്ങൾ ഐഎസ് അനുഭാവികളാണെന്നോ എർബിലിലെ ബന്ധുക്കളെകുറിച്ചോ സംശയം തോന്നിയാൽ അവർ ഞങ്ങളെ പുറത്താക്കും.

ഓഫീസിനുള്ളിൽ ഒരു ഉദ്യോഗസ്ഥൻ ഞങ്ങളോട് ചോദ്യങ്ങൾ ചോദിക്കാൻ തുടങ്ങി. നിങ്ങൾ ആരാണ്, എന്തിനാണ് എർബിലിൽ പോവുന്നത്, ഒരു തിരിച്ചറിയൽ കാർഡിൽ കിർക്കുക്ക് എന്നും മറ്റേതിൽ മൊസൂൾ എന്നുമാണല്ലോ. ഐഎസ് തീവ്രവാദികളുടെ അതേ പ്രായം തോന്നിക്കുന്ന നാസറിനെക്കുറിച്ചായിരുന്നു അയാളുടെ മുഖ്യ സംശയം. ഞങ്ങൾ ആകെ തളർന്നിരുന്നു. എങ്ങനെയും എർബിലിലെത്തി സബയെ കണ്ടാൽ മതിയെന്നായി. അഭിനയം നിർത്തി എന്റെ ശരിയായ സ്വത്വം വെളിപ്പെടുത്തിയാൽ മാത്രമേ അത് നടക്കൂ എന്ന് മനസ്സിലായി.

മതിയാക്കാം, ഞാൻ എല്ലാം പറയാം, ഞാൻ നാസറിനോട് പറഞ്ഞു. സൈനികനോട് ഞാൻ കുർദിഷിൽ സംസാരിച്ചു തുടങ്ങി. എന്റെ പേർ നാദിയ എന്നാണ്, കൊച്ചോയിൽ നിന്നുള്ള യസീദിയാണ് ഞാൻ. ഈ തിരിച്ചറിയൽ കാർഡ് വ്യാജമാണ്. മൊസൂളിൽ ഐഎസ് തടവിലായിരുന്നു, ഈ മനുഷ്യൻ എന്നെ രക്ഷപ്പെടുത്തി. നാസറിനെ ചൂണ്ടി ഞാൻ പറഞ്ഞു. സൈനികൻ അന്തംവിട്ടിരുന്നു. കുറേനേരം ഞങ്ങളെ തുറിച്ചുനോക്കിയിരുന്നു അയാൾ. ഈ കഥ അസായിഷിന് മുന്നിൽ പറയണം, എന്റെ കൂടെ വരൂ. അയാൾ പറഞ്ഞു.

തൊട്ടടുത്തുള്ള അസായിഷ് സുരക്ഷാ ഹെഡ്ക്വാർട്ടേഴ്സിലേക്ക് അയാൾ ഫോൺ ചെയ്തു. അവിടെ ഒരു സംഘം ഉദ്യോഗസ്ഥർ ഞങ്ങളെ കാത്തിരിപ്പുണ്ടായിരുന്നു. വലിയ മേശയുടെ പ്രധാനഭാഗത്ത് എനിക്കും നാസറിനുമായി കസേരകൾ ഇട്ടിരുന്നു. മേശയിൽ ഒരു വീഡിയോ ക്യാമറ ഉണ്ട്. ഞങ്ങളോട് ഇരിക്കാൻ പറഞ്ഞു. ക്യാമറ കണ്ട് നാസർ നിഷേധാർഥത്തിൽ തലയാട്ടി. എന്നെ ഷൂട്ട് ചെയ്യരുത്, എന്റെ മുഖം വെളിപ്പെടുത്തരുത്. അയാൾ അറബിയിൽ എന്നോട് പറഞ്ഞു.

നാസർ അതിസാഹസികമായാണ് എന്റെ കൂടെ വന്നത്. അദ്ദേഹത്തിന്റെ കുടുംബം ഇപ്പോഴും മൊസൂളിലാണ്, ഞാൻ ഉദ്യോഗസ്ഥരോട് പറഞ്ഞു. ആരെങ്കിലും അറിഞ്ഞാൽ ഇദ്ദേഹവും കുടുംബാംഗങ്ങളും ഉപദ്രവിക്കപ്പെടും. മാത്രമല്ല എന്തിനാണ് നിങ്ങൾ ഇത് ചിത്രീകരിക്കുന്നത്, ആർക്ക് കാണാനാണ്.

പിയുകെ അസായിഷ് ഞാൻ പറയുന്നത് ക്യാമറയിൽ എടുക്കുന്നതിൽ എനിക്ക് ദേഷ്യം വന്നു. മൊസൂളിൽ അനുഭവിച്ചതെല്ലാം നാട്ടുകാരോട് വിളിച്ചുപറയാൻ എനിക്ക് താല്പര്യമില്ല. ഞങ്ങൾക്ക് രേഖകളിൽ സൂക്ഷിക്കാനാണ്. നാസറിന്റെ മുഖം തിരിച്ചറിയാത്തതുപോലെ ചെയ്യാം. ഖുർആനിൽ തൊട്ട് സത്യം ചെയ്യുന്നു, ഇത് ഞങ്ങളും മേലധികാരികളുമല്ലാതെ മറ്റാരും കാണില്ല.

കഥ ചിത്രീകരിക്കാതെ അവർ വിടില്ലെന്ന് ഉറപ്പായതോടെ ഞങ്ങൾ സമ്മതിച്ചു. നാസറിന്റെ മുഖംതിരിച്ചറിയില്ലെന്നും ഇത് നിങ്ങളും മേലധികാരികളുമല്ലാതെ മറ്റാരും കാണില്ലെന്നും ഉറപ്പു തന്നാൽ സഹകരിക്കാം, ഞാൻ പറഞ്ഞു. തീർച്ചയായും അവർ പറഞ്ഞു. ഒരു ഉന്നത ഉദ്യോഗസ്ഥനാണ് ചോദ്യങ്ങൾ ചോദിച്ചത്. നീ കൊച്ചോയിൽനിന്നുള്ള യസീദിയാണോ...? അതെ, ഞാൻ സിൻജാറിലെ കൊച്ചോ ഗ്രാമത്തിൽ നിന്നുള്ള യസീദി പെൺകുട്ടിയാണ്. ഞങ്ങളെ ഗ്രാമത്തിലാക്കി പെഷ്മർഗ സ്ഥലംവിട്ടു. ഞങ്ങളുടെ സ്കൂളിന് പുറത്ത് ദയിഷ് ഇങ്ങനെ എഴുതി. ഈ ഗ്രാമം ദൗലത്ത് ഉൽ ഇസ്ലാമിയയുടേതാണ്. ഞങ്ങളെ നിർബന്ധിച്ച് സ്കൂളിലേക്ക് കൊണ്ടുപോയതും സ്ത്രീകളെയും

പെൺകുട്ടികളെയും സോലയിലേക്കും പിന്നെ മൊസൂളിലേക്കും കടത്തിയതുമെല്ലാം ഞാൻ വിവരിച്ചു.

നീ എത്രകാലം മൊസൂളിലുണ്ടായിരുന്നു...? കൃത്യമായി അറിയില്ല. ഇരുണ്ട മുറികളിലാണ് പാർപ്പിച്ചിരുന്നത്. അതുകൊണ്ടുതന്നെ സമയം കടന്നുപോകുന്നത് മനസ്സിലാക്കാൻ കഴിഞ്ഞിരുന്നില്ല. സിൻജാറിൽ നടന്നതെല്ലാം അസായിഷ് മനസ്സിലാക്കിയിരുന്നു. പുരുഷന്മാരെ കൂട്ടക്കൊല ചെയ്തതും പെൺകുട്ടികളെ മൊസൂളിലേക്ക് കടത്തിയശേഷം രാജ്യത്തിന്റെ വിവിധ ഭാഗങ്ങളിൽ വിതരണം ചെയ്തതും എല്ലാം. അവർക്ക് എന്റെ അനുഭവങ്ങൾ പൂർണ്ണമായി അറിയണമായിരുന്നു. ഐസിസ് തടങ്കലിൽ സംഭവിച്ച ഓരോ കാര്യങ്ങളും പിന്നെ നാസർ എങ്ങനെ രക്ഷപ്പെടുത്തി എന്നതും. സംസാരിക്കുമ്പോൾ ശ്രദ്ധിക്കണമെന്ന് നാസർ അറബിയിൽ മെല്ലെ എന്നോട് പറഞ്ഞു.

ഞങ്ങളുടെ വീട്ടിലെത്തിയപ്പോൾ സന്ധ്യയായിരുന്നെന്ന് പറയേണ്ട. സന്ധ്യയ്ക്ക് മുറ്റത്ത് ഇരിക്കുകയായിരുന്നുവെന്ന് പറഞ്ഞാൽ ഞങ്ങൾ ദയിഷ് ഭരണത്തിൽ സന്തുഷ്ടരും അവരുടെ അനുഭാവികളുമാണെന്ന് കരുതും. പാതിരായ്ക്കാണ് നീ എത്തിയതെന്നേ പറയാവൂ. നാസർ നിർദേശിച്ചു. പേടിക്കേണ്ട, ഞാൻ പറഞ്ഞു.

ബലാത്സംഗത്തിന്റെ കാര്യം വന്നപ്പോൾ എല്ലാം തുറന്നുപറയാൻ പിയുകെ നിർബന്ധിച്ചു. പക്ഷേ, ഞാൻ വഴങ്ങിയില്ല. എന്റെ വീട്ടുകാർക്ക് എന്നോട് വലിയ സ്നേഹമാണ്. പക്ഷേ, അവരെ കണ്ടുമുട്ടും വരെ അവരും യസീദിസമൂഹവും ഞാൻ കന്യകയല്ലാതായി എന്ന യാഥാർഥ്യത്തോട് എങ്ങനെ പ്രതികരിക്കുമെന്ന് ഉറപ്പില്ലായിരുന്നു. ബലാത്സംഗം ചെയ്യപ്പെട്ടു എന്ന് ക്യാമറയിൽ പറയാൻ ഞാൻ തയ്യാറായില്ല. ബലാത്സംഗം ചെയ്തശേഷം ഹാജി സല്മാൻ പറഞ്ഞിരുന്നത് ഞാൻ ഓർത്തു. ഇനി നിന്റെ വീട്ടുകാർ നിന്നെ കാണുമ്പോൾ കൊല്ലും. നീ നശിച്ചു. ഇനി നിന്നെ ആരും വിവാഹം കഴിക്കില്ല, വീട്ടുകാരും നിന്നെ ഏറ്റെടുക്കില്ല.

വീട്ടുകാരുടെ പക്കൽ എന്നെ തിരിച്ചേല്പ്പിക്കുന്നതിനെക്കുറിച്ച് നാസറിനും ആശങ്കയുണ്ടായിരുന്നു. ഞാൻ ബലാത്സംഗം ചെയ്യപ്പെട്ടു എന്നതിനോട് വീട്ടുകാർ എങ്ങനെ പ്രതികരിക്കുമെന്നായിരുന്നു അയാളുടെ പേടി. നാദിയ, അവർ ഇതെല്ലാം ചിത്രീകരിക്കുകയാണ്. ഇവരെ എനിക്ക് വിശ്വാസമില്ല. നാസർ മെല്ലെ എന്നോട് പറഞ്ഞു.

നിന്റെ വീട്ടുകാർ എങ്ങനെ പ്രതികരിക്കുമെന്നറിയാൻ കാത്തിരിക്കേണ്ടതുണ്ട്. ചിലപ്പോൾ അവർ കണ്ടാൽ കൊന്നുകളയും. നിങ്ങളെ വളർത്തി വലുതാക്കിയവരെക്കുറിച്ച് ഇത്തരം സംശയങ്ങളുണ്ടാകുന്നത് ദുഃഖകരമാണ്. പക്ഷേ, യാഥാസ്ഥിതിക യസീദി സമൂഹത്തിന് വിവാഹപൂർവ ലൈംഗികബന്ധം വലിയ കുറ്റംതന്നെയാണ്. യസീദി പെൺകുട്ടി

കൾക്ക് കൂട്ടത്തോടെ ഈ ദുര്യോഗം വന്നു ചേരുമെന്ന് ആരും കരുതിയതല്ല. ഇത്തരം സാഹചര്യങ്ങൾ ഏതു സമൂഹത്തിനും വലിയ പരീക്ഷണം തന്നെയാണ്. അവർ എത്ര സ്നേഹമുള്ളവരോ കരുത്തരോ ആയിക്കൊള്ളട്ടെ.

ഒരു ഉദ്യോഗസ്ഥൻ ഞങ്ങൾക്ക് അൽപം ഭക്ഷണവും വെള്ളവും തന്നു. എനിക്ക് പോവാൻ തിടുക്കമായിരുന്നു. ഞങ്ങൾക്ക് സാഖോയിൽ എന്റെ ബന്ധുവിനെ കാണാനുള്ളതാണ്. സമയം പോവുന്നു. ഞാൻ പറഞ്ഞു. ഇത് വളരെ പ്രധാനപ്പെട്ട കേസാണ്. നിങ്ങളെ തട്ടിയെടുത്തതും രക്ഷപ്പെട്ടതുമടക്കമുള്ള എല്ലാ വിവരങ്ങളും വിശദമായിത്തന്നെ പിയുകെയ്ക്ക് മനസ്സിലാക്കേണ്ടതുണ്ട്. അവർ പറഞ്ഞു. കെഡിപി പെഷ്മർഗ ഞങ്ങളെ ഉപേക്ഷിച്ചു കടന്നതിനെക്കുറിച്ചറിയാൻ അവർ കൂടുതൽ താൽപര്യം പ്രകടിപ്പിച്ചു. ഞാൻ വിശദമായിത്തന്നെ പറഞ്ഞു. ഭീകരർ അടിമച്ചന്തയിൽ വന്നതും സുന്ദരികളായ പെൺകുട്ടികളെ തിരഞ്ഞെടുത്തതും എല്ലാം. എന്നാൽ എന്റെ തടങ്കലിനെക്കുറിച്ച് ഞാൻ കള്ളം പറഞ്ഞു.

ആരാണ് നിന്നെ കൊണ്ടുപോയത്? ഉദ്യോഗസ്ഥൻ ചോദിച്ചു. ഒരു ആജാനുബാഹു എന്നെ തിരഞ്ഞെടുത്തു. നിന്നെ ഞാൻ കൊണ്ടുപോവുകയാണന്ന് പറഞ്ഞു. സൽമാനെ കുറിച്ചോർത്ത് വിറച്ചുകൊണ്ട് ഞാൻ പറഞ്ഞു. ഞാൻ പറ്റില്ലെന്നു പറഞ്ഞു. പിന്നെ ഞാൻ പെൺകുട്ടികളെ പാർപ്പിച്ചിരുന്ന കേന്ദ്രത്തിൽ തന്നെ ആയിരുന്നു. ഒരു ദിവസം കാവൽക്കാരനില്ലാത്ത തക്കംനോക്കി രക്ഷപ്പെട്ടു.

ഇനി നാസറിന്റെ അവസരമാണ്. രാത്രി പന്ത്രണ്ടര ഒരു മണിയോടെയാണ് ഞങ്ങൾ വാതിലിൽ മുട്ടുന്നത് കേട്ടത്. കസേരയിൽ അലസമായിരുന്ന് നാസർ പറഞ്ഞു തുടങ്ങി. വരകളുള്ള ടി ഷർട്ടിൽ അയാൾ കൂടുതൽ ചെറുപ്പമായി തോന്നിച്ചു.

ആയുധങ്ങളുമായി ദയിഷാണോയെന്ന് ഞങ്ങൾ ആശങ്കപ്പെട്ടു. എന്നാൽ പേടിച്ചു വിറച്ച പെൺകുട്ടിയെ കണ്ട രംഗം അയാൾ വിവരിച്ചു. മൊസൂളിൽ നിന്ന് രക്ഷപ്പെടുത്താൻ വ്യാജ തിരിച്ചറിയൽ കാർഡ് ഉണ്ടാക്കിയതും ഭർത്താവായി അഭിനയിച്ച് കൂടെ വന്നതും അയാൾ പറഞ്ഞു.

പിയുകെ പെഷ്മർഗക്കും അസായിഷിനും നാസറിനെക്കുറിച്ച് വലിയ മതിപ്പായി. അയാളെ വീരനായകനെപ്പോലെ കണ്ട അവർ നന്ദി പറഞ്ഞു. ഐസിസിന് കീഴിലെ ജീവിതം എങ്ങനെയെന്ന് ചോദിച്ചറിഞ്ഞു. ഇറാഖിൽ നിന്ന് ഭീകരരെ തുടച്ചുനീക്കുംവരെ പെഷ്മർഗ പോരാടുമെന്ന് അവർ പ്രഖ്യാപിച്ചു. മൊസൂളിൽനിന്ന് പലായനംചെയ്യുന്നവർ കുർദിസ്ഥാനെ അഭയകേന്ദ്രമായി കാണുന്നതിൽ അവർക്ക് അഭിമാനമുണ്ടായിരുന്നു. പിയുകെയ്ക്ക് ഒപ്പമുള്ള സൈന്യമാണ്

സിൻജാറിനെ ഉപേക്ഷിച്ച് കടന്നുകളഞ്ഞതെന്ന് ഉള്ളിൽ സന്തോഷിച്ചു കൊണ്ട് അവർ ഞങ്ങളെ ഓർമ്മിപ്പിക്കുകയും ചെയ്തു.

നാദിയയെ പോലെ ആയിരക്കണക്കിന് പെൺകുട്ടികളുണ്ട് മൊസൂളിൽ. അവരിൽ ഒരാൾ മാത്രമായ നാദിയയെയാണ് ഞാൻ രക്ഷപ്പെടുത്തിയത്. നാസർ അവരോട് പറഞ്ഞു. വൈകുന്നേരം നാലു മണിയായി ഞങ്ങളുടെ അഭിമുഖം കഴിഞ്ഞപ്പോൾ.

എങ്ങോട്ട് പോവാനാണ് നിങ്ങളുടെ പരിപാടി? ഓഫീസർ ചോദിച്ചു. ദുഹോക്കിനടുത്തുള്ള ക്യാംപിലേക്ക്. പക്ഷേ, അതിന് മുന്നെ എർബിലിലുള്ള അനന്തിരവനെ കാണണം. ദുഹോക്കിൽ ആരുണ്ട്? നിങ്ങൾ ഇനിയും അപകടത്തിൽച്ചെന്ന് ചാടരുതെന്ന് ഞങ്ങൾ ആഗ്രഹിക്കുന്നു. ഓഫീസർ പറഞ്ഞു. കൂട്ടക്കൊലയ്ക്കുശേഷം പെഷ്മർഗയിൽ ചേർന്ന എന്റെ അർധ സഹോദരൻ വാലിദിന്റെ നമ്പർ ഞാൻ കൊടുത്തു. പോരാളിയാവാനുള്ള താൽപര്യം കൊണ്ടു മാത്രമല്ല അന്നത്തിനുള്ള വക കണ്ടെത്താനും കൂടിയായിരുന്നു വാലിദ് അടക്കം നിരവധി യസീദി ചെറുപ്പക്കാർ പെഷ്മർഗയിൽ ചേർന്നത്. ഒരു സൈനികന്റെ ബന്ധുവാണെന്നത് സഹസൈനികർക്ക് എന്നോടുള്ള വിശ്വാസം കൂട്ടുമെന്ന് ഞാൻ കരുതി. എന്നാൽ സംഭവിച്ചത് തിരിച്ചായിരുന്നു.

വാലിദ് കെഡിപി പെഷ്മർഗയിലാണോ...? ഫോൺ കട്ട് ചെയ്തിട്ട് അയാൾ ചോദിച്ചു. ആണെങ്കിൽ നിങ്ങൾ അയാൾക്കൊപ്പം പോവേണ്ട. അവർ ഒരിക്കൽ നിങ്ങളെ ഉപേക്ഷിച്ച് കടന്നു കളഞ്ഞതല്ലേ...? ഞാൻ ഒന്നും മിണ്ടിയില്ല. കുർദിഷ് രാഷ്ട്രീയത്തെക്കുറിച്ച് ഏറെയൊന്നും അറിയില്ലെങ്കിലും പക്ഷം പിടിക്കാതിരിക്കുകയാണ് ബുദ്ധി എന്നുതോന്നി. കെഡിപി പെഷ്മർഗ ചെയ്തതിനെക്കുറിച്ച് കൂടുതൽ വിശദമായി നീ അഭിമുഖത്തിൽ പറയേണ്ടിയിരുന്നു. അവർ നിങ്ങളെ മരണത്തിന് വിട്ടുകൊടുത്ത കഥ ലോകം അറിയണം. സൈനികൻ പറഞ്ഞു. നിങ്ങൾ അൽപം കാത്തുനിന്നാൽ ഞാൻ സഹായിക്കാം, വീട്ടിൽ പോകാൻ പണമുണ്ടോ...?

കുറേ സമയം ഞങ്ങൾ തർക്കിച്ചു. പിയുകെ പ്രദേശത്താണ് ഞാൻ സുരക്ഷിതയെന്ന് അയാൾ. എനിക്ക് പോകണമെന്ന് ഞാൻ. എന്നെ ബോധ്യപ്പെടുത്താനാവില്ലെന്ന് അയാൾക്ക് മനസ്സിലായി. കെഡിപിയോ എന്തോ ആവട്ടെ, എനിക്ക് എന്റെ വീട്ടുകാരെ കാണണം. ഞാൻ അവരെ കണ്ടിട്ട് ആഴ്ചകളായി. ഞാൻ പറഞ്ഞു.

എന്നാൽ ശരി. നാസറിന് അയാൾ ഒരു കടലാസ് നൽകി. ഇനിയുള്ള ചെക്പോയന്റുകളിൽ നിങ്ങളുടെ തിരിച്ചറിയൽ കാർഡ് കാണിക്കേണ്ട. ഇത് കാണിച്ചാൽ മതി, അവർ കടത്തിവിട്ടു കൊള്ളും, അയാൾ പറഞ്ഞു.

ഞങ്ങൾക്ക് എർബിലിലേക്ക് പോവാനുള്ള ടാക്സി അവർ തന്നെ തയ്യാറാക്കി. മുൻകൂർ പണവും കൊടുത്തു. ഏറെസമയം സഹകരിച്ചതിന് ഞങ്ങളോട് അവർ നന്ദി പറഞ്ഞു. വണ്ടിയിൽ കയറുമ്പോൾ ഞാനും നാസറും നിശ്ശബ്ദരായിരുന്നു. പക്ഷേ, ആ ചെക്പോസ്റ്റ് വിടാൻ കഴിഞ്ഞതിൽ എന്നെപ്പോലെ അയാളും ആശ്വസിക്കുന്നുണ്ടെന്ന് വ്യക്തമായി. പിന്നീടുള്ള എല്ലാ ചെക്പോസ്റ്റുകളിലും അവർ തന്ന കടലാസ് ഞങ്ങൾ കാണിച്ചു. വേഗം തന്നെ കടന്നുപോകാൻ അത് സഹായിച്ചു. എർബിലിലെത്തും വരെ ഒന്ന് മയങ്ങാമെന്ന് കരുതി ഞാൻ സീറ്റിൽ ചാരിക്കിടന്നു. മുമ്പു കണ്ടതിനേക്കാൾ പച്ചപ്പുനിറഞ്ഞ മേഖലകളിലൂടെയായിരുന്നു ഞങ്ങൾ യാത്ര ചെയ്തത്. ഉടമസ്ഥർ ഉപേക്ഷിച്ചിട്ടില്ലാത്ത പാടങ്ങൾ സമൃദ്ധമായിരുന്നു. കൊച്ചോ പോലുള്ള ചെറു കാർഷിക ഗ്രാമങ്ങളും അവിടങ്ങളിലെ മൺകട്ടകൊണ്ടുള്ള വീടുകളും വലിയ പട്ടണങ്ങൾക്ക് വഴിമാറി. അവ പിന്നീട് വൻനഗരങ്ങളായി. ചിലയിടങ്ങളിൽ കൂറ്റൻ കെട്ടിടങ്ങളും മോസ്കുകളും കണ്ടു. സിൻജാറിൽ ഉള്ളതിനെക്കാൾ എത്രയോ വലുതായിരുന്നു അവ. കാറിനുള്ളിൽ എനിക്ക് സുരക്ഷിതത്വം അനുഭവപ്പെട്ടു. ജനാലച്ചില്ല് താഴ്ത്തിയപ്പോൾ കടന്നുവന്ന കാറ്റുപോലും തണുത്തതും കുളിർമയേകുന്നതുമായിരുന്നു.

നാസറിന്റെ ഫോൺ ശബ്ദിച്ചു. എന്നിട്ട് ദേഷ്യത്തോടെ പറഞ്ഞു. സബയാണ്. അവൻ നമ്മുടെ അഭിമുഖം കണ്ടിരിക്കുന്നു. അവർ ഇപ്പോൾ തന്നെ അത് പുറത്തുവിട്ടുകഴിഞ്ഞു. സബ വിളിച്ചപ്പോൾ നാസർ ഫോൺ എനിക്ക് തന്നു. അനന്തിരവൻ നല്ല ദേഷ്യത്തിലായിരുന്നു.

നീ എന്തിനാണ് ആ അഭിമുഖം അനുവദിച്ചത്. കാത്തുനിന്നാൽ മതിയായിരുന്നു.

അവർ പുറത്തുവിടില്ലെന്ന് ഉറപ്പു തന്നിരുന്നു, ഞാൻ അവനോട് പറഞ്ഞു.

ദേഷ്യംകൊണ്ട് എനിക്ക് ഭ്രാന്തുപിടിക്കുന്നതുപോലെ തോന്നി. നാസറിന്റെ കുടുംബത്തെ ഞാൻ അപകടത്തിലാക്കിയെന്ന് തോന്നി. ഇപ്പോൾ തന്നെ ഐസിസ് ഹിഷാമിന്റെയും മിനായുടെയും വാതില്ക്കൽ മുട്ടിക്കാണും. അവർ ശിക്ഷയേറ്റുവാങ്ങും. നാസറിന് നിരവധി ഐസിസ് പ്രവർത്തകരെ അറിയാം. അവർക്ക് തിരിച്ചും.

മുഖം അവ്യക്തമാണെങ്കിലും (അസായിഷ് ആ വാക്ക് പാലിച്ചു) അവർ അയാളെ തിരിച്ചറിഞ്ഞേക്കാം. ആ നിമിഷം വരെ എനിക്കും ഏതാനും പേർക്കും മാത്രം അറിയാമായിരുന്ന എന്റെ ജീവിതകഥ ഇപ്പോൾ നാട്ടിലെങ്ങും വാർത്തയായി എന്ന് വിശ്വസിക്കാനായില്ല.

എനിക്ക് വല്ലാത്ത ഭയം തോന്നി. ഇത് നാസറിന്റെ കുടുംബത്തിന്റെയും നമ്മുടെയും ജീവന്റെ പ്രശ്നമാണ്, അവർ എന്തിനാണ് ഇത് ചെയ്തത്. സബ ആശങ്കപ്പെട്ടു. മരവിച്ചിരുന്ന ഞാൻ വിങ്ങിക്കരച്ചിലിന്റെ വക്കിലെത്തി. എന്തു പറയണമെന്ന് എനിക്ക് അറിയില്ലായിരുന്നു. നാസറിനോടുള്ള കൊടുംവഞ്ചനയായിരുന്നു ആ വീഡിയോ. പിയുകെ അസായിഷിനോട് എനിക്ക് വെറുപ്പുതോന്നി. കെഡിപി യസീദികളെ ഉപേക്ഷിച്ചുകടന്നുകളഞ്ഞു എന്ന് ലോകത്തെ അറിയിക്കാനാവണം അവർ വിഡിയോ പുറത്തുവിട്ടത്. ഇതിലും ഭേദം മൊസൂളിൽ കിടന്ന് മരിക്കുകയായിരുന്നു, ഞാൻ സബയോട് പറഞ്ഞു. ഉള്ളിൽത്തട്ടിത്തന്നെയാണ് പറഞ്ഞത്. പിയുകെ സുന്ദരമായി ഞങ്ങളെ ഉപയോഗിച്ചിരിക്കുന്നു.

ആ വീഡിയോ ഏറെനേരം എന്നെ വേട്ടയാടി. മുഖം വെളിപ്പെടുത്തി കുടുംബത്തെയാകെ അപകടത്തിലാക്കിയതിന് സഹോദരന്മാർക്കെല്ലാം എന്നോട് ദേഷ്യമായി. നാസർ അയാളുടെ സുരക്ഷയെക്കുറിച്ചും ആശങ്കപ്പെട്ടു. ഹെസ്നി പറഞ്ഞു. ആലോചിച്ചുനോക്കൂ... നിന്നെ രക്ഷപ്പെടുത്തിയ കുറ്റത്തിന് അദ്ദേഹത്തിന്റെ മകൻ കൊല്ലപ്പെട്ടു എന്ന് ഹിഷാമിനെ വിളിച്ച് പറയേണ്ടി വരുന്ന സ്ഥിതി. ക്യാമറയ്ക്ക് മുന്നിൽ ഞാൻ കെഡിപി പെഷ്മർഗയെ കുറ്റപ്പെടുത്തിയതിലും അവർക്ക് ദേഷ്യമുണ്ടായിരുന്നു. യസീദികൾക്കുള്ള അഭയാർഥി ക്യാംപുകളെല്ലാം കെഡിപി പ്രദേശങ്ങളിലാണ്. അവരെ ആശ്രയിച്ചാണ് അഭയാർഥികൾ കഴിയുന്നത്. ഒരു കാര്യം ഞാൻ വേഗത്തിൽ മനസ്സിലാക്കി. ഇതുവരെ എന്റെ തീർത്തും വ്യക്തിപരമായവയെന്ന് ഞാൻ കരുതിയ കാര്യങ്ങൾ ഇറാഖ് പോലൊരു രാജ്യത്ത് രാഷ്ട്രീയ പ്രചാരണായുധമായേക്കാം. പറയുന്ന ഓരോ വാക്കിലും ജാഗ്രത പുലർത്തേണ്ടിയിരിക്കുന്നു. ഓരോന്നിനും ഓരോരുത്തരും വ്യത്യസ്ത അർഥതലങ്ങൾ കണ്ടെത്തിയേക്കാം. നിങ്ങളുടെ കഥ നിങ്ങൾക്കെതിരായ ആയുധമായി മാറിയേക്കാം.

എട്ട്

എർബിലിലേക്കുള്ള ചെക്പോയന്റിൽ പിയുകെ കടലാസുകളുടെ പ്രയോജനം തീർന്നു. വലിയ ചെക്പോയന്റായിരുന്നു അത്. കൂറ്റൻ കോൺക്രീറ്റ് ഭിത്തികൾക്കപ്പുറത്താണ് കാറുകൾ. ചാവേർ സ്ഫോടന സാധ്യത കണക്കിലെടുത്തുള്ള മുൻകരുതലാണ്. ഭിത്തികളിലെല്ലാം മസൂദ് ബർസാനിയുടെ ചിത്രമുണ്ട്. കാറിൽനിന്ന് പുറത്തിറങ്ങാൻ പെഷ്മർഗ ആവശ്യപ്പെട്ടതിൽ ഞങ്ങൾക്ക് അദ്ഭുതം തോന്നിയില്ല. സൈനികനൊപ്പം ഞങ്ങൾ സൂപ്പർവൈസറുടെ ഒറ്റമുറി ഓഫീസിലേക്ക് നടന്നു. മുറിയുടെ അങ്ങേയറ്റത്ത് തടികൊണ്ടുള്ള മേശയ്ക്ക് പിന്നിൽ കമാൻഡർ ഇരിപ്പുണ്ട്. ക്യാമറയോ മറ്റ് ആൾക്കൂട്ടമോ ഇല്ല. എങ്കിലും ഇതിനിടയിൽ ഞാൻ സബയെ വിളിച്ചു. ചെക്പോയന്റിൽ എത്തുന്നത് സംബന്ധിച്ച ഞാൻ അവനോട് സംസാരിച്ചു. എന്താണ് വൈകുന്ന തെന്ന് ചോദിച്ച് അവൻ മെസേജ് അയച്ചിരുന്നു. ഇനി ഈ അഭിമുഖം എത്ര നീളുമെന്നറിയില്ലല്ലോ.

പിയുകെ സുരക്ഷാ ഉദ്യോഗസ്ഥർ ചോദിച്ച അതേ ചോദ്യങ്ങൾ ഇവിടെയും ചോദിച്ചു. ഞാൻ എല്ലാത്തിനും കൃത്യമായ മറുപടി നല്കി. ബലാത്സംഗവും നാസറിന്റെ കുടുംബവിവരങ്ങളുമൊഴിച്ച് എല്ലാം. കെഡിപി പെഷ്മർഗയെക്കുറിച്ച് മോശം പറയാതിരിക്കാൻ ഇക്കുറി ഞാൻ പ്രത്യേകം ശ്രദ്ധിച്ചു. ഞാൻ പറഞ്ഞതെല്ലാം കുറി ച്ചെടുത്ത അയാൾ സംസാരം കഴിഞ്ഞപ്പോൾ പുഞ്ചിരിയോടെ എഴു ന്നേറ്റു. നാസറിന്റെ രണ്ടു കവിളിലും ചുംബിച്ചുകൊണ്ട് ആ ഉദ്യോ ഗസ്ഥൻ പറഞ്ഞു. നീ ചെയ്തത് എല്ലാക്കാലവും ഓർമ്മിക്കപ്പെടും. ദൈവേഷ്ടമാണ് നീ നിറവേറ്റിയത്.

നാസറിന് ഒരു ഭാവവ്യത്യാസവുമില്ല. അയാൾ പറഞ്ഞു. ഞാൻ തനിച്ചല്ല ഇതെല്ലാം ചെയ്തത്. എന്റെ കുടുംബമൊന്നാകെ ജീവൻ പണയപ്പെടുത്തിയാണ് ഞങ്ങളെ കുർദിസ്ഥാനിലേക്ക് അയച്ചത്. മനു ഷ്യത്വം അല്പം അവശേഷിക്കുന്ന ആരും ഇത് ചെയ്യും. എന്റെ വ്യാജ തിരിച്ചറിയൽ കാർഡ് അവർ വാങ്ങിവച്ചു. നാസറിന്റേത് അയാൾക്കു തന്നെ നല്കി. വാതിൽ തുറന്ന് സബ കടന്നുവന്നു.

എന്റെ കുടുംബത്തിലെ നിരവധി പുരുഷന്മാർ പോരാളികളായി രുന്നു. എന്റെ അച്ഛൻ അവശേഷിപ്പിച്ചുപോയ വീരകഥകൾ തന്നെ അതിന് ഉദാഹരണമാണ്. തൽ അഫാറിൽ യു.എസ്. സൈനികർ

ക്കൊപ്പം പോരാടുന്ന ജാലോ, ചെറുപ്പം മുതൽ തന്റെ ധീരത കാട്ടിയിരുന്ന സയീദ് തന്റെ ശരീരത്തിൽ പതിച്ച വെടിയുണ്ടകൾ വലിച്ചൂരിയാണ് കൂട്ടക്കുഴിമാടത്തിൽനിന്ന് രക്ഷപ്പെട്ടത്. എന്നെക്കാൾ രണ്ടു വയസ്സ് മാത്രം കൂടുതലുണ്ടായിരുന്ന സബ വിദ്യാർഥിയായിരുന്നു. സർവ്വകലാശാല പഠനത്തിനുള്ള പണം സമ്പാദിക്കാനാണ് അവൻ എർബിലിൽ ഹോട്ടൽ പണിക്ക് പോയത്. ആട്ടിടയനാവാതെ ഉന്നത ബിരുദമെടുത്ത് നല്ല ജോലി നേടണമെന്ന് അവൻ ആഗ്രഹിച്ചു. ഐസിസ് വരുന്നതിനുമുമ്പ് അതിനുള്ള പോരാട്ടത്തിലായിരുന്നു അവൻ.

വംശഹത്യ എല്ലാവരുടെയും ജീവിതം മാറ്റിമറിച്ചു. സബയകളെ രക്ഷപ്പെടുത്താൻ കള്ളക്കടത്തുകാരെ സഹായിക്കുകയാണ് ഹെസ്നി. രക്ഷപ്പെട്ടോടിയ ആ രാത്രിയുടെ ഓർമ്മകളിൽ നിന്ന് മോചനമില്ലാത്ത സയിദിന് പോരാട്ട ഭ്രമം പിടിപെട്ടു. സവൂദാവട്ടെ അഭയാർഥി ക്യാംപിലെ വിരസതയിൽ രക്ഷപ്പെട്ടവന്റെ കുറ്റബോധവുമായി ഒതുങ്ങിക്കൂടി. വംശഹത്യ തുടങ്ങുമ്പോൾ കൊച്ചുകുട്ടിയായിരുന്ന പാവം മലിക് ഭീകരനായി മാറി. അവന്റെ ജീവിതം മുഴുവൻ, പെറ്റമ്മയോടുള്ള സ്നേഹംപോലും ഐസിസിനുവേണ്ടി ബലികഴിച്ചു. ഒരിക്കലും പൊലീസിലോ പട്ടാളത്തിലോ ചേരണമെന്ന് ആഗ്രഹിച്ചിട്ടില്ലാത്ത സബ പഠനം ഉപേക്ഷിച്ച് സിൻജാറിൽ പോരാട്ടത്തിനിറങ്ങി. പൊതുവേ അന്തർമുഖനും വികാരപ്രകടനങ്ങൾ ഇല്ലാത്തയാളുമായ അവനിലിപ്പോൾ പൗരുഷം ജ്വലിച്ചുനില്ക്കുന്നു. ചെക്പോയന്റിൽ അവനെ കെട്ടിപ്പിടിച്ച് കരഞ്ഞപ്പോൾ സബ എന്നെ ആശ്വസിപ്പിച്ചു.

ഇവിടെ ഉദ്യോഗസ്ഥരുണ്ട് നാദിയ, അവരുടെ മുന്നിൽ നമ്മൾ കരയരുത്. അവൻ ഓർമിപ്പിച്ചു. നീ എന്തെല്ലാം കണ്ടു, അനുഭവിച്ചു. ഇപ്പോൾ സുരക്ഷിതയല്ലേ, ഇനി കരയരുത്. ആഴ്ചകൾക്കുള്ളിൽ അവന് വർഷങ്ങളുടെ പക്വത കൈവന്നിരിക്കുന്നു. ഒരുപക്ഷേ, ഞങ്ങൾക്കെല്ലാം.

ഞാൻ ധൈര്യം വീണ്ടെടുക്കാൻ ശ്രമിച്ചു.

ആരാണ് നാസർ...? സബ ചോദിച്ചു.

ഞാൻ നാസറിനെ ചൂണ്ടിക്കാട്ടി.

അവർ ഹസ്തദാനം ചെയ്തു.

നമുക്ക് ഹോട്ടലിലേക്ക് പോവാം. അവിടെകുറച്ച് യസീദികൾ താമസിക്കുന്നുണ്ട്. നാസറിന് എന്നോടൊപ്പം കൂടാം. നാദിയ, നീ തൊട്ടടുത്ത് സ്ത്രീകൾ താമസിക്കുന്ന മുറിയിലും. സബ പറഞ്ഞു.

ചെക്പോയന്റിൽനിന്ന് നഗരകവാടത്തിലേക്ക് അധിക ദൂരമുണ്ടായിരുന്നില്ല. വലിയ വളഞ്ഞ വൃത്താകൃതിയിലുള്ള നഗരമായിരുന്നു എർബിൽ. പുരാതനമായ ഒരു കോട്ടയ്ക്ക് ചുറ്റുമുള്ള നിരത്തുകളും

കെട്ടിടങ്ങളും. ഈ കോട്ട തുടർച്ചയായ മനുഷ്യവാസമുണ്ടായിരുന്ന ലോകത്തിൽ തന്നെ ഏറ്റവും പുരാതനമായതാണെന്ന് ആർക്കിയോള ജിസ്റ്റുകൾ പറയുന്നു. നഗരത്തിന്റെ ഏത് വശത്തുനിന്ന് നോക്കി യാലും അതിന്റെ ഉയര്ന്ന മണ്ണിന്റെ നിറമുള്ള ഭിത്തികൾ കാണാം. ആധുനിക എർബിലിൽനിന്ന് തികച്ചും വ്യത്യസ്തമാണവ. ചീറിപ്പാ യുന്ന എസ്‌യുവികളാണ് എർബിലിലെ നിരത്തുകളിലെങ്ങും. വേഗം നിയന്ത്രിക്കുന്ന നിയമങ്ങളൊന്നും ഫലവത്തല്ലെന്ന് തോന്നുന്നു. മാളു കളും ഹോട്ടലുകളും നിരനിരയായി നില്ക്കുന്നു. പുതിയ നിർമാണ പ്രക്രിയകളും തകൃതിയായി മുന്നേറുന്നു. ഞങ്ങളെത്തുമ്പോൾ ഈ നിർമാണ മേഖലകളിൽ നല്ല ശതമാനവും അഭയാർഥി ക്യാംപുകളായി മാറിക്കഴിഞ്ഞിരുന്നു. ജന്മനാട്ടിൽനിന്ന് പലായനം ചെയ്ത് എത്തുന്ന ആയിരക്കണക്കിന് ഇറാഖികളെയും സിറിയക്കാരെയും ഉൾക്കൊള്ളു ന്നതിനുള്ള പദ്ധതികൾ കുർദിസ്ഥാൻ സർക്കാർ തയ്യാറാക്കുന്നതേ യുള്ളൂ.

ഞങ്ങൾ താമസസ്ഥലത്തെത്തി. ഇരുണ്ട നിറത്തിലുള്ള കസേര കളും മറ്റുമുള്ള ഒരു സാധാരണ ഹോട്ടൽ. ജനാലകളിൽ നേർത്ത കർട്ടനുകളും തറയിൽ തിളങ്ങുന്ന ചാരനിറമുള്ള ടൈലുകളും. ലോബി യിൽ കുറേ യസീദി പുരുഷന്മാർ ഇരിപ്പുണ്ടായിരുന്നു. അവർ എന്നെ അഭിവാദ്യം ചെയ്തു. എനിക്ക് ഉറങ്ങിയാൽ മതിയായിരുന്നു. സബ എന്റെ മുറി കാട്ടിത്തന്നു. മുറിക്കകത്ത് ഒരു പ്രായമായ സ്ത്രീയും അവരുടെ മകനും മരുമകളും ഉണ്ടായിരുന്നു. മകൻ അതേ ഹോട്ടലി ലാണ് ജോലി ചെയ്തിരുന്നത്. ഒരു ചെറിയ മേശയ്ക്ക് ചുറ്റുമിരുന്ന് റെസ്റ്ററന്റിൽ നിന്ന് കൊണ്ടുവന്ന ചോറും സൂപ്പും പച്ചക്കറികളും കഴി ക്കുകയാണ് അവർ. എന്നെ കണ്ടതും ആ സ്ത്രീ അവരോടൊപ്പം ഭക്ഷണം കഴിക്കാൻ ക്ഷണിച്ചു.

എന്റെ അമ്മയുടെ പ്രായമുണ്ടാവും അവർക്ക്. അമ്മയെപ്പോലെ വെള്ളവസ്ത്രമാണ് ധരിച്ചിരിക്കുന്നത്. അതോടെ മൊസൂൾ വിട്ടപ്പോൾ മുതൽ ഞാൻ ഉള്ളിൽ അടക്കിവച്ചിരുന്ന സങ്കടങ്ങളാകെ അണപൊട്ടി യൊഴുകി. ഞാൻ ഭ്രാന്തിയെപ്പോലെ അലറിക്കരഞ്ഞു. നേരെ നില്ക്കാൻ കഴിയാത്തവിധം സർവ്വശക്തിയുമെടുത്ത് കരഞ്ഞു. എവിടെയന്നറി യാത്ത അമ്മയെ ഓർത്ത്, മരണത്തിലേക്ക് നടന്നുകയറുന്നതു കണ്ട ചേട്ടന്മാരെയോർത്ത്, രക്ഷപ്പെട്ടെങ്കിലും ചിന്നിച്ചിതറപ്പെട്ട കുടുംബത്തെ നുള്ളിപ്പെറുക്കിയെടുക്കേണ്ടവരെ ഓർത്ത് ഞാൻ കരഞ്ഞു. കാത റീനും വാലയുമടക്കം ഇപ്പോഴും ഭീകരരുടെ പിടിയിലുള്ള സഹോദരി മാരെയോർത്തു. ഞാൻ രക്ഷപ്പെട്ടു എന്നത് എന്നെ സന്തോഷത്തിന് അർഹയാക്കിയില്ല. ഭാഗ്യവതിയെന്ന് സ്വയം കരുതാൻ എനിക്കായില്ല.

ആ സ്ത്രീ എഴുന്നേറ്റുവന്ന് എന്നെ താങ്ങി. അമ്മയുടേതുപോലെ മൃദുശരീരം. അല്പം ആശ്വസിച്ചപ്പോൾ അവരെല്ലാവരും കരയുകയാണെന്ന് ഞാൻ മനസ്സിലാക്കി. സമാധാനിക്ക് മോളേ, നിന്റെ പ്രിയപ്പെട്ടവരെല്ലാം തിരികെ വരും. ഇങ്ങനെ സ്വയം ശിക്ഷിക്കരുത്. അവർ പറഞ്ഞു.

ഞാൻ അവർക്കൊപ്പം ഭക്ഷണമേശയ്ക്ക് അരികിൽ ഇരുന്നു. ശൂന്യമായ ശരീരം വായുവിൽ പൊന്തിക്കിടക്കുമെന്നു തോന്നി. അവർ നിർബന്ധിച്ചപ്പോൾ അല്പം സൂപ്പ് കഴിച്ചു. ശരിക്കുമുള്ളതിലും പ്രായം തോന്നിച്ചു ആ സ്ത്രീക്ക്. വെളുത്ത മുടിയാകെ പുറത്തുകാണാം. പിങ്ക് നിറത്തിലുള്ള തലയോട്ടിയിലെ തവിട്ടു നിറത്തിലുള്ള പുള്ളിക്കുത്തുകൾ പോലും പുറത്തുകാണാം. ടെൽ എസെയിറിൽ നിന്നുള്ള അവരുടെ സമീപകാല ജീവിതം ദുരന്തങ്ങളുടെ ഘോഷയാത്ര തന്നെയായിരുന്നു.

അവിവാഹിതരായ മൂന്ന് ആൺമക്കൾ 2007-ൽ ബോംബ് സ്ഫോടനത്തിൽ കൊല്ലപ്പെട്ടു. അവരുടെ മൃതദേഹങ്ങൾ കാണുംവരെ കുളിക്കില്ലെന്ന് ഞാൻ പ്രതിജ്ഞയെടുത്തു. കയ്യും മുഖവും കഴുകും. പക്ഷേ, എന്റെ മക്കളുടെ മൃതദേഹങ്ങൾ കുളിപ്പിച്ച് സംസ്ക്കരിക്കും വരെ ഞാൻ കുളിക്കില്ല. അവർ പറഞ്ഞു.

ഞാൻ ഏറെ ക്ഷീണിതയാണെന്ന് അവർക്ക് മനസ്സിലായി. ഉറങ്ങിക്കോ മോളേ. അവർ പറഞ്ഞു. ഞാൻ അവരുടെ കിടക്കയിൽ കണ്ണടച്ച് കിടന്നു. പക്ഷേ, ഉറങ്ങാൻ പറ്റിയില്ല. ആ സ്ത്രീയുടെ ആൺമക്കളെയും എന്റെ അമ്മയെയുംക്കുറിച്ച് ഞാൻ ഓർത്തു. അമ്മയെ സോലയിൽ വിട്ടുവന്നതാണ്, അവർക്ക് എന്ത് സംഭവിച്ചുവെന്ന് അറിയില്ല. ഞാൻ പറഞ്ഞു. വീണ്ടും കരച്ചിൽ വന്നു. ആ രാത്രി മുഴുവൻ അവരുടെ അരികിൽ കിടന്ന് ഞാൻ കരഞ്ഞു. രാവിലെ കാതറീന്റെ ഉടുപ്പ് എടുത്തിട്ട ശേഷം ഞാൻ അവരുടെ രണ്ടുകവിളിലും ചുംബിച്ചു.

എന്റെ മക്കൾ കൊല്ലപ്പെട്ടതാണ് ഒരു അമ്മയ്ക്ക് സംഭവിക്കാവുന്ന ഏറ്റവും വലിയ ദുരന്തമെന്നാണ് ഞാൻ കരുതിയിരുന്നത്. അവർ ജീവിച്ചിരുന്നെങ്കിൽ എന്ന് ഓരോ നിമിഷവും ഞാൻ ആഗ്രഹിച്ചു. പക്ഷേ, ഇപ്പോൾ സിൻജാറിൽ നമുക്ക് സംഭവിച്ചതോർക്കുമ്പോൾ അവർ നേരത്തെ മരിച്ചത് നന്നായി എന്ന് തോന്നുന്നു. അവർക്ക് ഇതൊന്നും കാണേണ്ടി വന്നില്ലല്ലോ. വെള്ള ശിരോവസ്ത്രം തലയിലേക്ക് വലിച്ചിട്ടുകൊണ്ട് അവർ പറഞ്ഞു. ദൈവം അനുഗ്രഹിച്ചാൽ നിന്റെ അമ്മ ഒരു ദിവസം വരും. എല്ലാം ദൈവത്തിന് വിടുക. നമ്മൾ യസീദികൾക്ക് ദൈവം മാത്രമാണ് ആശ്രയം.

ഹോട്ടലിന്റെ താഴത്തെ നിലയിൽ പരിചയമുള്ള ഒരു പയ്യനെ കണ്ട് ഞാൻ അടുത്തു ചെന്നു. കൊച്ചോയിലുണ്ടാരുന്ന ഒരു സുഹൃത്തിന്റെ സഹോദരനായിരുന്നു അത്. അവൾക്ക് എന്തുസംഭവിച്ചെന്ന് അറിയാമോ...? അവൻ ചോദിച്ചു.

മൊസൂൾ മാർക്കറ്റിൽ, എന്നെ ഹാജി സല്മാൻ കൊണ്ടുപോയ സ്ഥലത്തുവച്ചാണ് ഞാൻ അവന്റെ സഹോദരിയെ അവസാനമായി കണ്ടത്. റോജിയാനും ഞാനും പോകുമ്പോൾ അവളെ ആരും വാങ്ങിയിരുന്നില്ല. എങ്കിലും അധികം വൈകാതെ അവളെയും കൊണ്ടുപോയിക്കാണണം. ഒരു ദിവസം അവളും സുരക്ഷിതയാകുമെന്ന് പ്രതീക്ഷിക്കാം, ഞാൻ പറഞ്ഞു. കുർദിസ്ഥാനിലുള്ള ഒട്ടനവധി യസീദികൾക്ക് എനിക്ക് നല്കാനുള്ളത് മോശം വാർത്തയാണ്. അവൾ ഒരു ഫോൺ കോൾപോലും ചെയ്തില്ല. പയ്യൻ പറഞ്ഞു. ഫോൺ ചെയ്യൽ എളുപ്പമല്ല. നമുക്ക് ഫോണുണ്ടാകുന്നതോ മറ്റാരോടെങ്കിലും സംസാരിക്കുന്നതോ അവർ അനുവദിക്കില്ല. രക്ഷപ്പെടുന്നതുവരെ ഞാൻ ഹെസ്നിയെ വിളിച്ചിട്ടില്ല.

ലോബിയിലേക്ക് വന്ന സബ എനിക്ക് സാഖോയിലേക്ക് പുറപ്പെടാൻ സമയമായെന്ന് പറഞ്ഞു. താഴേയ്ക്കുള്ള ഒരു വാതിൽ പകുതി തുറന്നിട്ട് അവൻ പറഞ്ഞു. നാസർ ആ മുറിയിലുണ്ട്. പോയി അയാളോട് യാത്ര പറഞ്ഞിട്ട് വരൂ. ഞാൻ ആ മുറിയിലേക്ക് നടന്നു. വാതിൽ തള്ളിത്തുറന്ന് അകത്തുകയറി. നാസർ മുറിയുടെ നടുവിലായി നില്പുണ്ടായിരുന്നു. അയാളെ കണ്ടതും ഞാൻ കരയാൻ തുടങ്ങി. എനിക്ക് അയാളോട് സങ്കടം തോന്നി. ഞാൻ അവരുടെ വീട്ടിലായിരുന്നപ്പോൾ അപരിചിതൻ എന്റെ ജീവിതത്തിൽ കയറിയിറങ്ങും പോലെയാണ് തോന്നിച്ചിരുന്നത്. ഭാവിയെക്കുറിച്ചുള്ള എന്റെ പ്രതീക്ഷ മുഴുവൻ രക്ഷപ്പെടലിലായിരുന്നു. ഇപ്പോൾ ഞാനിതാ എർബിലിൽ സുരക്ഷിത സ്ഥലത്ത് അനന്തിരവനും മറ്റ് യസീദികൾക്കുമൊപ്പമായിരിക്കുന്നു. നാസറിനാവട്ടെ ആപൽക്കരമായ ആ യാത്ര ഒരിക്കൽ കൂടി നടത്തണം. എന്നിട്ട് ചെന്നെത്തേണ്ടതോ ഇസ്ലാമിക് സ്റ്റേറ്റിലേക്കും. അയാളുടെ സുരക്ഷയോർത്ത് ഞാൻ ആശങ്കപ്പെടാൻ തുടങ്ങി.

നാസറും കരയാൻ തുടങ്ങി. സബ ഞങ്ങളെ രണ്ടുപേരെയും നോക്കിനില്പുണ്ടായിരുന്നു. സബ, ഞാൻ നാദിയയോട് രണ്ടു മിനിറ്റ് സംസാരിച്ചോട്ടെ, എന്നിട്ട് ഞാൻ പൊയ്ക്കോളാം, നാസർ പറഞ്ഞു.

തലയാട്ടിയിട്ട് സബ പോയി. നാസർ ഗൗരവത്തിൽ എന്നോട് പറഞ്ഞു. നാദിയ, നീയിപ്പോൾ സബയ്ക്കൊപ്പമാണ്. ഉടൻതന്നെ

ബാക്കി കുടുംബാംഗങ്ങളെയും കാണും. ഇനി ഞാൻ വരേണ്ട ആവശ്യമില്ല. എങ്കിലും ഞാൻ ഒന്ന് ചോദിക്കട്ടെ, നീ സുരക്ഷിതയാണെന്ന് ഉറപ്പാണോ. സബയ ആയതിന്റെ പേരിൽ അവർ നിന്നെ ഉപദ്രവിക്കുമെന്നുണ്ടെങ്കിൽ ഞാൻ പോകുന്നില്ല.

ഇല്ല നാസർ, സബയുടെ പെരുമാറ്റം കണ്ടില്ലേ, ഒരു കുഴപ്പവുമില്ല. സത്യത്തിൽ എനിക്ക് ഉറപ്പൊന്നും ഇല്ലായിരുന്നു. എങ്കിലും നാസറിനെ എത്രയും വേഗം മടക്കി അയയ്ക്കണമെന്ന് ഞാൻ ആഗ്രഹിച്ചു. പിയുകെ വീഡിയോയെക്കുറിച്ച് എനിക്ക് വല്ലാത്ത കുറ്റബോധം ഉണ്ടായിരുന്നു. ആരെങ്കിലും തിരിച്ചറിയും മുമ്പ് വീടെത്താൻ നാസറിന് എത്ര സമയം കിട്ടുമെന്നറിയില്ല. ദയിഷ് യസീദികളെക്കുറിച്ച് പറയുന്നതൊന്നും വിശ്വസിക്കരുത്. ഞാനിപ്പോ നിന്നെയോർത്താണ് കരയുന്നത്. നീ എന്റെ ജീവൻ രക്ഷിച്ചു. ഞാൻ പറഞ്ഞു.

അതെന്റെ കടമയായിരുന്നു. അത്രയേ ഉള്ളൂ. ഞങ്ങൾ ഒന്നിച്ച് മുറിയിൽനിന്ന് പുറത്തിറങ്ങി. നന്ദി പറയാൻ എനിക്ക് വാക്കുകൾ കിട്ടുന്നില്ലായിരുന്നു. കഴിഞ്ഞ രണ്ടുദിവസമായി എല്ലാ വെല്ലുവിളികളെയും ഒന്നിച്ചാണ് ഞങ്ങൾ നേരിട്ടത്. പേടിപ്പിക്കുന്നതും സങ്കടകരവുമായ നിമിഷങ്ങൾ, ദുഃഖം നിറഞ്ഞ നോട്ടങ്ങൾ, ഭയപ്പെടുത്തുന്ന ചോദ്യങ്ങൾ എല്ലാം.

ഞാൻ അവശയായപ്പോഴെല്ലാം അയാളെന്നെ ആശ്വസിപ്പിച്ചു. ചെക്പോയ്ന്റുകളിൽ നാസറിന്റെ മനഃസാന്നിധ്യമാണ് ഭയംമൂലം തകർന്നടിയാതെ എന്നെ രക്ഷിച്ചത്. അയാളും കുടുംബവും എനിക്ക് ചെയ്തുതന്നത് ഈ ജന്മത്തിൽ ഞാൻ മറക്കില്ല. എന്തുകൊണ്ടാണ് മൊസൂളിലെ ബഹുഭൂരിപക്ഷം മനുഷ്യരും മനുഷ്യത്വമില്ലാത്തവരായിട്ടും നാസറിൽ എന്തുകൊണ്ട് ഈ നന്മയെന്ന് എനിക്ക് മനസ്സിലായില്ല. ഹൃദയത്തിന്റെ ആഴത്തിൽ നന്മയുള്ളവരാണെങ്കിൽ ഇസ്ലാമിക് സ്റ്റേറ്റിൽ ജനിച്ചുവളർന്നാലും നിങ്ങളിലെ നന്മ നഷ്ടമാവില്ല. നിർബന്ധിത മതപരിവർത്തനത്തിന് വിധേയരായാലും നിങ്ങൾ യസീദിയായി തുടരുന്നതുപോലെ. അത് നിങ്ങളുടെ ഉള്ളിലുള്ളതാണ്.

വളരെ ശ്രദ്ധിക്കണം. ആ ദുഷ്ടന്മാരിൽനിന്ന് പരമാവധി അകന്ന് കഴിയണം. ഞാൻ നാസറിനോട് പറഞ്ഞു. ഹെസ്നിയുടെ നമ്പർ വച്ചോളൂ. ഒരു കടലാസിൽ ഹെസ്നിയുടെ നമ്പരും ഒപ്പം ടാക്സിക്ക് നാസറിന്റെ കുടുംബം തന്ന പണവും ഞാൻ അയാളെ ഏല്പിച്ചു. എന്താവശ്യത്തിനും ഹെസ്നിയെ വിളിക്കണം. എനിക്ക് ചെയ്തു തന്ന സഹായം ഞാൻ ഒരിക്കലും മറക്കില്ല. നീ എന്റെ ജീവൻ രക്ഷിച്ചു.

നിനക്ക് സന്തോഷകരമായ ജീവിതം ഉണ്ടാകട്ടെ നാദിയ. ഇനിയും ഞാനും എന്റെ കുടുംബവും നിന്നെപ്പോലുള്ള പെൺകുട്ടികളെ സഹാ

യിക്കും. മൊസൂളിൽനിന്ന് രക്ഷപ്പെടാനാഗ്രഹിക്കുന്ന പെൺകുട്ടികൾക്ക് ഞങ്ങളെ വിളിക്കാം. ഞങ്ങൾ രക്ഷപ്പെടുത്താൻ ശ്രമിക്കും. ഒരുപക്ഷേ, ഒരു ദിവസം എല്ലാ പെൺകുട്ടികളും രക്ഷപ്പെട്ടുകഴിഞ്ഞ്, ദയിഷ് ഇറാഖിൽ നിന്ന് പോയിക്കഴിഞ്ഞ് നമ്മൾ വീണ്ടു കണ്ടുമുട്ടും. അന്ന് ഇതെല്ലാം സംസാരിക്കാം. നാസർ പറഞ്ഞു. എന്നിട്ട് മെല്ലെ ചിരിച്ചുകൊണ്ട് ചോദിച്ചു.

എങ്ങനെയുണ്ട് നാദിയ...? ഭയങ്കര ചൂടാണ്. ഞാൻ പഴയ മറുപടി ആവർത്തിച്ചു. ചിരിച്ചുകൊണ്ട് അയാൾ പറഞ്ഞു. ദൈവം കൂടെയുണ്ടാകട്ടെ നാദിയ. നിങ്ങളുടെ കൂടെയും നാസർ.

അയാൾ തിരിഞ്ഞ് പുറത്തേക്ക് നടന്നു. അയാളും കുടുംബവും സുരക്ഷിതരായിരിക്കണേയെന്ന് ഞാൻ താവൂസി മെലെക്കിനോട് പ്രാർഥിച്ചു. എന്റെ പ്രാർഥന പൂർത്തിയാവുംമുമ്പ് അയാൾ പോയിക്കഴിഞ്ഞിരുന്നു.

ഒമ്പത്

നാസർ എർബിലിൽ നിന്ന് മടങ്ങിയതിനുശേഷം അയാൾക്കും കുടുംബത്തിനും എന്തുസംഭവിച്ചു എന്നറിയാൻ ഞാൻ ശ്രമിച്ചു. പിയുകെയ്ക്ക് നല്കിയ വീഡിയോ അഭിമുഖത്തെക്കുറിച്ച് ചിന്തുക്കുമ്പോഴെല്ലാം കുറ്റബോധം എന്നെ വേട്ടയാടി. ആ വീഡിയോ നാസറിനെയും കുടുംബത്തെയും കുഴപ്പത്തിലാക്കരുതേ എന്ന് ഉള്ളുരുകി പ്രാർഥിച്ചു. ഒരു ദരിദ്രഗ്രാമത്തിൽ നിന്നുള്ള സാധാരണ പയ്യനായിരുന്നു അവൻ. പക്ഷേ, അത് അവൻ ഐസിസിന്റെ കയ്യിൽ അകപ്പെടും വരെ മാത്രമാകുമെന്ന് ഞാനും ഹെസ്നിയും ഓർത്തു. വർഷങ്ങളായി മൊസൂളിൽ വേരുറപ്പിക്കാനുള്ള ശ്രമത്തിലായിരുന്നു ഐസിസ്. സുന്നികൾക്കിടയിലെ അസംതൃപ്തരായിരുന്നു മുഖ്യ ഇരകൾ. രാജ്യത്തെ അനിശ്ചിതാവസ്ഥയും ഭീകരർക്ക് വളമായി. ബാത്തിസ്റ്റുകളെപ്പോലെ തങ്ങളുടെ പ്രതാപം വീണ്ടെടുത്തു തരാൻ വന്നവരാണ് ഭീകരരെന്ന് സുന്നി പുരുഷന്മാർ വിശ്വസിച്ചു. ഐസിസ് പ്രവർത്തനങ്ങളിൽ പിന്നീട് അവർ നിരാശരായെങ്കിലും നാസർ കുർദിസ്ഥാൻ വിടുന്ന സമയത്ത് നല്ല ശതമാനം ചെറുപ്പക്കാരും പോരാളികളോ യഥാർഥ ഐസിസ് വിശ്വാസികളോ ആയി മാറിയിരുന്നു. മിനായുടെ മക്കൾക്ക് യുദ്ധഭൂമിയിൽ നിന്ന് രക്ഷപ്പെടാൻ കഴിഞ്ഞുകാണുമോ...? എനിക്ക് അറിയില്ല.

അവർക്ക് എന്തെങ്കിലും സംഭവിക്കുമെന്ന് ഹെസ്നി വല്ലാതെ ഭയപ്പെട്ടിരുന്നു. അവർ നിന്നെ സഹായിച്ചു. പക്ഷേ, അതിന്റെ പേരിൽ അവർക്ക് എന്തെങ്കിലും സംഭവിച്ചാൽ നമ്മൾ എങ്ങനെ സഹിക്കും. കുടുംബനാഥനെന്ന നിലയിൽ തന്റെ ഉത്തരവാദിത്തങ്ങളെ ഗൗരവത്തോടെയാണ് ഹെസ്നി കണ്ടത്. സാഖോയിൽ നിന്നോ അഭയാർഥി ക്യാംപിൽ നിന്നോ ഹെസ്നിക്ക് എന്തെങ്കിലും ചെയ്യാൻ കഴിയുമായിരുന്നില്ല. ഹിഷാമിനോടും നാസറിനോടും ഹെസ്നി പലതവണ സംസാരിച്ചു. ഒരു ഉച്ചകഴിഞ്ഞ് വിളിച്ചപ്പോൾ ആ നമ്പർ റദ്ദാക്കപ്പെട്ടെന്നായിരുന്നു മറുപടി. മറ്റൊരാൾ നാസറിന്റെയും കുടുംബത്തിന്റെയും വിവരങ്ങൾ അറിയാൻ ശ്രമിച്ചു. ഒരു ദിവസം ആ വിവരം ഞങ്ങളറിഞ്ഞു. നാസർ എന്നെ സഹായിച്ചെന്ന് ഐസിസ് മനസ്സിലാക്കി. ഹിഷാമും ബഷീറും അറസ്റ്റിലായി. പക്ഷേ, തങ്ങൾ ഒന്നും അറിഞ്ഞില്ലെന്നും നാസർ തനിച്ചാണ് എല്ലാം ചെയ്തതെന്നും അവർ ഭീകരരെ ധരിപ്പിച്ചു.

2017-ൽ ഇറാഖി സേന മൊസൂൾ തിരികെപിടിക്കുമ്പോഴും ആ കുടുംബം നഗരത്തിലുണ്ടായിരുന്നു. പക്ഷേ, വിവരങ്ങൾ ലഭിക്കുന്നത് പിന്നീട് ദുഷ്കരമായി. ഐസിസ് ഇറാഖി സേന പോരാട്ടത്തിനിടെ നാസറിന്റെ സഹോദരൻ കൊല്ലപ്പെട്ടെന്ന വിവരം ഹെസ്നിക്ക് ലഭിച്ചു. മൊസൂൾ വാദി ഹജാർ പാതയുടെ നിയന്ത്രണം പിടിക്കുന്നതിനുള്ള പോരാട്ടത്തിനിടയിലായിരുന്നു അത്. എങ്ങനെയെന്നോ ആ വിവരം സത്യമാണെന്നോ ഞങ്ങൾക്ക് ഉറപ്പില്ല. ആദ്യം സ്വതന്ത്രമാക്കപ്പെട്ട കിഴക്കൻ മൊസൂളിലായിരുന്നു നാസറിന്റെ വീട്. അവർ ചിലപ്പോൾ രക്ഷപ്പെടുകയോ അല്ലെങ്കിൽ പോരാട്ടത്തിനിടെ കൊല്ലപ്പെടുകയോ ചെയ്തിട്ടുണ്ടാവണം. സൈന്യം വരുമ്പോൾ സാധാരണ മനുഷ്യരെ ഐസിസ് കവചമാക്കിയെന്ന് കേട്ടു. അമേരിക്ക ബോംബിടാൻ ഉദ്ദേശിക്കുന്ന കെട്ടിടത്തിൽ സാധാരണക്കാരെയും നിർത്തും ഭീകരർ. മൊസൂളിൽ നിന്ന് രക്ഷപ്പെട്ടവർ ആ നരകജീവിതത്തെക്കുറിച്ച് പറയും. എല്ലാവരും സുരക്ഷിതരായിരിക്കട്ടെ എന്ന് പ്രാർഥിക്കാൻ മാത്രമാണ് ഞങ്ങൾക്ക് കഴിഞ്ഞത്.

ഐസിസ് സിൻജാർ പിടിച്ചതുമുതൽ ഹെസ്നി സാഖോയിലുള്ള അമ്മായിക്കൊപ്പമാണ് താമസം. അങ്ങോട്ടു പോകും വഴി ദുഹോക്കിലെ ആശുപത്രിയിൽ ചികിത്സയിലുള്ള സയിദിനെയും ഖാലിദിനെയും കാണാൻ ഞങ്ങൾ കയറി. ഇപ്പോഴും അവിടെ അഭയാർഥി ക്യാംപാണ്. കുർദിസ്ഥാനിലേക്ക് രക്ഷപ്പെട്ടുവന്ന യസീദികൾ കിട്ടിയ ഇടങ്ങളിലെല്ലാം കിടന്ന് ഉറങ്ങുന്നു. നഗരത്തിന്റെ പ്രാന്തപ്രദേശങ്ങളിൽ പണിപൂർത്തിയാകാത്ത കെട്ടിടങ്ങൾക്കുള്ളിൽപ്പോലും അഭയാർഥികളാണ്. സന്നദ്ധസംഘടനകൾ നല്കിയ ടെന്റുകൾ കെട്ടി കോൺക്രീറ്റ് തറയിൽ കിടന്നുറങ്ങുന്നു. പാതി പണിതുയർത്തിയ ഭിത്തികൾക്കുള്ളിൽ കഴിയുന്നവരുടെ സുരക്ഷയെക്കുറിച്ച് ഞാൻ ആശങ്കപ്പെട്ടു. പലപ്പോഴും കൊച്ചുകുഞ്ഞുങ്ങൾ മുകൾനിലയിൽനിന്ന് താഴെ വീണു. പക്ഷേ, അവർക്ക് മറ്റെവിടെയും പോകാനില്ലായിരുന്നു. സിൻജാർ ആകെത്തന്നെയും ആ പണിപൂർത്തിയാകാത്ത കെട്ടിടങ്ങൾക്കുള്ളിൽ ചുരുണ്ടുകൂടി. അവർക്ക് സ്വന്തമായി ഒന്നുമില്ലായിരുന്നു. സന്നദ്ധസംഘടനകൾ ഭക്ഷണപ്പൊതികളും മറ്റുമായി വരുമ്പോൾ ആളുകൾ തിക്കുംതിരക്കുമുണ്ടാക്കി ഓരോന്ന് സ്വന്തമാക്കി. ഒരു പാത്രം പാലിനുവേണ്ടി അമ്മമാർ സർവ്വശക്തിയുമുപയോഗിച്ച് ഓടി.

ഹെസ്നിയും സവൂദും വാലിദും ഞങ്ങളുടെ അമ്മായിയും ആശുപത്രിയിൽ എന്നെ കാത്തിരുന്നു. നേരിൽക്കണ്ടതും ഞങ്ങളെല്ലാവരും പരസ്പരം കെട്ടിപ്പിടിച്ച് കരഞ്ഞു. ഒന്നിനുപിറകെ ഒന്നായി ചോദ്യങ്ങളും ബഹളവും കരച്ചിലും ഒന്നടങ്ങിയപ്പോഴാണ് മറ്റുള്ളവർ സംസാരിക്കുന്നത് ഞങ്ങൾക്ക് കേൾക്കാനായത്.

എനിക്കു സംഭവിച്ച കാര്യങ്ങൾ ബലാത്സംഗമൊഴികെ മറ്റെല്ലാം ഞാൻ അവരോട് തുറന്നു പറഞ്ഞു. അമ്മായി കരഞ്ഞുകൊണ്ട് മരിച്ചവർക്കുവേണ്ടിയുള്ള പ്രാർഥന ചൊല്ലാൻ തുടങ്ങി. മൃതദേഹത്തിന് വലംവച്ചാണ് ഈ പ്രാർഥന സാധാരണ ചൊല്ലാറ്. നെഞ്ചത്തിടിച്ച് ഉച്ചത്തിൽ കരഞ്ഞുകൊണ്ടാണ് മൃതദേഹത്തിന് ചുറ്റും നടക്കുന്നത്. ശബ്ദം അടയുകയോ കൈകാലുകൾ തളരുകയോ ചെയ്യുംവരെ അത് തുടരും. എന്നാൽ ഇവിടെ നിന്നിടത്തുനിന്ന് അനങ്ങാതെയാണ് അമ്മായി പ്രാർഥിക്കുന്നത്. പക്ഷേ, അവരുടെ ശബ്ദം ആ മുറിയാകെ, അല്ലെങ്കിൽ ദുഹോക് മുഴുവൻ പ്രകമ്പനം കൊള്ളുന്ന തരത്തിലായിരുന്നു.

പൊതുവെ വികാരജീവിയായ ഹെസ്നി പക്ഷേ, ഇപ്പോൾ ശാന്തനായി കാണപ്പെട്ടു. വീട്ടിൽ ആർക്കെങ്കിലും രോഗം വന്നാൽ കരയുന്ന, അല്ലെങ്കിൽ ജിലാനെയോർത്ത് പ്രണയകവിതകളിൽ മുഴുകിയിരുന്ന ആളാണ് ഹെസ്നി. പക്ഷേ, സ്വന്തം രക്ഷപ്പെടലിന്റെ അവിശ്വസനീയമായ കഥ അയാളെ വല്ലാതെ ബാധിച്ചെന്ന് തോന്നി.

ദൈവം എന്നെ മാത്രം എന്തുകൊണ്ട് വിളിച്ചില്ലെന്ന് അറിയില്ല. പക്ഷേ, ഇനിയുള്ള ജീവിതം ദൈവത്തിനുവേണ്ടി നന്മ ചെയ്യാനുള്ളതാണ്. ഹെസ്നി പറഞ്ഞു.

കുറ്റിത്താടിയും പാടുകളുമുള്ള അവന്റെ വിടർന്ന മുഖത്തേക്ക് നോക്കിയതേ ഞാൻ കരയാൻ തുടങ്ങി. എന്നെ ചേർത്തുപിടിച്ച് ഹെസ്നി പറഞ്ഞു. കരയരുത്, ഇത് നമ്മുടെ വിധിയാണ്.

ഞാൻ സയീദിന്റെ കിടക്കയ്ക്ക് അരികിലേക്ക് ചെന്നു. മുറിവുകളിൽ വേദനയുണ്ട്. പക്ഷേ, പ്രിയപ്പെട്ടവരെല്ലാം ജീവൻ വെടിഞ്ഞിട്ടും രക്ഷപ്പെട്ടതിന്റെ വേദനയായിരുന്നു അയാൾക്ക് കൂടുതൽ. ഐസിസിന് ജീവനെടുക്കാൻ കഴിയാത്തവരും മരിച്ച് ജീവിക്കുകയാണ്. ഞാനും എന്റെ സഹോദരന്മാരും അടങ്ങുന്ന ഒരു തലമുറ യസീദികളാകെ നഷ്ടപ്പെട്ട പ്രിയപ്പെട്ടവരെക്കുറിച്ചുള്ള ഹൃദയവ്യഥയും പേറി ലോകത്ത് അലഞ്ഞുനടക്കുന്നു. ഐസിസ് എന്ന ഭീകരക്കൂട്ടത്തെ നിയമത്തിന് മുന്നിൽ കൊണ്ടുവരിക മാത്രമാണ് ഞങ്ങളുടെ ലക്ഷ്യം. സയിദ് പെഷ്മർഗയുടെ യസീദി വിഭാഗത്തിൽ ചേർന്നു. പോരാട്ടത്തിനിറങ്ങാൻ വെമ്പുകയാണ് അയാൾ.

അമ്മയെവിടെ, ഞാൻ അയാളെ കെട്ടിപ്പിടിച്ച് കരഞ്ഞുകൊണ്ട് ചോദിച്ചു.

ആർക്കും അറിയില്ല നാദിയ, ഞങ്ങൾക്ക് പറ്റുന്നത്ര വേഗത്തിൽ സോല, തിരിച്ചുപിടിക്കണം, എന്നിട്ട് അമ്മയെ രക്ഷപ്പെടുത്തണം. അയാൾ പറഞ്ഞു.

സയിദിനെക്കാൾ കുറച്ച് വെടിയുണ്ടകളേ പതിച്ചുള്ളൂവെങ്കിലും കൂടുതൽ ആഴമുള്ള മുറിവുകളായിരുന്നു എന്റെ അർധ സഹോദരൻ

ഖാലിദിന്റേത്. കൈമുട്ടിനു താഴെ വെടിയേറ്റതിനാൽ കൃത്രിമമായി കൈ ചേർത്തുപിടിപ്പിക്കേണ്ടിയിരുന്നു. എന്നാൽ ദുഹോക്കിലെ ആശുപത്രിയിൽ അതിനുള്ള സൗകര്യം ഇല്ലായിരുന്നു. അതുകൊണ്ടു തന്നെ അയാളുടെ കൈ ശരീരത്തിൽ നിന്ന് തൂങ്ങിക്കിടന്നു. ഉണങ്ങിയ മരക്കൊമ്പുപോലെ ഉപയോഗശൂന്യമായി.

ഞാൻ സാഖോയിലെത്തിയപ്പോൾ അമ്മായിയുടെ പണിപൂർത്തിയാവാത്ത വീട്ടിലാണ് ഹെസ്നിയും താമസിച്ചിരുന്നത്. മലനിരകളിൽ നിന്ന് രക്ഷപ്പെട്ട് നേരെ എത്തിയത് അങ്ങോട്ടാണ്. മകനും ഭാര്യയ്ക്കും താമസിക്കാൻ അവരുടെ പുരയിടത്തിൽ തന്നെ ചെറിയൊരു വീട് വയ്ക്കാനുള്ള ശ്രമത്തിലായിരുന്നു അമ്മായിയും അമ്മാവനും. പണക്കാരല്ലാത്തതുകൊണ്ട് കുറച്ചു കുറച്ച് കൂട്ടിവച്ച് അതിൽ നിന്നാണ് നിർമ്മാണച്ചെലവ് കണ്ടെത്തിയിരുന്നത്. ഐസിസുമായുള്ള പോരാട്ടം തുടങ്ങിയതോടെ നിർമ്മാണം മുടങ്ങി. ഞാൻ ചെല്ലുമ്പോൾ കോൺക്രീറ്റുകൊണ്ട് നിർമ്മിച്ച രണ്ടു മുറികൾ മാത്രമുള്ള വീടായിരുന്നു അത്. ജനാലകൾക്ക് വാതിലുകൾ വച്ചിട്ടില്ല. കോൺക്രീറ്റ് പാളികൾക്കിടയിലെ വിടവിലൂടെ പൊടിയും കാറ്റും അകത്തുകയറും. അമ്മയില്ലാതെ മുമ്പ് ഇവിടെ വന്നിട്ടില്ലാത്തതിനാൽ അവരുടെ അസാന്നിധ്യം വല്ലാതെ വേട്ടയാടി.

ഹെസ്നിയും സവൂദും അർധസഹോദരന്മാരായ വാലിദും നവാഫും ഞാനും ആ പാതിപണിത വീട്ടിലേക്ക് താമസം മാറി. ആശുപത്രിവിട്ട സയീദും ഖാലിദും പിന്നീട് ഞങ്ങൾക്കൊപ്പം ചേർന്നു. അതൊരു വീടാക്കി മാറ്റാൻ ഞങ്ങൾ പരമാവധി ശ്രമിച്ചു. സന്നദ്ധസംഘടനകൾ തന്ന ടാർപോളിൻകൊണ്ട് ജനാലകൾ അടച്ചു. അവർ വിതരണം ചെയ്ത ഭക്ഷണപ്പൊതികൾ അടുക്കളയെന്ന് പറയാവുന്ന ചെറിയ മുറിയിൽ ശേഖരിച്ചുവച്ചു. ഹെസ്നി അമ്മായിയുടെ വീട്ടിൽ നിന്ന് എക്സ്റ്റൻഷൻ കോഡുപയോഗിച്ച് ഞങ്ങളുടെ താമസസ്ഥലത്ത് വൈദ്യുതി എത്തിച്ചു. രാത്രിയിൽ വെളിച്ചം കാണാൻ ഏതാനും ബൾബുകളും ഇട്ടു. ഭിത്തിയിലെ വിടവുകൾ അടച്ചു. യുദ്ധത്തെക്കുറിച്ച് മാത്രമായിരുന്നു സംസാരമെങ്കിലും പരസ്പരം വേദനിപ്പിക്കുന്ന ഒന്നും പറയാതിരിക്കാൻ ഞങ്ങൾ ജാഗ്രത പുലർത്തി.

സയീദും നവാഫും അവിവാഹിതരായിരുന്നു. അവരുടെ ഏകാന്തതയെക്കാൾ എത്രയോ വലുതായിരുന്നു വിവാഹിതരായ സഹോദരന്മാരുടെ വേദന. ജിലാനെപ്പറ്റി ഒരു വിവരവും കിട്ടിയില്ല ഹെസ്നിക്ക്. നിസ്റീനൊപ്പം ഹംദാനിയയിൽ ആയിരുന്നു അവളെന്ന് മാത്രമാണ്

ഞങ്ങൾക്കുള്ള വിവരം. സവൂദിന്റെ ഭാര്യ ഷിറീനും അർധസഹോദരന്മാരുടെ ഭാര്യമാർക്കും എന്തുസംഭവിച്ചുവെന്ന് അറിയില്ല. മൊസൂളിലും ഹംദാനിയയിലും ഐസിസ് കേന്ദ്രങ്ങളിൽ കണ്ട കാര്യങ്ങൾ ഞാൻ അവരോട് പറഞ്ഞു. തടങ്കലിൽ എനിക്ക് സംഭവിച്ചതിനെക്കുറിച്ച് ഞാൻ തെളിച്ചു പറഞ്ഞില്ല. ഐസിസ് യസീദി പെൺകുട്ടികളോട് ചെയ്യുമെന്ന് അവർ ആശങ്കപ്പെടുന്ന ആ ക്രൂരത യാഥാർഥ്യമായിക്കഴിഞ്ഞെന്ന് പറയാൻ ഞാൻ ധൈര്യപ്പെട്ടില്ല. കൊച്ചോയിലെ കൂട്ടക്കുരുതിയെക്കുറിച്ച് ഞാൻ ചോദിച്ചില്ല. സയിദും ഖാലിദും കടന്നുവന്ന വഴികളെക്കുറിച്ച് അവരെ ഓർമ്മിപ്പിക്കേണ്ടെന്ന് കരുതി. ഒരാളും മറ്റൊരാളുടെ വേദന വലുതാക്കാതെ ശ്രദ്ധിച്ചു.

രക്ഷപ്പെട്ടവരുടെ കേന്ദ്രമാണെങ്കിലും ആ വീട്ടിലെങ്ങും ദുരിതക്കാഴ്ചകൾ മാത്രമായിരുന്നു. ചുറുചുറുക്കോടെ നടന്നിരുന്ന എന്റെ സഹോദരന്മാർ ജീവനില്ലാത്തവരെപ്പോലെയായി. പകൽ ഉറങ്ങാൻ പറ്റാത്തതുകൊണ്ടു മാത്രം കണ്ണുതുറന്നിരുന്നു അവർ. വീട്ടിലെ ഏക സ്ത്രീ ഞാനായതുകൊണ്ട് ഭക്ഷണം ഉണ്ടാക്കലും വീടുവൃത്തിയാക്കലുമെല്ലാം എന്റെ ഉത്തരവാദിത്തമായി. എനിക്ക് പരിചിതമല്ലാത്ത പലതും ചെയ്യേണ്ടി വന്നു. ഞാൻ പഠിച്ചിരുന്നതിനാൽ വീട്ടിൽ ചേച്ചിമാരും നാത്തൂന്മാരുമാണ് എല്ലാ ജോലിയും ചെയ്തിരുന്നത്. ഞാൻ അടുക്കളയിലോ തുണി അലക്കുന്നിടത്തോ ചെറിയ സഹായങ്ങൾ മാത്രം ചെയ്ത് കറങ്ങി നടന്നിരുന്ന ഒരു തെമ്മാടിയായിരുന്നു. എന്റെ അറിവില്ലായ്മയെക്കുറിച്ച് ബോധ്യമുണ്ടായിരുന്ന ചേട്ടന്മാർ എല്ലാത്തിലും സഹായിച്ചു. പക്ഷേ, പഠിച്ചുകഴിഞ്ഞാൽ പിന്നെ അത് എന്റെ മാത്രം ജോലിയായി. അപ്പമുണ്ടാക്കാൻ എനിക്കറിയില്ലന്ന് അമ്മായിക്ക് അറിയാമായിരുന്നു. അതുകൊണ്ട് അവർ ഞങ്ങൾക്കുകൂടി ഉണ്ടാക്കിക്കൊണ്ടു വരും. പക്ഷേ, അതും ഞാൻ പഠിക്കേണ്ടിയിരുന്നു. സ്കൂൾ എന്നത് വിദൂര ഓർമ്മ മാത്രമായി.

ഞാൻ ഐസിസിന്റെ പിടിയിൽനിന്ന് രക്ഷപ്പെട്ട് കുടുംബാംഗങ്ങൾക്ക് ഒപ്പമായിരിക്കുന്നു. എങ്കിലും ജീവിതത്തെക്കുറിച്ച് ആകെ ചിന്തിച്ചുനോക്കുമ്പോൾ ദുരന്തകഥകളുടെ നിര മാത്രമാണ് മനസ്സിൽ തെളിയുന്നത്. ഐസിസ് അടിമയാക്കി എന്നത് ഒന്നാമത്തെ ദുരന്തം. ഇപ്പോൾ ജീവിക്കുന്നത് കൊടുംദാരിദ്ര്യത്തിൽ. സ്വന്തമെന്ന് പറയാൻ ഒരിടമില്ല, ഭക്ഷണമടക്കം എല്ലാത്തിനും മറ്റുള്ളവരെ ആശ്രയിക്കണം, സ്കൂളില്ല, കൂടെയുള്ളത് വലിയ കുടുംബത്തിലെ ഏതാനും അംഗങ്ങൾ മാത്രം, ക്യാംപുകളിലെ ടെന്റുകൾ മാറ്റി കണ്ടെയ്നർ വീടുകളാകുന്നതിനുള്ള കാത്തിരിപ്പ്. പിന്നെ കൊച്ചോ സ്വതന്ത്രമാകുന്നതിനും (ഒരിക്കലും നടക്കില്ലെന്ന് ഞാൻ കരുതിയത്) സഹോദരിമാർ മോചിതരാ

കുന്നതിലും സോലയിൽ നിന്ന് അമ്മയെ രക്ഷപ്പെടുത്തുന്നതിനുമുള്ള കാത്തിരിപ്പ്. എല്ലാ ദിവസവും കണ്ണീരിന്റേതായിരുന്നു. ചിലപ്പോൾ അമ്മായിക്കും സഹോദരന്മാർക്കുമൊപ്പം അല്ലെങ്കിൽ കിടക്കയിൽ തനിച്ചുകിടന്ന് ഞാൻ കരഞ്ഞു. ഐസിസ് പിടികൂടുന്നതും രക്ഷപ്പെട്ടോടുന്നതുമായ ദുഃസ്വപ്നങ്ങൾ വിടാതെ പിടികൂടി.

സന്നദ്ധസംഘടനകളിൽ നിന്നുള്ള സംഭാവനകൾ പരമാവധി പ്രയോജനപ്പെടുത്താൻ ഞങ്ങൾ ശീലിച്ചു. ആഴ്ചയിലൊരിക്കൽ കൂറ്റൻ ട്രക്കുകളിൽ സാധനങ്ങളെത്തും. ചാക്കു കണക്കിന് അരി, ധാന്യങ്ങൾ, പാസ്ത, എണ്ണ, പായ്ക്ക് ചെയ്ത തക്കാളി ഇങ്ങനെ വിവിധ അവശ്യവസ്തുക്കളുണ്ടാവും അതിൽ. അടുക്കളയോ ഫ്രിഡ്ജോ ഇല്ലാതിരുന്നതിനാൽ ഭക്ഷ്യവസ്തുക്കൾ എളുപ്പത്തിൽ കേടുവരുകയോ എലി തിന്നുകയോ ചെയ്യുന്നത് പതിവായിരുന്നു. ചാക്കു നിറയെ പഞ്ചസാരയും ഗോതമ്പും ഇങ്ങനെ കളയേണ്ടി വന്നിട്ടുണ്ട്. അവസാനം ഞങ്ങൾ ഒരു എണ്ണപ്പാട്ട കണ്ടെടുത്ത് വൃത്തിയാക്കി സാധനങ്ങൾ അതിനുള്ളിൽ സൂക്ഷിക്കാൻ തുടങ്ങി. ഭക്ഷണം കളയുന്നത് വേദനാജനകമായിരുന്നു. വേറെ വാങ്ങാൻ നിവൃത്തിയില്ലാത്തതിനാൽ ഭക്ഷണത്തിന്റെ അളവ് കുറച്ച് സാഖോ വഴി അടുത്ത ട്രക്ക് എത്തുന്നതും കാത്തിരിക്കണം. ശൈത്യകാലമായതോടെ അമ്മായി എനിക്ക് കുറച്ച് കമ്പിളി ഉടുപ്പുകൾ തന്നു. എന്നാൽ എനിക്ക് അടിവസ്ത്രങ്ങളോ സോക്സോ ഇല്ലായിരുന്നു. ആരോടും ചോദിക്കാൻ ഞാൻ ഇഷ്ടപ്പെടാത്തിനാൽ ഉള്ളതുകൊണ്ട് കഴിഞ്ഞു.

ഹെസ്നിയുടെ ഫോൺ ഇടയ്ക്കിടെ ശബ്ദിക്കും. ഞങ്ങളിൽനിന്ന് ദൂരെ മാറി നിന്നേ അവൻ ഫോണിൽ സംസാരിക്കൂ. എന്താണ് ഫോണിലൂടെ ലഭിക്കുന്ന വിവരങ്ങൾ എന്നറിയാൻ എനിക്ക് ആകാംക്ഷ ഉണ്ടായിരുന്നു. പക്ഷേ, അവൻ വളരെ കുറച്ച് കാര്യങ്ങളേ എന്നോട് പറയൂ. എന്നെ വിഷമിപ്പിക്കേണ്ടെന്ന് കരുതിയാവും. ഒരു ദിവസം അഡ്കി വിളിച്ചു. ഹെസ്നി മുറ്റത്തിറങ്ങി നിന്ന് സംസാരിച്ചു. തിരികെ വന്നപ്പോൾ അവന്റെ കണ്ണ് കരഞ്ഞു കലങ്ങിയിട്ടുണ്ടായിരുന്നു.

അവൾ സിറിയയിലാണ്, ഹെസ്നി പറഞ്ഞു. മകനാണെന്ന് സോലയിൽവച്ച് അവൾ കള്ളം പറഞ്ഞ അനന്തരവൻ കുട്ടി കൂടെയുണ്ട്. പക്ഷേ, കള്ളമാണെന്ന് മനസ്സിലാക്കി ഐസിസ് അവനെ കൊണ്ടുപോകുമോയെന്നാണ് അവളുടെ പേടി.

സിറിയയിൽ നിന്നുള്ള മനുഷ്യക്കടത്തുകാരെ കണ്ടെത്താൻ ശ്രമിക്കുകയാണ് ഞാൻ, ഹെസ്നി പറഞ്ഞു. പക്ഷേ, ഇറാഖിൽനിന്ന് മോചിപ്പിക്കുന്നതിനേക്കാൾ പ്രയാസമാണ് സിറിയയിൽനിന്നുള്ള രക്ഷപ്പെടുത്തൽ. മാത്രമല്ല എല്ലാ പെൺകുട്ടികളുടെയും ഒപ്പമേ വരൂ

എന്ന് അഡ്കി ശഠിക്കുന്നു. ഇറാഖി കടത്തുകാരിൽനിന്ന് വേറിട്ടാണ് സിറിയൻ കടത്തുകാർ പ്രവർത്തിച്ചിരുന്നത് എന്നത് അഡ്കിയെ രക്ഷപ്പെടുത്തൽ കൂടുതൽ ദുഷ്കരമാക്കി.

അമ്മായിയോടാണ് ബലാത്സംഗം അടക്കമുള്ള കാര്യങ്ങൾ ഞാൻ ആദ്യം തുറന്നു പറഞ്ഞത്. എന്നെ ചേർത്തുപിടിച്ച് അവർ വിങ്ങിക്കരഞ്ഞു. ആരോടെങ്കിലും തുറന്നു പറയുക എന്നത് ആശ്വാസകരമായിരുന്നു. ബലാത്സംഗത്തിന്റെ പേരിൽ സമുദായം എന്നെ കുറ്റപ്പെടുത്തുകയോ പുറത്താക്കുകയോ ചെയ്യുമെന്ന ഭയം ഇല്ലാതായി. ഞങ്ങളിൽ നിരവധി പേരെ ഐഎസിസ് തട്ടിയെടുക്കുകയോ കൊലപ്പെടുത്തുകയോ ചെയ്തു. രക്ഷപ്പെട്ടവർ അവശേഷിച്ചവർ വീണ്ടും ഒത്തുചേർന്ന് ജീവിതം കെട്ടിപ്പടുക്കാൻ ശ്രമിക്കുകയാണ്. എങ്കിലും അടിമകളാക്കപ്പെട്ട പെൺകുട്ടികളിൽ നല്ല ശതമാനവും ഞാൻ ആദ്യം ചെയ്തതതുപോലെ ശാരീരിക പീഡനങ്ങൾ മറച്ചുവച്ചു. കാരണം എനിക്കറിയാം. അവരുടെ വേദനയാണത്, അത് മറച്ചുവയ്ക്കാനും അവർക്ക് അവകാശമുണ്ട്.

എനിക്കുശേഷം ആദ്യം രക്ഷപ്പെട്ടത് റോജിയാനായിരുന്നു. പുലർച്ചെ രണ്ടു മണിക്ക് അമ്മായിയുടെ വീട്ടിലെത്തുമ്പോഴും ഐഎസിസ് നല്കിയ അബയ ആയിരുന്നു അവളുടെ വേഷം. അങ്ങോട്ട് എന്തെങ്കിലും പറയുംമുമ്പ് അവൾ എന്നോട് ചോദിച്ചു. ബാക്കിയുള്ളവർക്കെല്ലാം എന്തു സംഭവിച്ചു. ഹെസ്നി കാര്യങ്ങൾ പറഞ്ഞു. നേരിട്ട കാര്യങ്ങൾ പറഞ്ഞു ബോധ്യപ്പെടുത്തൽ വലിയൊരു ഭാരമാണ്. കൊച്ചോയിൽ സംഭവിച്ചതുകേട്ടു നില്ക്കുന്ന റോജിയാന്റെ മുഖത്ത് നോക്കാൻ പോലുമാവുമായിരുന്നില്ല. പുരുഷന്മാർ കൊല്ലപ്പെട്ടെന്ന് സ്ഥിരീകരിച്ചു, പ്രായമായ സ്ത്രീകൾക്ക് എന്ത് സംഭവിച്ചുവെന്ന് അറിയില്ല, പെൺകുട്ടികളിൽ നല്ല ശതമാനവും സബയകളായി പിടിക്കപ്പെട്ടു. എല്ലാം കേട്ടു നിന്ന റോജിയൻ തളർന്നു വീണു. അമ്മായിയുടെ വീട്ടിൽവച്ചു തന്നെ അവൾ ജീവിതം അവസാനിപ്പിക്കുമെന്ന് ഞാൻ ആശങ്കപ്പെട്ടു. കൂട്ടക്കൊലയറിഞ്ഞ ഹെസ്നി ചെയ്യാൻ ശ്രമിച്ചതുപോലെ. പക്ഷേ, എല്ലാവരുടെയും പോലെ റോജിയാനും വേദന കടിച്ചമർത്തി. അവൾ വന്നതിന്റെ പിറ്റേന്ന് രാവിലെ ഞങ്ങൾ അഭയാർഥി ക്യാംപിലേക്ക് താമസം മാറ്റി.

പത്ത്

ക്യാംപിലേക്കുള്ള ഇടുങ്ങിയ റോഡ് ചെളിനിറഞ്ഞതായിരുന്നു. കൊച്ചോയിലെ റോഡ് കല്ലുപാകുന്നതിനുമുമ്പ് ഇങ്ങനെയായിരുന്നു. രാവിലെ അവിടെ എത്തിയപ്പോൾ വീട്ടിൽ പോവുകയാണെന്ന് ഞാൻ സങ്കല്പിച്ചു. പക്ഷേ, പരിചിതമായതെന്തും എന്റെ പഴയ ജീവിതം എത്ര അകലെയാണെന്ന് ഓർമ്മിപ്പിക്കുകയും ദുഃഖത്തിന്റെ ആധിക്യമേറ്റുകയും ചെയ്തു.

ക്യാംപിലെ നൂറുകണക്കിന് വെള്ള കണ്ടെയ്നർവീടുകൾ ദൂരെനിന്ന് കാണാം. വടക്കൻ ഇറാഖിന്റെ മലഞ്ചെരിവുകളിൽ ഭിത്തിയിൽ ഇഷ്ടിക അടുക്കിവച്ചിരിക്കുന്നതുപോലെ കാണപ്പെട്ടു അവ. ഓരോന്നിനും ഇടയിൽ മഴവെള്ളമോ, കുളിമുറിയിലെയോ, താല്ക്കാലിക അടുക്കളയിലെ വെള്ളമോ വീണ് ചെളിനിറഞ്ഞ ചെറുവഴികൾ. ക്യാംപുകൾക്കു ചുറ്റും ഞങ്ങളുടെ സുരക്ഷയ്ക്കായി വേലികെട്ടിയിരുന്നു. എന്നാൽ കുട്ടികൾ അതിൽ അങ്ങിങ്ങ് വിടവുകൾ ഉണ്ടാക്കിക്കഴിഞ്ഞു. ആ വിടവുകളിലൂടെ സമീപത്തെ പാടത്തേക്കിറങ്ങി ഫുട്ബോൾ കളിക്കാനാണ് അത്. ക്യാംപിന്റെ ആദ്യഭാഗത്തുള്ള വലിയ കണ്ടെയ്നറുകൾ സന്നദ്ധപ്രവർത്തകർക്കും സർക്കാർ ഉദ്യോഗസ്ഥർക്കും ഉള്ളവയായിരുന്നു. ഒരു ആശുപത്രിയും പഠനമുറിയും അവിടെ ഉണ്ടായിരുന്നു.

ഞങ്ങൾ ഡിസംബറിലാണ് ക്യാംപിലെത്തിയത്. വടക്കൻ ഇറാഖിൽ തണുപ്പുകാലം തുടങ്ങിയിരുന്നു. സാഖോയിലെ പണിപൂർത്തിയാകാത്ത വീട് തണുപ്പിൽനിന്ന് രക്ഷ നല്കിയിരുന്നെങ്കിലും സ്വന്തമെന്ന് പറയാൻ ഒരിടമായിരുന്നു എന്റെ ആഗ്രഹം. കണ്ടെയ്നറുകൾക്കുള്ളിൽ ആവശ്യത്തിന് മുറികളുണ്ടായിരുന്നു. അടുത്തടുത്ത് നിരവധി മുറികൾ. കിടപ്പുമുറി, വിശ്രമമുറി, പിന്നെ അടുക്കള.

വടക്കൻ ഇറാഖിലെ കാലാവസ്ഥയ്ക്ക് അനുയോജ്യമായ രീതിയിലായിരുന്നില്ല ക്യാംപുകളുടെ നിർമ്മാണം. ശൈത്യകാലത്ത് കണ്ടെയ്നറുകൾക്ക് ഇടയിൽചെളികുമിഞ്ഞുകൂടി. അത് ഉള്ളിൽ ചവിട്ടിക്കയറ്റുന്നത് ഒഴിവാക്കാൻ ഞങ്ങൾ പാടുപെട്ടു. ദിവസം ഒരു മണിക്കൂറേ വെള്ളമുണ്ടാകൂ. ആകെയുണ്ടായിരുന്ന ഒരു ഹീറ്റർ ഉപയോഗിച്ച് എല്ലാ വീടുകളും ചൂടാക്കാൻ ഞങ്ങൾ ശ്രമിച്ചു.

ചൂട് ഇല്ലാത്തപ്പോൾ തണുത്തകാറ്റ് ഉള്ളിൽ കടന്ന് ഭിത്തിയിൽ മഞ്ഞുതുള്ളികൾ പറ്റിയിരുന്നു. ഇടയ്ക്ക് അവ കിടക്കയിലേക്ക് വീഴും.

നനഞ്ഞ തലയിണയിൽമുഖമമർത്തിയുള്ള ഉറക്കം ഉണരുന്നത് പൂപ്പലിന്റെ മണത്തിലേക്കാണ്. നഷ്ടമായ ജീവിതം പുനഃസൃഷ്ടിക്കാനുള്ള ശ്രമത്തിലായിരുന്നു ക്യാംപിൽ ഒട്ടുമിക്കവരും. വീട്ടിൽ ചെയ്തിരുന്ന ജോലികളെല്ലാം ചെയ്യുന്നത് ആശ്വാസകരമാണ്. അവ വെറും ചലനാത്മകം മാത്രമായിരുന്നെങ്കിൽക്കൂടി.

ദുഹോക്കിലെ ക്യാംപിൽ സിൻജാറിലെ രീതികൾതന്നെയായിരുന്നു. സ്ത്രീകൾ പാചകത്തിലും വൃത്തിയാക്കലിലും മുഴുകി. എല്ലാം നന്നായി ചെയ്താൽ ഗ്രാമത്തിലേക്ക് തിരിച്ചുപോവുകയും കുഴിച്ചുമൂടപ്പെട്ട തങ്ങളുടെ പുരുഷന്മാരെ വിളിച്ചെഴുനേല്പ്പിക്കുകയും ചെയ്യാമെന്ന് തോന്നുംപോലെ. പഴയ ജീവിതം തിരികെ ലഭിക്കുമെന്നതുപോലെ. കണ്ടെയ്നറിന്റെ ഓരോ മൂലയും വൃത്തിയാക്കി കഴിയുമ്പോൾ, അപ്പം പാചകം ചെയ്ത് കഴിയുമ്പോൾ, അവരെ കാത്തിരുന്ന സത്യം പോകാനൊരു വീടോ, കാത്തിരിക്കാൻ ഭർത്താക്കന്മാരോ ഇല്ലെന്നത് തന്നെയായിരുന്നു. അലമുറകൾ കണ്ടെയ്നർവീടുകളുടെ ഭിത്തികളെ പ്രകമ്പനം കൊള്ളിച്ചുകൊണ്ടിരുന്നു. കുട്ടികളുടെ കളിചിരികളും മറ്റുമായി ശബ്ദായമാനമായ കൊച്ചോയിലെ വീടുകളുമായി താരതമ്യം ചെയ്യുമ്പോൾ ക്യാംപ് നിശ്ശബ്ദമായിരുന്നു. പലവിധ കാര്യങ്ങളിൽ കുടുംബാംഗങ്ങൾക്കിടയിൽ ഉണ്ടാകാറുള്ള കലഹങ്ങൾപോലും ഇപ്പോൾ കേൾക്കാനില്ല. ആ കലഹങ്ങളുടെ ഓർമ്മകൾപോലും മനോഹരമായ സംഗീതം പോലെയാണ് ഇപ്പോൾ തോന്നുന്നത്. ജോലിക്കുപോകാനോ പഠിക്കാനോ നിവൃത്തിയില്ലാത്തുകൊണ്ട് മരിച്ചുപോയവരെ ഓർത്ത് വിലപിക്കലോ ഗൃഹവിരഹപീഡയോ മാത്രമായിരുന്നു ഞങ്ങളുടെ പണി.

പുരുഷന്മാർക്ക് ക്യാംപിലെ ജീവിതം കൂടുതൽ ദുഷ്കരമായിരുന്നു. ജോലിയില്ല, ജോലിക്കുപോകാനോ നഗരത്തിൽ പോകാനോ കാറില്ല. ഭാര്യയും പെങ്ങന്മാരും അമ്മയും ഇപ്പോഴും തടങ്കലിൽകഴിയുന്നു, സഹോദരന്മാരും അച്ഛനും കൊല്ലപ്പെട്ടിരിക്കുന്നു. സഹോദരന്മാർ പെഷ്മർഗയിലോ പൊലീസിലോ ചേരുന്നതിനുമുമ്പ് ഞങ്ങൾക്കും വരുമാനമൊന്നും ഇല്ലായിരുന്നു. സന്നദ്ധസംഘടനകളോ ഇറാഖി സർക്കാരോ നല്കുന്ന ധനസഹായം മാത്രമായിരുന്നു ആശ്രയം. യസീദി അവകാശങ്ങൾക്കുവേണ്ടി പ്രവർത്തിക്കുന്ന യസ്ദ എന്ന സംഘടന വഴിയാണ് അത് ലഭിച്ചിരുന്നത്. കൊച്ചോ കൂട്ടക്കൊലയ്ക്കുശേഷമാണ് യസ്ദ രൂപീകരിച്ചത്. വംശഹത്യയുടെ ഇരകൾക്കാണ് സഹായം ലഭിച്ചിരുന്നത്. ലോകത്തിന്റെ വിവിധ ഭാഗങ്ങളിൽ കഴിയുന്ന യസീദികൾ ചേർന്നാണ് യസ്ദ രൂപീകരിച്ചത്. തങ്ങളുടെ സമ്പാദ്യമെല്ലാം വംശഹത്യയുടെ ഇരകൾക്കായി ചിലവഴിക്കുന്ന അവരിലായിരുന്നു ഞങ്ങളുടെ പ്രതീക്ഷ (പിന്നീട് ഞാനും അവരുടെ കൂട്ടത്തിൽ ചേർന്നു).

അപ്പോഴും ഭക്ഷണത്തിനുവേണ്ടിയുള്ള ഓട്ടം അനിവാര്യമായിരുന്നു. ചിലപ്പോൾ ഭക്ഷണ ട്രക്ക് വരുന്നത് അറിയില്ല. ഒരു ദിവസം ക്യാം പിന്റെ ഒരു വശത്ത് നിർത്തിയിടുന്ന ട്രക്ക് അടുത്ത ദിവസം മറുവശ ത്താവും എത്തുക. ചിലപ്പോൾ കേടായ ഭക്ഷണമാവും കിട്ടുക. പാചകം ചെയ്തപ്പോൾ അരിയിൽനിന്ന് ദുർഗന്ധം വമിച്ചെന്ന് ഞങ്ങൾ പരാതിപ്പെടും.

വേനൽഎത്തിയതോടെ കൂടുതൽ ഉത്തരവാദിത്തം ഏറ്റെടുക്കാൻ ഞാൻ തീരുമാനിച്ചു. അടുത്തുള്ള കുർദ് കർഷകൻ അഭയാർഥികൾക്ക് ജോലി നല്കുമെന്നറിഞ്ഞ് അയാളുടെ പാടത്ത് പണിക്ക് ഞാനും പോയി. മത്തങ്ങ വിളവെടുപ്പായിരുന്നു ജോലി. രാത്രിയും പണിയെ ടുത്താൽ അത്താഴവും തരാമെന്ന് ഭൂവുടമ പറഞ്ഞു. ചെറിയ കൂലിക്ക് പുറമെയായിരുന്നു അത്. അതുകൊണ്ട് സൂര്യാസ്തമയം വരെ ഞാൻ മത്തങ്ങ ശേഖരിച്ചു. പക്ഷേ, അത്താഴം മുന്നിലെത്തിയപ്പോൾ ഞാൻ ഓക്കാനിച്ചു. ക്യാംപിലെ വളിച്ച അരിയായിരുന്നു അത്. ദുർഗന്ധം വമി ക്കുന്ന ചോറ് മാത്രമായിരുന്നു പാത്രത്തിൽ വിളമ്പിയത്. കർഷകൻ ഞങ്ങളെ ഇങ്ങനെയാണല്ലോ കാണുന്നതെന്നോർത്ത് എനിക്ക് കരച്ചിൽ വന്നു. ഞങ്ങൾ ദരിദ്രരായതുകൊണ്ട് ക്യാംപിൽ കഴിയുകയാ ണെന്നും കിട്ടുന്നതെന്തും തിന്നുകൊള്ളുമെന്നുമാവും അയാൾ വിചാ രിച്ചത്.

ഞങ്ങളും മനുഷ്യരാണ്, വീടും നല്ല ജീവിതവുമുണ്ടായിരുന്നവർ, ഒന്നുമില്ലാത്തവരല്ല... എനിക്ക് അയാളോട് പറയണമെന്നുണ്ടായിരുന്നു. പക്ഷേ, മിണ്ടാതിരുന്ന് ആ വൃത്തികെട്ട ഭക്ഷണം ഞങ്ങൾ കഴിച്ചു.

തിരിച്ച് പാടത്തെത്തിയപ്പോൾ എനിക്ക് കൂടുതൽ ദേഷ്യം വന്നു. ഇന്നത്തോടെ ഇത് അവസാനിപ്പിക്കാം, ഞാൻ വിചാരിച്ചു. നാളെ ഇയാ ളുടെ പാടത്ത് പണിക്കിറങ്ങാൻ ഞാനില്ല. ചില ജോലിക്കാർ ഐസി സിനെക്കുറിച്ച് സംസാരിച്ചു. ഐസിസ് വരുന്നതിനുമുമ്പ് ഗ്രാമങ്ങളിൽ നിന്ന് രക്ഷപ്പെട്ടവർക്ക് ഭീകരുടെ തടവിലായിരുന്ന ഞങ്ങൾ ഒരു കൗതു കമായിരുന്നു. സിനിമാക്കഥ കേൾക്കുംപോലെ ഐസിസിനു കീഴി ലുള്ള ജീവിതത്തെക്കുറിച്ച് അവർ ചോദിച്ചുകൊണ്ടിരുന്നു.

കർഷകൻ ഞങ്ങൾക്ക് പിന്നിൽ നടന്നു. നിങ്ങളിലാരാണ് ദയി ഷിന്റെ പിടിയിലായിരുന്നത്. അയാൾ ചോദിച്ചപ്പോൾ മറ്റുള്ളവർ എന്നെ ചൂണ്ടി. ഞാൻ ജോലി നിർത്തി തിരിഞ്ഞുനോക്കി. എന്നോട് പെരുമാ റിയ രീതിയിൽ അയാൾക്ക് കുറ്റബോധമുണ്ടാവുമെന്ന് ഞാൻ കരുതി. ഐസിസിൽനിന്ന് രക്ഷപ്പെട്ടോടിയ കൂടുതൽ പേർ ക്യാംപിലുണ്ടെന്ന റിയുമ്പോൾ അയാൾ കൂടുതൽ കാരുണ്യം കാണിക്കുമെന്നും ഞാൻ പ്രതീക്ഷിച്ചു. എന്നാൽ പെഷ്മർഗയുടെ മാഹാത്മ്യം വർണിക്കാനാണ് അയാൾ താല്പര്യപ്പെട്ടത്.

ദയിഷ് തീരാൻ പോവുകയാണ്. പെഷ്മർഗ എങ്ങനെയാണ് അത് ചെയ്യുന്നതെന്ന് അറിയുമോ. അഭിനന്ദനാർഹമായ ജോലിയാണ് അവരുടേത്. ഇറാഖിന്റെ മോചനത്തിനുള്ള ശ്രമങ്ങളിൽ ഞങ്ങളുടെ നിരവധി പെഷ്മർഗ സൈനികർക്ക് ജീവൻ നഷ്ടപ്പെട്ടു. അയാൾ പറഞ്ഞു.

ഞങ്ങൾക്ക് എത്ര നഷ്ടമുണ്ടായെന്ന് അറിയുമോ, എനിക്ക് പിടിച്ചു നില്ക്കാനായില്ല. ആയിരക്കണക്കിന് മനുഷ്യർ മരിച്ചു, പെഷ്മർഗ പിൻവങ്ങിയതുകൊണ്ടു മാത്രം. ഞാൻ പറഞ്ഞു.

ഇതോടെ കർഷകൻ സംസാരം നിർത്തി മടങ്ങി. ഒരു യസീദി യുവാവ് അമ്പരപ്പോടെ എന്നോട് പറഞ്ഞു. ഇങ്ങനെയൊന്നും പറയരുത്, ജോലി മാത്രം ചെയ്യ്.

വൈകുന്നേരം ക്യാംപിന്റെ ചുമതലക്കാരനോട് ഇനി പാടത്ത് പണിക്കുപോവുന്നില്ലെന്ന് പറയാൻ ഞാൻ ചെന്നു. അയാൾ ദേഷ്യത്തോടെ എന്നോട് പറഞ്ഞു. ഇനി ആരും വരേണ്ടതില്ലെന്ന് ആ കർഷകൻ പറഞ്ഞു.

എന്റെ പ്രവർത്തി മൂലം എല്ലാവർക്കും ജോലി നഷ്ടമായെന്നറിഞ്ഞ് എനിക്ക് കുറ്റബോധം തോന്നി. അത് ക്യാംപിലുടനീളം തമാശക്കഥയായി പരന്നു. ഇറാഖിന് പുറത്ത് ഞാൻ എന്റെ കഥ പറഞ്ഞുതുടങ്ങിയ ശേഷം ഒരു സുഹൃത്ത് ക്യാംപ് സന്ദർശിച്ചു. പെഷ്മർഗയെക്കുറിച്ച് നാദിയ കുറെക്കൂടി കനപ്പിച്ച് പറയേണ്ടിയിരുന്നു എന്നായിരുന്നു അയാളുടെ പക്ഷം. അതുകേട്ട് ക്യാംപിലുള്ളവർ പൊട്ടിച്ചിരിച്ചുകൊണ്ട് പറഞ്ഞു. നാദിയ ആദ്യമേ അത് പറഞ്ഞപ്പോൾ ഞങ്ങളുടെ പണി പോയി.

2015 ജനുവരി ഒന്നാംതീയതി പുലർച്ചെ നാലുമണിക്കാണ് ദിമൽ ക്യാംപിലെത്തിയത്. അവളെത്തുമ്പോൾ ഉറക്കമായിരുന്നെന്ന് പറഞ്ഞ് ഇപ്പോഴും എന്നെ കളിയാക്കും. ഞാൻ ജീവനുവേണ്ടി ഓടുമ്പോൾ നീ കൂർക്കംവലിച്ച് ഉറങ്ങുകയായിരുന്നെന്ന് എനിക്ക് വിശ്വസിക്കാനാവുന്നില്ല. ഞാൻ അവളെ മുറുകെ കെട്ടിപ്പിടിച്ച് പറഞ്ഞു. ഞാൻ നാലുമണിവരെ ഉണർന്നിരുന്നു, പക്ഷേ, നീ ഏറെ വൈകി. ശരിക്കും ഞാൻ ഉണർന്നിരിക്കാൻ ശ്രമിച്ചു. പക്ഷേ, എപ്പോഴോ മയങ്ങിപ്പോയി. കണ്ണു തുറന്നപ്പോൾ ചേച്ചി എന്റെ കിടക്കയ്ക്കരികിൽ ഉണ്ട്. തുർക്കി-സിറിയ അതിർത്തിയിലൂടെ കിലോമീറ്ററുകൾ ഓടിയാണ് അവൾ രക്ഷപ്പെട്ടത്. അതിർത്തിയിലെ മുള്ളുവേലിയിൽ ഉടക്കി വലിഞ്ഞ് മുറിഞ്ഞകാലുകളിലൂടെ ചോര വരുന്നുണ്ടായിരുന്നു. ഇത്രയല്ലേ സംഭവിച്ചുള്ളൂ എന്ന് ആശ്വസിക്കാം. അതിർത്തി കാവല്ക്കാരുടെ വെടിയേറ്റോ മൈൻ പൊട്ടിത്തെറിച്ചോ അപായപ്പെട്ടില്ലല്ലോ.

ദിമലിന്റെ മടങ്ങിവരവ് വലിയ ആശ്വാസമായിരുന്നു. പക്ഷേ, ഞങ്ങൾക്ക് സന്തോഷിക്കാനായില്ല. രാവിലെ പത്തുമണിവരെ ഞങ്ങൾ കെട്ടിപ്പിടിച്ചിരുന്ന് കരഞ്ഞു. പിന്നെ അവളെ കാണാനെത്തിയ അതിഥികൾക്കൊപ്പവും കരഞ്ഞു. രാവിലെ വരെ ഞങ്ങൾക്ക് മറ്റൊന്നും സംസാരിക്കാനായില്ല. ഹൃദയഭേദകമായ രംഗം രാവിലെയായിരുന്നു. അടുത്തടുത്ത് കിടന്ന് കരഞ്ഞുതളർന്ന ശബ്ദത്തിൽ അവൾ ചോദിച്ചു, നാദിയ, വീട്ടിൽ ബാക്കിയെല്ലാവരും എവിടെ...?

ആ മാസംതന്നെ അഡ്കിയും രക്ഷപ്പെട്ടു. അവളെക്കുറിച്ചുള്ള വിവരങ്ങൾകിട്ടാതെ വിഷമിച്ചിരിക്കുകയായിരുന്നു ഞങ്ങൾ. ഏതാനും ആഴ്ചകൾക്കുമുമ്പ് സിറിയയിൽനിന്ന് രക്ഷപ്പെട്ടു വന്ന ഒരു സ്ത്രീ ക്യാംപിലെത്തി. സിറിയയിൽ അഡ്കിക്കൊപ്പമുണ്ടായിരുന്നെന്ന് അവർ പറഞ്ഞു. അവളെക്കുറിച്ച് അവരിൽനിന്ന് പരമാവധി വിവരങ്ങൾ ശേഖരിക്കാൻ ഞങ്ങൾ ശ്രമിച്ചു.

അഡ്കി ഒരു അമ്മയാണെന്നാണ് അവർ ധരിച്ചുവച്ചിരിക്കുന്നത്, അതുകൊണ്ടു തന്നെ അവളെ തൊടാൻ കാത്തിരിക്കും. അനന്തരവൻ മിറാനെ സുരക്ഷിതനാക്കിവയ്ക്കാൻ അഡ്കി എപ്പോഴും ശ്രമിച്ചിരുന്നു. മിറാനെ ഞാൻ ഏറ്റെടുക്കാൻ തയ്യാറായാൽ അവൾ ആത്മഹത്യ ചെയ്യുമെന്ന് പറഞ്ഞു, ക്ഷമയോടെ കാത്തിരിക്കാൻ ഞാൻ ഉപദേശിച്ചു. പക്ഷേ, അവൾ ആകെ തകർന്നിരുന്നു. ആ സ്ത്രീ പറഞ്ഞു.

ഇത് കേട്ടുകഴിഞ്ഞപ്പോൾ അഡ്കിയെക്കുറിച്ച് ഞങ്ങൾക്കുള്ള ആശങ്കയേറി. അവളെയോർത്ത് ഞങ്ങൾ വിലപിച്ചു. പെണ്ണുങ്ങൾക്ക് ഡ്രൈവിങ് പറ്റില്ലെന്ന് പറഞ്ഞ പുരുഷന്മാരോട് തർക്കിച്ച മിടുക്കിയായ അഡ്കി, പിന്നെ പൊന്നുംകുടം പോലുള്ള മിറാനും. പിന്നീട് ഒരു ദിവസം അപ്രതീക്ഷിതമായി അഡ്കിയുടെ വിളിയെത്തി. അവർ അഫ്രിനിലുണ്ട്, ആഹ്ലാദത്തോടെ ഹെസ്നി പറഞ്ഞു. കുർദ് അധീന സിറിയയുടെ ഭാഗമായ അഫ്രിൻ ഐെസിസിന് കീഴിലല്ല. സിറിയൻ കുർദുകളാണ് ആ മേഖല സംരക്ഷിക്കുന്നത്. മലനിരകളിൽനിന്ന് യസീദികളെ രക്ഷിച്ച പോരാളികൾ എന്റെ സഹോദരിയെയും സഹായിക്കുമെന്ന് ഞാൻ കണക്കുകൂട്ടി.

റാഖയിൽനിന്ന് രക്ഷപ്പെട്ട അഡ്കിയും മിറാനും ഒരു അറബ് ആട്ടിടയ കുടുംബത്തിനൊപ്പമായിരുന്നു. രണ്ടു മാസം അവർക്കൊപ്പം താമസിച്ചാണ് ഐെസിസിന്റെ കണ്ണിൽപ്പെടാതെ രക്ഷപ്പെടാനുള്ള വഴി കണ്ടെത്തിയത്. ആട്ടിടയന്റെ മകൾക്ക് അഫ്രിൻ സ്വദേശിയുമായി വിവാഹം നിശ്ചയിച്ചിരിക്കുകയായിരുന്നു. വിവാഹസംഘത്തിനൊപ്പം അഡ്കിയെയും മിറാനെയും അഫ്രിനിലെത്തിക്കാൻ ആ ദിവസം വരെ അവർ കാത്തിരുന്നു. അഡ്കി ആട്ടിടയന്റെ കുടുംബത്തിനൊപ്പമുള്ള വിവരം തനിക്ക് നേരത്തെ അറിയാമായിരുന്നെന്ന് ഹെസ്നി പിന്നീട്

വെളിപ്പെടുത്തി. ഞങ്ങൾക്ക് പ്രതീക്ഷ തരാൻ ധൈര്യമില്ലാത്തതു കൊണ്ടാണ് അവൻ അത് മറച്ചുവച്ചതത്രെ.

ഫോൺ കോൾവന്ന് രണ്ടാം ദിവസം മിറാനെയും എടുത്ത് അഡ്കി ക്യാംപിലെത്തി. ഇത്തവണ ഞാൻ രാവിലെ 6 മണിവരെ ദിമലിനൊപ്പം ഉണർന്നിരുന്നു. മറ്റുള്ളവർക്ക് സംഭവിച്ചതിനെക്കുറിച്ച് അഡ്കിയോട് പറയാൻ ഞങ്ങൾക്ക് ഭയമായിരുന്നു. മരിച്ചവരെക്കുറിച്ചും കാണാതായവരെക്കുറിച്ചും. പക്ഷേ, ഞങ്ങൾക്ക് ഒന്നും പറയേണ്ടി വന്നില്ല, എല്ലാം അവൾ സ്വയം എങ്ങനെയോ മനസ്സിലാക്കി. ഞങ്ങളുടെ ശോകമൂകമായ ചെറിയ ലോകത്ത് അഡ്കിയും ഭാഗമായി.

അദ്ഭുതകരമായിരുന്നു എന്റെ സഹോദരിമാരുടെ രക്ഷപ്പെടൽ. ഐസിസ് ഭരണത്തിലെ മൂന്നു വർഷങ്ങളിൽ അസാധാരണരീതികളിലൂടെയാണ് യസീദികൾ അടിമത്തത്വത്തിൽനിന്ന് രക്ഷപ്പെട്ടത്. എന്നെപ്പോലെ ചിലർ നല്ലവരായ നാട്ടുകാരുടെ സഹായത്തോടെ രക്ഷപ്പെട്ടു. മറ്റു ചിലരെ രക്ഷപ്പെടുത്താൻ ബന്ധുക്കളോ സർക്കാരോ കടത്തു സംഘങ്ങൾക്കോ ഐസിസ് അംഗങ്ങൾക്കോ പണം നല്കി. ഓരോ പെൺകുട്ടിക്കും ചുരുങ്ങിയത് 5000 ഡോളറെങ്കിലും നല്കേണ്ടി വന്നു. ഹെസ്നിയുടെ ഭാഷയിൽപറഞ്ഞാൽ ഒരു പുതിയ കാർ വാങ്ങുന്ന പണം. അറബ്, കുർദ് മേഖലകളിലുള്ള സകല ബന്ധങ്ങളും ഉപയോഗിച്ച ഹെസ്നിയായിരുന്നു ഈ രക്ഷാദൗത്യങ്ങളെല്ലാം നയിച്ചത്. ഡ്രൈവർമാർ, കടത്തുകാർ, വ്യാജരേഖ ഉണ്ടാക്കുന്നവർ ഇങ്ങനെ നിരവധി പേർക്ക് പണം നല്കിയാണ് ഒരു പെൺകുട്ടിയുടെ മോചനം യാഥാർഥ്യമാക്കുന്നത്.

രക്ഷപ്പെടലിന്റെ ഓരോ കഥയും അവിശ്വസനീയമാണ്. കൊച്ചോയിൽനിന്നുള്ള ഒരു പെൺകുട്ടിയെ കൊണ്ടുപോയത് ഐസിസ് തലസ്ഥാനമായ റാഖയിലേക്കാണ്. അവിടെ സ്ത്രീകളുടെ വലിയൊരു സംഘത്തിനൊപ്പം വിതരണം ചെയ്യപ്പെടുന്നതിനായി അവളും കാത്തിരുന്നു. സഹികെട്ട അവൾ ഒരു വാതകസംഭരണിക്ക് തീ കൊടുത്ത് ഹാളിനകം ചുട്ടെരിക്കാൻ ശ്രമിച്ചു. പക്ഷേ, ചെയ്യാൻ കഴിയുംമുമ്പ് അവൾ പിടിക്കപ്പെട്ടു. അവൾ തൊണ്ടയിൽകയ്യിട്ട് ഛർദിക്കാൻ ശ്രമിച്ചതോടെ പുറത്തിറങ്ങാൻ ഭീകരർ സമ്മതിച്ചു. അവളും ഒരു കൂട്ടം പെൺകുട്ടികളും സമീപത്തുള്ള പാടത്തേക്ക് ഓടി. പക്ഷേ, ഒരു കർഷകൻ അവരെ പിടികൂടി തിരികെ നല്കി. പക്ഷേ, അവൾക്ക് ഭാഗ്യമുണ്ടായിരുന്നു. അവളെ വാങ്ങിയ ആളുടെ ഭാര്യ തന്നെ സിറിയയിൽനിന്ന് രക്ഷപ്പെടാൻ സഹായിച്ചു. അതിനു തൊട്ടുപിന്നാലെ ആ സ്ത്രീ അപ്പന്റിസൈറ്റിസ് വന്ന് മരിച്ചു. ചികിത്സ നല്കാൻപറ്റിയ ഡോക്ടർമാർ ഐസിസിന് കീഴിൽ ഇല്ലായിരുന്നു.

ജിലാൻ രണ്ടുവർഷം തടങ്കലിലായിരുന്നു. അവളെ രക്ഷപ്പെടുത്താനാണ് ഹെസ്നിക്ക് ഏറ്റവും അപടകരവും വിപുലവുമായ പദ്ധതി തയ്യാറാക്കേണ്ടി വന്നത്. ജിലാനെ തട്ടിയെടുത്തയാളുടെ ഭാര്യ യസീദി പെൺകുട്ടികളോടുള്ള തന്റെ ഭർത്താവിന്റെ ഉപദ്രവം കണ്ട് സഹികെട്ടു. അവരാണ് സഹായവാഗ്ദാനവുമായി ഹെസ്നിയെ വിളിച്ചത്. ഐസിസിലെ പ്രധാനികളിൽ ഒരാളായിരുന്നു അവരുടെ ഭർത്താവ്. ഐസിസ് വിരുദ്ധപോരാട്ടം നടത്തുന്ന സഖ്യസേനയുടെ നോട്ടപ്പുള്ളികളിൽ ഒരാൾ.

നിന്റെ ഭർത്താവ് കൊല്ലപ്പെടുന്നെന്ന് ഉറപ്പാക്കണം, അതേ വഴിയുള്ളൂ. ഹെസ്നി അവരോട് പറഞ്ഞു. ആ സ്ത്രീ അതിനു സമ്മതിച്ചു.

അമേരിക്കൻ സൈന്യത്തിൽ പ്രവർത്തികുന്ന ഒരു കുർദ് കമാൻഡർക്ക് ഹെസ്നി ആ സ്ത്രീയെ പരിചയപ്പെടുത്തിക്കൊടുത്തു. ഭർത്താവ് പുറത്തിറങ്ങുമ്പോൾ ഇദ്ദേഹത്തെ അറിയിക്കണം, ഹെസ്നി പറഞ്ഞു. അടുത്ത ദിവസം ആ ഭീകരൻ വ്യോമാക്രമണത്തിൽ കൊല്ലപ്പെട്ടു. ഭർത്താവ് കൊല്ലപ്പെട്ടെന്ന് വിശ്വസിക്കാൻ ആ സ്ത്രീ ആദ്യം തയ്യാറായില്ല. അയാൾ രക്ഷപ്പെട്ടിരിക്കാമെന്നും താനാണ് ഒറ്റിക്കൊടുത്തതെന്ന് കണ്ടെത്തുമെന്നും ആയിരുന്നു അവരുടെ ഭയം.

അയാൾ മരിച്ചെങ്കിൽ ആരും അതേപ്പറ്റി സംസാരിക്കാത്തതെന്ത്...? അവർ ഹെസ്നിയോട് ചോദിച്ചു. മൃതദേഹം കണ്ടാലേ വിശ്വസിക്കൂ എന്ന് അവർ പറഞ്ഞു.

മൃതദേഹം ഛിന്നഭിന്നമായിപ്പോയി, കാർ നാമാവശേഷമായി. ഹെസ്നി അവരോട് പറഞ്ഞു.

ഹെസ്നിയിൽനിന്നുള്ള അടുത്ത നിർദേശങ്ങൾക്കായി സ്ത്രീകൾ കാത്തിരുന്നു. ഒരു ചെറിയ വാതിൽപ്പഴുതിലൂടെ വേണമായിരുന്നു ജിലാന് സുരക്ഷിതലോകത്തേക്ക് കടക്കാൻ. രണ്ടോ മൂന്നോ ദിവസത്തിനുള്ളിൽ ഭീകരന്റെ മരണം സ്ഥിരീകരിച്ചു. അതോടെ ജിലാന് പുതിയ ഉടമസ്ഥനെ കണ്ടെത്താൻ ഐസിസ് ഭീകരർ ആ വീട്ടിലെത്തി. വാതിൽതുറന്ന ഭാര്യ പറഞ്ഞു. അദ്ദേഹത്തോടൊപ്പം ആ കാറിൽ സബയയും ഉണ്ടായിരുന്നു. അവളും കൊല്ലപ്പെട്ടു. ഇതോടെ ഭീകരർ സ്ഥലം വിട്ടു. അവർ കണ്ണിൽനിന്ന് മറഞ്ഞതോടെ സ്ത്രീകൾ ഇറാഖി സൈനിക പോസ്റ്റിലേക്ക് ഒളിച്ചുകടന്നു. അവിടെനിന്ന് കുർദിസ്ഥാനിലേക്കും. അവർ പോയി അല്പം കഴിഞ്ഞപ്പോൾ ആ വീടും ബോംബിട്ട് തകർത്തു. ദയിഷ് നോക്കുമ്പോൾ അവർ എല്ലാവരും കൊല്ലപ്പെട്ടെന്ന് തോന്നണം, ഹെസ്നി എന്നോട് പറഞ്ഞു.

മറ്റുള്ളവർക്ക് ഭാഗ്യമുണ്ടായിരുന്നില്ല. 2015-ൽ സോലയിൽ ഒരു വലിയ കൂട്ടക്കുഴിമാടം കണ്ടെത്തി. അപ്പോഴേക്കും ഞാനും ദിമലും ക്യാംപ് വിട്ട് ജർമനിയിലേക്ക് പോയിരുന്നു. അടിമത്തത്തിൽനിന്ന്

മോചിപ്പിക്കപ്പെട്ട യസീദികൾക്കായുള്ള ജർമൻസർക്കാരിന്റെ പരിപാടിയുടെ ഭാഗമായായിരുന്നു ഞങ്ങളുടെ യാത്ര. ഒരു ദിവസം രാവിലെ ഫോൺ നോക്കിയപ്പോൾ നിറയെ അഡ്കിയുടെയും ഹെസ്നിയുടെയും സന്ദേശങ്ങളായിരുന്നു. ബന്ധുക്കളെക്കുറിച്ചുള്ള പുതിയ വിവരങ്ങളുമായി അവർ ഇടയ്ക്കിടെ വിളിക്കും. പ്രത്യേകിച്ച് സിൻജാറിൽ കെഡിപി പെഷ്മർഗയുടെ യസീദി വിഭാഗത്തിൽ ചേർന്ന സയിദിൽനിന്നുള്ള വിവരങ്ങളുമായി. സയീദ് സോലയ്ക്ക് അടുത്തെത്തി. അവിടെ സംഭവിച്ചതെന്തെന്ന് ഉടൻ അറിയാം. അഡ്കി പറഞ്ഞു.

അന്ന് എനിക്കും ദിമലിനും ജർമൻ ക്ലാസുണ്ടായിരുന്നു. പക്ഷേ, ആകാംക്ഷമൂലം ഞങ്ങൾക്ക് പോവാൻ തോന്നിയില്ല. ദിവസം മുഴുവൻ ഇറാഖിൽനിന്നുള്ള വിവരത്തിന് കാതോർത്ത് ഞങ്ങൾ അപാർട്മെന്റിൽതന്നെ ഇരുന്നു. സോല പിടിക്കാനുള്ള പോരാട്ടം റിപ്പോർട്ട് ചെയ്യുന്ന ഒരു കുർദ് മാധ്യമപ്രവർത്തകനുമായും ഞാൻ ബന്ധം സ്ഥാപിച്ചിരുന്നു. അയാളും സയീദും അഡ്കിയും നല്കുന്ന വിവരങ്ങളുമായി എന്റെ ഫോണിന് വിശ്രമം ഇല്ലായിരുന്നു. ഫോൺ നോക്കുന്നതിനൊപ്പം അമ്മയെ ജീവനോടെ കിട്ടാൻ ഞാനും ദിമലും പ്രാർഥിച്ചുകൊണ്ടിരുന്നു.

ഉച്ച കഴിഞ്ഞപ്പോൾ മാധ്യമപ്രവർത്തകൻ വിളിച്ചു. അയാളുടെ ശബ്ദം താഴ്ന്നിരുന്നതിനാൽതന്നെ പറയാനുള്ളത് ശുഭവാർത്തയല്ലെന്ന് ഞാൻ ഊഹിച്ചു. ഞങ്ങളൊരു കൂട്ടക്കുഴിമാടം കണ്ടെത്തി. അമ്മയെ താമസിപ്പിച്ചിരുന്ന കേന്ദ്രത്തിന് തൊട്ടടുത്ത്. ഏതാണ്ട് 80 മൃതദേഹങ്ങളുണ്ടാവും, എല്ലാം സ്ത്രീകളുടേത്. അയാൾ പറഞ്ഞു. ഇതുകേട്ടതോടെ ഞാൻ ഫോൺ കട്ടുചെയ്തു. പ്രായമായ എന്റെ അമ്മയ്ക്ക് ഇത്തരമൊരു ദാരുണാന്ത്യമുണ്ടായെന്ന് ദിമലിനോട് പറയാനോ അഡ്കിയെയോ ഹെസ്നിയെയോ വിളിക്കാനോ എനിക്കായില്ല. എന്റെ കൈകൾ വിറയ്ക്കുന്നുണ്ടായിരുന്നു. തൊട്ടുപിന്നാലെ ദിമലിന് വീട്ടിൽനിന്നുള്ള സന്ദേശമെത്തി. പിന്നീട് കൂട്ടക്കരച്ചിലായിരുന്നു.

എനിക്ക് അനങ്ങാനായില്ല. ഞാൻ സയിദിനെ വിളിച്ചു. എന്റെ ശബ്ദം കേട്ടതേ അയാൾ വിങ്ങിക്കരഞ്ഞു. എന്റെ പ്രയത്നങ്ങളെല്ലാം വെറുതെ ആയി. ഒരു വർഷമായി ഞാൻ പോരാട്ടം നടത്തിയിട്ടും നമുക്ക് ആരെയും രക്ഷിക്കാനായില്ല. അയാൾ പറഞ്ഞു. ശവസംസ്കാരത്തിൽ പങ്കെടുക്കാൻ ഇറാഖിലേക്ക് എന്നെ കൊണ്ടു പോകണമെന്ന് ഞാൻ ഹെസ്നിയോട് കേണപേക്ഷിച്ചു. ഇല്ല, മൃതദേഹം നമുക്ക് കിട്ടില്ല, ഹെസ്നി പറഞ്ഞു. സോലയിൽ ഇപ്പോഴും സൈന്യമുണ്ട്. നീ വന്നാലും അവർ നിന്നെ കുഴിമാടത്തിന് അടുത്തേക്ക് കൊണ്ടുപോവില്ല, അത് അപകടമാണ്, ഹെസ്നി പറഞ്ഞു. അതി

നോടകം ഞാനൊരു സാമൂഹ്യപ്രവർത്തകയായിരുന്നു, എല്ലാദിവസവും ഐസിസിന്റെ ഭീഷണികളും നേരിടേണ്ടിയിരുന്നു.

അമ്മയുടെ മരണശേഷം എന്റെ പ്രതീക്ഷ കാതറീനെക്കുറിച്ചായിരുന്നു. കാണുന്ന എല്ലാവർക്കും ഇഷ്ടപ്പെടുന്ന എന്റെ പ്രിയപ്പെട്ട അനന്തിരവൾ ഞങ്ങളുടെ അടുത്ത് മടങ്ങിയെത്തുമെന്ന് ഞാൻ പ്രതീക്ഷിച്ചു. അമ്മയില്ലെങ്കിൽ ശിഷ്ട ജീവിതം കാതറീനെങ്കിലും ഒപ്പമുണ്ടാകണമെന്ന് ഞാൻ ആഗ്രഹിച്ചു. സഹോദരപുത്രിയെ സ്വന്തം മകളെപ്പോലെ സ്നേഹിക്കുന്ന ഹെസ്നിയാകട്ടെ കാതറീന്റെ മോചനത്തിനായി മാസങ്ങളായി കിണഞ്ഞു പരിശ്രമിക്കുകയായിരുന്നു. പക്ഷേ, ഓരോ തവണയും അയാൾ പരാജയപ്പെട്ടു. രക്ഷപ്പെടാൻ കാതറീൻ പലതവണ ശ്രമിച്ചു. പക്ഷേ, ഹംദാനിയയിലും മൊസൂളിലുമെല്ലാം നടത്തിയ ശ്രമങ്ങളിൽ അവൾ പരാജയപ്പെട്ടു. കാതറീന്റെ ഒരു ശബ്ദ സന്ദേശം ഹെസ്നി ഫോണിൽ സൂക്ഷിച്ചിട്ടുണ്ട്. അതിൽ അവൾ ഹെസ്നിയോട് അപേക്ഷിക്കുകയാണ്. എങ്ങനെയെങ്കിലും ഇത്തവണ എന്നെ രക്ഷിക്കണേ. ഇവരോടൊപ്പം ഇനിയും എന്നെ വിടരുത്. എന്നെ രക്ഷപ്പെടുത്തണേ. ഇത് ഇടയ്ക്കിടെ കേൾക്കുന്ന ഹെസ്നി വിങ്ങിക്കരഞ്ഞുകൊണ്ട് തന്റെ ശ്രമങ്ങൾ തുടരുമെന്ന് പ്രഖ്യാപിക്കും.

2015-ൽ ഞങ്ങൾക്ക് അല്പം മുന്നോട്ടുപോവാനായി. ചവറ് ശേഖരിക്കുന്ന ഒരാളുടെ കോൾ ഹെസ്നിയെ തേടിയെത്തി. കിർക്കുക്കിന് പുറത്തുള്ള ഒരു ചെറുപട്ടണത്തിൽ നിന്നാണ് അയാൾ വിളിച്ചത്. തുടക്കം മുതൽ ഐസിസ് ശക്തികേന്ദ്രമായിരുന്നു അവിടം. അയാൾ പറഞ്ഞത് ഇങ്ങനെ: ഡോ. ഇസ്ലാമിന്റെ വീട്ടിൽനിന്ന് ചവറ് ശേഖരിക്കുകയായിരുന്നു ഞാൻ. കാതറീൻ എന്നു പേരുള്ള ഒരു പെൺകുട്ടി ആ വീട്ടിൽനിന്നും പുറത്തുവന്നു. നിങ്ങളെ വിളിച്ച് അവൾ ജീവിച്ചിരിപ്പുണ്ടെന്ന് അറിയിക്കാൻ പറഞ്ഞു. ഐസിസ് പിടിക്കുമെന്ന് അയാൾക്ക് വല്ലാത്ത ഭയമുണ്ടായിരുന്നു. തന്നെ തിരിച്ച് വിളിക്കരുതെന്നും താൻ ഇനി ആ വീട്ടിൽ പോവില്ലെന്നും അയാൾ ഹെസ്നിയോട് പറഞ്ഞു.

രക്ഷപ്പെടൽ ദുഷ്കരമായിരുന്നു. ആ പട്ടണത്തിൽ ഇപ്പോഴും ആയിരക്കണക്കിന് സുന്നി അറബ് കുടുംബങ്ങളുണ്ട്. ഡോ. ഇസ്ലാം ആവട്ടെ ഐസിസ് പ്രമുഖനും, പക്ഷേ, ഹെസ്നിക്ക് ആ പട്ടണത്തിൽ ഒരു പരിചയക്കാരൻ ഉണ്ടായിരുന്നു. ടെലഗ്രാം മെസേജിങ് ആപ് വഴി കാതറീനെ ബന്ധപ്പെടാൻ കഴിഞ്ഞു. കാതറീനോട് അടുത്തുള്ള ആശുപത്രിയിലേക്ക് വരാന് ആ പരിചയക്കാരൻ ആവശ്യപ്പെട്ടു. അതിനടുത്ത് ഒരു മരുന്നുകടയുണ്ട്. അതിനുള്ളിൽ ഒരു മഞ്ഞഫയലും പിടിച്ച് ഞാൻ ഉണ്ടാകും. എന്നെ കണ്ടാൽ സംസാരിക്കാൻ വരരുത്. ഞാൻ നിന്നെ കണ്ടാലുടനെതന്നെ താമസിപ്പിച്ചിരിക്കുന്ന വീട്ടിലേക്ക് തിരികെ നടക്കുക. അപ്പോൾ ആ വീടും പരിസരവും എനിക്ക് മനസ്സിലാക്കാൻ

കഴിയും. അയാൾ കാതറീനോട് പറഞ്ഞു. അവൾ സമ്മതിച്ചു. പക്ഷേ, അവൾ പുറത്തിറങ്ങിയതും ആ ആശുപത്രിക്കുമേൽ വ്യോമാക്രമണ മുണ്ടായി. പേടിച്ചരണ്ട അവൾ വീട്ടിലേക്ക് മടങ്ങിപ്പോയി. ഹെസ്നി യുടെ പരിചയക്കാരന് അവളെ കാണാനായില്ല.

ഹെസ്നിയുടെ അടുത്ത ശ്രമം ഐസിസ് വിരോധികളായ ഏതാനും സുന്നി അറബികളായിരുന്നു. ആ പട്ടണത്തിൽപ്പെട്ടു പോയ വർ. അടുത്ത ഗ്രാമത്തിലുള്ള അവരുടെ വീട്ടിലേക്ക് വരുമ്പോൾ കാത റീനെയും കൂട്ടിക്കൊണ്ട് വരാമെന്ന് അവർ സമ്മതിച്ചു. അവിടെ അവളെ ഒളിപ്പിക്കാം. അവരിലൂടെ കാതറീനുമായി ആശയവിനിമയം നടത്താൻ ഹെസ്നിക്ക് ആയി. അന്നത്തെ വ്യോമാക്രമണത്തിനുശേഷം മറ്റൊരു വീട്ടിലേക്ക് താമസം മാറിയെന്ന് അവൾ അറിയിച്ചു. പുതിയ പരിച യക്കാരന് അവൾ ആ പരിസരം വിവരിച്ചു. ഒടുവിൽ അയാൾ വാടക വീട് അന്വേഷിക്കുന്ന ആളെന്ന വ്യാജേന ഭാര്യയെയും കൂട്ടി ആ വീടിന്റെ വാതിലിൽ മുട്ടി. വേറൊരു സബയയാണ് വാതിൽ തുറന്നത്. കൊച്ചോയിൽനിന്നു തന്നെയുള്ള ഒൻപതു വയസ്സുകാരി അല്മാസ് ആയിരുന്നു അത്. അവളുടെ പിറകിൽ കാതറീനും എന്റെ സുഹൃത്ത് വാലായുടെ സഹോദരി ലാമിയയും. അവരെ മൂന്നുപേരെയും ഡോ. അസ്സാം തടങ്കലിലാക്കിയിരുന്നു.

നാളെ രാവിലെ ഭീകരർ വീട്ടിലില്ലെങ്കിൽ ജനലിൽ ഒരു പുതപ്പ് തൂക്കണം. രാവിലെ 9.30-ന് പുതപ്പ് കണ്ടാൽ സുരക്ഷിതമാണെന്ന് മനസ്സിലാക്കി ഞാൻ വരും. പരിചയക്കാരൻ കാതറീനോട് അടക്കം പറഞ്ഞു. ഭയപ്പെട്ടിരുന്നെങ്കിലും അവൾ സമ്മതിച്ചു.

പിറ്റേന്നു രാവിലെ അയാൾ മെല്ലെ ആ വീടിന് പരിസരത്തുകൂടി കാറോടിച്ചു. ജനാലയിൽപുതപ്പ് തൂക്കിയിട്ടുണ്ടായിരുന്നു. അയാൾ കാറിൽ നിന്നിറങ്ങി വാതിലിൽമുട്ടി. മൂന്ന് യസീദി അടിമപ്പെൺകുട്ടി കൾ, കാതറീനും ലാമിയയും അല്മാസും അയാളുടെ കാറിൽകയറി. മൂന്നുപേരും സുരക്ഷിതരായി സമീപത്തെ ഗ്രാമത്തിലെത്തി. രക്ഷകൻ ഹെസ്നിയെ വിളിച്ചു. ഹെസ്നി അയാൾക്ക് പണം അയച്ചു നല്കി.

മൂന്നു ദിവസത്തിനുശേഷം പെൺകുട്ടികളെയും രക്ഷിച്ച കുടുംബ ത്തെയും രക്ഷപ്പെടുത്താൻ തയ്യാറായ കടത്തുസംഘവുമായി ഹെസ്നി ബന്ധപ്പെട്ടു. പതിനായിരം ഡോളറായിരുന്നു അവർക്ക് വേണ്ടിയിരുന്നത്. പക്ഷേ, ശരിയായ യാത്രാരേഖകളില്ലാത്തതിനാൽ കുർദിഷ് അതിർ ത്തിയിലൂടെ രാത്രി നടന്നു വേണമായിരുന്നു അവർക്ക് ഇപ്പുറത്തെ ത്താൻ. ഞാൻ നദിയുടെ അടുത്തുവരെ അവരെയെത്തിക്കാം. അതിനു ശേഷം മറ്റൊരാൾ അവരെ ഏറ്റെടുത്ത് അതിർത്തി കടത്തിത്തരും. അർധരാത്രി ആദ്യ കടത്തുകാരൻ വിളിച്ച് തന്റെ ദൗത്യം പൂർത്തി

യാക്കിയെന്ന് ഹെസ്നിയെ അറിയിച്ചു. ക്യാംപിൽ എല്ലാവരും കാതറീന്റെ മടങ്ങിവരവിന് തയ്യാറെടുത്തു.

കാതറീൻ കുർദ് അതിർത്തിയിൽകടന്നുവെന്ന് അറിയിച്ചുകൊണ്ടുള്ള വിളിക്കായി രാത്രി മുഴുവൻ ഫോണും പിടിച്ച് ഉണർന്നിരുന്നു ഹെസ്നി. എങ്ങനെയും അവളെ കാണാനുള്ള ആഗ്രഹമായിരുന്നു അയാൾക്ക്. പക്ഷേ, അന്നുരാത്രി ഹെസ്നിയുടെ ഫോൺ ശബ്ദിച്ചതേയില്ല. പക്ഷേ, പിറ്റേന്ന് ഉച്ചതിരിഞ്ഞ് ഏതാണ്ട് ഒന്നരയോടെ ഒരു വിളിവന്നു. കാതറീനും ലാമിയയും അല്മാസും നിങ്ങളുടെ കുട്ടികളാണോയെന്ന് മറുതലയ്ക്കൽനിന്ന് ഒരു കുർദ് ചോദിച്ചു. അതെ, അവരെവിടെ...? ഹെസ്നി ചോദിച്ചു.

ലാമിയയ്ക്ക് ഗുരുതരമായി പരിക്കുണ്ട്. അയാൾ പറഞ്ഞു. കുർദിസ്ഥാനിലേക്ക് കടക്കുമ്പോൾ അവർ അബദ്ധത്തിൽ ഒരു കുഴിബോംബിൽ ചവിട്ടി. അത് പൊട്ടിത്തെറിച്ചു. ലാമിയയുടെ ശരീരം മുഴുവൻ ആഴത്തിൽ പൊള്ളിയിട്ടുണ്ട്. മറ്റ് രണ്ട് കുട്ടികളും മരിച്ചു. അയാൾ പറഞ്ഞ് അവസാനിപ്പിച്ചു. ഹെസ്നിയുടെ കയ്യിൽനിന്ന് ഫോൺ താഴെ വീണു. വെടിയേറ്റവനെപ്പോലെ അയാൾ നിന്നു.

ഇതെല്ലാം സംഭവിക്കുമ്പോഴേയ്ക്കും ഞാൻ ഇറാഖ് വിട്ടിരുന്നു. ആദ്യ കടത്തുകാരന്റെ വീട്ടിൽ പെൺകുട്ടികൾ എത്തിയപ്പോൾ തന്നെ ഹെസ്നി എന്നെ വിളിച്ച് കാതറീൻ സുരക്ഷിതയാണെന്ന് പറഞ്ഞിരുന്നു. അനന്തിരവളെ വീണ്ടും കാണുന്നതോർത്ത് ഞാൻ തുള്ളിച്ചാടി. പക്ഷേ, അന്നുരാത്രി ഞാൻ ഒരു ദുഃസ്വപ്നം കണ്ടു. എന്റെ ബന്ധു സുലൈമാൻ കൊച്ചോയിലെ ജനറേറ്ററിന് അടുത്ത് നില്ക്കുന്നതായിരുന്നു സ്വപ്നം. മസൂദിനും അമ്മയ്ക്കുമൊപ്പം ഞാൻ അങ്ങോട്ട് നടന്നു ചെല്ലുകയാണ്. അടുത്തെത്തിയപ്പോൾ സുലൈമാൻ മരിച്ചു കിടക്കുന്നു. മൃഗങ്ങൾ അയാളുടെ മൃതദേഹം തിന്നുകയാണ്. ഉറക്കത്തിൽനിന്ന് വിയർത്തുകുളിച്ച് ഞാൻ ഞെട്ടിയെണീറ്റു. രാവിലെ തന്നെ ഹെസ്നിയെ വിളിച്ചു. ഹെസ്നി ആ ദുരന്തവാർത്ത പറഞ്ഞു.

ഇത്തവണ ശവസംസ്കാരത്തിനായി ഇറാഖിലേക്ക് മടങ്ങി വരാൻ ഹെസ്നി എന്നെ സമ്മതിച്ചു. രാവിലെ നാലുമണിയോടെ ഞങ്ങൾ എർബിൽ വിമാനത്താവളത്തിലെത്തി. ആദ്യം ആശുപത്രിയിലെത്തി ലാമിയയെ കണ്ടു. മുഖമാകെ പൊള്ളിപ്പോയിരുന്ന അവൾക്ക് സംസാരിക്കാനാകുമായിരുന്നില്ല. പിന്നെ ഞങ്ങൾ കിർക്കുക്കിലെത്തി കാതറീനെയും മറ്റും രക്ഷപ്പെടാൻ സഹായിച്ച അറബ് കുടുംബത്തെ കണ്ടു. കാതറീന്റെ മൃതദേഹം കണ്ടെടുത്ത് യസീദി രീതിയിലുള്ള ശവസംസ്കാരം നടത്തുകയായിരുന്നു ഞങ്ങളുടെ ലക്ഷ്യം. പക്ഷേ, ആ കുടുംബത്തിന് ഞങ്ങളെ സഹായിക്കാൻ കഴിയുമായിരുന്നില്ല. കുഴിബോംബിൽ കാലുവച്ചതും കാതറീനും അല്മാസും മരിച്ചു. ഞങ്ങൾ ലാമിയയെയും

കൊണ്ട് ആശുപത്രിയിലേക്ക് പോന്നു. മൃതദേഹങ്ങൾ എടുക്കാനായില്ല. അവ ഇപ്പോൾ ഐെസിസിന്റെ പക്കലാണ്. അവർ പറഞ്ഞു.

ഹെസ്നിയെ ആശ്വസിപ്പിക്കാൻ ആർക്കുമായില്ല. അനന്തിരവളെ തോല്പിച്ചുകളഞ്ഞെന്ന് അയാൾക്ക് തോന്നി. അവളുടെ ശബ്ദസന്ദേശം ഇടയ്ക്കിടെ കേട്ട് അയാൾ സ്വയം ശിക്ഷിച്ചുകൊണ്ടിരുന്നു. ഇത്തവണ എന്നെ രക്ഷിക്കണേ എന്ന അപേക്ഷ കേൾക്കുമ്പോൾ അവളുടെ മുഖത്തെ പ്രത്യാശ എനിക്ക് സങ്കല്പിക്കാനാകും. കണ്ണീരിൽ കുതിർന്ന ഹെസ്നിയുടെ മുഖവും.

ഞങ്ങൾ ക്യാംപിലേക്ക് പോയി. രണ്ടുവർഷംമുമ്പ് ഞാനും സഹോദരന്മാരും എത്തിയപ്പോൾ എങ്ങനെയായിരുന്നോ അതുപോലെ തന്നെയിരുന്നു ക്യാംപ്. കണ്ടെയ്നറുകളെ അന്തേവാസികൾ അവരുടേതായ രീതിയിൽ സ്വന്തം വീടുപോലെയാക്കാൻ ശ്രമിച്ചിട്ടുണ്ട്. ടാർപോളിൻ വലിച്ചുകെട്ടിയ പൂമുഖവും കുടുംബഫോട്ടോകൾ അലങ്കരിക്കുന്ന ഭിത്തികളുമെല്ലാം കാണാം. കൂടുതൽ ആളുകൾക്ക് ഇപ്പോൾ ജോലിയുണ്ട്. വീടുകൾക്കിടയിൽ കൂടുതൽ കാറുകളും നിരന്നിട്ടുണ്ട്.

അടുത്തെത്താറായപ്പോൾ അഡ്കിയും എന്റെ അർധസഹോദരിമാരും അമ്മായിയും നില്ക്കുന്നത് കണ്ടു. തലമുടിയിൽപിടിച്ച് വലിച്ചും കൈകൾ ആകാശത്തേക്കുയർത്തിയും ഉച്ചത്തിൽ കരയുകയും പ്രാർഥിക്കുകയും ചെയ്യുകയായിരുന്നു അവർ. കാതറീന്റെ അമ്മ അസ്മറിന്റെ ഹൃദയംപൊട്ടുന്ന കരച്ചിൽ കേൾക്കാം. അവർ അന്ധയായിപ്പോവുമെന്ന് ഡോക്ടർമാർ ഭയന്നു. ക്യാംപിന്റെ തുടക്കത്തിൽ എത്തിയതേ മരണസമയത്തെ പ്രാർഥനയുടെ ശബ്ദം ഞാൻ കേട്ടു. വീട്ടിലെത്തി ഞാനും ആ പ്രാർഥനയിൽ പങ്കുചേർന്നു. സഹോദരിമാർക്കൊപ്പം കൈകോർത്തു പിടിച്ച് വൃത്താകൃതിയിൽ നടന്നും നെഞ്ചത്തടിച്ച് കരഞ്ഞും. തടങ്കലിലേറ്റ മുറിവ് ഉണങ്ങി പകരം മറ്റൊന്ന് പൊട്ടി മുളച്ചതായി എനിക്ക് അനുഭവപ്പെട്ടു. അമ്മയെയും കാതറീനെയും ഇനി ഒരിക്കലും കാണില്ലെന്ന് എനിക്ക് വിശ്വസിക്കാനായില്ല. എന്റെ കുടുംബം പൂർണ്ണമായും തകർക്കപ്പെട്ടെന്ന് ഞാൻ തിരിച്ചറിഞ്ഞ നിമിഷമായിരുന്നു അത്.

പതിനൊന്ന്

മനുഷ്യനെ ദൈവവുമായി ബന്ധിപ്പിക്കുക എന്ന ദൗത്യവുമായി താവൂസി മെലെക് ആദ്യമെത്തിയത് ഇറാഖിലെ മനോഹരമായ ലാലിഷ് താഴ്‌വരയിലാണെന്നാണ് യസീദി വിശ്വാസം. പറ്റുമ്പോഴെല്ലാം ഞങ്ങൾ അവിടെയെത്തി ദൈവത്തിന്റെ മാലാഖയോട് പ്രാർഥിക്കും. ശാന്തമായ താഴ്‌വരയിലാണ് ലാലിഷ്. ഇരുവശവും പച്ചപ്പുനിറഞ്ഞതും ഇടുങ്ങിയതും വളവുതിരിവുകൾ നിറഞ്ഞതുമായ പാതയിലൂടെ വേണം ലാലിഷിലെത്താൻ. കോണാകൃതിയിലുള്ള ശവകുടീരങ്ങളും ദേവാലയങ്ങളും കുന്നിൻ ചെരുവിലെ ഗ്രാമങ്ങളുമെല്ലാം കടന്നുവേണം അവിടെയെത്താൻ. വിശേഷദിവസങ്ങളിൽ, പ്രത്യേകിച്ച് ഞങ്ങളുടെ പുതുവത്സരം പോലുള്ള സമയത്ത് വഴിനീളെ യസീദി തീർഥാടകരായിരിക്കും. ലാലിഷിൽ ഉത്സവപ്രതീതിയാണപ്പോൾ. വർഷത്തിൽ ബാക്കി സമയങ്ങളിലെല്ലാം ദേവാലയങ്ങളിലെ അരണ്ടവെളിച്ചത്തിൽ പ്രാർഥിക്കുന്ന ഏതാനും യസീദി കുടുംബങ്ങൾ ഒഴിച്ചുനിർത്തിയാൽ ശാന്തമാണ് ലാലിഷ്.

അമൂല്യമായി സംരക്ഷിക്കപ്പെടുന്നതാണ് ലാലിഷ്. സന്ദർശകർ ചെരുപ്പ് ഊരിവച്ചിട്ടുവേണം നടക്കാൻ. ഒരു കൂട്ടം സന്നദ്ധപ്രവർത്തകർ എപ്പോഴും ദേവാലയങ്ങളും പരിസരവും വൃത്തിയായും ചിട്ടയായും സൂക്ഷിക്കും. മുറ്റം അടിച്ചുവാരും, വിശുദ്ധവൃക്ഷങ്ങൾ കൃത്യമായി മുറിച്ച് പരിപാലിക്കും, നടപ്പാതകൾ കഴുകിയിടും. കല്ലിൽ തീർത്ത ചെറുദേവാലയങ്ങളിൽ പരിമളംപരത്തുന്ന എണ്ണയൊഴിച്ച് വിളക്കു കൊളുത്തും. ലാലിഷിലെ ഒലിവ് മരത്തിൽനിന്ന് ഉണ്ടാക്കുന്നതാണ് ഈ എണ്ണ.

ദേവാലയങ്ങളുടെ വാതിൽപ്പാളികളിൽ ചുംബിച്ചശേഷമാണ് അകത്തുകടക്കുക. വാതില്പ്പടിയിലും ചുംബിക്കുന്ന വിശ്വാസികൾ അതിൽ ചവിട്ടാതെയാണ് ഉള്ളിൽ പ്രവേശിക്കുക. അകത്ത് പട്ടുതൂവാലകൾ കെട്ടിയിടും. ഓരോ തൂവാലയും ഓരോ ആഗ്രഹമാണ്, പ്രാർഥനയാണ്. വിശേഷദിവസങ്ങളിൽ ബാബാ ഷെയ്ഖ് പ്രധാന ദേവാലയത്തിലെത്തി തീർഥാടകർക്കൊപ്പം പ്രാർഥിക്കുകയും അവരെ അനുഗ്രഹിക്കുകയും ചെയ്യും. പന്ത്രണ്ടാംനൂറ്റാണ്ടിൽ യസീദിസം പ്രചരിപ്പിച്ച ഷെയ്ഖ് ആദിയുടെ ശവകുടീരം സ്ഥിതി ചെയ്യുന്നത് പ്രധാന ദേവാലയത്തിലാണ്. ഏറ്റവും വിശുദ്ധമായ ഇടം. പുണ്യ അരുവി ലാലിഷിലൂടെ

യാണ് ഒഴുകുന്നത്. മാർബിൾ പാളികൾക്കുള്ളിലെ കൽത്തൊട്ടിയിൽ സംഭരിക്കുന്ന വെള്ളത്തിലാണ് യസീദികളെ ജ്ഞാനസ്നാനം ചെയ്യുക. ഷെയ്ഖ് ആദിയുടെ ശവകുടീരത്തിനടിയിലെ ഈർപ്പം നിറഞ്ഞ ഇരുണ്ട ഗുഹാഭിത്തികളിൽ ഞങ്ങൾ പ്രാർഥനാപൂർവ്വം വെള്ളം തളിക്കും. അരുവിയുടെ ഒഴുക്ക് അവിടെ അവസാനിക്കുകയാണ്.

ഏപ്രിലിൽ യസീദി പുതുവർഷത്തോടനുബന്ധിച്ച നാളുകളാണ് ലാലിഷ് തീർഥാടനത്തിന് ഉചിതം. പുതുമഴയിൽ അരുവി നിറഞ്ഞൊഴുകുന്ന സമയം. തണുത്ത കല്ലുകളിലൂടെ നടക്കാൻ തന്നെ സുഖമാണ്. തണുത്ത ജലം പുതിയ ഉന്മേഷം പകരും. താഴ്വരയാകെ പുതുമോടിയിൽ അതി സുന്ദരമായിരിക്കും.

കൊച്ചോയിൽ നിന്ന് 4 മണിക്കൂർ യാത്രയുണ്ട് ലാലിഷിലേക്ക്. ഇന്ധനം, ഭക്ഷണം കാലിയെ മേയ്ക്കലും മറ്റ് ജോലികളും മാറ്റിവച്ചുള്ള പോക്ക്, ഇതെല്ലാം കണക്കിലെടുക്കുമ്പോൾ ലാലിഷ് യാത്ര അധിക ചിലവാണ്. എങ്കിലും ഇടക്കിടെയുള്ള ലാലിഷ് യാത്ര ഞങ്ങളുടെ സ്വപ്നമായിരുന്നു. വീട്ടിലാകെ ലാലിഷിന്റെ ചിത്രങ്ങളായിരുന്നു. താഴ്വരയെക്കുറിച്ചും പുണ്യപുരുഷന്മാരെക്കുറിച്ചുമുള്ള ടെലിവിഷൻ പരിപാടികളുമുണ്ടായിരുന്നു. തീർഥാടകർ നൃത്തം ചെയ്യുന്നത് ദൃശ്യങ്ങളിൽ കാണാം. കൊച്ചോയിൽനിന്ന് വിഭിന്നമായി ജലസമൃദ്ധമായിരുന്നു ലാലിഷ്. ഈ ജലസമൃദ്ധി തന്നെയാണ് താഴ്വരയിലെ മരങ്ങൾക്കും പൂക്കൾക്കും നിറം പകർന്നിരുന്നത്. പുരാതന കരിങ്കല്ലിൽത്തീർത്ത ദേവാലയ ഭിത്തികളിൽ യസീദി വിശ്വാസങ്ങളുമായി ബന്ധപ്പെട്ട ചിത്രങ്ങളായിരുന്നു. താവൂസി മാലിക് ആദ്യം പ്രത്യക്ഷപ്പെട്ട് മനുഷ്യർക്ക് ഒരു ജീവിത ലക്ഷ്യം നല്കുകയും അവരെ ദൈവവുമായി ബന്ധിപ്പിക്കുകയും ചെയ്തതത് ലാലിഷിലാണെന്നതാണ് ഏറ്റവും പ്രധാനം. എവിടെയും പ്രാർഥിക്കാമെങ്കിലും ലാലിഷിലെ പ്രാർഥനയ്ക്ക് പ്രത്യേക ശക്തിയുണ്ട്. അത് വളരെ അർഥപൂർണ്ണമാണ്.

പതിനാറാം വയസ്സിലാണ് ഞാൻ ജ്ഞാനസ്നാനത്തിനായി ലാലിഷിൽ പോയത്. അത്യാവേശത്തോടെയാണ് ആ ദിവസത്തിനായി ഞാൻ കാത്തിരുന്നത്. അതിനുമുമ്പുള്ള ദിവസങ്ങളിൽ അമ്മ പറഞ്ഞ ഓരോ വാക്കും ഞാൻ ശ്രദ്ധാപൂർവ്വം കേട്ടു. മറ്റ് തീർഥാടകരോടും താഴ്വരയിലെ ഓരോ സ്ഥലങ്ങളോടും ആദരവോടെ പെരുമാറണമെന്ന് അമ്മ പറഞ്ഞു. ചെരുപ്പ് ധരിക്കുകയോ മറ്റെന്തെങ്കിലും സാധനങ്ങൾ വലിച്ചെറിയുകയോ അരുത്. തുപ്പുകയോ പഴിക്കുകയോ മോശമായി പെരുമാറുകയോ ചെയ്യരുതെന്ന് അമ്മ ഓർമിപ്പിച്ചു. ദേവാലയങ്ങളുടെ പടിയിൽ ചവിട്ടരുത്. അവയിൽ ചുംബിക്കാനേ പാടുള്ളൂ.

കൂട്ടത്തിൽ കുറുമ്പനായ സയിദ് പോലും അമ്മയുടെ നിർദേശങ്ങൾ ശ്രദ്ധയോടെ കേട്ടിരുന്നു.

ഇവിടെയാണ് നീ ജ്ഞാനസ്നാനപ്പെടുക, പുണ്യ അരുവിയിൽ നിന്നുള്ള ജലം സംഭരിച്ചിരിക്കുന്ന കൽത്തൊട്ടി ചൂണ്ടിക്കാട്ടി അമ്മ പറഞ്ഞു. പതിനാറുവയസ്സായിട്ടും ജ്ഞാനസ്നാനപ്പെടാത്തതുകൊണ്ട് എനിക്കെന്തെങ്കിലും പ്രശ്നം തോന്നിയിരുന്നില്ല. ഞാനൊരു യഥാർഥ യസീദി ആയില്ല എന്ന് അതിന് അർഥമില്ല. ഞങ്ങൾ ദരിദ്രരായതുകൊണ്ട് ലാലിഷ് യാത്ര വൈകിയതിൽ ദൈവത്തിന് അനിഷ്ടം തോന്നില്ല. എങ്കിലും ഒടുവിലത് സാധിച്ചതിൽ ഞാൻ ഏറെ സന്തോഷവതിയായിരുന്നു.

ആൺകുട്ടികളും പെൺകുട്ടികളുമുൾപ്പെടുന്ന ഏതാനും സഹോദരങ്ങൾക്കൊപ്പമാണ് എന്റെ ജ്ഞാനസ്നാനം നടന്നത്. ലാലിഷിന്റെ കാവല്ക്കാരിലൊരാളായ ഒരു സ്ത്രീ കൽത്തൊട്ടിയിൽ നിന്ന് ചെറിയ അലൂമിനിയം പാത്രത്തിൽ തണുത്ത വെള്ളമെടുത്ത് മെല്ലെ എന്റെ തലയിലൂടെ ഒഴിച്ചു. പ്രാർഥിച്ചുകൊണ്ടിരിക്കുമ്പോൾ കൂടുതൽ ജലം മുഖത്ത് തളിച്ചു. അടുത്തുള്ള കല്ലിൽ നേർച്ചവച്ച് ഞാൻ പ്രാർഥിച്ചു. കാതറീന്റെയും ജ്ഞാനസ്നാനം അന്നുതന്നെയായിരുന്നു.

ദൈവത്തോട് ഞാൻ സംസാരിച്ചു. അങ്ങയെ ഞാൻ നിരാശപ്പെടുത്തില്ല. ഞാൻ പിന്നാക്കം പോവില്ല. വിശ്വാസത്തിന്റെ ഈ പാതയിൽ മുന്നോട്ടുപോകും. ഞാൻ പിറുപിറുത്തു.

ഐസിസ് സിൻജാറിലെത്തിയപ്പോൾ ലാലിഷിന് എന്ത് സംഭവിക്കുമെന്നായിരുന്നു ഞങ്ങളുടെ ആശങ്ക. മറ്റുള്ളവരോട് ചെയ്തതുപോലെ ഞങ്ങളുടെ ദേവാലയങ്ങളും അവർ തകർക്കുമെന്ന് ഭയന്നു. ഐസിസിൽ നിന്ന് രക്ഷപ്പെട്ടോടിയ യസീദികൾ ലാലിഷിലെ ദേവാലയങ്ങളിൽ അഭയംതേടി. ദേവാലയ ശുശ്രൂഷകരും ബാബാ ഷെയ്ഖിന്റെയും ബാബാ ഷാവിഷിന്റെയും പ്രാർഥനകളുമായിരുന്നു അവരുടെ സംരക്ഷണത്തിന് ഉണ്ടായിരുന്നത്. കൂട്ടക്കൊലകൾ കണ്ട് മാനസികമായും ശാരീരികമായും തകർന്ന മനുഷ്യരാണ് പുണ്യഭൂമിയിൽ അഭയംതേടിയെത്തിയത്. ഏതുനിമിഷവും ലാലിഷിലെ ദേവാലയങ്ങൾ തകർക്കപ്പെടുമെന്ന ഭയം അവർക്കുണ്ടായിരുന്നു.

രക്ഷപ്പെട്ടോടി വന്ന ഒരു ചെറുപ്പക്കാരൻ തന്റെ മകനൊപ്പം ദേവാലയ വാതിൽക്കൽ ഇരിക്കുകയായിരുന്നു. അയാൾക്ക് ഉറക്കം നഷ്ടമായിരുന്നു. കൊല്ലപ്പെട്ടവരെയും തട്ടിയെടുക്കപ്പെട്ട സ്ത്രീകളെയും കുറിച്ചുള്ള ചിന്തകൾ അയാളെ വല്ലാതെ വേട്ടയാടിയിരുന്നു. ആ ചിന്ത

കളുണ്ടാക്കിയ ഭാരം ഏറെ വലുതായിരുന്നു. പെട്ടെന്ന് അരയിലുണ്ടായിരുന്ന തോക്ക് അയാൾ വലിച്ചെടുത്തു. ആർക്കും തടയാൻ കഴിയും മുമ്പ് മകന്റെ മുന്നിൽ അയാൾ സ്വയം ജീവനൊടുക്കി.

വെടിയൊച്ച കേട്ട് ഐസിസ് വന്നതാണെന്ന് കരുതി ആളുകൾ കുർദിസ്ഥാൻ മേഖലയിലേക്ക് പലായനം ചെയ്യാൻ തുടങ്ങി. ദേവാലയ ജീവനക്കാരും ബാബ ഷാവിഷും മാത്രം അവശേഷിച്ചു. തളംകെട്ടിക്കിടന്ന രക്തം കഴുകിക്കളഞ്ഞ് ശവസംസ്കാരവും നടത്തി. വരാനുള്ളതെന്തും നേരിടാൻ തയ്യാറായി അവർ കാത്തിരുന്നു. ഐസിസ് വന്നാൽ മരിക്കാൻ അവർ സന്നദ്ധരായിരുന്നു.

ഈ സ്ഥലം നശിപ്പിക്കപ്പെട്ടാൽ പിന്നെ എനിക്ക് എന്താണുള്ളത്, ബാബാ ഷാവിഷ് പറയും. പക്ഷേ, ലാലിഷിലേക്ക് ഭീകരർ എത്തിയില്ല. ദൈവം അതിനെ കാത്തുപരിപാലിച്ചു.

വംശഹത്യയ്ക്കുശേഷം സ്ത്രീകൾ മെല്ലെ തടങ്കലിൽനിന്ന് മോചിതരായിക്കൊണ്ടിരുന്ന സമയത്ത് ലാലിഷിലേക്ക് ഇനിയുള്ള യാത്ര എങ്ങനെയായിരിക്കുമെന്ന് ഞങ്ങൾ ആലോചിച്ചു. ദേവാലയങ്ങളും അവ പകരുന്ന ആശ്വാസവും ഞങ്ങൾ ആഗ്രഹിച്ചു. പക്ഷേ, ലൈംഗിക അടിമകളായിരുന്ന പെൺകുട്ടികളെ ലാലിഷിലെ പുണ്യപുരുഷന്മാർ എങ്ങനെ കാണുമെന്ന് ഞങ്ങൾക്ക് ആശങ്കയുണ്ടായിരുന്നു. മതപരിവർത്തനത്തിന് വിധേയരായവരും കന്യകാത്വം നഷ്ടപ്പെട്ടവരുമാണ് ഞങ്ങൾ. രണ്ടും ഞങ്ങളുടെ സമ്മതത്തോടെയല്ലാതെ സംഭവിച്ചതായതിനാൽ ചിലപ്പോൾ കുഴപ്പമില്ലായിരിക്കാം. യസീദി സമുദായത്തിന് പുറത്താക്കപ്പെടാനുള്ള കാരണങ്ങളായാണ് ഇവ രണ്ടും ഞങ്ങൾ കേട്ടിരുന്നത്.

യസീദി മതനേതൃത്വത്തെ ഞങ്ങൾ വിലകുറച്ച് കാണേണ്ടിയിരുന്നില്ല. വംശഹത്യയുടെ ആഘാതം കുറഞ്ഞുവന്ന ആഗസ്റ്റ് അവസാനവാരത്തിൽ മികച്ച തീരുമാനങ്ങളെടുക്കാൻ അവർ യോഗം ചേർന്നു. സബയകളാക്കപ്പെട്ട പെൺകുട്ടികളെ സമുദായം തിരിച്ചെടുക്കും. അവർക്ക് സംഭവിച്ചതിന്റെ പേരിൽ കുറ്റംവിധിക്കില്ല. അടിച്ചേല്പിക്കപ്പെട്ട ഇസ്ലാം മതം കണക്കിലെടുക്കില്ല. ബലാത്സംഗം ചെയ്യപ്പെട്ടവരെ നശിച്ചവരെന്ന് കരുതില്ല. രക്ഷപ്പെട്ടെത്തിയവരുമായി ബാബാ ഷെയ്ഖ് വ്യക്തിപരമായി കൂടിക്കാഴ്ച നടത്തി. അവർ യസീദികൾ തന്നെയാണെന്ന് ഉറപ്പുനല്കി. സെപ്റ്റംബറിൽ മതനേതൃത്വം കല്പന പുറത്തിറക്കി. ഞങ്ങൾക്ക് സംഭവിച്ചതൊന്നും ഞങ്ങളുടെ തെറ്റല്ലെന്നും യഥാർഥ വിശ്വാസികൾ മുൻ സബയകൾക്കായി വാതിൽ തുറക്കണമെന്നും ഇരുകയ്യും നീട്ടി സ്വീകരിക്കണമെന്നും സമുദായത്തിനാകെ നല്കിയ കല്പനയിൽ പറഞ്ഞു. എന്റെ സമുദായത്തെ മുമ്പെന്നത്തെക്കാളും ഞാൻ ഇഷ്ടപ്പെട്ടത് അപ്പോഴാണ്.

പക്ഷേ, ബാബാ ഷെയ്ഖ് പറഞ്ഞതും ചെയ്തതുമൊന്നും ഞങ്ങളുടെ ജീവിതത്തെ പൂർണ്ണമായും സാധാരണ നിലയിലാക്കിയില്ല. ഞങ്ങളാകെ തകർന്നിരുന്നു. സ്വയം ശുദ്ധീകരിക്കാനുള്ള തീവ്രശ്രമത്തിലായിരുന്നു സ്ത്രീകൾ. നിരവധിപേർ കന്യകാത്വം തിരികെ ലഭിക്കാനുള്ള ശസ്ത്രക്രിയക്ക് വിധേയരായി. ബലാത്സംഗത്തിന്റെ ഓർമ്മകളിൽനിന്ന് എന്നെന്നേയ്ക്കുമായി രക്ഷപ്പെടാനുള്ള പരിശ്രമം. ക്യാമ്പുകളിൽ ഞങ്ങളുടെയിടയിൽ സേവനം ചെയ്തിരുന്ന ഡോക്ടർമാർ ചികിത്സയ്ക്കു വരൂ എന്ന് നിർദേശിക്കും. മറ്റേതോ സാധാരണ ചികിത്സയെന്നതുപോലെ. 20 മിനിറ്റിന്റെ കാര്യമേയുള്ളൂ. അവർ പറയും.

ആകാംക്ഷ മൂത്ത് ഞാനും മറ്റ് പെൺകുട്ടികൾക്കൊപ്പം ക്ലിനിക്കിൽ പോയി. നിങ്ങളുടെ കന്യകാത്വം തിരികെ ലഭിക്കാനാണ് ഈ ലളിതമായ പ്രക്രിയ. ഡോക്ടർമാർ പറഞ്ഞു. എന്റെ പരിചയക്കാരായ പെൺകുട്ടികൾ തയ്യാറായെങ്കിലും ഞാനത് വേണ്ടെന്നുവച്ചു. ഹാജി സല്മാന്റെ തടങ്കലിലാക്കപ്പെട്ട സമയം മായ്ച്ചുകളയാൻ ഏത് ലളിത പ്രക്രിയക്കാണ് കഴിയുക. രക്ഷപ്പെടാൻ ശ്രമിച്ച എന്നെ കാവല്ക്കാരെക്കൊണ്ട് കൂട്ടബലാത്സംഗം ചെയ്യിച്ചതും ഇല്ലാതാക്കാൻ ഇതിന് കഴിയുമോ? ആ ദിവസങ്ങൾ സമ്മാനിച്ച മുറിവുകൾ കേവലം ശരീരത്തിനു മാത്രമായിരുന്നില്ല, മറിച്ച് മനസ്സിൽ ആഴത്തിൽ പതിഞ്ഞുപോയവയെ നീക്കം ചെയ്യാൻ ഒരു ശസ്ത്രക്രിയയ്ക്കുമാവില്ലെന്ന് ഞാൻ തിരിച്ചറിഞ്ഞു. എങ്കിലും ഈ പെൺകുട്ടികൾ എന്തിനാണ് അതിന് തയ്യാറാവുന്നതെന്ന് എനിക്ക് അറിയാമായിരുന്നു. ഏതെങ്കിലും തരത്തിലുള്ള ആശ്വാസം തേടി അലയുന്നവരായിരുന്നു അവർ. ഈ ശസ്ത്രക്രിയ അവരെ സാധാരണ ജീവിതത്തിലേക്ക് നയിക്കുകയും വിവാഹജീവിതമടക്കം നല്കുകയും ചെയ്യുമെങ്കിൽ എനിക്കും സന്തോഷമേയുള്ളൂ.

ഭാവിയെക്കുറിച്ച് എനിക്ക് വല്ലാത്ത ആശങ്കയുണ്ടായിരുന്നു. കൊച്ചോയിലെ എന്റെ ചെറിയ ജീവിതം സന്തോഷവും സ്നേഹവും നിറഞ്ഞതായിരുന്നു. കുടുംബത്തെക്കുറിച്ച് മാത്രമായിരുന്നു ചിന്ത. എങ്കിലും ഓരോ ദിവസവും കൂടുതൽ നന്മകളാണ് സംഭവിച്ചുകൊണ്ടിരുന്നത്. അടിമത്തത്തിൽ നിന്ന് രക്ഷപ്പെട്ട പെൺകുട്ടികൾ കഷ്ടപ്പെട്ട് സാധാരണ നിലയിലേക്ക് തിരികെ വന്നാലും ഞങ്ങളെ വിവാഹം ചെയ്യാൻ യസീദി പയ്യന്മാരുണ്ടോ. സിൻജാറിൽ കൂട്ടക്കുഴിമാടങ്ങളാണ്. ഞങ്ങളുടെ സമൂഹമാകെ നശിപ്പിക്കപ്പെട്ടിരിക്കുന്നു. കുട്ടികാലത്ത് സങ്കല്പിച്ചതിൽനിന്ന് എത്രയോ വ്യത്യസ്തമായ ജീവിതമാണ് യസീദി പെൺകുട്ടികളെ കാത്തിരിക്കുന്നത്. ഞങ്ങൾ സന്തോഷം പ്രതീക്ഷിക്കുന്നില്ല. ജീവിക്കണം. പിന്നെ ആകസ്മികമായി വീണു കിട്ടിയ ജീവി

തത്തിൽ അർഥപൂർണമായ എന്തെങ്കിലും ചെയ്യാൻ കഴിയുമെങ്കിൽ അതും.

ക്യാംപിലെ ജീവിതത്തിന്റെ ആദ്യ ദിനങ്ങളിൽ നിരവധി സന്നദ്ധ പ്രവർത്തകർ എന്നെ കാണാൻ വന്നു. അതിലൊരാൾ എന്റെ അബയ ചോദിച്ചു. വംശഹത്യയുടെ അവശേഷിപ്പുകൾ ശേഖരിക്കുകയാണ് ഞാൻ. എന്നെങ്കിലും ഒരു മ്യൂസിയം തുറക്കും. അവർ പറഞ്ഞു. എന്റെ കഥ കേട്ട മറ്റൊരാൾക്ക് അറിയേണ്ടത് ബ്രിട്ടിഷ് സർക്കാരിന് മുന്നിൽ എല്ലാം വെളിപ്പെടുത്താമോയെന്നായിരുന്നു. ആ യാത്ര എന്റെ ജീവിതത്തെ എങ്ങനെ മാറ്റിമറിക്കുമെന്ന ഒരു ധാരണയുമില്ലാതെ ഞാൻ സമ്മതം മൂളി.

ക്യാംപിലെ അവസാനമാസങ്ങൾ ജർമൻ യാത്രയ്ക്കുള്ള തയ്യാറെടുപ്പായിരുന്നു. ഞാനും ദിമലും പോവുകയാണ്. അഡ്കി പക്ഷേ, വരുന്നില്ലെന്ന് തീരുമാനിച്ചു. ഞാൻ ഒരിക്കലും ഇറാഖ് വിടില്ല. അഡ്കി പറഞ്ഞു. അവൾക്ക് എന്നും ഉറച്ച നിലപാടുകളായിരുന്നു. ചിലപ്പോൾ അസൂയ തോന്നും. ജർമനി സുരക്ഷിതത്വം മാത്രമല്ല വിദ്യാഭ്യാസവും പുതുജീവിതവും വാഗ്ദാനം ചെയ്തിരുന്നു. പക്ഷേ, എന്തെല്ലാം കിട്ടിയാലും ഇറാഖെന്ന ജന്മനാട് തന്നെ സ്വന്തം വീട്.

ജർമൻ യാത്രയ്ക്ക് കെട്ടുകണക്കിന് രേഖകൾ തയ്യാറാക്കേണ്ടിയിരുന്നു. ബാഗ്ദാദിൽ പോയി പാസ്പോർട്ടെടുത്തു. ഇറാഖ് തലസ്ഥാനത്തേക്കുള്ള ആദ്യയാത്ര തന്നെയായിരുന്നു എന്റെ ആദ്യ വിമാനയാത്രയും. പന്ത്രണ്ടു ദിവസം ബാഗ്ദാദിൽ താമസിച്ചു. ദിവസവും രാവിലെ ഓരോ ഓഫീസുകളിലേക്ക് പോകും. വിരലടയാളം രേഖപ്പെടുത്താൻ, ഫോട്ടോയെടുക്കാൻ, പ്രതിരോധകുത്തിവയ്പ്പുകളെടുക്കാൻ എന്നിങ്ങനെ. നടപടി ക്രമങ്ങൾ തീരില്ലെന്ന് തോന്നി. ഒടുവിൽ സെപ്റ്റംബറിൽ ജർമൻ യാത്രയ്ക്കുള്ള സമയമായെന്ന് അറിയിപ്പ് വന്നു.

അവർ ഞങ്ങളെ എർബിലിൽ കൊണ്ടുപോയി. പുതിയ വസ്ത്രങ്ങൾ വാങ്ങാൻ പണം തന്നു. ക്യാംപിലുള്ളവരോട്, പ്രത്യേകിച്ച് അഡ്കിയോട് വിട പറയുമ്പോൾ ഞാനും ദിമലും പൊട്ടിക്കരഞ്ഞു. വർഷങ്ങൾക്കുമുമ്പ് ജർമനിയിൽ പോവാൻ ശ്രമിച്ച ഹെസ്നിയെക്കുറിച്ച് ഞാനോർത്തു. അന്ന് യൂറോപ്പിൽ പോയി പണമുണ്ടാക്കിയിരുന്നെങ്കിൽ ജിലാന്റെ കുടുംബം അവളെ സന്തോഷത്തോടെ ഹെസ്നിക്ക് വിവാഹം ചെയ്ത് കൊടുക്കുമായിരുന്നു. എന്നാൽ അവൻ ആ യാത്ര സാധ്യമായില്ല. ഇപ്പോഴിതാ ഞാൻ ജർമൻ സർക്കാരിന്റെ ചിലവിൽ യാത്ര തിരിക്കുന്നു. പക്ഷേ, ജീവിതത്തിൽ ഏറ്റവും വേദനാജനകമായ നിമിഷമായിരുന്നു അത്.

ജർമനിയിലേക്ക് തിരിക്കുംമുമ്പ് ഞങ്ങൾ ലാലിഷിൽ പോയി. വിശുദ്ധഗ്രാമത്തിന്റെ വീഥികളിലെല്ലാം മുൻസബയകളെക്കണ്ടു. കറുത്ത വസ്ത്രമണിഞ്ഞ് പ്രാർഥിക്കുകയും വിലപിക്കുകയും ചെയ്യുന്നവർ. ഷെയ്ഖ് ആബിദ് ദേവാലയത്തിന്റെ പടികളിൽ ചുംബിച്ച് ഞാനും ദിമലും അകത്ത് പ്രവേശിച്ചു. ഓരോ പ്രാർഥനകളുടെയും പ്രതീകമായി പട്ടുതൂവാലകൾ കെട്ടിയിട്ടു. ജീവിച്ചിരിക്കുന്ന ഓരോരുത്തരും സുരക്ഷിതരായി മടങ്ങി എത്തേണ്ടതിന്, അമ്മയെ പോലുള്ളവർക്ക് നിത്യതയിൽ ശാന്തിയും സമാധാനവും ഉണ്ടാകേണ്ടതിന്, കൊച്ചോ സ്വതന്ത്രമാവേണ്ടതിന്, ഐസിസിന് തങ്ങളുടെ ക്രൂരതകൾക്കുള്ള ശിക്ഷ ലഭിക്കേണ്ടതിന് ഞങ്ങൾ തൂവാലകൾ കെട്ടിയിട്ടു. പുണ്യ അരുവിയിൽ നിന്നുള്ള ജലം മുഖത്തൊഴിച്ച് സർവ്വശക്തിയുമെടുത്ത് തവുസി മാലിഖിനോട് ഞങ്ങൾ പ്രാർഥിച്ചു.

ശാന്തമായിരുന്നു ലാലിഷ്. ബാബാ ഷാവിഷ് ഞങ്ങളെ കാണാനെത്തി. നല്ല ഉയരവും നീണ്ട താടിയുമുള്ള ദിവ്യനായിരുന്നു അദ്ദേഹം. ദയയും ജിജ്ഞാസയും നിറഞ്ഞ കണ്ണുകളുള്ള അദ്ദേഹത്തിന് മുന്നിൽ എല്ലാവരും ഹൃദയം തുറന്നു. ഷെയ്ഖ് ആദിയുടെ ശവകുടീരത്തിന് മുന്നിൽ ചമ്രം പടഞ്ഞിരുന്ന അദ്ദേഹത്തിന്റെ വെള്ളവസ്ത്രങ്ങൾ ഇളം കാറ്റിൽ പാറിക്കളിച്ചു. തടികൊണ്ടുണ്ടാക്കിയ പൈപ്പിൽ നിറച്ച പച്ചപ്പുകയിലയുടെ പുക അദ്ദേഹത്തെ കാണാനെത്തിയ സ്ത്രീകളടക്കമുള്ള വലിയ ആൾക്കൂട്ടത്തിന് മുകളിലൂടെ കടന്നുപോയി.

ഞങ്ങൾ ബാബയ്ക്ക് മുന്നിൽ മുട്ടുകുത്തി. ശിരസ്സിൽ ചുംബിച്ചുകൊണ്ട് അദ്ദേഹം ചോദ്യങ്ങൾ ചോദിച്ചു. എന്താണ് നിങ്ങൾക്ക് സംഭവിച്ചത്. ഐസിസ് തട്ടിക്കൊണ്ടുപോയതും രക്ഷപ്പെട്ടതും ജർമൻ യാത്രയ്ക്കുള്ള ഒരുക്കവും ഞങ്ങൾ പറഞ്ഞു. നല്ലത്. മൃദുശബ്ദത്തിൽ അദ്ദേഹം പറഞ്ഞു. യസീദികൾ കൂട്ടത്തോടെ ഇറാഖ് വിട്ടുപോകുന്നത് അദ്ദേഹത്തെ സംബന്ധിച്ചിടത്തോളം വേദനാജനകമായ കാഴ്ചയായിരുന്നു. അദ്ദേഹത്തിന്റെ കൺമുന്നിൽ സമുദായം ക്ഷയിച്ച് ഇല്ലാതായിക്കൊണ്ടിരുന്നു. പക്ഷേ, ഞങ്ങൾക്ക് പോയേ മതിയാവൂ എന്ന് ബാബയ്ക്ക് അറിയാമായിരുന്നു.

അദ്ദേഹം കൂടുതൽ വിവരങ്ങൾ ചോദിച്ചറിഞ്ഞു. നിങ്ങൾ എവിടെ നിന്നാണ്, എത്രകാലം ഐസിസിന്റെ പിടിയിലായി, ക്യാംപ് എങ്ങനെയുണ്ട് ഇങ്ങനെ നിരവധി ചോദ്യങ്ങൾ. ധൂമപാനപാത്രം കാലിയാവാറായ സന്ധ്യയിൽ ഞങ്ങൾക്ക് നേരെ തിരിഞ്ഞ് അദ്ദേഹം ചോദിച്ചു. നിങ്ങൾക്ക് ആരെയെല്ലാം നഷ്ടമായി.

ഓരോരുത്തരുടെയും ഉത്തരങ്ങൾ അദ്ദേഹം ക്ഷമയോടെയിരുന്ന് കേട്ടു. അന്തർമുഖരായിരുന്ന സ്ത്രീകൾപോലും നഷ്ടക്കണക്കുകൾ

നിരത്താൻതുടങ്ങി. കാണാതായവരും കൊല്ലപ്പെട്ടവരുമായ കുടും ബാംഗങ്ങളെക്കുറിച്ച്, കുട്ടികളെക്കുറിച്ച്, സുഹൃത്തുക്കളെക്കുറിച്ച്, അയൽക്കാരെക്കുറിച്ച് അവർ ഉച്ചത്തിൽ പറഞ്ഞു. ഉത്തരങ്ങൾ നീണ്ടു നീണ്ടുപോയി. അന്തരീക്ഷത്തിൽ തണുപ്പുപടരുമ്പോൾ, ദേവാലയ ഭിത്തികളിൽ ഇരുട്ടുപരന്നപ്പോൾ, നഷ്ടപ്പെട്ട പ്രിയപ്പെട്ടവരുടെ നീണ്ട കണക്കുകൾ പറഞ്ഞിരുന്നു യസീദികൾ. ആകാശങ്ങളെ ഞെട്ടിച്ച ആ കണക്കുകൾ ദൈവത്തിന് കേൾക്കാനാകുംവിധമാണ് അവർ നിരത്തി യത്. എന്റെ അവസരമായപ്പോൾ ഞാനും പറഞ്ഞു. ജാലോ, പിസെ, മസൂദ്, ഖെയ്റി, ഏലിയാസ് എന്നീ സഹോദരന്മാർ, മരുമക്കൾ മാലിക്കും ഹാനിയും. ഭർതൃസഹോദരിമാർ മോന, ജിലാൻ, സ്മാഹർ. നിസ്റീനും കാതറീനും, എന്റെ പ്രിയപ്പെട്ട അനന്തരിവളുമാർ. അർധ സഹോദൻ ഹാജ്ജി. തട്ടിയെടുക്കപ്പെട്ടവരും രക്ഷപ്പെട്ടവരുമായ നിരവധിപേർ വേറെയും. രക്ഷിക്കാൻ ഞങ്ങളോടൊപ്പമില്ലാത്ത അച്ഛൻ. പിന്നെ കാണാമറയത്തേയ്ക്ക് പോയ അമ്മ ഷാമിയും.

ഉപസംഹാരം

2015 നവംബറിൽ, ഐസിസ് കൊച്ചോ കീഴടക്കി ഒരു വർഷവും മൂന്നു മാസവുമാകുമ്പോൾ ജർമനിയിൽനിന്ന് ഞാൻ സ്വിറ്റ്സർലൻഡി ലേക്കു പോയി. ഐക്യരാഷ്ട്രസഭയുടെ ന്യൂനപക്ഷ വേദിയിൽ സംസാ രിക്കാനായിരുന്നു യാത്ര. വലിയ സദസ്സിനു മുന്നിൽ ഞാൻ എന്റെ കഥ പറയും. യാത്ര തയ്യാറാക്കിയ നിസ്റീൻ എന്ന സന്നദ്ധപ്രവർത്തക യ്ക്കൊപ്പമുള്ള രാത്രികളിൽ ഉണർന്നിരുന്ന് ഞാൻ എന്തു പറയണം എന്ന് ആലോചിക്കുകയായിരുന്നു. എനിക്ക് എല്ലാം പറയണമായി രുന്നു. ഐസിസിൽനിന്ന് രക്ഷപ്പെട്ടോടവെ നിർജലീകരണം വന്നു മരിച്ച കുഞ്ഞുങ്ങളെക്കുറിച്ച്, മലമുകളിൽ അലഞ്ഞുതിരിയുന്ന കുടും ബങ്ങളെക്കുറിച്ച്, തടങ്കലിൽ കഴിയുന്ന ആയിരക്കണക്കിന് സ്ത്രീകളെ യും പെൺകുട്ടികളെയുംകുറിച്ച്, കൂട്ടക്കൊലയ്ക്ക് ദൃക്സാക്ഷികളായ എന്റെ സഹോദരന്മാർ പറഞ്ഞ കാര്യങ്ങൾ, എല്ലാമെല്ലാം. ആയിര ക്കണക്കിന് യസീദി ഇരകളിൽ ഒരാൾ മാത്രമാണ് ഞാൻ. ചിന്നിച്ചിതറ പ്പെട്ട എന്റെ സമുദായം ഇറാഖിന് അകത്തും പുറത്തുമായി അഭയാർ ഥികളായി കഴിയുന്നു. കൊച്ചോ ഇപ്പോഴും ഐസിസിന്റെ പിടിയി ലാണ്. യസീദികൾക്ക് സംഭവിക്കുന്നതിനെക്കുറിച്ച് ലോകം അറിയേണ്ട ഒട്ടനവധി കാര്യങ്ങളുണ്ടായിരുന്നു.

യാത്രയുടെ ആദ്യ പാതി ട്രെയിനിലായിരുന്നു. ഇരുണ്ട ജർമൻ വനങ്ങളിലൂടെയുള്ള യാത്രയിൽ മരങ്ങൾ എന്റെ ജനാലയ്ക്കരികിലൂടെ അവ്യക്തമായി കടന്നുപോയി. സിൻജാർ താഴ്വരയിൽനിന്ന് തികച്ചും വ്യത്യസ്തമായ വനങ്ങൾ എന്നെ ഭയപ്പെടുത്തി. എങ്കിലും അവയ്ക്കിട യിലൂടെ യാത്ര ചെയ്യുകയാണല്ലോ, അലഞ്ഞുതിരിയുകയല്ലല്ലോ എന്നോർത്ത് സന്തോഷം തോന്നി. ഒരർഥത്തിൽ മനോഹരമായ എന്റെ പുതിയ നാടിനെ ഞാൻ ഇഷ്ടപ്പെട്ട് തുടങ്ങിയിരുന്നു. ജർമൻകാർ അവ രുടെ നാട്ടിലേക്ക് ഞങ്ങളെ സ്വാഗതം ചെയ്തവരാണ്. സിറിയൻ, ഇറാഖി അഭയാർഥികളെയുംകൊണ്ട് വരുന്ന വിമാനങ്ങളെയും ട്രെയി നുകളെയും സന്തോഷത്തോടെ സ്വീകരിക്കുന്ന സാധാരണ ജർമൻ കാരെക്കുറിച്ചുള്ള കഥകൾ ഞാൻ കേട്ടിരുന്നു. പാർശ്വവല്ക്കരിക്കപ്പെട്ട വരാകാതെ ജർമൻ സമുദായത്തിന്റെ ഭാഗമായിത്തന്നെ ജീവിക്കാൻ കഴിയുമെന്ന പ്രതീക്ഷ ഞങ്ങളിലുണ്ടായിരുന്നു. മറ്റ് രാജ്യങ്ങളിലെ ജീവിതം യസീദികൾക്ക് ദുഷ്കരമായിരുന്നു. എത്ര വലിയ ഭീകരത

യിൽനിന്ന് രക്ഷപ്പെട്ടോടി വന്നവരാണെങ്കിലും അഭയാർഥികളെ സ്വീകരിക്കാൻ മടിയുള്ള നിരവധി സമൂഹങ്ങളുണ്ടായിരുന്നു. രക്ഷപ്പെടാനാവാതെ ഇറാഖിൽ കുടുങ്ങിപ്പോയവരുടെ കാര്യം അതിലും കഷ്ടമായിരുന്നു. പുറത്തുകടക്കാനായുള്ള ആ കാത്തിരിപ്പ് വലിയ ദുരിതമാണ് നല്കിയിരുന്നത്. അഭയാർഥികളെ പ്രവേശിപ്പിക്കുകയേ ഇല്ല എന്ന ചില രാജ്യങ്ങളുടെ നിലപാട് എന്നെ ചൊടിപ്പിച്ചു. നിഷ്കളങ്കരായ മനുഷ്യർക്ക് സുരക്ഷിതമായി താമസിക്കാൻ ഇടം നല്കില്ലെന്ന് പറയുന്നതിൽ ഒരു ന്യായവുമില്ല. ഇതെല്ലാം ഐക്യരാഷ്ട്രസഭാ വേദിയിൽ പറയണമെന്ന് ഞാൻ തീരുമാനിച്ചു.

ഇനിയുമേറെ ചെയ്യാനുണ്ടെന്ന് അവരെ ബോധ്യപ്പെടുത്തണം. ഇറാഖിലെ മതന്യൂനപക്ഷങ്ങൾക്ക് സുരക്ഷിതമായി ജീവിക്കാനുള്ള സൗകര്യമൊരുക്കണം. ഐസിസിന് ശിക്ഷ നല്കണം. ഐസിസ് ഉന്നതർ മുതൽ അവരെ സഹായിച്ച സാധരണക്കാർ വരെയുള്ളവരെ നിയമത്തിനു മുന്നിൽ കൊണ്ടുവരണം. വംശഹത്യയ്ക്കും മനുഷ്യകുലത്തിനെതിരായ ക്രൂരതയ്ക്കുമാവണം ആ ശിക്ഷ. സിൻജാർ പൂർണ്ണമായി സ്വതന്ത്രമാക്കണം. ഐസിസിൽനിന്ന് രക്ഷപ്പെട്ടെത്തിയ സ്ത്രീകൾക്കും പെൺകുട്ടികൾക്കും കുടുംബാഗംങ്ങളുമായുള്ള പുനഃസമാഗമം സാധ്യമാവണം. അവരുടെ ജീവിതം വീണ്ടും കെട്ടിപ്പൊക്കണം. അവർക്കെതിരായ അതിക്രമങ്ങൾ ഐസിസ് യുദ്ധകുറ്റകൃത്യങ്ങളുടെ പട്ടികയിൽ ഉൾപ്പെടണം. ഇറാഖ് മുതൽ അമേരിക്ക വരെയുള്ള രാജ്യങ്ങളിലെ സ്കൂളുകളിൽ യസീദിസം പാഠ്യവിഷയമാക്കണം. പൗരാണിക മതം മുന്നോട്ടുവയ്ക്കുന്ന മൂല്യങ്ങളും അതിൽ വിശ്വസിക്കുന്ന മനുഷ്യരെ സംരക്ഷിക്കേണ്ടതിന്റെ ആവശ്യകതയുമാണ് ഇതിലൂടെ ലോകം അറിയേണ്ടത്. എത്ര ചെറിയ വിഭാഗമാണെങ്കിലും അവർ സംരക്ഷിക്കപ്പെടേണ്ടതുണ്ട്. മറ്റ് മതവിഭാഗങ്ങൾക്കൊപ്പം ചേർന്ന് ഇറാഖിനെ ഒരു മഹത്തായ രാജ്യമാക്കിയതിൽ യസീദികൾക്കും പങ്കുണ്ട്.

അവരെനിക്ക് മൂന്നു മിനിറ്റാണ് അനുവദിച്ചിരുന്നത്. ലളിതമായി സംസാരിക്കണമെന്ന് നിസ്റീൻ നിർദേശിച്ചു. അപാർട്ട്മെന്റിലിരുന്ന് ചായ കുടിക്കുമ്പോൾ നിസ്റീൻ പറഞ്ഞു. നിന്റെ സ്വന്തം കഥ പറഞ്ഞാൽ മതി. അത് വല്ലാത്ത ആശയമായിരുന്നു. എന്റെ കഥ ഏതെങ്കിലും തരത്തിലുള്ള ചലനങ്ങളുണ്ടാക്കണമെങ്കിൽ ഞാൻ നൂറുശതമാനവും സത്യസന്ധത പുലർത്തണം. എല്ലാം ഞാൻ സദസ്സിൽ തുറന്നു പറയണം. ഹാജി സൽമാനെക്കുറിച്ച്, അയാൾ എന്നെ ബലാത്സംഗം ചെയ്തതിനെക്കുറിച്ച്, മൊസൂൾ ചെക്പോയന്റിലെ ആ കാളരാത്രിയെക്കുറിച്ച്, ഞാൻ സാക്ഷ്യം വഹിച്ച പീഡനങ്ങളെക്കുറിച്ച്, എല്ലാം. വാക്കുകളിൽ സത്യസന്ധത പുലർത്താനെടുത്ത തീരുമാനമായിരുന്നു

എന്റെ ജീവിതത്തിൽ ഏറ്റവും ദുഷ്കരമായത്. ഒരുപക്ഷേ, ഏറ്റവും പ്രധാനപ്പെട്ടതും.

പ്രസംഗം വായിക്കുമ്പോൾ തന്നെ ഞാൻ വിറച്ചു. പറ്റുന്നത്ര ശാന്തയായി ഞാൻ എല്ലാം പറയാൻ ശ്രമിച്ചു. കൊച്ചോ വീണത്, ഞാൻ ഉൾപ്പെടെയുള്ള പെൺകുട്ടികൾ സബയകളാക്കപ്പെട്ടത്... എല്ലാം. എനിക്ക് നേരിടേണ്ടി വന്ന ബലാത്സംഗവും മർദനവും തുടർന്നുള്ള രക്ഷപ്പെടലും വിവരിച്ചു. എന്റെ കൊല്ലപ്പെട്ട സഹോദരന്മാരെക്കുറിച്ച് പറഞ്ഞു. സദസ്സ് നിശ്ശബ്ദമായി കേട്ടിരുന്നു. പ്രസംഗം കഴിഞ്ഞപ്പോൾ ഒരു തുർക്കിക്കാരി സ്ത്രീ എന്റെയടുത്ത് വന്നു. അവർ കരയുകയായിരുന്നു. എന്റെ സഹോദരൻ അലിയും കൊല്ലപ്പെട്ടതാണ്, ഇന്നും ആ ആഘാതത്തിൽ നിന്ന് ഞങ്ങളുടെ കുടുംബം മോചിതമായിട്ടില്ല, ആറു സഹോദരന്മാരെ ഒന്നിച്ച് നഷ്ടപ്പെട്ടത് നീയെങ്ങനെ സഹിക്കുന്നു, അവർ ചോദിച്ചു.

വളരെ ദുഷ്കരമാണ്, പക്ഷേ, ഞങ്ങളെക്കാൾ നഷ്ടങ്ങളുള്ള കുടുംബങ്ങളുണ്ട്, ഞാൻ പറഞ്ഞു.

ജർമനിയിലേക്ക് മടങ്ങുമ്പോൾ ആവശ്യമുള്ളപ്പോൾ എവിടെ വേണമെങ്കിലും വരാൻ ഞാൻ തയ്യാറാണെന്ന് നിസ്റീനോട് പറഞ്ഞു. അധികം വൈകാതെ ഞാൻ യസീദി സന്നദ്ധപ്രവർത്തകരുടെ കൂട്ടായ്മയായ യസ്ദയുടെ ഭാഗമാകുമെന്ന് അപ്പോൾ ഞാൻ അറിഞ്ഞിരുന്നില്ല. അതൊരു പുതിയ ജീവിതത്തിന്റെ തുടക്കമായിരുന്നു. എനിക്കെതിരായ അതിക്രമങ്ങളിൽനിന്ന് പിറവിയെടുത്ത പുതുജന്മം.

ആദ്യമൊക്കെ ഇറാഖിലെ യുദ്ധഭൂമിയിൽ കഴിയുന്നവരുമായി താരതമ്യം ചെയ്യുമ്പോൾ ഞങ്ങളുടെ ജർമനിയിലെ ജീവിതം അപ്രസക്തമായിരുന്നു. ദിമലും ഞാനും ഞങ്ങളുടെ രണ്ട് ബന്ധുക്കളും രണ്ട് കിടപ്പുമുറികളുള്ള ഒരു ചെറിയ അപാർട്ട്മെന്റിൽ താമസം തുടങ്ങി. അതിന്റെ ഭിത്തിയിൽ നിറയെ ഞങ്ങൾക്ക് നഷ്ടപ്പെട്ട പ്രിയപ്പെട്ടവരുടെ ചിത്രങ്ങളായിരുന്നു. അമ്മയുടെയും കാതറീന്റെയും വലിയവർണചിത്രങ്ങൾക്ക് താഴെയാണ് ഞാൻ കിടന്നുറങ്ങിയിരുന്നത്. മരിച്ചവരുടെ പേരുകളിലെ അക്ഷരങ്ങളുള്ള നെക്ലേസുകളാണ് ഞങ്ങൾ അണിഞ്ഞിരുന്നത്. എല്ലാ ദിവസവും ഒന്നിച്ചിരുന്ന് കാണാതായവരുടെ സുരക്ഷിതമായ മടങ്ങിവരവിനായി താവൂസി മെലെക്കിനോട് കരഞ്ഞ് പ്രാർഥിക്കും. എല്ലാ രാത്രിയും ഞാൻ കൊച്ചോ സ്വപ്നം കാണും. ഓരോ പ്രഭാതത്തിലും ഇന്ന് ഓർമമാത്രമായി മാറിയ കൊച്ചോയെ ഓർത്തുകൊണ്ട് ഉണർന്നെണീക്കും. വിചിത്രമായൊരു ശൂന്യത അനുഭവപ്പെടും. നഷ്ടപ്പെട്ട ഒരു സ്ഥലത്തിനായുള്ള ആഗ്രഹം നിങ്ങളെ സ്വയം അപ്ര

ത്യക്ഷരാക്കും. പൊതുപ്രവർത്തകയെന്ന നിലയിലുള്ള യാത്രകളിൽ ഞാൻ നിരവധി മനോഹരങ്ങളായ സ്ഥലങ്ങൾ കണ്ടിട്ടുണ്ട്. പക്ഷേ, ഇറാഖിനോളം മറ്റൊന്നും എന്നെ ആകർഷിച്ചിട്ടില്ല.

ജർമൻ പഠനത്തിനൊപ്പം ഇടയ്ക്കിടെയുള്ള പരിശോധനകളിലൂടെ ആരോഗ്യവും ഞങ്ങൾ ഉറപ്പാക്കി.

മാനസികസമ്മർദം മറികടക്കാനുള്ള ചികിത്സയും അവർ നല്കിയിരുന്നു. പക്ഷേ, ഞങ്ങൾക്ക് സഹിക്കാവുന്നതിൽ എത്രയോ അപ്പുറമായിരുന്നു അത്. ഭക്ഷണം സ്വയം പാചകം ചെയ്ത് കഴിക്കുന്നതിനൊപ്പം മുമ്പ് ശീലിച്ച ചെറുവീട്ടുജോലികളും ഞങ്ങൾ ചെയ്തു. വീട് വൃത്തിയാക്കൽ, റൊട്ടിയുണ്ടാക്കൽ ഇങ്ങനെ. റൊട്ടിയുണ്ടാക്കാൻ ചെറിയൊരു ഓവൻ ദിമൽ സ്വീകരണമുറിയിൽ തയ്യാറാക്കിയിരുന്നു. പക്ഷേ, ഗ്രാമത്തിലോ അവിടുത്തെ സ്കൂളിലോ ചെയ്തിരുന്നതുപോലെ ആടിനെ കറക്കലോ, കൃഷിപ്പണിയോ, സാമൂഹ്യ ഇടപെടലുകളോ പോലെ സമയമെടുത്ത് ചെയ്യേണ്ട ജോലികളുടെ അഭാവം ഞങ്ങളുടെ ജീവിതത്തിൽ ഏറെ ശൂന്യത നിറച്ചു. ജർമനിയിൽ എത്തിയ ആദ്യ ദിവസങ്ങളിൽ ഞാൻ ഹെസ്നിയെ വിളിച്ച് എന്നെ തിരികെക്കൊണ്ടുപോകാൻ അപേക്ഷിച്ചു. എന്നാൽ ജർമൻ ജീവിതം ഒന്ന് ശ്രമിച്ചു നോക്കാൻ ഹെസ്നി ആവശ്യപ്പെട്ടു. മെല്ലെ അവിടെയൊരു ജീവിതം കെട്ടിപ്പൊക്കാനാവുമെന്ന് അവൻ പറഞ്ഞെങ്കിലും ഞാൻ വിശ്വസിച്ചിരുന്നില്ല.

ഏറെ വൈകാതെ ഞാൻ മുറാദ് ഇസ്മയിലിനെ പരിചയപ്പെട്ടു. അദ്ദേഹത്തോടൊപ്പം ലോകത്തിന്റെ വിവിധ ഭാഗങ്ങളിൽ നിന്നുള്ള യസീദികളുടെ ഒരു സംഘവുമുണ്ടായിരുന്നു. ഹാദി പിർ, അഹമ്മദ് ഖുദിദാ, ആബിദ് ഷംദീൻ, പിന്നെ ഹൈദർ ഏലിയാസും. ഹൈദർ ഏലിയാസ് അമേരിക്കൻ സൈന്യത്തിന്റെ മുൻപരിഭാഷകനാണ്. എന്റെ സഹോദരൻ ജാലോയുമായി അദ്ദേഹം കൊല്ലപ്പെടും വരെ ഫോണിൽ സംസാരിച്ചത് ഹൈദറാണ്. യസീദികൾക്കുവേണ്ടി അക്ഷീണം പ്രയത്നിക്കുന്ന യസ്ദയുടെ സ്ഥാപകരിൽ ഒരാളാണ് മുറാദ്. ആദ്യം അദ്ദേഹത്തെ പരിചയപ്പെടുമ്പോൾ എന്റെ ഭാവി ജീവിതത്തിന്റെ കാര്യത്തിൽ സമ്പൂർണ അനിശ്ചിതത്വം ആയിരുന്നു. മറ്റുള്ളവരെ സഹായിക്കണം, സമൂഹത്തിന് പ്രയോജനമുള്ളയാളാവണം തുടങ്ങി ആഗ്രഹങ്ങളുണ്ടായിരുന്നെങ്കിലും എങ്ങനെയെന്ന് അറിയില്ലായിരുന്നു. എന്നാൽ മുറാദ് എന്നോട് യസ്ദയുടെ സേവനങ്ങളെക്കുറിച്ച് പറഞ്ഞപ്പോൾ, പ്രത്യേകിച്ച് ഐസിസ് തടവിലാക്കിയ പെൺകുട്ടികളെ രക്ഷിക്കുന്നതും അവരുടെ ശബ്ദമായി മാറുന്നതും സൂചിപ്പിച്ചപ്പോൾ അതിൽ ഞാൻ എന്റെ ഭാവി കണ്ടു.

ഐസിസ് സിൻജാറിലെത്തി എന്നറിഞ്ഞപ്പോൾ മുതൽ എല്ലാം ഉപേക്ഷിച്ച് ഞങ്ങളുടെ രക്ഷയ്ക്കായി ഇറങ്ങിത്തിരിച്ചവരാണ് ഇവർ. വംശഹത്യ തുടങ്ങിയ സമയത്ത് ഹൂസ്റ്റണിൽ ജിയോഫിസിക്സ് വിദ്യാർഥിയായിരുന്നു മുറാദ്. മറ്റുള്ളവർ യസീദി അവകാശപോരാട്ടത്തിനിറങ്ങും മുമ്പ് അധ്യാപകരോ സന്നദ്ധപ്രവർത്തകരോ ആയിരുന്നു. വാഷിങ്ടണിലെ കുഞ്ഞു ഹോട്ടൽ മുറിയിൽ രണ്ടു രാവ് ഉറങ്ങാതെ ഇരുന്ന് യസീദികളുടെ രക്ഷയ്ക്കായുള്ള പ്രവർത്തനങ്ങൾ ഏകോപിപ്പിച്ച കഥ മുറാദ് എന്നോട് പറഞ്ഞു. ഹൈദറും ഹാദിയും ഉൾപ്പെടുന്ന സംഘവും ഒപ്പമുണ്ടായിരുന്നു. ഇറാഖിലെ യസീദികളുമായി ഫോണിൽ ബന്ധപ്പെട്ട് അവരെ സുരക്ഷിത സ്ഥാനത്തേക്ക് മാറ്റാനുള്ള പരിശ്രമങ്ങളാണ് അവർ നടത്തിയത്. ചിലപ്പോഴൊക്കെ അവർ വിജയിച്ചു. ചിലപ്പോൾ പരാജയപ്പെട്ടു. കൊച്ചോയെ രക്ഷിക്കാനും അവർ ശ്രമിച്ചിരുന്നെന്ന് മുറാദ് പറഞ്ഞു. എർബിലിലും ബാഗ്ദാദിലും സഹായിക്കാനിടയുള്ള സകലരെയും അവർ വിളിച്ചു. അമേരിക്കൻ സൈന്യത്തിന് അവർ അഭിപ്രായങ്ങൾ കൈമാറി. (ഇറാഖ് അധിനിവേശകാലത്ത് മുറാദും ഹാദിയും പരിഭാഷകരായിരുന്നു) ഓരോ ഗ്രാമത്തിലും ഐസിസിന്റെ നീക്കങ്ങൾ കണ്ടെത്തി. ഞങ്ങളെ രക്ഷപ്പെടുത്തുന്നതിൽ പരാജയപ്പെട്ടപ്പോൾ ജീവനോടെയുള്ളവർക്ക് നീതി ലഭിക്കുന്നതിന് എന്തും ചെയ്യുമെന്ന് അവർ തീരുമാനിച്ചു. കഷ്ടപ്പാടുകൾ ശരീരത്തിൽ പേറുന്നവരാണ് ഈ സംഘം. ഹൈദറിന് ഇടയ്ക്കിടെ പുറംവേദനവരും. മുറാദിന്റെ മുഖത്ത് ക്ഷീണം എപ്പോഴും പ്രകടമാണ്. ഇതെല്ലാമുണ്ടെങ്കിലും ഞാൻ ഇവരെപ്പോലെയാകാൻ ആഗ്രഹിച്ചു. മുറാദിനെ കണ്ടതിനുശേഷമാണ് ഞാൻ ഇന്നത്തെ നാദിയ ആയത്. വിലാപങ്ങൾ അവസാനിച്ചില്ലെങ്കിലും ജർമനിയിലെ ഞങ്ങളുടെ ജീവിതം അർഥപൂർണമായിത്തുടങ്ങി.

ഐസിസിന്റെ പക്കലായിരുന്നപ്പോൾ ഞാൻ ദുർബലയായിരുന്നു. എന്തെങ്കിലും ശക്തിയുണ്ടായിരുന്നെങ്കിൽ അമ്മയെ എന്റെ പക്കൽ നിന്ന് പറിച്ചുമാറ്റാൻ ഞാൻ സമ്മതിക്കുമായിരുന്നില്ല. ഞാൻ അവരെ സംരക്ഷിക്കുമായിരുന്നു. ഭീകരർ എന്നെ വില്ക്കുന്നതും ബലാത്സംഗം ചെയ്യുന്നതും തടയുമായിരുന്നു. എന്റെ രക്ഷപ്പെടലിലെ ഓരോ രംഗവും ഓർക്കുമ്പോൾ ഇപ്പോഴും ശരീരം വിറയ്ക്കും. കുറ്റിയിടാത്ത വാതിൽ, ആളൊഴിഞ്ഞ മുറ്റം, ചുറ്റും ഐസിസ് അനുഭാവികളുള്ള നാസറിന്റെ വീട്, എവിടെയെങ്കിലും പാളിയിരുന്നെങ്കിൽ എല്ലാം അവസാനിച്ചേനെ. ദൈവം എന്നെ രക്ഷപ്പെടുത്തിയതിനുപിന്നിൽ ഒരു കാരണമുണ്ടെന്ന് ഞാൻ വിശ്വസിക്കുന്നു. എന്റെ സ്വാതന്ത്ര്യം പാഴാക്കാതിരിക്കാനാണ് യസ്ദയിൽ ഞാൻ എത്തിച്ചേർന്നത്. യസീദി പെൺകുട്ടികൾക്ക് തടങ്കലിൽനിന്ന് രക്ഷപ്പെടാനോ സ്വന്തം കഥ ലോകത്തോടു വിളിച്ചുപറ

യാനോ ധൈര്യമുണ്ടാകുമെന്ന് ഐെസിസ് ഭീകരർ ഒരിക്കലും കരുതിയില്ല. അവരുടെ കുറ്റകൃത്യങ്ങളോട് മൗനം പാലിക്കാതെ ഞങ്ങൾ അവരെ വെല്ലുവിളിച്ചു. ഓരോ തവണ ഞാൻ എന്റെ കഥ പറയുമ്പോഴും ഭീകരരുടെ ശക്തി ചോർത്തുകയാണെന്ന് സ്വയം തോന്നി.

ജനീവയിലേക്കുള്ള ആദ്യ യാത്ര മുതൽ ആയിരക്കണക്കിന് ജനങ്ങളോട് ഞാൻ എന്റെ കഥ പറഞ്ഞു. രാഷ്ട്രീയ നേതാക്കൾ, നയതന്ത്ര പ്രതിനിധികൾ, ചലച്ചിത്ര പ്രവർത്തകർ, മാധ്യമപ്രവർത്തകർ, പിന്നെ ഐെസിസ് കീഴടക്കിയ ഇറാഖിനെക്കുറിച്ച് അറിയാൻ ആഗ്രഹിച്ച എണ്ണിയാലൊടുങ്ങാത്ത സാധാരണക്കാരോടും ഞാൻ കഥ പറഞ്ഞു. ഐസിസിനെ കൂടുതൽ ശക്തിയോടെ തള്ളിപ്പറയണമെന്ന് ഞാൻ സുന്നി നേതാക്കളോട് അഭ്യർഥിച്ചു. അക്രമം അവസാനിപ്പിക്കാനുള്ള കരുത്ത് അവർക്കുണ്ട്. യസ്ദയിലെ സ്ത്രീകൾക്കും പുരുഷന്മാർക്കുമൊപ്പം എന്നെപ്പോലെ ലൈംഗിക അടിമത്തത്തിൽനിന്ന് രക്ഷപ്പെട്ട, നോവുന്ന ഓർമകളിൽ ജീവിക്കുന്നവരുടെ ക്ഷേമത്തിനായി ഞാൻ പ്രവർത്തിച്ചു. യസീദി വംശഹത്യ ലോകത്തെ ബോധ്യപ്പെടുത്തുന്നതിനും ഐസിസിനെ നിയമത്തിനു മുന്നിൽ കൊണ്ടുവരുന്നതിനും ഞങ്ങൾ പരിശ്രമിച്ചു.

മറ്റ് യസീദികളും ഇതേ ദൗത്യം ഏറ്റെടുത്തു. യസീദികളുടെ ദുരിതത്തിന്റെ ആധിക്യം കുറയ്ക്കുന്നതിനും അവശേഷിക്കുന്ന സമുദായത്തെ സാധാരണ ജീവിതത്തിലേക്ക് കൊണ്ടുവരാനും അവർ പരിശ്രമിച്ചു.

ഞങ്ങളുടെ കഥ കേട്ടിരിക്കാൻ എത്ര പ്രയാസമായിരുന്നോ അത്രത്തോളം മാറ്റങ്ങളും കൊണ്ടുവന്നു. ഏതാനും വർഷങ്ങൾക്കുള്ളിൽ കൂടുതൽ യസീദി അഭയാർഥികളെ സ്വീകരിക്കാൻ കാനഡ തീരുമാനിച്ചു. ഐെസിസ് യസീദികളോട് ചെയ്തത് വംശഹത്യയാണെന്ന് യു.എൻ. ഔദ്യോഗികമായി അംഗീകരിച്ചു. ഇറാഖിലെ മതന്യൂനപക്ഷങ്ങൾക്കായി സുരക്ഷിത മേഖലയൊരുക്കുന്നതിനെക്കുറിച്ച് സർക്കാരുകൾ ചർച്ചചെയ്തു. അതിനെക്കാളെല്ലാമുപരി ഞങ്ങളുടെ സഹായത്തിൻ അഭിഭാഷകർ രംഗത്തെത്തി. യസീദികൾക്ക് നീതിലഭിച്ചു തുടങ്ങിയിരിക്കുന്നു, ആ പോരാട്ടത്തിൽ എല്ലാ യസീദികളും പങ്കാളികളുമാണ്.

ഇറാഖിൽ അഡ്കിയും ഹെസ്നിയും സവൂദും സയിദും അവരവരുടേതായ രീതിയിൽ പോരാട്ടം തുടരുന്നു. അവർ അഭയാർഥി ക്യാംപുകളിൽതന്നെ തുടർന്നു. മറ്റ് സ്ത്രീകൾക്കൊപ്പം ജർമനിയിലേക്ക് വരാൻ അഡ്കി തയ്യാറായില്ല. അവൾ ഉൾപ്പെടെയുള്ള കുടുംബാംഗങ്ങളെ കാണാനാവാത്തതിൽ എനിക്ക് വലിയ സങ്കടമുണ്ട്. ഓരോ തവണ ഫോണിൽ സംസാരിക്കുമ്പോഴും എനിക്ക് കരച്ചിലടക്കാനാവില്ല. ക്യാംപിലെ ഓരോ ദിവസവും കഷ്ടപ്പാട് നിറഞ്ഞതാണ്.

എങ്കിലും പരസ്പരം സഹായിച്ചും സഹകരിച്ചും ഒറ്റ മനസ്സോടെ യസീദികൾ ജീവിച്ചു. അവർ ഐസിസ് വിരുദ്ധ പ്രകടനങ്ങൾ നടത്തുകയും കുർദ്, ബാഗ്ദാദ് സർക്കാരുകൾക്ക് നിവേദനങ്ങൾ നല്കുകയും ചെയ്തു. കൂട്ടക്കുഴിമാടങ്ങൾ കണ്ടെത്തുകയോ രക്ഷപ്പെടാൻ ശ്രമിച്ച പെൺകുട്ടികൾ കൊല്ലപ്പെടുകയോ ചെയ്താൽ ക്യാംപിലുള്ള യസീദികളാണ് ആദ്യംതന്നെ ശവസംസ്കാരത്തിനും മറ്റുമായി രംഗത്തിറങ്ങുന്നത്. ഓരോ കണ്ടെയ്നർ വീടിനകത്തും താമസിക്കുന്നവർ പ്രിയപ്പെട്ടവരുടെ മടങ്ങിവരവിനായി കണ്ണീരോടെ പ്രാർഥിക്കുന്നു.

ഓരോ യസീദി അഭയാർഥിയും അവർ കടന്നുപോയ ശാരീരികവും മാനസികവുമായ പീഡനങ്ങളെ മറികടക്കാനും സമുദായത്തെ അവ ദുർബലമാക്കാതിരിക്കാനും ശ്രമിച്ചുപോന്നു. ഏതാനും വർഷങ്ങൾക്കുമുമ്പുവരെ കർഷകരോ വിദ്യാർഥികളോ വ്യാപാരികളോ വീട്ടമ്മമാരോ ആയിരുന്നവർ ഇപ്പോൾ മതപണ്ഡിതരായിരിക്കുന്നു. യസീദിസം കൂടുതൽ പ്രചരിപ്പിക്കുക എന്ന ഒറ്റ ലക്ഷ്യമാണുള്ളത്. ക്യാംപിലെ ചെറിയ കണ്ടെയ്നറുകൾക്കുള്ളിൽ പ്രവർത്തിക്കുന്ന ക്ലാസ് മുറികളിലെ അധ്യാപകരും പിന്നെ എന്നെപ്പോലുള്ള യസീദി സാമൂഹ്യ പ്രവർത്തകരും ആ ഉദ്യമം നയിച്ചു. ഞങ്ങളുടെ മതവും സംസ്കാരവും സംരക്ഷിക്കലും ഐസിസിനെ നിയമത്തിന് മുന്നിൽ കൊണ്ടുവരലും മാത്രമാണ് ലക്ഷ്യം. സമുദായമെന്ന നിലയിൽ യസീദികൾ നടത്തിയ ചെറുത്തുനില്പ്പിനെക്കുറിച്ച് എനിക്ക് അഭിമാനമുണ്ട്. ഞാൻ എക്കാലവും അഭിമാനിയായ യസീദിയാണ്.

ജർമനിയുടെ സുരക്ഷിതത്വത്തിൽ കഴിയുമ്പോഴും ഇറാഖിൽ തുടരുന്നവരെക്കുറിച്ച് എനിക്ക് അസൂയ തോന്നി. എന്റെ സഹോദരങ്ങൾ ഉൾപ്പെടെയുള്ളവർക്ക് വീടിന് അടുത്തുതന്നെ താമസിക്കാൻ കഴിയുന്നു, ഇറാഖി ഭക്ഷണം കഴിക്കാൻ പറ്റുന്നു(ഭക്ഷണകാര്യത്തിൽ എനിക്ക് വല്ലാത്ത നഷ്ടബോധമുണ്ട്). അയൽവാസികൾ അപരിചിതരല്ല. നഗരത്തിൽ പോയാൽ അവർക്ക് കച്ചവടക്കാരോടും മിനിവാൻ ഡ്രൈവർമാരോടും കുർദിഷ് ഭാഷയിൽ സംസാരിക്കാം. പെഷ്മർഗയുടെ അനുവാദം കിട്ടിയാലുടൻ സോലയിൽ അമ്മയുടെ കുഴിമാടം അവർക്ക് കാണാനാകും. എല്ലാ ദിവസവും ഞങ്ങൾ പരസ്പരം വിളിക്കുകയും സന്ദേശങ്ങളയയ്ക്കുകയും ചെയ്തിരുന്നു. പെൺകുട്ടികളെ രക്ഷപ്പെടുത്തുന്ന തന്റെ ദൗത്യത്തെക്കുറിച്ചാണ് ഹെസ്നി പറയുന്നതെങ്കിൽ ക്യാംപിലെ ജീവിതത്തെക്കുറിച്ചാവും അഡ്കിക്ക് പറയാനുള്ളത്. ഈ കഥകളെല്ലാം തന്നെ കണ്ണീരും കയ്പും നിറഞ്ഞവയാണ്. എങ്കിലും ചിലപ്പോഴെല്ലാം എന്റെ വായാടിയായ സഹോദരി പറയുന്ന കാര്യങ്ങൾ കേട്ട് ഞാൻ ചിരിച്ച് മണ്ണുകപ്പും. ഇറാഖിലെത്താൻ എന്റെ മനസ്സ് വല്ലാതെ വെമ്പൽകൊണ്ടു.

2017 മെയിൽ കൊച്ചോ സ്വതന്ത്രമായി എന്ന വാർത്ത ക്യാംപിലുള്ളവർ വിളിച്ചറിയിച്ചു. കൊച്ചോ പിടിച്ച ഹഷ്ദ് അൽ ഷാബി എന്ന യസീദി സായുധ പട്ടാള യൂണിറ്റിൽ സയിദും അംഗമായിരുന്നു. പോരാളിയാവണമെന്ന അവന്റെ ആഗ്രഹം സഫലമായതിനെക്കുറിച്ച് എനിക്ക് സന്തോഷം തോന്നി. കൊച്ചോ പൂർണ്ണമായും സുരക്ഷിതമായിരുന്നില്ല. ഐസിസ് തിരിച്ചടികൾ നടത്തിക്കൊണ്ടിരുന്നു. പലായനം ചെയ്യും മുമ്പ് എല്ലായിടത്തും അവർ കുഴിബോംബുകൾ പാകി. പക്ഷേ, തിരികെ ചെല്ലണമെന്ന് ഞാൻ നിശ്ചയിച്ച് ഉറപ്പിച്ചിരുന്നു. ഹെസ്നി സമ്മതിച്ചതോടെ ഞാൻ ജർമനിയിൽനിന്ന് എർബിലിലേക്ക് പറന്നു, അവിടെനിന്ന് ക്യാംപിലേക്കും.

കൊച്ചോയിൽ വീണ്ടുമെത്തുമ്പോഴുള്ള വികാരം എന്തെന്ന് എനിക്ക് വിവരിക്കാനാവില്ല. കുടുംബാംഗങ്ങൾ വേർപിരിഞ്ഞ, സഹോദരന്മാർ കൊല്ലപ്പെട്ട ഗ്രാമം. ഏതാനും കുടുംബാംഗങ്ങൾക്കൊപ്പമായിരുന്നു ഞാൻ. ദിമലും മുറാദും (അപ്പോഴേയ്ക്കും യസ്ദ എനിക്ക് കുടുംബം തന്നെയായിരുന്നു) എനിക്കൊപ്പമുണ്ടായിരുന്നു. യാത്ര സുരക്ഷിതമാണെന്ന് ഉറപ്പാക്കിയതോടെ സംഘമായി ഞങ്ങൾ യാത്ര തിരിച്ചു. പോരാട്ട ഭൂമികളൊഴിവാക്കി അല്പം വളഞ്ഞ വഴിയിലൂടെയാണ് ഞങ്ങൾ പോയത്. ഗ്രാമം ശൂന്യമായിരുന്നു. സ്കൂളിന്റെ ജനാലകൾ തകർക്കപ്പെട്ടിരുന്നു. അകത്തുണ്ടായിരുന്നത് ഒരു മൃതദേഹം മാത്രം. എന്റെ വീട് കൊള്ളയടിച്ച് നശിപ്പിച്ചിരുന്നു. മേൽക്കൂരയടക്കം സർവതും അഗ്നിക്കിരയായിരുന്നു. നവവധുക്കളുടെ ഫോട്ടോയടങ്ങിയ ആൽബം ചാരമായിക്കഴിഞ്ഞു.

ഞങ്ങൾ നിലത്തുകിടന്ന് അലമുറയിട്ട് കരഞ്ഞു. സർവതും തകർന്നടിഞ്ഞെങ്കിലും മുൻവാതിലിലൂടെ കടന്നപ്പോൾ എന്റെ വീട് ഞാൻ തിരിച്ചറിഞ്ഞു. ഐസിസ് എത്തുന്നതിന് തൊട്ടുമുമ്പുള്ള വഴി ഞാനോർത്തു. പുറപ്പെടാൻ അവർ നിർദേശിച്ചപ്പോൾ ഒരു മണിക്കൂർ കൂടി തുടരാൻ അനുവദിക്കണമെന്ന് ഞാൻ യാചിച്ചു. ഒരു കാര്യം ഞാൻ തീരുമാനിച്ചു. എന്ത് സംഭവിച്ചാലും ഡിസംബറിലെ നോമ്പുകാലത്ത്, യസീദികൾ ദൈവത്തോടും താവൂസി മാലികിനോടും കൂടുതൽ അടുക്കുന്ന പുണ്യദിനങ്ങളിൽ ഞാൻ കൊച്ചോയിൽ തന്നെ ഉണ്ടാകും.

ജനീവയിലെ ആദ്യ പ്രസംഗം കഴിഞ്ഞ് ഏതാണ്ട് ഒരു വർഷവും കൊച്ചോയിലേക്കുള്ള മടക്കത്തിന് ഒരു വർഷം മുമ്പും ഞാൻ ന്യൂയോർക്കിൽ പോയി. യസ്ദയിലെ അംഗങ്ങളായ ആബിദ്, മുറാദ്,

അഹമ്മദ്, ഹൈദർ, ഹാദി, മഹർഗനേ എന്നിവർക്കൊപ്പമായിരുന്നു ആ യാത്ര. അവിടെവച്ച് ഐക്യരാഷ്ട്ര സഭ എന്നെ മനുഷ്യക്കടത്ത് അതിജീവിച്ചവരുടെ അന്തസ്സിനുള്ള ഗുഡ്‌വിൽ അംബാസിഡറായി പ്രഖ്യാപിച്ചു. വീണ്ടും ഒരു വലിയ സദസ്സിനു മുന്നിൽ എന്റെ കഥ പറയേണ്ടിയിരുന്നു. ഈ കഥ പറച്ചിൽ ഒരിക്കലും സുഖകരമല്ല. ഓരോ തവണ പറയുമ്പോഴും ഞാൻ പുനരുജ്ജീവിക്കുകയാണ്. ചെക്പോയിന്റിലെ ബലാത്സംഗത്തെക്കുറിച്ച്, ഹാജി സൽമാന്റെ ചാട്ടവാറടിയെക്കുറിച്ച്, മൊസൂളിലെ ഇരുട്ടിൽ അഭയംതേടി ഓടിയതിനെക്കുറിച്ച് പറയുമ്പോൾ ഭീകരമായ ആ ഓർമകളിലേക്ക് വീണ്ടും ഞാൻ യാത്ര ചെയ്യുകയാണ്. മറ്റ് യസീദികളും എന്നെപ്പോലെ ആ ഓർമകളിലേക്ക് വീണ്ടും വലിച്ചിഴയ്ക്കപ്പെടും. എന്റെ കഥ പലതവണ കേട്ട യസ്ദ അംഗങ്ങൾപോലും പലപ്പോഴും വിങ്ങിക്കരയും. കാരണം ഇത് അവരുടെ കൂടി കഥയാണ്.

പ്രസംഗം ശീലമായതോടെ വലിയ സദസ്സിനെ അഭിമുഖീകരിക്കാനുള്ള ഭയവും നീങ്ങി. സത്യസന്ധമായും വസ്തുതാപരമായും പറയുന്ന എന്റെ കഥ തന്നെയാണ് ഭീകരതയ്ക്കെതിരെ പ്രയോഗിക്കാൻ എന്റെ പക്കലുള്ള ആയുധവും. ഭീകരർ നിയമത്തിനു മുന്നിലെത്തും വരെ ആ ആയുധം പ്രയോഗിക്കാൻ ഞാൻ തീരുമാനിച്ചു. ഇനിയും ഏറെ കാര്യങ്ങൾ ചെയ്യാനുണ്ട്. ലോകനേതാക്കൾ, പ്രത്യേകിച്ച് മുസ്ലീം നേതാക്കൾ പീഡനത്തിനിരയായവരുടെ സംരക്ഷണത്തിന് തയ്യാറാകേണ്ടിയിരിക്കുന്നു.

എന്റെ ചെറുപ്രസംഗം പൂർത്തിയായി. കഥ പറഞ്ഞശേഷവും ഞാൻ സംസാരം തുടർന്നു. ഞാൻ പ്രസംഗകല ശീലിച്ചിട്ടില്ലെന്ന് അവരോട് പറഞ്ഞു. വംശഹത്യയുടെ പേരിൽ ഐസിസ് ശിക്ഷിക്കപ്പെടണമെന്നതാണ് ഓരോ യസീദിയുടെയും ആവശ്യമെന്ന് ഞാൻ വ്യക്തമാക്കി. ലോകത്തെല്ലായിടത്തുമുള്ള ദുർബലജനവിഭാഗങ്ങളുടെ സംരക്ഷണത്തിന് അവരുടെ പക്കലുള്ള അധികാരം ഉപയോഗിക്കണമെന്ന് ആവശ്യപ്പെട്ടു. എന്നെ ബലാത്സംഗം ചെയ്തവരുടെ കണ്ണിലേക്ക് നോക്കണമെന്നും അവരെ നീതിപീഠത്തിന് മുന്നിൽ നിർത്തണമെന്നുമുള്ള ആഗ്രഹം പറഞ്ഞു. എല്ലാത്തിനും ഉപരിയായി എന്റെ കഥയുള്ള ലോകത്തിലെ അവസാനത്തെ പെൺകുട്ടിയാവണം ഞാനെന്നും.

●●